பாகிஸ்தான்

இந்தியப் பிரிவினை

பாகிஸ்தான்

இந்தியப் பிரிவினை

B.R. அம்பேத்கர்

தமிழில்: B.R. மகாதேவன்

கிழக்கு

பாகிஸ்தான்: இந்தியப் பிரிவினை

Pakistan : India Pirivinai

B.R. Ambedkar ©

Kizhakku Edition: February 2022

552 Pages

Printed in India.

ISBN : 978-93-90958-13-9

Kizhakku - 1258

Kizhakku Pathippagam

177/103, First Floor, Ambal's Building, Lloyds Road, Royapettah, Chennai - 600 014. Ph: +91-44-4200-9603

Email : support@nhm.in Website : www.nhm.in

◼ kizhakkupathippagam ◪ kizhakku_nhm

Kizhakku Pathippagam is an imprint of New Horizon Media Private Limited

The views and opinions expressed in this book are the author's own and the facts are as reported by the author, and the publishers are not in any way liable for the same.

All rights reserved. No part of this publication may be reproduced, stored in a retrieval system, or transmitted, in any form or by any means, electronic, mechanical, photocopying, recording or otherwise, without the prior permission of the publishers.

ராமுவின் நினைவுகளுக்கு
அவளுடைய
நல்லிதயம்,
நாணயமான மனம்,
அப்பழுக்கற்ற நடத்தை
அபார பொறுமை
என்னுடன் அனைத்து துயரங்களிலும்
மனம் கோணாமல் பங்கெடுத்த பாங்கு
ஆகியவற்றுக்கு
என் அன்புக் காணிக்கை

உள்ளடக்கம்

	முன்னுரை	...	9
	அறிமுக உரை	...	12

பாகம் 1 - பாகிஸ்தான் தேவை - முஸ்லிம் தரப்பு

1.	முஸ்லிம் லீக்கின் கோரிக்கை என்ன?	...	31
2.	தாய் நாடு தேவை என்று சொல்லும் தேசிய உணர்வு	...	41
3.	வீழ்ச்சியில் இருந்து தப்பித்தல்	...	56

பாகம் 2 - பாகிஸ்தான் வேண்டாம் - ஹிந்துக்கள் தரப்பு

4.	ஒருமைப்பாடு சிதைகிறது	...	71
5.	இந்தியாவின் பாதுகாப்பு பலவீனமாகும்	...	91
6.	பாகிஸ்தானும் மதரீதியான அமைதியும்	...	135

பாகம் 3 - பாகிஸ்தான் உருவாகாவிட்டால் என்ன நடக்கும்?

7.	ஹிந்துக்களின் பார்வையில் பாகிஸ்தானுக்கு மாற்று	...	169
8.	பாகிஸ்தானுக்கு முஸ்லிம் தரப்பு மாற்று	...	263
9.	வெளி நாடுகளில் இருந்து கிடைக்கும் பாடங்கள்	...	275

பாகம் 4 - பாகிஸ்தானும் பிரச்னையும்

10.	சமூகத் தேக்க நிலை	...	299
11.	மதவாதம்	...	333
12.	தேசிய மனச்சோர்வு	...	361

பாகம் 5 - பாகிஸ்தான் : யார் தீர்மானிப்பது?

13.	பாகிஸ்தான் என்றொரு தேசம் அவசியம்தானா?	...	469
14.	பாகிஸ்தானின் பிரச்னைகள்	...	493
15.	யார் தீர்மானிப்பது?	...	514
	முடிவுரை	...	536

முன்னுரை

இந்தப் புத்தகத்துக்கு மிக நீண்ட அறிமுக உரை ஒன்று எழுதியிருக்கிறேன். அதற்கு முன்பாக முன்னுரை என்று ஒன்று தேவையே இல்லைதான். ஆனால், இந்தப் புத்தகத்தின் இறுதியில் முடிவுரை ஒன்று எழுதியிருக்கிறேன். எனவே, அதைச் சமநிலைப்படுத்துவதற்கு ஒரு முன்னுரை அவசியம்.

இரண்டாவதாக, இந்தப் புத்தகம் எந்த விஷயத்தைப்பற்றிப் பேசுகிறதோ அதன் முக்கியத்துவத்தை வாசகர்களுக்கு மிகவும் சுருக்கமாக விளக்கிச்சொல்ல இந்த முன்னுரை மிகவும் அவசியம்.

புத்தகத்தை வாசிக்க ஆர்வமுடன் இருப்பவர்களுக்கு பம்பாய் பிரஸிடென்ஸியில் இண்டிபெண்டண்ட் லேபர் பார்ட்டி (ஐ.எல்.பி) என்ற பெயரில் ஒரு கட்சி மூன்று ஆண்டுகளாக இருப்பதுபற்றி முதலில் சொல்ல விரும்புகிறேன். அரசியலில் நீண்டகால அனுபவம் பெற்ற ஒரு கட்சியாக அதை நிச்சயம் சொல்லமுடியாது. பிற அரசியல் நிறுவனங்களோடு ஒப்பிடுகையில் ஐ.எல்.பி. கட்சியானது மிகவும் இளையது. 'இரண்டாம் குழந்தமை' என்று கௌரவமாகச் சொல்லும் முதுமையை அடைந்ததால் ஏற்படும் தளர்ச்சியோ சோர்வோ எதுவும் ஐ.எல்.பிக்குக் கிடையாது. உயிர்துடிப்பு மிகுந்தது. எந்தவித தனிப்பட்ட விருப்பு வெறுப்புகளுக்கு ஆட்படாதது.

முஸ்லிம் லீக் கட்சியானது பாகிஸ்தான் என்னும் தனி நாடு வேண்டும் என்ற லாகூர் தீர்மானத்தை நிறைவேற்றிய உடனேயே ஐ.எல்.பியானது பாகிஸ்தான் கோரிக்கை தொடர்பாக என்ன அணுகுமுறையை மேற்கொள்ளவேண்டும் என்பதைத் தீர்மானிக்க ஐ.எல்.பி. நிர்வாகக் குழு கூடியது. கூட்டத்துக்கு வந்திருந்தவர்களிடையே பாகிஸ்தான் என்ற தனி நாட்டுக்

கோரிக்கைக்கு எந்தவித எதிர்ப்பும் இல்லை என்பது தெரியவந்தது. அதோடு, மதவாதப் பிரச்னைக்குத் தீர்வாக, கலாசார அடையாள அடிப்படையிலான பல அரசுகள் உருவாக்கப்படவேண்டும் என்பதையே பாகிஸ்தான் கோரிக்கை முன்வைப்பதாக நிர்வாகக் குழுவுக்குத் தெரியவந்தது.

எனினும், பாகிஸ்தான் என்ற தனி நாட்டுக் கோரிக்கை தொடர்பாக இறுதித் தீர்மானம் ஒன்றை முன்வைக்கும் அளவுக்கு அந்தக் குழு தயாராகவும் இல்லை. எனவே, அந்த விஷயம் தொடர்பாக விரிவான ஆய்வு மேற்கொள்ள ஒரு குழுவை நியமித்தது. தனது ஆய்வு முடிவுகளை ஓர் அறிக்கையாக சமர்ப்பிக்கவும் கேட்டுக்கொண்டது.

என்னை அந்தக் குழுவின் தலைவராக நிர்வாகச் செயற்குழு நியமித்தது. பிரின்சிபல் எம்.வி.தண்டே, பி.ஏ., திரு எஸ்.சி.முன்ஷி, எம்.ஏ., எல்.எல்.பி. அட்வகேட் (ஓ.எஸ்) எம்.எல்.சி., திரு ஆர்.ஆர்.போலே, பி.எஸ்.சி. எல்.எல்.பி., எம்.எல்.ஏ., திரு டி.ஜி. ஜாதவ்., பி.ஏ.எல்.எல்.பி., எம்.எல்.ஏ., திரு ஏ.வி.சித்ரே பி.ஏ., எம்.எல்.ஏ., ஆகியோரை அந்தக் குழுவின் உறுப்பினர்களாக நியமித்தது. பம்பாய் முனிசிபல் கார்ப்பரேஷனின் உறுப்பினரான திரு. டி.வி.பிரதான் குழுவின் செயலராக நியமிக்கப்பட்டார்.

இந்த நிர்வாகக் குழு என்னிடம் ஓர் அறிக்கை தயாரிக்கச் சொல்லிக் கேட்டுக்கொண்டது. அதை நான் செய்துவிட்டிருக்கிறேன். ஐ.எல்.பி. கட்சியின் நிர்வாகக் குழுவின் முன் அதைச் சமர்ப்பித்தேன். அவர்கள் அந்த அறிக்கையை பொதுவெளியில் வெளியிடத் தீர்மானித்திருக்கிறார்கள். இந்தப் புத்தகமே அந்த அறிக்கை.

பாகிஸ்தான் பற்றி சுயமான தீர்மானம் ஒன்றை உருவாக்கிக் கொள்ள விரும்புபவர்களுக்கு உதவும் நோக்கில் இந்தப் புத்தகம் வெளியிடப்பட்டுள்ளது. அதன் அடிப்படையில் தேவையான, தொடர்புடைய அனைத்து அம்சங்களையும் இந்தப் புத்தகத்தில் தொகுத்துத் தந்திருக்கிறேன்.

இந்தப் புத்தகத்தில் இடம்பெற்றிருப்பவற்றை ஒருவர் வெறுமனே படித்தால் மட்டும் போதாது. அவர் சுயமாக அது குறித்து சிந்திக்கவும் வேண்டும். கார்லைல் தனது தலைமுறையைச் சேர்ந்தவர்களுக்குச் சொன்ன எச்சரிக்கையை இந்த நூலை வாசிப்பவர் கவனத்தில் கொள்வது நல்லது:

இங்கிலாந்தின் வெற்றிக்கொடி இப்போதெல்லாம் விண்ணை முட்டும் அளவுக்குப் பறப்பதில்லை. புயலின் நடுவில் சிக்கிய கழுகைப்போல் ஆகிவிட்டிருக்கிறது. தனது வலிமை பொருந்திய இளமைக் கால நினைவுகளை அசைபோட்டபடிக் கிடக்கிறது. இங்கிலாந்தின் பெருமிதமானது பேராசை பிடித்த நெருப்புக்கோழி தன் தலையை பொய்யான நம்பிக்கைகளின் மணலுக்குள் புதைத்துக் கொண்டிருப்பதுபோல் இருக்கிறது. இந்த நிகழ்வு (வீழ்ச்சி) மிகவும் மெதுவாக நடந்துவருகிறது. ஆனால், இதைத் தவிர்க்க முடியாது. மண்ணுக்குள் தலையைப் புதைத்துக்கொண்டிருக்கும் நெருப்புக்கோழி ஒருநாள் கண் முழித்துப் பார்க்கும்போது பேரதிர்ச்சி காத்திருக்கும். அந்த அதிர்ச்சி ஏற்படும்முன் விழித்துக்கொள்வது நல்லது. தெய்வங்களும் மனிதர்களும் நம்மை விழித்துக்கொள்ளச் சொல்கிறார்கள். நமது முன்னோர்களின் குரல்கள் ஆயிரம் மடங்கு வலிமையுடன், உறுதியாக நம் அனைவரிடமும், விழித்துக்கொள்ளுங்கள் என்று சொல்கின்றன.

ஆங்கிலேயர்களுக்குப் பொருத்தமானதாக இருந்ததுபோலவே இன்றைய சூழலில் இந்த எச்சரிக்கை இந்தியர்களுக்கும் மிகவும் பொருத்தமாக இருக்கிறது. இதில் எனக்கு எந்த சந்தேகமும் இல்லை. ஒருவேளை இந்தியர்கள் இந்த எச்சரிக்கைக் குரலைச் செவிமடுக்கத் தவறினால் இழப்பு அவர்களுக்குத்தான்.

இந்த அறிக்கையைத் தயாரிக்க எனக்கு உதவியவர்கள் பற்றிச் சில வார்த்தைகள் சொல்ல விரும்புகிறேன். திரு எம்.ஜி.டிப்னிஸ், டி.சி.இ., (கலாபவன், பரோடா), திரு சங்கன்லால் எஸ் மோதி ஆகிய இருவரும் பெரிதும் உதவியாக இருந்திருக்கிறார்கள். மிகுந்த அன்பின் அடிப்படையில் அவர்கள் செய்து கொடுத்த இந்தப் பணிக்கு நான் அவர்களுக்கு என் நன்றியைத் தெரிவித்துக்கொள்ள விரும்புகிறேன். திரு பி.ஆர்.கத்ரேகர், திரு கே.வி.சித்ரே ஆகியோர் மிகவும் மந்தமான பணிகளான பிழைதிருத்தம் மற்றும் அச்சாக்கப் பணிகளை நல்ல முறையில் செய்துகொடுத்தனர். அவர்களுக்கு என் விசேஷ நன்றிகள்.

28, டிசம்பர், 1940 — பி.ஆர்.அம்பேத்கர்

ராஜ்கர், தாதர், பம்பாய், 14

அறிமுக உரை

பாகிஸ்தான் என்ற தனி நாடு வேண்டும் என்ற முஸ்லிம் லீகின் தீர்மானம் பலதரப்பட்ட எதிர்வினைகளைக் கிளப்பி விட்டிருக்கிறது. சிலர் இதை ஏதோ ஒரு அரசியல் அதிருப்தியின் வெளிப்பாடு மட்டுமே. குழந்தைத்தனமான சிந்தனை கொண்ட அவர்கள் தமது சமூகத்துக்குள் கூடுதல் ஒற்றுமையையும் அதிகாரத்தையும் பெறும் நோக்கில்தான் இதைப் பேசுகிறார்கள் என்று சொல்கிறார்கள். மற்றவர்களோ இந்தத் தனி நாடு கோரிக்கையானது இஸ்லாமியர்களின் நிரந்தர இலக்கு. ஏதோ தற்செயலாகப் பேசிக் கடந்துபோகும் விஷயம் அல்ல; அவர்கள் மனதில் ஆழமாக வேரூன்றியிருக்கும் விஷயம் என்று சொல்கிறார்கள்.

இந்த விஷயம் மிகவும் விவகாரமானதுதான் என்பதில் சந்தேகமே இல்லை. மிகவும் முக்கியமானதும்கூட. இரு தரப்பும் மற்றவர்களை வாயை மூடிக்கொண்டு இருக்கச்செய்யும் நோக்கில் சொல்லாத வாதங்களே இல்லை.

இந்தியாவை இரண்டு தேசங்களாகப் பிளக்கவேண்டும் என்ற கோரிக்கையானது கற்பனை செய்து பார்க்ககூட முடியாத ஒன்று என்று சிலர் சொல்கிறார்கள். இன்னும் சிலரோ நூற்றுக்கணக்கான ஆண்டுகளாக நிலவி வந்த தேச ஒற்றுமையை உடைக்கும் நோக்கில் இந்தக் கோரிக்கை முன்வைக்கப்பட்டிருக்கிறது என்று நினைக்கிறார்கள். எனவே இதுபற்றி எதுவும் பேசவே முடியாத அளவுக்குக் கோபத்துடன் இருக்கிறார்கள்.

வேறு சிலர் இந்தக் கோரிக்கையைப் பொருட்படுத்தத் தேவையே இல்லை என்கிறார்கள். மிகவும் அற்பத்தனமானது என்று பல உருவகங்கள் சொல்லி இந்தக் கோரிக்கையை நிராகரிக்கிறார்கள். இரண்டு பெண்கள் ஒரு குழந்தையைத் தன்னுடையது என்று

சண்டையிடுவதால் அந்தக் குழந்தையை இரண்டாக வெட்டி ஆளுக்குப் பாதி என்று கொடுப்பீர்களா என்று பாகிஸ்தான் கோரிக்கையில் இருக்கும் அபத்தத்தைச் சொல்லிக் காட்டுகிறார்கள்.

உணர்ச்சிமயமான வாதங்களின் அடிப்படையில் ஒரு விஷயம் அணுகப்படுமென்றால் அப்படியான உணர்சி மயக்கங்கள் இல்லாத ஒருவருக்கு அந்த வாதங்கள் எல்லாம் ஒருவித அயர்ச்சியையே தரும். அந்த விஷயம்பற்றி எந்தத் தெளிவான புரிதலையும் தராது. உண்மை நிலையைப் புரியவைக்காமல் வெற்றுப் பரபரப்புப் பேச்சுகளாகவே இருக்கும். அதிக கவனம் கொடுத்து அவற்றைக் கவனிக்கத் தேவையில்லை என்ற முடிவுக்கே அவர் வருவார்.

இந்த விஷயம் தொடர்பான என்னுடைய தீர்மானம் ஒன்றே என்று சொல்லமுடியாவிட்டாலும் மிகவும் தெளிவானது என்பதில் எந்த சந்தேகமும் இல்லை. பாகிஸ்தான் கோரிக்கையானது வெறும் அரசியல் அதிருப்தியினால் உருவானதாக நான் கருதவில்லை. காலப்போக்கில் அது மறைந்துவிடும் என்றும் நான் கருதவில்லை. ஒவ்வொரு உயிருக்கும் ஒருவகையான குண நலன்கள் எப்படி இயல்பாக உருவாகுமோ அதுபோலவே இஸ்லாமிய அரசியல் சமூகத்தின் இயல்பான கோரிக்கையாகவே அது எனக்குப் படுகிறது. இந்தக் கோரிக்கை, அரசியல் பரிணாமத்தின் இயற்கையான தேர்வாக இருக்குமா இருக்காதா என்பது ஹிந்துக்கள் மற்றும் முஸ்லிம்கள் ஆகிய இரு தரப்பின் வாழ்க்கைப் போராட்டத்தைத் தீர்மானிக்கும் சக்திகளைப் பொறுத்தது.

பாகிஸ்தான் என்ற கோரிக்கை என்னை நிலைகுலையவைக்க வில்லை. அது என்னை ஆவேசமடையவைக்கவில்லை. உவமைகள், உருவகங்கள் சொல்லி அந்தக் கோரிக்கையை நிராகரித்துவிட முடியும் என்றும் நான் நினைக்கவில்லை. அலங்கார அடுக்குமொழி வார்த்தைகளில் சொல்வதால் அபத்தங்கள் எல்லாம் அறிவார்ந்தவையாகிவிடுவதில்லை. அழகான உருவகங்கள் எல்லாம் சரியான வாதங்களாகிவிடுவ தில்லை. சில நேரங்களில் மனதில் ஆழமாகப் பதியவைக்கவும் இலக்கை அருமையாகப் புரியவைக்கவும் உதவலாமே தவிர வேறு எதையும் அதனால் செய்யமுடியாது.

பாகிஸ்தான் கோரிக்கைக்கு இந்தியாவில் இருக்கும் 90 சதவிகித முஸ்லிம்களின் பேராதரவு இருப்பதாகச் சொல்லமுடியாதுதான். என்றாலும் அவர்களின் உணர்வுக்கு நெருக்கமானதாக நிச்சயம்

இருக்கும் ஒரு விஷயத்தை முற்றுமுழுதாக நிராகரிப்பதென்பது புத்திசாலித்தனமான செயல் அல்ல. அதோடு அது அப்படிச் செய்யப்படவும் முடியாது.

பாகிஸ்தான் கோரிக்கையின் அனைத்து அம்சங்களையும் சீர்தூக்கிப் பார்த்து, நன்கு புரிந்துகொண்டு, அறிவார்ந்த தீர்மானம் எடுக்க வேண்டும்; அதுதான் இந்தப் பிரச்னைக்கு சரியான தீர்வைத் தரும் என்று உறுதியாக நம்புகிறேன்.

பாகிஸ்தான் என்ற தனி நாடு கோரிக்கை இப்போது எழுந்திருக் கிறது. ஒவ்வொரு பருவத்தில் விளையும் காய், கனிகளைச் சாப்பிடுவது உடம்புக்கு ஆரோக்கியம் என்பதுபோல் இன்றைய அரசியல் பருவச் சூழலுக்கு ஏற்ப பாகிஸ்தான்பற்றி இந்தப் புத்தகம் பேசப்போகிறதா? அப்படி சூழ்நிலைக்கேற்ப எழுதப்பட்ட புத்தகமென்றால் ஆழமாகப் படித்துப் பார்க்கமுடிந்ததாக இருக்குமா? இவையெல்லாம் ஒரு வாசகரின் இயல்பான கேள்விகள்தான்.

வாசகர்களைத் தன்பக்கம் இழுக்க விரும்பும் நூலாசிரியர் என்ற வகையில் இந்த அறிமுக உரையை அதற்குப் பயன்படுத்திக் கொள்ள விரும்புகிறேன். ஆம், பாகிஸ்தான் என்ற தனி நாடு பற்றி இப்போது பரபரப்பாகப் பேசப்படுவதால் இந்தப் புத்தகம் அதைப் பயன்படுத்திக்கொள்ள விரும்பத்தான் செய்கிறது. கடந்த 20 ஆண்டுகளில் இந்தியர்கள் தம்மை எப்படிப் பார்க்கிறார்கள் என்பது முழுவதுமாக மாறிவிட்டிருக்கிறது. பேராசிரியர் அர்னால்ட் டான்பி இந்தியா பற்றி 1915-ல் எழுதியது:

> 19-ம் நூற்றாண்டில் பிரிட்டிஷ் அரசியல் சமூகம் இந்தியாவை ஒரு 'தூங்கும் பேரழகி' என்றும் அவள் விழித்துக்கொள்ளும் போது அவளை அடையும் உரிமை தனக்கே இருப்பதாகவும் சொன்னது. எனவே, அவள் துயிலில் இருந்த தோட்டத்தைச் சுற்றி முள்வேலிகளை இட்டது. தக்க தருணம் எதிர்பார்த்துக் காத்திருக்கும் பாலைவனக் கொள்ளையர்களிடமிருந்து அவளைப் பாதுகாக்கும் நடவடிக்கைகளை மேற்கொண்டது. இப்போது அந்த இளவரசி கண்முழித்துவிட்டாள். தனது மணாளனைத் தானே தேர்ந்தெடுத்துக்கொள்ள விரும்புகிறாள். பாலைவனக் கொள்ளையர்கள் இப்போது மரியாதைக்குரிய கனவான்களாகத் தங்களை மாற்றிக்கொண்டிருக்கிறார்கள். பாலைவனத்தை ஒரு பூந்தோட்டமாக மாற்றவும் தயாராக இருக்கிறார்கள். ஆனால், பிரிட்டிஷார் அமைத்த முள்வேலிகள் அதற்குத் தடையாக இருக்கின்றன. அவற்றை அகற்றிவிடும்படி

நம்மிடம் பணிவுடன் கேட்கும்போதே நாம் அனுமதி தந்துவிடுவது நல்லது. ஏனென்றால், அந்தக் கோரிக்கையை நிறைவேற்றிக்கொள்ளும் பலம் அவர்களுக்குக் கிடைத்த பின்னரே அவர்கள் அதைப் பேசுவார்கள். நாம் அதை மறுத்தால் அதைத் தொடர்ந்து மோதல் ஏற்படும். இந்தியப் பேரழகியின் பார்வை நம் பக்கம் இருக்காது. இப்போது அவள் துயில் கலைந்துவிட்டதால், தனது அண்டை அயலார்களுடன் இசைந்து வாழ விரும்புகிறாள். அவர்கள் மூலம் ஏற்படும் எந்தவொரு நெருக்கடி, அச்சுறுத்தல் ஆகியவற்றை நமது துணையின்றி எதிர்கொள்ள விரும்புகிறாள். அவளுக்குமே அவளைச் சுற்றி வளைத்திருக்கும் முள்வேலியானது மிகுந்த அசௌகரியத்தைத் தரத் தொடங்கிவிட்டது.

நாம் இந்தியாவைச் சரிவர நடத்தினால் பிரிட்டிஷ் சாம்ராஜ்ஜியத்திடமிருந்து பிரிந்து செல்வதை அந்நாடு விரும்பாது. ஆனால், இந்தியாவானது கூடுதல் சுதந்தரத்துடன் தன்னிச்சையாக இயங்க ஆரம்பிப்பதைத் தடுக்கவே முடியாது. தனது அண்டை அயலார்களுடன் நேரடித் தொடர்புகளை உருவாக்கிக்கொண்டு ஆங்கிலோ சாக்ஸன் காமன்வெல்த் அமைப்பை முன்மாதிரியாகக் கொண்டு இயங்க ஆரம்பிக்கும்.

இதை எழுதியது ஓர் ஆங்கிலேயர். இருந்தும் 1915-ல் அவர் சொன்னதேதான் ஜாதி, வர்க்கம் கடந்து இந்தியாவில் இருக்கும் அத்தனை இந்தியர்கள் மத்தியிலும் இருக்கிறது. பேரா. டான்பி சொன்ன தூங்கும் பேரழகியான இந்தியா இப்போது கண் விழித்துவிட்ட நிலையில் இந்தியர்கள் தம் தேசம்பற்றி என்ன நினைக்கிறார்கள்?

இந்தப் பேரழகி கடந்த சில வருடங்களில் நடந்துகொள்ளும் விதத்தைப் பார்த்தவர்கள், அவள் அனைவரும் எதிர்பார்த்ததுபோல் ஒரு தேவதையைப்போல் இருக்கமாட்டாள் என்ற முடிவுக்குத்தான் வந்திருப்பார்கள். மனச் சிதைவடைந்த, இரட்டை ஆளுமை கொண்ட பெண்ணாக அவள் மாறிவிட்டிருக்கிறாள். பாதி மிருக குணமும் பாதி மனித குணமும் கொண்டவளாக ஒன்றுக்கொன்று முற்றிலும் முரணான அம்சங்கள் கொண்டவளாக ஆகிவிட்டிருக் கிறாள். அவளுடைய பிளவுண்ட இரட்டை மனநிலைபற்றி யாருக்கேனும் இதுவரை சந்தேகமிருந்திருந்தால் அது, ஹிந்துஸ்தான், பாகிஸ்தான் என்று இந்தியாவை இரண்டு துண்டாகப் பிளக்கவேண்டும் என்ற இந்த லாகூர் தீர்மானத்தின் மூலம் முற்றிலும் மறைந்துவிட்டிருக்கும்.

இந்தப் பிளவுபட்ட ஆளுமையின் மூலமாக உருவாகும் மோதல்கள், சிதைவுகள் எல்லாம் ஒரு நிரந்தரத் தீர்வை அடையவேண்டுமென்றால் இரு சமூகங்களும் சுதந்தரமாக இயங்கும்படிப் பிரித்துவிடப்படவேண்டும். ஹிந்துக்களும் முஸ்லிம்களும் தமது கலாசார மதிப்பீடுகளைப் பின்பற்றியபடி தனித்தனி நாடுகளில் வாழ்ந்தாகவேண்டும்.

பாகிஸ்தான் என்ற தனி நாடு அவசியமா என்ற கேள்வியைப் பொருட்படுத்தியே ஆகவேண்டும். முஸ்லிம்கள் தமது கோரிக்கை பரிசீலிக்கப்படவேண்டும் என்று வலியுறுத்துவார்கள். அரசியல் அதிகாரங்களைப் பிரித்துக்கொடுப்பதற்கு முன்பாக ஹிந்துக் களுக்கும் முஸ்லிம்களுக்கும் இடையில் ஏதாவது ஒரு சமாதான உடன்படிக்கை ஏற்பட்டாகவேண்டும் என்று பிரிட்டிஷார் சொல்வார்கள்.

ஆதிக்க ஹிந்து பெரும்பான்மையைத் தனக்குப் பின் ஆட்சிப் பொறுப்பை ஏற்கும்படியாகவும் சிறுபான்மையினரைத் தமது விருப்பம்படி நடத்திக்கொள்ளலாம் என்றும் பிரிட்டிஷார் விட்டுச் சென்றுவிடமுடியாது. அது ஏகாதிபத்தியத்தை முடிவுக்குக் கொண்டுவராது. இன்னொரு ஏகாதியபத்தியத்தை உருவாக்குவதில் தான் முடியும். எனவே, அவர்கள் விரும்பும் அளவுக்கு இந்தியர்களால் பாகிஸ்தான் விவகாரத்தின் பிடியில் இருந்து தப்பிவிடமுடியாது.

பாகிஸ்தான் விவகாரத்தை எதிர்கொண்டேயாக வேண்டிய நிலை உருவானால், அதிலிருந்து தப்ப முடியாத நிலை உருவானால், சில விஷயங்களை மனதில் கொண்டாகவேண்டும்.

முதலாவதாக, ஹிந்துக்களும் முஸ்லிம்களும் தமது விருப்பத்தின் பேரில் இதற்கான தீர்வைக் கண்டடைய வேண்டும். பிறருடைய தயவை இதில் எதிர்பார்க்கக் கூடாது. அதிலும் பிரிட்டிஷார் ஒரு தீர்வைச் செல்லட்டும் என்று நிச்சயமாக இந்த இரு தரப்பினராலும் சொல்லவே முடியாது. இந்தியா ஒரே நாடாக இருக்கவேண்டுமா; ஹிந்துஸ்தான் பாகிஸ்தான் இரண்டாகப் பிரியவேண்டுமா; காங்கிரஸ் சொன்னதுபோல் 20 மொழிவாரி நாடுகளாகப் பிரிக்கப் படவேண்டுமா என்பதெல்லாம் பிரிட்டிஷாரின் பார்வையில் ஒரு விஷயமே இல்லை. அவர்களைப் பொறுத்தவரையில் எப்படிப் பிரிக்கப்பட்டாலும் அவையெல்லாம் பிரிட்டிஷ் சாம்ராஜ்ஜியத்தினுள் இருக்கவேண்டும் என்பதை மட்டுமே அவர்கள் விரும்புவார்கள். எப்படியாகப் பிரிக்கவேண்டும் என்பதில் தலையிட்டு தமக்கு எந்தவொரு பாதிப்பும்

ஏற்பட்டுவிடக்கூடாது என்பதில்தான் அவர்கள் முழு கவனத்தைச் செலுத்துவார்கள்.

பிரிட்டிஷார் தமது அதிகாரத்தைப் பயன்படுத்தி பாகிஸ்தான் கோரிக்கையை முடக்குவார்கள் என்று நினைத்தால் அது நடக்க வாய்ப்பே இல்லை. முதலாவதாக, அடக்குமுறை எதற்கும் தீர்வாக முடியாது. அமெரிக்க குடியேற்றப் பகுதிகளை வழிக்குக் கொண்டுவர மேற்கொள்ளப்பட்ட அதிகாரப் பிரயோகத்தின் பயனின்மை பற்றி திரு பர்க் வெகு காலத்துக்கு முன்பே தனது உரைகளில் தெளிவாக எடுத்துச் சொல்லியிருக்கிறார். அவர் சொன்னதை இங்கு மேற்கோள் காட்டுவது ஹிந்து மஹா சபையினருக்கு மட்டுமல்ல; நாட்டில் இருக்கும் அனைவருக்குமே ஓர் உண்மையைப் புரியவைக்கும். அவர் சொன்னவை:

அதிகாரப் பிரயோகம் என்பது தற்காலிகமானதுதான். முதலில் நிலைமையைக் கட்டுக்குள் கொண்டுவர உதவலாம். ஆனால், தொடர்ந்து அடக்குமுறையைப் பிரயோகம் செய்துகொண்டு தான் இருக்கவேண்டும் என்ற நிலையைத்தான் உருவாக்கும். தொடர்ந்து அடக்குமுறையினால் நிர்வகிக்கப்படும் நாடு முறையாக நிர்வகிக்கப்படும் நாடாக ஒருபோதும் ஆக முடியாது. அதிகாரம் எப்போதும் பயத்தை மட்டுமே கொண்டுவரும் என்று சொல்லமுடியாது. ஆயுதங்களைப் பயன்படுத்துவதென்பது வெற்றியின் அறிகுறி அல்ல. வெற்றி கிடைக்கவில்லையென்றால், மீட்சிக்கான வழிகள் இல்லாமல் போய்விடும். ஏனென்றால் அடக்குமுறை மட்டுமே நீடிக்கும். ஒத்திசைவு உருவாகாது. அடக்குமுறை தோற்றுப்போனால் சமரசத் தீர்வுக்கான வாய்ப்பும் இல்லாமல் போய்விடும்.

சில நேரங்களில் அதிகாரமும் ஆட்சியும் அன்பின் மூலம் கொண்டுவரப்படலாம். ஆனால், வறுமையடைந்த, தோற்றுப் போன அடக்குமுறை சக்திகளினால் அதைக் கையேந்திப் பிச்சையெடுத்தெல்லாம் கொண்டுவரமுடியாது. நீங்கள் பாதுகாக்கவேண்டும் என்று நினைக்கும் ஒன்றை உங்களுடைய அடக்குமுறையின் மூலம் சிதைக்கத்தான் செய்வீர்கள் என்பதால் அடக்குமுறையை மேற்கொள்வது எப்போதுமே தவறுதான். மக்களின் ஆதரவைப் பெற வேண்டுமென்று நீங்கள் எடுக்கும் முயற்சிகள் எதிர்பார்க்கும் பலனைத் தராமல் போய்விடும். உங்களுடைய அடக்குமுறைச் செயல் பாடுகளினால் மக்களின் நம்பிக்கையும் ஆதரவும் சிதைந்து, உருக்குலைந்து போய்விடும். பாகிஸ்தான் என்ற தனி நாட்டுக்

கோரிக்கையை அடக்குமுறை மூலம் தீர்க்கமுடியாது. எனவே, அதைப் பற்றி யோசிக்கவே வேண்டாம்.

முஸ்லிம்களின் சுய நிர்ணய உரிமையை யாரும் மறுக்க முடியாது. 'ஐரோப்பாவில் இருக்கும் சிறிய தேசத்துக்குக்கூட சுய நிர்ணய உரிமை தரப்பட்டிருக்கிறது; எனவே இந்தியாவுக்கு சுய நிர்ணய உரிமையை பிரிட்டன் எப்படித் தராமல் மறுக்கலாம்' என்று ஹிந்து தேசியவாதிகள் கேள்வி எழுப்புகிறார்கள். அப்படியிருக்கும் போது, பிற சிறுபான்மையினருக்கு சுய நிர்ணய உரிமையைத் தரக்கூடாதென்று பிரிட்டிஷாரிடம் அதே ஹிந்து தேசியவாதிகள் சொல்லவும்முடியாது. பிரிட்டிஷார் தமது அடக்குமுறையைப் பயன்படுத்தி பாகிஸ்தான் கோரிக்கையை முடக்குவார்கள் என்று நம்பும் ஹிந்து தேசியவாதிகள் பெரிய தவறைச் செய்கிறார்கள்.

அந்நிய ஏகாதிபத்தியத்திலிருந்து விடுதலையைக் கோரும் தேசியவாதத்தின் உரிமைக்குரலும் ஆதிக்கப் பெரும்பான்மையின் தேசியத்திலிருந்து விடுதலையைக் கேட்கும் சிறுபான்மையின் உரிமைக் குரலும் வேறு வேறானதல்ல. முதலாவது, இரண்டாவதைவிட மேலானது என்றுமில்லை. அவை இரண்டுமே சுதந்தரப் போராட்டத்தின் இரண்டு வகைகள். தார்மிக வலுவைப் பொறுத்தவரை இரண்டுமே சமமானவையே. அந்நிய ஆதிக்கத்திலிருந்து சுதந்தரம் வேண்டும் என்று போராடும் தேசியவாதிகள், ஆதிக்கப் பெரும்பான்மையிடமிருந்து தம்மை விடுவிக்கக் கோரும் சிறுபான்மையினரின் சுதந்தரக் குரலை அடக்கி ஒடுக்கவேண்டும் என்று பிரிட்டிஷ் ஏகாதிபத்தியவாதிகளிடம் கேட்கவே முடியாது.

எனவே, இந்தப் பிரச்னைக்கான தீர்வை ஹிந்துக்களும் முஸ்லிம்களும் தாமே பேசி முடிவெடுத்துக்கொண்டாக வேண்டும். இவர்களுக்காக பிரிட்டிஷார் எந்தத் தீர்வையும் முன்வைக்க முடியாது. இது இந்த விவகாரம் தொடர்பாக ஒருவர் கவனத்தில் கொள்ளவேண்டிய முக்கியமான விஷயம் இது.

ஒட்டு மொத்த இந்தியாமீது ஒற்றை மத்திய அரசின் ஆதிக்கத்தைக் கொண்டுவருவதற்கான எதிர்ப்புதான் பாகிஸ்தான் என்ற தனி நாட்டுக் கோரிக்கையின் அடிப்படையான அம்சம். ஹிந்துஸ்தானுக்கு ஒரு மத்திய அரசு, பாகிஸ்தானுக்கு இன்னொரு மத்திய அரசு என்று இரண்டு மத்திய அரசுகளை பாகிஸ்தான் கோரிக்கை முன்வைக்கிறது. இங்கு இரண்டாவது முக்கியமான விஷயத்தை இந்தியர்கள் கவனத்தில் கொள்ளவேண்டும். அதாவது, புதிய அரசியல் சாசனம் உருவாக்கப்படுவதற்கும்

அதற்கான அடிப்படைக் கட்டுமானங்கள் வடிவமைக்கப் படுவதற்கும் முன்பாகவே பாகிஸ்தான் கோரிக்கையானது தீர்வை எட்டியாகவேண்டும்.

ஹிந்துஸ்தானுக்கு ஒரு மத்திய அரசு, பாகிஸ்தானுக்கு ஒரு மத்திய அரசு என்று இருந்தாகவேண்டுமென்றால் அரசியல் சாசனக் கட்டமைப்பு ஒருவிதமாக இருக்கவேண்டியிருக்கும். ஒற்றை மத்திய அரசுதான் இருக்கவேண்டுமென்றால் அதன் அரசியல் சாசனக் கட்டமைப்பு வேறுவிதமாக இருந்தாக வேண்டியிருக்கும். நிலைமை இப்படியிருக்க, பாகிஸ்தான் தொடர்பான தீர்மானத்தைத் தள்ளிப்போடுவது புத்திசாலித்தனமாக இருக்காது.

ஒன்று, அந்தக் கோரிக்கை நிராகரிக்கப்படவேண்டும். அல்லது இரு தரப்பும் பேசி ஒரு சமரசத் தீர்வுக்கு வந்தாகவேண்டும். பாகிஸ்தான் கோரிக்கை இப்போதைக்கு நிராகரிக்கப்பட்டுவிட்டால் மீண்டும் தலைதூக்காது என்று நினைப்பது மிகப் பெரிய தவறாகவே இருக்கும். பாகிஸ்தான் கோரிக்கையை முடக்கிவிடலாம். ஆனால், அந்த எண்ணத்தை முடக்கமுடியாது. பாகிஸ்தான் கோரிக்கையின் அடிநாதமான ஒற்றை மத்திய அரசுக்கு எதிரான எண்ணமானது இருக்கும்வரையில் பாகிஸ்தான் கோரிக்கையும் இந்தியாவின் அரசியல் எதிர்காலத்தின் மீது கரிய நிழலைப் பரப்பியபடி இருந்துகொண்டுதான் இருக்கும்.

நிரந்தரத் தீர்வைக் கண்டுபிடிக்காமல் தற்காலிகமாக ஏதேனும் ஒரு ஏற்பாட்டைச் செய்துகொள்வது புத்திசாலித்தனமாக இருக்காது. நோயின் மூலகாரணத்தைக் கண்டுபிடித்துக் குணப்படுத்தாமல் மேலோட்டமான அறிகுறிகளுக்கு மருந்திடுவதுபோலவே அது ஆகிவிடும். இப்படிச் செய்யப்படும் நேரங்களில் நோயானது மிகவும் தீவிரமடைந்து மீண்டும் தலைதூக்குவதுதான் நடக்கும்.

இந்தியாவுக்கு ஒற்றை மத்திய அரசு இருக்கவேண்டுமா வேண்டாமா என்பது ஏற்கெனவே தீர்மானமான விஷயம்தான் என்று சொல்லிவிடமுடியாது. இப்போதைக்குத் தீர்மானமாக வேண்டிய விஷயம் என்று சொல்லமுடியாவிட்டாலும் அதுவும் பொருட்படுத்திப் பார்க்கவேண்டியதுதான் என்பதில் எந்த சந்தேகமும் இல்லை.

இந்தியாவுக்கு எந்தவொரு மத்திய அரசும் தேவையில்லை என்று முஸ்லிம்கள் மிகவும் வெளிப்படையாகச் சொல்லிவிட்டார்கள். அதற்கான காரணங்களையும் மிகவும் தெளிவாகவே தெரிவித்தும் விட்டார்கள். முஸ்லிம்கள் பெரும்பான்மையாக இருக்கும் ஐந்து

பிராந்தியங்களை நடைமுறைக்குக் கொண்டுவந்துவிட்டிருக்கிறார்கள். அந்தப் பிராந்தியங்களில் முஸ்லிம்களே அரசமைக்க வேண்டும் என்றும் அந்த முஸ்லிம் அரசாங்கங்களின் சுய நிர்ணய உரிமை முழுவதும் பாதுகாக்கப்படவேண்டும் என்றும் சொல்லி விட்டிருக்கிறார்கள். இப்படியான நிலையில் ஒற்றை மத்திய அரசு என்பது இந்திய முஸ்லிம்களுக்கு சிறிதும் ஏற்பில்லாத விஷயமே.

ஒற்றை மத்திய அரசு உருவானால் முஸ்லிம் பிராந்தியங்கள் ஹிந்துப் பெரும்பான்மை கொண்ட அரசின் கீழ் வந்தாக வேண்டியிருக்கும். அந்த அரசுக்கு முஸ்லிம் பிராந்தியங்களின் நிர்வாக விஷயங்களில் குறுக்கிடும் உரிமையும் மேலாதிக்க உரிமையும் தரப்பட்டுவிட்டிருக்கும் என்று சொல்லி முஸ்லிம்கள் அதை எதிர்க்கிறார்கள். ஒற்றை மத்திய ஹிந்து அரசை ஏற்றுக் கொள்வதன் மூலம் முஸ்லிம் பிரந்தியங்களை அதன்கீழ் கொண்டுவர சம்மதிக்கவேண்டியிருக்கும். முஸ்லிம் பிராந்தியங் களை உருவாக்கியதன் மூலம் கிடைத்த நன்மைகளை எல்லாம் மத்தியில் இருக்கும் ஹிந்து அரசிடம் விட்டுக்கொடுக்க வேண்டியிருக்கும்.

ஹிந்து ராஜ்ஜியத்தின் அடக்குமுறையில் இருந்து முஸ்லிம்க்ள் தப்பிக்க ஒரே வழி, இந்தியாவுக்கு ஒற்றை மத்திய அரசு வரவே கூடாது என்பதுதான். மூன்றாவது வட்ட மேஜை மாநாட்டில் சர் முஹமது இக்பால் இதைத்தான் குறிப்பிட்டிருந்தார்.

இந்தியாவுக்கு ஒற்றை மத்திய அரசு உருவாகக்கூடாது என்று முஸ்லிம்கள் மட்டுமே சொல்கிறார்களா? ஹிந்துக்கள் இதுபற்றி என்ன சொல்கிறார்கள்.

இது தொடர்பாக ஹிந்து அமைப்புகளிடையே நடக்கும் விவாதங்களைப் பார்த்தால் இந்தியாவுக்கு ஒரே மத்திய அரசுதான் இருக்கும் என்றே அவர்கள் நினைப்பதுபோலவே இருக்கிறது. இப்படித்தான் அவர்கள் நினைக்கிறார்கள் என்று உறுதியாகச் சொல்லிவிடமுடியுமா? இது தொடர்பாக என்னால் எதுவும் சொல்லமுடியாது. ஆனால், ஒரு விஷயத்தை மட்டும் என்னால் உறுதியாகச் சொல்லமுடியும். இன்று வெளிப்படாமல் உறை நிலையில் இருக்கும் இரண்டு விஷயங்கள் பின்னர் ஒருநாளில் வெளிப்பட்டு ஒற்றை மத்திய அரசு போதாது என்ற தீர்மானத்தை நோக்கி ஹிந்துக்களையும் தள்ளும் என்று சுட்டிக்காட்ட விரும்புகிறேன்.

முதலாவதாக, ஹிந்து பிராந்தியங்களில் காணப்படும் கலாசார வேறுபாடுகள். ஹிந்து பிராந்தியங்கள் எல்லாம் ஒத்திசைவான

மனநிலைகொண்ட ஒற்றைக் குடும்பம் போன்றவை அல்ல. சீக்கியர்களுக்கு வங்காளிகள், ராஜபுத்திரர்கள் அல்லது மதராஸிகள் மீது அப்படியொன்றும் நேச உணர்வுகள் கிடையாது. வங்காளிகள் தம்மை மட்டுமே நேசிப்பார்கள். மதராஸிகளும் தமது கூட்டுக்குள் ஒடுங்கி வாழ்பவர்களே. முஸ்லிம் சாம்ராஜ்யத்தை எதிர்த்துக் கிளம்பிய மராத்தாக்கள் பிற ஹிந்து பிராந்தியங்களை நூறாண்டு களுக்கு மேலாக தமது ஆதிக்கத்தின் கீழ்தான் வைத்திருந்தனர் என்பது யாருக்குத்தான் மறந்துபோயிருக்கும்?

ஹிந்து பிராந்தியங்களிடையே பொதுவான பாரம்பரியங்களோ பொது நலன்களோ எதுவும் இல்லை. மாறாக, மொழி, இனம், கடந்த கால மோதல் குறித்த நினைவுகள் போன்றவை அவர்களைப் பிரித்துக் காட்டும் வலிமையுடன் இருக்கின்றன. ஹிந்துக்கள் ஓரணியில் திரண்டுவருகிறார்கள் என்பதும் ஒரே தேசமாக வேண்டும் என்ற எண்ணம் அவர்கள் மனதில் உருவாகிவருகிறது என்பதும் உண்மையே. ஆனால், இதுவரை ஒரு தேசமாக அவர்கள் ஆகியிருக்கவில்லை என்பது நாம் மறந்துவிடக்கூடாது.

ஒற்றை தேசியத்தை உருவாக்கும் முயற்சியில் அவர்கள் இருக்கிறார்கள். அது வெற்றிகரமாக நடந்து முடிவதற்குள் பெரும் பின்னடைவு ஏற்பட்டு நூறாண்டு கால முயற்சிகள் சிதைந்துவிட வாய்ப்பு உண்டு.

இரண்டாவதாக, நிதி சார்ந்த பிரச்னைகள் இருக்கின்றன. ஒற்றை மத்திய அரசு உருவானால் அதைப் பராமரிக்க எவ்வளவு செலவாகும்? மத்திய அரசுக்கு ஒவ்வொரு பிராந்தியமும் எவ்வளவு பங்களிக்க வேண்டியிருக்கும் என்பதெல்லாம் தெளிவாகத் தெரியாது.

பிரிட்டிஷ் இந்தியாவின் ஒட்டு மொத்த வருமானம் ஆண்டுக்கு ரூ 1,94,64,17,926. பிராந்திய வளங்களைக் கொண்டு பிராந்திய அரசுகள் ஈட்டும் தொகை ஆண்டுக்கு ரூ 73,57,50,125. மத்திய அரசின் வளங்கள் மூலம் மத்திய அரசு ஈட்டும் வருமானம் ஆண்டுக்கு ரூ 1,21,06,67,801. மத்திய அரசு நிர்வாகத்துக்கு எவ்வளவு செலவாகிறது என்பது இதில் இருந்து தெரியவருகிறது. மக்களின் வாழ்வாதார மேம்பாடு சார்ந்து மத்திய அரசுக்கு எந்தப் பெரிய பொறுப்பும் இல்லை; நாட்டில் அமைதியைக் கொண்டுவரும் பொறுப்பு மட்டுமே அதற்கு இருக்கிறது. இந்த நிலையில் அமைதியைக் கொண்டுவருவதற்காக இவ்வளவு பெரும் தொகையை மத்திய அரசுக்குத் தரவேண்டுமா என்ற கேள்வி மக்கள் மனதில் எழுந்தால் எந்த ஆச்சரியமும்படத் தேவையில்லை.

அதோடு பிராந்தியங்களில் வாழும் மக்கள் பசி, பட்டினியில் வாடுகிறார்கள். வருமானத்தைப் பெருக்கும் வழிகள் எதுவும் இல்லை. இதையும் ஒருவர் கவனத்தில் கொள்வது நல்லது.

மத்திய அரசைப் பராமரிக்கும் இந்தப் பெரும் சுமையானது ஒவ்வொரு பிராந்தியங்கள் மீதும் சமவிகிதத்தில் பகிர்ந்துதரப் பட்டிருக்கவும் இல்லை. 1. சுங்கவரி, 2. வணிக வரி 3. உப்பு 4. நாணயம் 5. தபால்-தந்தி துறை 6. வருமான வரி 7. ரயில்வே ஆகியவற்றின் மூலம் மத்திய அரசுக்குப் பணம் வருகிறது. நாணயம், தபால் தந்தி, ரயில்வே ஆகிய மூன்று வருவாயானது எந்தெந்த மாநிலங்களில் இருந்து எவ்வளவு வருகிறது என்பதைக் கணக்கிடுவது சாத்தியமில்லை. மத்திய அரசுக்குப் பிற வருவாய் மூலங்களில் இருந்து கிடைக்கும் வருமானம் மட்டுமே பிராந்திய அடிப்படையில் கணக்கிடப்படமுடியும்.

பிராந்தியம்	பிராந்திய வளங்களில் இருந்து பிராந்திய அரசுகள் ஈட்டிய வருவாய்	மத்திய வளங்களில் இருந்து மத்திய அரசு ஈட்டிய வருவாய்
மதராஸ்	16,13,44,520	9,53,26,745
பம்பாய்	12,44,59,553	22,53,44,247
வங்காள	12,76,60,892	23,79,01,583
யுனைடட் பிராந்தியம்	12,79,99,851	4,05,53,030
பிஹார்	5,23,83,030	1,54,37,742
மத்திய பிராந்தியம் - பேரார்	4,27,41,280	31,42,682
அஸ்ஸாம்	2,58,48,474	1,87,55,967
ஒரிஸ்ஸா	1,81,99,823	5,67,346
பஞ்சாப்	11,35,86,355	1,18,01,385
வட மேற்கு எல்லை பிராந்தியம்	1,80,83,548	9,28,294
சிந்து	3,70,29,354	5,66,46,915

மத்திய அரசாங்கப் பராமரிப்புக்கு ஆகும் செலவு அதிகம் என்பது மட்டுமல்ல; ஒவ்வொரு பிராந்தியத்தின் மீதும் அதன் சுமை சம விகிதத்தில் சுமத்தப்படவில்லை என்பதும் இந்த அட்டவணையில் இருந்து தெரியவருகிறது. பம்பாய் பிராந்தியத்தின் வருவாய் ரூ 12,44,59,553. அதே நேரம் மத்திய அரசு பம்பாயில் இருந்து ரூ 22,53,44,247 வருமானத்தை ஈட்டிக்கொள்கிறது. வங்காள

பிராந்தியத்தின் வருவாய் ரூ 12,76,60,892. அதே நேரம் மத்திய அரசு வங்காளத்தில் இருந்து ரூ 23,79,01,583 வருமானத்தை ஈட்டிக் கொள்கிறது. சிந்து பிராந்தியத்தின் வருவாய் ரூ 3,70,29,354. அதே நேரம் மத்திய அரசு சிந்து பிராந்தியத்தில் இருந்து ரூ 5,66,46,915 வருமானத்தை ஈட்டிக்கொள்கிறது. அஸ்ஸாம் பிராந்தியத்தின் வருவாய் சுமார் இரண்டரைக் கோடி. அதே நேரம் மத்திய அரசு பம்பாயில் இருந்து இரண்டு கோடி வருமானத்தை ஈட்டுகிறது.

இந்தப் பிராந்தியங்கள் இந்த அளவுக்கு சுமையைச் சுமக்க வேண்டியிருக்கிறது. பிற பிராந்தியங்களோ மத்திய அரசுக்கு வருவாயாக பெரிதாக எதையும் தருவதில்லை. பஞ்சாப் பிராந்தியம் தன் வருவாயாக 11 கோடியை ஈட்டுகிறது. ஆனால் மத்திய அரசுக்கு ஒரு கோடி மட்டுமே தருகிறது. வடமேற்கு எல்லைப் பிரந்தியத்தின் வருவாய் ரூ 1,80,83,548. ஆனால் மத்திய அரசுக்கு அதன் பங்களிப்பு வெறும் ரூ 9,28,294 மட்டுமே. யுனைட்டட் பிராந்தியத்தின் வருவாய் 13 கோடிகள். ஆனால் மத்திய தொகுப்புக்கு வெறும் நான்கு கோடி மட்டுமே தருகிறது. பிஹார் பிராந்தியத்தின் வருவாய் 5 கோடிகள். ஆனால் மத்திய தொகுப்புக்கு வெறும் ஒன்றரைக் கோடி மட்டுமே தருகிறது. மத்திய பிராந்தியத்தின் வருவாய் 4 கோடிகள். ஆனால் மத்திய தொகுப்புக்கு வெறும் 31 லட்சம் மட்டுமே தருகிறது.

இந்த நிதிப் பங்கீடு சார்ந்த விஷயங்கள் இதுவரை யாராலும் கணக்கில் கொள்ளப்பட்டிருக்கவே இல்லை. ஆனால், ஒற்றை மத்திய அரசு வேண்டும் என்று உறுதியாக நம்பும் ஹிந்துக்கள் கூட ஒரு கட்டத்தில் மனம் மாறக்கூடும். தேச பக்தியைவிட இந்த நிதிப் பங்கீடு சார்ந்த வேறுபாடுகள் ஹிந்துக்கள் மனதில் முக்கிய பங்காற்றக்கூடும். எனவே வரும் காலங்களில் முஸ்லிம்கள் மத அடிப்படையிலும் ஹிந்துக்கள் பொருளாதார அடிப்படையிலும் ஒன்று சேர்ந்து ஒற்றை மத்திய அரசுக் கொள்கையை நிராகரிக்கக் கூடும்.

அப்படி ஏதேனும் நடப்பதாக இருந்தால் புதிய அரசியல் சாசனத்துக்கான அடிப்படை வேலைகள் ஆரம்பிப்பதற்கு முன்பே நடந்துவிட்டால் நல்லது. ஒற்றை மத்திய அரசு உருவாக்கப்பட்ட பின் இந்தப் பிரச்னை உருவானால் அது மிகப் பெரிய இழப்பையே கொண்டுவரும். இந்தியா என்ற ஒற்றை தேசம் துண்டாடப் படுவதோடு ஹிந்து ஒற்றுமை என்ற ஒன்றுமே இல்லாமல் போய்விடும். நான் முன்பே சொன்னதுபோல் ஹிந்து பிராந்தியங் களிடையே எந்தவித ஒன்றிணைக்கும் அம்சமும் வலுவாக

இல்லை. இருக்கும் மெல்லிய ஒத்திசைவான பிணைப்பு அம்சங்களும் உடைந்துபோய்விட்டால் ஹிந்து பிராந்தியங்களை ஒன்றிணைக்க எதுவுமே இல்லாமல் போய்விடும். எனவே மத்திய அரசு உருவாக்கம் தொடர்பான அடிப்படை அம்சங்களை வரையறுக்கும் முன்பாகவே அது நிரந்தரமாக இருக்கவேண்டுமா தற்காலிகமானதாக இருக்கவேண்டுமா என்பதைத் தீர்மானித்தாக வேண்டும்.

ஒற்றை அஸ்திவாரத்துடன் ஒரு கோடியில் இருந்து மறுகோடிவரை ஒற்றைக் கட்டுமானமாக உருவாக்கப்பட்டபின்னர், ஏதேனும் பாகத்தை உடைத்துப் பிரிப்பதென்றால் அது ஒன்றாக இருக்க விரும்பும் ஒட்டுமொத்தக் கட்டுமானத்தின் பிற பாகங்களிலும் விரிசலை உண்டாக்கும். விரிசல்களின் அளவு அதிகமாக இருந்தாலோ இந்தியாவைப் போல் இணைக்கும் அம்சங்கள் குறைவான வலுவுடையதாக இருந்தாலோ மிகப் பெரிய அபாயமே ஏற்படும்.

இந்தியாவுக்கு ஒற்றை மத்திய அரசு ஒன்றை உருவாக்கிவிட்டு அதன் பின் ஹிந்துஸ்தானில் இருந்து பாகிஸ்தானைப் பிரிக்க வேண்டும் என்ற கோரிக்கை முன்வைக்கப்படுவதாக வைத்துக் கொள்வோம். ஹிந்துக்கள் அதற்கு சம்மதித்தாகவேண்டிய சூழ்நிலை உருவானால், ஒற்றை மத்திய அரசாக உருவாகிய இந்திய தேசத்தின் ஒட்டு மொத்தக் கட்டமைப்புமே உடைந்துபோய் விடவும்கூடும். முஸ்லிம் பிராந்தியங்களின் தனி நாடு கோரிக்கை யானது ஹிந்து பிராந்தியங்களிலும் தொற்றிக்கொள்ளும். முஸ்லிம் பிராந்தியங்கள் எழுப்பும் நெருக்கடிகளானது ஒட்டுமொத்த தேசத்தையும் துண்டு துண்டாக உடையச்செய்துவிடும்.

இப்படியான கலகங்களினால் அரசியல் சாசனங்கள் நெருக்கடிக்கு ஆளானதற்குப் பல உதாரணங்கள் இருக்கின்றன. அமெரிக்க கூட்டமைப்பின் தென் மாநிலங்களை உதாரணமாகச் சொல்லலாம். நேட்டால் பிராந்தியமானது தென் ஆப்பிரிக்க கூட்டமைப்பில் இருந்து வெளியேற மிகுந்த ஆர்வத்துடனே இருந்துவந்திருக் கிறது. ஆஸ்திரேலிய காமன்வெல்த் கூட்டமைப்பில் இருந்து வெளியேறிச் செல்லும் விருப்பத்தை மேற்கு ஆஸ்திரேலியா சமீபத்தில் வெளிப்படுத்தியது. எனினும் அது தோல்வியில் முடிந்தது.

உண்மையில் இந்த உதாரணங்களில் எல்லாம் உண்மையான கலகங்கள் வெடித்திருக்கவில்லை. எங்கெல்லாம் தீவிரமாக வெளிப்பட்டனவோ அங்கெல்லாம் அது உடனே சரிசெய்யப்

பட்டும்விட்டது. இந்தியர்கள் இங்கும் அதுவே நடக்கும் என்று எதிர்பார்க்க முடியாது. செக்கோஸ்லோவாகியாவில் நடந்தது போலவே இங்கும் நடந்துவிடக்கூடும். ஹிந்து பிராந்தியங்களில் இருந்து முஸ்லிம் பிராந்தியங்கள் பிரிந்துசெல்லவேண்டும் என்று சொல்லி இந்திய அரசியல் சாசனத்துக்கு நெருக்கடி உருவானால் அமெரிக்காவில் உள்நாட்டுப் போருக்குப் பின் நடந்ததுபோல் பிரிந்து செல்ல முயன்ற பகுதிகளை இந்தியா மீண்டும் வென்றெடுத்துவிடக்கூடும் என்று சொல்லவே முடியாது.

இரண்டாவதாக, புதிதாக உருவாக்கப்படவிருக்கும் இந்திய அரசியல் சாசனமானது டொமினியன் சாசனமாக இருந்தால் அதன் பின் ஏற்படும் நெருக்கடிகளை பிரிட்டிஷார்கூட தீர்த்துவைக்கும் வலுவற்றவர்களாகிவிடக்கூடும். எனவே, புதிய அரசியல் சாசனம் உருவாக்கப்படுவதற்கு முன்பாகவே பாகிஸ்தான் பிரச்னைக்குத் தீர்வு கண்டுபிடித்தாகவேண்டும்.

அரசியல் சாசனத்தில் திருத்தம் கொண்டுவருவதற்கு முன்பாக பாகிஸ்தான் பிரச்சனைக்குத் தீர்வு கண்டுபிடிக்கவில்லையென்றால் அது நிச்சயம் மிகப் பெரிய தவறாகவே முடியும். வட்ட மேஜை மாநாடுக்குச் சென்ற சில இந்திய பிரதிநிதிகளின் அறியாமை காரணமாக, திரு கார்வின் ஒரு விஷயத்தைக் குறிப்பிட்டார். சைமன் கமிஷனிடம் இந்திய நிலவரம் பற்றிய அறிக்கை தயாரிக்கச் சொன்னதற்குப் பதிலாக உலகின் பிற நாடுகளுடைய அரசியல் சாசனத்தை ஒப்பிட்டு இந்திய அரசியல் சாசனம் எதிர்கொள்ளும் பிரச்னைகள் பற்றி ஓர் அறிக்கை தயாரிக்கச் சொல்லியிருந்தால் நன்றாக இருந்திருக்கும். தென் ஆஃப்ரிக்க அரசியல் சாசனத்தை உருவாக்கியவர்களுக்கு உதவும்வகையில் இப்படியான ஓர் அறிக்கை தயாரித்துத் தரப்பட்டது. இந்தியாவுக்கு அப்படியான ஒரு ஆய்வறிக்கை இல்லாத குறையைப் போக்கும் நோக்கில் இந்தப் புத்தகம் எழுதப்பட்டிருக்கிறது. காலத்துக்கேற்ப எழுதப்பட்ட நூலாக இது வரவேற்பு பெறும் என்றும் நம்புகிறேன்.

இந்தப் புத்தகம் நிலவும் சூழ்நிலைக்கு ஏற்ப உருவானதுதானா என்ற கேள்விக்கு இவ்வளவு விரிவான பதில் போதும் என்று நினைக்கிறேன்.

இரண்டாவது கேள்வியைப் பொறுத்தவரையில் அகஸ்டின் பிரெல் சொன்னதுதான் நினைவுக்கு வருகிறது:

சமையல் கலைஞர்கள், போர்வீரர்கள், எழுத்தாளர்கள் எல்லாரும் அவர்கள் உருவாக்குபவற்றின் விளைவுகளை

வைத்து மதிப்பிடப்படுவார்கள். நாலூறும் உணவுகள், மகத்தான போர் வெற்றிகள், அருமையான புத்தகங்கள் இவையே நமக்குத் தேவை. மூலப் பொருட்கள், செய்முறை, வியூகங்கள் தொடர்பாக நாம் எதுவும் செய்யமுடியாது. நாம் சமையலறைக்குள், போர்க்குழுவில், ஆய்வுகளில் நம்மையும் அனுமதிக்கவேண்டும் என்றெல்லாம் விரும்பமாட்டோம்.

ஒரு சமையல் கலைஞர் தன் கைவசம் இருக்கும் பொருட்களை அவர் விரும்பும் வகையில் பயன்படுத்திக் கொள்வார். தளபதி தனது படைகளை அவர் விரும்புவதுபோல் நிறுத்திவைப்பார். ஒரு எழுத்தாளர் கதையின் கருவைத் தன் விருப்பத்துக்கு ஏற்ப அமைத்துக்கொள்வார்.

உணவு பரிமாறப்படும்போது நாம் அது சுவையாக இருக்கிறதா என்பதை மட்டுமே பார்ப்போம். போர் நடக்கும்போது யார் வென்றார் என்பதை மட்டுமே பார்ப்போம். புத்தகம் வெளியாகும்போது அது சுவாரசியமாக இருக்கிறதா என்பதை மட்டுமே பார்ப்போம்.

வாசிக்க முடியும்படி எழுதுவது மிகவும் முக்கியம் என்று எழுத்தாளர்கள் யாருக்கும் யாரும் சொல்லத் தேவையில்லை. ஒரு எழுத்தாளர் எப்படி எழுதக்கூடியவராக இருந்தாலும் தனது புத்தகத்தை முடிந்தவரை சுவாரசியமாக எழுதவேண்டும். வாசிப்பு என்பது கட்டாயமாகச் செய்யவேண்டிய கடமை அல்ல. பிறருடைய புத்தகத்தைப் படித்துத்தான் ஆகவேண்டும் என்று யாருக்கும் எந்தவொரு நிர்பந்தமும் கிடையாது. அதேநேரம் சுவாரசியமில்லாமல் எழுதுவதும் ஏற்க முடியாததுதான்.

எனக்கு இவை நன்கு தெரியும். ஆனால், நான் அதுபற்றிக் கவலைப்படவில்லை. அவையெல்லாம் வேறு புத்தகங்களுக்குப் பொருந்தலாம். பாகிஸ்தான் பற்றிய புத்தகத்துக்குப் பொருந்தாது. இந்தியர்கள் தமது தேசத்தைத் தெளிவான வழியில் செல்லவைக்க வேண்டுமென்றால், பாகிஸ்தான் பற்றி இந்தப் புத்தகம் அல்லது வேறு ஏதாவது ஒரு புத்தகத்தை அவர்கள் கட்டாயம் படித்தாக வேண்டும்.

இந்தப் புத்தகம் வாசிக்க சுவாரசியமாக இல்லையென்றாலும் வாசகர்களுக்கு இதிலிருந்து இரண்டு நல்ல விஷயங்கள் தெரியவரும்.

முதலாவதாக, இதன் மூலப் பொருட்கள் தரமானவைதான்.

இந்தப் புத்தகத்தில் இருந்து கிடைக்கும் தரவுகளைச் சேகரிக்க அந்த வாசகர் மிகவும் சிரமப்படவேண்டியிருக்கும். இந்தப் புத்தகம் இந்தியாவின் அரசியல் மற்றும் சமூக வரலாற்றின் சுருக்கமான அறிமுகத்தைத் தருகிறது. அதை ஒவ்வொரு இந்தியரும் கட்டாயம் தெரிந்துகொண்டாகவேண்டும்.

இரண்டாவதாக, இந்தப் புத்தகம் நடுநிலையுடன் எழுதப் பட்டிருக்கிறது. பாகிஸ்தான் கோரிக்கையை ஆதரிக்கும் நோக்கில் அல்ல; அதன் அனைத்து அம்சங்களையும் முன்வைக்கும் நோக்கில் இந்தப் புத்தகம் எழுதப்பட்டிருக்கிறது. விஷயங்களை விளக்கிச்சொல்வதே நோக்கம். யாரையும் மாற்றும் நோக்கில் எழுதப்படவில்லை.

பாகிஸ்தான் தொடர்பாக எனக்கு எந்த தனிப்பட்ட விருப்பு வெறுப்பும் இல்லை என்று சொல்லிவிடமுடியாதுதான். எனக்கும் அது தொடர்பாக சில பார்வைகள் உள்ளன. அவற்றில் சிலவற்றை இந்த நூலில் விவரித்திருக்கிறேன். வேறு சில தானாகப் புரிந்துகொள்ளும் வகையில் சொல்லப்பட்டிருக்கின்றன.

எனது பார்வை தொடர்பாக இரண்டு விஷயங்களைச் சொல்லலாம். என் பார்வைகளை நான் முன்வைத்திருக்கும் இடங்களில் அவற்றுக்கான தெளிவான காரண காரியங்களையும் விவரித்திருக்கிறேன். இரண்டாவதாக, எனது பார்வைகளாகச் முன்வைக்கப்பட்டிருப்பவை முன் அனுமானத்தை அடிப்படையாகக் கொண்டவை அல்ல. வேறு வார்த்தைகளில் சொல்வதென்றால், எந்த சிந்தனையும் இல்லாத காலி மனம் என்று சொல்லமுடியாது. ஆனால், திறந்த மனதுடன் எழுதியிருக்கிறேன்.

திறந்த மனதுடன் இருக்கும் நபர்கள் பாராட்டத்தகுந்தவர்கள்தான். ஆனால், அவர்களே எந்தவித சிந்தனையும் இல்லாமல் காலி மனதுடன் இருந்தால் மிகவும் அபாயகரமானதுதான். ஏனென்றால் காலியான மனதை எந்தவொரு தீமையும் கைப்பற்றிவிடமுடியும். துடுப்புகளோ திசை காட்டியோ இல்லாத படகைப் போன்றது அது. அதற்கு எந்த திசையில் செல்லவேண்டும் என்பது தெரியாது. அது நீரில் மிதக்கக்கூடும். ஆனால், பாறையில் சென்று மோதிவிடும்.

வாசகர்களுக்கு உதவும் நோக்கில் பாகிஸ்தான் கோரிக்கை தொடர்பாகத் தேவையான, முக்கியமான அனைத்துத் தரவுகளையும் முன்வைத்திருக்கிறேன். அதே நேரத்தில் எனது பார்வைகளை வாசகர்கள் மீது திணிக்க எந்த முயற்சியையும் நான் எடுக்கவில்லை. வாசகர்கள் சுயமான தீர்மானத்தை உருவாக்கிக்

கொள்ளும்வகையில் பிரச்னையின் இரண்டு தரப்புகளையும் அவர்கள் முன் விவரித்திருக்கிறேன்.

பரபரப்பைக் கிளப்பும் நோக்கில் தொடர்புடைய தரவுகளை முன்வைத்திருப்பதாக என் மீது வாசகர் குற்றம் சுமத்தக்கூடும். என் மீது இப்படியான பழி சுமத்தப்படக்கூடும் என்பது எனக்குத் தெரியும். அதற்கு நான் வெளிப்படையாக மகிழ்ச்சியுடன் என் மன்னிப்பை முன்வைக்கிறேன்.

எனக்கு யாருடைய மனதையும் புண்படுத்தவேண்டும் என்ற நோக்கம் துளியும் கிடையாது. இந்தப் புத்தகத்தில் பேசப் பட்டிருக்கும் விஷயத்தை அலட்சியமாக, மேலோட்டமாக அணுகும் வாசகர்களின் கவனத்தை ஈர்க்கவேண்டும் என்ற ஒரே ஒரு நோக்கம் மட்டுமே இருக்கிறது.

என்மீது ஒருவருக்கு இருக்கும் அசௌகரியமான உணர்வுகளைக் கொஞ்சம் தள்ளிவைத்துவிட்டு, பாகிஸ்தான் என்ற தனி நாடு தேவையா தேவையில்லையா என்ற முக்கியமான விஷயத்தில் மட்டும் கவனத்தைக் குவிக்கும்படிக் கேட்டுக்கொள்கிறேன்.

பாகம் 1

பாகிஸ்தான் தேவை - முஸ்லிம் தரப்பு

பாகிஸ்தான் தேவை என்ற முஸ்லிம்களின் கோரிக்கையானது கீழ்க்கண்ட வாதங்களின் அடிப்படையில் நியாயப்படுத்தப் படலாம்.

1. முஸ்லிம்கள் ஏற்கெனவே மிகுந்த ஒத்திசைவுடன் இருக்கும் பகுதிகளையே நிர்வாகரீதியாக ஒருங்கிணைக்கவேண்டும் என்கிறார்கள்.

2. முஸ்லிம்கள் மிகுதியாக இருக்கும் இந்த ஒத்திசைவான பகுதிகளையே தனி நாடாக ஆக்கவேண்டும் என்று கேட்கிறார்கள்.

3. முஸ்லிம்கள் தம்மளவில் தனி தாடாக இருக்கிறார்கள். தமக்கென ஒரு தாய் நாடு இருக்கவேண்டும் என்று விரும்புகிறார்கள்.

4. முஸ்லிம்கள் தமக்கு அந்நியமான தேசத்தில் இரண்டாம் தரக் குடிமகன்களாக நடத்தப்படவேண்டியவர்களே என்று ஹிந்துக்கள் நினைக்கிறார்கள்; தமது பெரும்பான்மை பலத்தைப் பயன்படுத்த விரும்புகிறார்கள் என்பதையெல்லாம் கடந்த கால அனுபவங்கள் உணர்த்தியிருக்கின்றன.

இந்த வாதங்களை விரிவாகப் பார்ப்போம்.

அத்தியாயம் 1

முஸ்லிம் லீக்கின் கோரிக்கை என்ன?

1

26, மார்ச், 1940-ல் ஹிந்து இந்தியா முன்னெப்போதும் இருந்திராத அளவுக்கு திடீரென்று உலுக்கப்பட்டது. அன்றுதான் முஸ்லிம் லீக் கட்சி லாகூர் மாநாட்டில் கீழ்க்கண்ட தீர்மானத்தை நிறைவேற்றியது.

1. அகில இந்திய முஸ்லிம் லீக் கட்சியானது 1939, 27 ஆகஸ்ட், 18 செப், 22 அக் ஆகிய தினங்களிலும் 3, பிப், 1940லும் அரசியல் சாசனம் தொடர்பாக முன்வைக்கப்பட்ட தீர்மானங்களில் சுட்டிக்காட்டப்பட்டிருப்பது போன்ற நடவடிக்கையை எடுத்ததற்கு எங்கள் சம்மதத்தையும் ஆதரவையும் தருகிறோம். இந்திய அரசு 1935 சட்டத்தில் சொல்லப்பட்டிருப்பது போன்ற கூட்டாட்சிச் செயல் திட்டத்தை அகில இந்திய முஸ்லிம் லீக் கட்சியானது முற்றிலும் பொருத்தமற்றது என்று கருதுகிறது; இந்த தேசத்தின் விசேஷத் தன்மையின் காரணமாக நடைமுறை சாத்தியமற்றது; இந்திய முஸ்லிம்களுக்கு துளியும் ஏற்பில்லாதது என்று கருதுகிறது.

2. மேதகு மன்னரின் அரசின் சார்பில் வைஸ்ராய் அவர்களால் 18, அக், 1939-ல் கொண்டுவரப்பட்ட தீர்மானமானது இந்திய அரசு 1935 சட்டம் எந்தக் கொள்கை மற்றும் திட்டத்தின் அடிப்படையில் கொண்டுவரப்பட்டிருக்கிறதோ அது 'அரசியல் சாசனத்தில் மறுபரிசீலனைக்கு உட்படுத்தப்படும். இந்தியாவில் இருக்கும் பல்வேறு சமூகங்களின் நலன்களின் அடிப்படையில் அவர்களுடனான கலந்துரையாடல் மூலம் மாற்றி

அமைக்கப்படும்' என்று சொல்லியிருக்கிறது. ஒட்டு மொத்த அரசியல் சாசன திட்டமே மாற்றி அமைக்கப்பட்டாலொழிய இந்தியாவில் இருக்கும் முஸ்லிம்களுக்கு மன நிறைவு ஏற்படாது. எங்களுடைய சம்மதமும் அங்கீகாரமும் பெறாமல் உருவாக்கப்படும் எந்தவொரு திட்டத்தையும் நாங்கள் ஏற்றுக்கொள்ளமாட்டோம்.

3. கீழ்க்கண்ட அடிப்படைக் கொள்கைகளுக்கு ஏற்ப உருவாக்கப் படாத எந்தவொரு அரசியல் சாசனத் திட்டமும் இந்தியாவில் வாழும் முஸ்லிம்களுக்கு ஏற்புடையது அல்ல என்றும் நடைமுறை சாத்தியமற்றது என்றும் அகில இந்திய முஸ்லிம் லீக் கட்சி கருதுகிறது. முஸ்லிம்கள் பெரும்பான்மையாக இருக்கும் வட மேற்கு மற்றும் கிழக்கு பிராந்தியங்கள் எல்லாம் ஒரே தொகுப்பாகக் கொண்டுவரப்பட்டு, சுதந்தரமான அரசுகளாக அறிவிக்கப்படவேண்டும். அதனுள் இருக்கும் அங்கங்கள் எல்லாம் இறையாண்மையும் சுய நிர்ணய உரிமையும் கொண்டவையாக இருக்கவேண்டும். பூகோள ரீதியாகத் தொடர்பில் இருக்கும் பகுதிகள் எல்லாம் தேவையான எல்லை மறுவரைவுக்கு உட்படுத்தப்படவேண்டும்.

4. இந்தப் பிராந்தியங்களில் சிறுபான்மையினருக்கென்று விசேஷமாக போதுமான, செயல் திறம் மிகுந்த, அடிப்படையான பாதுகாப்பு அம்சங்கள் எல்லாம் அரசியல் சாசனத்தில் வழங்கப்பட்டிருக்க வேண்டும். சிறுபான்மையினரின் மதங்கள், கலாசாரம், பொருளாதாரம், அரசியல், நிர்வாகம் மற்றும் பிற உரிமைகள் நலன்கள் எல்லாம் பாதுகாக்கப்படும் வகையில் அவர்களுடைய ஆலோசனைகளின் பேரில் உருவாக்கப்படவேண்டும். முஸல்மான்கள் சிறுபான்மையாக இருக்கும் பிற இந்திய பகுதிகளில் அவர்களுக்கும் பிற சிறுபான்மையினருக்கும் விசேஷமாக போதுமான, செயல் திறம் மிகுந்த, அடிப்படை யான பாதுகாப்பு அம்சங்கள் எல்லாம் அரசியல் சாசனத்தில் வழங்கப்பட்டிருக்கவேண்டும். சிறுபான்மையினரின் மதங்கள், கலாசாரம், பொருளாதாரம், அரசியல், நிர்வாகம் மற்றும் பிற உரிமைகள் நலன்கள் எல்லாம் பாதுகாக்கப்படும் வகையில் அவர்களுடைய ஆலோசனைகளின் பேரில் உருவாக்கப்பட வேண்டும்.

5. இந்த அடிப்படை அம்சங்களை ஆதாரமாகக்கொண்டு அரசியல் சாசனத் திட்டத்தை வரையறுக்கும் அதிகாரத்தை செயற் குழுவுக்கு இந்த மாநாடு வழங்குகிறது. ராணுவம், அயல்

உறவுத்துறை, தகவல் தொடர்பு, சுங்க இலாகா போன்று தேவைப்படும் பிற துறைகள் தொடர்பான அதிகாரங்களைத் தீர்மானிக்கும் அதிகாரத்தையும் தருகிறது.

இந்தத் தீர்மானம் எதைச் சொல்கிறது? தீர்மானத்தின் மூன்றாவது பத்தியில் என்ன சொல்லியிருக்கிறதென்றால், முஸ்லிம்கள் பெரும்பான்மையாக இருக்கும் பகுதிகள் எல்லாம் தனி அரசாக ஆக்கப்படவேண்டும். சரியாகச் சொல்வதென்றால் பஞ்சாப், வட மேற்கு எல்லைப் பிராந்தியம், வட மேற்கில் இருக்கும் பலுசிஸ்தான், சிந்து, கிழக்கில் இருக்கும் வங்காளம் இவையெல்லாம் பிரிட்டிஷ் இந்தியாவில் இருப்பதற்கு பதிலாக அதற்கு வெளியே தனி அரசுகளாக இருக்கவேண்டும் என்று சொல்கிறது. இதுவே முஸ்லிம் லீகின் தீர்மானத்தின் சாராம்சம்.

இப்படி தனியான அரசுகளாக அமைக்கப்படும் இந்த முஸ்லிம் பிராந்தியங்கள் எல்லாம் தனித்தனி இறையாண்மை மிகுந்த நாடுகளாக இருக்குமா? அல்லது ஒரே அரசியல் சாசனம் கொண்ட ஒற்றை நாடாகவோ, கூட்டாட்சி அமைப்பாகவோ இருக்குமா? இந்த விஷயம் தொடர்பாக இந்தத் தீர்மானத்தில் தெளிவாக எதுவும் குறிப்பிடப்பட்டிருக்கவில்லை. 'பிராந்தியங்கள் எல்லாம் ஒரே தொகுப்பாகக் கொண்டுவரப்பட்டு சுதந்தரமான அரசுகளாக அறிவிக்கப்படவேண்டும்'. அதனுள் இருக்கும் 'அங்கங்கள் எல்லாம் இறையாண்மையும் சுய நிர்ணய உரிமையும் கொண்டவையாக இருக்கவேண்டும்' என்று சொல்லப் பட்டிருக்கிறது. 'அங்கங்கள்' என்பதிலிருந்து இது கூட்டாட்சி அமைப்பைக் குறிப்பதாகப் புரிந்துகொள்ளலாம். அப்படியானால் தனி அங்கங்களின் இறையாண்மை என்ற பேச்சுக்கே இடமில்லை. அங்கங்களின் கூட்டாட்சி என்பதும் இறையாண்மை கொண்ட அங்கங்கள் என்பதும் ஒன்றுக்கொன்று முரண்படக்கூடியவை. கூட்டமைப்பு என்பதைத்தான் அந்தத் தீர்மானம் முன்வைப்பதாக நாம் புரிந்துகொள்ளலாம். விடுதலை பெறும் பகுதிகள் கூட்டாட்சி அமைக்குமா கூட்டமைப்பாக இருக்குமா என்பதெல்லாம் முக்கியமான விஷயமே இல்லை. இந்தப் பகுதிகள் எல்லாம் இந்தியாவிலிருந்து பிரிக்கப்பட்டு தனி அரசுகளாக அமைக்கப்பட வேண்டும் என்று சொல்லியிருப்பதுதான் கவனிக்கப்படவேண்டிய விஷயம்.

இந்தத் தீர்மானத்தில் சொல்லப்பட்டிருக்கும் திட்டமானது புதியது போன்ற தோற்றத்தைத் தரும்வகையில் வார்த்தைகள் பயன்படுத்தப்பட்டுள்ளன. ஆனால், 1930-ல் லக்னோவில்

நடைபெற்ற முஸ்லிம் லீக் மாநாட்டில் சர் முஹமது இக்பால் தலைமையுரையில் முன்வைத்த திட்டத்தைப் பின்பற்றியதாகவே இருக்கிறது. அப்போது முஸ்லிம் லீக் இந்த தீர்மானத்தை ஏற்றுக்கொண்டிருக்கவில்லை. திரு ரஹ்மத் அலி இதை முன்னெடுத்து, இப்போது அறியப்படும் பாகிஸ்தான் என்ற பெயரைக் கொடுத்தார். 1933-ல் பாகிஸ்தான் பேரியக்கம் என்ற ஒன்றை ரஹ்மத் அலி எம்.எல்.ஏ., எல்.எல்.பி ஆரம்பித்தார். பாகிஸ்தான் ஹிந்துஸ்தான் என்று இரண்டு தேசங்களாக இந்தியாவைப் பிரித்தார். அவருடைய பாகிஸ்தானில் பஞ்சாப், வடமேற்கு எல்லைப் பிராந்தியம், காஷ்மீர், சிந்து மாகாணம், பலுசிஸ்தான் அனைத்தும் இருந்தன. எஞ்சிய பகுதிகள் எல்லாம் அவரைப் பொறுத்தவரையில் ஹிந்துஸ்தான்.

வடக்கில் இருக்கும் ஐந்து முஸ்லிம் பகுதிகளைக் கொண்ட சுதந்தரமான தனியான பாகிஸ்தான் என்பதுதான் அவருடைய செயல் திட்டம். வட்ட மேஜை மாநாட்டு உறுப்பினர்களுக்கு இந்தச் செயல் திட்டத் துண்டுப் பிரசுரம் அவரால் தரப்பட்டது. ஆனால், அது வட்ட மேஜை மாநாட்டில் விவாதத்துக்கு முன்வைக்கப் படவே இல்லை. தனிப்பட்ட முறையில் பிரிட்டிஷ் அரசின் சம்மதத்தைப் பெற முயற்சிகள் எடுக்கப்பட்டதாகத் தெரிகிறது. 'பழைய முஸ்லிம் சாம்ராஜ்யத்தை உருவாக்கும் முயற்சி' என்று சொல்லி பிரிட்டிஷார் இதை மறுத்துவிட்டனர்.

பாகிஸ்தான் என்ற இந்த ஆரம்ப திட்டத்தையே முஸ்லிம் லீக் பின்னர் விரிவுபடுத்தியிருக்கிறது. கிழக்கில் வங்காள, அஸ்ஸாம் பகுதிகளில் இருக்கும் முஸ்லிம்களுக்கு இன்னொரு அரசை உருவாக்க அது முன்வந்திருக்கிறது. அது நீங்கலாக, சர் முஹமது இக்பால் முன்வைத்ததும் திரு ரஹ்மத் அலி பிரசாரம் செய்ததுமான திட்டத்தின் சாராம்சத்தையே முஸ்லிம் லீகின் தீர்மானம் அடிப்படையாகக் கொண்டிருக்கிறது. கிழக்கில் இருக்கும் அரசுக்கு எந்தப் பெயரும் கொடுக்கப்பட்டிருக்கவில்லை. இதிலிருந்து திரு ரஹ்மத் அலி முன்வைத்த திட்டத்திலிருந்து இது எந்தவகையிலும் மாறுபட்டதல்ல என்பதும் புரிகிறது. முஸ்லிம் லீகானது கூடுதல் பகுதிகளை உள்ளடக்கிய திட்டத்தை முன்வைத்திருக்கிறது; ஆனால் அந்த இரண்டு இஸ்லாமிய அரசுகளுக்கும் எந்தவொரு அழகிய, இனிய சுருக்கமான பெயர் எதையும் சூட்டியிருக்க வில்லை.

லீக் அப்படி எந்தவொரு பெயரும் சூட்டாததால் மேற்கில் இருக்கும் இஸ்லாமிய அரசு, கிழக்கில் இருக்கும் இஸ்லாமிய அரசு

என்று நீட்டி முழக்கியே நாம் பேசியாகவேண்டியிருக்கிறது. இந்த சிக்கலைப் போக்க அவர்களுடைய இரு நாடு கொள்கையை உணர்த்தும்வகையில் பாகிஸ்தான் என்ற பெயரையே பயன்படுத்த விரும்புகிறேன். இந்தியாவைப் பிரித்து இரண்டு முஸ்லிம் நாடுகளாக ஆக்கும் அவர்களுடைய திட்டத்தின்படியான மேற்குப் பகுதி முஸ்லிம் நாட்டுக்கு 'மேற்கு பாகிஸ்தான்' என்றும் கிழக்குப் பகுதி முஸ்லிம் நாட்டுக்கு 'கிழக்கு பாகிஸ்தான்' என்றும் பெயர் வைக்கிறேன்.

இந்தத் தீர்மானம் ஹிந்து இந்தியாவின் கவனத்தை ஈர்த்ததோடு அதை அதிர்ச்சியிலும் ஆழ்த்தியது.

இந்தத் திட்டத்தில் அப்படிப் புதிதாக, அதிர்ச்சி அளிக்கும்வகையில் என்ன இருக்கிறது?

2

வடக்கு மேற்கு பிராந்தியங்களை இணைப்பதால் இந்தத் திட்டம் அதிர்ச்சியைத் தருகிறதா? அப்படியென்றால், இப்படி இணைத்து ஒரு தேசத்தை உருவாக்கவேண்டும் என்ற திட்டம் பல்வேறு வைஸ்ராய்கள், நிர்வாகிகள், ஜெனரல்கள் மூலம் முன்பே சொல்லப்பட்டிருக்கிறது என்பதை மறக்கவேண்டாம். 1849-ல் பிரிட்டிஷார் பஞ்சாபை வென்ற நிமிடத்திலிருந்தே வடமேற்கு எல்லைப் பகுதியும் பஞ்சாபும் ஒரே பிராந்தியமாகவே இருந்துள்ளன. 1901 வரையிலும்கூட இந்த இரண்டும் ஒரே பிராந்தியமாகவே இருந்துள்ளன. கர்ஸன் பிரபுதான் 1901-ல் அதை இரண்டாகப் பிரித்தார்.

பஞ்சாபை சிந்து பகுதியுடன் இணைப்பது பற்றிப் பார்த்தால் ஒருவேளை பஞ்சாபை வென்ற பின்னர் சிந்து பகுதியை பிரிட்டிஷார் வென்றிருந்தால் சிந்து மாகாணம் வெகு இயல்பாகவே பஞ்சாபின் ஓர் அங்கமாகியிருக்கும். ஏனென்றால் இரண்டு பகுதிகளும் ஒன்றை ஒன்று தொட்டடுத்து இருக்கின்றன. அதோடு ஒரே நதி அந்த இரண்டு பகுதிகளையும் இணைக்கிறது. அதுவே அந்த இரண்டு பகுதிகளுக்கு இடையிலான வலுவான பிணைப்பாக இருக்கிறது. பஞ்சாப் இருந்திராத நிலையில் பம்பாய்தான் சிந்து பகுதியை நிர்வகிக்கத் தோதானது என்பதால் அது பம்பாயுடன் இணைக்கப்பட்டிருந்தாலும் பம்பாயில் இருந்து சிந்து பகுதியைப் பிரித்து பஞ்சாபுடன் இணைக்கும் எண்ணம் தொடர்ந்து இருந்துவந்திருக்கிறது. டல்ஹௌஸி பிரபு கவர்னர் ஜெனரலாக

இருந்த காலத்தில் முதன் முதலாக இந்த திட்டம் முன்வைக்கப் பட்டது. ஆனால், போதிய நிதி வசதி இல்லாததால் கம்பெனி இயக்குநர்கள் அதற்கு சம்மதம் தந்திருக்கவில்லை.

சிப்பாய் புரட்சிக்குப் பின்னரும் இந்த விஷயம் முன்னுக்கு வந்தது. ஆனால், சிந்து நதியோரமாக இருந்த பகுதிகளில் படைகளை நகர்த்தித் தொடர்புகொள்வதில் சிரமங்கள் இருந்ததால் கன்னிங் பிரபு அதற்கு சம்மதம் தெரிவிக்க மறுத்துவிட்டார். 1876-ல் நார்த்ப்ரூக் பிரபு சிந்து பிராந்தியம் பஞ்சாபுடன் இணைக்கப்பட வேண்டும் என்றார். 1877-ல் நார்த்ப்ரூக்குக்கு அடுத்ததாகப் பதவியேற்ற லிட்டன் பிரபு பஞ்சாபின் ஆறு எல்லை மாவட்டங் களையும் சிந்துவுக்கு அப்பால் இருக்கும் சிந்து மாவட்டங்களையும் இணைத்து ஒரு பிராந்தியம் அமைக்கவேண்டும் என்றார். ஹஸாரா, பெஷாவர், கோஹாத், பன்னு (சிஸ்-சிந்து படுகை, தேரா இஸ்மயில் கான் (சில பகுதிகள் நீங்கலாக) தேரா காஸி கான், சிந்து நதி தீரத்துக்கு அப்பாலான சிந்து மாகாணம் ஆகிய ஆறு பஞ்சாப் மாவட்டங்களை உள்ளடக்கியதாக இது இருந்தது.

பம்பாயில் இருந்து சிந்து பகுதி பிரிக்கப்படுவதால் அந்த இழப்பை ஈடுசெய்ய மத்திய பிராந்தியத்தின் முழுப் பகுதி அல்லது அதன் சில பகுதிகள் பம்பாயுடன் இணைக்கப்படவேண்டும் என்று லிட்டன் பிரபு தெரிவித்தார். ஸ்டேட் செகரட்டரிக்கு இந்தத் திட்டங்கள் எதுவும் உவப்பாக இருந்திருக்கவில்லை. லேன்ஸ்டவுன் பிரபு வைஸ்ராயாக இருந்த காலகட்டத்தில் (1888-94) சிந்து மாகாணத்தை பஞ்சாபுடன் இணைக்கும் திட்டம் ஆதி வடிவில் முன்வைக்கப்பட்டது. ஆனால், பலுசிஸ்தான் ஏஜென்ஸி பகுதி உருவாக்கப்பட்டுவிட்டதால் சிந்து மாகாணம் எல்லை மாவட்டமாக இல்லாமலாகிவிட்டிருந்தது. எனவே ராணுவ காரணங்களைக் கொண்டிருந்த அந்தத் திட்டம் தன் முக்கியத் துவத்தை இழந்தது. பஞ்சாபுடன் இணைக்கப்படாமலேயே சிந்து பகுதி இருந்துவந்தது. பலுசிஸ்தான் பகுதியை வென்றெடுக்கா திருந்தால் பஞ்சாபிலிருந்து வடமேற்கு எல்லைப் பகுதியை கர்ஸன் பிரபு பிரித்தெடுக்காமல் இருந்திருந்தால் பாகிஸ்தான் என்ற நிர்வாக அலகு வெகு காலத்துக்கு முன்பாகவே உருவாக்கப்பட்டிருக்கும்.

வங்காளத்தில் முஸ்லிம் தேசிய அரசு உருவாக்கப்படுவது பற்றிப் பார்த்தால் அதிலும் புதிதாக எதுவும் இல்லை. 1905-ல் வைஸ்ராய் கர்ஸன் பிரபு 1905ல்தான் 1. டாக்காவைத் தலைநகராகக்கொண்டு கிழக்கு வங்காளமும் அஸ்ஸாமும் இணைந்த பகுதி 2. கல்கத்தாவைத் தலைநகராகக்கொண்டு மேற்கு வங்காளம் என

வங்காளம் மற்றும் அஸ்ஸாம் பகுதிகள் இரண்டாகப் பிரிக்கப் பட்டன என்பது பலருக்கு நினைவிருக்கும். கிழக்கு வங்காளம் மற்றும் அஸ்ஸாம் பிராந்தியத்தில் அஸ்ஸாமும் கீழ்கண்ட மாவட்டங்களும் இருந்தன 1. டாக்கா, 2. மைமன்சிங், 3. ஃபரிதாபூர், 4.பேகர்கஞ்ச், 5. திபேரா, 6. நவகாளி, 7. சிட்டகாங்க், 8.சிட்டகாங் மலைப் பகுதி, 9. ராஜசாஹி, 10. தினாஜ்பூர், 12. ஜல்பைகுரி, 12. ரங்கபூர், 13. போக்ரா, 14.பப்னா, 15. மால்டா. மேற்குவங்காளத்தில் பழைய வங்காள-அஸ்ஸாம் பிராந்தியத்தின் எஞ்சிய மாவட்டங்கள் இருந்தன. அவற்றோடு மத்திய பிராந்தியத்தில் இருந்து பிரிக்கப்பட்ட சம்பல்பூர் மேற்கு வங்காளத்துடன் இணைக்கப்பட்டது.

இந்தப் பிராந்தியமானது இரண்டாகப் பிரிக்கப்பட்டதென்பது வங்காளப் பிரிவினை என்று இந்திய வரலாற்றில் அறியப்படுகிறது. அது கிழக்கு வங்காளத்தில் ஒரு முஸ்லிம் அரசை உருவாக்கும் நோக்கில்தான் செய்யப்பட்டது. ஏனென்றால் புதிய கிழக்கு வங்காள-அஸ்ஸாம் பகுதியானது அஸ்ஸாமின் ஒரு சில பகுதிகள் நீங்கலாக பெரிதும் முஸ்லிம்கள் நிறைந்த பகுதிதான். ஆனால், 1911-ல் ஹிந்துக்களின் எதிர்ப்பையடுத்து பிரிட்டிஷார் இந்தப் பிரிவினையை ரத்துசெய்தனர். முஸ்லிம்களின் உணர்வுகளை ஹிந்துக்கள் பொருட்படுத்தவில்லை. வங்காளப் பிரிவினை ரத்து செய்யப்படாமல் இருந்திருந்தால் கிழக்கு வங்காளத்தில் முஸ்லிம் ராஜ்யமானது அதாவது இப்போது புதிய திட்டம் என்று சொல்லப்படுவது உருவாகி 39 ஆண்டுகள் ஆகிவிட்டிருக்கும்.

3

ஹிந்துஸ்தானில் இருந்து பாகிஸ்தானைப் பிரிக்கும் திட்டம் அதிர்ச்சி தரக்கூடியதுதானா? இது தொடர்பான சில முக்கியமான விஷயங்களையும் காங்கிரஸின் அடிப்படைக் கொள்கைகளாக இருக்கும் சிலவற்றையும் நினைவுகூர்கிறேன். திரு காந்தி காங்கிரஸைக் கைப்பற்றியதும் அதை மக்கள் மத்தியில் பிரபலமடையச் செய்ய இரண்டு விஷயங்கள் செய்தார். முதலாவது சட்ட மறுப்பு இயக்கம்.

இந்திய அரசியலில் திரு காந்தி நுழைவதற்கு முன்பாக, காங்கிரஸ், லிபரல்கள், வங்காள தீவிரவாத சக்திகள் ஆகியவையே அதிகாரத்தைக் கைப்பற்றப் போராடிக்கொண்டிருந்தன. காங்கிரஸ் மற்றும் லிபரல்களிடையே இன்றைக்கு இருப்பதுபோன்ற

இடைவெளி அன்றைக்கு இருந்திருக்கவில்லை. எனவே லிபரல்கள் மற்றும் தீவிரவாதிகள் என்ற இரண்டு தரப்பு மட்டுமே அன்று இருந்ததாக ஒருவகையில் சொல்லலாம். இரண்டிலுமே உறுப்பினராகச் சேர்வதென்பது மிக மிகக் கடினமாக இருந்தது. லிபரல் கட்சியில் சேரவேண்டுமென்றால் வெறுமனே படிப்பு இருந்தால் மட்டும் போதாது. உயர் படிப்பாக இருந்தாகவேண்டும். கல்வியில் சிறந்தவர் என்பதை நிரூபித்திருக்கவில்லையென்றால் லிபரல் கட்சியில் இடம் கிடைக்க வாய்ப்பே இல்லை. அது கல்வி அறிவு இல்லாதவர்கள் அரசியல் சக்தியாக வளர்வதை அதுமுற்றாக மறுதலித்தது.

தீவிரசிந்தனை கொண்டவர்களோ மிக மிகக் கடுமையான சோதனையை முன்வைத்தனர். தேசத்துக்காக உயிரையே கொடுப்பேன் என்ற வெறும் அர்ப்பண உணர்வு நோக்கில் அல்ல; நிஜமாகவே உயிரைக் கொடுக்கும் துணிச்சல் இருப்பவர்கள் மட்டுமே அதில் சேர முடிந்தது. இதனால் எளிய மனிதர்கள் யாரும் அதில் சேர முடியாமல் இருந்தது.

காந்தி முன்வைத்த சட்ட மறுப்பு இயக்கத்தில் இணைய பெரிய கல்வித் தகுதி எதுவும் தேவைப்பட்டிருக்கவில்லை. உயிரைத் தியாகம் செய்தாக வேண்டிய நிர்பந்தத்தையும் அது முன்வைக்க வில்லை. கல்வி அறிவு இல்லாத, மிக கடுமையான தண்டனையை ஏற்கவும் தேச பக்தர் என்ற பிரிட்டிஷாருக்கு உவப்பில்லாத அடையாளத்தைப் பெறவும் துணிச்சல் இல்லாத பெரும்பான்மை யான மக்களுக்கு திரு காந்தியின் வழி எளிதானதாக இருந்தது. இந்த நடு வழியே லிபரல்கள் மற்றும் தீவிர எண்ணம் கொண்டவர்களை விட காங்கிரஸுக்குப் பெரும் வரவேற்பைப் பெற்றுத் தந்தது.

இரண்டாவதாக, திரு காந்தி மொழி அடிப்படையிலான பிராந்தியங்களை அறிமுகப்படுத்தினார். திரு காந்தியின் வழிகாட்டுதல் மற்றும் உத்வேகத்தின் மூலம் காங்கிரஸ் கட்சி உருவாக்கிய அரசியல் சாசனத்தில் இந்தியாவானது பல்வேறு மொழி, தலைமையகம் கொண்ட கீழ்கண்ட பிராந்தியங்களாகப் பிரிக்கப்படவேண்டும் என்று குறிப்பிடப்பட்டிருந்தது.

இப்படியான பிராந்தியப் பிரிப்புகளில் பரப்பளவு, மக்கள்தொகை, வருவாய் போன்ற வேறு எந்த விஷயத்துக்கும் முக்கியத்துவம் தரப்படவில்லை. அடிப்படை வசதிகள் கொண்ட வாழ்க்கையைத் தரும் அளவுக்கு போதுமான பரப்பளவு, மக்கள் தொகை, வருவாய் ஆகியவற்றைக் கொண்டிருக்கவேண்டும் என்ற நிர்வாக ரீதியான

விஷயங்கள்கூட பிராந்திய உருவாக்கத் திட்டமிடலில் கணக்கில் எடுத்துக்கொள்ளப்பட்டிருக்கவில்லை. மிகவும் நெகிழ்வான இந்திய சமூக வாழ்க்கையில் இப்படியான மொழி அடிப்படையிலான பிராந்திய உருவாக்கமானது பிரிவினை விதைகளை விதைக்கும் வாய்ப்புகள் இருந்ததைப் பற்றி எதுவும் யோசித்திருக்கவில்லை.

பிராந்தியம்	மொழி	தலைமையகம்
அஜ்மீர் மேர்வாரா	ஹிந்துஸ்தானி	அஜ்மீர்
ஆந்திரா	தெலுங்கு	மதராஸ்
அஸ்ஸாம்	அஸ்ஸாமி	கௌஹாத்தி
பிஹார்	ஹிந்துஸ்தானி	பாட்னா
வங்காளம்	வங்காளி	கல்கத்தா
பம்பாய் (நகரம்)	மராத்தி குஜராத்தி	பம்பாய்
தில்லி	ஹிந்துஸ்தானி	தில்லி
குஜராத்	குஜராத்தி	அஹமதாபாத்
கர்நாடகா	கன்னடம்	தார்வார்
கேரளா	மலையாளம்	கோழிக்கோடு
மஹாகோசலம்	ஹிந்துஸ்தானி	ஜபல்பூர்
மஹாராஷ்டிரா	மராத்தி	பூனா
நாக்பூர்	மராத்தி	நாக்பூர்
வடமேற்கு எல்லை	பஷ்து	பெஷாவர்
பஞ்சாப்	பஞ்சாபி	லாஹூர்
சிந்து	சிந்தி	கராச்சி
தமிழ்நாடு	தமிழ்	மதராஸ்
யுனைட்டட் பிராந்தியம்	ஹிந்துஸ்தானி	லக்னோ
உத்கல்	ஒரியா	கட்டக்
விதர்பா (பேரார்)	மராத்தி	அகோலா

பிராந்திய மொழிப்பற்றுக்கு அங்கீகாரம் கொடுத்து பெருவாரியான மக்களின் ஆதரவை காங்கிரஸ் பக்கம் திருப்புவதே இந்தத் திட்டமிடலின் ஒரே இலக்கு என்பதில் எந்த சந்தேகமும் இல்லை. அப்படியாக ஆரம்பித்த மொழிவாரி பிராந்தியங்கள் என்ற சிந்தனை மெள்ள வேரூன்றிவிட்டது. இதனால் காங்கிரஸ் அதிகாரத்துக்கு வந்ததும் இந்தத் திட்டத்தை நடைமுறைப்படுத்தவேண்டிய

கட்டாயம் ஏற்பட்டுவிட்டது. பிஹாரில் இருந்து ஒரிஸ்ஸா ஏற்கெனவே பிரிக்கப்பட்டிருந்தது. இந்திய அரசாங்கச் சட்டம் 1935 மூலம் இது அமலாகியிருந்தது. மதராஸில் இருந்து ஆந்திரா பிரிந்து செல்லவேண்டும் என்று கோரத் தொடங்கியிருந்தது. மஹாராஷ்டிராவில் இருந்து கர்நாடக பிரிய வேண்டும் என்று கோரியது. மதராஸ் பிரஸிடென்ஸியில் இருந்தும் சில பகுதிகளை கர்நாடகா கோரியது.

குஜராத் மட்டுமே மஹாராஷ்டிராவில் இருந்து பிரிந்து செல்லக் கோரிக்கைவிடுக்கவில்லை. அல்லது அப்போதைக்கு பிரிந்து செல்லும் எண்ணத்தை அது முன்னெடுத்திருக்கவில்லை. மஹாராஷ்டிராவுடன் இணைந்து இருப்பது அரசியல்ரீதியாகவும் வர்த்தகரீதியாகவும் குஜராத்துக்கு பெரும் ஆதாயமே என்ற காரணத்தினால் இருக்கலாம்.

எதுவானாலும், மொழிரீதியிலான பிரிப்பு என்பது காங்கிரஸின் அங்கீகாரம் பெற்ற முக்கியமான கொள்கையாகவே இருக்கிறது. ஆந்திராவும் கர்நாடகாவும் மொழி அடிப்படையில் பிரிகின்றன; பாகிஸ்தானோ கலாசார அடிப்படையில் பிரிகிறது என்று சொல்வதில் எந்தப் பயனும் இல்லை. இரண்டுக்கும் எந்த வேறுபாடும் கிடையாது. கலாசார வேறுபாடு என்பதன் இன்னொரு பெயர்தான் மொழி வேறுபாடு.

கர்நாடகாவில் இருந்து ஆந்திராவைப் பிரிப்பதில் எந்தவொரு அதிர்ச்சியும் இல்லை என்றால் பாகிஸ்தான் பிரியவேண்டும் என்று கேட்பதில் மட்டும் அதிர்ச்சியடைய என்ன இருக்கிறது? பிரிவினை என்று பார்த்தால், கர்நாடகாவை மஹாராஷ்டிராவில் இருந்து அல்லது ஆந்திராவை மதராஸில் இருந்து என ஹிந்து பிராந்தியங்களைப் பிரிப்பதைவிட அது பெரிய பிரிவினை அல்ல. பாகிஸ்தான் என்பது தனியான கலாசார பகுதி; தனது தனிப்பட்ட கலாசாரத்தின் அடிப்படையில் பிரிந்துசெல்லவேண்டும் என்று கோருகிறது. அவ்வளவுதான்.

அத்தியாயம் 2

தாய் நாடு தேவை என்று சொல்லும் தேசிய உணர்வு

பிரிவினையைக் கோர நிர்வாக ரீதியான, மொழி அல்லது கலாசாரம் சார்ந்த பல காரணிகள் இருக்கின்றன. இது அனைவருக்கும் புரியும். அனைவரும் ஏற்றுக்கொள்ளும் உண்மையும் கூட. பலரும் இது தொடர்பான கோரிக்கைகளை நிறைவேற்றித் தரத் தயாராகவே இருக்கின்றனர். ஆனால் முஸ்லிம்கள் பிரிவினை தொடர்பான கோரிக்கைகள், கோட்பாடுகள் ஆகியவற்றைத் தாண்டிச் செல்கிறார்கள். எதனால் இப்படிப் பேசுகிறார்கள். எதனால் பிரிவினை கேட்கிறார்கள். பாகிஸ்தானையும் ஹிந்துஸ்தானையும் சட்டபூர்வமாக எதற்குப் பிரிக்கவேண்டும் என்கிறார்கள் என்று ஹிந்துக்கள் கேட்கிறார்கள்.

இந்தியாவில் வசிக்கும் முஸ்லிம்கள் தனி குழுவினர்; தனி நாட்டினர் என்ற முஸ்லிம் லீகின் தீர்மானத்தில் இதற்கான விடை இருக்கிறது.

முஸ்லிம் லீகின் அந்தத் தீர்மானமே ஹிந்துக்களிடம் கசப்பு உணர்வையும் அதிர்ச்சியையும் உருவாக்கியிருக்கிறது.

ஹிந்துக்களின் கசப்பு உணர்வு புரிந்துகொள்ள முடிந்ததுதான். இந்திய தேசிய காங்கிரஸ் கட்சி ஆரம்பிக்கப்பட்ட நாளில் இருந்தே இந்தியா ஒரு தனி தேசம் தானா என்ற விவாதம் ஆங்கிலோ இந்தியர்களுக்கும் ஹிந்து அரசியல்வாதிகளுக்கும் இடையில் நடந்துவந்திருக்கிறது. இந்தியா என்பது ஒரு தனி தேசமே அல்ல என்று ஆங்கிலோ இந்தியர்கள் இடைவிடாது சொல்லி வந்திருக்கிறார்கள். இந்திய மக்களைக் குறிக்கும் இன்னொரு

சொல்தான் இந்தியர்கள் என்றும் சொல்லிவந்திருக்கிறார்கள். இந்தியா என்ற ஒன்று கிடையாது என்பதுதான் இந்தியாவைப் புரிந்துகொள்வதற்கான வழி என்று ஒரு ஆங்கிலோ இந்தியர் குறிப்பிட்டிருக்கிறார். மாறாக ஹிந்து அரசியல்வாதிகளும் தேசபக்தர்களும் இந்தியா ஒற்றை தேசமே என்று சொல்லி வந்திருக்கிறார்கள். ஆங்கிலோ இந்தியர்கள் சொன்னது தவறு என்று நாம் சொல்லிவிடமுடியாது. வங்கத்தைச் சேர்ந்த தேசிய கவி டாக்டர் தாகூர்கூட பிரிட்டிஷார் சொன்னதை அங்கீகரிக்கிறார். டாக்டர் தாகூர் சொன்னதையும்கூட ஹிந்துக்கள் ஏற்றுக்கொள்ள வில்லை.

இதற்கு இரண்டு காரணங்கள் உண்டு. முதலாவதாக இந்தியா ஒற்றை தேசமல்ல என்பதை ஒப்புக்கொள்ள ஹிந்துக்களுக்கு அவமானமாக இருக்கிறது. தேசியமும் தேச உணர்வும் மனிதர்களுக்கு மிகவும் இயல்பான அவசியமான விஷயங்கள். தேசியம் இல்லை என்பது பலர் கூடியிருக்கும் அரங்கில் ஒரு மனிதருக்கு ஆடை இல்லாமல் இருப்பதுபோல் என்று திரு ஹெ.ஜி.வெல்ஸ் சொல்லியிருக்கிறார். இரண்டாவதாக, தேசியம் என்ற கருத்தாக்கமே சுய நிர்ணய உரிமையுடன் நெருங்கிய தொடர்பு கொண்டதாக இருக்கிறது. ஒரு தேசமாகத் தம்மை உணரும் மக்களுக்கு சுய நிர்ணய உரிமையைக் கோரும் அதிகாரம் உண்டு; அதுபோல் சுய நிர்ணய உரிமையைக் கோரும் தேச பக்தர்கள் தாம் ஒரு தேசம் என்பதை நிரூபிக்கவேண்டும் என்ற விஷயங்கள் எல்லாம் 19-ம் நூற்றாண்டின் முடிவு வாக்கில் உலக அளவில் அனைவராலும் ஏற்றுக்கொள்ளப்பட்டிருந்தது. இந்தக் காரணங்களினால் இந்தியா ஒற்றை தேசமாக இருந்திருக்கிறதா இல்லையா என்பதை ஆராய முயற்சி எடுத்திருக்கவே இல்லை.

தேசிய உணர்வு என்பது குறிப்பிட்ட மக்கள் குழுவை தேசியக் குழு என்று வெறுமனே அழைக்கும் விஷயமா அல்லது அந்த மக்கள் குழு உண்மையிலேயே ஒரு தேசமாக இருக்கும் விஷயமா என்பது பற்றியெல்லாம் ஆராய விரும்பியிருக்கவே இல்லை. ஓர் ஹிந்துவுக்கு ஒரே ஒரு விஷயம் மட்டுமே நன்கு தெரிந்திருந்தது. அதாவது சுய ஆட்சி கோரும் தனது இலக்கில் வெற்றி பெற்றாகவேண்டுமென்றால் நிரூபிக்க முடியாவிட்டாலும் இந்தியா ஒற்றை தேசமே என்பதைச் சொல்லியே ஆகவேண்டும்.

இந்த உரிமைகோரலில் எந்தவொரு இந்தியரும் இன்னொருவரை மறுதலித்திருக்கவே இல்லை. வரலாற்று ஆராய்ச்சிகளில் ஈடுபடும் இந்தியர்களுக்குக்கூட இந்தக் கோட்பாடு ஏற்புடையதாகவே

இருந்தது. இந்தியா ஒற்றை தேசமே என்ற கருத்தாக்கத்துக்கு ஆதரவான படைப்புகளை எழுத முன்வந்தனர். அதற்கு அவர்களுடைய மனதில் இருந்த தேச பக்தியே காரணம் என்பதில் எந்த சந்தேகமும் இல்லை.

இது ஓர் அபாயகரமான மன மயக்கமே என்ற உண்மை புரிந்த ஹிந்து சமூக சீர்திருத்தவாதிகள்கூட இது குறித்து பொதுவெளியில் எதையும் மறுத்துப் பேசமுடிவதில்லை. அப்படி யாரேனும் ஒரு கேள்வி கேட்டுவிட்டால் உடனேயே அவரை பிரிட்டிஷாரின் கையாள் என்றும் தேசத்தின் எதிரி என்றும் முத்திரை குத்திவிடுகிறார்கள். இந்தியா ஒற்றை தேசமே என்ற பார்வையை ஹிந்து அரசியல்வாதிகள் நீண்டகாலமாகவே முன்வைத்து வருகிறார்கள். அவர்களுடைய எதிரிநிலையில் இருந்த ஆங்கிலோ இந்தியத் தரப்பு இதைப் பற்றிப் பேசுவதை நிறுத்துவிட்டது. ஹிந்துவின் பிரசாரம் கிட்டத்தட்ட வெற்றிபெற்றுவிட்டது. முழு வெற்றி கைக்குக் கிடைக்கும் நேரத்தில் அபஸ்வரம் போல் முஸ்லிம் லீகின் இந்தத் தீர்மானம் வந்திருக்கிறது. ஆங்கிலோ இந்தியரிடமிருந்து வரவில்லை என்பதால் இப்போதைய அடி சம்மட்டி அடிபோல் படு காட்டமாக விழுந்திருக்கிறது. ஹிந்து அரசியல்வாதிகள் இத்தனை காலம் செய்துவந்த அனைத்தையும் அது முற்றாக உடைத்தெறிகிறது.

இந்தியாவில் இருக்கும் முஸ்லிம்கள் எல்லாம் தனி தேசம் போன்றவர்கள் என்றால் இந்தியா ஒற்றை தேசம் அல்ல என்பதுதான் உண்மை. ஹிந்து அரசியல்வாதிகளின் காலடி நிலத்தை அப்படியே பெயர்த்துத் தள்ளிவிட்டது. அவர்கள் அதிர்ச்சியடைவதும் தாம் முதுகில் குத்தப்பட்டதாகச் சொல்வதும் இயல்பான விஷயங்கள்தான்.

முதுகில் குத்தப்பட்டார்களோ இல்லையோ முஸ்லிம்கள் ஒரு தனி தேசமாக இருக்கிறார்கள் என்பது உண்மைதானா? எஞ்சியவை எல்லாம் அவசியமே இல்லை.

இது இன்னொரு கேள்வியை எழுப்புகிறது. எது தேசம்?

இது தொடர்பாக மலைபோல் எழுதிக் குவிக்கப்பட்டுள்ளன. ஆர்வம் உள்ளவர்கள் தேசம் தொடர்பாக என்னென்ன அடிப்படைக் கருத்தாக்கங்கள் இருக்கின்றன; என்னென்ன வேறுபட்ட அம்சங்கள் இருக்கின்றன என்பதையெல்லாம் தேடிப் படித்துக் கொள்ளலாம். தேசம் என்ற கருத்தாக்கத்தின் சாராம்சமான விஷயங்கள் பற்றி ஒரு சில வார்த்தைகளில் இங்கு சொல்கிறேன்.

தேசம் - தேசியம் என்பது ஒரு சமூக உணர்வு. நாமெல்லாம் ஒன்று என்ற ஒரு கூட்டு மனநிலையுடன் உற்றார் உறவினர்போல் உணரும் நிலை. தேசிய உணர்வு என்பது இருமுனைக் கத்தி போன்றது. நம்மவர்கள் என்று கருதப்படுபவர்களுடன் மிகுந்த நெருக்கமும் நம்மவர் இல்லை என்று கருதப்படுபவர்கள் மீது எதிர்மறை மனநிலையும் கொண்டது; பொருளாதார மோதல்கள், சமூகப் படிநிலைகள் இவற்றினால் ஏற்படும் வேறுபாடுகளை எல்லாம் தாண்டி நாமெல்லாரும் ஒருவர் என்ற பந்த பாசத்துடன் மக்கள் திரளை இணைக்கக்கூடிய உணர்வு. மறுபக்கம் நம்மவர் அல்லாத வர்களை பிரித்துப் பார்க்கும் குணமும்கூட; வேறு எந்தவொரு அடையாளத்துடனும் தன்னை இணைத்துக்கொள்ள விரும்பாத மனநிலை. தேசியம், தேசிய உணர்வு என்பதன் அடிநாதம் இதுதான்.

இப்போது முஸ்லிம்கள் சொல்லும் விஷயத்தை இதன் அடிப்படையில் பார்ப்போம். இந்தியாவில் வசிக்கும் முஸ்லிம்கள் ஒரு விசேஷ குழுவா இல்லையா? அப்படியான ஒரு மனநிலை அவர்களுக்கு இருக்கிறதா இல்லையா? தமது மதக் குழுவுடன்தான் இணைந்து இருக்கவேண்டும். முஸ்லிம் அல்லாத பிற குழுவுடன் அல்ல என்ற உணர்வு அவர்கள் மனதில் இருக்கிறதா இல்லையா?

மேலே உள்ள கேள்விகளுக்கெல்லாம் பதில் 'ஆம்' என்றால் இந்தப் பிரச்னையை இதோடு முடித்துக்கொண்டு முஸ்லிம்கள் தனி தேசம் போன்றவர்கள்தான் என்பதை உடனே ஏற்றுக்கொண்டாக வேண்டும்.

ஒரு சில வேறுபாடுகள் நீங்கலாக ஹிந்துக்களும் முஸ்லிம்களும் ஒன்று சேர்ந்து ஒரு தேசமாக இருக்கமுடியும் என்று ஹிந்துக்கள் இப்போது எடுத்துச் சொல்லவேண்டும். அதாவது ஹிந்துக்களும் முஸ்லிம்களும் இணைந்து வாழ எது தூண்டுதலாக இருக்கிறது என்று சொல்லவேண்டும்.

முஸ்லிம்கள் தம்மளவில் தனி தேசம் போன்றவர்கள் என்று முஸ்லிம்கள் சொல்வதை மறுக்கும் ஹிந்துக்கள், ஹிந்துக்களுக்கும் முஸ்லிம்களுக்கும் இடையில் இந்திய சமூக வாழ்க்கையில் நிலவும் சில அம்சங்களைச் சொல்லிக்காட்டி அது அவர்களை ஒன்றிணைப்பதாகச் சொல்கிறார்கள்.

ஹிந்துக்களும் முஸ்லிம்களும் ஒரே இனத்தைச் சேர்ந்தவர்களே என்று சொல்லப்படுகிறது. பஞ்சாபி முஸ்லிம்-பஞ்சாபி ஹிந்து, உத்தரபிரதேச முஸ்லிம்-உத்தரபிரதேச ஹிந்து, பிஹார் முஸ்லிம்-பிஹார் ஹிந்து, வங்காள ஹிந்து-வங்காள முஸ்லிம்,

மதராஸ் ஹிந்து- மதராஸ் முஸ்லிம், பம்பாய் முஸ்லிம் - பம்பாய் ஹிந்து அனைவரும் இனரீதியாக ஒரே இனத்தினரே. மதராஸ் பிராமணருக்கும் மதராஸ் முஸ்லிமுக்கும் இடையில் இருக்கும் நெருக்கமானது மதராஸ் பிராமணருக்கும் பஞ்சாபி பிராமணருக்கும் இருக்கும் நெருக்கத்தைவிட அதிகம்.

இரண்டாவதாக, ஹிந்துக்களுக்கும் முஸ்லிம்களுக்கும் இடையில் மொழிரீதியிலான நெருக்கம், நம்பிக்கை பலமாக இருக்கிறது. ஹிந்துக்களிடமிருந்து தனித்துக் காட்டும்வகையில் இந்திய முஸ்லிம்களுக்கு என்று தனியாக பொதுவான மொழி என்று எதுவும் இல்லை. மாறாக இருவருக்குமிடையில் மொழி சார்ந்த ஒற்றுமை நிலவுகிறது. பஞ்சாபில் ஹிந்துக்களும் முஸ்லிம்களும் பஞ்சாபி மொழிதான் பேசுகிறார்கள். சிந்து பகுதியில் இருவரும் சிந்தி மொழி பேசுகிறார்கள். வங்காளத்தில் ஹிந்துக்களும் முஸ்லிம்களும் வங்காள மொழியே பேசுவார்கள். குஜராத்தில் இருவரும் குஜராத்தி மொழியே பேசுகிறார்கள். மஹராஷ்டிராவில் இருவரும் மராத்தி மொழியே பேசுகிறார்கள். இப்படித்தான் எல்லா பிராந்தியங்களிலும் இருக்கிறார்கள். டவுன்களில் இருக்கும் முஸ்லிம்கள்தான் உருதுமொழி பேசுகிறார்கள். ஹிந்துக்கள் அந்தப் பிராந்தியத்தின் மொழியைப் பேசுகிறார்கள். கிராமப்புறங்களில் வசிக்கும் ஹிந்துக்களும் முஸ்லிம்களும் ஒரே மொழியையே பேசுகிறார்கள்.

மூன்றாவதாக, ஹிந்துக்களும் முஸ்லிம்களும் பல நூற்றாண்டு களாக இணைந்தே வாழ்ந்துவருகிறார்கள். இந்தியா என்பது ஹிந்துக்களுக்கு மட்டுமே சொந்தமான நாடு அல்ல. அதுபோல் முஹமதியர்களுக்கு மட்டுமே சொந்தமானதும் அல்ல.

சார்பு நிலை என்பது இன அடிப்படையில் மட்டுமல்ல; சமூக கலாசார அம்சங்களிலும் ஹிந்து, முஸ்லிம்களுக்கிடையே சில ஒற்றுமைகள் இருக்கின்றன. பல்வேறு முஸ்லிம் குழுக்களின் சமூக வாழ்க்கையானது ஹிந்து பழக்கவழக்கங்கள் நிறைந்ததாகவே இருக்கிறது. பஞ்சாபைச் சேர்ந்த அவான்கள் அனைவருமே முஸ்லிம்கள்தான். என்றாலும் ஹிந்து பெயர்களையே சூட்டிக் கொள்கிறார்கள். பிராமணர்களைப்போலவே கோத்திர வழி முறையையே பின்பற்றுகிறார்கள். முஸ்லிம்களிடையே ஹிந்து குடும்பப் பெயர்கள் இப்போதும் இருக்கின்றன. சௌத்ரி என்பது ஹிந்து குலப் பெயர். ஆனால், யுனைட்டட் பிராந்தியம் மற்றும் வட இந்தியாவில் முஸ்லிம்களிலும் இந்த துணைப் பெயரைப் பார்க்கமுடியும்.

திருமண விஷயங்களில் சில முஸ்லிம்கள் பெயரளவில் மட்டுமே முஸ்லிம்கள். முழுக்கவும் அவர்கள் ஹிந்து சடங்கு சம்பிரதாயங் களையே பின்பற்றுவார்கள். அல்லது ஹிந்து சடங்குகளைச் செய்துமுடித்துவிட்டு அதையே காஸி என்றபெயரில் முஸ்லிம் வடிவில் பின்பற்றுவார்கள். முஸ்லிம்கள் சில பிரிவுகளில் தத்தெடுத்தல், திருமணம், வாரிசுரிமை ஆகியவற்றில் ஹிந்து சட்டங்களையே பின்பற்றுகிறார்கள். ஷரியத் சட்டங்கள் இயற்றப்படுவதற்கு முன்புவரை பஞ்சாபிலும் வடமேற்கு எல்லைப் பிராந்தியத்திலும்கூட இதுவே நிலைமை.

ஜாதி விஷயத்தை எடுத்துகொண்டால் ஹிந்து சமூகத்தில் இருப்பதுபோலவே முஸ்லிம்களிலும் ஜாதிகள் இருக்கின்றன. மதத் தளத்தை எடுத்துக்கொண்டால் முஸ்லிம் பீர்களுக்கு ஹிந்து சீடர்கள் இருக்கிறார்கள். ஹிந்து யோகிகளுக்கு முஸ்லிம் சேலா சீடர்கள் இருக்கிறார்கள். இரு தரப்பு துறவிகளுக்கும் இடையிலும் இப்படியான சார்பு நிலைகள் இருக்கின்றன. பஞ்சாபில் ஜிரோத் பகுதியில் ஜமாலி சுல்தான் மற்றும் தியால் பவான் என்ற இரண்டு துறவிகள் இருவரும் 19-ம் நூற்றாண்டின் ஆரம்ப வருடங்களில் அருகருகே வசித்தனர். இருவருடைய அடக்கஸ்தலங்களும் அருகருகே இருக்கின்றன. ஹிந்துக்களும் முஸ்லிம்களும் இருவரையும் மதித்து வணங்குகிறார்கள்.

கி.பி.1700-ல் வாழ்ந்த முஸ்லிம் துறவி பாவா ஃபது என்பவரின் கல்லறை காங்க்ரா மாவட்டத்தில் ரானிதலில் இருக்கிறது. அவருக்கு அருளாசி வழங்கியது ஹிந்து துறவியான சோதி குரு குலாப் சிங். அதுபோல் ஜங் மாவட்டத்தில் போற்றப்படும் ஹிந்து துறவி, பாபா சஹானா முஸ்லிம் பீர் ஒருவரின் சேலா சீடராக இருந்தார். அவர் தன் சீடரின் பெயரான மிஹ்ராவை மீர் ஷா என்று மாற்றினார்.

இவையெல்லாம் உண்மையே. முஸ்லிம்களில் பெரும் பான்மையினர் ஹிந்துக்கள் எந்த இனத்தைச் சேர்ந்தவர்களோ அதைச் சார்ந்தவர்களே. அனைத்து முஹமதியர்களுக்கும் பொது மொழி என்று ஒன்று கிடையாது. ஹிந்துக்கள் பேசும் மொழிகளையே அவர்கள் பேசுகிறார்கள் என்பதை யாரும் மறுக்க முடியாது. இரு தரப்புக்கும் இடையில் பொதுவான மதச் சடங்கு சம்பிரதாயங்கள் இருப்பதையும் மறுக்கமுடியாது. சில சமூகச் சடங்குகள் இரு தரப்புக்கும் பொதுவாக இருப்பதையும் மறுக்கமுடியாது. ஆனால் இந்தக் காரணங்களினால் ஹிந்துக்களும் முஸ்லிம்களும் ஒரே தேசத்தைச் சேர்ந்தவர்கள்தான். அல்லது

அவர்களிடம் இருக்கும் இந்த பொதுவான அம்சங்கள் எல்லாம் அவர்களை ஒருவருக்கு ஒருவர் சொந்தம் என்ற நிலையை உருவாக்கியிருக்கிறதா?

ஹிந்துக்களின் வாதத்தில் பல தவறுகள் இருக்கின்றன. பொதுவான அம்சங்களாகச் சொல்லப்படுபவையெல்லாம் பிரக்ஞைபூர்வமாக ஒருவர் மற்றவரின் வழிமுறைகளைப் பின்பற்றவேண்டும் என்று திட்டமிட்டு ஒருவித சமூக இணைப்பு வரவேண்டும் என்று நினைத்து உருவாக்கப்பட்டவை அல்ல. இந்த ஒற்றுமையானது முழுக்கவும் சில எந்திரகதியான காரணிகளால் உருவானது. இவையெல்லாம் ஓரளவுக்கு முழுமை பெறாத மத மாற்றத்தினால் உருவானவை. இந்தியா போன்ற தேசத்தில் முஸ்லிம்கள் என்பவர்கள் ஜாதி ஹிந்துக்கள், மற்றும் ஜாதிக்கு அப்பால் இருக்கும் ஹிந்துக்கள் ஆகிய ஜாதிகளில் இருந்து மதம் மாறியவர்கள்தான். அவர்கள் முஸ்லிம்மயமானவதென்பது முழுமை அடைய வில்லை. அல்லது முழு நேர்த்தியாக நடக்கவில்லை. ஒன்று அதற்கு எதிர்ப்பு கிளம்பும் என்ற அச்சத்தினாலோ சம்மதிக்க வைக்கும் வழிமுறையில் இருக்கும் குறையினாலோ அல்லது போதிய இஸ்லாமிய போதகர்கள் இல்லாததால் போதிய அளவுக்கு மதப் பிரசாரம் நடக்காததாலோ இப்படியான நிலை உருவாகியிருக்கிறது. இதன் காரணமாகவே பெரும்பாலான முஸ்லிம் பிரிவுகளில் அவர்களுடைய பூர்வ மதமான ஹிந்து மதத்தின் மத, சமூக அம்சங்கள் இருப்பதில் ஆச்சரியப்பட எதுவுமில்லை.

பல நூறு ஆண்டுகளாக ஹிந்துக்களும் முஸ்லிம்களும் வாழ்ந்துவரும் பொதுவான சுற்றுச்சூழல் என்பதும் இதற்கு ஒரு காரணமாக இருக்கக்கூடும். பொதுவான சுற்றுச்சூழல் என்பது பொதுவான எதிர்வினைகளை உருவாக்கும். அப்படியாக சுற்றுச் சூழலுக்கு ஒரேவிதமான எதிர்வினைகளை வெளிப்படுத்துவதானது பொதுவான அம்சம் ஒன்றைக் கொண்டுவரத்தான் செய்யும். அக்பர் தனது ஆட்சிக் காலத்தில் முன்னெடுத்த ஹிந்து, முஸ்லிம் கலப்பு முயற்சிகளின் எஞ்சிய தடயங்களாகவே இந்தப் பொது அம்சங்களைச் சொல்லவேண்டும். அப்படியான இறந்த காலத்தின் விளைவாக உருவான இதற்கு நிகழ்காலத்தில் எந்த உயிரும் கிடையாது. இதற்கு ஒரு எதிர்கால வளர்ச்சியும் கிடையாது.

ஒரே இனம், மொழி சார்ந்த பந்தம், பொதுவான தேசத்தில் வாழ்வது ஆகியவை அல்லாமல் விஷயம் வேறு ஒன்றில் நிலைகொண்டிருக்கிறது. இந்த அம்சங்கள் எல்லாம்தான் ஒரு

தேசத்தை உருவாக்குவதில் அல்லது இல்லாமல் ஆக்குவதில் முக்கிய பங்குவகிப்பவையாக இருந்தால் ஒரே இனம், மொழி சார்ந்த பந்தம், பொதுவான வாழிடம் இவையெல்லாம் ஹிந்துக்கள் சொல்வதுபோல் ஒரு தேசத்தை உருவாக்குவதாக எடுத்துக்கொள்ளமுடியும். ஆனால் வரலாற்று ஆதாரங்களை எடுத்துக்கொண்டு பார்த்தால், இனமோ மொழியோ பொது வாழிடமோ மக்கள் திரளை ஒரு தேசமாக ஆக்கிவிடப் போது மானதாக இருந்திருக்கவில்லை என்பதுதான் தெரியவருகிறது. ரெனான் இது பற்றிச் சொல்லியிருப்பதற்கு மேலாக யாரும் எதையும் சொல்லிவிடமுடியாது. தேசியம் பற்றிய புகழ்பெற்ற கட்டுரையில் ரெனான் சொல்கிறார்:

இனம் என்பதை தேசத்துடன் குழப்பிக்கொள்ளக்கூடாது. தூய்மையான இனம் என்ற ஒன்று கிடையாது. இனவரைவியல் ரீதியான ஆய்வுகளை அடிப்படையாகக் கொண்ட அரசியல் என்பது பல உருவம் கொண்ட உயிராகவே அமையும். இனம் சார்ந்த விஷயங்கள் ஆரம்பத்தில் முக்கியமானவைபோல் தோன்றும். ஆனால், மெள்ள மெள்ள அதன் முக்கியத்துவம் குறைந்துவிடும். மனித வரலாறென்பது உயிரியலில் இருந்து முழுவதும் மாறுபட்டது. எலிகள் பூனைகளுக்கெல்லாம் இருப்பதுபோல் மனிதர்களுக்கு இனமே எல்லாமும் அல்ல.

மொழி சார்ந்த பந்தம் பற்றிப் பேசும்போது ரெனான் சொல்கிறார்:

மொழி மறு-பிணைப்புக்கு வழிகோலும். ஆனால் அதைக் கட்டாயப்படுத்தாது. யுனைட்டட் ஸ்டேட்ஸ் - இங்கிலாந்து, ஸ்பானிய அமெரிக்கா - ஸ்பெயின் இவையெல்லாம் ஒரே மொழியைத்தான் பேசுகிறார்கள். ஆனால் இவையெல்லாம் ஒரே தேசமாக ஆகியிருக்கவில்லை. மாறாக மூன்று நான்கு மொழிகள் பேசும் குழுக்கள் ஒன்று சேர்ந்து ஸ்விட்சர்லாந்தை உருவாக்கியிருக்கின்றன. மொழி உணர்வைத்தாண்டி மனிதர்களிடையே வேறொரு உணர்வு இருக்கிறது - மன உறுதி. தன் விருப்பம். மொழிகள் பலவாக இருந்தாலும் ஒரே நாடாக இருப்போம் என்பது ஸ்விட்சர்லாந்து மக்களின் மன விருப்பம். ஒரே மொழி பேசப்படுவதைவிடவும் இப்படியான எண்ணவோட்டமே வலுவானது. பொதுவாக அது ஒடுக்குமுறை மூலமே பெறப்படும்.

பொதுவான வாழிடம்- தேசம் பற்றி ரெனென் சொன்னவை: இனத்துக்கு எந்த அளவுக்கு முக்கியத்துவம் உண்டோ அவ்வளவு தான் பொது வாழிடமான நாட்டுக்கும் இருக்கும். நாடு என்பது

வேலை செய்யவும் போட்டியிடவும் களத்தைத் தருகிறது. மனிதர்களே ஆன்மாவைத் தருகிறார்கள். மக்கள் திரள் - தேசம் என்ற ஒன்றின் உருவாக்கத்தில் மனிதரே அனைத்தையும் தருபவராக அனைத்துமாக இருகிறார். வேறு எந்த பௌதிக அம்சமும் அதற்கு இணையாகமுடியாது.

இனம், மொழி, பொதுவான வாழிடம் இவையெல்லாம் ஒரு தேசத்தை உருவாக்கப் போதுமானதல்ல என்று சொல்லிமுடித்த ரெனான் அப்படியானால் ஒரு தேசம் உருவாக எது அவசியம் என்ற கேள்வியை எழுப்புகிறார். அவருடைய வார்த்தையிலேயே அந்த பதிலைத் தருகிறேன்:

> தேசம் என்பது வாழும் உயிர்/ஆன்மா. ஆன்மிகமான கொள்கை. உண்மையில் ஒன்று என்று சொல்லத்தக்க இரண்டு விஷயங்கள் அந்த ஆன்மாவை இந்த ஆன்மிகக் கொள்கையை உருவாக்கு கின்றன. ஒன்று இறந்த காலம் ஒன்னொன்று நிகழ்காலம். வளமான பொதுவான நினைவுகளின் வரலாறின் பாரம் பரியம்.இரண்டாவது, இணைந்து வாழ விருப்பம் இருப்பதாகச் சொல்லும் உண்மையான சம்மதம். முன்னோர்களால் கைமாறித் தரப்பட்டிருக்கும் பாரம்பரியத்தைச் சிதைக்காமல் பாதுகாக்கும் விருப்பம். மனிதர்கள் இறுதி நேரத் திருத்தங்கள் செய்வதில்லை. தனி மனிதர்களைப்போலவே தேசமும் நீண்ட நெடிய கடந்த கால முயற்சிகள், தியாகங்கள், அர்ப்பண உணர்வு இவற்றால் உருவானது. எனவே முன்னோர் வழிபாடென்பது மிகவும் சரியானது. நியாயமானது. நமது முன்னோர்களால் உருவாக்கப் பட்டவர்கள்தான் நாம். சாகசங்கள் நிறைந்த கடந்தகாலம், மகத்தான மனிதர்கள், பெருமிதங்கள் - உண்மையான பெருமிதங்களைச் சொல்கிறேன் - இவையே ஒரு சமூகத்தின் மூலதனம். இதன் மேல்தான் ஒரு தேசம் என்ற கருத்தாக்கமே உருவாக்கப்படுகிறது. பொதுவான கடந்தகாலப் பெருமிதங்கள், பொதுவான சம கால விருப்பம்; கடந்த காலத்தில் மகத்தான வற்றை இணைந்து செய்தது;இன்றைய காலத்திலும் மீண்டும் அதேபோல் செய்வதற்கான விருப்பம் இவையே ஒரு தேசத்தின் மக்கள் என்ற ஒன்றை உருவாக்குவதற்கான அடிப்படையான அம்சங்கள். தாம் எவ்வளவு தியாகங்கள் செய்யத் தயாராக இருக்கிறோமோ எவ்வளவு துன்பங்களை அனுபவித்திருக் கிறோமோ அவற்றுக்கு ஏற்ப தேசத்தை நேசிக்கிறோம். நாம் கட்டிய வீட்டை நாம் நேசிக்கிறோம். நமது வாரிசுகளுக்கு அதை நாம் கைமாற்றித் தருகிறோம். நீங்கள் யாராக இருந்தீர்களோ

அதுவாகவே நாங்கள் இருக்கிறோம். வருங்காலத்திலும் நீங்கள் எப்படி இருந்தீர்களோ அப்படியே இருப்போம் என்பதே அனைத்து தேசங்களின் தேசிய கீதம்.

கடந்த காலத்தின் பெருமிதமும் வலிகளும் பகிர்ந்துகொள்ளப்பட வேண்டும். எதிர்காலம் தொடர்பாக ஒரேவிதமான லட்சியம் அடையப்படவேண்டியதாக இருக்கவேண்டும். இணைந்து இன்பத்திலும் துன்பத்திலும் நம்பிக்கையிலும் இணைந்து நிற்கவேண்டும். பொதுவான வீடுகள் இருப்பது, ராணுவ இலக்குகளுக்கு ஏற்ப எல்லைகள் கொண்டிருப்பதையெல்லாம் விட அவையே மேலானவை. இனம், மொழிகளில் வேறுபாடுகள் இருந்தாலும் இவற்றையெல்லாம் உணரமுடியும். இப்போதுதான் ஒன்றாக துன்பத்தை அனுபவிப்பது பற்றிச் சொன்னேன். உண்மையில் ஒன்றாக இன்பம் அனுபவிப்பதைவிட இந்த ஒன்றாக அனுபவிக்கும் துன்பமே ஒற்றுமை உணர்வை உருவாக்கும். தேசியப் பொது நினைவுகள் என்ற வகையில் துக்கங்களே வெற்றிக்களிப்புகளைவிட வலிமையானவை. ஏனென்றால், அவைதான் கடமைகளைத் திணிக்கின்றன. பொதுவான கூட்டு முயற்சியை நிர்பந்திக்கின்றன.

ஹிந்துக்கள்-முஸ்லிம்களைப் பொறுத்தவரையில் அப்படியான பொதுவான பெருமிதங்கள் அல்லது துக்கங்கள் என்று ஏதேனும் வரலாற்றுரீதியாக இருக்கின்றனவா? இதுவே ஆதாரமான கேள்வி.

ஹிந்துக்களும் முஸ்லிம்களும் சேர்ந்து இருந்து ஒரு தேசத்தை உருவாக்கியாகவேண்டுமென்றால், ஹிந்துக்கள் இதற்குத்தான் பதில் சொல்லியாகவேண்டும். இதுவரையிலான அவர்களுடைய உறவென்பது ஆயுதம் ஏந்திய இரண்டு படைகள் தமக்குள் இடைவிடாமல் போரிட்டுவந்திருப்பதுபோலவே இருக்கின்றது. பொதுவான இலக்குகளை முன்வைத்துக் கூட்டுறவுடன் அவர்கள் எதையும் செய்ததில்லை. அவர்களுடைய கடந்த காலம் என்பது பரஸ்பர மோதல்களால் நிரம்பியது. அரசியல் களத்திலும் மதக் களத்திலும் பரஸ்பர பகைமைகளால் நிரம்பியது.

தி ஹிந்து நேஷனல் மூவ்மெண்ட் என்ற துண்டுபிரசுரத்தில் பாய் பரமானந்த் சொல்கிறார்: ப்ரித்வி ராஜ், பிரதாப், சிவாஜி, பே ராகி பீர் போன்று முஸ்லிம்களுக்கு எதிராக இந்த தேசத்தையும் மானத்தையும் காக்கப் போராடியவர்களையே ஹிந்துக்கள் தமது வரலாற்று நாயகர்களாக மதித்துப் போற்றுகிறார்கள். மாறாக முஸ்லிம்களோ முஹமது பின் காசிம் போன்ற ஆக்கிரமிப்பாளர்கள், ஔரங்கஜீப் போன்ற ஆட்சியாளர்கள்

இவர்களைத் தமது நாயகர்களாக மதிக்கிறார்கள். மத விவகாரங்களை எடுத்துக்கொண்டால் ராமாயணம், மஹாபாரதம், கீதை ஆகியவற்றை ஹிந்துக்கள் தமது புனித நூல்களாக மதிக்கிறார்கள். முஸல்மான்களோ குர்ரான், ஹதீஸ்களையே புனிதமாகக் கருதுகிறார்கள்.

அப்படியாக ஹிந்துக்களையும் முஸ்லிம்களையும் இணைக்கும் விஷயங்களைவிடப் பிரிக்கும் விஷயங்கள் மிகவும் முக்கியமானவையாக இருக்கின்றன. ஹிந்துக்கள், முஸ்லிம்கள் ஆகிய இரு தரப்பினரின் சமூக வாழ்க்கையில் இருக்கும் பொதுவான மொழி, பொதுவான இனம், பொதுவான வாழிடம் போன்ற தற்செயலாக கிடைத்திருக்கும் மேலோட்டமான விஷயங்களில் இருக்கும் ஒற்றுமையைவிட அடிப்படையான ஆதாரமான விஷயங்களே வலிமையானவை என்பதை ஹிந்துக்கள் புரிந்துகொள்ளத் தவறிவிடுகிறார்கள். ஹிந்துக்களையும் முஸ்லிம்களையும் இணைக்கும் பொதுவான அம்சங்கள் என்று சொல்லப்படுபவற்றைவிட அரசியல், மதம் சார்ந்த பகைமைகள் மிகவும் ஆழமாக வேரூன்றியிருக்கின்றன. இரு தரப்பினராலும் தம் கடந்த காலத்தை மறந்துவிடமுடியுமென்றால் நிலைமை வேறாக மாறக்கூடும். ஒரு தேசத்தைக் கட்டியெழுப்புவதில் மறதி வகிக்கும் பங்குபற்றி ரெனான் சொல்பவை:

> மறதி, குறிப்பாக, வரலாற்றில் நடந்தவற்றை மறக்கும் குணமானது, ஒரு தேசத்தை உருவாக்குவதில் பெரும் பங்கு வகிக்கிறது. அந்தவகையில் வரலாற்று ஆய்வுகள் என்பவை பொதுவாக ஒரு தேச உருவாக்கத்துக்கு அபாயகரமாக ஆகிவிடக்கூடும். அரசியல் அணிகள் உருவாகத் தொடங்கிய கடந்த காலகட்டத்தில் நடந்த வன்முறைகளை வெளிச்சத்துக்குக் கொண்டுவருகிறது. வன்முறையின் மூலம் ஒருபோதும் ஒற்றுமையை அடையவே முடியாது. சுமார் நூறு ஆண்டுகளுக்கு மேலாக நீடித்த வன்முறைக் காலகட்டத்தைத் தாண்டியே வட தென் ஃப்ரான்ஸ்களிடையே ஒற்றுமை ஏற்பட்டிருக்கிறது. மத சகிப்புத் தன்மை கொண்ட ஒரு ஃப்ரான்ஸ் மன்னர்தான் தேசிய ஒற்றுமையைக் கொண்டுவந்தார். ஆனால், மிக நெருங்கிப் பார்த்தபோது அந்த முக்கியத்துவத்தை இழந்துவிட்டார். அவர் உருவாக்கிய தேசம் அவரைச் சபித்தது. அவர் செய்தவை, அவருடைய முக்கியத்துவம் எல்லாம் விஷயம் தெரிந்தவர்களுக்கு மட்டுமே புரியும்.

மேற்கு ஐரோப்பாவின் வரலாற்று விதிகள் எல்லாம் முரணியக்கம் மூலமே புரியவருகின்றன. ஃப்ரான்ஸின் அரசர் அரியணை ஏறியபோது பல நாடுகள் அழிவைச் சந்தித்தன. புனித ஸ்டீஃபனின் அரசாட்சியின்போது மக்யர்களும் ஸ்லாவ்களும் கடந்த 800 ஆண்டுகளாக இருந்ததுபோலவே தனித்தனியாகவே இருந்தனர். தனது டொமினியன்களில் இருக்கும் தனிப்பட்ட குழுக்களை ஒன்றிணைப்பதற்கு பதிலாக ஹாப்ஸ்பர்க் அரசபையானது இரு தரப்பையும் ஒன்றை ஒன்று எதிர்க்கும்படியாகவே நீடித்தவைத்தது. பொஹிமியாவில் இருந்த ஜெர்மானிய, செக் குடிமக்கள் தண்ணீரும் எண்ணெயும் போல் தனித்தே இருந்தனர்.

மதத்தின் அடிப்படையில் குடிமக்களைப் பிரித்து நடத்தும் துருக்கிய அணுகுமுறையானது மிகப் பெரிய தீமையையே உருவாக்கியது. கீழைத்தேயம் இதனால் சிதைந்து சின்னாபின்ன மானது. ஸ்மய்ர்னா அல்லது சலோனிகா டவுனை எடுத்துக் கொள்ளுங்கள். அங்கு ஐந்தாறு சமூகங்கள் பொது வரலாறு நினைவுகள் எதுவும் இல்லாமல் தனித்தனியான நினைவுகளுடன் இருந்தன.

ஒரு தேசம் என்றால் அதில் இருக்கும் மக்கள் திரள் அனைவருக்கும் பொதுவான அம்சங்கள் இருந்தாகவேண்டும். அதோடு அவர்கள் பல விஷயங்களை மறந்திருக்கவும்வேண்டும். எந்தவொரு ஃப்ரெஞ்சுக்காரருக்கும் தான் ஒரு பர்கண்டியரா, அலனா, விஸ்கோத்தா என்பது தெரியாது. புனித பர்தல்மோவையும் 13-ம் நூற்றாண்டில் தென்பகுதியில் நடந்த படுகொலைகளையும் ஒவ்வொரு ஃப்ரெஞ்சு குடிமகனும் மறந்தேயாகவேண்டும். ஃப்ரான்ஸில் இருக்கும் குடும்பங்களில் பத்து குடும்பங்களுக்குக் கூட தங்களுடைய ஃப்ரெஞ்சு பூர்விகத்துக்கான ஆதாரங்களைத் தரமுடிந்திருக்கவில்லை. அப்படியே ஏதேனும் ஆதாரத்தைக் கொடுத்தால் மரபணு சார்ந்த ஆயிரக்கணக்கான கலப்புகளைக் கொண்டதாகவே அது இருக்கும்.

ஹிந்து முஸ்லிம் சமூகங்கள் தமது கடந்த காலத்தை மறக்கவோ மறைக்கவோ முடியாது. அவர்களுடைய கடந்த காலமானது அவர்களுடைய மதங்களில் பொதிந்து காணப்படுகிறது. கடந்த காலத்தைத் துறப்பதென்றால் தமது மதத்தைத் துறப்பதற்குச் சமம். இப்படி ஒன்று நடக்கும் என்று நம்புவது வீணே.

பொதுவான வரலாற்று நிகழ்வுகள் இல்லை என்பதால் ஹிந்துக்களும் முஸ்லிம்களும் ஒற்றைத் தேசத்தை உருவாக்கிக் கொள்வதென்ற ஹிந்துக்களின் பார்வை மண்ணைக்

கவ்விவிடுகிறது. அப்படியான நம்பிக்கையைத் தொடர்ந்து தக்கவைப்பதென்பது ஒருவித மன மயக்கத்தில் இருப்பதற்கு இணையானது. இந்திய முஸல்மான்களுக்கிடையே தாமெல்லாரும் ஒருவரே என்ற எண்ணம் இருப்பதுபோல் ஹிந்து, முஸ்லிம் களிடையே தாமெல்லாம் ஒருவரே என்ற எண்ணம் இல்லை.

முஸ்லிம்கள் எல்லாம் தனி நாடாக இருக்கவேண்டியவர்கள் என்ற இஸ்லாமியத் தலைவர்களின் கருத்து மிக சமீபத்தில் உருவானதுதான் என்று சொல்வதில் எந்தப் பலனும் இல்லை. அதை ஒரு குற்றச்சாட்டாக முன்வைக்கமுடியும்தான். முஸ்லிம்கள் தம்மை ஒரு தனி குழுவாக, சமூகமாக அடையாளப்படுத்திக் கொள்வதில் மனநிறைவடைபவர்களாக இருந்திருக்கிறார்கள். மிக சமீபமாகத்தான் தம்மைத் தனி நாடாக அடையாளம் காணத் தொடங்கியிருக்கிறார்கள். ஒரு விஷயத்தைச் சொல்பவரின் நோக்கங்கள் மீது பழி சொல்வதென்பது அவர் சொல்லும் விஷயத்தின் மீதான குற்றச்சாட்டாக ஆகமுடியாது.

முஸ்லிம்கள் முன்னர் தம்மை ஒரு தனி சமூகமாக மட்டுமே சொல்லிக்கொண்டார்கள். எனவே இப்போது அவர்கள் தம்மை ஒரு தனி நாட்டினராகச் சொல்லிக் கொள்வது தவறு என்று சொல்பவர்கள் தேச உணர்வு எப்படி ஒருவருடைய மனதில் செயல்படுகிறது என்ற புதிரான வழிகளைப் புரிந்துகொள்ளாத வராகவே இருப்பார்கள். இந்த வாதம் எதை முன் அனுமானமாகக் கொள்கிறதென்றால், ஒரு குறிப்பிட்ட பிரிவு மக்கள் தம்மிடையே தனி தேச உணர்வை கொண்டவர்களாக இருந்தால் அது இயல்பாகவே வெளிப்பட்டிருக்கவேண்டும். சிறிது காலத்துக்கு அந்த உணர்வு இல்லாமல் இருந்துவிட்டுப் பின்னர் நாங்கள் தனி தேசம் என்று சொன்னால் அதை ஏற்கமுடியாது என்று சொல்வதுபோல் இருக்கிறது. இப்படியான தீர்மானத்துக்கு வரலாற்றில் எந்தச் சான்றும் இல்லை. பேராசிரியர் டான்பி சொல்கிறார் -

> தேசியவாதம் நிலவுவதற்கு ஒன்று அல்லது அதற்கு மேற்பட்ட அம்சங்கள் இருந்திருக்கவேண்டும் என்று சொல்லமுடியாது. பல காலமாக இருந்தும் எந்தவொரு எதிர்வினையையும் எழுப்பாமல் இருந்திருக்கலாம். ஒன்றைவைத்து மற்றொன்றை நியாயப்படுத்தவும் முடியாது. குறிப்பிட்ட சில அம்சங்கள் ஓரிடத்தில் தேசிய உணர்வை உருவாக்கியிருக்கலாம். இன்னொரு இடத்தில் எந்த பாதிப்பையும் ஏற்படுத்தாமல் போகலாம்.

இதற்கான காரணம் என்னவென்றால் பேராசிரியர் பார்கர் சொன்னதுபோல், பல நூற்றாண்டுகளாக தேசிய உணர்வானது வெளியில் தெரியாமல் அமைதியாக உள்ளொடுங்கி இருக்கக் கூடும். தேசிய வாழ்க்கையின் ஆன்மிக அம்சமானது அதன் உறுப்பினர் பலருக்கும் தெரியாத நிலையில் இருக்கக்கூடும். முஸல்மான்கள் விஷயத்திலும் அப்படித்தான் நடந்திருக்கும். ஒரு தேசிய வாழ்க்கைக்கான தத்துவார்த்தப் பின்புலம் இருந்தது என்பது அவர்களுக்குத் தெரிந்திருக்கவில்லை. இதனால்தான் தனி நாடு தொடர்பான கோரிக்கை மிகத் தாமதமாகவே அவர்களிடமிருந்து எழுந்துவந்துள்ளது. ஆனால் தேசிய வாழ்க்கைக்கான தத்துவப் பின்புலம் அங்கு இருந்திருக்கவில்லை என்ற முடிவுக்கு இதனால் நாம் வரவேண்டிய அவசியமில்லை.

தனி தேசியமாகச் செல்வதற்குத் தேவையான காரணிகள் இருக்கின்றன. ஆனால் பிரிந்து செல்ல விருப்பம் இல்லை என்று சொல்லும்படியாகப் பல உதாரணங்கள் இருக்கின்றன. கனடாவில் இருக்கும் ஃப்ரெஞ்சுக்காரர்கள், தென் ஆஃப்ரிக்காவில் இருக்கும் ஆங்கிலேயர் என சில உதாரணங்களைச் சொல்லமுடியும். அதுபோல் சில இடங்களில் மக்களுக்குத் தாம் ஒரு தனி தேசிய இனம் என்ற புரிதல் இருக்கும். ஆனால், அந்தப் புரிதலானது தனி தேசியவாதம் என்று சொல்லப்படும்வகையில் வெளிப்படாமல் இருக்கக்கூடும்.

வேறு வார்த்தைகளில் சொல்வதானால் ஒரு நாட்டில் பல தேசியங்கள், தேசியவாத உத்வேகங்கள் இல்லாமல் இருக்கக் கூடும். இதன் அடிப்படையில் பார்த்தால், முஸல்மான்கள் தங்களைத் தனி தேசியமாக உணர்ந்த நிலையிலும் தனித் தேசியவாதத்தை முன்வைக்காமலும் இருக்கமுடியும். கனடாவில் ஃப்ரெஞ்சுக்காரர்களும் தென் ஆஃப்ரிக்காவில் ஆங்கிலேயர்களும் இருப்பதுபோல் ஏன் முஸல்மான்களும் இந்தியாவில் வாழ முடியாதா என்ற கேள்வி எழக்கூடும். இது மிகவும் நியாயமான கேள்விதான். முஸ்லிம்கள் பிரிவினையைத்தீவிரமாக முன்னெடுக் காமல் இருக்கவேண்டும் என்று அவர்களிடம் இதமாகக் கேட்டுக்கொள்ள இந்த வாதத்தைப் பயன்படுத்திக்கொள்ள முடியும். அவர்கள் தனி நாடுதான் வேண்டும் என்று உறுதியாகச் சொன்னால் இந்த வாதத்தால் எந்தப் பலனும் இருக்காது.

இதமாகக் கேட்பது மறுப்பை வெளிப்படுத்துவதாக ஆகிவிடும். எனவே, இரண்டு விஷயங்களில் கவனம் கொண்டாகவேண்டும். முதலில் தேசியவாதத்துக்கும் தேசிய அடையாளத்துக்கும்

இடையில் வித்தியாசம் உண்டு. அவை இரண்டுமே வெவ்வேறு மனநிலைகள். தேசிய அடையாள உணர்வென்பது நாட்டின் சக குடிமக்களுடன் ஒருவகையான பந்தத்தை உணர்வது. தேசியவாதம் என்பது இப்படியான பந்தத்தில் இருக்கும் மக்கள் திரளுக்கென்று தனியாக ஒரு தேசம் வேண்டும் என்று கோரக்கூடியது.

இரண்டாவதாக தேசிய அடையாள உணர்வு இல்லாமல் தேசியவாதம் என்பது இருக்கமுடியாது. அதேநேரம் தேசியவாத உணர்வு இல்லாமல் தேசிய அடையாள உணர்வு இருக்கமுடியாது என்ற இதன் மறுதலையான நிலை எல்லா நேரங்களிலும் சரி என்று சொல்லமுடியாது. தேசிய அடையாள உணர்வு இருக்கும். ஆனால், தேசியவாதமாக அது மாறாமல் இருக்கவும் கூடும். தேசிய உணர்வு என்பது எல்லா நேரங்களிலும் தேசியவாதமாக மாறாது. ஏனென்றால் தேசிய உணர்வானது தேசியவாதமாகக் கிளர்ந்தெழ வேண்டுமென்றால் இரண்டு நிபந்தனைகளை பூர்த்திசெய்தாக வேண்டியிருக்கும். முதலாவதாக, ஒரு தேசமாக வாழவேண்டும் என்ற மன உறுதி இருக்கவேண்டும். அந்த மன உறுதியின் வெளிப்பாடே தேசியவாதம். இரண்டாவதாக அந்த தேசியவாதம் செல்லுபடியாக முடியும்வகையில் தேசம் என்று சொல்லமுடியும் படியான ஒரு நிலப்பரப்பு இருக்கவேண்டும். கலாசார அம்சமும் அதில் இருக்கவேண்டும். அப்படியான நிலப்பரப்பு இல்லை என்றால், ஆக்டன் பிரபு சொன்னதுபோல், புதிய பிறவியை அடையும் நோக்கில் ஒரு உடம்பைத் தேடி அலையும் ஆன்மாவானது அது கிடைக்காமலேயே இறந்து போவதைப் போலாகிவிடும். முஸ்லிம்கள் தனி நாடாக வாழவேண்டும் என்ற மன உறுதியை வெளிப்படுத்தியிருக்கிறார்கள். புதிய இஸ்லாமிய நாட்டுக்கென்று தனியாக நிலப்பரப்பும் கலாசார வேர்களும் இருக்கும்படியாக இயற்கை அவர்களுக்கு உதவியாக இருக்கிறது. இப்படியான சாதகமான அம்சங்கள் இருப்பதால், கனடாவில் இருக்கும் ஃப்ரெஞ்சுக்காரர்கள்போலவோ தென் ஆஃப்ரிக்காவில் இருக்கும் ஆங்கிலேயர்கள்போலவோ வாழ தங்களுக்கு விருப்பம் இல்லை என்று சொன்னாலோ தமது தாய் நாடென்று சொல்லும் படியாகத் தங்களுக்கு ஒரு நாடு வேண்டும் என்று சொன்னாலோ ஆச்சரியப்பட எதுவும் இல்லை.

அத்தியாயம் 3

வீழ்ச்சியில் இருந்து தப்பித்தல்

இந்தியாவைப் பிரிக்கவேண்டும்; தனியான இஸ்லாமிய நாடுகள் அமைக்கப்படவேண்டும் என்று இந்திய முஸ்லிம்கள் கேட்பதன் பின்னால் இருக்கும் நியாயங்கள் என்னென்ன? இந்தக் கலகம் ஏன்? அவர்களுக்கு என்ன புகார்கள் இருக்கின்றன? ஹிந்துக்கள் இந்தக் கேள்விகளை மிகவும் நேர்மையான உணர்வுகளின் அடிப்படையில் எழுப்புகிறார்கள்.

வரலாற்றைப் படித்திருக்கும் எவரொருவருக்கும் தேசிய வாதம் என்பது தனி தேசம் உருவாக அவசியமான விஷயமே என்பது புரிந்திருக்கும். ஆக்டன் பிரபு சொல்கிறார்

> பழங்கால ஐரோப்பிய அமைப்பில் தனி தேசிய இனங்களின் உரிமைகள் அரசுகளால் அங்கீகரிக்கப்படவும் இல்லை. மக்களால் உரிமைக்குரல் எழுப்பப்படவும் இல்லை. தேசங்களின் நலன் அல்ல; அரச குடும்பங்களின் விருப்பமே எல்லைகளைத் தீர்மானித்தன. நிர்வாக விஷயங்களில் பொதுவாக மக்களுடைய விருப்பம் என்ன என்பதெல்லாம் கேட்கப்பட்டதே இல்லை. அனைத்துவகையான சுதந்தரங்களும் அடக்கப்பட்டிருந்ததால் தேசிய சுதந்தர உரிமைகளும் ஓரங்கட்டப்பட்டிருந்தன. ஃபெனெலான் சொன்னதுபோல் ஓர் இளவரசியின் திருமணம் அரச உரிமையைத் தீர்மானிப்பதாக இருந்தது.

தேசிய இனங்கள் என்பவை முதலில் அடையாளமற்று இருந்தன. எப்போது அந்த பிரக்ஞை உருவானதென்றால், தமது நாட்டின் முறையான ஆட்சியாளர்களுக்கு ஆதரவாக, தமது நாட்டை ஆக்கிரமித்தவர்களுக்கு எதிராக முதலில் தேசிய உணர்வுகள்

எழுந்தன. ஆக்கிரமிப்பாளர்களால் ஆளப்படுவதை அந்த மக்கள் மறுத்தனர். அடுத்ததாக, அவர்களுடைய ஆட்சியாளர்கள் செய்த தவறுகளுக்கு எதிராகக் கிளர்ந்தெழுந்தனர். இந்தக் கலகங்கள் எல்லாம் சில தெளிவான வருத்தங்கள் மூலமாகக் கிளர்ந்தெழுந்தன. அதன் பின்னர் ஃப்ரெஞ்சுப் புரட்சி ஏற்பட்டது. அது அனைத்தையும் மாற்றியது.

தாம் எதை விரும்புகிறோமோ அதைச் செய்யும் உரிமை வேண்டும் என்பதை அது கற்றுத் தந்தது. கடந்த காலமோ தற்போது ஆட்சியில் இருப்பவர்களோ யாராலும் எதனாலும் மக்களுடைய இறையாண்மையை சுதந்தரத்தைக் கட்டுப்படுத்தமுடியாது என்று அது உரத்த குரலில் அறிவித்தது. ஃப்ரெஞ்சுப் புரட்சி கற்றுக் கொடுத்த விஷயங்கள் எல்லாம் அனைத்து தாராளவாத சிந்தனை யாளர்களின் சித்தாந்தங்களாகின. ஜேம்ஸ் மில் அதற்குத் தனது ஆதரவைத் தந்தார். எந்தவகையான மனிதக் குழுக்களுடன் தங்களை அடையாளப்படுத்திக்கொள்ளவேண்டும் என்ற தீர்மானத்துக்கு அனுமதி தரவில்லையென்றால் அவர்கள் என்ன செய்வார்கள் என்பதை யாராலும் கணிக்கமுடியாது என்று சொன்னார்.

அவர் மேலும் சொன்னார் :

தேசிய இனங்களுக்கு ஏற்பவே அரசாங்கங்களின் எல்லைகள் இருக்கவேண்டும்.

அப்படியாக தேசிய அடையாளம் என்ற உணர்வானது அந்த மக்களின் சுதந்தரமான விருப்பத்தைச் சார்ந்தது என்பதையே உண்மை வரலாறு தெரிவிக்கிறது. ஒரு தேசிய இனத்தினர் தனி தேசியம் வேண்டும் என்று கோரிக்கை வைக்கும்போது அதை நியாயப்படுத்தத் தனியாக வேறு காரணங்கள், வருத்தங்கள் எதுவுமே அவசியமில்லை. அந்த மக்களின் விருப்பம் என்ற ஒன்றே அதை நியாயப்படுத்தப்போதுமானது.

ஒருவேளை தமக்கு இருக்கும் புகார்களாக சிலவற்றை அந்த மக்கள் சொன்னால் கூடுதல் நியாயத்தை அது அவர்களுடைய கோரிக்கைகளுக்குத் தரும். முஸ்லிம்கள் இப்படியான புகார்கள் பலவற்றைத் தெரிவித்திருக்கிறார்கள். 'ஹிந்துப் பெரும் பான்மையின் அடக்குமுறையில் இருந்து முஸ்லிம்களின் நலன்களைப் பாதுகாக்க அரசியல் சாசனத்தில் வழங்கப் பட்டிருக்கும் சட்ட திட்டங்களினால் முடியவில்லை' என்று இந்தப் புகார்களின் பட்டியலைச் சுருக்கி ஒரே வரியில் சொல்லலாம்.

வட்ட மேஜை மாநாட்டில் முஸ்லிம் பிரதிநிதிகள் தமது நலன்களைப் பாதுகாக்கும் விஷயங்களை 14 அம்சத் திட்டம் ஒன்றின் மூலம் முன்வைத்தனர். அந்த மாநாட்டில் கலந்துகொண்ட ஹிந்துக்கள் அதற்குத் தமது சம்மதத்தைத் தரவில்லை. எந்த முடிவும் எடுக்கப்பட முடியாத நிலை ஏற்பட்டது. பிரிட்டிஷ் அரசு குறுக்கிட்டு 'கம்யூனல் அவார்டு' ஒன்றை முன்வைத்தது. இதன் மூலம் முஸ்லிம்கள் கேட்ட 14 விஷயங்களும் அவர்களுக்குக் கிடைத்துவிட்டன. அந்த கம்யூனல் அவார்டு தொடர்பாக ஹிந்துக்களுக்கு மிகுந்த மனவருத்தம் உருவானது. ஹிந்துக்கள் பொதுவாக வெளிப்படுத்திய வெறுப்பில் காங்கிரஸ் பங்கெடுத்திருக்கவில்லை. ஆனால், அந்த 14 அம்சக்கோரிக்கைகள் தேச விரோதமானவை என்று சொல்லும் முஸ்லிம்களின் சம்மதத்துடன் அதை மாற்றவேண்டும் என்று சொன்னது. அந்த கம்யூனல் அவார்டு தொடர்பாக அவையில் வாக்கெடுப்பு நடந்தபோது முஸ்லிம்களின் மனதைப் புண்படுத்திவிடக் கூடாதென்பதற்காக காங்கிரஸ் அதை ஆதரித்தோ எதிர்த்தோ வாக்களிக்காமல் நடுநிலையாக நடந்துகொண்டது. காங்கிரஸின் இந்த அணுகுமுறையை முஸ்லிம்கள் தமக்கு சாதகமானதாகப் பார்த்ததில் ஒரு நியாயம் இருந்தது.

ஹிந்துக்கள் பெரும்பான்மையாக இருந்த பகுதிகளில் பிராந்தியத் தேர்தலில் காங்கிரஸ் பெற்ற வெற்றியானது முஸல்மான்களின் மனதில் எந்த நெருக்கடியையும் உருவாக்கியிருக்கவில்லை. காங்கிரஸால் தமக்கு எந்த பயமும் இல்லை என்று அவர்கள் கருதினர். காங்கிரஸும் முஸ்லிம் லீகும் கூட்டாக அரசியல் சாசனத்தை உருவாக்கும் என்றும் தீர்மானித்தனர். ஆனால் ஹிந்து பிராந்தியங்களில் இரண்டு ஆண்டுகள் மூன்று மாதங்கள் காங்கிரஸ் அரசின் ஆட்சிக்குப் பின்னர் அவர்களுடைய நம்பிக்கைகள் கலைந்துபோய், காங்கிரஸின் பரம விரோதிகளாக முஸ்லிம் லீகை மாறிவிட்டது. 1939 டிசம்பர் 22 அன்று நடைபெற்ற டெலிவரன்ஸ் டே கொண்டாட்டம் இந்தக் கசப்பு உணர்வு எவ்வளவு ஆழமாக உருவாகியிருந்தது என்பதை எடுத்துக்காட்டியது. அவர்களுடைய கசப்பு உணர்வானது காங்கிரஸோடு முடிந்திருக்கவில்லை. வட்ட மேஜை மாநாட்டில் ஸ்வராஜ்யத்துக்குக் குரல் கொடுத்த முஸல்மான்கள் இப்போது அதைக் கடுமையாக எதிர்க்க ஆரம்பித்தனர்.

முஸ்லிம்களைக் கோபத்தில் ஆழ்த்தும்வகையில் காங்கிரஸ் அப்படி என்னதான் செய்துவிட்டது? காங்கிரஸின் ஆட்சியின் கீழ்

முஸ்லிம்கள் ஒடுக்கப்பட்டதாகவும் அடக்கப்பட்டதாகவும் முஸ்லிம் லீக் சொன்னது. முஸ்லிம் லீக் நியமித்த இரண்டு குழுக்கள் இந்த விஷயம் தொடர்பாக ஆய்வுசெய்து தமது கருத்தைத் தெரித்திருப்பதாகச் சொல்லப்பட்டது. நடுநிலையான ஒரு குழு ஆராய்ந்து சொல்லவேண்டிய விஷயங்கள் நீங்கலாக இரண்டு விஷயங்கள் சந்தேகத்துக்கு இடமின்றி மோதலைக் கிளப்பி விட்டிருந்தன. 1. முஸ்லிம்களின் ஒரே பிரதிநிதி முஸ்லிம் லீக் கட்சிதான் என்பதை காங்கிரஸ் ஏற்க மறுத்துவிட்டிருந்தது. 2. காங்கிரஸ் ஆட்சியில் இருந்த பகுதிகளில் முஸ்லிம் லீகைச் சேர்ந்த அமைச்சர்களை நியமிக்க காங்கிரஸ் மறுத்துவிட்டது.

முதல் விவகாரத்தில் காங்கிரஸும் முஸ்லிம் லீகும் மிகவும் பிடிவாதமாக இருந்தன. அஹ்ரார்ஸ், தேசிய முஸ்லிம்கள், ஜாமியத் அ உலேமா போன்ற பல்வேறு அரசியல் அமைப்புகளில் ஒன்றாக முஸ்லிம் லீகை ஏற்றுக்கொள்ளவே காங்கிரஸ் தயாராக இருந்தது. மாறாக, தன்னை மட்டுமே முஸ்லிம்களின் ஒரே பிரதிநிதியாக ஏற்றுக்கொண்டால் ஒழிய காங்கிரஸுடன் எந்தப் பேச்சு வார்த்தைக்கும் தயார் இல்லை என்று முஸ்லிம் லீக் சொன்னது. முஸ்லிம் லீகின் இந்தக் கோரிக்கையானது அதீதமானது என்று சொல்லி ஹிந்துக்கள் கேலி செய்தனர். தேசங்களுக்கு இடையிலான ஒப்பந்தங்கள் எப்படி உருவாக்கப்பட்டிருக்கின்றன என்பதைத் தெரிந்துகொண்டால்தான் தமது பார்வை எந்த அளவுக்கு அறிவீனமானது என்பதைப் புரிந்துகொள்வார்கள் என்று முஸ்லிம் லீக் சொன்னது.

ஒரு நாடு இன்னொரு நாட்டுடன் ஏதேனும் ஒப்பந்தம் செய்ய முன்வந்தால் அந்த நாட்டின் அரசாங்கத்தை அதன் முழுமையான பிரதிநிதி என்பதை ஏற்றுக்கொள்ளும். எந்தவொரு நாட்டிலும் அரசாங்கமானது ஒட்டுமொத்த மக்களின் பிரதிநிதியாக இருக்கவே முடியாது. எல்லா இடங்களிலும் அது பெரும்பான்மைகளின் பிரதிநிதியாகவே இருக்கும். அனைத்து மக்களின் பிரதிநிதி இல்லை என்று சொல்லி எந்த நாடும் ஒரு நாட்டின் அரசுடன் பிரச்னைகளைப் பேசித் தீர்க்கவரமாட்டேனென்று சொல்வதில்லை. ஒரு அரசாங்கம் அந்த நாட்டின் பெரும்பான்மை மக்களின் பிரதிநிதியாக இருந்தாலே போதும். இந்த வாதத்தை காங்கிரஸ்-முஸ்லிம் லீக் தொடர்பான விவாதத்தில் பொருத்திப் பார்க்கவேண்டும் என்று முஸ்லிம்கள் சொல்லக்கூடும். முஸ்லிம் லீக் கட்சியானது இந்தியாவில் இருக்கும் அனைத்து முஸ்லிம்களின் பிரதிநிதியாக இல்லாமல் இருக்கலாம். ஆனால், பெரும் பான்மையான முஸ்லிம்களின் பிரதிநிதியாக இருக்கும்பட்சத்தில்

ஹிந்து, முஸ்லிம் பிரச்னைக்குத் தீர்வுகாண முஸ்லிம் லீகுடன் பேச காங்கிரஸ் மறுக்கக்கூடாது.

ஒன்றுக்கு மேற்பட்ட தரப்புகள் தம்மைத் தனி பிரிவுகளாகச் சொல்லிக் கொள்ளும்போது ஓர் அரசுக்கு அவற்றை அங்கீகரிக்க வேண்டுமா என்பது அந்த நாட்டைப் பொறுத்ததுதான். அதுபோல் காங்கிரஸ் கட்சியானது முஸ்லிம் லீகை அங்கீகரிக்காமல் போகலாம். ஆனால், தேசிய முஸ்லிம்கள் கட்சி அல்லது ஜமியத் அல் உலேமா இவற்றில் ஏதேனும் ஒன்றை அங்கீகரித்து ஹிந்து, முஸ்லிம் பிரச்னைக்கான தீர்வுகளை காண முன்வந்தாகவேண்டும். முஸ்லிம் லீகுடன் செய்து கொள்ளும் ஒப்பந்தமா... பிற முஸ்லிம் கட்சிகளுடன் செய்து கொள்ளும் ஒப்பந்தமா எதை முஸ்லிம்கள் மதிப்பார்கள் என்பது காங்கிரஸுக்கு நன்கு தெரிந்திருக்க வேண்டும். இந்தக் கட்சி அல்லது அந்தக் கட்சி என ஏதேனும் ஒன்றுடன் அவர்கள் பேசியாகவேண்டும். யாருடனும் பேசாமல் இருப்பது அறிவீனமாக மட்டுமல்ல அநியாயமாகவும் இருக்கும்.

காங்கிரஸின் இப்படியான அணுகுமுறையானது முஸ்லிம்களை அதிருப்திக்குள்ளாகி அவர்களை விலகிச் செல்லவே வைக்கும். முஸ்லிம்களிடையே பிளவுகளை உருவாக்கி குழப்பத்தை ஏற்படுத்தி தங்கள் தரப்பை பலவீனப்படுத்த காங்கிரஸ் செய்யும் முயற்சியாகவே இதை முஸ்லிம்கள் புரிந்துகொள்வார்கள். அது மிகவும் சரியானதே.

இரண்டாவது விஷயத்தை எடுத்துக்கொண்டால் சட்டசபையில் இருக்கும் முஸ்லிம் உறுப்பினர்களின் நம்பிக்கைக்குப் பாத்திரமான முஸ்லிம் அமைச்சர்களை அமைச்சரவையில் இடம் பெறச் செய்யவேண்டும் என்று கேட்கிறார்கள். காங்கிரஸ் ஆட்சிக்கு வந்தால் தமது இந்தக் கோரிக்கை ஏற்றுக்கொள்ளப்படும் என்று முஸ்லிம் லீக் நம்பியது. இந்தக் கோரிக்கையைப் பொறுத்த வரையில் காங்கிரஸ் சட்டபூர்வமாக சாத்தியமான அணுகுமுறையைப் பின்பற்றியது. முஸ்லிம்கள் தாம் இருக்கும் கட்சியில் இருந்து ராஜினாமா செய்துவிட்டு காங்கிரஸில் சேர்ந்துகொண்டு காங்கிரஸ் கட்சியின் உறுதி மொழியில் கையெழுத்திட்டால் அவர்களை அமைச்சரவையில் சேர்த்துக்கொள்ளத் தயார் என்று சொன்னது.

முஸ்லிம்கள் இதை மூன்று காரணங்களினால் மறுத்தனர்.

முதலாவதாக இதை நம்பிக்கைத் துரோகமாகப் பார்த்தனர். அரசியல் சாசனத்துக்கு இசைவானதாகவேதான் தமது கோரிக்கை இருப்பதாக முஸ்லிம்கள் சொன்னார்கள். சிறுபான்மை சமூகத்துப்

பிரதிநிதிகளை அமைச்சரவையில் இடம்பெறச் செய்யவேண்டும் என்று வட்டமேஜை மாநாட்டில் முடிவெடுக்கப்பட்டிருந்தது. சட்டபூர்வமாகவே அந்த விஷயத்துக்கு ஓர் அங்கீகாரம் தரப்படவேண்டும் என்று சிறுபான்மையினர் சொன்னார்கள். சட்டசபையின் மூலமாக ஒழுங்குபடுத்தப்படுவதாகவே அது இருக்கவேண்டும் என்று ஹிந்துக்கள் சொன்னார்கள். இரு தரப்பும் ஏற்றுக்கொள்ளும் வழிமுறை ஒன்று கண்டடையப்பட்டது. பிராந்திய கவர்னர்களுக்கான வழிகாட்டிக் குறிப்புகளில் இதற்கான வழி உருவாக்கித் தரப்படவேண்டும்; அமைச்சரவை அமைக்கப் படும்போது இந்தக் கோரிக்கை நிறைவேற்றப்படும்வகையில் ஏற்பாடுகள் செய்யவேண்டிய பொறுப்பு கவர்னர்களிடம் விடப்படவேண்டும்.

முஸல்மான்கள் இது தொடர்பாக ஒரு சட்டம் உருவாக்கப் படவேண்டும் என்று வலியுறுத்தவில்லை. ஏனென்றால் அவர்களுக்கு ஹிந்துக்களின் மேல் நம்பிக்கை இருந்தது. ஆனால், இந்த நம்பிக்கையானது, முஸ்லிம்கள் தொடர்பான தமது அணுகுமுறை எப்போதும் சரியானதாக மட்டுமல்லாமல் அவர்களுடைய உணர்வுகளைப் புரிந்துகொள்வதாகவும் இருக்கும் என்ற நம்பிக்கையைத் தந்தவர்களால் மீறப்பட்டது.

இரண்டாவதாக, அமைச்சரவை மூலமான ஒப்புதலைப் பெறுவதைத் தவிர்ப்பதுதான் காங்கிரஸின் கருத்தாக இருப்பதாக முஸ்லிம்கள் நினைத்தனர். வழிகாட்டிக்குறிப்புகளில்★, சிறுபான்மை சமூகத்தின் உறுப்பினர்' என்று துணைப்பிரிவில் இருந்த வார்த்தைகளுக்கு அந்த சமூகத்தினரின் நம்பிக்கையைப் பெற்ற ஒரு நபர் என்ற அர்த்தம்தான் இருக்கும் என்று அவர்கள் மிகவும் நம்பினார்கள்.ஆனால் காங்கிரஸோ முற்றிலும் மாறான அர்த்தத்தில் அதை முன்வைத்தது. தேசத்தில் இருக்கும் அனைத்துக் கட்சிகளையும் உடைத்து காங்கிரஸ் மட்டுமே தேசத்தில் ஒரே கட்சியாக இருக்கவைக்க எடுக்கும் ரகசிய முயற்சியாகவே அது இருந்தது. காங்கிரஸின் உறுதிமொழியில் கையெழுத்திட வேண்டும் என்று சொல்வதற்கு வேறு என்ன நோக்கம் இருக்க முடியும். இப்படியான ஒற்றை கட்சி ஆட்சியைக் கொண்டுவருவது ஹிந்துக்களுக்கு வேண்டுமானால் உவப்பாக இருக்கலாம். ஆனால், சுதந்தரமான மனிதர்கள் என்ற வகையில் முஸ்லிம்களுக்கு அது அரசியல் மரணமாகவே இருக்கும்.

இந்தப் பணியைச் செய்யும் பொறுப்பு ஒப்படைக்கப்பட்ட கவர்னர்கள் இதைச் செய்யாமல் போனதைத் தொடர்ந்து

முஸ்லிம்களின் அதிருப்தி மேலும் அதிகரித்தது. காங்கிரஸ் கட்சி மட்டுமே பெரும்பான்மை பலம் கொண்டிருந்தது.எனவே அது மட்டுமே நிலையான ஆட்சியைத் தரமுடியும்; அரசியல் சாசனத்தை மாற்றுவது அல்லாமல் வேறு எந்தவகையிலும் காங்கிரஸுக்கு மாற்றாக வேறு எந்தக் கட்சியும் ஆட்சிக்கு வரமுடியாது என்பதால் சில கவர்னர்கள் இது தொடர்பாக எதுவும் செய்யமுடியாத நிலையில் இருந்தனர். பிற கவர்னர்கள் எல்லாம் காங்கிரஸ் கட்சியின் ஆதரவாளர்களாகவே இருந்ததால் அதை நிராகரித்தனர். காங்கிரஸ் கட்சியைப் புகழ்ந்து பேசியும் காங்கிரஸ் கட்சியின் அதிகாரபூர்வஉடையான கதர் அணிந்தும் தமது சார்பு நிலையை வெளிப்படையாகக் காட்டவும் செய்தனர். காரணங்கள் எதுவாக இருந்தபோதிலும் முஸ்லிம்கள் தமது நலன்களைப் பாதுகாக்க இருந்த ஒரு முக்கியமான விஷயம் தோற்றுப்போனதாகவே நினைத்தனர்.

அமைச்சரவை நியமனம் செய்யும்போது ஒரு கவர்னர் மந்திரிகளைக் கீழ்க்கண்ட வழிகளில் தேர்வு செய்யவேண்டும். அவர் சட்டசபையில் பெரும்பான்மையினரின் ஆதரவைப் பெற்றவராக இருப்பவருடன் ஆலோசனை மேற்கொண்டு சட்டசபையில் பெரும்பான்மையினரின் ஆதரவைப் பெற முடிந்த நபர்களை (முடிந்தவரையில் முக்கியமான சிறுபான்மை சமூகத்தில் இருந்தும் நியமிக்கவேண்டும். தனது அமைச்சர்களிடையே கூட்டுப் பொறுப்புணர்வு இருக்கவேண்டும் என்பதை மனதில்கொண்டு இதைச் செய்யவேண்டும்).

முஸ்லிம்களின் இப்படியான குற்றச்சாட்டுகளுக்கு காங்கிரஸின் பதில் இரண்டு வகையானதாக இருந்தது. முதலாவதாக கூட்டணி அமைச்சரவைகள் என்பவை அமைச்சரவையின் கூட்டுப் பொறுப்புணர்வுக்கு ஒத்திசைவானது அல்ல என்று சொன்னார்கள். இது நேர்மையான பதில் என்று முஸல்மான்கள் ஒப்புக்கொள்ள வில்லை. ஆங்கிலேயர்கள்தான் இப்படியான ஒரு விஷயத்தை தமது அரசாங்கச் செயல்பாடுகளுக்கான அடிப்படைக் கோட் பாடாக முன்வைத்திருந்தனர்.

பிரிட்டிஷ் நாடாளுமன்றம் என்பது பிரிட்டிஷாரால் மட்டுமே நிர்வகிக்கப்படவேண்டும் என்று சொல்லமுடியாது. அது அந்த அளவுக்கு புனிதமான ஒன்றல்ல. அந்த வழிமுறையில் இருந்து மாறுவதால் நிர்வாகத்திறமை எந்தவகையிலும் பாதிக்கப்படாது என்ற முடிவுக்கு வந்திருக்கிறார்கள். இரண்டாவதாக, காங்கிரஸ் அரசாங்கத்தில் அப்படி கூட்டுப் பொறுப்புணர்வு என்று ஒன்று

இருந்திருக்கவில்லை. பல துறைகளால் நிர்வகிக்கப்பட்ட அரசாங்கம்தான் அது. ஒவ்வொரு அமைச்சரும் பிறரிடமிருந்து சுதந்தரமாகச் செயல்பட முடிந்தவர். பிரதமர் என்பவர் மற்றொரு அமைச்சர் மட்டுமே. கூட்டுப் பொறுப்பு பற்றி காங்கிரஸ் பேசுவது சரியல்ல. அது நேர்மையற்றதும்கூட.

காங்கிரஸ் சிறுபான்மையாக இருக்கும் பிராந்தியங்களில் பிற கட்சிகளைச் சேர்ந்த அமைச்சர்களிடம் காங்கிரஸ் உறுதிமொழிப் பத்திரத்தில் கையெழுத்திடவேண்டும் என்று நிபந்தனை விதிக்காமல், கூட்டணி அமைச்சரவையை அமைத்திருக்கிறார்கள். கூட்டு அமைச்சரவையை ஓரிடத்தில் சரி என்றும் வேறொரிடத்தில் தவறென்றும் எப்படிச் சொல்லமுடியும் என்று முஸ்லிம்கள் கேட்க உரிமை உண்டு.

பெரும்பான்மை முஸ்லிம்களின் ஆதரவு பெறாத முஸ்லிம் அமைச்சர்களை அமைச்சரவையில் இடம்பெறச் செய்தாலும் அவர்களுடைய நலன்களைப் பாதுகாக்கத் தவறவில்லை என்பது காங்கிரஸின் இரண்டாவது பதிலாக இருந்தது. உண்மையில் முஸ்லிம்களை நலன்களுக்காக அனைத்தையும் செய்து விட்டிருந்தனர். அரசாங்கங்களைப் பற்றி போப் சொன்னதை இங்கு குறிப்பிடுகிறேன்.

> என்னவகையான அரசு என்பது தொடர்பாக முட்டாள்கள் மோதிக்கொள்ளட்டும். எது சிறப்பாக நிர்வகிக்கப்படுகிறதோ அதுவே சிறந்தது.

காங்கிரஸ் உயர் மட்டக்குழு இந்தப் பதிலைச் சொல்லியபோது முஸ்லிம்கள் மற்றும் சிறுபான்மையினரின் எதிர்பார்ப்பு என்ன என்பதைப் புரிந்துகொண்டிருக்கவில்லை. முஸ்லிம்களுக்கும் சிறுபான்மையினருக்கும் காங்கிரஸ் அரசு நன்மை செய்திருக்கிறதா இல்லையா என்பது அல்ல பிரச்னை. அவர்கள் எழுப்பும் பிரச்னை முற்றிலும் வேறானது. ஸ்வராஜ்யத்தில் ஹிந்துக்கள் மட்டுமே ஆட்சியாளர்களாக இருக்கவேண்டுமா. முஸ்லிம்களும் பிற சிறுபான்மையினரும் ஆளப்படுபவர்களாகவேதான் இருந்தாக வேண்டுமா என்பதுதான் அவர்கள் கேட்கும் கேள்வி. இந்த விஷயத்தில் முஸ்லிம்களும் பிற சிறுபான்மையினரும் உறுதியான நிலைப்பாட்டை எடுத்தனர். ஆளப்படுபவர்களாக மட்டுமே இருக்க அவர்கள் தயாரில்லை.

ஆளும் சமூகம் ஆளப்படும் சமூகத்துக்கு நன்மைகள் செய்திருக்கிறது என்பது ஒரு விஷயமே இல்லை. சிறுபான்மை

சமூகங்கள் தாங்கள் வெறுமனே ஆளப்படும் சமூகங்களாக இருக்க விரும்பவில்லை என்பதற்கு அது பதிலும் அல்ல. இந்தியாவில் இந்தியர்களுக்கு பிரிட்டிஷார் பல நன்மைகள் செய்திருக்கிறார்கள். சாலை வசதிகளை மேம்படுத்தியிருக்கிறார்கள். விஞ்ஞானரீதியில் கால்வாய்களை அமைத்திருக்கிறார்கள். ரயில் வழித்தடம் அமைத்து, போக்குவரத்தை மேம்படுத்தியிருக்கிறார்கள். தபால் துறை அமைத்து, கடிதங்களை தேசம் முழுவதும் கொண்டு சென்றிருக்கிறார்கள். இந்தியர்களின் கோரிக்கைகளை வெளிச்சத்துக்குக் கொண்டுவந்திருக்கிறார்கள். இந்தியர்களின் நாணய முறையை மேம்படுத்தியிருக்கிறார்கள். எடை-அளத்தல் முதலான வழிமுறைகளை சீர்திருத்தியிருக்கிறார்கள்.

புவியியல், வானவியல், மருத்துவம் போன்ற துறைகளில் இந்தியர்களின் கருத்துகள், பார்வைகளைச் சரிப்படுத்தி இருக்கிறார்கள். உட்குழுக்களுக்கிடையிலான மோதல்களைத் தடுத்து நிறுத்தியிருக்கிறார்கள். ஓரளவுக்குப் பொருளாதார நிலையை மேம்படுத்தியிருக்கிறார்கள். நல்ல அரசாங்கத்தின் இப்படியான செயல்பாடுகளினால் இந்தியர்கள் சுய நிர்ணய உரிமைக்காகப் போராடுவதை விட்டுவிட்டு பிரிட்டிஷாருக்கு நன்றி விசுவாசத்துடன் அடங்கி இருக்கவேண்டும் என்று யாரேனும் சொல்லமுடியுமா? சமூக மேம்பாட்டுக்கான செயல்களைச் செய்து தந்திருப்பதால் இந்தியர்கள் பிரிட்டிஷாரால் ஆளப்படுவதை எதிர்த்துப் போராடுவதைக் கைவிட்டுவிட வேண்டுமா என்ன? இந்தியர்கள் அப்படி எதையும் செய்யவில்லை. இந்த நன்மைகளால் திருப்திஅடைந்துவிடாமல் சுய நிர்ணய உரிமையைக் கேட்டுப் போராடுகிறார்கள். இப்படித்தான் செய்யவும்வேண்டும்.

அயர்லாந்து தேசபக்தர் கரன் சொன்னதுபோல் சுயமரியாதையை விட்டுக் கொடுத்து விசுவாசமாக இருக்க யாராலும் முடியாது. தனது கற்பை விட்டுக் கொடுத்து ஒரு பெண் யாருக்கும் நன்றி உணர்வுடன் இருக்கமுடியாது. எந்தவொரு தேசமும் தனது கௌரவத்தை விட்டுக் கொடுத்து நன்றியுடன் இருக்கமுடியாது. இதற்கு மாறாக ஒருவர் நடந்துகொள்வாரென்றால் கார்லைல் சொன்னதுபோல் அந்த நபருடைய வாழ்க்கைத் தத்துவம் என்பது ‘பன்றியின் தத்துவம்’ ஆகவே இருக்கும். முஸ்லிம்களும் பிற சிறுபான்மையினரும் தமது சுய கௌரவத்துக்கு காங்கிரஸிடம் அங்கீகாரம் கிடைக்கவேண்டும்; காங்கிரஸ் அவர்களுக்கு செய்யும் நன்மைகள் எல்லாம் போதாது என்று நினைக்கிறார்கள். இந்த விஷயத்தை காங்கிரஸின் உயர் மட்டக்குழு புரிந்துகொள்ள

வில்லை. சுய பிரக்ஞை உள்ளவர்கள் பன்றிகளைப் போல் உடலைப் பெருகச் செய்யும் உணவு மட்டும் கிடைத்தால் போதும் என்று நினைக்கமாட்டார்கள். பொன் கிடைத்தாலும் தமது சுய கௌரவத்தை விட்டுக்கொடுக்கமாட்டார்கள். சுருக்கமாகச் சொல்வதானால் வசதிகளையும் உணவையும்விட மானமே பெரிது.

காங்கிரஸ் ஹிந்துக்களின் அமைப்பு அல்ல என்று சொல்வதில் எந்தப் பலனும் இல்லை. அடிப்படையில் ஹிந்துக்களால் நிரம்பிய ஒரு கட்சி ஹிந்துக்களின் மனதையும் எதிர்பார்ப்புகளையும் பூர்த்திசெய்வதாகவே இருக்கும். காங்கிரஸுக்கும் ஹிந்து மஹாசபைக்கும் இடையில் இருக்கும் வித்தியாசம் என்ன வென்றால், பிந்தைய கட்சி தனது செயல்பாடுகளில் முரட்டுத்தனமாகவும் வார்த்தைகளில் பண்படாத தன்மையைக் கொண்டதாகவும் இருக்கும். காங்கிரஸோ அரசியல் இலக்குகளும் மிதமான போக்கும் கொண்டது. இது நீங்கலாக காங்கிரஸுக்கும் ஹிந்து மஹாசபைக்கும் இடையில் எந்த வேறுபாடும் கிடையாது.

ஆட்சியாளருக்கும் ஆளப்படுபவர்களுக்கும் இடையில் எந்த வித்தியாசத்தையும் காங்கிரஸ் பார்க்காது என்று சொல்வதிலும் அர்த்தமில்லை. இது உண்மையென்றால் காங்கிரஸ் முதலில் பிற சமூகத்தினரை தமது சக, சம கூட்டாளிகள் என்பதை வெளிப் படையாக நிரூபிக்கவேண்டும். இதை எப்படிப் பரிசோதிப்பது? சிறுபான்மை சமூகத்தின் திறமையான பிரதிநிதிகளுடன் ஆட்சி அதிகாரத்தைப் பங்கிட்டுக் கொள்வதுதான் இதற்கான ஒரே நிரூபணம். காங்கிரஸ் இதற்குத் தயாரா? இதற்கான பதில் அனைவருக்கும் தெரியும். காங்கிரஸ் மீதான விசுவாசத்தை வெளிப்படுத்தாத சமூகத்தின் உறுப்பினருடன் அதிகாரத்தைப் பகிர்ந்துகொள்ள காங்கிரஸ் தயார் இல்லை. காங்கிரஸ் மீதான விசுவாசம் என்பதுதான் அதிகாரத்தைப் பகிந்துகொள்வதற்கான முன் நிபந்தனை. எந்தவொரு சமூகம் காங்கிரஸின் மீது முழு விசுவாசத்தை வெளிப்படுத்தவில்லையோ அந்த சமூகம் ஆட்சி அதிகாரத்திலிருந்து விலக்கிவைக்கப்படும் என்பதுதான் காங்கிரஸின் கொள்கைபோல் தெரிகிறது.

அதிகாரத்தில் இருந்து விலக்கிவைக்கப்படுவதென்பதுதான் ஆளும் தரப்பு ஆளப்படும் தரப்பு இருக்கும் இடையிலான வித்தியாசம். காங்கிரஸ் ஆட்சி அதிகாரத்தில் இருந்தபோது இந்த வித்தியாச மானது அழுத்தமாக வெளிப்படுத்தப்பட்டது என்பதையும் சொல்லியாகவேண்டும். ஏற்கெனவே போதுமான அளவுக்குத் துன்பங்களை அனுபவித்தாகிவிட்டது. ஆளப்படும் சமூகமாக

முடக்கப்படுவதென்பது வண்டியின் அச்சை முறியவைக்கும் இறுதி வைக்கோலாக இருக்கும் என்று முஸ்லிம்கள் சொல்லக்கூடும். இந்தியாவை பிரிட்டிஷார் கைப்பற்ற ஆரம்பித்ததில் இருந்து முஸ்லிம்களின் வீழ்ச்சி ஆரம்பித்தது. மாற்றம், நிர்வாகம், ஆட்சி அதிகாரம், சட்டம் என பிரிட்டிஷாரால் முன்னெடுக்கப்பட்ட அனைத்துமே முஸ்லிம் சமுதாயத்தின் மீது பெரும் அடிகளாக விழுந்திருக்கின்றன.

ஹிந்துக்கள் தமது குடிமை விவகாரங்களில் ஹிந்து சட்டதிட்டங்களைப் பின்பற்றிக்கொள்ள முஸ்லிம் அரசர்கள் அனுமதித்திருந்தனர். ஆனால், ஹிந்துக்களின் குற்றவியல் சட்டத்தை ரத்துசெய்துவிட்டு முஸ்லிம்களின் குற்றவியல் சட்டத்தையே ஹிந்துக்களுக்கும் முஸ்லிம்களுக்கும் சேர்த்து விதித்தனர். பிரிட்டிஷார் ஆட்சியைக் கைப்பற்றியதும் செய்த முதல் வேலை, அந்த முஸ்லிம் குற்றவியல் சட்டங்களைப் படிப்படியாக விலக்கி தமது சட்டங்களை அமல்படுத்தினார்கள். இறுதியில் முழுமையாக மெக்காலேயின் குற்றவியல் விதிமுறைகளாக ஆக்கினார்கள். இந்தியாவில் இருந்த முஸ்லிம் சமூகத்தின் கௌரவத்துக்கு விழுந்த முதல் அடி இது.

அதன் பின்னர் ஷரியத் அதாவது முஸ்லிம் குடிமை விதிகளில் குறுக்கிட ஆரம்பித்தனர். திருமணம், வாரிசுரிமை போன்ற தனிப்பட்ட விஷயங்களில் அதுவும் பிரிட்டிஷார் அனுமதிக்கும் அளவுக்கு மட்டுமே அவற்றைப் பின்பற்ற அனுமதித்தனர். பாரசீகம் அதிகாரபூர்வ மொழியாகவும் பொது நிர்வாக மொழியாகவும் இருந்ததை 1837-ல் நீக்கி ஆங்கிலத்தையும் பிற இந்திய வட்டார மொழிகளையும் கொண்டுவந்தார்கள். முஸ்லிம்களின் ஆட்சியின்போது ஷரியத் சட்டத்தை அமல் படுத்திய க்வாஸிகளை ரத்து செய்தனர். அந்த இடத்தில் சட்ட அதிகாரிகள், நீதிபதிகளை நியமித்தனர். இந்தப் பதவிகளுக்கு எந்த மதத்தைச் சேர்ந்தவராக இருந்தாலும் நியமிக்கப்பட்டனர். அவர்களுக்கு இஸ்லாமிய சட்டங்கள் பற்றிவிளக்கம் சொல்லும் உரிமை, அதிகாரம் இருந்தால் போதும். அவர்கள் தரும் தீர்ப்புகளுக்கு முஸ்லிம் சமுதாயம் கட்டுப்படவேண்டிவந்தது.

இவையெல்லாம் முஸ்லிம்களுக்குப் பெரும் அடியாக இருந்தன. அவர்களுடைய கௌரவம் பறிபோய்விட்டிருந்தது. சட்ட திட்டங்கள் ரத்துசெய்யப்பட்டுவிட்டன. அவர்களுடைய மொழிகள் ஓரங்கட்டப்பட்டுவிட்டன. மதக் கல்வியின் முக்கியத்துவம் குறைக்கப்பட்டுவிட்டது. இவை போதாதென்று

சிந்து மற்றும் ஔத் (அயோத்யா பகுதிகள்) இணைக்கப்பட்டன. அதைத் தொடர்ந்து சிப்பாய்க் கலகம் மூண்டது. இது உயர் வர்க்க முஸ்லிம்களைப் பெரிதும் பாதித்தது. சிப்பாய் கலகத்தில் மேட்டுக்குடி முஸ்லிம்களுக்குத்தொடர்பு இருந்ததாகச் சந்தேகிக்கப் பட்டதால், அதற்கான தண்டனையாக பிரிட்டிஷார் அவர் களுடைய சொத்துக்களைப் பறிமுதல் செய்தனர். சிப்பாய் கலகம் முடிவுக்கு வந்ததைத் தொடர்ந்து மேட்டுக்குடி மற்றும் கடைநிலை முஸ்லிம்கள் என அனைவரும் தமது கௌரவம் சிதைக்கப்பட்டு வீழ்ச்சியுற்று வறுமை நிலைக்குத் தள்ளப்பட்டனர்.

கௌரவம், கல்வி, செல்வ வளங்கள் அனைத்தும் கைவிட்டுப் போனநிலையில் ஹிந்துக்களை எதிர்கொள்ளவேண்டிய நிலைக்குத் தள்ளப்பட்டிருந்தனர். நடுநிலையை முன்னெடுப்பதாகச் சொல்லிக் கொண்ட பிரிட்டிஷார் இந்த இரு தரப்புகளிடையேயான மோதலின் முடிவுகள் தொடர்பாக எந்த அக்கறையும் காட்டாமல் நடந்து கொண்டனர். இந்த மோதலினால் முஸ்லிம்களின் நிலைமை மிகவும் மோசமானது.

பிரிட்டிஷார் இந்தியாவை வென்றதைத் தொடர்ந்து இரு சமூகங்களின் அரசியல் அதிகார நிலையில் மாபெரும் மாற்றம் ஏற்பட்டது. சுமார் 600 ஆண்டுகளாக முஸ்லிம்களே ஹிந்துக்களின் எஜமானர்களாக இருந்தனர். பிரிட்டிஷாரின் ஆட்சி முஸ்லிம்களை ஹிந்துக்களின் நிலைக்குக் கொண்டுவந்துவிட்டது. எஜமானர்கள் என்ற நிலையில் இருந்து சக குடிமகன் என்ற நிலைக்கு தரம் தாழ்ந்திருந்தனர். ஆனால், சக குடிமகன் என்ற நிலையில் இருந்து ஹிந்துக்களால் ஆளப்படும் நிலைக்குச் செல்வதென்பது மிகப் பெரிய அவமானமாக இருக்கும். தனி நாடுகளை உருவாக்குவதன் மூலம் இப்படியான தாங்க முடியாத அவமானத்தில் இருந்து தப்பித்துச் செல்ல முஸ்லிம்கள் வழிதேடுவதென்பது மிகவும் இயல்பான விஷயம்தானே. அந்தத் தனி நாட்டில் முஸ்லிம்கள் தமக்கான அமைதியான வாழ்க்கையை அமைத்துக்கொள்ள முடியும். அங்கு ஆளும் தரப்புக்கும் ஆளப்படும் தரப்புக்கும் இடையில் எழக்கூடிய மோதல்கள் எதுவும் இல்லாமல் இருக்கும் அல்லவா.

பாகம் 2

பாகிஸ்தான் வேண்டாம் - ஹிந்துக்கள் தரப்பு

பாகிஸ்தான் என்ற தனி நாடு வேண்டாம் என்று ஹிந்துக்கள் சொல்ல மூன்று முக்கிய காரணங்கள் இருப்பதாக எனக்குத் தோன்றுகிறது.

1. ஏன் பாகிஸ்தான் வேண்டாமென்றால், அது இந்தியாவை உடைப்பதாக இருக்கிறது.
2. இந்தியாவின் பாதுகாப்பை அது பலவீனப்படுத்துகிறது.
3. மத பிரச்னைக்கு அதன் மூலம் தீர்வு கிடைக்கப் போவதில்லை.

இந்தக் காரணங்கள் எந்த அளவுக்கு சரி?

அலசிப் பார்ப்போம்.

அத்தியாயம் 4

ஒருமைப்பாடு சிதைகிறது

1

இந்தியாவின் ஒருமைப்பாடு சிதைந்துவிடும் என்று ஹிந்துக்கள் தமது வருத்தத்தை முன்வைப்பதற்கு முன்பாக, முதலில் அப்படியான ஒரு ஒருமைப்பாடு இருக்கிறதா என்பதை ஹிந்துக்கள் உறுதிப்படுத்திக்கொள்ளவேண்டும். பாகிஸ்தானுக்கும் ஹிந்துஸ்தானுக்கும் இடையில் என்ன ஒருமைப்பாடு இருக்கிறது?

ஒருமைப்பாடு இருக்கத்தான் செய்கிறது என்று சொல்லும் ஹிந்துக்கள் எல்லாரும், முஸ்லிம்கள் தற்போது பிரித்துக்கொள்ள வேண்டும் என்று விரும்பும் பகுதிகள் எல்லாம் இந்தியாவின் ஒரு பகுதியாகவே இருந்து வந்துள்ளது என்ற வாதத்தை முன் வைக்கிறார்கள்.

வரலாற்றுரீதியாகப் பார்த்தால் அது உண்மைதான். மறுக்க முடியாது. சந்திர குப்த மௌரியர் ஆட்சிகாலத்தில் இந்தப் பகுதிகள் இந்தியாவின் அங்கமாகத்தான் இருந்திருக்கின்றன. ஏழாம் நூற்றாண்டில் யுவான் சுவாங் இந்தியாவுக்கு வந்தபோதும் இந்தப் பகுதிகள் இந்தியாவின் அங்கமாகவே இருந்திருக்கின்றன. அவர் தனது பயணக்குறிப்பில், இந்தியா ஐந்து பகுதிகளாக, அவருடைய வார்த்தைகளில் சொல்வதென்றால், ஐந்து இந்தியாக்கள் 1. வட இந்தியா, 2 மேற்கு இந்தியா, 3. மத்திய இந்தியா, 4. கிழக்கு இந்தியா, 5. தென் இந்தியா என இருந்திருக்கிறது. இந்த ஐந்து பகுதிகளில் 80 ராஜ்யங்கள் இருந்திருக்கின்றன. (கன்னிங்ஹாம் எழுதிய ஏன்ஷியண்ட் ஜியாக்ரஃபி ஆஃப் இந்தியா பக் 13-14).

புராணங்கள் இந்தியாவை ஒன்பது பிராந்தியங்களாகப் பிரித்திருக்கின்றன.

யுவான் சுவாங்கைப் பொறுத்தவரையில் வட இந்தியாவானது முழு பஞ்சாப், காஷ்மீர் உள்ளிட்ட மலை நாடுகள், சிந்து நதிக்கு அந்தப் பக்கம் கிழக்கு ஆஃப்கானிஸ்தான் முழுவதும், சரஸ்வதி நதிக்கு மேற்கே இப்போதைய சியஸ்-சட்லெஜ் பிராந்தியம் என அனைத்தையும் உள்ளடக்கியதாகவே இருந்திருக்கிறது. அப்படியாக, அன்றைய வட இந்தியாவில் ஹிந்து க்ஷத்ரியரான கபிஸா (கம்போஜ) மன்னரின் ஆளுகைக்குக் கீழே காபூல், ஜலாலாபாத், பெஷாவர், கஸ்னி, பன்னு போன்ற பகுதிகள் இருந்திருக்கின்றன. அந்த மன்னர் அநேகமாக காபூலுக்கு 27 மைல் தொலைவில் இருக்கும் சாரிகாரைத் தலைநகராகக்கொண்டு ஆட்சி செய்திருக்கவேண்டும். பஞ்சாப் பிராந்தியத்தில் தட்சசீலம், சிங்கபுரம், உர்ஸா புஞ்ச், ரஜோரி முதலான மலை நாடுகள் காஷ்மீர் ராஜாவின் ஆளுகையின் கீழ் இருந்தன. முல்தான், ஷோர்கோட் முதலான பள்ளத்தாக்குப் பகுதிகள் எல்லாம் லாகூருக்கு அருகில் இருக்கும் டாகி அல்லது சங்கலா மன்னரின் கீழ் இருந்தன.

யுவான் சுவாங் இந்தியாவுக்கு வந்திருந்தபோது வட இந்தியா என்பது அந்த அளவுக்குப் பரந்து விரிந்த பிராந்தியமாக இருந்தது. ஆனால், பேராசிரியர் டான்பி கூறுகிறார்:

> சரித்திர ரீதியான உணர்வுநிலையை நாம் கொஞ்சம் கவனத்துடனே கையாளவேண்டும். முன்னொரு காலத்தில் நிலவிய அல்லது நிலவியதாக நம்பப்பட்ட ஒரு சூழல் தற்போது இல்லையென்றால் அந்தப் பழங்கால சரித்திர மனநிலை என்பதை நாம் எச்சரிக்கையுடனே கையாளவேண்டும். இதை எளிய உதாரணங்கள் மூலம் அழுத்தமாக விளக்கிவிடமுடியும். இத்தாலியுடன் த்ரிபோலி பகுதியை இணைத்துக்கொண்ட விஷயத்தை தந்தைநாடின் பகுதியை மீட்ட சாதனையாக செய்தித்தாள்கள் வருணித்தன. ஏனென்றால், அந்தப் பகுதி ரோமானிய சாம்ராஜ்யத்தின் அங்கமாக முன்னொரு காலத்தில் இருந்தது.
>
> கி.மு. நான்காம் நூற்றாண்டைச் சேர்ந்த மஹா அலெக்சாண்டர் பிறந்த ஊரான பெல்லா பகுதியை உள்ளடக்கிய மாசிடோனியா முழுவதையும் சொந்தம் கொண்டாடிய கிரேக்கர் ஒரு பக்கம், மறு பக்கத்தில் எதிர் கோடியில் இருந்த பல்கேரிய சாம்ராஜ்யத்தின் தலைநகரான ஓரிடாவை முன்வைத்து அந்தப் பகுதி முழுவதையும் சொந்தம் கொண்டாடிய பல்கேரியர்கள்.

காலஓட்டத்தில் பல்கேரியர்களின் பாரம்பரியம் முழுவதும் மறைந்துபோய்விட்டது. வெற்றிவீரர் எமாதியனின் வீர பராக்கிரமங்கள்கூட மறைந்துபோய்விட்டன. கிரேக்க தேசியவாதிகள் இந்த விஷயத்துக்குத்தான் மிகுந்த அழுத்தம் கொடுத்துப் பேசுகிறார்கள்.

இதே தர்க்கம் இங்கும் செல்லுபடியாகும். இங்குமேகூட ஒரு காலத்தில் இருந்த ஆட்சியைப் பற்றித்தான் பேசப்படுகிறது. அது யுவன் சுவாங்குக்குப் பிந்தைய ஆயிரம் ஆண்டுகால வரலாற்று நிகழ்வுகளை புறமொதுக்கிவிட்டுப் பார்ப்பதாகவும் இன்றைய யதார்த்தத்தைக் கணக்கில் கொள்ளாததாகவும் இருக்கிறது.

யுவான் சுவாங் வந்த காலகட்டத்தில் பஞ்சாப் மட்டுமல்ல; இன்று ஆஃப்கானிஸ்தான் என்று அழைக்கப்படும் பகுதியுமேகூட இந்தியாவின் அங்கமாகவே இருந்திருக்கிறது. பஞ்சாப் மற்றும் ஆஃப்கானிஸ்தானில் அப்போது வேத காலத்தினர் அல்லது பௌத்தர்கள்தான் இருந்தனர். ஆனால், யுவான் சுவாங் இந்தியாவை விட்டுச் சென்ற பின்னர் என்ன நடந்திருக்கிறது?

வட மேற்குப் பகுதியில் இருந்து இஸ்லாமியக் குழுக்கள் படையெடுத்து வந்திருக்கின்றன. முதன் முதலாக இந்தியாவின் மீது படையெடுத்த அரேபியப் படை முஹமது பின் காசிமினுடையது. கி.பி.711-ல் அந்தப் படையெடுப்பு நடந்தது. சிந்து பகுதி அவர்களால் கைப்பற்றப்பட்டது. முதல்கட்ட இஸ்லாமியப் படையெடுப்பில் வந்தவர்கள் இந்தியாவில் நிரந்தரவாசம் மேற்கொள்ளவில்லை. ஏனென்றால், எந்த பாக்தாத் மன்னரின் உத்தரவின் பேரில் இந்த ஆக்கிரமிப்பு நடந்ததோ அவர் கி.பி. 9-ம் நூற்றாண்டு வாக்கில் தொலைதூரப் பகுதியான சிந்து பிராந்தியத்தில் இருந்து தனது ஆளுகையை விலக்கிக் கொண்டுவிட்டார். சிந்து பகுதியை முஹமது கோரி பின்னர் கைப்பற்றினார்.

அதைத் தொடர்ந்து கி.பி. 1001 கஜினியைச் சேர்ந்த முஹமது (கஜினி முஹமது) மூலம் தொடர்ச்சியான, பயங்கரமான படை யெடுப்புகள் நடந்தன. கி.பி.1030-ல் கஜினி முஹமது இறந்தார். ஆனால் அந்தக் குறுகிய முப்பது ஆண்டுகளுக்குள் இந்தியா மீது 17 முறை படையெடுத்து வந்திருந்தார். அவரைத் தொடர்ந்து 1173-ல் முஹமது கோரி ஆக்கிரமிக்க வந்தார். 1206-ல் அவர் கொல்லப் பட்டார். முப்பது ஆண்டுகள் கஜினி முஹமது இந்தியாவைச் சூறையாடினார். முஹமது கோரியும் அதுபோலவே தேசத்தை அழித்தார். அதன் பிறகு செங்கிஸ்கானின் மொகலாயக் குழுக்கள்

ஆக்கிரமித்தன. முதலில் 1221-ல் வந்தனர். இந்தியாவின் எல்லைப் பகுதியை மட்டுமே ஆக்கிரமித்த அவர்கள் உள்நாட்டுக்குள் வரவில்லை. இருபது ஆண்டுகளுக்குப் பின்னர் லாகூர் மீது படையெடுத்து அதைச் சூறையாடினர். அவர்களுடைய படையெடுப்புகளில் மிக மிகக் கொடூரமானது 1398-ல் தைமூர் மூலம் எடுக்கப்பட்டது.

அதற்குப் பின்னர் 1526-ல் புதிய ஆக்கிரமிப்பாளரான பாபர் நுழைந்தார். பாபருடன் இந்தியா மீதான ஆக்கிரமிப்புகள் முடிவுக்கு வந்துவிடவில்லை. 1738-ல் நாதிர் ஷாவின் படைகள் பஞ்சாப் பகுதியை கடல் வெள்ளம் போல் தாக்கி நிர்மூலமாக்கின. அதைத் தொடர்ந்து அஹமத்ஷா அப்தலி 1761-ல் படையெடுத்து வந்து பானிப்பட் பகுதியில் இருந்த மராத்தாக்களைத் தோற்கடித்தார். இஸ்லாமிய ஆக்கிரமிப்பாளர்களிடம் இழந்தவற்றை ஒருபோதும் மீட்டெடுக்க முடியாதபடியாக ஹிந்துக்கள் நிர்மூலமாக்கப் பட்டனர்.

இந்தப் படையெடுப்புகள் எல்லாம் வெறுமனே சொத்துக்களைக் கொள்ளையடிக்கும் நோக்கில் மட்டுமே முன்னெடுக்கப்பட்டிருக்க வில்லை. அந்தப் படையெடுப்புகளுக்குப் பின்னால் ஒரு தெளிவான நோக்கமும் இருந்தது. முஹமது பின் காசிம் சிந்து பிராந்தியத்தின் மீது படையெடுத்ததென்பது தண்டிக்கும் நோக்கிலானதாகவே இருந்தது. சிந்து பிராந்தியத்தின் தேபூல் துறைமுகத்தில் அராபியக் கப்பலொன்றைக் கைப்பற்றியதற்கு நஷ்டஈடு கொடுக்க மறுத்த சிந்து பகுதியின் மன்னரான ராஜா தாஹிரைத் தண்டிக்கும் நோக்கில் அந்தப் படையெடுப்பு நடந்திருந்தது. எனினும் உருவ வழிபாட்டாளர்கள் மற்றும் பல தெய்வ வழிபாட்டாளர்களை அழித்து இஸ்லாமை இந்தியாவில் நிலை நிறுத்துவதும் முக்கிய நோக்கமாக இருந்தது. முஹமது பின் காசிம், ஹாஜாஜுக்கு (Hajjiaj) அனுப்பிய கடிதங்களில் ஒன்றில் கீழ்க்கண்டவாறு குறிப்பிட்டிருந்தார்:

> ராஜா தாஹிரின் மருமகன், அவருடைய படைவீரர்கள் மற்றும் முக்கிய அதிகாரிகளையும் இஸ்லாமுக்கு மாற்றிவிட்டேன். மாற மறுத்தவர்களைக் கொன்றுவிட்டேன். உருவ வழிபாடு நடந்துவந்த கோவில்களுக்கு பதிலாக மசூதிகளையும் பிற வழிபாட்டு மையங்களையும் உருவாக்கியிருக்கிறேன். கிதாப் (குர்ரான்) வாசிக்க ஏற்பாடு செய்யப்பட்டுள்ளது. தொழுகைக்கான பாங்கு ஒலிக்க வழிசெய்தாகிவிட்டது. வரையறுக்கப்பட்ட நேரங்களில் தொழுகைகள் நடக்க

ஆரம்பித்தாயிற்று. ஒவ்வொரு நாளும் காலையும் மாலையும் தக்பீரும் எல்லாம் வல்ல இறைவனுக்கான பிரார்த்தனைகளும் செய்யப்படுகின்றன. (டாக்டர் டைட்டஸ், இந்திய இஸ்லாம் நூலில்)

முஹமது பின் காஸிம் அனுப்பிய கடிதம் கிடைத்ததும் ஹஜ்யாஜிலிருந்து தளபதிக்குக் கீழ்க்கண்டவாறு பதில் வந்தது.

பெரியவர் சிறியவர் என அனைவருக்கும் நீ காவலனாக இருப்பது அவசியம்தான். எனினும், நீ பகைவர் நண்பர் என எந்த வேறுபாடும் பார்க்கவேண்டாம். இறை மறுப்பாளர் களுக்கு மட்டும் எந்த இரக்கமும் காட்டவேண்டாம். அவர்களுடைய தொண்டையை அறுத்து வீசுங்கள் என்று ஆண்டவர் சொல்லியிருக்கிறார். இதுவே அவருடைய ஆணை.

கஜினி முஹமது இந்தியா மீது தொடுத்த எண்ணற்ற தாக்குதல்களை ஒரு புனிதப் போராகவே கருதினார். அவருடைய அரசவை வரலாற்றாசிரியரான அல் உத்பி அந்தக் கொடிய தாக்குதல்களைப் பற்றிக் கீழ்க்கண்டவாறு குறிப்பிட்டிருக்கிறார்:

கோவில்களை இடித்துத் தள்ளி இஸ்லாமை நிலைநாட்டினார். நகரங்களைக் கைப்பற்றினார். மாசடைந்த மனங்களைக் கொண்டவர்களைக் கொன்றார். உருவ வழிபாட்டாளர்களைக் கொன்றார். முஸ்லிம்களைத் திருப்திப்படுத்தினார். அதன் பின் தனது நாட்டுக்குத் திரும்பினார். இஸ்லாமுக்காகப் பெற்ற வெற்றிகளைப் பதிவு செய்யச் சொன்னார். ஒவ்வொரு ஆண்டும் ஹிந்து தேசத்தின் மீதான புனிதப் போரை முன்னெடுக்க வேண்டும் என்று சபதம் எடுத்துக்கொண்டார்.

முஹமது கோரியும் இதே போல் தனது படையெடுப்பைப் புனிதக் கடமையாகவே கருதினார். அவருடைய வரலாற்று ஆசிரியரான ஹஸன் நிஜாமி சொல்லியிருப்பது:

ஹிந்து பூமியில் இருந்த இறை மறுப்பாளர்களையும் ஒழுக்கம் கெட்டவர்களையும் வாள்கொண்டு களையெடுத்தார். பல் இறை வழிபாட்டின் முட்களைப் பிடுங்கியெறிந்து உருவ வழிபாட்டுக்கறைகளை நீக்கினார். தனது அரச வலிமையையும் வீரத்தையும் பயன்படுத்தி அந்த பூமியில் ஒற்றை கோவில்கூட இல்லாதபடி அழித்தார்.

இந்தியாவின் மீது படையெடுத்து வந்ததற்கு எது காரணமாக இருந்தது என்று தைமூர் பற்றிய வரலாற்று ஆவணங்கள் சொல்வது:

ஹிந்துஸ்தான் மீது நான் படையெடுத்ததன் முக்கியமான நோக்கம் என்னவென்றால், இறை மறுப்பாளர்கள் மீது, படையெடுத்து முஹமது நபிகள் சொல்லியிருப்பதுபோல் சத்தியமான மார்க்கத்தின் பக்கம் அவர்களைத் திருப்புவதுதான் (ஏக இறைவனின் சாந்தியும் சமாதானமும் அவர்கள் மீதும் அவர்களுடைய குடும்பத்தின் மீதும் நிலவச் செய்யவேண்டும்). இறை நம்பிக்கை இன்மை, பல தெய்வ வழிபாடு ஆகியவற்றில் இருந்து இந்த தேசத்தைச் சுத்தப்படுத்தவேண்டும். கோவில் களையும் சிலைகளையும் இடித்துத் தள்ளவேண்டும். அதன் மூலமே நாம் நம் இறைவன் முன்பாக ஹாஜிகளாவும் முஜாஹிதீன்களாகவும் (இறைவனுடைய கூட்டாளிகளாகவும் தளபதிகளாகவும்) ஆகமுடியும். (லேன் பூல், மெடிவியல் இந்தியா, பக் 155)

இந்தியா மீதான இஸ்லாமியர்களின் படையெடுப்புகள் எல்லாம் இன்னொருவகையில் இஸ்லாமியர்களுக்கு இடையிலான மோதல்களாகவும் இருந்தன. இந்த உண்மை பொதுவாகவே மறைக்கப்பட்டதாகவே இருக்கிறது. இதற்குக் காரணம் என்னவென்றால் படையெடுத்து வந்த அனைவரையுமே முஸ்லிம்கள் என்று ஒரே அடையாளத்தின் கீழே குவித்து விட்டார்கள். கஜினி முஹமது ஒரு தார்த்தாரியர். முஹமது கோரி ஓர் ஆஃப்கானியர். தைமூர் ஒரு மங்கோலியர். பாபர் ஒரு தார்த்தாரியர். நாதிர்ஷாவும் அஹமது ஷா அப்தாலியும் ஆஃப்கானியர்கள். இந்தியாவின் மீது படையெடுத்தபோது ஆஃப்கானியர்கள் தார்த்தாரியர்களை அழிக்க முற்பட்டனர். மங்கோலியர்கள் தார்த்தாரியர்களையும் ஆஃப்கானியர்களையும் அழிக்க முற்பட்டனர். அவர்களெல்லாம் இஸ்லாமிய சகோதரத்துவ உணர்வால் பிணைக்கப்பட்ட ஒரே குடும்பமாக வெல்லாம் இருந்திருக்கவே இல்லை. ஒருவருக்கொருவர் பரம எதிரிகளாகவே இருந்தனர். ஒரு பிரிவினர் இன்னொரு பிரிவினரை மூர்க்கத்தனமாக அழிப்பதிலேயே குறியாக இருந்தனர். அவர்களிடையே இப்படியான பகைமை இருந்த நிலையிலும் ஹிந்துக்களை அழிப்பதில் அவர்கள் அனைவரும் ஒரே இலக்கைக் கொண்டவர்களாகவும் இருந்தனர்.

இந்தியாவின் மீது படையெடுத்த அவர்களுடைய இலக்கு எந்த அளவுக்கு முக்கியமானதோ அந்த இலக்கை அடைய அவர்கள் பின்பற்றிய வழிமுறைகளும் இந்திய வரலாறைப் பொறுத்த வரையில் அதே அளவுக்கு முக்கியத்துவம் வாய்ந்தவையே.

முஹமது பின் காஸிமின் மத ஈடுபாட்டின் முதல் வெளிப்பாடானது தேபூல் பிராந்தியத்தில் சிறைப்பிடிக்கப்பட்ட பிராமணர்களுக்கு கட்டாய சுன்னத் செய்வதில் வெளிப்பட்டது. இப்படியான மத மாற்றத்தை பிராமணர்கள் எதிர்த்ததும் அவர்களில் 17 வயதுக்கு மேலான அனைவரையும் கொன்று குவித்தார். பெண்கள், சிறுவர்கள் உட்பட அனைவரையும் அடிமையாக்கிக் கொண்டார். ஹிந்துக்களின் கோவில்கள் சூறையாடப்பட்டன. கிடைத்தவற்றில் ஐந்தில் ஒரு பங்கை மன்னருக்குக் கொடுத்துவிட்டு எஞ்சியவற்றை இஸ்லாமியப் படை வீரர்கள் தமக்குள் சமமாகப் பங்கிட்டுக் கொண்டனர்.

முஹமது கோரி தொடக்கத்தில் இருந்தே ஹிந்துக்களின் மனதில் பெரும் அச்சத்தை ஏற்படுத்தும் வகையிலேயே செயல்பட்டார். கி.பி.1001-ல் ராஜா ஜெய்பால் தோற்கடிக்கப்பட்டதும் அவருடைய மகன்கள், படைத்தளபதிகள் அவருடைய அவமானகரமான, சிறைப்பிடிக்கப்பட்ட நிலையைப் பார்க்கும்படியாக அவரைக் கட்டித் தெருவில் ஊர்வலமாக இழுத்துச் செல்லவைத்தார். ஹிந்து தேசம் முழுவதிலும் இருக்கும் காஃபிர்கள் மனதில் இஸ்லாம் குறித்த பீதி பரவவேண்டும் என்று தீர்மானித்தார்.

காஃபிர்களைப் பொது வெளியில் வெட்டிக் கொல்லுவதென்பது முஹமதுவுக்கு மிகுந்த மகிழ்ச்சியைத் தந்தது. கி.பி.1019-ல் சந்த்ராய் மீதான தாக்குதலில் ஏராளமான காஃபிர்கள் வெட்டிக் கொல்லப்பட்டனர். அல்லது சிறைப்பிடிக்கப்பட்டனர். சூரிய, அக்னி வழிபாட்டில் ஈடுபட்டவர்கள் அனைவரையும் வெட்டிக் கொன்றுமுடிப்பதுவரையில் சொத்துக்களைக் கொள்ளை யடிப்பதில் முஸ்லிம் படை வீரர்கள் எந்தப் பெரிய அக்கறையும் காட்டவில்லை. 'ஹிந்துப் படைகளில் இருந்த யானைகள், இஸ்லாமிய மார்க்கத்துக்குச் சேவை செய்ய தாமாகவே, சிலைகளையும் சிலை வழிபாட்டாளர்களையும் விட்டு விட்டுவந்தன' என்று இஸ்லாமிய அரசவை வரலாற்றாசிரியர்கள் குறிப்பிட்டிருக்கிறார்கள்.

ஹிந்துக்கள் இப்படி அடிக்கடி நடந்த படையெடுப்புகளின் முலமாக மிகப் பெரிய அளவில் கொன்று குவிக்கப்பட்டனர். ஹிந்து கலாசாரத்துக்கு இதனால் பெரும் பின்னடைவு ஏற்பட்டது. முஹமது பக்தியார் கில்ஜி பிஹாரைக் கைப்பற்றிய நிகழ்வு அதற்கான சரியான உதாரணம். நதேயாவைக் (பிஹாரைக்) கைப்பற்றிய நிகழ்வை தபாகத் - ஐ - நசிரி கீழ்க்கண்டவாறு விவரிக்கிறார்.

வென்றவர்களுக்குப் பெரும் செல்வம் கிடைத்தது. அங்கு தலையை நன்கு மழித்திருந்த பிராமணர்களே பெரும் பான்மையாக இருந்தனர். அவர்கள் அனைவரும் கொல்லப்பட்டனர். அங்கு ஏராளமான புத்தகங்கள் இருந்தன. ஆனால், அதில் என்ன எழுதப்பட்டிருந்தது என்பதைச் சொல்ல யாருமே உயிருடன் இல்லை. அந்தக் கோட்டையும் நகரமும் கல்வி மையமாக இருந்திருந்தன.

இது தொடர்பாக டாக்டர் டைட்டஸ் சொல்பவை:

கோவில்கள், சிலைகள் ஆகியவற்றை உடைத்து நொறுக்கியது தொடர்பாக ஏராளமான ஆவணங்கள் கிடைத்துள்ளன. சிந்துபகுதியில் இப்படியான அழித்தொழிப்பை முஹமது பின் காஸிம் மிகத் தெளிவாகத் திட்டமிட்டு நடத்தினார் என்பதற்கான சான்றுகள் கிடைத்துள்ளன. ஆனால், முல்தானில் இருந்த புகழ்வாய்ந்த கோவிலை மட்டும் அழிக்கவில்லை. அந்தக் கோவிலுக்கு பல புனித யாத்ரிகர்கள் வருவது வழக்கம். அவர்கள் அந்தக் கோவிலுக்குப் பெரும் காணிக்கைகளைத் தருவதும் வழக்கம். அந்த வருவாயைக் கருத்தில்கொண்டு அந்தக் கோவிலை அவர் அழிக்கவில்லை. அதே நேரம் தனது ஆத்திரத்தைத் தீர்த்துக்கொள்ளும் நோக்கில் அந்தக் கோவிலில் இருந்து சிலையின் கழுத்தைச் சுற்றி பசு மாமிசத்தைக் கட்டித் தொங்கவிட்டார்.

மினாஜ் அஸ் சிராஜ் மேலும் விவரிக்கையில் கிட்டத்தட்ட ஆயிரம் கோவில்களுக்கு மேல் முஹமது இடித்துத் தள்ளியதாகக் குறிப்பிட்டிருக்கிறார். சோமநாதர் கோவிலை இடித்துத் தள்ளியதும் மூல விக்ரகத்தை நான்கு துண்டுகளாக உடைத்ததும் அவருடைய மிகப் பெரிய தாக்குதலாகச் சொல்லப்படுகிறது. அதில் ஒரு துண்டை கஜினி பகுதியில் இருக்கும் ஜாமி மசூதியிலும் இன்னொரு துண்டை தனது அரண்மனை வாசலிலும் கட்டித் தொங்கவிட்டார். மூன்றாவது துண்டை மெக்காவுக்கும் நான்காவது துண்டை மதினாவுக்கும் அனுப்பிவைத்தார்.

லேன் பூல் (Lane Poole) இது பற்றிச்சொல்வது:

சோமநாதரின் கோவிலின் மூல விக்ரஹத்தை உடைக்கும்வரை ஓய்வொழிச்சல் இல்லாமல் ஒவ்வொரு ஆண்டும் ஹிந்துஸ்தானின் காஃபிர்கள் மீது புனிதப் போரைத் தொடுப்பேன் என்று கஜினி முஹமது சபதம் எடுத்திருந்தார். இந்த ஒரே ஒரு லட்சியத்தினால்தான் தனது வாழ்வின் அந்திம

காலத்திலும் முல்தானில் இருந்து அன்ஹல்வாரா கடலோரம் வரையிலான மிகக் கடுமையான பாலைவனத்தினூடாகத் தனது படையை வழிநடத்திவந்தார். அந்தக் கோவிலை அழிப்பது வரை தொடர்ந்து படையெடுத்துவந்தார்.

ஆயிரக்கணக்கான பக்தர்கள் அந்தக் கோவிலுக்கு வந்திருந்தனர். ஆயிரத்துக்கும் மேற்பட்ட பிராமணர்கள் அங்கு சேவை புரிந்தும் அந்தக் கோவிலின் சொத்துக்களைப் பாதுகாத்தும்வந்தனர். நூற்றுக்கணக்கான நடனக் கலைஞர்கள், பாடகர்கள் கோவிலின் முன்பாக ஆடிப் பாடிக் கொண்டிருந்தனர். அந்தக் கோவிலின் உள்ளே புகழ் பெற்ற லிங்கம் வைக்கப்பட்டிருந்தது. வெறும் கல் தூண் போன்ற அந்த லிங்கம், நட்சத்திரங்கள் போல் மின்னிய நவ ரத்தினங்களால் அலங்கரிக்கப்பட்டிருந்தது. மூல விக்ரகத்தைச் சுற்றி இருந்த பிரகாரங்களில் இருந்த பிராமணர்கள் தாக்க வந்த அந்நியப் படையெடுப்பாளர்கள் எல்லாம் சோமநாதரால் எளிதில் தோற்கடிக்கப்படுவார்கள் என்று கேலி பேசிக் கொண்டிருந்தனர். எதைக் கண்டும் அஞ்சாத அந்நியப் படையெடுப்பாளர்கள் கோவிலின் மதில் சுவர் மேலே துணிந்து ஏறினர். தனது பக்தர்களின் வேண்டுகோள்களுக்குச் செவிசாய்க்காமல் வாளாவிருந்தார் கடவுள். ஐம்பதாயிரம் ஹிந்துக்கள் தமது இறை நம்பிக்கைக்காக உயிர் துறக்க நேர்ந்தது. உண்மையான கடவுளின் விசுவாசிகளினால் அந்தப் புனிதக் கோவில் சூறையாடப்பட்டது. மிகப் பெரிய லிங்கம் உடைத்து நொறுக்கப்பட்டது. உடைந்த துண்டுகள் கஜினி முஹமதுவின் அரண்மனைக்குக்கொண்டு செல்லப்பட்டன. கோவிலின் கதவுகள் உடைத்து கஜினிக்குக்கொண்டு செல்லப் பட்டன. சிலை உடைப்பாளர்களுக்கு பல லட்சம் மதிப்பிலான செல்வங்கள் கிடைத்தன.

கஜினி முஹமது ஆரம்பித்து வைத்த கொடிய தாக்குதல்கள் அவருக்குப் பின்னால் வந்தவர்களால் மேலும் தீவிரத்துடன் முன்னெடுத்துச் செல்லப்பட்டன. டாக்டர் டைட்டஸ் கூறுகிறார்:

கஜினி முஹமதுவுக்கு அடுத்துவந்த முஹமது கோரி மிகுந்த ஆவேசத்துடன் அஜ்மீரைக் கைப்பற்றினார். சிலை வழிபாட்டு மையங்களான கோவில்களின் தூண்கள், அஸ்திவாரங்களை இடித்துத் தள்ளினார். அந்த இடங்களில் மசூதிகளையும் கல்லூரிகளையும் கட்டினார். இஸ்லாமிய சட்டங்கள், பழக்க வழக்கங்கள் ஆகியவற்றை நிலைநாட்டினார். தில்லி மற்றும் அதைச் சுற்றியிருந்த பக்குதிகளில் இருந்த கோவில்கள்,

சிலைகள் அனைத்தையும் அழித்தொழித்தார். கோவில்கள் எல்லாம் ஏக இறைவனின் மசூதிகளாக ஆக்கப்பட்டன.

குத்புதீன் ஐபக்கும் ஆயிரக்கணக்கான கோவில்களை இடித்துத் தள்ளி அந்த இடங்களில் மசூதிகளைக் கட்டியதாகச் சொல்லப் படுகிறது. தில்லியில் ஜாமி மசூதியைக் கட்டி கோவில்களில் இருந்து கொள்ளையடித்த செல்வங்கள், நவரத்தினங்களைக் கொண்டு அலங்கரித்தார். யானைகளை விட்டு அந்தக் கோவில்களை இடித்துத் தள்ளியிருந்தார். கோவில் தூண்கள், சுவர்களில் குர்ரானின் வாசகங்களைப் பொறித்தார். தில்லியில் இருக்கும் இந்த மசூதியின் கிழக்கு வாசலில் இருக்கும் கல்வெட்டில் அந்த மசூதியைக் கட்டப் பயன்படுத்தப்பட்ட 27 கோவில்களின் கற்கள், தூண்கள், விதானங்கள் பற்றிய குறிப்புகள் இடம்பெற்றுள்ளன.

குத் பு தீன் ஐபக் கட்டியதற்குப் போட்டியாக ஜாமி மசூதியின் இரண்டாவது மினாரை அலா-உத் தீன் கட்டி எழுப்பினார். இதைக் கட்டுவதற்குத் தேவையான கற்களுக்கு மலைகளில் இருந்து பாறைகளை வெட்டியதோடு அக்கம் பக்கத்துக் கோவில்களையும் இடித்துக்கொண்டுவர வேண்டியிருந்ததாக அமீர் குஸ்ரு குறிப்பிட்டிருக்கிறார். தன் முன்னோர்கள் வட இந்தியாவில் செய்ததைப்போலவே தென் இந்தியாவில் கோவில்களை இடித்து அழிக்கும் செயலை அலா-உத் தீன் செய்தார்.

சுல்தான் ஃபிரோஸ் ஷா புதிய கோவில்களைக் கட்டத் துணிந்த ஹிந்துக்களை எப்படி நடத்தினேன் என்று மிக விரிவாக விவரித்திருக்கிறார். இறைத்தூதர் வகுத்த சட்ட திட்டங்களுக்கு எதிராக, தில்லியிலும் அதன் சுற்றுவட்டாரத்திலும் அவர்கள் சிலை வழிபாட்டுக்கான முயற்சிகளை எடுத்தனர். இறைத்தூதர் இவற்றையெல்லாம் பொறுத்துக்கொள்ளாக்கூடாதென்று கூறியிருக்கிறார். ஏக இறைவனின் வழிகாட்டுதலின் பேரில் இந்தக் கோவில்கள், சிலைகள் அனைத்தையும் மீண்டும் இடித்துத் தள்ளினேன். அந்த இறைமறுப்பாளர் கூட்டத்தின் தலைவர்களைக் கொன்று குவித்தேன். அவருடன் இருந்தவர்களுக்கு சாட்டையடி கொடுத்தேன். இப்படியான இறை மறுப்புச் செயல்பாடுகள் முற்றாக ஒழியும்வரை இந்த நடவடிக்கைகளை எடுத்தேன். எங்கெல்லாம் இப்படியான சிலை வழிபாடுகள் நடந்துவந்தனவோ அங்கெல்லாம் உண்மையான இறைவனின் கருணையினால் இப்போது அந்த

உண்மையான இறைவனுக்கே தொழுகைகள் நடத்தப் படுகின்றன.

ஷாஜஹானின் காலத்தில்கூட ஹிந்துக்கள் கட்டத் தொடங்கி இருந்த கோவில்கள் இடித்துத் தள்ளப்பட்டது குறித்த ஆவணங் களைப் பார்க்க முடிகிறது. பாதுஷா நாமாவில் ஹிந்துக்கள் மீதான தாக்குதல் குறிப்பிடப்பட்டுள்ளது:

> வரலாற்றாசிரியர் சொல்வது என்னவென்றால், இறை மறுப்பாளர்களின் கோட்டையான பனாரஸில் முந்தைய ஆட்சியின் (அக்பரின் ஆட்சியின்) இறுதிக் காலத்தில் பல கோவில் கட்டுமானப் பணிகள் ஆரம்பித்து நடந்து கொண்டிருந்தன என்ற தகவல் மாமன்னருக்குத் தெரியவந்தது. இறை மறுப்பாளர்கள் அந்தக் கோவில் பணிகளை முடிப்பதில் தீவிரமாக இருக்கிறார்கள். உண்மையான இறைவன்மீது விசுவாசம் கொண்ட மன்னர், பனாரஸில் மட்டுமல்ல; தனது ஆளுகைக்கு உட்பட்ட பகுதியில் இருக்கும் அத்தனை கோவில்களையும் இடித்துத் தரைமட்டமாக்க உத்தரவிட்டார். பனாரஸில் மட்டும் 76 கோவில்கள் இடித்துத் தள்ளப்பட்டதாக அலஹாபாத் ஆவணம் தெரிவிக்கிறது.

உருவ வழிபாட்டை முற்றிலுமாகத் துடைத்தெறியும் வேலையை ஔரங்கஜீப் எடுத்துக்கொண்டார். மா அதிர் இ அலாம்கிரி நூலை எழுதிய ஆசிரியர் ஹிந்துக் கோவில்களையும் ஹிந்து கல்வி மையங்களையும் அழித்தவிதம் பற்றிக் கீழ்க்கண்டவாறு விவரிக்கிறார்.

> கி.பி.1669 ஏப்ரலில் தத்தா, முல்தான், பனாரஸ் ஆகிய பிராந்தியங்களில், குறிப்பாக பனாரஸில், அறிவற்ற பிராமணர்கள் தமது கல்வி மையங்களில் இழிவான நூல்களைக் கற்றுத் தந்துவருகிறார்கள். அதைக் கற்பதற்காக வெகு தொலைவிருந்தெல்லாம் ஹிந்துக்களும் முஸ்லிம்களும் வந்தவண்ணம் இருக்கிறார்கள். 'இறை விசுவாசத்தின் சக்கரவர்த்தி' தனது ஆளுகைக்கு உட்பட்ட பிராந்தியங்களில் தனது பிரதிநிதியாக இருந்து ஆட்சி செய்யும் அனைவருக்கும் ஓர் உத்தரவிட்டார். இறை மறுப்பாளர்களின் கோவில்கள், கல்வி மையங்கள் என அனைத்தையும் உடனே இடித்துத் தள்ள வேண்டும். உருவ வழிபாடு நடப்பதையும் அது தொடர்பான கல்வி மையங்கள் செயல்படுவதையும் உடனே முழுமையாகத் தடுத்து நிறுத்தியாகவேண்டும் என்று உத்தரவிட்டார். பனாரஸில் இருந்த விஸ்வநாதர் ஆலயம் இடித்துத்

தரைமட்டமாக்கப்பட்ட செய்தி தமது மதத்தின் மாமன்னரிடம் தெரிவிக்கப்பட்டது.

டாக்டர் டைட்டஸ் மேலும் தெரிவிக்கிறார்:

முஹமது, தைமூர் போன்றவர்கள் வலுக்கட்டாயமாக மதம் மாற்றுவதில் காட்டிய ஆர்வத்தைவிட கோவில்கள் மற்றும் சிலைகளை உடைப்பது, கொள்ளையடித்த பணத்தை எடுத்துச் செல்வது, சிறைப்பிடித்தவர்களை அடிமைகளாக்கிக் கொள்வது, மதத்தின் புனிதமான வாளைக்கொண்டு இறை மறுப்பாளர்களை நரகத்துக்கு அனுப்புவது ஆகியவற்றிலேயே அதிக ஆர்வம் காட்டினர். ஆனால், இந்தியாவில் நிலையான ஆட்சியை அமைக்க முற்பட்டதும் பலரை மதம் மாற்றிக் கொள்வது மிகவும் அவசியம் என்பது உணரப்பட்டது. அந்த இஸ்லாமிய மன்னர்கள் தமது ஆளுகைக்கு உட்பட்ட பகுதிகள் முழுவதிலும் இஸ்லாமே நிலைபெற்றிருக்கவேண்டும் என்று முடிவெடுத்தனர்.

கஜினி முஹமதுவைப்போலவே கோவில்களை இடித்துத் தள்ளுவதில் தீவிரமாக இருந்த குத் புதீன் 12-ம் நூற்றாண்டின் இறுதி பகுதியிலும் 13-ம் நூற்றாண்டின் ஆரம்பகட்டங்களிலும் வலுக்கட்டாயமான மத மாற்றத்தில் ஈடுபட்டார். கி.பி.1194-ல் கோயில் (அலிகர்) பகுதியை அடைந்தபோது கோட்டையைக் காவல் காத்துவந்தவர்களில் பின்விளைவுகள் தெரிந்தவர்கள், சமயோசித புத்தி கொண்டவர்கள் ஆகியோரை இஸ்லாமுக்கு மதம் மாற்றினார். எஞ்சியவர்களை வாளால் கொன்று குவித்தார்.

மதம் மாற்றுவதற்காக மேற்கொண்ட கொடூர நடவடிக்கைகள் பற்றி ஏராளமான உதாரணங்கள் இருக்கின்றன. ஃபிரோஸ் ஷாவின் ஆட்சி காலத்தில் (கி.பி.1351) மிக மோசமான சம்பவம் நடந்தது. தில்லியில் ஒரு பிராமணர் தன் வீட்டில் உருவ வழிபாட்டில் ஈடுபடுவதாகக் குற்றம்சாட்டப்பட்டார். இஸ்லாமியப் பெண்களை இறை மறுப்பாளர்களாக அவர் ஆக்குவதாகவும் குற்றம் சுமத்தப்பட்டது. அவர் மீதான வழக்கு விசாரணைக்கு வந்தது. நீதிமான்கள், மருத்துவர்கள், முதியவர்கள், வழக்கறிஞர்கள் முன்னிலையில் விசாரணை நடந்தது. இது தொடர்பாக சட்டம் மிகவும் தெளிவாக இருப்பதாகவும் ஒன்று அந்த பிராமணர் இஸ்லாமுக்கு மாறவேண்டும். அல்லது அவரைத் தீயிட்டுக் கொளுத்தவேண்டும் என்று தீர்ப்பு வழங்கப்பட்டது.

உண்மையான இறை மார்க்கம் அவருக்குச் சொல்லப்பட்டது. சரியானது எதுவென்று தேர்தெடுக்கச் சொல்லப்பட்டது. ஆனால் அவரோ அதை மறுத்துவிட்டார். சுல்தானின் ஆணைக்கு இணங்க அந்த பிராமணர் தீவைத்துக் கொளுத்தப்பட்டார். பாருங்கள்... தனது சட்ட திட்டங்களை எள்ளளவும் மீறாமல் நடக்கும் சுல்தானின் ஒழுங்கையும் நேர்மையையும் பாருங்கள்.

முஹமது வெறுமனே கோவில்களை இடித்ததோடு நிற்கவில்லை. சிறைப்பிடித்த ஹிந்துக்கள் அனைவரையும் அடிமைகளாகவும் ஆக்கிக் கொண்டார். டாக்டர் டைட்டஸ் சொல்கிறார்:

இஸ்லாம் இந்தியாவுக்கு வந்த தொடக்க காலத்தில் இறை மறுப்பாளர்களைக் கொல்வது, அவர்களுடைய கோவில்களை உடைப்பது என்பதோடு நின்றுவிடாமல் முன்பே நாம் பார்த்ததுபோல் சிறைப்பிடிக்கப்பட்டவர்களை அடிமை களாகவும் ஆக்கிக் கொண்டனர். கொள்ளையடிப்பில் கிடைத்த வற்றைப் பங்கிடுவதென்பது தலைவர்களுக்கும் படை வீரர்களுக்கும் மிகவும் விருப்பத்துக்குரிய விஷயமாக இருந்தது. இறை மறுப்பாளர்களைக் கொல்வது, கோவில்களை இடித்துத் தரைமட்டமாக்குவது, அடிமைகளைப் பிடிப்பது, சொத்துக்கள், செல்வங்களைக் கொள்ளையடித்தல், குறிப்பாகக் கோவில்கள் மற்றும் புரோஹிதர்களிடமிருந்து கொள்ளையடித்தல் ஆகியவற்றையே கஜினி முஹமது தனது படையெடுப்புகளின் முக்கிய நோக்கமாகக் கொண்டிருந்ததாகவே தெரிகிறது. முதல் படையெடுப்பில் மிகப் பெருமளவுக்கு செல்வத்தைக் கொள்ளையடித்துச் சென்றதாகச் சொல்லப்படுகிறது. ஐம்பதாயிரம் அழகிய ஹிந்து ஆண்கள், பெண்கள் அனைவரும் அடிமைகளாக்கப்பட்டு கஜினி தேசத்துக்குக் கொண்டு செல்லப்பட்டனர்.

முஹமது கஜினி 1017-ல் கன்னௌஜியைக் கைப்பற்றியபோது மிகப் பெரும் செல்வத்தைக் கொள்ளை அடித்தார். எத்தனை பேரைச் சிறைப்பிடித்தார் என்று விரல் விட்டு எண்ணப் புறப்பட்டவர்கள் சோர்ந்துபோய் விழுந்துவிடும் அளவுக்குச் சிறைபிடிக்கப் பட்டனர். கிபி. 1019 படையெடுப்புக்குப் பின்னர் மத்திய ஆசியாவிலும் கஜினி பிராந்தியத்திலும் இந்திய அடிமைகளின் எண்ணிக்கை எந்த அளவுக்கு அதிகரித்தது என்பது பற்றி அன்றைய வரலாற்று ஆசிரியர் ஒருவர் சொல்கிறார்:

இரண்டிலிருந்து பத்து திர்காம் விலைக்குக் கைதிகள் விற்கப்பட்டனர். அவர்கள் பின்னர் தொலை தூர

தேசங்களிலிருந்து அடிமைகளை வாங்க வருபவர்களுக்கு விற்பதற்காக கஜினி பகுதிக்குக் கொண்டுசெல்லப்பட்டனர். சிவந்த நிறமுடையவர்கள், கறுப்பு நிறம் உடையவர்கள், ஏழை, பணக்காரன் அனைவருமே அடிமைகளாக்கப்பட்டனர்.

கி.பி.1202-ல் குத் புதீன் ஐபக் கலிங்கப் பகுதியைக் கைப்பற்றியதும் கோவில்களை எல்லாம் மசூதிகளாக்கினார். உருவ வழிபாடு என்பதே இல்லாமலாக்கப்பட்டது. ஐம்பதாயிரம் பேர் அடிமைகளாக்கப்பட்டனர். அந்த பிராந்தியம் முழுவதுமே கரிய நிற ஹிந்துக்களால் நிரம்பி வழிந்தது.

இஸ்லாமிய புனித போரில் கைப்பற்றப்பட்ட ஹிந்துக்கள் எல்லோருமே அடிமைகளாக்கப்பட்டனர். போர் இல்லாத காலக ட்டங்களில் ஹிந்துக்கள் வேறு பலவகைகளில் அவமானப்படுத்தப் பட்டனர். பதினான்காம் நூற்றாண்டு வாக்கில் அலாவுதீனின் ஆட்சிக்காலத்தில் சில பிராந்தியங்களைச் சேர்ந்த ஹிந்துக்கள் சுல்தானை எதிர்த்துப் போர்க்கொடி உயர்த்தினர். அப்படியான கலகங்களில் அவர்கள் ஈடுபடுவதைத் தடுக்க அவர்கள் மீது வரி விதிக்கப்பட்டன. குதிரைகளை வைத்துக்கொள்ள முடியாதபடி, ஆயுதங்களைச் சுமந்து செல்ல முடியாதபடி, நல்ல உடைகள் உடுக்க முடியாதபடி, வாழ்க்கையின் எந்த ஒரு சுகத்தையும் அனுபவிக்க முடியாதபடி ஹிந்துக்களை ஆக்குவதே நோக்கமாக இருந்தது.

ஜெசியா வரியைப் பற்றி டாக்டர் டைட்டஸ் சொல்கிறார்:

சுல்தான்கள், நவாபுகள், மன்னர்கள் என யாராக இருந்தாலும் இஸ்லாமிய ஆட்சி நடந்த பகுதிகள் அனைத்திலும் ஜெசியா வரி பொதுவாகவே விதிக்கப்பட்டிருந்தது. சில நேரங்களில் அது பெயரளவிலான வரியாக மட்டுமே இருந்ததும் உண்டு. ஒரு மன்னருக்கு அந்த வரிவிதிப்பைக் கறாராக அமல்படுத்துவதற்கு இருந்த வலிமையைப் பொறுத்ததாக இருந்தது. மத விழிப்புணர்வு கொண்ட அக்பருடைய ஆட்சியின் ஒன்பதாவது ஆண்டில் (கி.பி.1665-ல்) அது முகலாயப் பேரரசு முழுவதிலும் ரத்து செய்யப்பட்டது. அப்படியாக அதுவரையிலான எட்டு நூற்றாண்டுகளுக்கும் மேலாக அந்த வரிவிதிப்பானது இஸ்லாமிய ஆட்சியின் அடிப்படையான விஷயமாகவே இருந்தது.

லேன் பூல் சொல்கிறார்:

ஓர் ஹிந்து தனக்குச் சொந்தமான நிலத்தில் கிடைக்கும் விளைச்சலில் பாதியை அரசுக்கு வரியாகக் கொடுக்கவேண்டும்.

அவர் வைத்திருக்கும் பசுக்கள், காளைகள், ஆடுகள், பிற விலங்கினங்கள் அனைத்துக்கும் வரி கொடுக்கவேண்டும். ஏக்கருக்கு இவ்வளவு வரி, ஒரு விலங்குக்கு இவ்வளவு வரி என ஏழையாக இருந்தாலும் பணக்காரராக இருந்தாலும் கொடுத்தாக வேண்டும். இந்த வரியை வசூலித்துத் தரும் அதிகாரிகள் ஏதேனும் லஞ்சம் வாங்கிக்கொண்டதாகத் தெரிந்தால் உடனே பணிநீக்கம் செய்யப்படுவார்கள். வரி கொடுக்கத் தவறுபவர்களுக்கு சாட்டையடி, பிரம்படி, சிறைத்தண்டனை, சங்கிலியால் கட்டிப்போடப்படுவது போன்ற தண்டனைகள் தரப்படும். புதிய சட்ட திட்டங்கள் மிகவும் கடுமையாகப் பின்பற்றப்பட்டன.

ஓர் இஸ்லாமிய அதிகாரி 20 ஹிந்துக்களை ஒன்றாகக் கட்டிவைத்து அடித்து வரியைப் பிடுங்கிச் செல்வார். ஹிந்துக்களின் வீடுகளில் இருக்கும் தங்கம், வெள்ளி போன்றவை மட்டுமல்ல; வெற்றிலை பாக்குகூட விட்டு வைக்கப்படாமல் எடுத்துச் செல்லப்பட்டன. உள்ளூர் ஹிந்து பிரமுகர்களின் மனைவிகள் இஸ்லாமியர்களின் வீடுகளில் வீட்டு வேலை செய்யும்படி ஆக்கப்பட்டனர். வரி வசூலிக்க வரும் வருவாய் அதிகாரிகளை ஹிந்துக்கள் பிளேக் நோயைவிடக் கொடியவதாகப் பார்த்துப் பயப்பட்டனர். இஸ்லாமிய ஆட்சியின் பணியாளராக இருப்பதென்பது ஹிந்துக்களைப் பொறுத்தவரையில் மிகவும் அவமானகர மானதாக, மரணத்தைவிடக் கொடியதாகப் பார்க்கப்பட்டது. அப்படி வேலை பார்க்கும் ஹிந்து குடும்பத்தில் இருந்து எந்தவொரு ஹிந்துக் குடும்பத்தினரும் பெண் கொடுத்து, பெண் எடுத்ததில்லை.

அந்த உத்தரவில் மேலும் என்ன சொல்லப்பட்டிருக்கிறது என்றால்:

சௌகிதார்கள், கூட்கள், முகாதிம்கள் எல்லாம் குதிரைகளில் சவாரி செய்யக்கூடாது. ஆயுதங்கள் ஏந்தக்கூடாது. நேர்த்தியான உடை அணியக்கூடாது. வெற்றிலை போட்டுக்கொள்ளக் கூடாது. தலை நிமிர்ந்து நடக்கக்கூடாது. வரியைக் கறாராக வசூலிப்பதற்கு பிரம்பு அடிகள், சிறை, சங்கிலியில் கட்டிப் போடுதல் என பல வழிமுறைகள் பின்பற்றப்பட்டன.

இப்படியான தண்டனைகள், கொடுமையான செயல்கள் இவையெல்லாம் அதிகாரிகளின் தனிப்பட்ட அராஜகமாக நடக்கவில்லை. இஸ்லாமிய மன்னரின் ஆட்சிக் கொள்கைக்கு ஏற்பவே இவையெல்லாம் முன்னெடுக்கப்பட்டன.

> இஸ்லாமிய ஆட்சியின் கீழ் ஹிந்துக்களின் சட்டபூர்வமான நிலைமை என்ன என்று தெரிந்துகொள்ள சுல்தான் அலாவுதீன் கேட்ட கேள்விக்கு ஹாஜியார் சொன்ன பதிலில் இவையெல்லாம் மிகத் தெளிவாக சொல்லப்பட்டிருக்கின்றன.

அவர் சொல்கிறார்:

> ஹிந்துக்கள் எல்லாம் வரிகட்ட வேண்டியவர்கள். வருவாய் அதிகாரி வெள்ளிப் பணம் கேட்டால், எந்த ஒரு கேள்வியும் கேட்காமல் மரியாதையுடனும் பணிவுடனும் தங்கத்தை எடுத்து ஹிந்துக்கள் எடுத்துக்கொடுக்கவேண்டும். ஓர் இஸ்லாமிய அதிகாரி ஹிந்துக்களின் வாயில் அசிங்கத்தைத் திணித்தால் அவர்கள் மறுபேச்சு பேசாமல் வாயை அகலத் திறந்து வைத்துக்கொண்டு நிற்கவேண்டும். இஸ்லாமைப் பெருமைப்படுத்துவதே ஓர் அதிகாரியின் கடமை. அதை மறுத்துப் பேசுவது மிகவும் தவறானது. இறைவன் ஹிந்துக்களை வெறுக்கத்தக்கவர்களாகவே வைத்திருக்கிறார். அவர்களை அடங்கி ஒடுங்கிய நிலையிலேயே வைத்திருக்கவேண்டும். ஹிந்துக்களை அவமதிப்பது என்பது இஸ்லாமியர்களின் புனிதக் கடமை. ஏனென்றால் ஹிந்துக்கள் இறைத்தூதரின் பரம விரோதிகள். ஹிந்துக்களை வெட்டிக் கொல்லவும், கொள்ளையடிக்கவும், சிறைப்பிடிக்கவும் இறைத்தூதர் நமக்குக் கட்டளையிட்டிருக்கிறார். ஓர் ஹிந்துவை மதம் மாற்ற வேண்டும் அல்லது கொல்லவேண்டும் அல்லது அடிமைகளாக்கவேண்டும். அவருடைய சொத்துகளை, உடமைகளைச் சூறையாடவேண்டும். நாம் பின்பற்றுபவரும் உலகின் ஒரே வழிகாட்டியுமான ஹனிஃபா ஹிந்துக்களின் மீது ஜெஸியா வரியை விதிக்க சம்மதம் தெரிவித்திருக்கிறார். பிற வழிகாட்டிகளுக்கெல்லாம் ஒரே வழிதான் உண்டு: ஒன்று இஸ்லாமுக்கு மாறவேண்டும். அல்லது மரணத்தைத் தழுவவேண்டும்.

முஹமது கஜினி படையெடுத்துவந்த காலத்திலிருந்து அகமது ஷா அப்தலி காலம் வரையிலான 762 ஆண்டுகளில் இதுவே இந்தியாவின் ஹிந்துக்களின் நிலைமையாக இருந்தது.

இப்படியான நிலையில் வட இந்தியப் பிராந்தியமானது ஆரியவர்த்தத்தின் ஒரு பகுதி என்று ஹிந்துக்களால் எப்படிச் சொல்ல முடியும்? முன்னொரு காலத்தில் இந்தப் பகுதிகள் ஹிந்துக்களுக்கு சொந்தமாக இருந்தன என்பதால் இப்போதும் இந்தியாவின் ஓர் அங்கமாக இருந்தாகவேண்டும் என்று எப்படிச் சொல்லமுடியும்?

ஆஃப்கானிஸ்தானையும் உள்ளடக்கிய பிராந்தியங்கள் எல்லாம் வட இந்தியாவில் இருந்தன. அங்கிருந்த மக்களெல்லாம் ஹிந்துக்களாக, பௌத்தர்களாக இருந்தார்கள் என்று பழைய கதை பேசுபவர்கள், இந்த 762 ஆண்டுகால இஸ்லாமியப் படையெடுப்பு களும் தமது ஆளுகைக்கு உட்பட்ட நிலங்களில் தமது இலக்குகளை அடைய அவர்கள் முன்னெடுத்த செயல்களும் கணக்கில் கொள்ளப்படவேண்டியவையே அல்ல என்று சொல்கிறார்களா?

இந்தியா மீதான இஸ்லாமியப் படையெடுப்புகள் ஏற்படுத்திய பல்வேறு தாக்கங்கள் ஒருபக்கம் இருக்க, என்னைப் பொறுத்த வரையில் பாகிஸ்தானுடன் இணைக்கப்படுவது தொடர்பாகப் பேசப்படும் இந்த வட இந்திய பிராந்தியத்தின் கலாசாரம், வாழ்க்கை முறை ஆகியவையெல்லாம் முழுவதுமாக மாறிவிட்டன. இந்தப் பகுதிக்கும் இந்தியாவின் பிற பகுதிகளுக்கும் இடையில் எந்த ஒற்றுமையும் இல்லாமல் போனதோடு இரு பகுதிகளுக்கும் இடையில் மிகக் கடுமையான பகை உணர்வும் நிலவிவருகிறது.

இந்தப் படையெடுப்புகள் மூலமான முதல் முக்கியமான விளைவு என்னவென்றால், அவை இந்த வட இந்தியப் பகுதியை இந்தியாவின் பிற பகுதிகளில் இருந்து முற்றாகப் பிரித்துவிட்டன. கஜினி முஹமது இந்தியாவிடமிருந்து இந்தப் பகுதிகளைப் பிரித்து கஜினியில் இருந்துகொண்டே ஆண்டு வந்தார். முஹமது கோரி படையெடுத்து வந்தபின் இந்தப் பகுதிகளை வென்று இந்தியாவுடன் இணைத்துக்கொண்டு லாகூரில் இருந்தும் தில்லியில் இருந்தும் ஆண்டுவந்தார். அக்பரின் சகோதரர் ஹக்கீம் வட இந்தியப் பகுதியில் இருந்து காபூலையும் கந்தஹாரையும் பிரித்தார். பின்னர் அக்பர் அதை வட இந்தியாவுடன் இணைத்தார்.

1738-ம் நாதிர் ஷா அந்தப் பகுதியை மீண்டும் துண்டித்தார். சீக்கியர்களின் எழுச்சியின் மூலம் உருவான எதிர்ப்பு மட்டும் இருந்திருக்கவில்லையென்றால் முழு வட இந்திய பிராந்தியமுமே இந்தியாவிடமிருந்து துண்டிக்கப்பட்டிருக்கும். எனவே, இந்த வட இந்தியப் பகுதியானது ரயிலின் பெட்டிபோல் அரசியல் சூழ்நிலைகளுக்கு ஏற்ப இணைக்கவும் பிரிக்கவும்பட்டதாகவே இருந்துவந்திருக்கிறது. உலக வரலாற்றில் இருந்து ஏதேனும் உதாரணத்தைச் சொல்லவேண்டுமென்றால், அல்சாஸ் லாரைன் பகுதியைப் பற்றிச் சொல்லலாம். அது முதலில் பிற ஸ்விட்சர்லாந்து மற்றும் தென் பகுதி நாடுகளைப்போலவே ஜெர்மனியின் அங்கமாகவே இருந்தது. 1680-ல்

ஃப்ரெஞ்சுக்காரர்களால் ஃப்ரான்ஸின் அங்கமாக ஆக்கப்படுவது வரை இந்த நிலையே நீடித்தது. 1871வரையில் ஃப்ரான்ஸின் அங்கமாகவே நீடித்தது. அதன் பின் ஜெர்மனி அதைக் கைப்பற்றியது. 1918-ல் ஜெர்மனியிடம் இருந்து பிரிக்கப்பட்டு ஃப்ரான்ஸுடன் இணைக்கப்பட்டது. 1940 ஃப்ரான்ஸிடமிருந்து பிரிக்கப்பட்டு ஜெர்மனியின் அங்கமானது.

இந்தியா மீது படையெடுத்துவந்தவர்கள் பின்பற்றிய வழி முறைகள் மிகப் பெரிய தாக்கத்தை விட்டுச்சென்றிருக்கின்றன. அவற்றில் ஒன்று ஹிந்து, முஸ்லிம்களுக்கு இடையிலான கசப்புணர்வு. இரு தரப்பினருக்கு இடையிலான அந்தக் கசப்பு உணர்வானது மிகவும் ஆழமாக வேரூன்றிவிட்டிருக்கிறது. அதற்குப் பிந்தைய நூறாண்டுகால அரசியல் நிகழ்வுகள் அந்தப் பகைமையைப் போக்குவதாக இருந்திருக்கவில்லை. மக்களும் அதை மறக்கத் தயாராக இல்லை. கோவில்களின் அழித்தொழிப்பு, கட்டாய மதமாற்றம், சொத்துக்கள் சூறையாடப்பட்டது, படுகொலைகள், ஆண்கள் பெண்கள், சிறுவர்கள் என அனைவருமே அவமானப்படுத்தப்பட்டது, அடிமைப்படுத்தப் பட்டது போன்றவையெல்லாம் இஸ்லாமியர்கள் மத்தியில் வீரப் பிரதாபங்களாகவும் ஹிந்துக்களின் மனதில் அவமானத்துக் குரியவையாகவும் பசுமையாகப் பதிந்திருக்கின்றன.

இந்தியாவின் வட மேற்கு மூலையில்தான் இப்படியான நிகழ்வுகள் மிகப் பெரிய அளவில் நடந்தேறின. இஸ்லாமியக் குழுக்கள் அலை அலையாக அதன் பின் இந்தியாவின் எஞ்சிய பகுதிகளுக்கு இடம்பெயர்ந்தனர். சிறுகச் சிறுக இந்தியா முழுவதும் பரவினர். காலப்போக்கில் அந்தப் பரவல் மெள்ளக் குறையத் தொடங்கியது. ஆனால், இந்தப் பரவல் நடந்த காலகட்டத்தில் இந்தியாவின் வட மேற்கு மூலையில் இருந்த பிராந்தியத்தின் மூல ஆரிய கலாசாரமானது இஸ்லாமியக் கலாசாரத்தினால் இடம்பெயர்க்கப் பட்டது. அந்தப் பிராந்தியம் அரசியல் மற்றும் மத நோக்கில் புதிய வடிவம் கொண்டதாக மாறியது.

இந்தியாவுக்குள் படையெடுத்து வந்த இஸ்லாமியர்கள் ஹிந்துக்களின் மீதான வெறுப்பின் புனித வசனங்களை உச்சாடனம் செய்தபடியேதான் வந்தனர் என்பதே உண்மை. அப்படி வெறுப்பைச் சுமந்தபடி வந்து சில கோவில்களை இடித்துத் தள்ளிவிட்டுத் திரும்பிச் சென்றிருந்தால்கூட மிகப் பெரிய நிம்மதியைத் தந்திருக்கக்கூடும். ஆனால், இப்படியான எதிர்மறை விஷயத்தோடு அவர்கள் திருப்திப்படவில்லை. இஸ்லாமை

இந்தியாவில் வேரூன்றச் செய்யும் காரியத்தையும் செய்ய முன்வந்தனர். அந்தச் செடி இந்தியாவில் செழித்து வளர்ந்தது. அது சிறிய செடி அல்ல. தேக்கு மரம் போல் மிகப் பெரியதாகவும் வலுவானதாகவும் வளர்ந்தது. வட இந்தியாவில் அது அடர்த்தியாகச் செழித்து வளர்ந்தது.

தொடர்ந்து நடந்த ஆக்கிரமிப்புகளின் கசடுப்படிவுகள் உலகில் வேறு எங்குமே இருந்திராத அளவுக்கு மிக அதிகமாக இருந்தது. வேரூன்றி வளரத் தொடங்கிய இஸ்லாமிய மரங்களுக்கு அக்கறைகொண்ட தோட்டக்காரன் போல் அது நீரூற்றி வந்தது. இஸ்லாமிய மரங்களின் வளர்ச்சி எந்த அளவுக்கு மிகுதியாக இருந்ததென்றால் அந்த வட இந்தியாவில் ஹிந்து, பௌத்தத் தாவரங்கள் அனைத்துமே வெறும் சிறிய புதர்கள் என்ற அளவுக்குக் குறைந்துபோயின. சீக்கியக் கோடாலியால்கூட இஸ்லாமிய மரத்தை வெட்ட முடிந்திருக்கவில்லை. வட இந்தியாவில் சீக்கியர்கள் அரசியல் செல்வாக்கு மிகுந்தவர்களானது உண்மையே. என்றாலும் யுவான் சுவாங்குக்கு முன்பாக அந்தப் பிராந்தியமானது இந்தியாவின் பிற பகுதிகளுடன் என்னவிதமான கலாசார, ஆன்மிக பந்தத்தைக் கொண்டிருந்ததோ அதை மீட்டெடுக்க முடியவில்லை.

சீக்கியர்கள் அந்தப் பிராந்தியத்தை இந்தியாவுடன் மீண்டும் இணைத்தனர். அல்சாஸ் லாரைன் பிராந்தியமானது அரசியல் ரீதியாகப் பிளவுபடுத்த முடிந்ததாகவும் ஆன்மிக ரீதியில் அந்நியப்பட்டதாகவும் இருப்பதுபோலவே வட இந்திய பிராந்தியமும் இந்தியாவின் எஞ்சிய பகுதிகளில் இருந்து விலகியே இருக்கிறது. பாகிஸ்தான் என்ற தனி நாட்டை உருவாக்குவதென்பது ஒன்றாக இருக்கும் ஒரு தேசத்தைத் துண்டாடுவதற்கு சமம் என்று சொல்பவர்கள், இந்த உண்மைகளைக் கணக்கில் கொள்ளாதவர்களாகவே இருப்பார்கள்.

பாகிஸ்தானுக்கும் ஹிந்துஸ்தானுக்கும் இடையில் என்னவிதமான ஒற்றுமை இருப்பதாக ஹிந்துக்கள் நினைக்கிறார்கள்?

பூகோள ஒற்றுமை இருப்பதாக நினைக்கிறார்களென்றால் அது ஒற்றுமையே அல்ல. பூகோளத் தொடர்ச்சி என்பது இயற்கையால் உருவாக்கப்பட்டது. பூகோள ஒருமைப்பாட்டின் அடிப்படையில் ஒரு தேசியத்தை உருவாக்குவதாக இருந்தால் இயற்கை ஒன்று நினைக்க மனிதன் வேறொன்று நினைப்பான் என்பதை ஒருவர் கணக்கில் கொண்டாகவேண்டும்.

வாழ்க்கை நடைமுறைகள் போன்ற புற அம்சங்களின் அடிப்படையிலான ஒற்றுமை இருக்கிறது என்றால் அதுவும்

ஒற்றுமை அல்ல. அது பொதுவான சுற்றுச் சூழல் அமைவதால் ஏற்படும் ஒற்றுமை மட்டுமே.

நிர்வாக ரீதியிலான ஒற்றுமை இருக்கிறது என்று சொன்னால் அதுவும் உண்மையான ஒருமைப்பாடு அல்ல. இதற்கான உதாரணமாக பர்மாவைச் சொல்லலாம். யெண்டாபு உடன் படிக்கை மூலமாக அரக்கான் மற்றும் டென்னார்சரிம் பகுதிகள் 1826-ல் பிரிட்டிஷ் இந்தியாவுடன் இணைத்துக்கொள்ளப்பட்டன. 1852-ல் பேகு மற்றும் மர்த்தபான் பகுதிகள் இணைத்துக் கொள்ளப்பட்டன. சுமார் 110 ஆண்டுகள் இந்தப் பிராந்தியங்கள் இந்தியாவுடன் இணைத்து நிர்வகிக்கப்பட்டன. 1937-ல் இந்தப் பிணைப்பு துண்டிக்கப்பட்டது. யாருமே இது தொடர்பாக எந்தவொரு வேதனையையும் வெளிப்படுத்தியிருக்கவில்லை. இந்தியாவுக்கும் பர்மாவுக்கும் இடையிலான ஒற்றுமையானது வலுவானதல்ல. ஒற்றுமை என்பது வலுவானதாக இருக்கவேண்டு மென்றால் ஒருவித பந்தம் இருக்கவேண்டும். சொந்தம் என்ற உணர்வு இருக்கவேண்டும். சுருக்கமாகச் சொல்வதானால் அந்த உணர்வு ஆன்மிகமாக ஆத்மார்த்தமாக இருக்கவேண்டும்.

இந்த விஷயங்களை கணக்கில்கொண்டு பார்த்தால், ஹிந்துஸ்தானுக்கும் பாகிஸ்தானுக்கும் இடையிலான ஒற்றுமை என்பது வெறும் கற்பனையே. இன்னும் சொல்லப்போனால் ஹிந்துஸ்தானுக்கும் பர்மாவுக்கும் இடையிலான பந்தமானது பாகிஸ்தானுக்கும் ஹிந்துஸ்தானுக்கும் இடையிலான பந்தத்தை விட ஆன்மிகரீதியில் வலுவானது. அப்படியிருந்தும் இந்தியாவிடமிருந்து பர்மாவைத் துண்டித்ததற்கு ஹிந்துக்கள் எந்த எதிர்ப்பையும் காட்டாத நிலையில், பாகிஸ்தான் போன்ற ஒரு பிராந்தியத்தைத் துண்டிப்பதற்கு மட்டும் எதற்காக எதிர்ப்புத் தெரிவிக்கிறார்கள் என்பதைப் புரிந்துகொள்ளவே முடியவில்லை. இந்தியாவின் பிற பகுதிகளில் இருந்து அது சமூக ரீதியாக பகைமை உணர்வும், ஆன்மிக ரீதியாக அந்நியப்பட்டும் இருக்கும் ஒரு பிராந்தியமே. எளிதில் துண்டாடத் தகுந்த ஒரு பகுதியே.

அத்தியாயம் 5

இந்தியாவின் பாதுகாப்பு பலவீனமாகும்

பாகிஸ்தான் என்ற நாடு உருவாக்கப்படுவதால் அது ஹிந்துஸ்தானின் பாதுகாப்பை எப்படிப் பாதிக்கும்? இந்தக் கேள்வி உடனே பதில் கண்டாகவேண்டிய ஒன்றல்ல. ஏனென்றால், பாகிஸ்தான் என்ற புதிய நாடு உருவான உடனேயே ஹிந்துஸ்தானுடன் போருக்கு வந்துவிடப்போவதில்லை. எனினும் இப்படி ஒரு கேள்வி எழும் என்பதால் அதற்கான பதிலையும் நாம் பார்த்துவிடுவோம். இந்தக் கேள்வியை மூன்று பாகங்களாகப் பிரித்துக்கொள்ளலாம். 1. எல்லைகளின் நிலை 2. வளங்களின் நிலை. 3. ராணுவங்களின் நிலை.

1

எல்லைகளின் நிலை

பாகிஸ்தான் என்ற தேசம் உருவாவதால் இந்தியாவுக்கு ஒரு விஞ்ஞானபூர்வமான, தெளிவான எல்லை இல்லாமல் போகும் என்று ஹிந்துக்கள் நிச்சயம் சொல்வார்கள். ஹிந்துக்களை அவர்களுடைய தேசத்தின் எல்லை தொடர்பாக நெருக்கடிக்கு ஆளாக்கும் என்ற காரணத்தினால் பாகிஸ்தான் கோரிக்கையை விட்டுவிடும்படி முஸல்மான்களைக் கேட்டுக்கொள்ளவே முடியாது. வேறு இரண்டு விஷயங்களை இங்கு கணக்கில்கொண்டு பார்த்தால் ஹிந்துக்களின் பயங்கள் எல்லாம் இந்த விஷயத்தில் தேவையே இல்லை என்பது புரியவரும். எந்தவொரு தேசத்துக்காவது விஞ்ஞானபூர்வமான, துல்லியமான எல்லை என்பது சாத்தியமா? North West Frontier - வட மேற்கு எல்லை என்ற நூலின் ஆசிரியரான திரு டேவிஸ் சொல்கிறார்:

இனவியல், அரசியல், ராணுவ எதிர்பார்ப்புகளைப் பூர்த்திசெய்யும் வகையில் இந்தியப் பேரரசுக்குத் தெளிவான வட மேற்கு எல்லையை வடிவமைப்பது சாத்தியமே இல்லை. ஓர் எல்லையானது எளிதில் வரையறுக்க முடிந்த வகையிலான நிலவியல் அமைப்புகொண்டதாக இருக்கவேண்டும்; அது அங்கு வாழும் ஒன்றுக்கொன்று நெருங்கிய தொடர்புடைய இனக்குழுக்கள் வசிக்கும் இடங்களை ஊடறுத்துச் செல்வதாக இருக்கக்கூடாது; அதே நேரம் அரசியல்ரீதியிலான சரியான எல்லையாகவும் இருக்கவேண்டும் என்று எதிர்பார்த்தால் அது கனவிலும் கற்பனையிலும் சாத்தியமே இல்லை.

வரலாற்றின் அடிப்படையில் பார்த்தால் இந்தியாவுக்குத் தெளிவான எல்லைகள் என்பது கிடையாது. ஒவ்வொரு மன்னரும் வெவ்வேறு எல்லைகளைக்கொண்டு ஆட்சி புரிந்திருக்கிறார்கள். 'முன்னேறிச் செல்லும் கோட்பாடு', 'சிந்து நதியோடு நிறுத்திகொள்ளும் கோட்பாடு' என இரண்டு கொள்கைகளின் அடிப்படையில் இந்தியாவின் எல்லையை வரையறுக்கலாம். முன்னேறிச் செல்லும் கோட்பாடானது மிகுதியான பார்வை, குறுகிய பார்வை என்ற இரண்டு அம்சங்களைக் கொண்டது. மிகுதியான பார்வையின்படி அதாவது அதிக பகுதிகளை உள்ளடக்கியதாக ஆஃப்கானிஸ்தான் வரையிலும் ஆக்சஸ் பகுதிவரையிலும் இந்தியாவின் எல்லையை நீட்டிக்கொள்ளலாம். குறுகிய பார்வையின்படி அதாவது குறைவான பகுதிகளை உள்ளடக்கியதாகச் சொல்வதென்றால் வட மேற்கு எல்லைப் பிராந்தியத்தில் மலை வாழ் பழங்குடிகளின் இடங்கள் மற்றும் ஆஃப்கானிஸ்தானுக்கு இடைப்பட்ட பகுதிகளை மட்டுமே உள்ளடக்கியதாக வைத்துக்கொள்ளலாம்.

இந்தியாவின் பாதுகாப்பை அதிகரிக்க உதவும் வகையில் அதிகப் பகுதிகளை உள்ளடக்கிய மிகுதியான பார்வை அடிப்படையிலான எல்லையானது நீண்டகாலமாகவே கவனத்தில் கொள்ளப் படாமலேயே இருக்கிறது. அதன் விளைவாக, வேறு மூன்று எல்லைகளை மட்டுமே தேர்ந்தெடுக்க முடியும். 1. சிந்து நதி 2. இப்போதைய வட மேற்கு எல்லை பிராந்தியப் பகுதி. 3. துரந்த் எல்லைக்கோடு.

பாகிஸ்தான் நிச்சயமாக இந்தியாவின் எல்லையை சிந்து நதிப் பகுதிக்கு இந்தப்பக்கம் சட்லெஜ் பக்கமாகத் தள்ளிக் கொண்டுவரும். ஆனால், சிந்து நதிப் பக்கமாக எல்லையை வரைவதற்கும் ஆதரவாளர்கள் இருக்கவே செய்கிறார்கள்.

அவர்களில் முக்கியமானவர் லாரன்ஸ் பிரபு. சிந்து நதியைத் தாண்டிய மலை அடிவாரப்பகுதிக்கு அப்பால் இந்தியாவின் எல்லையை நகர்த்துவதை அவர் கடுமையான எதிர்த்தார். அவரைப் பொறுத்தவரையில் சிந்து நதிக்கு அப்பால் இருக்கும் பகுதியை இந்தியாவுடன் இணைப்பது தவறானது. அந்தப் பகுதியை ஆக்கிரமிக்க யாரும் வரவும் மாட்டார்கள். ஆஃப்கானிஸ்தானில் இருந்து படையெடுத்து வருவதானால் மிக நீண்ட தொலைவுக்கு மிகவும் சிரமமான மலைப்பகுதிகளினூடாகப் பயணம் செய்தாகவேண்டியிருக்கும் என்று சொன்னார். வேறு சிலரோ அந்த நதியானது மிகவும் பலவீனமான எல்லை என்று சொன்னார்கள். ஆனால் சிந்துநதியை எல்லையாக வைத்துக்கொள்ளாததற்கு வேறு சில காரணங்கள் இருக்கின்றன. திரு டேவிஸ் சொல்கிறார்:

இன்றைய வட மேற்கு எல்லைப் பிராந்தியத்தில் வசிப்பவர்களின் எண்ணங்களைக் கருத்தில்கொண்டு பார்த்தால் சிந்து நதியை எல்லையாகக் கொள்ளும் திட்டமானது மிகவும் அபத்தமாகவே தோன்றும். அப்படிப் பின்வாங்குவதானது கௌரவக் குறைவு என்பதோடு அதற்கு அப்பால் உள்ளவர்களும் நமது நல்லாட்சியின் எல்லைக்குள் வந்திருப்பவர்களுமான மக்களுக்குச் செய்யும் பெரும் துரோகமாகவே அமையும்.

நவீன கால முன்னேற்றங்கள் எல்லாம் இயற்கை அரண்களின் முக்கியத்துவம் மற்றும் வலிமையை வெகுவாகக் குறைத்து விட்டன. எவ்வளவு பெரிய மலையாக இருந்தாலும் எவ்வளவு பெரிய ஆறாக, கடலாக, பாலைவனமாக இருந்தாலும் அவற்றை எல்லாம் கடப்பது மிகவும் எளிதாகிவிட்டது. எனவே இன்றைய நிலையில் எந்தவொரு பூகோள எல்லையுமே பாதுகாப்பானது என்று சொல்லவே முடியாது.

இயற்கை எல்லைகள் வலுவாக இல்லாத நாடுகள் பலவும் செயற்கையாகவே இதைச் சமாளித்துவருவதையும் நாம் பார்க்க முடிகிறது. இப்போதெல்லாம் பல நாடுகள் இயற்கை எல்லைகளைவிட ஊடுருவக் கடினமான செயற்கையான எல்லைகளை, வேலிகளை உருவாக்கிக் கொண்டிருக்கிறார்கள். இந்தியாவைப் போன்ற நிலவியலைக் கொண்ட பல நாடுகள் செய்திருக்கும் ஒரு விஷயத்தை இந்தியர்களால் மட்டும் செய்ய முடியாது என்று சொல்லமுடியுமா என்ன. எனவே இயற்கையான எல்லை வலுவாக இருக்கவேண்டும் என்ற விஷயத்தில் அதிகம் பயப்படத் தேவையில்லை.

2

வளங்களின் பங்கீடு

விஞ்ஞானபூர்வமான எல்லையைவிட முக்கியமான விஷயம் என்னவென்றால், அது தேசத்தின் வளங்களை எப்படிப் பங்கிடுவது என்பதுதான். போதிய வளங்கள் இருந்தால் பலவீனமான அல்லது விஞ்ஞானபூர்வமற்ற எல்லையினால் வரும் சிரமங்களை எளிதில் சமாளித்துவிடமுடியும். எனவே நாம் பாகிஸ்தான் மற்றும் ஹிந்துஸ்தானின் வளங்களை ஒப்பிட்டுப் பார்க்கவேண்டும்.

பாகிஸ்தானின் வளங்கள்			
பிராந்தியம்	பரப்பளவு	மக்கள்தொகை	வருவாய்
வடமேற்கு எல்லைப் பகுதி	13,518	24,25,003	1,90,11,842
பஞ்சாப்	99,919	2,35,52,210	12,53,87,730
சிந்து	46,378	38,87,070	9,56,76,269
பலுசிஸ்தான்	54,228	4,20,648	...
வங்காளம்	82.955	5,00,00,000	36,55,62,485
மொத்தம்	2,88,998	8,02,83,931	60,56,38,326

ஹிந்துஸ்தானின் வளங்கள்			
(பிராந்திய வளங்களில் இருந்து பிராந்திய அரசுகள் ஈட்டும் வருவாயும் மத்திய வளங்களில் இருந்து மத்திய அரசு ஈட்டும் வருவாயும் சேர்ந்தவை)			
பிராந்தியம்	பரப்பளவு	மக்கள்தொகை	வருவாய்
அஜ்மீர்-மேவார்	2,711	5,60,292	21,00,000
அஸ்ஸாம்	55,014	86,22,251	4,46,04,441
பிஹார்	63,348	3,23,71,434	6,78,21,588
பம்பாய்	77,271	1,80,00,000	34,98,03,800
பேரார்	99,957	1,55,07,723	4,58,83,962
கூர்க்	1,593	1,63,327	11,00,000
தில்லி	573	6,36,246	70,00,000
மதராஸ்	1,42,277	4,60,00,000	25,66,71,265
ஒரிஸ்ஸா	32,695	80,43,681	87,67,269
யுனைட்டட் பிராந்தியம்	2,06,248	4,84,08,763	16,85,52,881
மொத்தம்	6,07,657	17,85,13,919	96,24,05,206

இவை உத்தேசமான மதிப்பீடுதான். சிலவற்றைச் சேர்க்கவும் நீக்கவும் வேண்டியிருக்கலாம். ஒவ்வொரு பிராந்தியத்தின் ரயில்வே, கரன்ஸி, தபால், தந்தி போன்ற மத்திய அரசுத் துறைகளின் வருவாயைத் தனித்தனியாகக் கணக்கிடுவது சாத்திய மில்லை என்பதால் அவற்றை இதில் சேர்க்கவில்லை. அதைச் செய்து முடித்தால் அவற்றை வருவாயுடன் சேர்த்துக்கொள்ள வேண்டியிருக்கும். வருவாய் என்ற வகையில் பார்த்தால் பாகிஸ்தானைவிடப் பெருமளவு தொகை ஹிந்துஸ்தானுக்குக் கிடைக்கும் என்பதில் எந்த சந்தேகமும் இல்லை. இப்படிச் சேர்க்க வேண்டியிருப்பதுபோல் சிலவற்றை நீக்கியும் கணக்கிட வேண்டியிருக்கும். இப்படி நீக்கவேண்டியிருப்பதெல்லாம் பெரிதும் பாகிஸ்தான் தரப்பில் செய்யப்படவேண்டியிருக்கும்.

மேற்கு பாகிஸ்தானில் இருந்து பஞ்சாபின் ஒரு பகுதியானது விலக்கப்படவேண்டியிருக்கும். அஸ்ஸாம் மாநிலத்தில் இருந்து ஒரு மாவட்டத்தை கிழக்கு பாகிஸ்தானுடன் இணைக்க வேண்டியிருக்கும் என்றாலும் வங்காளத்தின் சில பகுதிகளை அதில் இருந்து விலக்கவேண்டியிருக்கும். என்னைப் பொறுத்த வரையில் வங்காளத்தில் இருந்து 15 மாவட்டங்களும் பஞ்சாபில் இருந்து 13 மாவட்டங்களும் பாகிஸ்தானில் இருந்து நீக்கப்பட வேண்டும். இந்த மாவட்டங்களை இந்தியாவுடன் இணைப்பதால் பாகிஸ்தானின் பரப்பளவு, மக்கள்தொகை, வருவாய் ஆகிய வற்றில் எவ்வளவைக் கழிக்கவேண்டியிருக்கும் என்பது தொடர்பான புள்ளிவிவரங்கள் கைவசம் இல்லை.

பஞ்சாப், வங்காளம் ஆகியவற்றைப் பொறுத்தவரையில் அவற்றின் வருவாயில் பாதியைக் கழிக்கவேண்டியிருக்கலாம். பாகிஸ்தானிடமிருந்து கழிக்கப்படும் அவை இயல்பாகவே ஹிந்துஸ்தானுக்கு வந்து சேரும். மேற்கு பாகிஸ்தான், கிழக்கு பாகிஸ்தான் பகுதிகளின் வருவாயை அறுபது கோடியில் இருந்து 24 கோடியைக் கழித்து 36 கோடி என்று கணக்கிடவேண்டியிருக்கும். ஹிந்துஸ்தானின் வருவாயை 96 கோடி என்பதுடன் அந்த 24 கோடியைச் சேர்த்து 120 கோடி என்று கணக்கிடவேண்டியிருக்கும்.

நான் கணித்தவரையில் பரப்பளவு, மக்கள்தொகை, வருவாய் என எதை எடுத்துக்கொண்டு பார்த்தாலும் ஹிந்துஸ்தானின் வளங்கள் பாகிஸ்தானின் வளங்களைவிட மிக மிக அதிகம். எனவே அதுதொடர்பான பயங்கள் ஹிந்துக்களுக்குத் தேவையில்லை. பாகிஸ்தான் என்ற ஒரு தேசம் உருவாவதால் ஹிந்துஸ்தான் பலவீனமடையப்போவதில்லை.

3

ராணுவப் பங்கீடு

ஒரு தேசத்தின் பாதுகாப்பானது வளங்களைச் சார்ந்திருக்கும் அளவுக்கு அதன் விஞ்ஞானபூர்வமான எல்லையை அதிக அளவுக்கு சார்ந்திருக்கவில்லை. அதேநேரம் வளங்களையும் தாண்டி ஒரு நாட்டின் பாதுகாப்பானது அதன் ராணுவத்தையே சார்ந்திருக்கிறது. பாகிஸ்தானுக்கும் ஹிந்துஸ்தானுக்கும் கிடைக்கவிருக்கும் ராணுவ பலம் எப்படிப்பட்டது?

இந்தியாவின் பாதுகாப்பு தொடர்பாக சைமன் கமிஷன் சொல்லி இருக்கும் ஒரு விஷயம் மிகவும் முக்கியமானது. இந்திய ராணுவத்தில் இருக்கும் வீரர்கள் சில குறிப்பிட்ட பிராந்தியங்களில் மட்டுமே மிக அதிகமாக இருக்கிறார்கள். பிற பகுதிகளில் சொற்ப மாகவே நியமிக்கப்பட்டிருக்கிறார்கள். அந்த அறிக்கையில் இருந்து தெரியவரும் உண்மையானது இந்தியாவின் பாதுகாப்பு பற்றிய அக்கறை கொண்டவர்களுக்கு ஏற்க முடியாத அதிர்ச்சியாக இருக்கும்.

பணி நியமனம் நடந்த இடம்	பணி நியமனம் செய்யப் பட்டவர்களின் எண்ணிக்கை
1. வடமேற்கு எல்லை	5600
2. காஷ்மீர்	6500
3. பஞ்சாப்	86,000
4. பலுசிஸ்தான்	300
5. நேபாளம்	19,000
6. யுனைட்டட் பிராந்தியம்	16,500
7. ராஜபுதனா	7,000
8. மத்திய இந்தியா	200
9. பம்பாய்	7,000
10. மத்திய பிராந்தியங்கள்	100
11. பிஹார் மற்றும் ஒரிஸா	300
12. வங்காளம்	0
13. அஸ்ஸாம்	0
14. பர்மா	3,000
15. ஹைதராபாத்	700
16. மைசூர்	100
17. மதராஸ்	4,000
18. பிற பகுதிகள்	1,58,00

இப்படியான ஒரு நிலைமை மிகவும் இயல்பானதுதான் என்று சொல்லும் சைமன் கமிஷன் அறிக்கையானது அதை வலுப்படுத்தும் வகையில் கீழ்க்காணும் புள்ளிவிவரத்தையும் குறிப்பிட்டிருக்கிறது. உலகப் போர் காலகட்டத்தில் பல்வேறு பிராந்தியங்களில் இருந்து ராணுவத்தில் நியமனம் பெற்றவர்களின் பட்டியலைத் தந்திருக்கிறது. எந்தப் பகுதியிலும் யாரையும் சேர வேண்டாம் என்று எந்த நிபந்தனையும் வைக்கப்பட்டிருக்கவும் இல்லை.

பிராந்தியம்	போர்வீரர்களின் எண்ணிக்கை	போர் சாராத ராணுவப் பணியாளர்களின் எண்ணிக்கை	மொத்தம்
மதராஸ்	51,223	41,117	9,340
பம்பாய்	41,722	30,211	71,483
வங்காளம்	7,117	51,935	59,052
யுனைட்டட் பிராந்தியம்	1,63,578	1,17,565	2,81,143
பஞ்சாப்	3,49,688	97,288	4,46,976
வட மேற்கு பிராந்தியம்	32,181	13,050	45,231
பலுசிஸ்தான்	1,761	327	2,088
பர்மா	14,094	4,579	18,673
பிஹார் ஒரிஸா	8,576	32,976	41,552
மத்திய பிராந்தியம்	5,376	9,631	15,007
அஸ்ஸாம்	942	14,182	15,124
அஜ்மீர் மேவாரா	7,341	1,63	8,973
நேபாளம்	58,904	-	58,904
மொத்தம்	7,4,053	4,14,493	11,56,546

இந்தப் புள்ளிவிவரங்களில் இருந்து என்ன தெரியவருகிற தென்றால், இந்தியாவுக்கான ராணுவ வீரர்களில் பெரும் பாலானவர்கள் பாகிஸ்தான் என்று பிரிக்கப்படவிருக்கும் பகுதியில் இருந்தே வந்திருக்கிறார்கள். இதனடிப்படையில் பார்த்தால் பாகிஸ்தான் இல்லையென்றால் ஹிந்துஸ்தானால் தன்னைப் பாதுகாத்துக்கொள்ள முடியாது என்று ஒருவர் சொல்லக்கூடும்.

சைமன் அறிக்கை முன்வைத்திருக்கும் புள்ளிவிவரங்கள் எல்லாம் கேள்விகளுக்கு அப்பாற்பட்டவை. ஆனால், சைமன் கமிஷன்

சொல்லியிருப்பதுபோல் பாகிஸ்தான் பகுதியில் இருந்துமட்டுமே ராணுவ வீரர்கள் உருவாக்கப்படமுடியும்; ஹிந்துஸ்தானில் அது முடியாது என்ற தீர்மானத்தை அந்த புள்ளிவிவரங்களின் அடிப்படையில் உருவாக்கிக் கொள்ளத் தேவையில்லை. கீழ்க்காணும் விஷயங்களைக் கருத்தில்கொண்டால் அந்த உண்மை நன்கு புரியவரும்.

இந்தியாவின் விசேஷமான குணம் என்பதாக சைமன் கமிஷன் சொல்லியிருக்கும் விஷயமானது உண்மையில் இந்தியாவின் விசேஷ குணம் அல்ல; ராணுவத் துறை சார்ந்து ஹிந்துஸ்தான் மக்களிடையே ஒருவித ஆர்வமின்மை இருப்பதுபோல் தோன்றும் அந்த விஷயம் உண்மையில் உள்ளார்ந்த குறைபாடு அல்ல. கடந்த காலத்தில் பிரிட்டிஷ் அரசாங்கம் ராணுவத்துக்கு எந்த பிராந்தியங்களில் இருந்து ஆட்களை நியமித்தது என்பதில்தான் அந்த விசேஷத்தன்மை இருக்கிறது.

பிரிட்டிஷ் இந்திய ராணுவத்தில் வட மேற்கு எல்லைப்புறத்தைச் சேர்ந்தவர்கள் அதிகமாக இருப்பதற்குக் காரணமாக அரசு தரப்பில் சொல்லப்படும் காரணம் என்னவென்றால் அந்தப் பகுதியினர் போர் மறவர்கள் பிரிவைச் சேர்ந்தவர்கள் என்று சொல்கிறார்கள். ஆனால் அதில் துளியும் உண்மையில்லை என்று திரு சௌத்ரி அசைக்க முடியாத புள்ளிவிவரங்கள்கொண்டு விளக்கியிருக்கிறார்.

சிறப்பு ராணுவ குழு என்று ஒன்றின் மூலம் போர் மறவர் பிரிவு என்று சில ஜாதியினர் வகைப்படுத்தப்பட்டது 1879 வாக்கில்தான். அந்தக் குழுவுமே அந்த ஆண்டில்தான் உருவாக்கவும்பட்டது. ஆனால், அதற்கு முன்பாக 1857 சிப்பாய் போராட்டத்தின் போதே வடமேற்கு எல்லைப் பகுதியைச் சேர்ந்தவர்கள்தான் ராணுவத்தில் மிகுதியான இருந்தனர். அப்படி அந்தப் பகுதியினர் பிரிட்டிஷ் இந்திய ராணுவத்தில் அதிகமாக இருப்பதற்கு அவர்களுடைய போர்த்திறமைகள் காரணமல்ல. வங்காள ராணுவப் பிரிவு முன்னெடுத்த போராட்டத்தை அடக்கி ஒடுக்குவதில் பிரிட்டிஷாருக்கு வட மேற்கு எல்லைப் பகுதியினர் உதவினார்கள் என்பதுதான் உண்மைக் காரணம்.

திரு சௌத்ரி சொன்னதை இங்கு தருகிறேன்.

> சிப்பாய் போராட்டத்துக்கு முன்பாக வங்காள ராணுவத்தில் கங்கைச் சமவெளியைச் சேர்ந்த பிராமணர்களும் சத்ரியர்களுமே மிகுதியாக இருந்தனர். இந்த ஆர்ட்டிகிளின் முதல் பகுதியில் குறிப்பிடப்பட்டிருக்கும் மூன்று பிரிட்டிஷ் பிரஸிடென்ஸி

படைகளும் அந்தந்தப் பிராந்தியங்களில் இருக்கும் போர்த் திறமை கொண்டவர்களைக் கொண்டதாகவே இருக்கின்றன. அந்த ராணுவப் பிரிவுகளை தேசம் தழுவியதாகச் சொல்ல முடியாது. அப்படியான எந்த முயற்சியும் எடுக்கப்பட்டிருக்க வில்லை. அந்தந்தப் பகுதியில் இருக்கும் மக்களில் பாரம் பரியமாக ராணுவத்துடன் தொடர்புடையவர்கள் மட்டுமே நியமிக்கப்பட்டுள்ளனர். மதராஸ் படையில் தமிழ் மற்றும் தெலுங்கு பேசும் பகுதியில் இருந்தும் பம்பாய் படையில் இந்தியாவின் மேற்கு பகுதியில் இருந்தும் நியமிக்கப் பட்டுள்ளனர். வங்காள ராணுவத்தில் பிஹார், யுனைட்டட் பிராவின்ஸ் பகுதிகளில் இருந்தும் வங்காளத்தில் இருந்து சொற்பமானவர்களும் இடம்பெற்றுள்ளனர். எந்தவொரு ஜாதியினரும் பிராந்தியத்தைச் சேர்ந்தவர்களும் ராணுவத்தில் சேரக்கூடாதென்று எந்தத் தடையும் விதிக்கப்பட்டிருக்க வில்லை. தகுதியுடைய அனைவரும் தேர்ந்தெடுக்கப்பட்டனர்.

மதராஸ், பம்பாய் படை ஆகியவற்றை விலக்கிவிட்டுப் பார்த்தால் போர் தொழிலில் அற்புதமான திறமைகள் கொண்ட பஞ்சாபியர், சீக்கியர்கள் ஆகியோருக்கு வங்காளப் படையில் போதிய பிரதிநிதித்துவம் தரப்படவில்லை. ராணுவத்தில் பஞ்சாபியரின் எண்ணிக்கை 200க்கும் சீக்கியரின் எண்ணிக்கை 100க்கு அதிகமாக போகவேகூடாது என்று அரசாங்கம் உத்தரவு பிறப்பித்திருந்தது. ஹிந்துஸ்தானிய ராணுவத்தின் வங்காளப் பிரிவினர் போராட்டத்தில் ஈடுபட்டதைத் தொடர்ந்தே பிரிட்டிஷ் அதிகாரிகளின் பார்வை பஞ்சாபியர் மேல் குவிந்தது. அதுவரையில் அவர்கள் மேல் பிரிட்டிஷாருக்குப் பெரும் சந்தேகமே இருந்தது.

வங்காள ராணுவப் பிரிவில் அவுத், வட தென் பிஹார் (குறிப்பாக பிந்தைய பகுதி) பிரதானமாக ஷாஹாபாத், போஜ்பூர், கங்கை யமுனைச் சமவெளியின் தோப் மற்றும் ரோஹில்குண்ட் போன்ற பிராந்தியங்களைச் சேர்ந்தவர்களே மிகுதியாக இருந்தனர். அந்தப் பகுதிகளைச் சேர்ந்த பிராமண ஜாதியின் அனைத்துப் பிரிவினர், ராஜ்புத்கள், அஹிர்கள் போன்ற உயர் ஜாதியினரானரே அந்தப் படையில் அதிகம் இருந்தனர். பிராமணர்கள் 7/24, ராஜ்புத்கள் 1/4, தாழ்ந்த ஜாதி ஹிந்துக்கள் 1/6, முஸல்மான்கள் 1/6, பஞ்சாபிகள் 1/8 என்ற கணக்கில் இருந்தனர்.

இன்றைய காலகட்டத்தில் அதிகமான வீரர்கள் பஞ்சாப், நேபாளம், வட மேற்கு எல்லைப் பகுதி, குமாவுன் மலைப்பகுதி,

கர்வால், ராஜ்புதனா ஆகியபகுதிகளில் இருந்தே மிகுதியாக இருக்கின்றனர். அன்றைக்கு இந்தப் பிராந்தியங்களில் இருந்து மிகவும் சொற்பமாகவே இருந்தனர். அல்லது சில பிராந்தியங்களில் இருந்து யாருமே இல்லை என்றே சொல்லலாம்.

சீக்கியர்கள், கூர்காக்கள், பஞ்சாபி முஸ்லிம்கள், தோக்ராக்கள், ஜாத்கள், பதான்கள், கர்வாலிகள், ராஜ்புதனத்து ராஜ்புத்கள், குமாவுன்கள், குஜார்கள் போன்ற வீர மறவர்கள் பிரிவுகள் எல்லாம் இன்றைக்கு இந்திய ராணுவத்தின் மதிப்புக்குரிய படைப் பிரிவுகளாக இருக்கின்றன. ஆனால், அன்றைக்கு இந்தப் பிரிவினர் தெளிவாக, திட்டமிட்டே விலக்கிவைக்கப்பட்டனர். ஒரே ஒரு வருடத்தில் ஒரே ஒரு போராட்டமானது அனைத்தையும் மாற்றியமைத்துவிட்டது. 1857-ல் நடந்த போராட்டமானது பழைய வங்காள ராணுவத்தை முற்றாகக் கலைத்துவிட்டது. பொதுவான, விரிவான பார்வையில் சொல்வதானால், பஞ்சாபியர்கள் மற்றும் ஆக்ரோஷ குணம் மிகுதியாக இருக்கும் இன்றைய இந்திய ராணுவம் அதன் பிறகே உருவானது.

ஹிந்துஸ்தானி படையின் வங்காள ராணுவப் பிரிவு முன்னெடுத்த போராட்டத்தினால் உருவான இடை வெளியானது சீக்கியர்கள், பிற பஞ்சாபியர்கள், மலைப் பகுதியினர் போன்று ஹிந்துஸ்தான நகரங்களைச் சூறையாடும் ஆவேசமும் பழி வாங்கும் எண்ணமும் மிகுந்த பிரிவினரால் உடனடியாக நிரப்பப்பட்டது. ஹிந்துஸ்தானிய படைவீரர்களின் உதவியோடு அவர்கள் பிரிட்டிஷாரால் தோற்கடிக்கப் பட்டிருந்தனர். அது பிரிட்டிஷ் தலைமையிலான படையாக இருந்த போதிலும் அவர்கள் தமது அறியாமையினால், சொற்ப எண்ணிக்கையில் இருந்த பிரிட்டிஷாருக்குப் பதிலாக ஹிந்துஸ்தானியர்களையே தமது பிரதான எதிரிகளாகக் கருதினர். இந்தப் பகைமையை பிரிட்டிஷார் வெகு சாமர்த்தியமாகப் பயன்படுத்தி வங்காளப் போராட்டத்தை அடக்கி ஒடுக்கினர்.

கூர்க்காக்கள் படையில் சேர்க்கப்பட்ட விவரமானது இங்கிலாந்தில் இருந்த டல்ஹௌசி பிரபுவுக்குத் தெரிவிக்கப் பட்டபோது அவர் மிகுந்த மனநிறைவுடன் தன் நண்பருக்கு ஒரு கடிதம் எழுதினார்: ‘அவுத் சிப்பாய்களை எதிர்த்து அவர்கள் நிச்சயம் பேய் போல் தாக்குதலில் ஈடுபடுவார்கள்’.

சிப்பாய் போராட்டத்துக்குப் பின்னர், இந்திய ராணுவத்தின் ஜெனரல் மான்ஸ்ஃபீல்ட் சீக்கியர்களைப் பற்றி இப்படிக் குறிப்பிட்டார்: நம் மீதான பாசத்தினால் அல்ல; ஹிந்துஸ்தான் மீதான வெறுப்பும் வங்காள ராணுவம் மீது இருந்த பகைமையுமே சீக்கியர்கள் தமது விடுதலையை நாடுவதையும் விட நமது படைகளில் பெருமளவில் வந்து சேரக் காரணம். நகரங்களைச் சூறையாடி பெருமளவில் செல்வங்களைக் குவிப்பதே அவர்களுடைய நோக்கமாக இருந்தது. அன்றாடம் தரப்படும் சொற்ப ஊதியம் அவர்களை ஈர்க்கவில்லை. பகைவர் களின் தலையை உடைக்கும் ஆவேசமும் அந்த நகரங்களில் கொள்ளையடிப்பதால் கிடைக்கவிருந்த செல்வங்களுமே அவர்களை உற்சாகமூட்டின. ரஞ்சித் சிங் தலைமையில் இருந்த கால்ஸா படைபோன்ற ஒன்றின் உத்வேகத்தை நாம் நமக்கு சாதகமாகப் பயன்படுத்திக்கொள்ள முடியும். அவர்களுடைய பகைவர்கள் தாக்குப்பிடிக்கும்வரையில் சீக்கியர்கள் நம்முடன் மிகவும் விசுவாசமாகவே இருப்பார்கள்.

ஆனால், இந்த பந்தமானது அதிக காலம் நீடித்தது. சிப்பாய் போராட்டத்தை ஒடுக்க சீக்கியர்களும் கூர்க்காக்களும் செய்த உதவியானது பிரிட்டிஷாரால் நன்றியுடன் நினைத்துப் பார்க்கப் பட்டது. இந்திய ராணுவத்தில் பஞ்சாப் மற்றும் நேபாளத்தைச் சேர்ந்தவர்களுக்கு மரியாதைக்குரிய இடம் தரப்பட்டது.

அப்படியாக, 1857-ல் நடைபெற்ற சிப்பாய் போராட்டமே வடமேற்கு எல்லைப் பகுதியைச் சேர்ந்தவர்கள் இந்திய ராணுவத்தில் அளவுக்கு அதிகமாக இடம்பெற்றிருப்பதற்கான முக்கியமான காரணம் என்று திரு சௌத்ரி சொல்வது முற்றிலும் சரியே. வட மேற்கு பிராந்தியத்தைச்சேர்ந்தவர்களின் ராணுவத் திறமைகளே படையில் அவர்கள் அதிக இடம் பிடிக்கக் காரணம் என்ற கூற்றையும் அவர் மறுக்கிறார். சிப்பாய் போராட்டத்துக்கு முன்பாக படையில் இருந்தவர்கள் யார்; அதன் பின் அதிகமாகச் சேர்ந்தவர்கள் யார் என்ற புள்ளி விவரத்தை முன்வைத்து தனது கூற்றை அவர் நன்கு தெளிவுபடுத்தியுமிருக்கிறார்.

இந்திய காலாட்படை நியமனங்களில் நடைபெற்றம் மாற்றங்களின் அட்டவணை என்ன சொல்கிறதென்றால், 1856-ல் அதாவது சிப்பாய் போராட்டத்துக்கு ஒரு வருடம் முன்னதாக இந்திய ராணுவத்தில் வட மேற்கு எல்லைப்புற வீரர்களின் எண்ணிக்கை மிகவும் குறைவுதான். ஆனால், அந்தப் போராட்டம் நடந்ததற்கு அடுத்த 1858-ல் அவர்களுடைய எண்ணிக்கை கணிசமாக அதிகரித்து விட்டது. அதன் பின் அது குறையவே இல்லை.

ஆண்டு	வடமேற்கு எல்லைப் பிராந்தியம்		யுனைட்டட் பிராந்தியம், பிஹார்	தென்னிந்தியா	பர்மா
	பஞ்சாப், வ.மே. எல்லை, காஷ்மீர்	நேபாளம், கர்ப்வால்			
1856	10க்கும் குறைவு	புறக்கணிக்கத் தகுந்த அளவு	90க்குக் குறையாமல்	-	0
1858	47	6	47	-	0
1883	48	17	35	-	0
1893	53	4	3	-	0
1905	47	15	22	16	0
1919	46	14.8	25.5	12	1.7
1930	58.5	22	11	5.5	3

போர் மறவர் குலங்களுக்கும் பிற குலங்களுக்கும் இடையிலான வேறுபாடுகள் 1879-ல்தான் கோட்பாட்டளவில் முன்வைக்கப் பட்டது. ராபர்ட்ஸ் பிரபு அந்தக் கொள்கைக்கு அதிக முக்கியத்துவம் தரச் சொன்னார். ஃபார்டி ஒன் இயர்ஸ் என்ற நூலில் அவர் இதுபற்றிக் குறிப்பிட்டிருக்கிறார். 'ஒவ்வொரு குளிர் காலத்திலும் மதராஸ் ராணுவத்தில் இருந்த வீரர்களின் திறமையைப் பரிசோதிக்க நான் நீண்ட பயணங்கள் மேற்கொள்வ துண்டு. கடந்த நூற்றாண்டின் இறுதி மற்றும் இந்த நூற்றாண்டின் தொடக்க காலங்களில் இந்தப் பகுதியினரின் முன்னோர்களின் போர்த்திறமைகள் இவர்களை விசேஷமானவர்களாகக் காட்டியிருந்தது. அந்தப் போர்த்திறமை இன்றும் இந்த தலைமுறையினருக்கு இருக்கிறதா என்று சோதித்துப் பார்த்தேன். ஆனால், வங்காள ஹிந்துஸ்தானிகள், பம்பாய் மராத்தாக்கள் ஆகியோரிடம் நடந்ததுபோலவே அந்தப் பழங்காலப் போர்த் திறமைகள் எல்லாம் இப்போது இவர்களிடம் இல்லை. போர்க் குல படைவீரர்களுடன் இவர்களைப் போரிடவைக்கமுடியாது. தென்னிந்தியாவுக்கு வெளியில் இவர்களைப் படையில் நியமிக்கவும் முடியாது' என்று குறிப்பிட்டிருக்கிறார்.

கிச்னர் பிரபுவும் இந்திய ராணுவத்துக்கு ஆட்களை எடுக்கும்போது இந்தக் கோட்பாட்டின் அடிப்படையிலேயே செயல்பட்டார். இவற்றுக்கும் இந்திய ராணுவத்தில் வட மேற்கு எல்லைப் பகுதியினரின் எண்ணிக்கை அதிகரிக்க ஆரம்பித்த நிகழ்வுக்கும் இடையில் எந்த சம்பந்தமும் கிடையாது. வட மேற்கு எல்லைப்

பிராந்தியத்தில் இருந்தவர்கள் பிரிட்டிஷ் அரசாங்கத்தினால் போர் மறவர் குலம் என்று அடையாளப்படுத்தப்பட்டனர். இந்த அதிர்ஷ்டமானது இந்தியாவின் பிற பகுதிகளில் இருந்த பிற பிரிவினருக்குக் கிடைத்திருக்கவில்லை. இது பல முக்கிய பின்விளைவுகளை உருவாக்கியது. இந்திய ராணுவத்தில் தொடர்ந்து வேலை கிடைத்ததால் வட மேற்கு எல்லைப் பிராந்தியத்தில் இருந்தவர்கள் அதைத் தமது தொழில் வாழ்க்கைக்குக் கிடைத்த பாதுகாப்பான, வளமான எதிர்காலமாகக் கருதினர். இந்தியாவின் பிற பகுதியில் இருந்தவர்களுக்கு இந்த வாய்ப்பு கிடைத்திருக்கவிலை.

பிரிட்டிஷ் இந்திய ராணுவத்தில் வட மேற்கு எல்லைப் பிராந்தியத்தினர் அதிகமாக இருப்பதற்கு பிரிட்டிஷாரின் கொள்கையே காரணம். பிற பகுதியில் இருந்து மக்கள் அதிக அளவில் ராணுவத்தில் சேர வராததற்கு முக்கிய காரணம், பிரிட்டிஷ் நிர்வாகம் அவர்களைச் சேர்க்கத் தயாராக இருந்திருக்கவில்லை. விரும்பினாலும் விரும்பாவிட்டாலும் மக்கள் பெரும்பாலும் தமது முன்னோர்களின் தொழிலையே தொடர்ந்து செய்கிறார்கள். மக்கள் புதிய வேலையில் சேரவில்லையென்றால் அதற்கு அவர்கள் தகுயற்றவர்கள் என்று அர்த்தமில்லை. அது அவர்களுடைய முன்னோர் செய்த வேலை இல்லை என்று மட்டுமே அர்த்தமாகும்.

போர் மறவர் குலம், பிற பிரிவினர் என்ற பிரிவானது மிகவும் செயற்கையானது. எந்த அடிப்படை ஆதாரமும் இல்லாதது. ஹிந்து ஜாதிக் கோட்பாடானது ஒருவருடைய திறமையைப் பார்க்காமல் பிறப்பின் அடிப்படையில் வேலையைத் தீர்மானிப்பதுபோல் இதுவும் அறிவற்ற செயலே. ஆனால், இந்தக் கோட்பாட்டை பிரிட்டிஷ் அரசு பின்பற்றியபோது அது உண்மையிலேயே சில குலங்களுக்கு போர்த் திறமை அதிகமாக இருக்கும்; பிறருக்கு அந்தத் திறமை இருக்காது என்று அழுத்தமாக நம்பியது. ராணுவத்தில் வட மேற்கு இந்தியாவில் இருந்து அதிக வீரர்களை நியமித்ததை இந்தக் காரணத்தைச் சொல்லியே நியாயப்படுத்தவும் செய்தனர். போர் மறவர் குலம் என்று வகைப்படுத்தப் பட்டிருப்பவர்களுக்கும் பிற பிரிவினருக்கும் இடையில் அப்படி எந்தவொரு வித்தியாசமும் இல்லை என்பது இப்போது ஒப்புக்கொள்ளப்பட்டுவிட்டிருக்கிறது.

இந்திய ராணுவத்தை லண்டனில் இருந்து நிர்வகிக்கும் கமாண்டர் இன் சீஃப் சர் ஃபிலிப் செட்வோட், பஞ்சாப் பகுதியில் இருந்து அதிகம் பேர் ராணுவத்தில் இருப்பதற்கு பிற பகுதியினருக்குப் போர்

திறமை கிடையாது என்பது அர்த்தமில்லை என்ற விஷயத்தை அதிக சிரமமெடுத்து விளக்கினார். இந்திய ராணுவத்தில் வட மேற்குப் பகுதியில் இருந்து அதிக வீரர்கள் இருப்பதற்கு தட்ப வெப்பநிலையே முக்கிய காரணம். வட இந்தியாவின் அதீத வெப்பம், அதீதக் குளிர் இவற்றை இந்தியாவின் தென் பகுதியில் இருப்பவர்களால் சமாளிக்க முடியாது என்று விளக்கினார். எந்தவொரு மக்கள் குழுவுக்கும் போர்த்திறமை இல்லாமல் இருக்க வாய்ப்பே இல்லை. அது உள்ளார்ந்தோ பிராந்தியம் சார்ந்தோ இருப்பதல்ல. பயிற்சியினால் எல்லோராலும் பெற முடிந்த ஒரு திறமையே என்று குறிப்பிட்டார்.

பயிற்சியின் மூலம் உருவாக்க முடிந்த போர்த் திறமைக்கு ஹிந்துஸ்தானில் பஞ்சமே இல்லை. சீக்கியர்களின் போர்த்திறமை பற்றித் தனியே சொல்லத் தேவையே இல்லை. ராஜபுத்திரர்களும் போர்க் குலத்தில் இப்போது சேர்க்கப்பட்டுள்ளார்கள். கடைசி ஐரோப்பியப் போரில் தமது வீரத்தை வெளிப்படுத்திய மராத்தாக்கள் இருக்கிறார்கள். மதராஸ் பிரசிடென்ஸியைச் சேர்ந்தவர்களுமேகூட போர்த் திறமைகள் மிகுந்தவர்களே. முன்னர் இந்திய ராணுவத்தின் கமாண்டர் இன் சீஃபாக இருந்த சர் ஃப்ரெடரிக் பி.ஹைன்ஸ் மதராஸிகளின் ராணுவத் திறமை பற்றிச் சொல்லும்போது இப்படிக் குறிப்பிட்டார்:

> வங்காள ராணுவ வீரர்களைவிட மதராஸ் வீரர்கள் உடல் ரீதியாக பலம் குறைந்தவர்கள் என்று சொல்வது வழக்கம். உடலமைப்பை மட்டுமே கணக்கில்கொண்டு பார்த்தால் அதுசரிதான். உண்மையான வீரர்களுக்குத் தேவைப்படும் போர்க் குணங்கள் படைவீரர்களின் பதவி வரிசையைச் சார்ந்தது என்றும் சொல்லப்படுவதுண்டு. ஆனால், இவற்றின் அடிப்படையில் மதராஸ் படையினர் ஒப்பீட்டளவில் பலம் குறைந்தவர்கள் என்பதை நான் மறுக்கிறேன்.
>
> சமீப வருடங்களாக அவர்கள் படையில் குறைவாக இருக்கிறார்கள் என்பது உண்மையே. ராணுவத்தில் சாலை அமைத்தல் போன்றவற்றுக்காக மட்டுமே அவர்கள் பயன் படுத்தப்படுகிறார்கள். வேறு ராணுவப் பணிகள் அவர்களுக்குத் தரப்படுவதில்லை. ஆனால், மதராஸ் வீரருக்குப் போர்த்திறமை குறைவாக இருக்கும் என்று சொல்லும்படியாக ஒரு நிகழ்வு, ஒரு நொடிகூட நடந்ததாக என்னால் நிச்சயம் சொல்லவே முடியாது. நடந்த விஷயங்களைப் பார்த்தால் உண்மை என்பது முற்றிலும் மாறானது என்றே சொல்லவேண்டும்.

கடுமையான பயிற்சி, ராணுவ ஒழுங்கு ஆகியவற்றில் மதராஸ் சிப்பாய் யாருக்கும் சளைத்தவர் அல்ல. உடல் ஆரோக்கியத்தை எடுத்துக்கொண்டால் அண்டை பிராந்தியங்களில் இருப்பவர்களைவிட அவர்களுக்கு வலிமை அதிகமே. கைபர் பகுதியில் இருக்கும் சாலைப் பணியாளர்கள்கூட அந்தப் பகுதியைச் சேர்ந்த படை வீரர்களின் குலங்களைச் சேர்ந்தவர்களே.

எனவே, ஹிந்துஸ்தானுக்குத் தேவையான படைவீரர்கள் அந்த நாட்டிலிருந்தே கிடைப்பார்களா என்பது குறித்து யாரும் அஞ்சத் தேவையில்லை. பாகிஸ்தானைப் பிரிப்பதால் ஹிந்துஸ்தான் இந்த விஷயத்தில் நிச்சயம் பலவீனமாகவெல்லாம் ஆகாது.

இந்திய ராணுவத்துக்கென்று விசேஷமான மூன்று குணங்கள் இருப்பதாக சைமன் அறிக்கை தெரிவிக்கிறது. இந்தியாவில் ராணுவப்பணி என்பது இரண்டு அடுக்குகளைக் கொண்டது. ஆஃப்கானிய-இந்திய எல்லைப் பிராந்தியத்தில் வசிக்கும் பழங்குடி இனத்தினர் பள்ளத்தாக்கில் வசிக்கும் அமைதியான மக்கள் மீதான படையெடுப்பைத் தடுப்பது ஒரு பணி. இரண்டாவதாக, இந்த முறையாக வரையறுக்கப்படாத பிராந்தியங்களுக்குப் பின்னால், அவற்றுக்கு அப்பால் இருக்கும் நாடுகளில் இருந்து எந்த படையெடுப்பும் வராமல் தடுப்பது. 1850-1922 வரையிலான காலகட்டத்தில் இந்தப் பகுதிகளில் வாழும் சுதந்தரமான பழங்குடிகள் மீது ஆண்டுக்கு ஒன்று வீதம் 72 படையெடுப்புகள் நடந்துள்ளன.

இந்த வரையறுக்கப்படாத பிராந்தியத்துக்கு பின்னாலும் அப்பாலும் இருக்கும் நாடுகளில் இருந்துதான் இந்தியாவின் பாதுகாப்புக்கும் ஒருமைப்பாட்டுக்கும் அச்சுறுத்தல், காலகாலமாக ஏற்பட்டுள்ளது. சைமன் அறிக்கையைப் பொறுத்தவரையில் அந்தப் பிராந்தியங்கள் எல்லாம் லீக் ஆஃப் நேஷன்ஸ் குழுவின் அங்கமல்ல. எனவே முன்பை விட இப்போதுதான் இந்தியாவுக்கு மிக ஆபத்தான பிராந்தியமாக அவை ஆகியுள்ளன.

இந்திய ராணுவ பாதுகாப்பானது இந்த இரண்டு விஷயங்களை மையமாகக் கொண்டது. பிரிட்டிஷ் இந்திய சாம்ராஜ்யத்தில் வேறு எங்குமே இதற்கு இணையான நெருக்கடி கிடையாது. அந்தப் பிராந்தியங்களில் எந்தவொரு சுய நிர்ணய டொமினியன்களையும் உருவாக்க முடிந்திருக்கவில்லை.

சைமன் கமிஷன் அறிக்கையானது இந்திய ராணுவத்தின் இரண்டாவது விசேஷ அம்சமாகச் சொன்னது: இந்தியா ராணுவமானது வெளியில் இருந்து வரும் ஆபத்துகளைச் சமாளிக்க

மட்டுமல்ல; உள் நாட்டில் எழும் கலகங்களை அடக்கவும் நாடுமுழுவதும் பரவலாகப் பகிர்ந்து நிலை நிறுத்தப்பட்டுள்ளது. பிற நாடுகளில் ராணுவமானது இப்படியாக நிலை நிறுத்தப் பட்டிருக்காது. நிச்சயமாக இந்த நோக்கத்துக்காக அப்படி கட்டமைக்கப்பட்டிருக்காது. வருடத்தின் பெரும்பாலான நாட்களில் உள்நாட்டுக் கலகங்களைத் தடுக்கவும் அடக்கவும் மட்டுமே இந்திய ராணுவம் பயன்பட்டது. மதவாத சிந்தனைகளால் திடீரென்று தூண்டப்படும் கும்பல்களை வெறும் போலீஸ் படைகொண்டு சமாளிக்கவே முடியாது. இதனால்தான் இந்தியாவில் இருக்கும் காவல்துறையும், ராணுவமும் ஏன் மக்களுமேகூட ராணுவமானது தேசத்தின் அனைத்துப் பகுதிகளிலும் இருந்தாகவேண்டும் என்ற புரிதல்கொண்டவர் களாகவே இருக்கிறார்கள்.

உள் நாட்டுக் கலகங்கள் நாளுக்கு நாள் அதிகரித்துக்கொண்டேதான் இருக்கின்றன. அப்படியான நேரங்களில் எல்லாம் எல்லா சமஸ்தானங்களிலும் பிரிட்டிஷ் ராணுவத்தின் உதவியைக் கேட்டுப் பெறுவதுதான் நடக்கவும் செய்கிறது. ஏனென்றால் ஹிந்துக்கள் அல்லது இஸ்லாமியர்கள் என்ற இரு தரப்பில் யாருக்கும் சாதகமாக இல்லாமல் பிரிட்டிஷ் வீரர் நடுநிலையுடன் நடந்துகொள்வார் என்று எதிர்க்கப்படுவதால்தான் அப்படி அவர்களையே அனைவரும் அழைக்கிறார்கள். ராணுவத்தின் உதவியை நாடும் படியாக உருவாகும் கலகங்கள் எல்லாம் மதவாதப் பிரச்னை களாகவே இருக்கின்றன என்பதால் அதைத் தடுக்க வரும் அதிகார சக்தியானது எந்தவொரு தரப்புக்கும் சாதகமானதாக அல்லாமல் நடுநிலையானதாகவே இருந்தாகவேண்டிய அவசியமும் இருக்கிறது. இதனால்தான் இந்திய ராணுவத்தின் சாதாரண படைப் பிரிவில் இரண்டரை இந்திய வீரர்களுக்கு ஒரு பிரிட்டிஷ் படைவீரர் என்ற விகிதமே இருந்துவருகிறது. ஆனால், உள் நாட்டுக் கலவரங்களை அடக்க அனுப்பப்படும் பிரிட்டிஷ் படைகளில் ஏழு இந்தியப் படைவீரர்களுக்கு எட்டு பிரிட்டிஷ் படைவீரர் என்ற விகிதத்தில் அனுப்பப்படுகிறார்கள்.

இந்திய ராணுவத்தின் இந்த அம்சம் பற்றிச் சொல்லும் சைமன் கமிஷன் கீழ்க்கண்டவாறு குறிப்பிட்டிருக்கிறது.

எனவே, கனடா நாடு கனடா நாட்டு ராணுவ வீரர்களால் பாதுகாக்கப்படுகிறது; அயர்லாந்து, அயர்லாந்து வீரர்களால் காக்கப்படுகிறது. அதுபோல் இந்தியாவும் இந்திய வீரர்களால் காக்கப்படவேண்டும் என்று இந்தியாவின் எதிர்காலம் பற்றிச் சிந்திக்கும் ஒருவர் இன்றைய நிலையில் இந்தியாவில் ஏற்படும் உள்

நாட்டுக் கலகங்கள் எத்தகையதாக இருக்கின்றன; அமைதியான அரசாட்சியை வழங்க பிரிட்டிஷ் படைவீரர்களின் பங்களிப்பு அதில் என்னவாக இருக்கிறது என்பதையெல்லாம் கணக்கில் கொண்டாகவேண்டும்.

இந்திய ராணுவத்தின் மூன்றாவது சிறப்பு அம்சமாக சைமன் கமிஷன் வட மேற்கு எல்லைப் பகுதியைச் சேர்ந்தவர்கள் அதிகமாக இருப்பதைக் குறிப்பிட்டிருக்கிறது. இப்படி இருப்பதற்கான காரணமும் பிரிட்டிஷ் அரசு கொடுத்த காரணமும் முன்பே நம்மால் விரிவாகப் பார்க்கப்பட்டுவிட்டன. ஆனால், இந்திய ராணுவத்தில் இருக்கும் இன்னொரு முக்கியமான விஷயத்தை சைமன் கமிஷன் குறிப்பிடத் தவறிவிட்டிருக்கிறது. ஒன்று அந்த கமிஷனுக்கு அது தெரிந்திருக்கவில்லை. அல்லது அது தவிர்த்துவிட்டிருக்கிறது. அந்த கமிஷன் குறிப்பிட்டிருக்கும் மூன்று சிறப்பு அம்சங்களைவிட சொல்லாமல் விட்டிருக்கும் அம்சமே சமூக, அரசியல் பின்விளைவுகள் சார்ந்து மிகவும் முக்கியமானது.

அது பலருக்கும் தெரிந்த விஷயம்தான். பலரை அது கோபத்தில் ஆழ்த்தவும் கூடும். அது பல கேள்விகளை எழுப்பக்கூடும். அதற்கு விடைகளே இல்லாமலும் போகக்கூடும். இந்தியாவின் அரசியல் முன்னேற்றத்தை அது தடுக்கவும் கூடும். ராணுவத்தை இந்தியமயமாக்குவது தொடர்பான பிரச்னைகளைவிட மிகவும் முக்கியமானது; மிகவும் சிக்கலானது அது.

பேசப்படாத அந்த விஷயம்: இந்தியா ராணுவத்தில் இருக்கும் வீரர்களின் மத அடிப்படையிலான விகிதாசாரம்.

திரு சௌத்ரி தனது ஆய்வறிக்கையில் இது தொடர்பான புள்ளிவிவரங்களைச் சேகரித்துத் தொகுத்திருக்கிறார். அது இந்திய ராணுவத்தில் இருப்பவர்களின் மத அடிப்படையிலான விகிதாசாரம் பற்றி மிகத் தெளிவாக அனைத்தையும் புரியவைத்து விடுகிறது. பின்வரும் அட்டவணை இந்திய ராணுவத்தில் காலாட் படையில் இருக்கும் வீரர்கள், அவர்களுடைய மதம் என்ன என்பதை விளக்குகிறது.

1919க்குப் பிறகு இந்திய ராணுவத்தில் நடந்திருக்கும் மிகப் பெரிய மாற்றத்தை இந்த அட்டவணை மிகவும் தெளிவாக எடுத்துக் காட்டுகிறது.

1) பஞ்சாபி முஸ்லிம்கள் மற்றும் பதான்கள் ஆகியோரின் எண்ணிக்கை கணிசமாக அதிகரித்திருக்கிறது. 2) முதல் நிலையில் இருந்து மூன்றாம் இடத்துக்கு சீக்கியர்கள் தள்ளப்

பட்டிருக்கிறார்கள். 3) ராஜ்புத்திரர்கள் நான்காவது இடத்துக்குச் சென்றுவிட்டார்கள். 4) யுனைட்டட் பிராந்தியத்தில் பிராமணர்கள், மதராஸி முஸல்மான்கள், பிராமண- அ பிராமணர்களான தமிழர்கள் ஆகியோரின் எண்ணிக்கை முற்றாகக் குறைந்துவிட்டது.

இந்தியா ராணுவத்தில் இருக்கும் வீரர்களின்
மத அடிப்படையிலான விகிதாசாரம்.

	பிராந்தியம் மற்றும் சமூகங்கள்	1914-ல் சதவிகிதம்	1918-ல் சதவிகிதம்	1919-ல் சதவிகிதம்	1930-ல் சதவிகிதம்
1	பஞ்சாப், வடமேற்கு எல்லைப் பிராந்தியம், காஷ்மீர்	47	46.5	46	58.5
	சீக்கியர்கள்	19.2	17.4	15.4	13.58
	பஞ்சாபி முஸ்லிம்கள்	11.1	1 1.3	12.4	22.6
	பதான்கள்	6.2	5.42	4.54	6.35
2	நேபாளம், குமாவுன், கர்வால்	15	18.9	14.9	22.0
	கூர்காக்கள்	13.1	16.6	12.2	16.4
3	வட இந்தியா	22	22.7	25.5	11.0
	யு.பி ராஜ்புத்கள்	6.4	6.8	7.7	2.55
	ஹிந்துஸ்தானி முஸ்லிம்கள்	4.1	3.42	4.45	-
	பிராமணர்கள்	1.8	1.86	2.5	-
4	தென் இந்தியா	16	6.8	12	5.5
	மராத்தாக்கள்	4.9	3.85	3.7	5.33
	மதராஸி முஸல்மான்கள்	3.5	2.71	2.13	-
	தமிழர்கள்	2.5	2.0	1.67	-
5	பர்மா பர்மியர்கள்	-	மிகவும் சொற்பம்	1.7	3.0

1930-ல் இந்திய காலாட்படை, குதிரைப்படையில் இருக்கும் வீரர்களின் மத விகிதம் பற்றி திரு சௌத்ரி தொகுத்திருக்கிறார். இந்த அட்டவணையானது இந்திய காலாட்படை (18 பயிற்சி பெறும் குழுக்கள், 82 பயிற்சி பெற்ற குழுக்கள்), குதிரைப்படை (21 ரெஜிமெண்ட்கள்) மற்றும் 20 பட்டாலியன் கூர்கா காலாட்படை ஆகியவற்றில் ஒவ்வொரு பிரிவினரும் எத்தனை சதவிகிதம் இருந்தனர் என்பதை எடுத்துக்காட்டுகிறது. இந்த அட்டவணையில் இந்திய மலைப் பகுதி படையின் 19 பிரிவுகள், ராணுவ சாலைப் பணியாளர்கள், சுரங்கம் அமைப்பவர்களின் மூன்று ரெஜிமெண்ட்கள், இந்திய சிக்னல் கார்ப்ஸ், பஞ்சாபி முஸல்மான்கள், சீக்கியர்கள், பதான்கள், ஹிந்துஸ்தானி ஹிந்துக்கள், ஹிந்துஸ்தானி முஸல்மான்கள், மதராஸின் அனைத்து ஜாதியினர், ஹஸாரா ஆஃப்கானியர்கள் ஆகியோர்கள் இருந்த இந்திய முன்னோடிகளின் படை ஆகியவை இடம்பெறவில்லை.

பிரிவு	பிராந்தியம்	காலாட்படையில் சதவிகிதம்		குதிரைப் படையில் சதவிகிதம்
		கூர்க்காக்கள் நீங்கலாக	கூர்க்காக்களை உள்ளடக்கி	
பஞ்சாபி முஸ்லிம்கள்	பஞ்சாப்	27	22.6	14.28
கூர்க்காக்கள்	நேபாளம்	–	16.4	–
சீக்கியர்கள்	பஞ்சாப்	16.24	13.58	23.81
தோக்ராக்கள்	வட பஞ்சாப், காஷ்மீர்	11.4	9.54	9.53
ஜாட்கள்	ராஜஸ்தான், யுனைட்டட் பிராவின்ஸ், பஞ்சாப்	9.5	7.94	19.06
பதான்கள்	வட மேற்கு எல்லை பிராந்தியம்	7.57	6.35	4.76
மராத்தாக்கள்	கொங்கன்	6.34	5.33	–
கர்வாலிகள்	கர்வால்	4.53	3.63	–
யு.பி. ராஜ்புத்திரர்கள்	யு.பி.	3.04	2.54	–
ராஜ்புதனத்து ராஜ்புத்கள்	ராஜ்புதனம்	2.8	2.35	–
குமாவுன்கள்	குமாவுன்	2.44	2.05	–
குஜார்கள்	வட கிழக்கு ராஜ்புதனம்	1.52	1.28	–
பஞ்சாபி ஹிந்துக்கள்	பஞ்சாப்	1.52	1.28	–
அஹிர்கள்	பஞ்சப்	1.22	1.024	–
முஸல்மான், ராஜ்புத், ரங்கர்கள்	தில்லியின் அருகமைப் பகுதிகள்	1.22	1.024	7.14
கைம்கனிகள்	ராஜ்புதனம்	–	–	4.76
கச்சின்கள்	பர்மா	1.22	1.024	–
சின்கள்	பர்மா	1.22	1.024	–
கரேன்கள்	பர்மா	1.22	1.024	–
தக்காண முஸல்மான்கள்	தக்காணம்	–	–	4.76
ஹிந்துஸ்தானி முஸல்மான்கள்	யு.பி.	–	–	2.38

இந்த அட்டவணையில் இடம்பெற்றிருக்கும் படைப் பிரிவுகளில் மதராஸிகள், ஹஸார்கள் குழுக்கள் இடம்பெற்றுள்ளன என்றாலும் இந்த அட்டவணையில் குறிப்பிடப்பட்டிருக்கும் விகிதாசார மானது அதனால் எந்தவகையிலும் மாறுதலுக்கு ஆளாகும் அளவுக்கு இல்லை. பிரிட்டிஷ் காலாட்படை, ஆயுதப்படை ஆகியவற்றில் உள்ள இந்தியர்களின் விவரங்களும் இந்த அட்டவணையில் இடம்பெறவில்லை.

1930 வாக்கில் ராணுவத்தில் ஒவ்வொரு பிரிவினரும் எத்தனை சதவிகிதம் இருக்கிறார்கள் என்று பார்ப்போம்.

சமூகங்கள்	காலாட்படையில் சதவிகிதம்		குதிரைப் படையில் சதவிகிதம்
	கூர்க்காக்கள் நீங்கலாக	கூர்க்காக்களை உள்ளடக்கி	
ஹிந்துக்களும் சீக்கியர்களும்	60.55	50.554	61.92
கூர்க்காகள்	-	16.4	-
முஹமதியர்கள்	35.79	29.974	30.08
பர்மியர்கள்	3.66	3.072	-

இந்தப் புள்ளிவிவரங்கள் இந்திய ராணுவத்தில் எந்தெதப் பிரிவினர் எத்தனை சதவிகிதம் இருக்கிறார்கள் என்பதைக் குறிக்கிறது. திரு சௌத்ரி தந்திருக்கும் புள்ளிவிவரங்களின்படி முஸ்லிம்கள், இந்திய காலாட்படையில் 36%மும் இந்திய குதிரைப்படையில் 30%மும் இருக்கிறார்கள்.

இவை 1930 வாக்கிலான நிலை. அதன் பின்னர் என்னவிதமான மாற்றங்கள் நடந்துள்ளன என்பதையும் நாம் பார்க்கவேண்டும்.

ஆனால், விஷயம் என்னவென்றால் 1930க்குப் பிந்தைய ராணுவ தரவுகள் எதுவும் கிடைக்கவில்லை. எனவே இப்போது (1940களில்) இந்திய ராணுவத்தில் எத்தனை சதவிகிதம் முஸ்லிம்கள் இருக்கிறார்கள் என்பதைக் கண்டுபிடிப்பது மிகவும் சிரமம். அரசு தரப்பில் எந்தவொரு அறிக்கையும் இது தொடர்பாக வெளியாகியிருக்கவில்லை. அதற்கு முன்பெல்லாம் நிறைய ஆவணங்கள் இது தொடர்பாகக் கிடைத்துள்ளன. ஆனால், இப்போது அவை முற்றாக மறைந்து போனது எப்படி என்பது ஆச்சரியமாக இருக்கிறது. ஒருவேளை அந்த அறிக்கைகள் கிடைத்தாலும் அவற்றில் இந்தப் புள்ளிவிவரங்கள் இருப்பதில்லை. அரசாங்க வெளியீடுகளில் இந்தப் புள்ளிவிவரங்கள் இல்லை

என்பது மட்டுமல்ல; மத்திய அரசவைக் குழுவினர் அதுபற்றிக் கேட்டபோதும் அந்தத் தரவுகளைத் தர அரசு மறுத்துவிட்டது.

இந்த கேள்வி பதில் தொகுப்பிலிருந்து அரசு எப்படிக் கடுமையான முயற்சி எடுத்த பின்னரும் அந்தப் புள்ளிவிவரங்களைத் தராமல் அரசு மறுத்தது என்பது தெரியவரும்.

15, செப், 1938 அன்று நடந்த கேள்வி பதில்: இந்திய பாதுகாப்புக்கான ஏற்பாடுகள் (சட்டசபை விவாதங்கள், 1938 தொகுதி 6, பக் 2462).

கேள்வி எண் 1360: திரு பத்ரி தத் பாண்டே (திரு அமரேந்திர நாத் சட்டோபாத்யாய சார்பில்)

அ) X X X X

ஆ) X X X X

இ) X X X X

ஈ) 1937-38 ஆண்டுகளில் எத்தனை இந்தியர்கள் படை வீரர்களாகவும் அதிகாரிகளாகவும் காலாட்படை மற்றும் குதிரைப்படையில் நியமிக்கப்பட்டனர்? அப்படிப் படைவீரர்களாகவும் அதிகாரி களாகவும் நியமிக்கப்பட்டவர்களில் பஞ்சாபி சீக்கியர்கள், பதான்கள், கர்வாலிகள், மராத்தாக்கள், மதராசிகள், பிஹாரிகள், வங்காளிகள், யுனைட்டட் பிராந்தியத்தைச் சேர்ந்த ஹிந்துஸ் தானிகள், கூர்க்காக்கள் எத்தனை பேர் என்று கூறமுடியுமா?

உ) பஞ்சாபி சீக்கியர்கள், பதான்கள், கர்வாலிகள் மட்டுமே நியமிக்கப்பட்டிருக்கிறார்கள் என்றால் பிரிட்டிஷ் இந்தியாவின் அனைத்துப் பிராந்தியங்களில் இருந்தும் இந்தியாவின் பாது காப்புக்கு பயிற்சி கொடுத்து ஆட்களை நியமிக்கவேண்டும் என்ற மேதகு உறுப்பினரின் தீர்மானத்துக்கு இசைவான செயலா அது?

ஊ) இந்தியாவின் பாதுகாப்புக்காக பிராந்திய அரசுகள் பிராந்திய ராணுவங்களை தேவையான பயிற்சிகள், ஆயுதங்கள் கொடுத்து உருவாக்கிக்கொள்ளவேண்டும் என்று அரசு கேட்டுக்கொள்ளப் போகிறதா?

திரு. சி.எம்.ஜி. ஓகில்வி

அ) இப்படியான புள்ளிவிவரங்கள் பொது மக்களுக்கு எந்தப் பலனையும் தரப்போவதில்லை என்பது மாண்புமிகு உறுப்பினருக்குப் புரியும் என்று நம்புகிறோம்.

ஆ) ஐந்து கேடட்கள் மற்றும் 33 இந்திய பயிற்சி வீரர்கள் 1937-38 வாக்கில் இந்திய விமானப் படையில் நியமிக்கப்பட்டுள்ளனர்.

இ) 1937-38 வாக்கில் ராயல் இந்தியன் நேவியில் ஏற்கெனவே ஐந்து இந்தியர்கள் நியமிக்கப்பட்டுள்ளது. அக்டோபரில் நடக்கும் தேர்வில் வெற்றிபெறுபவர்களில் இருந்து மேலும் நான்கு பேர் தேர்வு செய்யப்படுவார்கள். அதன் பிறகு மேலும் மூன்று பேர் ‘டஃபரின்’ சிறப்பு தேர்வு மூலம் தேர்ந்தெடுக்கப்படுவார்கள். அதே காலகட்டத்தில் ராயல் இந்தியன் நேவியில் 314 இந்தியர்கள் பல்வேறு பணிகளுக்கு நியமிக்கப்பட்டிருக்கிறார்கள்.

31, மார்ச், 1938 வரையில் இந்திய ராணுவ அதிகாரிகள் (கமிஷண்ட் ஆஃபீஸர்ஸ்) பதவிக்கு 54 இந்தியர்கள் தேர்வாகியுள்ளார்கள். அவர்கள் இப்போது பிரிட்டிஷ் ராணுவத்தினருடன் பயிற்சிக்காக இணைக்கப்பட்டுள்ளார்கள். இவர்களில் காலாட்படை மற்றும் குதிரைப்படைகளில் எத்தனை பேர் நியமிக்கப்படுவார்கள் என்பதை இப்போது சொல்ல முடியாது. அதே காலகட்டத்தில் குதிரைப்படையில் 961 இந்திய வீரர்கள் நியமிக்கப்பட்டுள்ளார்கள். 7970 வீரர்கள் காலாட்படையில் சேர்க்கப்பட்டுள்ளார்கள். எந்தெந்த சமூகத்தைச் சேர்ந்தவர்கள் என்ற புள்ளிவிவரங்கள் ராணுவத் தலைமையகத்தில் இல்லை. அந்தப் புள்ளிவிவரத்தைச் சேகரிக்கச் செலவிடப்படும் பணமும் நேரமும் வீண் முயற்சியாகவே இருக்கும்.

ஈ) இல்லை

உ) இந்தக் கேள்வியின் முதல் பாதிக்கு பதில் ‘இல்லை’ என்பதுதான். இரண்டாவது பாதியைப் பொறுத்தவரையில் இந்தியாவுக்கு ஏற்கெனவே வலிமையான ராணுவம் உள்ளது. நிதிநிலை அனுமதிக்கும் அளவுக்கு அனைத்துத் தளங்களிலும் நவீனநிலையில் வைத்திருக்க முயற்சிகள் எடுக்கப்படும்.

திரு எஸ்.சத்யமூர்த்தி :

ஈ மற்றும் உ ஆகிய கேள்விகளுக்கான பதில்களை எடுத்துக்கொண்டால் இந்திய ராணுவத்தில் பெரும்பாலான படைவீரர்கள் பஞ்சாபில் இருந்து அதுவும் குறிப்பிட்ட ஒரு சமூகத்தில் இருந்தே அதிகமும் தேர்ந்தெடுத்திருப்பதாக அரசுத்துறை அதிகாரிகளே பலர் கூறியிருப்பதைத் தங்கள் கவனத்துக்குக் கொண்டுவர விரும்புகிறேன். அந்தத் தகவல் உண்மையா என்பதை அரசு ஆராய்ந்து பார்க்குமா? தேசிய ராணுவம் என்பது தேசத்தின் அனைத்துப் பிராந்தியங்களில்

இருந்தும் ஆட்களைத் தேர்ந்தெடுக்க ஆர்வம் காட்டுமா? ராணுவ சர்வாதிகார சக்திகள் அரசியல் அதிகாரத்தைப் பல நாடுகளில் கைப்பற்றியிருப்பதுபோல் இங்கும் நடந்துவிடாமல் தடுக்க முயற்சிகள் எடுக்கப்படுமா?

திரு.சி.எம்.ஜி.ஒகில்வி :

பிராந்தியக் கணக்குகள் எப்போதும் அரசின் கவனத்தில் இருந்ததில்லை. எந்தத் தனிப் பிராந்தியத்துக்காக அல்ல; இந்திய ராணுவத்துக்கு மிகச் சிறந்த படைவீரர்களைத் தேர்ந்தெடுக்கவேண்டும் என்பதே ஒரே நோக்கம். அனைத்துப் பிராந்திய உணர்வுகளுக்கும் மேலாக தேச நலனே முன்னிலையில் இருக்கவேண்டும். எந்தப் பிராந்தியத்தில் சிறந்த ராணுவ வீரர்கள் மிகுதியாக எளிதில் கிடைப்பார்களோ அந்த இடத்தில் இருந்து தேர்வு செய்கிறோம். வேறு இடம் தேடிச் செல்வதில்லை.

திரு எஸ்.சத்யமூர்த்தி :

அப்படி மிகுதியாகத் தேர்வுசெய்யப்படுபவர்கள் பஞ்சாப் பகுதியைச் சேர்ந்தவர்களா? மிக சமீபத்தில் என் பிராந்தியத்தைச் சேர்ந்த வீரர்கள் செய்த வீர தீரங்கள், தியாகங்கள் எல்லாம் மறக்கப்பட்டுவிட்டனவா? மதராஸிகளும் பிற பிராந்தியங்களைச் சேர்ந்தவர்களும் திட்டமிட்டே ஓரங்கட்டப்பட்டுள்ளனரா என்று தெரிந்துகொள்ளவிரும்புகிறேன்.

திரு.சி.எம்.ஜி. ஒகில்வி :

ராணுவப்பணிகளுக்கு மதராஸ் நிச்சயமாக ஒதுக்கிவைக்கப் படவில்லை. அரசு அவர்களுடைய வீரச் செயல்களை மகிழ்ச்சியுடன் அங்கீகரிக்கவே செய்கிறது. மதராஸ் வீரர்கள் சிறப்பாகச் செயல்பட்ட துறைகளில் அவர்கள் பணி நியமனம் செய்யப்பட்டுள்ளார்கள். குறிப்பாக, சாலைப் பணிகளிலும் சுரங்கப் பணிகளிலும் 4500 மதராஸிகள் பணிபுரிகிறார்கள்.

திரு எஸ்.சத்யமூர்த்தி :

அதாவது மொத்த 1,20,000 பேரில் 4500 பேர்?

திரு.சி.எம்.ஜி.ஒகில்வி :

கிட்டத்தட்ட அந்த எண்ணிக்கைதான் என்று நினைக்கிறேன்.

திரு எஸ்.சத்யமூர்த்தி :

நானும் அப்படியே நினைக்கிறேன். மதராஸ் மக்கள் தொகை, மதராஸ் பிராந்தியம் பிரிட்டிஷ் இந்திய அரசுக்குக் கொடுக்கும் வருமானம் ஆகியவற்றைக் கணக்கில்கொண்டு பார்த்தாலோ ஒரு

தேசத்துக்கு அனைத்து பிராந்தியங்களிலிருந்து வீரர்கள் நியமிக்கப் படவேண்டும் என்ற அடிப்படையில் பார்த்தாலோ இது சரிதானா?

திரு.சி.எம்.ஜி.ஒகில்வி :

எங்களுடைய ஒரே இலக்கு மிகச் சிறந்த ராணுவம் உருவாக்கப்படவேண்டும் என்பது மட்டுமே.

திரு எஸ்.சத்யமூர்த்தி :

பஞ்சாபைத் தவிர பிற பிராந்தியங்களில் சிறந்த வீரர்கள் இல்லை என்ற முடிவுக்கு அரசு எந்த அடிப்படையில் வந்தது என்று தெரிந்துகொள்ளலாமா?

திரு.சி.எம்.ஜி.ஒகில்வி :

அனுபவ அறிவின் மூலம்.

டாக்டர் சர் ஜியாவுதீன் அஹமது:

கணக்குத் துறையில் மதராஸிகள் மிகுதியாக இருக்கிறார்கள். அரசு அவர்களுடைய எண்ணிக்கைக்கு ஏற்ப விகிதாசாரத்தைக் குறைத்துவிடுமா?

திரு.சி.எம்.ஜி.ஒகில்வி :

இந்த கேள்வி எப்படி எழுகிறது என்பதை எனக்குப் புரிந்து கொள்ளமுடியவில்லை. எந்தவொரு பிராந்தியத்துக்காகவும் அரசு செய்நேர்த்தியை விட்டுக் கொடுக்க விரும்பவில்லை.

ஐ

பல்வேறு ஜாதிகளைச் சேர்ந்த இந்தியர்களைக் கொண்ட இந்திய ராணுவப் படை (சட்டசபை விவாதங்கள், 1938 தொகுதி 6, பக் 2478)

கேள்வி 1078. திரு எம்.அனந்த சயனம் ஐயங்கார் (திரு மனு சுபேதார் சார்பாக)

அ) பல்வேறு பிராந்தியங்களைச் சேர்ந்த சீக்கியர்கள், மராத்தாக்கள், ராஜ்புத்கள், பிராமணர்கள், முஸ்லிம்கள் என பல பிரிவுகளைச் சேர்ந்தவர்களைக்கொண்ட ராணுவப் படை ஒன்றை உருவாக்குவதற்கு பிரிட்டிஷ் ஆட்சியில் ஏதேனும் முயற்சிகள் எடுக்கப்பட்டனவா என்று பாதுகாப்புத்துறைச் செயலர் தெளிவுபடுத்துவார்களா?

ஆ) கேள்வி (அ) க்கான பதில் ‘இல்லை’ என்பதாக இருந்தால் அப்படி ஒரு முயற்சி ஏன் எடுக்கப்படவில்லை; அரசுத் தரப்பில் அதற்கான காரணங்கள் என்னென்ன என்று தெளிவுபடுத்துவீர்களா?

இ) மாண்புமிகு கமாண்டர் இன் சீஃப் அவர்கள் இந்த விஷயத்தை மேதகு மன்னரிடம் தெரிவித்திருக்கிறாரா?

ஈ) பம்பாய் சாரணர் இயக்கத்திலும் யுவர்சிட்டி கார்ப்ஸிலும் தேசத்தின் காவல்துறையிலும் இப்படியாக ஜாதி அல்லது பிராந்தியம் சார்ந்த ஒதுக்குதல் இல்லை என்பது அரசுக்குத் தெரியுமல்லவா?

திரு சி.எம்.ஜி.ஒகில்வி

அ) இல்லை

ஆ) கம்பெனி படை, ஸ்க்வாட்ரான்ஸ் போன்ற ராணுவத்துணைப் படைகள் ஒரே பிரிவினரைக் கொண்டதாக ஒத்திசைவானவர்களைக் கொண்டதாக இருக்கவேண்டும் என்பது அரசாங்கத்தின் கொள்கை முடிவு.

இ) இல்லை. மேலே சொன்ன காரணமே இதற்கும்.

ஈ) ஆமாம்.

திரு எஸ்.சத்யமூர்த்தி :

‘ஒத்திசைவானவர்களைக் கொண்டதாக’ இருக்கவேண்டும் என்று அரசு சொல்வதன் அர்த்தம் என்ன என்று சற்று விளக்கமுடியுமா? அதன் அர்த்தம் அவர்கள் எல்லாம் ஒரே பிராந்தியத்தை அல்லது ஒரே சமூகப் பிரிவைச் சேர்ந்தவர்களாக இருக்கவேண்டும் என்று அர்த்தமா?

திரு.சி.எம்.ஜி.ஒகில்வி :

ஆமாம். அவர்கள் ஒரே சமூகப் பிரிவைச் சேர்ந்தவர்களாக இருக்கவேண்டும் என்பதுதான் அதன் அர்த்தம்.

திரு எஸ்.சதியமூர்த்தி :

இதைச் சற்று விளக்கிச் சொல்லமுடியுமா? ஒவ்வொரு வகுப்புக்கும் இடையில் பாகுபாடு இருக்கின்றதா என்ன?

திரு சி.எம்.ஜி.ஒகில்வி :

ஆமாம். நிச்சயமாக.

திரு சத்திய மூர்த்தி :

எந்த அடிப்படையில் சொல்கிறீர்கள். மதம் சார்ந்த பாகுபாடா... ஜாதி சார்ந்த பாகுபாடா... பிராந்தியம் சார்ந்த பாகுபாடா?

திரு.சி.எம்.ஜி.ஒகில்வி :

இவை எதுவும் அல்ல. இனரீதியான வகைப்பாடு பின்பற்றப் பட்டிருக்கிறது.

திரு சத்திய மூர்த்தி :

எந்த இனத்தினர் தேர்ந்தெடுக்கப்பட்டிருக்கிறார்கள்? எந்த இனத்தினர் ஒதுக்கிவைக்கப்பட்டிருக்கிறார்கள்?

திரு சி.எம்.ஜி.ஒகில்வி :

ராணுவ பட்டியலைப் பார்க்கும்படி மாண்புமிகு உறுப்பினரைக் கேட்டுக்கொள்கிறேன்.

❀

இந்திய ராணுவத்தில் ஆட்கள் நியமனம் (சட்டசபை விவாதங்கள், 1938 தொகுதி 6, பக் 2754)

கேள்வி 1162: திரு ப்ரிஜேந்திர நாராயண சௌத்ரி :

பாதுகாப்புத் துறைச் செயலர் கீழ்க்கண்ட கேள்விகளுக்கான விவரங்களைத் தரும்படிக் கேட்டுக்கொள்கிறேன்:

அ) 'இந்திய ராணுவத்தில் பஞ்சாபிகளின் மேலாதிக்கத்தைப் பலவீனப்படுத்துவதை எந்தவொரு தேச பக்தி கொண்ட பஞ்சாபியும் ஏற்றுக்கொள்ளமாட்டார்' என்று பஞ்சாபின் பிரிமியர் மாண்புமிகு சர் சிகந்தர் ஹையத் கான் தனது வீரர்கள் மத்தியில் சொன்னதாக, 5, செப், 1938, ஹிந்துஸ்தான் டைம்ஸில் செய்தி வெளியாகியிருப்பது அரசின் கவனத்துக்கு வந்ததா?

ஆ) பஞ்சாபிலிருந்தே அதிக வீரர்களைப் படையில் நியமித்து பஞ்சாபியரின் மேலாதிக்கத்தை அரசு தொடர்ந்து அனுமதிக்கப் போகிறதா? அல்லது தேசத்தின் அனைத்து பிராந்தியங்களில் இருந்தும் வீரர்களை நியமிக்க அரசு முன்வருமா?

திரு சி.எம்.ஜி. ஒகில்வி:

அ) ஆமாம்.

ஆ) திரு அமரேந்திர நாத் சட்டோபாத்யாயா 15, செப், 1838ல் கேட்ட கேள்வி எண் 1060-ன் துணைக் கேள்விகளுக்கு நான் வழங்கியிருக்கும் பதிலை மாண்புமிகு உறுப்பினர் பார்க்கவும்.

திரு எஸ்.சத்ய மூர்த்தி :

அந்தக் கேள்வியின் அ) பகுதிக்குச் சொன்ன பதிலின் அடிப்படையில் இன்னொரு கேள்வி கேட்கவிரும்புகிறேன். எனக்குத் தெரிந்தவரை அந்த பதிலானது இந்த விஷயம் நடந்ததற்குப் பின்னால் சொல்லப்பட்டதல்ல. 'இந்திய ராணுவத்தில் பஞ்சாபிகளின் மேலாதிக்கத்தைப் பலவீனப்படுத்துவதை

எந்தவொரு தேச பக்தி கொண்ட பஞ்சாபியும் ஏற்றுக்கொள்ள மாட்டார்' என்று பஞ்சாபின் பிரிமியர் சொன்னது அரசுக்குத் தெரியுமா. இந்த வாக்கியத்தின் அபாயகரமான உள்ளர்த்தத்தை அரசு கவனத்தில் எடுத்துக்கொள்ளுமா? இந்திய ராணுவத்தில் பிராந்திய மத மேலாதிக்கத்தை ஒரு பொறுப்புள்ள ப்ரிமியர் பட்ட வர்த்தனமாக வெளிப்படுத்துவதைத் தடுக்க அரசு ஏதேனும் நடவடிக்கை எடுக்குமா? ராணுவம் என்பது ஆதியோடு அந்தமாக தேசத்தின் நலனை மட்டுமே கருத்தில்கொண்டு செயல்பட வேண்டிய ஒன்றல்லவா?

திரு.சி.எம்.ஜி.ஒகில்வி :

15, செப்டம்பரில் இதுபோல் கேட்கப்பட்ட கேள்விக்கு என்ன பதில் சொன்னேனோ அதையேதான் இங்கும் செல்வேன். ராணுவத்தில் ஆட்களைத் தேர்ந்தெடுப்பது தொடர்பாக அரசின் கொள்கை முடிவு என்ன என்பதைப் பலமுறை சொல்லியாயிற்று. அதற்கு மேல் அதில் தெளிவுபடுத்த எதுவும் இல்லை.

திரு சத்திய மூர்த்தி :

திறமையான வீரர்களைத் தேர்தெடுப்பதுதான் அரசின் கொள்கை என்று சொல்லியிருக்கிறீர்கள். பஞ்சாப் ப்ரிமியர் சொன்னதன் அர்த்தம் என்ன என்பதும் உங்களுக்குப் புரிந்திருக்கும். இந்திய ராணுவத்தில் ஏதேனும் ஒரு பிராந்தியத்தைச் சேர்ந்த ப்ரிமியர் தமது பிராந்தியத்தின் மேலாதிக்கத்தை நிலைநாட்ட விரும்பினால் அதனால் ஏற்படும் அபாயமான பின்விளைவுகளைச் சரி செய்ய அரசு எந்த நடவடிக்கையும் எடுக்காதா?

திரு சி.எம்.ஜி.ஒகில்வி :

இதில் எந்த அபாயகரமான விஷயமும் இருப்பதாக அரசு கருதவில்லை. உண்மையில் இதனால் நன்மை இருப்பதாகவே அரசு கருதுகிறது.

திரு எஸ்.சத்திய மூர்த்தி :

ஏதேனும் ஒரு பிராந்தியம் அல்லது சமூகப் பிரிவினரின் ஆதிக்கம் அதிகமாக இருப்பது உண்மையாகவே இருந்தாலும் பொறுப்புள்ள ஒரு தலைவர் அதைப் பொதுவெளியில் இப்படி பட்டவர்த்தனமாகச் சொல்வதை அரசு ஏற்றுக் கொள்கிறதா? இப்படிப் பேசுவதால் ராணுவத்துக்குள்ளே பிராந்தியம் சார்ந்து சண்டைகளும் சச்சரவுகளும் உருவாகிவிடாதா? நாட்டில் ராணுவ சர்வாதிகாரம் தலைதூக்கிவிடாதா?

திரு சி.எம்.ஜி.ஒகில்வி :

நீங்கள் சொல்லும் யூகங்கள் எல்லாமே ஆதாரமற்றவை என்றே அரசு கருதுகிறது.

திரு எம்.எஸ்.அநே :

சர் சிகந்தர் ஹையத் கான் சொன்னது சரி என்று அரசு கருதுகிறதா?

திரு சி.எம்.ஜி.ஒகில்வி :

அரசின் கொள்கை பலமுறை தெளிவாகச் சொல்லப்பட்டுவிட்டது.

திரு எம்.எஸ்.அநே:

அதாவது பஞ்சாப் பிராந்தியமே இந்திய ராணுவத்தில் மேலாதிக்கம் பெற வேண்டுமென்பதுதான் அரசின் கொள்கையா?

திரு சி.எம்.ஜி.ஒகில்வி :

திறமை மிகுந்த வீரர்களே ராணுவத்தில் இடம்பெற வேண்டும் என்பதுதான் அரசின் கொள்கை முடிவு.

திரு.எம்.எஸ்.அநே :

நான் மீண்டும் அதே கேள்வியைக் கேட்கிறேன். பஞ்சாப் பிராந்தியமே இந்திய ராணுவத்தில் மேலாதிக்கம் பெற வேண்டும் என்பதுதான் அரசின் கொள்கையா?

திரு சி.எம்.ஜி.ஒகில்வி :

இந்தக் கேள்விக்கு நான் பலமுறை பதில் சொல்லிவிட்டேன். அனைத்துப் பிராந்தியத்திலிருந்தும் மிகச் சிறந்த வீரர்களைத் தேர்வுசெய்யவேண்டும் என்பதுதான் அரசின் கொள்கை. இப்போது ராணுவத்தில் இருக்கும் வீரர்கள் அப்படியானவர்களே என்ற மன நிறைவு அரசுக்கு உண்டு.

திரு எம்.எஸ்.அநே:

சர் சிகந்தர் ஹையத் கான் சொன்னதைத் திருத்தும் வகையில் அரசு ஒரு தெளிவான அறிவிப்பை வெளிப்படுத்த வேண்டிய அவசியம் என்று நீங்கள் கருதவில்லையா?

திரு சி.எம்.ஜி.ஒகில்வி :

அரசு எந்த நிலையிலும் தன்னுடைய கொள்கையை மாற்றிக்கொள்ள விரும்பவில்லை.

❃

23, நவம்பர் 1938-ல் அவையில் நடந்த உரையாடல் - இந்திய ராணுவத்துக்கு மத்திய பிராந்தியம் மற்றும் பேரார் பகுதியில் இருந்து

ஆட்களை நியமித்தல் தொடர்பாக (சட்டசபை விவாதங்கள், 1938 தொகுதி 7, பக் 3313)

கேள்வி 1402. திரு கோவிந்த வி.தேஷ்முக் : பாதுகாப்புத் துறைச் செயலர் கீழ்க்கண்ட கேள்விகளுக்கு பதில் அளிக்குமாறு கேட்டுகொள்கிறேன்:

அ) இந்திய ராணுவத்துக்கு ஆட்களை நியமிக்கும் மையங்கள் மத்திய பிராந்தியம் மற்றும் பேராரில் உள்ளனவா?

ஆ) எந்த சமூகப் பிரிவில் இருந்து நியமிக்கப்பட்டிருக்கிறார்கள்?

இ) மத்திய பிராந்தியம் மற்றும் பேராரில் இருந்து இந்திய ராணுவத்துக்குத் தேர்ந்தெடுக்கப்பட்டிருப்பவர்களின் விகிதாசாரம் என்ன? அந்தப் பிராந்தியங்களின் மக்கள்தொகை என்ன?

ஈ) ராணுவப் பணி நியமனத்தில் இப்போது பின்பற்றப்படும் கொள்கை என்ன? அது மாற்றப்படுமா? மாற்றப்படாதென்றால் காரணம் என்ன?

திரு சி.எம்.ஜி.ஒகில்வி :

அ) மத்திய பிராந்தியத்திலோ பேராரிலோ எந்த மையமும் இல்லை. மத்திய பிராந்தியத்தில் வசிப்பவர்கள் தில்லியில் இருக்கும் பணி நியமன அதிகாரியின் கீழ் வருவார்கள். பேராரில் வசிப்பவர்கள் பூனாவில் இருக்கும் நியமன அதிகாரியின் கீழ் வருவார்கள்.

ஆ) பேராரின் மராத்தாக்கள் தனிப் பிரிவாக நியமிக்கப்பட்டுள்ளனர். மத்திய பிராந்தியம் மற்றும் பேராரில் வசிக்கும் பிற ஹிந்துக்கள், முஸல்மான்கள் எல்லாம் ஹிந்துக்கள் என்றோ முஸல்மான்கள் என்றோ வகைப்படுத்தப்பட்டுள்ளார்கள். இவர்களுடைய உள் வகுப்பு அடையாளம் என்று எதுவும் தனியாகப் பிரிக்கப்படவில்லை.

இ) ஒட்டிமொத்த ராணுவத்தில் இவர்களின் விகிதம் 0.3 சதவிகிதம். இந்தப் பிராந்தியத்தில் இருக்கும் ஆண்களின் எண்ணிக்கையோடு ஒப்பிட்டால் அது 0.0004 சதவிகிதம்.

ஈ) இப்போதைய கொள்கையை மாற்றிக்கொள்ளும் எண்ணம் எதுவும் இல்லை.

திரு சத்திய மூர்த்தி 15 செப்டம்பர் 1938-ல் எழுப்பிய கேள்வி எண் 1060க்கும் அதே நாளில் மியான் குலாம் காதிர் முஹமது ஷபான் எழுப்பிய கேள்வி எண் 1086க்கும் நான் சொன்ன பதிலில் இதற்கான காரணங்கள் இருக்கின்றன. திரு சுஷீல் குமார் ராய் சௌத்ரி 21, பிப்ரவரி 1938-ல் இந்தியர்களுக்கான ராணுவப் பயிற்சி

தொடர்பாகக் கொண்டுவந்த தீர்மானத்துக்கும் அனைத்து சமூகப் பிரிவினரையும் ராணுவத்தில் சேர்ப்பது தொடர்பாக ஏப்ரல் 1935-ல் திரு பி.என்.சப்ரு கொண்டுவந்த தீர்மானத்துக்கும் மேதகு கமாண்டர் இன் சீஃப் சொன்ன பதிலிலும் இதற்கான காரணம் தெளிவாகச் சொல்லப்பட்டிருக்கிறது.

இதன் பிறகு 6, பிப்ரவரி 1939-ல் கீழ்க்கண்ட கேள்விகள் கேட்கப்பட்டுள்ளன.

இந்திய ராணுவத்தில் பணிநியமனம் (சட்டசபை விவாதங்கள், 1939 தொகுதி 1, பக், 253)

கேள்வி 129. திரு எஸ்.சத்யமூர்த்தி : பாதுகாப்புத் துறை செயலர் கீழ்கண்ட கேள்விகளுக்கு பதில் அளிக்குமாறு கேட்டுக் கொள்கிறேன்.

அ) அனைத்து பிராந்தியங்கள் மற்றும் சமூகப் பிரிவுகளில் இருந்து ஆட்களை ராணுவத்துக்கு நியமனம் செய்துவது தொடர்பாக அரசு தனது முடிவை மறுபரிசீலனை செய்து கொண்டிருக்கிறதா?

ஆ) ஏதேனும் தீர்மானத்தை எட்டிவிட்டார்களா?

இ) ராணுவத்தில் பிற பிராந்தியத்தினரைச் சேர்க்காததற்கு அரசு தெளிவான காரணங்களைச் சொல்லுமா?

ஈ) இப்போது இந்திய ராணுவத்தில் நியமனம் பெற்றிருக்கும் பிராந்தியத்தினரைவிடப் பிற பிராந்தியத்தினருக்குப் போர்த்திறமைகள் குறைவு என்ற முடிவுக்கு எந்தப் பரிசோதனைகள், தேர்வுகளின் மூலம் அரசு வந்து சேர்ந்திருக்கிறது என்று தெளிவுபடுத்தமுடியுமா?

திரு சிஎம்.ஜி.ஒகில்வி :

அ) இல்லை

ஆ) இந்தக் கேள்வியின் அவசியமே எழவில்லை.

இ மற்றும் ஈ ஆகியவற்றுக்கான விளக்கங்கள் 15, செப், 1938-ல் கேட்கப்பட்ட கேள்வி எண் 1060 - 1086, 20 செப் 1938 அன்று கேட்கப்பட்ட கேள்வி எண் 1162, 23 நவ 1938-ல் கேட்கப்பட்ட கேள்வி எண் 1402 ஆகியவற்றுக்கான பதிலில் மிகத் தெளிவாகவே சொல்லப்பட்டுவிட்டன. திரு சுஷீல் குமார் ராய் சௌத்ரி 21, பிப்ரவரி 1938-ல் இந்தியர்களுக்கான ராணுவப் பயிற்சி தொடர்பாகக் கொண்டுவந்த தீர்மானத்துக்கும் அனைத்து சமூகப்

பிரிவினரையும் ராணுவத்தில் சேர்ப்பது தொடர்பாக ஏப்ரல் 1935-ல் திரு பி.என்.சப்ரு கொண்டுவந்த தீர்மானத்துக்கும் மேதகு கமாண்டர் இன் சீஃப் சொன்ன பதிலிலும் இதற்கான காரணம் தெளிவாகச் சொல்லப்பட்டிருக்கிறது.

இந்த விஷயத்தில் இந்திய அரசின் கள்ள மவுனமானது சமீபத்தில் இந்தியாவுக்கான ஸ்டேட் செகரட்டரி மூலம் உடைக்கப் பட்டுள்ளது. இந்த மிகவும் முக்கியமானதும் சுவாரசியமானதுமான இந்த விஷயம் தொடர்பான முழு புள்ளிவிவரத்தை காமன்ஸ் அவையில் முன்வைத்திருக்கிறார். 8, ஜூலை 1943-ல் அவர் அளித்த பதிலில் இந்திய ராணுவத்தில் உள்ள வீரர்களின் பிராந்தியவாரியான சதவிகித்தைத் தந்திருக்கிறார்.

1. இந்திய ராணுவத்தில் இருக்கும்
படைவீரர்களின் பிராந்திய விகிதாசாரம்

பிராந்தியம்	சதவிகிதம்
1. பஞ்சாப்	50
2. யுனைட்டட் பிராவின்ஸ்	15
3. மதராஸ் பிரஸிடன்ஸி	10
4. பம்பாய் பிரஸிடன்ஸி	10
5. வட மேற்கு எல்லைப் பிராந்தியம்	5
6. அஜ்மீர் - மேவார்	3
7. வங்காள பிரஸிடன்ஸி	2
8. மத்திய பிராந்தியம் - பேரார்	5
9. அஸ்ஸாம்	5
10. பிஹார்	5
11. ஒரிஸ்ஸா	5
12. நேபாளம்	8

2. இந்திய ராணுவத்தில் சமூகப் பிரிவு சார்ந்த விகிதாசாரம்

1. முஸ்லிம்கள்	34%
2. ஹிந்துக்களும் கூர்க்காகளும்	50%
3. சீக்கியர்கள்	10%
4. கிறிஸ்தவர்களும் பிறரும்	6%

ஸ்டேட் செகரட்டரி தந்திருக்கும் தகவல்கள் வரவேற்கத் தகுந்தவையே. ஆனால், இந்தப் புள்ளிவிவரமானது போர் காலத்தில் எடுக்கப்பட்டது. அமைதிக்காலத்தில் இந்த விகிதங்கள்

நிச்சயம் மாறுபட்டதாகவே இருந்திருக்கும். போர் மறவர் குலங்கள், போர்த்திறமை சாராத குலங்கள் என்ற அடிப்படையிலேயே அந்த விகிதாசாரம் அமைந்திருந்திருக்கும். அந்தப் பாகுபாடானது போர்க்காலத்தில் கைவிடப்பட்டது. ஆனால், அமைதிக்காலத்தில் மீண்டும் பழைய விகிதாசாரம் கொண்டுவரப்படாது என்று எந்த உத்தரவாதமும் இல்லை. நமக்குத் தெரியவேண்டியவையெல்லாம் அமைதிக் காலத்தில் இந்திய ராணுவத்தின் இருப்பவர்களின் விகிதாரம் பற்றிய புள்ளிவிவரங்களே. இதுவரையிலும் அது கிடைக்கவே இல்லை. அவை எல்லாம் யூகங்களின் அடிப்படையில் சொல்லப்படுபவை யாகவே இருக்கின்றன.

போருக்கு முன்பாக முஸ்லிம்களின் எண்ணிக்கை ராணுவத்தில் 60-70%மாக இருந்ததாகச் சொல்கிறார்கள். வேறு சிலரோ அது 50%க்கு அருகில் இருந்ததாகச் சொல்கிறார்கள். துல்லியமான புள்ளிவிவரம் கைவசம் இல்லையென்பதால் இரண்டாவது கூற்றே சரியானதாக இருக்கும் என்று எடுத்துக்கொள்ளலாம். ஏனென்றால், இது தொடர்பாக சம்பந்தப்பட்டவர்களிடம் கேட்டபோது அதுவே சொல்லப்பட்டது. ஐம்பது சதவிகித முஸ்லிம்கள் இந்திய ராணுவத்தில் இருப்பது உண்மை என்று எடுத்துக்கொண்டால்கூட அது ஹிந்துக்களுக்கு மிகுந்த கலக்கத்தையே உருவாகும். அது உண்மையென்றால் முதல் சிப்பாய் போராட்டத்தைத் தொடர்ந்து பிரிட்டிஷ் இந்திய அரசு கொண்டுவந்த ராணுவக் கொள்கைக்கு முற்றிலும் விரோதமான செயலாகவே அதைப் பார்க்க வேண்டியிருக்கும்.

முதல் சிப்பாய் போருக்குப் பின்னர் பிரிட்டிஷ் அரசானது இந்திய ராணுவம் தொடர்பாக இரண்டு ஆய்வுகளை மேற்கொண்டது. முதல் ஆய்வானது 1859-ல் பீல் தலைமையில் நடைபெற்றது. இரண்டாவது ஆய்வானது 1879-ல் சிறப்பு ராணுவ குழுவின் மூலம் முன்னெடுக்கப்பட்டது. அது பற்றி முன்பே குறிப்பிட்டிருக்கிறோம்.

1857-ல் நடந்த போராட்டத்துக்குக் காரணமாக வங்காள ராணுவத்தில் இருந்த ஓட்டைகள் என்னென்ன என்பதை ஆராய்வதுதான் பீல் கமிஷனின் முக்கிய நோக்கம். வங்காள ராணுவம் போராட்டத்தில் இறங்கியதற்கு முக்கிய காரணமாக பல சாட்சிகள் ஒரே குரலில் சொன்னது என்னவென்றால் -

> அனைத்து வீரர்களும் கலந்து கட்டி நிற்க வேண்டியிருந்தது. குல, இன சமூகப் பிரிவுகளின் அடிப்படையில் எந்த

வித்தியாசமும் காட்டப்பட்டிருக்கவில்லை. ஹிந்து, முஹமதியர், சீக்கியர்கள், பூர்பே என அனைவரும் கலந்து நிற்க வைக்கப்பட்டனர். இதனால் அனைவருடைய இன சமூகப் பெருமித உணர்வுகள் சிறிது பின்னுக்குச் சென்றுவிட்டன. அனைவரும் ஒன்று சேர்ந்து ஒரே குரலில் எதிர்க்கத் தொடங்கினர் (த ஆர்மீஸ் ஆப் இந்தியா-மெக்மன் மற்றும் லோவெட், பக் 84-85).

சர் ஜான் லாரன்ஸ் இந்திய ராணுவத்தைக் கட்டமைக்கும்போது ஒரு விஷயத்தைக் கணக்கில் கொள்ளவேண்டும் என்று கூறியிருக்கிறார். அதாவது, தனித்தன்மை தொடர்ந்து நீடிக்கும் நிலையில் ஒரு தேசத்தின் முஸ்லிம் இன்னொரு தேசத்தின் முஸ்லிம் மீது வெறுப்பு, பயம், அதிருப்தி கொண்டவராகவே இருப்பார். ராணுவப் படைகள் எல்லாம் பிராந்தியங்களை அடிப்படையாகக் கொண்டதாக இருக்கவேண்டும். வேற்றுமைகள், பகைமைகள் எல்லாம் தெளிவாக வெளிப்படக்கூடிய பூகோள எல்லைகளுக்கு ஏற்பவே படைப்பிரிவுகள் அமைக்கப்படவேண்டும். ஒரு பிராந்தியத்தைச் சேர்ந்த ஹிந்துக்கள், முஸ்லிம்கள் அனைவரும் தனித்தனி படைப்பிரிவாக உருவாக்கப்படவேண்டும். தேவைக்கு ஏற்ப அவர்களை எப்படி வேண்டுமானாலும் பயன்படுத்திக் கொள்ளலாம். இப்படிச் செய்வதால் இரண்டு பெரிய தீமைகள் தவிர்க்கப்படும். முதலாவதாக ராணுவப் படைக்குள் ஒருவித ஒற்றுமை உணர்வு மேலோங்கும். பிற பிராந்தியங்கள், பிற சமூகப் பிரிவினருடன் சேர்ந்து இயங்க நேர்வதால் ஏற்படும் பகைமை உணர்வைத் தவிர்த்துவிடமுடியும்.

பீல் கமிஷன் முன்பாக சாட்சியம் அளித்த பல ராணுவத்தினர் இந்தத் தீர்மானத்துக்கு ஆதரவு தெரிவித்தனர். எனவே இதுவே ராணுவ நியமன வழிமுறையாக அந்த கமிஷனால் பரிந்துரைக்கப்பட்டது. வகுப்புவாரி நியமனம் என்று அது அழைக்கப்பட்டது.

1879-ல் அமைக்கப்பட்ட சிறப்பு ராணுவக் குழுவுக்கு வேறொரு பிரச்னையை எதிர்கொள்ளவேண்டிவந்தது. அது அவர்கள் எழுப்பிய கேள்வியில் இருந்து தெரியவருகிறது.

ஏகாதிபத்தியத்தின் பாதுகாப்புக்கு இந்திய ராணுவத்தில் திறமையான, சாத்தியமான வீரர்கள் இருக்கவேண்டும். அதற்கு தேசம் முழுவதிலும் இருக்கும் பலவீனமான போர்த்திறமைகள் இல்லாத இந்தியர்களைத் தேர்ந்தெடுப்பதற்கு பதிலாக மிகச் சிறந்த வீரர்கள் கிடைக்கக்கூடிய பிராந்தியத்திலிருந்தே அவர்களை நியமிப்பதும் பயிற்சி தருவதும் தானே சரியானதாக இருக்க

முடியும். அதேநேரம் எந்தவொரு இனம் அல்லது மதத்துக்கு அதிக முக்கியத்துவம் தந்துவிடவும்கூடாது என்பதுதான் நம் இலக்காக இருக்கவேண்டும்.

'எந்தவொரு இனம் அல்லது மதத்துக்கு அதிக முக்கியத்துவம் தந்துவிடக்கூடாது' என்ற விஷயம்தான் முக்கியமாகக் கருத்தில் கொள்ளவேண்டியது. இது தொடர்பாக அந்த ஆய்வுக் குழுவின் முன் சொல்லப்பட்ட கருத்து ஒருமனதாக இருந்தது.

லெப் ஜனரல் ஹெச்.ஜே.வாரெஸ், பம்பாய் ராணுவம் கமாண்டரின் சீஃப் சொன்னது:

> 'மிகச் சிறந்த படைவீரர்கள் இருப்பதாகச் சொல்லப்படும் பகுதியில் இருந்து மட்டுமே இந்திய ராணுவத்தின் முழு படை வீரர்களையும் நியமித்துவிட முடியாது.'

கமண்டர் இன் சீஃப் சர் ஃப்ரெடரிக் பி.ஹெய்ன்ஸ் சொன்னது:

> 'வங்காள ராணுவத்தில் இருப்பவர்களிடமிருந்து மாறுபட்ட இனம், மொழி, விருப்பங்கள் கொண்டவர்களை மதராஸ், பம்பாய் ராணுவப்படைகளில் நியமிக்கலாம். நியமிக்க முடிந்த, திறமை மிகுந்த வீரர்களைத் தேர்ந்தெடுப்பது என்ற இலக்கு இதனால் நிச்சயம் எந்தவகையிலும் பின்னடைவைச் சந்திக்காது. வங்காள ராணுவத்தில் இருப்பவர்களைப்போலவே பயிற்சிகள் பெற்றவர்கள் மற்றும் அதே சமூகப் பிரிவைச் சேர்ந்தவர்களை மதராஸ் மற்றும் பம்பாய் படைகளிலும் நியமிப்பதைப் போன்ற அறிவீனமான அரசியல் நாணயமற்ற செயல் வேறு எதுவும் இருக்காது.'

பஞ்சாபின் லெப் கவர்னரும் இதையேதான் குறிப்பிட்டிருக்கிறார்.

> 'இந்தியாவின் ஒட்டு மொத்த ராணுவத்தையும் ஒரே பிராந்திய வீரர்களைக்கொண்டு நிரப்பக்கூடாது. ஏதேனும் ஒரு சமூகப் பிரிவினர் முழு ஆதிக்கம் பெறுவதைத் தடுக்க இது மிகவும் அவசியமான நடவடிக்கையாகும்'.

இந்திய ராணுவத்தில் எந்தவொரு தனி சமூகப் பிரிவோ பிராந்தியமோ ஆதிக்கம் செலுத்தும்வகையில் வீரர்கள் நியமிக்கப் படக்கூடாது என்ற இந்த ஆலோசனையை சிறப்பு குழு ஏற்றுக்கொண்டு அதையே அரசுக்குப் பரிந்துரைத்தது.

இந்த இரண்டு கொள்கைகளே இந்திய ராணுவ நியமனத்தைத் தீர்மானித்துவருகின்றன. 1879 சிறப்பு ராணுவக் குழு பரிந்துரைத்த கொள்கைகள் மிகுந்த மதிப்புடன் எடுத்துக்கொள்ளப்பட்ட

போதிலும் இந்திய ராணுவத்தில் பல்வேறு சமூகப் பிரிவினரின் விகிதாசாரமானது புரட்சிகரமான மாறுதலை அடைந்தது. இந்த மாற்றம் நடக்க எப்படி அனுமதிக்கப்பட்டது என்பது புரியவில்லை. மிகவும் தெளிவாக நிலைநிறுத்தப்பட்டிருந்த ஒரு கொள்கையை மீறி இந்த முடிவு எடுக்கப்பட்டிருந்தது. இந்திய ராணுவத்தில் வட மேற்கு எல்லைப்புற மக்களின் எண்ணிக்கை வெகுவாக அதிகரித்துவருவது தொடர்பான அச்சமே இந்தத் தீர்மானத்துக்குக் காரணமாக அமைந்தது.

இந்தத் தீர்மானமானது வெறும் வழிகாட்டிக் குறிப்பாக அல்லாமல் தீவிரமாக அமல்படுத்தவேண்டியதாகவே எடுத்துக்கொள்ளப் பட்டது. தனது பிராந்தியமான வட மேற்கு எல்லைப் பிராந்தியத்தில் இருந்து அதிக வீரர்களை நியமிப்பதை இது கட்டுப்படுத்தியதால் ராபர்ட்ஸ் பிரபு இந்தத் தீர்மானத்தை எதிர்த்திருந்தார். ஆனால், கமாண்டரின் சீஃபாக நியமனம் பெற்றபோது இந்தத் தீர்மானத்தை அமல்படுத்தவேண்டிய நிர்பந்தத்துக்கு ஆளானார்.

இந்தக் கொள்கையே அதன்பின் முழுமையாகப் பின்பற்றப் பட்டது. இதனால்தான் 1903-ல் கிச்னர் பிரபு, 15 மதராஸ் படைப்பிரிவை பஞ்சாபி படைப்பிரிவாக மாற்ற முடிவெடுத்த போது, அதனால் அதிகரிக்கும் சீக்கிய, முஸ்லிம் வீரர்களின் எண்ணிக்கையைச் சமப்படுத்தும் வகையில் கூர்க்காக்கள், பதான்களின் எண்ணிக்கையையும் அதிகப்படுத்தினார். சர் ஜார்ஜ் ஆர்தரின் வாழ்க்கை வரலாறு நூலை எழுதியவர் சொல்கிறார்:

சிப்பாய் புரட்சியில் இருந்து கற்றுக்கொண்ட பாடத்தினால் பிரிட்டிஷ் அரசானது, எந்தவொரு சமூகப் பிரிவின் எண்ணிக்கையும் ராணுவத்தில் அதிகரித்துவிடக்கூடாதென்பதில் கவனமாக இருந்தது. பஞ்சாபியர்களின் எண்ணிக்கை அதிகரித்த போது அதைச் சமப்படுத்தும்வகையில் கூர்க்கா, எல்லையோர பதான்கள் ஆகியோரை எல்லைப்புறப்படையில் கூடுதலாக நியமித்தனர்.

உலகபோர் காலத்திலும் அந்தக் கொள்கையே நடைமுறைப் படுத்தப்பட்டது. அப்படியிருக்கையில் உலகப்போர் முடிந்த பின்னர் அந்தக் கொள்கையானது காற்றில் பறக்கவிடப் பட்டிருப்பதைப் புரிந்துகொள்ளவே முடியவில்லை. இந்திய ராணுவத்தில் முஸ்லிம் வீரர்களின் எண்ணிக்கை மிக அதிகமாக இருப்பதை பிரிட்டிஷார் எதனால் அனுமதித்திருக்கிறார்கள்?

இதற்கு இரண்டு காரணங்களைச் சொல்லமுடியும்.

முதலாவதாக உலகப்போரில் ஈடுபட்ட முஸ்லிம் வீரர்கள், ஹிந்து வீரர்களைவிடத் திறமையாகப் போரிட்டு தமது வலிமையை நிரூபித்திருத்திருக்கவேண்டும்.

இரண்டாவதாக, தாம் வகுத்த கொள்கையைத் தாமே மீறி, பிரிட்ஷாரிடமிருந்து சுதந்தரம் கேட்டுப் போராடும் ஹிந்து சக்திகளை ஒடுக்க ராணுவத்தில் முஸ்லிம்களை அதிக அளவில் பிரிட்டிஷார் நியமித்திருக்கவேண்டும்.

எது காரணமாக இருந்தாலும் இந்த ஆய்வில் இருந்து இரண்டு உண்மைகள் வெளிப்படையாகத் தெரிகின்றன. முதலாவதாக, இந்திய ராணுவத்தில் தற்போது முஸ்லிம் வீரர்களே அதிகமாக இருக்கின்றனர். இரண்டாவதாக அந்த முஸல்மான்களும் பஞ்சாப், வடமேற்கு எல்லைப் பிராந்தியம் ஆகிய பகுதிகளில் இருந்தே அதிகமும் இடம்பெற்றுள்ளனர்.

இதன் மூலம் என்ன நிலை உருவாகியிருக்கிறதென்றால், இந்தியாவுக்கு வெளியில் இருந்து ஏதேனும் தாக்குதல் வந்தால், பஞ்சாப் மற்றும் வடமேற்கு எல்லைப் பிராந்திய முஸல்மான்களே இந்தியாவைக் காப்பாற்றியாகவேண்டும். பிரிட்டிஷார் மூலம் தமக்கு அளிக்கப்பட்டிருக்கும் இந்த விசேஷ முக்கியத்துவமானது பஞ்சாப் மற்றும் வட மேற்கு எல்லைப் பிராந்தியத்தில் இருக்கும் முஸ்லிம்களுக்கு நன்கு புரியவும் செய்கிறது. இதற்கான காரணமும் அவர்களுக்கு நன்கு தெரிந்திருக்கிறது. அவர்கள்தான் இந்தியாவின் 'வாயில் காப்பாளர்கள்'.

இந்தியாவின் பாதுகாப்பு என்ற விஷயத்தை ஹிந்துக்கள் இந்த விஷயத்தின் அடிப்படையில்தான் கவனத்தில் கொண்டாக வேண்டும். இந்தியாவின் சுதந்தரத்தையும் வாயிலையும் காத்துக் கொள்வதில் ஹிந்துக்கள் இந்த 'வாயில் காப்பாளர்களை' எவ்வளவு தூரம் நம்ப முடியும்?

இந்தக் கேள்விக்கான பதில் அந்த வாயிலின் வழியாக யார் அத்துமீறி நுழையவருகிறார்கள் என்பதைப் பொறுத்தது. இந்தியாவின் வடமேற்கு எல்லை வழியாகப் படையெடுத்து வருவதென்றால் ஒன்று ஆஃப்கானியப் படைகள் அல்லது ரஷ்யப் படைகள்தான் வரமுடியும். யார், எப்போது தாக்குதல் தொடுப்பார்கள் என்பதைச் சொல்லவே முடியாது. ரஷ்யப் படைகள் தாக்க வந்தால் அந்த 'வாயில் காப்பாளர்கள்' இந்தியாவுக்கு விசுவாசமாக நடந்துகொண்டு கடுமையாகப் போராடுவார்கள் என்று நிச்சயம்

நம்பலாம். ஆனால் ஆஃப்கானியர்கள், தனியாக அல்லது பிற இஸ்லாமியப் படைகளுடன் சேர்ந்துகொண்டு, தாக்கினால் இந்த 'வாயில் காப்பாளர்கள்' அவர்களைத் தடுப்பார்களா... வாயிலை அகலத் திறந்து கொடுப்பார்களா?

இந்தக் கேள்வியை எந்த ஹிந்துவும் புறமொதுக்கிவிடவே முடியாது. மிக முக்கியமான இந்தக் கேள்விக்கு ஒரு ஹிந்துவுக்குத் தெளிவான பதில் கிடைத்தாகவேண்டும்.

ஆஃப்கானிஸ்தான் இந்தியாவின் மீது படையெடுக்காது என்று சொல்லமுடியும்தான். ஆனால், ஒரு விஷயத்தைப் பரிசீலிப்பதென்றால் அது தொடர்பான மிக மோசமான நிகழ்வுகூட நடந்து விடுமென்றால் என்ன செய்ய என்பதையும் சேர்த்தே அலசிப் பார்க்கவேண்டும். பஞ்சாப், வடமேற்கு எல்லைப் பிராந்தியத்தில் இருக்கும் முஸ்லிம்களின் விசுவாசத்தை, ஆஃப்கானியர்கள் படையெடுத்துவந்தால் எப்படி நடந்துகொள்வார்கள் என்பதை அடிப்படையாக வைத்துத்தான் தீர்மானிக்கவேண்டும். தாம் பிறந்த மண்ணுக்கு விசுவாசமாக நடந்துகொள்வார்களா அல்லது தமது மதத்துக்கு விசுவாசமாக நடந்துகொள்வார்களா?

தேசத்தின் பாதுகாப்பு பலப்படவேண்டுமென்றால் இந்தக் கேள்விகளுக்கான பதில் கிடைத்தாகவேண்டும். இந்தியா பிரிட்டிஷாரின் கட்டுப்பாட்டுக்குள் இருக்கும்வரையில் அந்நியப் படையெடுப்பு பற்றியெல்லாம் கவலைப்படத் தேவையில்லை என்று சொல்லி இதுபோன்ற தர்ம சங்கடமான, சிக்கலான கேள்விகளையெல்லாம் கேட்காமல் தப்பிக்க நினைப்பது சரியல்ல. இப்படியான அலட்சியமான அணுகுமுறையை ஒருபோதும் மன்னிக்கவே முடியாது.

இந்தியாவுக்கு பிரிட்டிஷாரின் பாதுகாப்பு மிக மிக அவசியமாகத் தேவைப்படும் நேரத்தில் கிடைக்காமல் போகும் என்பதையே இப்போதைய போரானது எடுத்துக்காட்டியிருக்கிறது. இரண்டாவதாக ஓர் அமைப்பின் வலிமை அல்லது குணமானது யதார்த்தமான, இயல்பான சூழலை அடிப்படையாகவைத்து அளவிடப்படவேண்டும். செயற்கையான சூழலை வைத்து அல்ல. ஓர் இந்திய ராணுவ வீரர் பிரிட்டிஷாரின் கட்டுப்பாட்டில் இருக்கும்வரையில் அவர் அந்த உத்தரவுகளுக்கு உட்பட்டே நடந்துகொள்வார். அது அவருடைய இயல்பான செயல்பாடாக இருக்காது. இந்தியக் கட்டுப்பாட்டுக்கு அவர் வரும்போதுதான் அவருடைய இயல்பான உணர்வுகள் வெளிப்படும்.

பாகிஸ்தான்: இந்தியப் பிரிவினை | 127

ராணுவத்தில் இருக்கும் நபர்களின் இயல்பான, உள்ளார்ந்த உணர்வுகளுக்கு ஏற்ப நடந்துகொள்ள பிரிட்டிஷ் நிர்வாகம் அனுமதிக்காது. அதனால்தான் ராணுவத்தில் இருக்கும் நபர்கள் மிகச் சிறப்பாக நடந்துகொள்வதை நாம் பார்க்க முடிகிறது. அது இயல்பான மனநிலை அல்ல. செயற்கையாக வலிந்து உருவாக்கப்பட்ட விஷயம். பிரிட்டிஷாரின் கட்டுப்பாட்டில் இருக்கும் ராணுவம் மிகச் சிறப்பாக நடந்துகொள்வதை வைத்து இந்தியக் கட்டுப்பாட்டிலும் அந்த ராணுவம் சிறப்பாகச் செயல்படும் என்று நிச்சயம் நம்மால் சொல்லவே முடியாது.

பிரிட்டிஷாரின் கட்டுப்பாடு போனபிறகும் ராணுவம் சிறப்பாகச் செயல்படவேண்டும் என்பதுதான் ஒவ்வொரு ஹிந்துவின் எதிர்பார்ப்பாக இருக்கும். எவ்வளவு அசௌகரியமான கேள்வியாக இருந்தாலும் ஆஃப்கானியர்கள் படையெடுத்து வந்தால் பஞ்சாப் மற்றும் வடமேற்கு எல்லைப் பகுதியைச் சேர்ந்த இந்திய ராணுவ வீரர்கள் எப்படி நடந்துகொள்வார்கள் என்ற கேள்வியைக் கேட்டே தீரவேண்டும்.

பிரிட்டிஷ் இந்திய ராணுவத்தில் முஸ்லிம்கள் அதிகமாக இருப்பதென்பது மாற்ற முடியாத ஒரு விஷயம் என்று சிலர் சொல்லக்கூடும். மாற்ற விரும்புபவர்கள் தங்களால் முடிந்தவற்றை நிச்சயம் செய்யலாம்தான். ஆனால், அதனால் எந்தப் பெரிய மாற்றத்தையும் அவர்களால் கொண்டுவந்துவிடமுடியாது என்பதுதான் உண்மை. அப்படி மாற்ற ஏதேனும் முயற்சியெடுத்தால் அரசியல் சாசனத்திலேயே முஸ்லிம் சிறுபான்மைக்குத் தரப்படும் பாதுகாப்பு ஏற்பாடாக அது சேர்க்கப்பட்டுவிடக்கூடும். ஹிந்துக்களுக்கு எதிராக முஸ்லிம்கள் நிச்சயம் அப்படியான கோரிக்கையை வைக்கத்தான் செய்வார்கள். எப்போதுமே எப்படியோ அவர்கள் கோரிக்கையே வெல்லவும் செய்யும். எனவே, இந்திய ராணுவத்தின் கட்டமைப்பு இப்போது இருப்பதுபோலவே இருக்கும் என்பதை ஒப்புக்கொண்டுதான் மேலே யோசிக்கவேண்டியிருக்கும்.

இப்படியான ஒரு ராணுவத்தை வைத்துக்கொண்டு இந்தியாவால் ஆஃகானிஸ்தானின் படையெடுப்பைச் சமாளிக்கமுடியுமா என்ற கேள்வியைத்தான் நாம் கேட்டுக்கொள்ளவேண்டியிருக்கும். ஓர் இந்திய தேசியவாதி இந்தக் கேள்விக்கு ‘நிச்சயம் சமாளிக்க முடியும்’ என்றுதான் பதில் சொல்வார். எதையும் பகுத்தறிந்து பார்க்கும் யதார்த்தவாதி இந்தக் கேள்விக்கு சில விஷயங்களைப் புறந்தள்ளிவிட்டால்தான் அப்படியான ஒரு பதிலைச் சொல்வார்.

முஸ்லிம்கள் ஹிந்துக்களை அழிக்கவேண்டிய காஃபிர்களாகவே பார்க்கிறார்கள்; பாதுகாக்கவேண்டியவர்களாக அல்ல என்பது ஒரு யதார்த்தவாதிக்கு நன்கு புரியும்.

ஓர் ஐரோப்பியரைத் தனக்கு மேலானவராக மதிக்கும் முஸல்மான் எப்போதும் ஹிந்துவைத் தன்னைவிடக் கீழானவராகவே கருதுவார் என்பதும் யதார்த்தவாதிக்கு நன்கு தெரியும். எனவே, ஒரு ஹிந்து அதிகாரியின் கீழே முஸ்லிம் படையானது எப்படிக் கீழ்ப்படிந்து இயங்கும் என்பது சந்தேகத்துக்கு இடமான விஷயமே.

இந்தியாவில் இருக்கும் முஸல்மான்களிலேயே ஹிந்துக்கள் உடனான எந்தவொரு கலப்புமே இல்லாமல் தனித்து இருப்பது வடமேற்கு எல்லைப் பிராந்தியத்தில் இருக்கும் முஸல்மான்களே என்பதையும் அவர் கணக்கில் எடுத்துக்கொள்வார். இஸ்லாமிய தேசியம் தொடர்பான பரப்புரைக்கு எளிதில் ஆளாக்கக்கூடியவர் பஞ்சாபி முஸ்லிம்கள்தான் என்பதையும் ஒரு யதார்த்தவாதி கணக்கில் கொள்வார்.

இவற்றையெல்லாம் வைத்துப்பார்த்தால், ஒரு முஸ்லிம் நாடு படையெடுத்துவந்தால் இந்திய ராணுவத்தில் இருக்கும் முஸ்லிம்கள் இந்தியாவுக்கே விசுவாசமாக நடந்துகொள்வார்கள்; படையெடுத்துவரும் முஸ்லிம் பக்கம் போகமாட்டார்கள் என்று ஒரு யதார்த்தவாதி சொல்வாரென்றால் அவர் நிச்சயம் அதி சாகசங்களை விரும்புபவராகவே இருப்பார். தியோடர் மாரிஸன் 1899-ல் சொன்னது (இம்பீரியல் ரூல் இன் இந்தியா, பக் 5):

> முஹமதியர்கள் (இந்தியர்களிலேயே மிகவும் முரட்டுத்தனமான சண்டையிடும் மனநிலை கொண்டவர்கள்) என்ன சிந்தனைப் போக்குடன் இருக்கிறார்கள் என்ற ஒரு விஷயத்தைக் கணக்கில் கொண்டாலே போதும், சுதந்தர இந்திய அரசாங்கத்தை அமைப்பதைத் தவிர்க்கவேண்டும் என்ற முடிவுக்கு ஒருவர் வந்துவிடுவார். சுதந்தரம் பெற்ற இந்தியா மீது தாக்குதல் நடத்த ஆஃப்கானியர்கள் வட மேற்குப் பக்கமாக வந்தால் இந்த முஹமதியர்கள் எல்லாம் சீக்கியர்கள் மற்றும் ஹிந்துக்களுடன் சேர்ந்துகொண்டு அவர்களை எதிர்ப்பதற்கு பதிலாக மத அடிப்படையிலும் இன அடிப்படையிலும் தங்களை ஆஃப்கானியர்களோடு அடையாளப்படுத்திக்கொண்டு அவர் களுடன் சேர்ந்துவிடுவார்கள்.

1919-ல் கிலாஃபத் இயக்கம் முன்னெடுக்கப்பட்டபோது இந்தியாவில் இருந்த முஸல்மான்கள் இந்தியாவின் மீது

படையெடுக்கும்படி ஆஃப்கானிய அமீரிடம் கோரிக்கை விடுக்கும் அளவுக்குச் சென்றதையும் இந்த இடத்தில் நினைவுகூரலாம். இவற்றோடு தியோடர் மாரிஸன் சொன்னதையும் இணைத்துப் பார்த்தால் இந்தக் கணிப்புகள் எல்லாம் வெறும் யூகம் அல்ல என்பதை ஒருவர் நன்கு புரிந்துகொள்ளமுடியும்.

ஆஃப்கானியர்கள் படையெடுத்து வந்தால் பஞ்சாப் மற்றும் வடமேற்கு எல்லைப்புறத்தைச் சேர்ந்த ராணுவ வீரர்கள் எப்படி நடந்துகொள்வார்கள் என்ற கேள்வியை மட்டும் ஹிந்துக்கள் கேட்டுக்கொண்டால் போதாது. இன்னொரு முக்கியமான கேள்வியையும் அவர்கள் கேட்டுக்கொண்டாகவேண்டும். அந்தக் கேள்வி : இந்திய அரசாங்கம் தனது படைவீரர்களுடைய விசுவாசம் எத்தகையதாக இருந்தாலும் படையெடுத்துவரும் ஆஃப்கானியர்களுக்கு எதிராக, சுதந்தரமாக தன் ராணுவத்தைப் பயன்படுத்த முடியுமா?

இந்த இடத்தில் முஸ்லிம் லீக் எடுத்திருக்கும் ஒரு தீர்மானத்தை நாம் கணக்கில் கொண்டாகவேண்டியிருக்கும். இந்திய ராணுவத்தை இஸ்லாமிய சக்திகளுக்கு எதிராகப் பயன்படுத்தக்கூடாது என்று அவர்கள் ஒரு தீர்மானம் நிறைவேற்றியிருக்கிறார்கள். இது புதிய விஷயம் ஒன்றுமல்ல. முஸ்லிம் லீக் அமைப்புக்கு முன்பாக கிலாஃபத் கமிட்டியும் இதே தீர்மானத்தைத்தான் முன்வைத்திருந்தது. வருங்காலத்தில் இந்தத் தீர்மானத்தை இந்திய முஸ்லிம்கள் எந்த அளவுக்குத் தீவிரத்துடன் வற்புறுத்துவார்கள் என்பதையும் நாம் யோசித்துப் பார்க்கவேண்டும்.

பிரிட்டிஷார் அதிகாரத்தில் இருந்தபோது முஸ்லிம் லீகினால் இந்தக் கோரிக்கையை தனக்கு சாதகமாக வென்றெடுக்க முடியவில்லை என்பது உண்மைதான். ஆனால், இந்திய அரசிடமும் அப்படியே விட்டுக்கொடுத்து நடந்துகொள்வார்கள் என்று எதிர்பார்க்கமுடியுமா?

இப்படியான கோரிக்கை ஹிந்துக்களின் பார்வையில் தேசப் பக்தி இல்லாத ஒன்று என்ற போதிலும் இந்திய இஸ்லாமிய சமூகம் நிச்சயமாக முஸ்லிம் லீகின் இந்தக் கோரிக்கைக்கு ஆதரவாக இருக்கவே வாய்ப்புகள் அதிகம். இந்திய அரசாங்கம் தனது ராணுவத்தை ஆஃப்கானியர்களுக்கு எதிராகப் பயன்படுத்த முடியாதபடிக்கு முஸ்லிம் லீக் தடுத்துவிட்டால் ஹிந்துக்களின் நிலை என்னவாகும்?

இந்தக் கேள்விக்கும் ஹிந்துக்கள் விடை கண்டுபிடித்தாக வேண்டும்.

இந்தியா ஒரே தேசமாகவும் பாகிஸ்தான் மூலமான இரு நாடு கொள்கை தொடர்ந்து விசிறிவிடப்படுக்கொண்டும் இருந்தால் இந்தியாவின் பாதுகாப்பைப் பொறுத்தவரையில் ஹிந்துக்களின் நிலைமை இருதலைக் கொள்ளி எறும்பாக ஆகிவிடும். ஹிந்துக்களிடம் ஒரு ராணுவம் இருக்கும். ஆனால், அதை முஸ்லிம் லீக் எதிர்க்கும் என்பதால் சுதந்தரமாகப் பயன்படுத்திக்கொள்ள முடியாத நிலையே ஏற்படும். அதன் மீதான நம்பிக்கை போதுமான அளவுக்கு இருக்காது என்பதால் அதை நம்பிப் போரில் இறங்கமுடியாத நிலையே ஏற்படும். இது மிகவும் பரிதாபகரமானது மட்டுமல்ல; அபாயகரமானதும்கூட.

இந்திய ராணுவத்தில் பஞ்சாப் மற்றும் வட மேற்கு பிராந்தியங்களைச் சேர்ந்த முஸ்லிம்களே மிகுதியாக இருந்தால் அந்த ராணுவத்தைப் பராமரிப்பதற்கான செலவை இந்தியாவே செய்யவேண்டியிருக்கும். ஆனால், இஸ்லாமிய படையெடுப்புக்கு எதிராக அதைப் பயன்படுத்தமுடியாமல் போய்விடும். அப்படியே பயன்படுத்தினாலும் அதை நம்பி தைரியமாகப் போரில் ஈடுபடமுடியாது. இந்திய ராணுவமானது தனது படையை இஸ்லாமிய நாடுகளுக்கு எதிராகப் பயன்படுத்தக்கூடாது என்ற முஸ்லிம் லீகின் சிந்தனைப்போக்கு தொடர்ந்து நீடித்தால், இந்திய ராணுவத்தில் முஸ்லிம்களின் மேலாதிக்கம் குறைக்கப்பட்டாலும் இந்திய ராணுவம் கைகள் கட்டிப்போடப்பட்ட நிலையிலேயே இருந்தாகவேண்டியிருக்கும். இப்போது பிரிட்டிஷாரின் ஏகாதிபத்தியத்துக்குக் கட்டுப்பட்டுக் கிடப்பதுபோல் இந்தியா தனது எல்லைப்புறத்தில் இருக்கும் முஸ்லிம் நாடுகளுக்கு அடிபணிந்தும் ஒத்துழைத்தும் நடக்கவேண்டிய நிலையிலேயே இருக்கவேண்டிவரும்.

பாதுகாப்பான ராணுவமா பாதுகாப்பான எல்லையா... இவற்றில் எதைத் தேர்ந்தெடுப்பது என்பது ஹிந்துக்களுக்கு மிகவும் சிரமமே. அப்படியான சூழலில் ஹிந்துக்கள் சமயோஜிதமாக என்ன முடிவை எடுக்கவேண்டும்? பாதுகாப்பான எல்லை வேண்டும் என்பதற்காக முஸ்லிம் இந்தியாவானது இந்தியாவுடனே இருந்தாகவேண்டும் என்று சொல்வது ஹிந்துக்களுக்கு நன்மை தருமா? அல்லது பாதுகாப்பான ராணுவம் வேண்டும் என்பதற்காக இந்தியாவைப் பிரிக்க ஹிந்துக்கள் ஒத்துக்கொள்வது நல்லதா?

இந்தப் பிராந்தியத்தைச் சேர்ந்த முஸல்மான்கள் ஹிந்துக்கள் மீது பகைமை உணர்வு கொண்டவர்களே. இதில் எந்த சந்தேகமும் ஒருவருக்குத் தேவையில்லை. அப்படியானால் ஹிந்துக்களுக்கு

எது நன்மையைத் தரும்? இந்த முஸல்மான்கள் வெளியில் இருந்து எதிர்த்துக் கொண்டிருப்பது நல்லதா... உள்ளுக்குள் இருந்து கொண்டே எதிர்க்க அனுமதிப்பது நல்லதா? ஓரளவுக்கு விஷய ஞானம் கொண்ட ஒருவர் உள்ளிருந்துகொண்டு முஸ்லிம்கள் ஹிந்துக்களை எதிர்த்துக்கொண்டு இருப்பதைவிட வெளியில் இருந்துகொண்டு எதிர்த்துக்கொண்டிருப்பதே மேல் என்றுதான் சொல்வார். இந்திய ராணுவத்தில் முஸ்லிம்களின் ஆதிக்கத்தில் இருந்து தப்பிக்க ஹிந்துக்களுக்கு இருக்கும் ஒரே வழி இதுதான்.

இதை எப்படி நடைமுறைப்படுத்தமுடியும்? பாகிஸ்தான் என்ற தனி நாடு உருவாவதுதான் இதற்கான ஒரே தீர்வு. பாகிஸ்தான் என்ற நாடு உருவாக்கப்பட்டுவிட்டால், போதிய வளங்களும் மக்கள்தொகையும் கொண்டிருக்கும் ஹிந்துஸ்தான் தனக்கென சொந்தம் கொண்டாட முடிந்த ஒரு ராணுவத்தை வைத்துக்கொள்ள முடியும். யாருக்கு எதிராக, எப்படிப் பயன்படுத்தவேண்டும் என்றெல்லாம் யாரும் உத்தரவிடமுடியாதபடி சுதந்தரமான ராணுவமாக அது இருக்கமுடியும். எனவே, பாகிஸ்தான் என்ற தனி நாடு உருவாக்கப்பட்டால் ஹிந்துஸ்தானின் பாதுகாப்பு பலவீனமாகாது. நிச்சயம் பலமாகவே ஆகும்.

ராணுவத்தில் இருந்து ஹிந்துக்கள் விலகியிருப்பதால் என்ன தீமை அவர்களுக்கு நடக்கும் என்பது ஹிந்துக்களுக்குப் புரியவில்லை. அந்தத் தீமையை அவர்களே அதிகவிலை கொடுத்து வாங்கவும் விரும்புகிறார்கள்.

இந்திய ராணுவத்தில் அதிகமான வீரர்கள் நியமிக்கப்படுவது பாகிஸ்தான் பிராந்தியத்தில் இருந்துதான். அந்தப் பிராந்தியத்தில் இருந்து பிரிட்டிஷ் இந்திய அரசுக்குக் கிடைக்கும் வருமானமோ மிக மிகக் குறைவுதான்.

மத்திய அரசுக்கு பிராந்தியவாரியாக வரும் வருமானம்:

பஞ்சாப்	1,18,01,385
வட மேற்கு எல்லைப் பிராந்தியம்	9,28,294
சிந்து	5,86,46,915
பலுசிஸ்தான்	-
மொத்தம்	7,13,76,594.

ஹிந்துஸ்தான் மூலம் கிடைக்கும் வருமானம்:

மதராஸ்	9,53,26,745
பம்பாய்	22,53,44,247

வங்காளம்	12,00,00,000
யுனைட்டட் பிராந்தியம்	4,05,53,000
பிஹார்	1,54,37,742
மத்திய பிராந்தியம் - பேரார்	31,42,682
அஸ்ஸாம்	1,87,55,967
ஒரிஸ்ஸா	5,67,346
மொத்தம்	51,91,27,729

வங்காளத்தின் மூலம் கிடைக்கும் வருமானத்தில் பாதி மட்டுமே காட்டப்பட்டிருக்கிறது. ஏனென்றால் அங்கு மக்கள் தொகையில் பாதி பேர் முஸ்லிம்கள்.

பாகிஸ்தான் பிராந்தியத்தில் இருந்து கிடைக்கும் வருமானமானது மிகவும் குறைவு என்பது இதிலிருந்து தெரியவருகிறது. ஹிந்துஸ்தானின் பிராந்தியங்களில் இருந்துதான் மத்திய நிர்வாகத்துக்கு மிக அதிக வருமானம் வருகிறது. ஹிந்துஸ்தானின் பிராந்தியங்களில் இருந்து கிடைக்கும் வருவாயை வைத்துத்தான் பாகிஸ்தான் பிராந்தியங்களில் ஆட்சி நிர்வாகத்தை பிரிட்டிஷ் அரசு செய்துவருகிறது. பாகிஸ்தான் பிராந்தியம் என்பது ஹிந்துஸ்தான் பிராந்தியத்தின் வருவாயை உறிஞ்சிக் குடிப்பவையாகவே இருக்கின்றன. மத்திய நிர்வாகத்துக்கு மிகக் குறைவான தொகையைக் கொடுப்பதோடு மட்டுமல்லாமல் மிக அதிக தொகையைப் பெறவும் செய்கின்றன.

மத்திய அரசின் வருவாய் 121 கோடிகள். அதில் 52 கோடி ராணுவத்துக்குச் செலவிடப்படுகிறது. இந்தப் பணம் எந்தப் பிராந்தியத்துக்குச் செலவிடப்படுகிறது? இந்த 52 கோடி பணத்தில் பெரும் பகுதி எந்தப் பிராந்தியத்தால் தரப்படுகிறது? 52 கோடியில் பெரும் பகுதியானது பாகிஸ்தான் பிராந்தியத்தில் இருக்கும் முஸ்லிம் படைகளுக்குத்தான் செலவிடப்படுகிறது. ஆக ஹிந்து பிராந்தியத்தில் இருந்து கிடைக்கும் வருவாயில் பெரும் பகுதியானது ஹிந்துக்கள் இல்லாத ராணுவத்துக்குச் செலவிடப்படுகிறது.

இந்த சோகமான விஷயம் எத்தனை ஹிந்துக்களுக்குத் தெரியும்? இந்தச் செலவுகளினால் யாருடைய நலன் காவுகொடுக்கப் படுகிறது என்பது எத்தனை பேருக்குத் தெரியும்? இன்று இதற்கு ஹிந்துக்கள் பொறுப்பில்லைதான். ஏனென்றால் ஹிந்துக்களால் இப்போது இதைத் தடுக்க முடியாது. ஆனால், இந்தத் துயரமான நிலை தொடர அவர்கள் அனுமதிப்பார்களா? இதைத் தடுக்க

அவர்கள் விரும்பினால் ஒரே வழி பாகிஸ்தான் என்ற நாடு உருவாக அவர்கள் ஒப்புக்கொண்டாகவேண்டும். இதைச் செய்யவில்லை என்றால் தமது அழிவைத் தாமே தேடிக் கொள்கிறார்கள் என்றே அர்த்தம். ஒரு பாதுகாப்பான எல்லையைவிட பாதுகாப்பான ராணுவமே சிறந்தது.

அத்தியாயம் 6

பாகிஸ்தானும் மதரீதியான அமைதியும்

1

பாகிஸ்தான் என்ற தனி நாடு உருவானால் மதரீதியான பிரச்னைக்குத் தீர்வு கிடைத்துவிடுமா? இதில் என்னவெல்லாம் தொடர்புடையவையாக இருக்கின்றன என்பதைக் கொஞ்சம் ஆழமாகப் பரிசீலிக்கவேண்டும். மத விவகாரம் என்று ஹிந்துக்களும் முஸ்லிம்களும் பேசும்போது அதன் உண்மையான அர்த்தம் என்ன என்பதை ஒருவர் சீர்தூக்கிப் பார்க்கவேண்டும். அதைச் செய்யவில்லையென்றால் பாகிஸ்தான் உருவாவதன் மூலம் மதப் பிரச்னைக்குத் தீர்வு கிடைக்குமா கிடைக்காதா என்பதுபற்றி எதுவுமே சொல்லமுடியாது.

மத விவகாரம் என்பது எல்லை விவகாரத்தின் 'ஃபார்வர்ட் பாலிஸி' (Forward Policy) போன்றது. மிகுதியான பார்வை 'க்ரேட்டர்' (greater intent) என்ற கோணத்தில் ஒரு அர்த்தத்தையும் குறுகிய பார்வை 'லெஸர்' (lesser intent) என்ற வகையில் இன்னொரு அர்த்தத்தையும் கொண்டது.

மத விஷயத்தில் மிகுதியான வகைக் கோணத்தை முதலில் பார்ப்போம். இது சட்டசபைகளில் ஹிந்துக்கள், முஸ்லிம்களின் பிரதிநிதித்துவம் தொடர்பானது. இந்தக் கோணத்தில் பார்த்தால், இரண்டு முற்றிலும் மாறுபட்ட பிரச்னைகளுக்கு அதில் தீர்வுகாண வேண்டியிருக்கும்.

1) ஹிந்துக்களுக்கும் முஸ்லிம்களுக்கும் வெவ்வேறு சட்ட சபைகளில் எந்த அளவு இடங்கள் ஒதுக்கவேண்டும்?

2) எந்தவகையான தொகுதி அடிப்படையில் இந்த இடங்கள் நிரப்பப்படவேண்டும்?

வட்டமேஜை மாநாட்டில் முஸ்லிம்கள் வைத்த கோரிக்கை:

1) அனைத்து பிராந்தியங்களிலும் மத்திய ஆட்சி சபையிலும் முஸ்லிம் பிரதிநிதிகள் தனியான வாக்கெடுப்பின் மூலம் தேர்ந்தெடுக்கப்படவேண்டும்.

2) மக்கள்தொகையில் அவர்கள் சிறுபான்மையாக இருக்கும் பகுதிகளில் முஸ்லிம் சிறுபான்மைக்குத் தரப்பட்டிருக்கும் முக்கியத்துவத்தை (சலுகையை) அவர்கள் பெறும்படியாகவும் பஞ்சாப், சிந்து, வட மேற்கு எல்லைப் பகுதி, வங்காளம் போன்று பெரும்பான்மையாக இருக்கும் பகுதிகளில் பெரும்பான்மையான இடங்கள் அவர்களுக்குக் கிடைக்கவும் வகை செய்யவேண்டும்.

ஹிந்துக்கள் ஆரம்பத்திலிருந்தே முஸ்லிம் லீகின் இந்த இரண்டு கோரிக்கைகளுக்கும் எதிர்ப்பு தெரிவித்துவந்தனர். பிராந்திய, மத்திய ஆட்சி சபைகளுக்கான அனைத்து தொகுதிகளிலும் ஹிந்துக்களும் முஸ்லிம்களும் இணைந்து வாக்களிக்கும் தொகுதிகளே இருக்கவேண்டும். எந்த இடத்தில் இருந்தாலும் ஹிந்துக்கள் மற்றும் முஸ்லிம் சிறுபான்மைகளுக்கு அந்த இடத்தின் மக்கள்தொகை விகிதாசாரத்துக்கு ஏற்ப பிரதிநிதித்துவம் தரப்படவேண்டும். அதோடு எந்தவொரு சமூகப் பிரிவுக்கும் பெரும்பான்மை இடங்கள் சட்டபூர்வமாகவே வழங்கப்படுவதை ஹிந்துக்கள் கடுமையாக எதிர்த்தனர்.

ஹிந்துக்களின் எதிர்ப்பைத் துளியும் பொருட்படுத்தாமல் மேதகு மன்னரின் அரசானது முஸ்லிம்கள் கேட்ட அனைத்தையும் வாரி வழங்கி இந்த பிரச்னையைக் கடுமையாக, எந்தவித சிரமமும் எடுக்காமல் போகிறபோக்கில் முடிவுக்குக் கொண்டுவந்தனர். முஸ்லிம்களுக்கு தமது முக்கியத்துவத்தைத் தக்கவைத்தல், தனி தொகுதி போன்றவை கிடைத்ததோடு அவர்கள் பெரும் பான்மையாக இருந்த பகுதிகளில் பெரும்பான்மை இடங்களும் எளிதில் கிடைக்கவும் வழிவகுக்கப்பட்டது.

இந்தத் தீர்மானத்தில் என்ன பிரச்னை இருக்கிறது?

ஹிந்துக்களின் எதிர்ப்பானது மேதகு மன்னரின் தீர்மானத்தை எந்த அளவுக்கு மாற்றியமைக்க முடியும்? ஹிந்துக்கள் எழுப்பும் எதிர்ப்பில் எந்த அளவுக்கு நியாயம் இருக்கிறது என்பதன் அடிப்படையில்தான் இதை நாம் பரிசீலிக்கவேண்டும்.

முதலாவதாக, பிரதிநிதித்துவம் தொடர்பாக முஸ்லிம் சிறுபான்மைக்கு இருக்கும் சலுகைக்கு ஹிந்துக்கள் தெரிவிக்கும் எதிர்ப்பை எடுத்துக்கொள்வோம். சிறுபான்மைகளுக்குத் தரப்படும் சலுகை மற்றும் முக்கியத்துவமானது எதுவாக இருந்தாலும் அதை ஹிந்துக்கள் எதிர்ப்பதில் நியாயமே இல்லை. ஏனென்றால் ஹிந்துக்கள் எந்தப் பகுதிகளிலெல்லாம் சிறுபான்மையாக இருப்பார்களோ அங்கெல்லாம் அவர்களுக்கு அதே சலுகைகள் கிடைக்கத்தான் போகின்றன. சிந்து பிரந்தியம், வடமேற்கு பிராந்தியம் போன்ற பகுதிகளில் ஹிந்து சிறுபான்மைக்குத் தரப்படும் முக்கியத்துவம் இதற்கான நல்ல எடுத்துக்காட்டு.

சட்டபூர்வமான பெரும்பான்மை பிரதிநிதித்துவ பலம் தருவது தொடர்பாக எழும் பிரச்னையை அடுத்ததாகப் பார்ப்போம். இந்த எதிர்ப்பும் வலுவான அடிப்படையைக் கொண்டதல்ல. கோட்பாட்டுரீதியாகப் பார்த்தால் எந்தவொரு சமூகப் பிரிவுக்கும் உத்தரவாதமான பிரதிநிதித்துவம் தரப்படுவது தவறு, நியாயமற்றது என்பது உண்மைதான். ஆனால், இந்தியாவில் இருக்கும் யதார்த்த சூழல்களைக் கணக்கில் கொண்டுபார்த்தால் பெரும்பான்மையின் பிரதிநிதித்துவத்துக்கான உத்தரவாதம் என்பது தவிர்க்கமுடியாதது என்பது புரியவரும்.

அப்படியான பிரதிநிதித்துவம் சிறுபான்மைகளுக்குச் சட்ட பூர்வமாக வழங்கப்படும்போது அது பெரும்பான்மையினரைச் சிறுபான்மையாக ஆக்குவதாக இருந்துவிடக்கூடாது. அதே உத்தரவாதமானது பெரும்பான்மையினருக்கும் உத்தரவாதமான பெரும்பான்மை பிரதிநிதித்துவத்தையும் சேர்த்தே வழங்கும். ஏனென்றால், சிறுபான்மைகளுக்கு எத்தனை இடங்கள் என்று தீர்மானிக்கப்படுவதானது பெரும்பான்மையினருக்கு எவ்வளவு இடங்கள் என்பதையும் சேர்த்தே தீர்மானிப்பதாகவுமே ஆகும். எனவே இப்படியான சட்டபூர்வமான உத்தரவாதம் தரப்படுமானால், பெரும்பான்மையைச் சிறுபான்மையாக ஆக்கிவிடும் அளவுக்கான பிரதிநிதித்துவமாக அது இருக்கவே முடியாது.

வங்காளம், பஞ்சாப், சிந்து, வடமேற்கு எல்லைப் பிராந்தியங்களில் முஸ்லிம்களுக்குப் பெரும்பான்மை இடங்கள் சட்டபூர்வமாக உத்தரவாதப்படுவதற்கு ஹிந்துக்கள் தெரிவிக்கும் எதிர்ப்பில் அத்தனை நியாயம் இருக்க வாய்ப்பில்லை. ஹிந்துக்கள் பெரும்பான்மையாகவும் முஸ்லிம்கள் சிறுபான்மையாகவும் இருக்கும் பிராந்தியங்களில் முஸ்லிம்களைவிடப் பெரும்பான்மை

இடங்கள் ஹிந்துக்களுக்கு சட்டபூர்வமாகவே கிடைத்துவிடுகிறது. எனவே, இந்த அரசியல் வழிமுறையை எதிர்க்கப் பெரிதாக எந்த நியாயமான காரணமும் ஹிந்துக்கள் வசம் இல்லை.

ஹிந்துக்கள் பக்கம் இந்த மதம் சார்ந்த பிரதிநிதித்துவ ஆணையை எதிர்க்க எந்தப் பெரிய நியாயமும் இல்லை என்ற காரணத்தினால் இந்த ஆணைக்கு எதிராக எந்த விஷயமும் இல்லை என்று சொல்லிவிடமுடியாது. ஹிந்துக்கள் சொன்ன காரணங்கள் அல்லாமல் இந்த அரசாணைக்கு எதிராக வேறு வலுவான காரணங்கள் இருக்கவே செய்கின்றன.

அவை பின்வருமாறு:

ஹிந்துக்கள் பெரும்பான்மையாக இருக்கும் பகுதிகளில் வசிக்கும் சிறுபான்மை முஸ்லிம்கள் தமக்கென்று தனித் தொகுதி வேண்டும் என்று கேட்டிருக்கிறார்கள். இந்த விவகாரத்தில் முடிவெடுக்கும் உரிமை முஸ்லிம்களுக்கு உண்டு என்று இந்த அரசாணை தெரிவிக்கிறது. தனித் தொகுதி வேண்டுமா வேண்டாமா என்று தீர்மானிக்கும் அதிகாரத்தை முஸ்லிம்களிடமிருந்து பறிக்க முடியாது என்றால் அது பெரும்பான்மையான ஹிந்துக்கள் அனைவரும் சிறுபான்மை முஸ்லிம்கள் எடுக்கும் முடிவுக்குக் கட்டுப்பட்டாகவேண்டும் என்று ஆகிவிடும்.

முஸ்லிம்கள் பெரும்பான்மையாக இருக்கும் பகுதிகளில் வாழும் சிறுபான்மை ஹிந்துக்கள், கூட்டுத்தொகுதிதான் வேண்டும் என்கிறார்கள். அவர்களுடைய கோரிக்கையை ஏற்பதற்குப் பதிலாக அவர்கள் எதிர்ப்புத் தெரிவித்திருக்கும் தனித்தொகுதியை இந்த அரசாணை அவர்கள் மேல் திணிக்கிறது.

ஹிந்துக்கள் பெரும்பான்மையாக இருக்கும் இடங்களில் உள்ள சிறுபான்மை முஸ்லிம்களுக்கு என்னவிதமாக வாக்களிக்க வேண்டும் என்ற சுய நிர்ணய உரிமை தரப்பட்டால் இங்கு ஒரு கேள்வி எழும்: அப்படியனால் ஹிந்துக்கள் சிறுபான்மையாக வாழும் முஸ்லிம் பகுதிகளில் வாக்களிப்பது தொடர்பான ஹிந்துக்களின் கோரிக்கை ஏன் ஏற்கப்படவில்லை? இந்தக் கேள்விக்கு பதில் என்ன? ஹிந்துக்களுக்கு அந்த உரிமை தரப்படாது என்று சொல்லப்பட்டால் இந்த மத பிரதிநிதித்துவ அரசாணை முழுக்கவே நியாயமற்றது. மேதகு மன்னர் இதில் தலையிட்டு ஒரு தீர்வு கண்டாகவேண்டும்.

முஸல்மான்கள் சிறுபான்மையாக இருக்கும் பிராந்தியங்களில் ஹிந்துக்களுக்கும் தனித்தொகுதி மூலம் சட்டபூர்வமாக பெரும்பான்மை பிரதிநிதித்துவம் கிடைக்கத்தானே செய்யும் என்ற பதில் ஏற்புடையதல்ல. ஹிந்துக்கள் பெரும்பான்மையாக இருக்கும் இடங்களில் அவர்களுக்குத் தனித்தொகுதி என்பது அவர்களுடைய விருப்பத்துக்குரிய விஷயம் அல்ல. அங்கிருக்கும் சிறுபான்மை முஸ்லிம்கள் தமக்குத் தனித்தொகுதி வேண்டும் என்று கேட்பதன் விளைவாக உருவாகும் பின்விளைவு அது.

உண்மையில் ஹிந்து தொகுதி என்று தனியாக ஒன்றைச் சொல்லமுடியாது. அது பொதுத் தொகுதி. தனித் தொகுதி தரப்படாத சமூகத்தினர் அனைவரும் அதில் இருப்பார்கள். ஆனால், அப்படியான பொதுத் தொகுதிகளில் ஹிந்துக்களே பெரும்பான்மையாக இருப்பார்கள் என்பதால் அது ஹிந்து தொகுதி என்று அழைக்கப்படுகிறது.

ஒரு மதத்தில் இருப்பவர்களில் சிறிய அளவிலான மக்கள் தனித் தொகுதிகள் இருப்பதே அவர்களுக்குப் பாதுகாப்பாக இருக்கும். அப்படிச் செய்வதன் மூலம் பெரும்பான்மை சமூகத்துக்கு சட்டபூர்வ பிரதிநிதித்துவம் உறுதிப்படுத்தப் படுவதைக் கண்டு அவர்களுக்கு எந்த அச்சமும் இருக்கவும் செய்யாது. அதேநேரம் அதே சமூகத்தைச் சேர்ந்த வேறு சிலர் தனித்தொகுதிகள் அல்லாமல் கூட்டு வாக்குத் தொகுதியே தமக்கு பாதுகாப்பு அளிக்கும் என்று நினைக்கக்கூடும்.

ஒரு சிறுபான்மை சமூகம் கவனத்தில் கொள்ளவேண்டிய விஷயம் அநேகமாக இதுவாகவே இருக்கும்: அதாவது ஒரு பெரும்பான்மை சமூகமானது தனது மிகுதியான மக்கள் தொகையை மதம் சார்ந்த அடிப்படையில் பயன்படுத்தி அதை மதம் சார்ந்த ஆதிக்கமாகவே அமல்படுத்துமா? மதரீதியாக அதிகமாக இருக்கும் பிரிவினர் தமது மத ஆதிக்கம் சார்ந்தே செயல்படுவார்கள் என்பது உண்மையானால் கூட்டு வாக்கு தொகுதியைத் தேர்ந்தெடுக்கக்கூடும். ஏனென்றால் அதன் மூலம் மட்டுமே பெரும்பான்மையின் பிரதிநிதித்துவத்தை மாற்றியமைக்கும் வகையில் வாக்களித்து மாற்றங்களை உருவாக்கமுடியும்.

பெரும்பான்மை சமூகத்துக்குத் தேவையான மதம் சார்ந்த வலுவான பிணைப்பு கிடைக்காமல் போகும். அப்படியான பிணைப்பு இருந்தால்தான் மதரீதியிலான அதிக எண்ணிக்கை

என்பது மத ஆதிக்கம் சார்ந்ததாக ஆகமுடியும். அந்த நிலையில் ஒரு சிறுபான்மைப் பிரிவானது சட்டபூர்வ பெரும்பான்மை பிரதிநிதித்துவம் மற்றும் பெரும்பான்மையினருக்குத் தனித் தொகுதி ஆகியவை கிடைப்பது குறித்த பயம் இல்லாமல் இருக்க முடியும். தனக்கான தனித் தொகுதிகளை விரும்பிப் பெற்றுகொள்ளவும் முடியும்.

சுருக்கமாக தெளிவாகச் சொல்வதானால் ஹிந்துக்களுக்கு தனித்தொகுதிகளும் சட்டபூர்வ பெரும்பான்மை பிரதிநிதித்துவமும் கிடைப்பது தொடர்பாகத் தனித் தொகுதியை விரும்பும் சிறுபான்மை முஸ்லிம்களுக்கு எந்தப் பயமும் இல்லை. ஏனென்றால், ஹிந்துக்களிடையே இருக்கும் ஜாதி மற்றும் இன உணர்வுகள் சார்ந்த வேறுபாடுகள் ஆழமாக வேரூன்றியவை. எனவே, ஹிந்துக்களின் எண்ணிக்கை அதிகமாக இருப்பதை வைத்து முஸ்லிம்கள் மேல் அவர்களால் ஒருபோதும் ஆதிக்கம் செலுத்தமுடியாது என்று முஸ்லிம்கள் கருதுகிறார்கள்.

இதற்கு மாறாக, முஸ்லிம் பிராந்தியங்களில் இருக்கும் சிறுபான்மை ஹிந்துக்கள், அங்கிருக்கும் முஸ்லிம் பெரும்பான்மை என்பது முஸ்லிம் மதத்தின் மேலாதிக்கமாகவேதான் இருக்கும். ஏனென்றால் முஸ்லிம்களின் சமூகப் பிணைப்பு வலுவானது என்று அஞ்சுகிறார்கள்.

முஸ்லிம்கள் தமக்கு சட்டபூர்வமாக வழங்கப்படும் பெரும் பான்மை பிரதிநிதித்துவத்தை வைத்து முழுமையான இஸ்லாமிய ஆட்சி நிர்வாகத்தையே கட்டமைப்பார்கள். அயர்லாந்தில் சுய ஆட்சிக்குப் பதிலாக சாலிஸ்பரி பிரபு பரிந்துரைத்ததைப் போன்ற ஒரு ஆட்சி நிர்வாகத்தைக் கட்டமைப்பார்கள். சாலிஸ்பரியின் ரெசல்யூட் கவர்மெண்ட் என்பது இருபது வருடங்களுக்கு மட்டுமே என்று சொல்லப்பட்டிருந்தது. ஆனால், இங்கோ இந்த பிரிட்டிஷ் அரசு வழங்கும் அரசாணை அமலில் இருக்கும்வரையிலும் முஸ்லிம்களுக்கு இந்த நிர்வாக அமைப்பு கிடைத்துவிடும். எனவே இரண்டும் ஒன்றல்ல.

தனித் தொகுதியின் அடிப்படையில் ஹிந்துக்களுக்குக் கிடைக்கும் சட்டபூர்வ பெரும்பான்மைப் பிரதிநிதித்துவம் என்பது சிறுபான்மை முஸ்லிம்களின் விருப்பத்தினால் விளைந்ததுதான். தனித் தொகுதியின் அடிப்படையில் முஸ்லிம்களுக்குக் கிடைக்கும் சட்டபூர்வ பெரும்பான்மைப் பிரதிநிதித்துவம் என்பது சிறுபான்மை ஹிந்துக்களின் விருப்பத்தினால் விளைந்த விளைவு அல்ல. ஹிந்து மத பெரும்பான்மை மூலமான சிறுபான்மை

முஸ்லிம் அரசு என்பது முஸ்லிம் சிறுபான்மையினரின் விருப்பத்தினால் உருவானது. மாறாக, முஸ்லிம் பெரும்பான்மை மூலமான சிறுபான்மை ஹிந்து அரசு என்பது ஹிந்து சிறுபான்மையின் விருப்பத்தினால் உருவானது அல்ல. பிரிட்டிஷாரால் வலிந்து திணிக்கப்பட்டது.

இந்த மதவாரி பிரதிநிதித்துவத்தின் தொடர்பான அரசாணையானது மதப் பிரச்னைக்கு முன்வைக்கும் தீர்மானமானது ஹிந்து பிராந்தியங்களில் வசிக்கும் முஸ்லிம் சிறுபான்மைக்குப் பெரிதும் சாதகமானதாகவே இருக்கிறது. மேலும் முஸ்லிம் பிராந்தியங் களில் வாழும் ஹிந்துச் சிறுபான்மைக்கும் சாதகமாக அமைந் திருக்கிறது. அந்தவகையில் அந்த அரசாணை இரு தரப்புக்கும் சாதகமாக இருக்கிறது என்று சொல்லிவிடலாம். அதுபோலவே முஸ்லிம் பெரும்பான்மையாக இருக்கும் பிராந்தியங்களில் முஸ்லிம்களின் பெரும்பான்மை பிரதிநிதித்துவத்துக்கு சட்டபூர்வ அங்கீகாரம் அளிக்கிறது. அதுபோலவே ஹிந்துக்கள் பெரும் பான்மையாக இருக்கும் இடங்களில் ஹிந்துக்களுக்கு பெரும்பான்மை பிரதிநிதித்துவம் கிடைக்க வழி செய்வதால் அந்த வகையிலும் இது இரு தரப்புக்கும் சமமாகவே நடந்துகொள்கிறது என்று சொல்லலாம்.

ஆனால், மதவாரி பிரதிநிதித்துவம் தொடர்பான அரசாணையில் தொகுதிகள் தொடர்பான விஷயத்தில் ஹிந்து மற்றும் முஸ்லிம் தரப்புகளைச் சமமாக நடத்துவதாகச் சொல்லமுடியாது. ஹிந்து பிராந்தியங்களில் இருக்கும் சிறுபான்மை முஸ்லிம்களுக்கு வாக்காளத் தொகுதியைத் தீர்மானிக்கும் விஷயத்தில் சுய நிர்ணய உரிமையை முஸ்லிம்களுக்குத் தருகிறது. அதேநேரம் முஸ்லிம் பிராந்தியங்களில் வசிக்கும் சிறுபான்மை ஹிந்துக்களுக்கு அந்த உரிமையைத் தரவில்லை.

ஹிந்து பிராந்தியங்களில் வசிக்கும் சிறுபான்மை முஸ்லிம்கள் தாம் விரும்புவகையிலான வாக்காளிக்கும் உரிமையைப் பெறமுடியும் என்று சொல்கிறது. அந்தப் பகுதிகளில் வசிக்கும் ஹிந்து பெரும்பான்மையின் விருப்பத்துக்கு எந்த மரியாதையும் தரப்பட வில்லை. அதேநேரம் முஸ்லிம்கள் பெரும்பான்மையாக வசிக்கும் இடங்களில் அந்த முஸ்லிம் பெரும்பான்மையின் விருப்பத்துக்கே முக்கியத்துவம் தரப்படுகிறது. அங்கு வசிக்கும் சிறுபான்மை ஹிந்துக்களின் விருப்பத்துக்கு அங்கீகாரம் தரப்படவில்லை.

அப்படியாக, முஸ்லிம் பகுதிகளில் வசிக்கும் முஸ்லிம்களுக்கு சட்டபூர்வமாக பெரும்பான்மை பிரதிநிதித்துவமும் தனித்

தொகுதியும் தரப்பட்டிருக்கிறது. சிறுபான்மை ஹிந்துக்களின் மீது முஸ்லிம் ஆதிக்கத்தை இந்த அரசாணை திணிக்கிறது; அதை மாற்றியமைக்கவோ அதில் செல்வாக்கு செலுத்தவோ ஹிந்துக்களுக்கு எந்த அதிகாரமும் இல்லை என்று ஆகிவிடுகிறது.

மதவாரியிலான அரசின் அரசாணையின் அடிப்படைக் குறை பாடுகள் இவையே. இவை மிகப் பெரிய தவறு என்பதை ஒருவர் நிச்சயம் ஒப்புக்கொள்ளவேண்டும். ஏனென்றால், இது தற்போது வலுவாக நிலைபெற்றிருக்கும் சில அரசியல் கொள்கைகளை மறுதலிக்கிறது.

முதலாவதாக, வரையறையற்ற அரசியல் அதிகாரத்தை ஒருபோதும் அனுமதிக்கக்கூடாது என்ற கோட்பாட்டை மறுதலிக்கிறது. அதாவது, ஒரு பிராந்தியத்தில் குறிப்பிட்ட சில மனிதர்களுக்கு வரம்பற்ற அதிகாரம் இருந்தால், யாரை அவர்கள் அடக்கி ஆள்கிறார்களோ அவர்களுக்கு சுதந்தரமே இருக்காது. வரம்பற்ற அதிகாரம் என்பது யாரிடம் இருக்கிறதோ அவர்கள் மனதில் நஞ்சையே விதைக்கிறது என்ற உண்மையானது வரலாற்று ஆதாரங்களின் அடிப்படையில் உறுதியாகிவிட்டிருக்கிறது. அப்படியான அதிகாரத்தைக் கையில் வைத்திருப்பவர்கள் தாங்கள் சரி என்று நம்புபவற்றை மக்கள் மீது திணிப்பார்கள். தமது அதிகாரம் நீடிக்கும்வரைதான் அந்த மக்களுக்கு நன்மைகள் கிடைக்கும் என்று சொல்வார்கள். ஒரு இடத்தில் சுதந்தரம் இருக்கவேண்டுமென்றால் அங்கு அரசியல் அதிகார சக்திக்குக் கடிவாளமிடப்பட்டிருக்கவேண்டும்.

அது மறுக்கும் இரண்டாவது கோட்பாடு என்னவென்றால் நிரந்தரமாக ஆளப்பிறந்தவராக இறைவன் யாரையும் படைக்கவில்லை என்பதுபோலவே எந்தவொரு பெரும்பான்மை சமூகத்துக்கும் மற்றவர்களை நிரந்தரமாக அடக்கி ஆளும் உரிமை இறைவனால் வழங்கவும்படவில்லை. பெரும்பான்மையின் ஆட்சி எதனால் அனுமதிக்கப்படுகிறதென்றால் அது குறிப்பிட்ட காலம் மட்டுமே நீடிக்கலாம் என்பதாலும் எப்போதுவேண்டுமானாலும் அதை மாற்றும் உரிமை மக்களுக்கு உண்டு என்பதாலும்தான். மேலும் அது அரசியல் பெரும்பான்மையின் ஆட்சி மட்டுமே. ஏதாவது ஒரு சமூகப் பிரிவின் ஆதிக்கம் அல்ல. சிறுபான்மையின் வாக்குகளைப் பெற்றே அது ஆட்சியில் இருக்கமுடியும். அரசியல்ரீதியாக சிறுபான்மையாக இருக்கும் மக்கள் திரள் மீது இப்படியான அரசியல் ஆதிக்கம்தான் அனுமதிக்கப்படலாம் என்று இருக்கும் நிலையில் ஒரு சமூகப் பிரிவைச் சேர்ந்த சிலர் எப்படி

இன்னொரு சமூகத்தின் பெரும்பான்மையினருக்குக் கீழே அடிபணிந்து இருக்கும்படி நிர்பந்திக்கமுடியும்?

ஒரு சமூகப் பிரிவின் பெரும்பான்மையினரிடம் இன்னொரு சிறுபான்மை சமூகப் பிரிவைச் சேர்ந்த சிலரை ஆள்வதற்கான உரிமையைத் தருவதென்பது மக்கள் தொகைக்கு ஏற்ப வகுக்கப்படும் கோட்பாடுகளைத் திரித்துச் செயல்படுத்துவதற்கு இணையானது. அதிலும் அந்தப் பெரும்பான்மையானது அந்த சிறுபான்மையின் வாக்குகளைச் சாராததாகவும், அந்த சிறுபான்மை அதைக் கோரும் நிலையிலும் இது மிகவும் தவறான செயலே. அதாவது, முஸ்லிம்கள் பெரும்பான்மையாக உள்ள பகுதிகளில் வசிக்கும் ஹிந்து சிறுபான்மைகளின் பாதுகாப்பு மற்றும் உரிமைகளைப் புறக்கணிப்பதற்கு சமமானது.

2

இந்த மதவாரி பிரதிநிதித்துவத்தின் இன்னொரு அம்சத்தைப் பார்ப்போம். ஹிந்துக்கள் மத விஷயத்தில் எதைப் பிரச்னை என்று சொல்கிறார்கள்? முஸ்லிம் பிராந்தியங்கள் என்று வலிந்து ஒன்றை உருவாக்குவதை அவர்கள் எதிர்க்கிறார்கள்.

லக்னோ ஒப்பந்தம் உருவானபோது முஸ்லிம்கள் மதரீதியாகக் கோரியது வேறு. வட்ட மேஜை மாநாட்டில் முஸ்லிம்கள் முதல் முறையாக வேறொன்றைச் சொன்னார்கள். 1935-ல் கொண்டு வரப்பட்ட சட்டத்துக்கு முன்பாக பெரும்பான்மையான பகுதிகளில் ஹிந்துக்கள் பெரும்பான்மையாக இருந்தனர். முஸ்லிம்கள் குறைவாக இருந்தனர். மூன்றே பிராந்தியங்களில்தான் முஸ்லிம்கள் பெரும்பான்மையாகவும் ஹிந்துக்கள் சிறுபான்மையாகவும் இருந்தனர். அதாவது பஞ்சாப், வங்காளம், வட மேற்கு எல்லைப் பிராந்தியம் என்ற மூன்று பகுதிகள்தான் அவை. இவற்றில் வட மேற்கு எல்லைப் பிராந்தியத்தில் பொறுப்பான அரசு எதுவும் இல்லை. மாண்டேகு செமஸ்ஃபோர்டு அரசியல் சீர்திருத்தம் இந்தப் பிராந்தியத்தில் செல்லுபடியாகாது. எனவே யதார்த்தத்தில் பஞ்சாப், வங்காளம் என முஸ்லிம்கள் பெரும்பான்மையாகவும் ஹிந்துக்கள் சிறுபான்மையாகவும் இருக்கும் இரண்டு பிராந்தியங்கள்தான் இருக்கின்றன.

முஸ்லிம் பிராந்தியங்களின் எண்ணிக்கை அதிகரிக்கவேண்டும் என்று முஸ்லிம் லீகினர் விரும்பினார்கள். இதன் காரணமாக பம்பாய் பிரஸிடென்ஸியில் இருந்து சிந்து பகுதியைத் தனியாகப் பிரித்து சுய நிர்ணய அதிகாரம் தரவேண்டும் என்று கோரிக்கை

விடுத்தனர். அதுபோல் ஏற்கெனவே தனி பிராந்தியமாக இருக்கும் வட மேற்கு எல்லைப் பிராந்தியத்தை சுய நிர்ணய ஆட்சிப் பகுதியாக அறிவிக்கவேண்டும் என்றும் கேட்டுக்கொண்டனர். வேறு விஷயங்களை விடுங்கள். பொருளாதாரரீதியாகப் பார்த்தால், இந்தக் கோரிக்கைக்கு செவிசாய்க்க முடியாது என்பது நன்கு தெரியவரும். சிந்து பகுதியோ வட மேற்கு எல்லைப் பகுதியோ பொருளாதாரரீதியாக சுய சார்பு கொண்டவை அல்ல. ஆனால், முஸ்லிம்களின் கோரிக்கையை நிறைவேற்றும் பொருட்டு, பிரிட்டிஷ் அரசாங்கம் வலிந்து சென்று சிந்து பகுதி மற்றும் வடமேற்கு எல்லைப் பகுதிகளுக்கு மத்திய நிதிக் கருவூலத்தில் இருந்து ஆண்டுதோறும் பணம் எடுத்துக் கொடுக்கிறது. சிந்து பதிகுக்கு பிரிட்டிஷ் இந்திய அரசு ஆண்டுக்கு 1,05,00,00 ரூபாய் தருகிறது. வடமேற்கு எல்லைப் பிராந்தியத்துக்கு 1,00,00,000 ரூபாய் தருகிறது. இதன்மூலம் அந்த பிராந்தியங்கள் பொருளாதார வலிமையுடன் இருப்பதுபோல் காட்டுகிறார்கள்.

அப்படியாக முஸ்லிம்கள் பெரும்பான்மையாகவும் ஹிந்துக்கள் சிறுபான்மையாகவும் இருக்கும் இந்த நான்கு பிராந்தியங்கள் சுய நிர்ணயத்துடன் தன்னாட்சிப் பகுதிகளாகச் செயல்பட்டு வருகின்றன. இவை நிர்வாக வசதிக்காக உருவாக்கப் பட்டவையல்ல. ஹிந்து பிராந்தியங்களுக்கும் முஸ்லிம் பிராந்தியங்களுக்கும் இடையில் சமநிலை இருக்கவேண்டும் என்பதற்காகவும் உருவாக்கப்படவில்லை. ஹிந்துப் பெரும் பான்மையின் கீழே வசிக்கும் சிறுபான்மை முஸ்லிம்களுக்கு எற்படும் நெருக்கடிகளைச் சமப்படுத்தும் நோக்கில் முஸ்லிம் பெரும்பான்மையாக வசிக்கும் பகுதிகளில் இருக்கும் சிறுபான்மை ஹிந்துக்கள் மீது ஆதிக்கம் செலுத்தவேண்டும் என்ற விருப்பத்தைப் பூர்த்தி செய்வதற்காகவும் முஸ்லிம் பிராந்தியங்கள் என்பவை உருவாக்கப்படவில்லை.

அப்படியானால் அவற்றை உருவாக்குவதன் பின்னால் இருக்கும் நோக்கம்தான் என்ன?

முஸ்லிம் பிராந்தியங்களில் இருக்கும் முஸ்லிம்கள் அனைவரையும் ஒரே குடையின்கீழ் கொண்டுவந்து எந்த அளவுக்கு இஸ்லாமிய ஆதிக்கத்தை நிலை நாட்ட முடியுமோ அதைச் செய்யவேண்டும் என்று விரும்புகிறார்கள். இதுதான் சட்டபூர்வமான பெரும்பான்மை பிரதிநிதித்துவம் மற்றும் தனித் தொகுதி ஆகியவற்றை முஸ்லிம்கள் கேட்பதற்குக் காரணம் என்று ஹிந்துக்கள் சொல்கிறார்கள். இஸ்லாமிய அரசியல் அதிகாரம்

இப்படியாக ஒருங்கிணைக்கப்படுவதன் காரணம் என்ன என்று முஸ்லிம்களிடம் கேட்டால், ஹிந்துக்கள் பெரும்பான்மையாக இருக்கும் இடங்களில் சிறுபான்மை முஸ்லிம்கள் ஒடுக்கப் பட்டால், முஸ்லிம்கள் பெரும்பான்மையாக இருக்கும் இடங்களில் உள்ள சிறுபான்மை ஹிந்துக்களை ஒடுக்குவதற்காகவே அப்படிக் கேட்கிறோம் என்று சொல்கிறார்கள். அப்படியாக ஒருவித பாதுகாப்பு கருதியே அதைக் கோருகிறார்கள் என்று ஆகிறது.

வன்முறைக்கு பதிலடியாக வன்முறை... ஒடுக்குமுறைக்கு பதிலடியாக ஒடுக்குமுறை... சர்வாதிகாரத்துக்குப் பதிலடியாக சர்வாதிகாரம்.

அமைதியையும் பாதுகாப்பையும் இப்படியான பதிலடி மூலம் நிலைநிறுத்த விரும்பும் இந்த வழிமுறை முகவும் அபாயகர மானது. பிற பிராந்தியங்களில் சக மதத்தினர் செய்யும் தவறு களுக்காக ஹிந்துப் பெரும்பான்மைப் பகுதிகளில் இருக்கும் அப்பாவி சிறுபான்மை முஸ்லிம்களும் முஸ்லிம் பெரும்பான்மைப் பகுதிகளில் வசிக்கும் அப்பாவி சிறுபான்மை ஹிந்துக்களும் இதனால் தண்டனையை அனுபவிக்க நேரிடும். மத நம்பிக்கை யாளர்களைப் பிணைக்கைதியாக வைத்துக்கொண்டு மத அமைதியைக் கொண்டுவர முயற்சி செய்யும் தவறான திட்டம் இது.

முஸ்லிம் பிராந்தியங்கள் என்று சிலவற்றை உருவாக்கிக்கொள்ள முடியும் என்பது முஸ்லிம்களுக்கு முன்பே தெரிந்திருந்தது. இதை 1927-ல் கல்கத்தாவில் நடந்த முஸ்லிம் லீக் மாநாட்டில் அதன் தலைவர் மௌலானா அப்துல் கலாம் ஆஸாத் பேசியதிலிருந்து நாம் புரிந்துகொள்ளமுடியும். அந்த உரையில் அவர் சொன்னவை:

> லக்னோ தீர்மானத்தின் மூலம் அவர்கள் தமது நலன்களைக் காவுகொடுத்துவிட்டார்கள். மார்ச் மாதத்தில் முன்வைக்கப் பட்ட தில்லி தீர்மானமானது முதல் முறையாக இந்தியாவில் முஸல்மான்களுக்குப் புதிய கதவைத் திறந்துவைத்திருக்கிறது. 1916 தீர்மானத்தில் தரப்பட்ட தனித் தொகுதி என்பது முஸ்லிம்களுக்கு பிரதிநிதித்துவம் கிடைப்பதை மட்டுமே உத்தரவாதப்படுத்தியது. ஆனால், ஒரு மத சமூகம் வலுவாக நிலைத்து நிற்கவேண்டுமென்றால் அதன் மக்கள் எண்ணிக்கைக்கு ஏற்ற அங்கீகாரம் கிடைத்தாகவேண்டும். வருங்கால இந்தியாவில் முஸ்லிம்களுக்கு அப்படியான பிரதிநிதித்துவம் கிடைக்க ஒரு வாய்ப்பை தில்லி தீர்மானம் உருவாக்கிக் கொடுத்துள்ளது. வங்காளத்திலும் பஞ்சாபிலும் அவர்களுக்கு இருக்கும் சொற்பப் பெரும்பான்மை என்பது

வெறும் புள்ளிவிவரம் மட்டுமே. ஆனால் தில்லி தீர்மானத்தில் முதன் முறையாகச் சொல்லப்பட்டிருக்கும் ஐந்து பிராந்தியங் களில் குறைந்தபட்சம் மூன்றில் (சிந்து, வட மேற்கு எல்லைப் பிராந்தியம், பலூசிஸ்தான்) நிஜமாகவே முஸ்லிம்கள் மிகப் பெரும்பான்மையாக இருக்கிறார்கள். இந்த மகத்தான முன்னெடுப்பை முஸ்லிம்கள் புரிந்துகொள்ளவில்லை என்றால் அவர்கள் வாழவே தகுதியில்லாதவர்கள்.

இந்தியாவில் இன்று 9 ஹிந்து பிராந்தியங்கள் இருக்கின்றன. ஐந்து முஸ்லிம் பிராந்தியங்கள்தான் இருக்கின்றன. இந்த ஒன்பது ஹிந்து பிராந்தியங்களில் முஸ்லிம்களுக்கு என்ன அனுபவங்கள் நேருமோ அவையெல்லாம் ஐந்து முஸ்லிம் பிராந்தியங்களில் ஹிந்துக் களுக்கும் நேரும். இது நமக்கு மிகப் பெரிய சாதகமான அம்சம் இல்லையா? முஸ்லிம்களின் உரிமைகளை வென்றெடுக்க உதவும் அருமையான புதிய ஆயுதமாக அது இருக்குமல்லவா?

முஸ்லிம் பிராந்தியங்களில் அதிகாரங்களில் இருந்தவர்களுக்கு இந்தச் செயல்திட்டத்தின் சாதகமான அம்சங்கள் நன்கு தெரிந்திருந்தது. அதை அமல்படுத்த அவர்கள் தயாராகவும் இருந்தனர். வங்காளத்தின் பிரதம மந்திரி திரு ஃபஸல் உல் ஹக் முன்பு பேசிய ஒரு பேச்சில் இருந்து நன்கு தெரியவருகிறது.

மதரீதியான பிராந்தியங்களை அமைப்பதென்பது மதம் சார்ந்த சர்வாதிகாரத்தையே கொண்டுவரும் என்பதில் எந்த சந்தேகமும் இல்லை. அந்தப் பிராந்தியங்களில் வாழும் சிறுபான்மையினர் பிணைக்கைதிகளாக நேரிடும். மதரீதியான பிராந்தியங்களின் நோக்கமே அதுதான். இதனோடு தனித் தொகுதி வழிமுறையும் சேர்ந்துகொண்டால் அதை எந்த நிலையிலும் ஏற்கவே முடியாது. முஸ்லிம் பிராந்தியங்களை உருவாக்குவதன் பின்னால் இந்த நோக்கமே இருக்குமென்றால் அதன் மூலம் உருவாகும் அமைப்பானது மிகவும் அபாயகரமானதாகவே இருக்கும்.

மதரீதியான தனித்தொகுதிகளின் அடிப்படையிலான மத ரீதியான சட்டபூர்வ பெரும்பான்மை பிரதிநிதித்துவம் என்பதும் மத ரீதியிலான பிராந்தியங்களும் குறிப்பாக, சிறுபான்மையை ஒடுக்குவதற்காகவே சட்டபூர்வ அங்கீகாரத்துடன் உருவாக்கப் படும் பெரும்பான்மை பிரதிநிதித்துவம் ஆகிய இரண்டும்தான் மதவாத பிரச்னையின் முக்கியமான இரண்டு பெரும் தீமைகள்.

இந்தப் பிரச்னைக்கு முஸ்லிம்கள் ஹிந்துக்களைக் காரணம் காட்டுகிறார்கள். ஹிந்துக்கள் முஸ்லிம்களைக் காரணம்

காட்டுகிறார்கள். முஸ்லிம்கள் சட்ட திட்டங்களுக்கு உட்பட்டு நடப்பதில்லை என்று ஹிந்துக்கள் குற்றம்சாட்டுகிறார்கள். ஹிந்துக்கள் அற்பத்தனமாக நடந்துகொள்கிறார்கள் என்று முஸ்லிம்கள் குற்றம்சாட்டுகிறார்கள். ஆனால், முஸ்லிம்கள் பிடிவாதமாகவும் அடாவடியாகவும் நடந்துகொள்வதுவோ ஹிந்துக்கள் அற்பத்தனத்துடனும் எந்த சலுகையையும் தராமலும் நடந்துகொள்வதுமோ பிரச்னை அல்ல. பகை உணர்வு கொண்ட பெரும்பான்மையும் பகை உணர்வு கொண்ட சிறுபான்மையும் அருகருகே வசிக்க நேரும்போதுதான் பிரச்னை ஏற்படுகிறது. அது எப்போதுமே நீடிக்கவும் செய்யும்.

தனித் தொகுதியா கூட்டுத் தொகுதியா, மக்கள் தொகை விகிதாசாரமா அரசியல் முக்கியத்துவமா என எல்லா வாதப் பிரதிவாதங்களிலும் சிறுபான்மையானது பெரும்பான்மைக்கு எதிராக நிறுத்தப்படுகிறது. இந்த மதவாதப் பிரச்னைக்கான சிறந்த தீர்வு என்னவென்றால் இரு சமூகங்களும் பெரும்பான்மை, சிறுபான்மையாக எதிரெதிரே நிற்கவிடாமல் வலிமையான ஒற்றை அரசின் கீழ் வாழச் செய்வதுதான்.

மதவாதப் பிரச்னைக்கு பாகிஸ்தான் என்ற தனி நாட்டை உருவாக்குவது எந்த அளவுக்குப் பலனளிக்கும்?

இந்தக் கேள்விக்கான பதில் மிகவும் தெளிவானது. வட மேற்கு எல்லைப் பிராந்தியம் மற்றும் வங்காளம் ஆகிய பகுதிகளின் தற்போதைய எல்லையையொட்டி பாகிஸ்தான் உருவாக்கப்படு மென்றால், மதவாதப் பிரச்னைக்குக்கு எந்தவிதத் தீர்வையும் அதனால் வழங்கவே முடியாது. பெரும்பான்மையை சிறுபான்மைக்கு எதிராக மோதவிடும் வேலையை அது தொடர்ந்து செய்வதாகவே இருக்கும். முஸ்லிம் பெரும்பான்மையின் ஆளுகைக்குள் ஹிந்து சிறுபான்மை, ஹிந்து பெரும்பான்மையின் ஆளுகைக்குள் முஸ்லிம் சிறுபான்மை என்ற இரண்டு பெரிய தீமைகள்தான் இப்போதைய யதார்த்தநிலையாக இருக்கின்றன.

பாகிஸ்தானுக்குத் தரப்படவேண்டிய பகுதிகள் என்று தீர்மானிக்கப் பட்டிருப்பவையெல்லாம் இப்போது உள்ள எல்லையின் அடிப்படையில் பாகிஸ்தானில் சேர்க்கப்படுமென்றால் அந்தப் பிரச்னைகள் பாகிஸ்தானிலும் மீண்டும் தலைகாட்டவே செய்யும். இப்போதைய சூழ்நிலையில் மதரீதியான பிணைக்கைதிகள் எல்லாம் குறைந்தபட்சம் ஹிந்துக்கள் மிகுதியாக இருக்கும் மத்திய அரசின் கீழ் இருக்கிறார்கள். அதனால் இந்த மத்திய அரசு நிச்சயம்

சிறுபான்மைகளுக்கு ஏதேனும் நெருக்கடி ஏற்பட்டால் குறுக்கிட்டுத் தடுக்க முற்படும். ஆனால், பாகிஸ்தான் முழு சுதந்தரம் பெற்று தனது உள் நாட்டு மற்றும் வெளிநாட்டு விஷயங்களைத் தானே நிர்வகிக்கும் இஸ்லாமிய தேசமாக ஆகிவிட்டதென்றால் மத்திய அரசினால் அதன் மீது எந்தக் கட்டுப்பாட்டையும் விதிக்கவே முடியாமல் போய்விடும்.

அங்கு சிக்கிக்கொள்ளும் ஹிந்து சிறுபான்மையினருக்கு உதவ வெளியில் இருந்து எந்தவொரு அதிகாரமையமும் உதவிக்கு வரமுடியாமல் போய்விடும். இஸ்லாமிய அரசின் அதிகார துஷ்பிரயோகத்தைத் தடுக்க வழியே இல்லாமல் போய்விடும். துருக்கியர்களுக்குக் கீழே இருக்கும் அர்மேனியர்கள்போல அல்லது ஜார் மன்னரின் ரஷ்யா அல்லது நாஜி ஜெர்மனியில் மாட்டிக்கொண்ட யூதர்களைப்போல பாகிஸ்தானில் இருக்கும் ஹிந்துக்களின் நிலைமையும் ஆகிவிடும்.

இப்படியான ஒரு தீர்மானத்தை ஏற்கவே முடியாது. சக மதத்தினரை இஸ்லாமிய தேசிய அரசின் வெறித்தனத்தில் மாட்டிக்கொண்டு சீரழிய விடமாட்டோம் என்று சொல்லி ஹிந்துக்கள் பாகிஸ்தானென்ற ஒரு தேசம் உருவாவதை எதிர்க்கக்கூடும்.

3

பாகிஸ்தான் என்ற தனி தேசம் உருவாக்கப்பட்டால் என்ன விளைவுகள் ஏற்படும் என்பது பற்றிய வெளிப்படையான கூற்றுகள் இவை. ஆனால், இப்படியான விளைவுகள் என்ன காரணத்தினால் ஏற்படும் என்பதை ஒருவர் மிகுந்த கவனத்துடன் ஆராயவும் வேண்டும். பாகிஸ்தான் என்ற ஒரு தேசம் உருவாக்கப்பட்டாலே இந்த விளைவுகள் ஏற்பட்டுவிடுமா... அல்லது அதன் எல்லைகளாக எதைத் தீர்மானிக்கிறோம் என்பதைப் பொறுத்து இந்தப் பின்விளைவுகள் இருக்குமா?

பாகிஸ்தான் என்ற ஒரு தேசம் உருவானாலே இப்படியான பின்விளைவுகள்தான் இருக்குமென்றால், அதாவது அந்தப் பிரச்னைகள் அதன் உள்ளார்ந்த அம்சமாக இருந்தால் ஹிந்துக்கள் அப்படி ஒரு நாடு உருவாவது பற்றி சிந்தித்துப் பார்க்கவே தேவையில்லைதான். எடுத்த எடுப்பிலேயே அதை முழுவதுமாக அவர்கள் எளிதில் நிராகரித்துவிட்டுப்போய்விடலாம். ஆனால், எல்லையைத் தீர்மானிப்பதில்தான் இந்தப் பிரச்னைகள் எழும் என்றால் பாகிஸ்தான் தொடர்பான பிரச்னை என்பது வெறும் எல்லைகளைத் திருத்தி அமைப்பதன் மூலம் தீர்ந்துவிடும்.

இந்த விவகாரத்தைக் கூர்ந்து அலசி ஆராய்ந்து பார்த்தால் இந்த மோசமான பின்விளைவுகள் எல்லாம் பாகிஸ்தான் என்ற தேச உருவாக்கத்தின் உள்ளார்ந்த அம்சங்கள் அல்ல என்பது தெரிய வரும். ஏதாவது பிரச்னைகள் ஏற்படுமென்றால் அது எல்லைகளை வரைவது தொடர்பானதாகவே இருக்கும். மக்கள் பரவல் என்னவிதமாக இருக்கிறது என்பதை ஒருவர் சரியாக ஆராய்ந்து பார்த்தால் இந்த உண்மை நன்கு புலப்படும்.

இப்போதைய எல்லைகளின்படி தேசம் பிரிக்கப்பட்டால், மேற்கு பாகிஸ்தான் மற்றும் கிழக்கு பாகிஸ்தானில் மதவாதப் பிரச்னைகள் முளைக்கும். இதை ஏன் சொல்கிறேனென்றால், அதன் மூலம் அந்த பகுதிகள் தனியான, ஒரே மதத்தைச் சேர்ந்தவர்கள் வாழும் தேசமாக ஆகாது. முன்பைப்போலவே முஸ்லிம் பெரும் பான்மையும் ஹிந்து சிறுபான்மையும் அருகருகே வாழும் தேசமாகவே இருக்கும். இப்படி இரு மதத்தினரும் சேர்ந்து வாழும் தேசமாக இருந்தால் மதம் சார்ந்த பிரச்னைக்குத் தீர்வே கிடைக்காது.

பாகிஸ்தான் என்ற தேசத்தை முஸ்லிம்கள் மட்டுமே வசிப்பதாக அமைத்தால்தான் இந்தப் பிரச்னைகளுக்குத் தீர்வு கிடைக்கும். பாகிஸ்தானுக்குள் தனித் தொகுதி என்ற பேச்சுக்கே இடம் இருக்காது. ஒரே மதத்தைச் சேர்ந்தவர்கள் வாழும் நாடாக பாகிஸ்தான் இருக்கும் என்பதால் அங்கு பெரும்பான்மையின் ராஜ்யம் என்று எதுவும் இருக்காது. காப்பாற்றப்படவேண்டிய சிறுபான்மையினர் என்று யாரும் இருக்கவும் மாட்டார்கள். தனது மேலாதிக்கத்தைத் தக்கவைத்துக்கொள்ள ஒரு சமூகம், அதை எதிர்க்கும் இன்னொரு சமூகம் என்றெல்லாம் அங்கு எதுவுமே இருக்காது.

சிறுபான்மையினர், பெரும்பான்மையினர் என்ற இருதரப்புகள் கலந்து வாழும் தேசமாக அல்லாமல் ஒரேவிதமான மக்கள் அதாவது முஸ்லிம்கள் மட்டுமே வசிக்கும் தேசமாக பாகிஸ்தானின் எல்லைகளை வரையறுக்க முடியுமா? நிச்சயமாக முடியும். முஸ்லிம் லீக் தந்திருக்கும் எல்லைகளைச் சில இடங்களில் மாற்றியமைப்பதன் மூலமும் எஞ்சிய இடங்களில் மக்கள் தொகையை இடம் பெயர்ப்பதன் மூலமும் இதைச் சாதித்துவிட முடியும்.

இது தொடர்பாக, மக்கள் பரவல் என்னவிதமாக இருக்கிறது, வரைபடத்தில் எல்லைகளை மாற்றியமைப்பதன் மூலம் எப்படி முஸ்லிம்கள் மட்டுமே வாழும் வகையில் அந்தப் பகுதிகளை

ஆக்கிவிடமுடியும் என்பதைப் புரிந்துகொள்ளமுடியும். முதலில் பஞ்சாப் பகுதியை எடுத்துக்கொள்வோம்.

1) பஞ்சாபில் சில மாவட்டங்களில் முஸல்மான்கள் பெரும்பான்மையாக இருக்கிறார்கள். சில மாவட்டங்களில் ஹிந்துக்கள் பெரும்பான்மையாக இருக்கிறார்கள். ஒரு சில மாவட்டங்களில் மட்டுமே இரு பிரிவினரும் சம அளவில் இருக்கிறார்கள்.

2) முஸல்மான்கள் மிகுதியாக இருக்கும் மாவட்டங்களும் ஹிந்துக்கள் மிகுதியாக இருக்கும் மாவட்டங்களும் ஒன்றுடன் ஒன்று தொட்டுக்கொண்டு இல்லை. அந்த மாவட்டங்கள் தனித்தனியாகவே இருக்கின்றன.

கிழக்கு பாகிஸ்தானை உருவாக்கவேண்டுமென்றால், வங்காளம் மற்றும் அஸ்ஸாமில் மக்கள்தொகை எப்படியாக விரவி இருக்கிறது என்பதைப் பார்க்கவேண்டும்.

1) வங்களத்தில் சில மாவட்டங்களில் முஸல்மான்கள் அதிகமாக இருக்கிறார்கள். சிலவற்றில் ஹிந்துக்கள் அதிகமாக இருக்கிறார்கள்.

2) அஸ்ஸாமிலும் இதுபோலவே, சில மாவட்டங்களில் முஸல்மான்கள் அதிகமாக இருக்கிறார்கள். சிலவற்றில் ஹிந்துக்கள் அதிகமாக இருக்கிறார்கள்.

3) இங்கும் முஸல்மான்கள் மிகுதியாக இருக்கும் மாவட்டங்களும் ஹிந்துக்கள் மிகுதியாக இருக்கும் மாவட்டங்களும் ஒன்றுடன் ஒன்று தொட்டுக்கொண்டு இல்லை. அந்த மாவட்டங்கள் தனித்தனியாகவே இருக்கின்றன.

4) வங்காளத்திலும் அஸ்ஸாமிலும் முஸ்லிம்கள் மிகுதியாக இருக்கும் மாவட்டங்கள் ஒன்றையொன்று தொட்டுக் கொண்டிருக்கின்றன.

இந்த விஷயங்களைக் கணக்கில்கொண்டு பார்த்தால், வங்காளம், அஸ்ஸாம், பஞ்சாப் பகுதிகளில் ஹிந்துக்கள் மிகுதியாக இருக்கும் இடங்களை எளிதில் விலக்கிவிட்டு முஸ்லிம் பிராந்தியங்களை ஒன்று சேர்த்து ஒரு எல்லையை வகுக்க முடியும் என்பது நன்கு புரியவரும்.

வடமேற்கு எல்லைப் பிராந்தியம், சிந்து ஆகியவற்றில் நிலைமை சிக்கலாகவே இருக்கிறது. இந்த இரண்டு பகுதிகளில் ஹிந்துக்கள்

மிகுதியாக இருக்கும் மாவட்டங்கள் எதுவும் இல்லை. இந்த பிராந்தியங்களில் சொற்ப எண்ணிக்கையில் ஆங்காங்கே சிதறிக் கிடக்கிறார்கள். வட மேற்கு எல்லைப் பிராந்தியம், சிந்து ஆகிய பகுதிகளில் நகர்ப்புறங்களில் மட்டுமே ஹிந்துக்கள் குழுமியிருக் கிறார்கள். சிந்து பிராந்தியத்தில் பல டவுன் பகுதிகளில் முஸ்லிம்களைவிட ஹிந்துக்கள் அதிகமாக இருக்கிறார்கள். அதேநேரம் கிராமங்களில் முஸ்லிம்கள் ஹிந்துக்களைவிட அதிகமாக வசிக்கிறார்கள். வடமேற்கு எல்லைப் பிராந்தியத்தில் கிராமங்கள், டவுன் என இரு பகுதிகளிலும் முஸ்லிம்களே ஹிந்துக்களைவிட அதிகமாக இருக்கிறார்கள்.

அப்படியாக, சிந்து, வட மேற்கு எல்லைப் பிராந்தியம் ஆகிய இரண்டும் பஞ்சாப், வங்காளம் ஆகியவற்றில் இருந்து முற்றிலும் மாறுபட்டுக் காணப்படுகின்றன. பஞ்சாபிலும் வங்காளத்திலும் ஹிந்துக்களும் முஸ்லிம்களும் பெரும்பான்மையாக வாழும் பகுதிகள் இயல்பாகவே தனித்தனியாக இருப்பதால் எல்லைக் கோட்டை அதற்கு ஏற்ப மாற்றியமைத்தாலே போதும். அதன் பிறகு மக்கள் தொகையில் சிலர் மட்டுமே இடம் மாறிக்கொண்டால் போதுமானதாக இருக்கும். ஆனால், சிந்து மற்றும் வட மேற்கு எல்லைப் பிராந்தியத்தில் ஹிந்துக்கள் ஆங்காங்கே சிதறிக் கிடப்பதால் எல்லைக்கோட்டை மாற்றி அமைப்பதன் மூலம் முஸ்லிம்கள் மட்டுமே வாழும் பிரதேசமாக உருவாக்கிவிட முடியாது. ஹிந்து மக்கள் முழுவதுமாக இடம்பெயர்வது ஒன்றே அங்கு ஒரே தீர்வு.

மக்களை இப்படி பரஸ்பரம் இடம்பெயரச் சொல்வது சரியல்ல என்று சிலர் சொல்கிறார்கள். ஆனால், அப்படிச் செய்யாவிட்டால் என்ன மாதிரியான பின்விளைவுகள் ஏற்படும்; சிறுபான்மையாக வசிப்பவர்களுக்கு என்னவெல்லாம் நெருக்கடிகள் வரும்; அவர்களைக் காப்பாற்ற எடுக்கும் எல்லா முயற்சிகளும் தோல்வியையே தழுவும் என்பதையெல்லாம் யோசித்துப் பார்ப்பதில்லை.

உலகப் போருக்குப் பின்னர் உருவான மாநிலங்கள், ஐரோப்பாவில் முன்பே இருந்த மாநிலங்கள் (அரசுகள்) ஆகியவற்றில் இந்தச் சிறுபான்மைப் பிரச்னை இருந்தது. அவர்கள் என்ன நினைத் தார்களென்றால், அரசியல் சாசனத்தில் சிறுபான்மையினரின் நலன்களைப் பாதுகாக்கும் அம்சங்களை உருவாக்கினாலே போதும்; பெரும்பான்மை மற்றும் சிறுபான்மை மக்கள் எந்தப்

பிரச்னையும் இல்லாமல் நிம்மதியாக வாழமுடியும் என்று நினைத்தார்கள். பெரும்பான்மையினர் எந்த ஒடுக்குமுறையையும் சிறுபான்மையினர் மீது செலுத்தமுடியாதவகையில் சிறுபான்மை யினருக்கு ஏராளமான அடிப்படை உரிமைகள், பாதுகாப்பு அம்சங்கள் ஆகியவற்றை வகுத்தார்கள்.

ஆனால் என்ன நடந்தது? இந்தப் பாதுகாப்பு ஏற்பாடுகள் எதுவுமே சிறுபான்மையினரைக் காப்பாற்றவில்லை. சிறுபான்மையினர் மீதான கடுமையான போர்கூடப் பிரச்னையைத் தீர்க்கவில்லை. இதன் விளைவாக, அந்த நாடுகளெல்லாம் தனது எல்லைக்குள் சிறுபான்மைகளை இடம்பெயரவைத்திருக்கிறார்கள். அப்படியாகவே ஒரேவிதமான மக்கள் வாழும் பிராந்தியங்களை உருவாக்கிக் கொண்டிருக்கிறார்கள். துருக்கி, கிரீஸ், பல்கேரியா ஆகிய நாடுகளில் இதுதான் நடந்திருக்கிறது.

மக்களை இப்படி இடம்பெயர்ப்பதற்கு எதிர்ப்பு தெரிவிப்பவர்கள் கிரீஸ், பல்கேரியா, துருக்கி ஆகிய நாடுகளில் இந்தச் சிறுபான்மைப் பிரச்னை எப்படித் தீர்க்கப்பட்டிருக்கிறது என்பதை படித்துப் பார்க்கவேண்டும். மக்களை இப்படி பரஸ்பரம் இடம் பெயர்ப்பதன் மூலம் மட்டுமே சிறுபான்மை பிரச்னைக்குத் தீர்வுகாண முடியும் என்ற உண்மையைப் புரிந்துகொள்வார்கள். இந்த மூன்று நாடுகளும் இது தொடர்பாகச் செய்ததென்பது சாதாரண விஷயம் அல்ல. சுமார் இரண்டு கோடி மக்கள் ஒரு பகுதியில் இருந்து இன்னொரு பகுதிக்கு இடம்பெயர்க்கப் பட்டிருக்கிறார்கள். மத மோதல் இல்லாமல் மக்கள் நிம்மதியாக வாழவேண்டும். அதற்காக வேறு எந்தவொரு பெரிய சிரமத்தையும் தாங்கிக்கொள்ளலாம் என்ற புரிதல் அவர்களுக்கு இருந்ததால்தான் இந்தச் சிக்கலான மிகப் பெரிய விஷயத்தை வெற்றிகரமாகச் செய்து முடித்திருக்கிறார்கள்.

அப்படியாக, மக்களை இடம்பெயர்ப்பதுதான் மத ரீதியான அமைதிக்கு ஒரே நிரந்தரத் தீர்வு என்பதில் எந்த சந்தேகமும் இல்லை. இப்படியான நிலையில் ஹிந்துக்களும் முஸ்லிம்களும் அரசியல்சாசனத்தில் உரிமைகள், பாதுகாப்பு ஏற்பாடுகள் எல்லாம் செய்து பிரச்னையைச் சமாளித்துவிடமுடியும் என்று சொல்லிக் கொண்டிருப்பதில் எந்த நன்மையும் இல்லை. கிரீஸ், துருக்கி, பல்கேரியா போன்ற வளங்கள் குறைவான சிறிய நாடுகளே இப்படியான ஒரு சாதனையைச் செய்துகாட்டியிருக்கும் நிலையில் இந்தியா போன்ற பெரிய தேசத்தால் அது முடியாது என்று சொல்ல

எந்த முகாந்தரமும் இல்லை. எத்தனை பேரை இடம்பெயரச் செய்யவேண்டும் என்பது ஒரு பொருட்டே இல்லை. ஏனென்றால், மத அமைதி தேவையென்றால் சில சிரமங்களை தாங்கித்தான் ஆகவேண்டும். சில தடைகளை அப்புறப்படுத்தித்தான் ஆகவேண்டும்.

இந்த விஷயம் தொடர்பாக, ஒரு முக்கியமான விமர்சனத்துக்கு இதுவரை எந்த பதிலும் இதுவரை சொல்லப்பட்டதில்லை. அது தொடர்பாக இங்கு நான் பேசவிரும்புகிறேன். ஹிந்துஸ்தானில் தங்கிவிடும் முஸ்லிம்களை பாகிஸ்தான் என்ற தனியான தேசத்தின் உருவாக்கம் எந்தவகையில் பாதிக்கும்?

இந்தக் கேள்வி எழுவது நியாயமே. ஏனென்றால் பாகிஸ்தான் என்ற தேசமானது முஸ்லிம்கள் பெரும்பான்மையாக இருப்பது தொடர்பாகவே அக்கறைகொண்டிருக்கிறது. முஸ்லிம்கள் சிறுபான்மையாக விடப்படும் பகுதிகள் பற்றி அது சிந்திக்கவே இல்லை. அந்தக் கேள்வியை யார் எழுப்ப் முடியும்? நிச்சயம் ஹிந்துக்கள் இந்தக் கேள்வியை எழுப்ப வாய்ப்பு இல்லை. பாகிஸ்தானின் முஸ்லிம்கள் அல்லது ஹிந்துஸ்தானின் முஸ்லிம்கள்தான் இந்தக் கேள்வியைக் கேட்கவேண்டும். பாகிஸ்தான் என்ற தேசம் உருவாகவேண்டும் என்று சொல்லக்கூடிய திரு ரெஹ்மத் அலியிடம் இந்தக் கேள்வி கேட்கப்பட்டது.

> *ஹிந்துஸ்தானில் இருக்கும் நான்கரை கோடி முஸ்லிம்களின் நிலையை அது எப்படி பாதிக்கும்?*
>
> *எங்களுடைய இந்தப் போராட்டத்தில் அவர்களுடைய நிலைமை குறித்து மிகுதியான அக்கறை இருக்கிறது. அவர்கள் எங்கள் ரத்தமும் சதையுமானவர்கள். எங்கள் ஆன்மாவில் கலந்தவர்கள். அவர்களை எங்களால் மறக்கவே முடியாது. அதுபோல் அவர்களும் எங்களை மறக்கமுடியாது. அவர் களுடைய இன்றைய நிலையும் நாளைய பாதுகாப்பும் எங்களுக்கு மிகவும் முக்கியமானது. எப்போதும் அப்படியே இருக்கவும் செய்யும்.*
>
> *இப்போதைய சூழலில் பாகிஸ்தான் என்ற தேசத்தின் உருவாக்கமானது ஹிந்துஸ்தானில் இருக்கும் அவர்களுடைய நிலையை எந்தவகையிலும் பாதிக்காது. மக்கள்தொகையைப் பொறுத்தவரையில் (நான்கு ஹிந்துவுக்கு ஒரு முஸ்லிம்) நிர்வாகரீதியாகவும் சட்ட சபை இடங்கள் சார்ந்தும் இப்போது*

இருக்கும் அதே பிரதிநிதித்துவம் அவர்களுக்குக் கிடைக்க வேண்டும். எதிர்காலத்தைப் பொறுத்தவரையில் ஹிந்துஸ்தானில் வசிக்கும் சிறுபான்மை முஸ்லிம்களுக்குக் கிடைக்கும் அனைத்து பாதுகாப்பு அம்சங்களும் பாகிஸ்தானில் வசிக்கும் முஸ்லிம் அல்லாதவர்களுக்கு அப்படியே கிடைக்கும்.

நாங்கள் பாகிஸ்தான் என்ற தனி தேசம் வேண்டும் என்று கேட்பதென்பது எங்களுக்கு எவ்வளவு முக்கியமோ அதே அளவுக்கு அவர்களுக்கும் அது முக்கியமானதுதான். எங்களுக்கு அது தேசியவாதத்தின் காவல் அரண். அவர்களைப் பொறுத்த வரையில் அது மார்க்கத்தின் நங்கூரப் பிணைப்பு. அந்த நங்கூரம் வலுவாக இருக்கும்வரையில் எல்லாம் நலமாக இருக்கும். அந்தப் பிணைப்பு போய்விட்டால் எல்லாமே அழிந்துவிடும்.

பாகிஸ்தான் என்ற தனி நாடு உருவாவது தொடர்பாக ஹிந்துஸ்தானிய முஸ்லிம்கள் சொல்லும் பதிலும் மிகவும் தெளிவாகவே இருக்கிறது:

‘முஸ்லிம்களை பாகிஸ்தான்(வாசிகள்) ஹிந்துஸ்தான் (வாசிகள்) என்று பிரிப்பதால் எந்தப் பிரச்னையும் இல்லை. ஹிந்துஸ்தானில் கலந்து இருப்பதன் மூலம் எங்களுக்குக் கிடக்கும் பாதுகாப்பைவிட ஹிந்துஸ்தானின் கிழக்குப் பக்கமும் மேற்குப்பக்கமும் இரண்டு இஸ்லாமிய தேசங்கள் இருப்பதென்பது மிகவும் கூடுதல் பாதுகாப்புதான்’.

அவர்கள் சொல்வது சரியல்ல என்று யாரேனும் சொல்லமுடியுமா? சூடானியர்கள் தம்மைத்தாமே பாதுகாத்துக்கொள்வதைவிட செக்கோஸ்லோவாகியாவில் இருக்கும் சூடானிய ஜெர்மானியர்களை ஜெர்மன் அரசு வெளியில் இருந்து காப்பாற்ற முடியும் என்பது நிரூபணமான உண்மைதானே.

சுடேடன் ஜெர்மானியர் பற்றிய விவகாரத்தில் செக்கோஸ்லோவாகியர்களை ஹிட்லர் எப்படி வம்புக்கு இழுத்தார் என்பதை முஸ்லிம் லீக் தலைவர்கள் ஆழமாகப் படித்திருக்கிறார்கள் போலிருக்கிறது. அந்த வழிமுறைகள் எதைக் கற்றுத் தருகிறது என்பதையும் புரிந்துகொண்டுவிட்டிருக்கிறார்கள் போலிருக்கிறது. 1937-ல் நடைபெற்ற முஸ்லிம் லீக் கராச்சி மாநாட்டில் அச்சுறுத்தும் வகையில் அவர்கள் பேசியதை இங்கு நினைவுகூரவும்.

எனினும் இந்தப் பிரச்னை ஹிந்துக்கள் தொடர்பானது அல்ல. ஹிந்துக்களுக்கு அக்கறைக்குரிய விஷயம் என்னவென்றால், பாகிஸ்தான் என்ற தனி தேசம் உருவாக்கப்படுவதால் ஹிந்துஸ்தானில் மதப் பிரச்னைக்குத் தீர்வு கிடைக்குமா?

இந்தக் கேள்வி மிகவும் நியாயமானது. விஷயம் என்னவென்றால் பாகிஸ்தானென்ற தேசம் உருவாக்கப்படுவதால் ஹிந்துஸ்தானின் மதப் பிரச்னைக்கு முடிவு கிடைக்கப் போவதில்லை. பாகிஸ்தானில் முஸ்லிம்கள் மட்டுமே வசிக்கும்படியாக எல்லையை மாற்றி வரைந்தாலும் ஹிந்துஸ்தான் என்பது ஹிந்துக்களும் முஸ்லிம்களும் கலந்து வாழும் நாடாகவே இருக்கும்.

ஹிந்துஸ்தான் முழுவதும் முஸ்லிம்கள் சிதறிக் கிடக்கிறார்கள். டவுன் பகுதிகளில் மிகுதியாக வசிக்கிறார்கள் என்றாலும் எல்லைகளை எப்படி மாற்றி வரைந்தாலும் முஸ்லிம்கள் மட்டுமே வாழும் பகுதிகளாக அவற்றை ஆக்கவே முடியாது.

ஹிந்துஸ்தானில் ஒருதரப்பட்ட மக்கள் மட்டுமே இருக்கவேண்டும் என்று தீர்மானித்தால் இரு தேச மக்களின் பரஸ்பர இடப்பெயர்ச்சியே ஒரே தீர்வு. அப்படிச் செய்யாதவரையில் பெரும்பான்மை-சிறுபான்மை பிரச்னையானது பாகிஸ்தான் என்ற தனி தேசம் உருவாவதால் மட்டுமே ஹிந்துஸ்தானில் இல்லாமல் போய்விடாது. அந்தப் பிரச்னை தொடர்ந்து இருந்து ஹிந்துஸ்தானின் அரசியலில் நெருக்கடியை உருவாக்கிவரவே செய்யும்.

ஹிந்துஸ்தானுக்குள்ளான மதப் பிரச்னைக்கு பாகிஸ்தான் என்ற தேசத்தை உருவாக்குவது முழு தீர்வைத் தரமுடியாது என்பதால் பாகிஸ்தான் என்ற தேசத்தின் உருவாக்கத்தை ஹிந்துக்கள் நிராகரிக்கவேண்டும் என்று சொல்லிவிடமுடியுமா? ஹிந்துக்கள் அப்படியான அவசர முடிவுக்கு வருவதற்கு முன்பாக பாகிஸ்தான் என்ற தேசம் உருவாவதால் ஏற்படும் விளைவுகள் சிலவற்றை நிதானமாகக் கணக்கில் கொண்டாகவேண்டும்.

மதவாதப் பிரச்னை தொடர்பாக பாகிஸ்தான் என்ன தாக்கத்தை விளைவிக்கமுடியும் என்பதை முதலில் பார்ப்போம். பாகிஸ்தான் மற்றும் ஹிந்துஸ்தானில் முஸ்லிம்களின் மக்கள் தொகை என்னவாக இருக்கும் என்பதை அளவிடுவதன் மூலம் இதைப் புரிந்துகொள்ளமுடியும்.

பாகிஸ்தானில் முஸ்லிம் மக்கள்தொகை		ஹிந்துஸ்தானில் முஸ்லிம்களின் எண்ணிக்கை	
பஞ்சாப்	1,33,32,460	பிரிட்டிஷ் இந்தியா (பர்மா, ஏதென் நீங்கலாக)	6,64,42,766
வடமேற்கு எல்லைப் பிராந்தியம்	22,27,303	பாகிஸ்தான் மற்றும் கிழக்கு வங்காளப் பகுதியில்	4,78,97,301
சிந்து	28,30,800	பிரிட்டிஷ் ஹிந்துஸ்தானில் எஞ்சிய முஸ்லிம்கள்	1,85,45,465
பலுசிஸ்தான்	4,05,309		
கிழக்கு வங்காள முஸ்லிம் பகுதி	2,74,97,624		
சில்ஹட்	16,03,805		
மொத்தம்	4,78,97,301		

இந்தப் புள்ளிவிவரங்கள் எதைத் தெரிவிக்கின்றன? பிரிட்டிஷ் ஹிந்துஸ்தானில் 1,85,45,465 முஸ்லிம்கள் மட்டுமே இருப்பார்கள். எஞ்சிய 4,78,97,301 பேர் அதற்கு வெளியில் அதாவது பாகிஸ்தானின் மக்களாக இருப்பார்கள்.

பாகிஸ்தான் என்ற தேசம் உருவாகவில்லையென்றால் ஹிந்துஸ்தானின் மதவாத பிரச்னை என்பது ஆறரை கோடி முஸ்லிம்கள் தொடர்பானதாக இருக்கும்.

பாகிஸ்தான் உருவாகிவிட்டால் இரண்டு கோடி முஸ்லிம்கள் தொடர்பானதாக மட்டுமே இருக்கும். மத அமைதியை விரும்பும் ஹிந்துக்கள் இந்த விஷயத்தைக் கணக்கில் கொள்ளவேண்டும் அல்லவா? பாகிஸ்தான் என்ற தேசத்தின் உருவாக்கமானது மதவாதப் பிரச்னையை முழுமையாகத் தீர்க்கப் போவதில்லை; என்றாலும் நிச்சயமாகப் பெருமளவுக்குக் குறைக்கவே செய்யும் என்றே நான் கருதுகிறேன்.

அடுத்ததாக, பாகிஸ்தான் என்ற தேசத்தின் உருவாக்கமானது மத்திய ஆட்சி சபையில் என்னவிதமான மதவாரி பிரதிநிதித்துவத்தைக் கொண்டுவரும் என்று பார்ப்போம். பாகிஸ்தான் என்ற தேசம் உருவானால், இந்திய சட்டம் 1935-ன் படி மத்திய அமைச்சரவையில் என்னவிதமான மதவாரிப் பிரதிநிதித்துவம் இருக்கும் என்பதைப் பார்ப்போம்.

அரசபையின் பெயர்	இடங்கள் இப்போதைய நிலை			இடங்கள் பாகிஸ்தான் உருவான பின்		
	மொத்த இடங்கள்	முஸ்லிம் அல்லாத (இந்து) தொகுதிகள்	முஸ்லிம் தொகுதிகள்	மொத்த இடங்கள்	முஸ்லிம் அல்லாத (இந்து) தொகுதிகள்	முஸ்லிம் தொகுதிகள்
ஸ்டேட் கவுன்சில்	150	75	49	126	75	25
கூட்டாட்சி சட்டசபை	250	105	82	211	105	43

இந்த புள்ளிவிவரங்களை சதவிகிதக் கணக்கில் தருகிறேன்.

அரசபையின் பெயர்	இடங்கள் இப்போதைய நிலை		இடங்கள் பாகிஸ்தான் உருவான பின்	
	மொத்த இடங்களில் முஸ்லிம் இடங்களின் சதவிகிதம்	ஹிந்து தொகுதிகளுக்கும் முஸ்லிம் தொகுதிகளுக்கும் உள்ள விகிதம்	மொத்த இடங்களில் முஸ்லிம் இடங்களின் சதவிகிதம்	ஹிந்து தொகுதிகளுக்கும் முஸ்லிம் தொகுதிகளுக்கும் உள்ள விகிதம்
ஸ்டேட் கவுன்சில்	33	66	25	33 1/3
கூட்டாட்சி சட்டசபை	33	80	21	40

இந்த அட்டவணைகளைப் பார்த்தால் பாகிஸ்தான் என்ற தேசம் உருவாவதால் ஏற்படும் மிகப் பெரிய மாற்றங்களை ஒருவர் புரிந்துகொள்ளமுடியும்.

1935, இந்திய சட்டத்தின் கீழ் இரண்டு அவைகளிலும் மொத்த இடங்களில் முஸ்லிம் இடங்களின் விகிதம் 33%. ஆனால், ஹிந்து இடங்களோடு ஒப்பிட்டால் அது ஸ்டேட் கவுன்சிலில் 66%. கூட்டாட்சி சட்டசபையிலோ அது 80%.

பாகிஸ்தான் என்ற தேசம் உருவாக்கப்பட்ட பின்னர் மொத்த இடங்களில் முஸ்லிம் இடங்களின் விகிதம் 33%லிருந்து ஸ்டேட் கவுன்சிலில் 25%மாகவும் சட்டசபையில் 21% ஆகவும் குறைந்துவிடுகிறது. அதுபோல் ஹிந்து இடங்களோடு ஒப்பிட்டால் அது ஸ்டேட் கவுன்சிலில் 66%லிருந்து 33.33 % ஆகவும் கூட்டாட்சி சட்டசபையில் அது 80%லிருந்து 40% ஆகவும் குறைந்துவிடுகிறது.

ஹிந்துஸ்தானில் இருந்து பாகிஸ்தானைப் பிரித்த பின்னரும் முஸ்லிம்களுக்குத் தரப்படும் முக்கியத்துவம் அப்படியே இருக்கும் என்ற நம்பிக்கையிலேயே இதைச் சொல்கிறேன். இப்போது அவர்களுக்குத் தரப்படும் முக்கியத்துவம் விலக்கிக் கொள்ளப்பட்டாலோ குறைக்கப்பட்டாலோ ஹிந்துக்களின் பிரதிநிதித்துவம் மேலும் அதிகரிக்கும். இந்த முக்கியத்துவம் குறையாதென்றாலும் மத்திய ஆட்சியில் ஹிந்துக்களின் பிரதிநிதித்துவத்தில் ஏற்படும் மாற்றம் என்பது சாதாரணமானதா என்ன? பாகிஸ்தான் உருவாவதை எதிர்த்தால் இந்த சாதகமான மாற்றம் ஹிந்துக்களுக்கு வேறு எந்தவகையிலும் கிடைக்க வாய்ப்பே இல்லை என்றே எனக்குத் தோன்றுகிறது.

பாகிஸ்தான் உருவாவதால் கிடைக்கவிருக்கும் லௌகிக நன்மைகள் இவை. இதில் உளவியல் நன்மையும் இருக்கிறது. தெற்கு மற்றும் மத்திய இந்தியப் பகுதிகளில் வசிக்கும் முஸ்லிம்கள் வடக்கு மற்றும் கிழக்கு இந்தியப் பகுதிகளில் வசிக்கும் இஸ்லாமியர்களிடமிருந்தே தமக்கான உத்வேகத்தைப் பெறுகிறார்கள். பாகிஸ்தான் என்ற தேசம் உருவாவதைத் தொடர்ந்து எதிர்பார்ப்பதுபோலவே வடக்கு மற்றும் கிழக்கு இந்தியப் பகுதிகளில் பெரும்பான்மை-சிறுபான்மை பிரச்னை இல்லாமலாகி மத அமைதி உருவாகிவிட்டால், ஹிந்துஸ்தானிலும் மத அமைதி உருவாகிவிடும் என்று ஹிந்துக்கள் நியாயமாகவே நம்ப இடம் உண்டு. வடக்கு, கிழக்கு இந்தியப் பகுதிகளில் இருக்கும் முஸ்லிம்களுக்கும் ஹிந்துஸ்தானின் முஸ்லிம்களுக்கும் இடையிலான பிணைப்பைத் துண்டிப்பதென்பது ஹிந்துஸ்தானில் இருக்கும் ஹிந்துக்களுக்குக் கிடைக்கும் இன்னொரு நன்மையாக இருக்கும்.

இவற்றையெல்லாம் கணக்கில் கொண்டுபார்த்தால், பாகிஸ்தான் என்ற தனி தேசம் உருவாவதால் ஹிந்துஸ்தானுக்குள்ளாக இருக்கும் மத பிரச்னை முழுவதுமாகத் தீர்ந்துவிடப்போவ தில்லை. எனினும் ஹிந்துக்களை அவர்களுடைய வலிமையான கூட்டாளியான முஸ்லிம்களின் நெருக்கடிகளில் இருந்து கணிசமான அளவுக்கு விடுவிக்கவே செய்யும். முழுமையான தீர்வைத் தரப்போவதில்லை என்று சொல்லி ஹிந்துக்கள் இந்த யோசனையை நிராகரிக்கப்போகிறார்களா இல்லையா என்பதை ஹிந்துக்கள்தான் சொல்லவேண்டும். பெரிய இழப்பைவிட சிறிய நன்மையே மேலானது.

பாகிஸ்தான் என்ற தேசத்தை உருவாக்குவது மதப் பிரச்னையை

எப்படி பாதிக்கும் என்பதுபற்றி கடைசியாக ஒரு கேள்வியைக் கேட்டு முடிவுக்குக் கொண்டுவருகிறேன். பஞ்சாப், வங்காளம் ஆகிய பகுதிகளில் வசிக்கும் ஹிந்துக்களும் முஸ்லிம்களும் பாகிஸ்தான் என்ற தேச உருவாக்கமானது எந்தவொரு குறையும் இல்லாத ஒன்றாக இருக்கும்வகையில் எல்லைகளை மறு வரையறை செய்ய சம்மதிப்பார்களா?

முஸ்லிம்களைப் பொறுத்தவரையில் எல்லைகளை மறுவரையறை செய்வது தொடர்பாக எந்தவித மறுப்பும் சொல்ல வாய்ப்பு இல்லை. அப்படி யாரேனும் மறுப்பு தெரிவிப்பார்களென்றால் அவர்களுக்கு அவர்களுடைய கோரிக்கையின் நோக்கமே புரியவில்லை என்றுதான் அர்த்தம். இதற்கு வாய்ப்பும் இருக்கிறது. ஏனென்றால் பாகிஸ்தான் வேண்டும் என்று ஆதரித்துப் பேசுபவர்கள் மிகவும் தெளிவில்லாமல் இருப்பதுபோலவே தெரிகிறது. சிலர் அதை ஒரு இஸ்லாமிய தேச அரசு (Muslim National State) என்று கருதுகிறார்கள். வேறு சிலர் அதை இஸ்லாமிய தேசிய பூமி (Muslim National Home) என்று கருதுகிறார்கள். இந்த இரண்டுக்கும் இடையில் ஏதேனும் வேறுபாடு இருக்கிறதா என்பது பற்றி யாருமே பொருட்படுத்தவில்லை. ஆனால் இரண்டுக்கும் இடையில் நிச்சயம் தெளிவான வேறுபாடு இருக்கிறது என்பதை மறுக்கவே முடியாது.

முஸ்லிம்கள் எல்லையை மறுவரையறை செய்வதற்கு எதிர்ப்புத் தெரிவித்தால் இது தொடர்பான தெளிவான விளக்கம் சொல்வது அவசியமே.

பாலஸ்தீனத்தை யூதர்களின் தேசிய பூமியாக ஆக்குவது தொடர்பாகப் பேச்சு வந்தபோது என்ன சொல்லப்பட்டது?

தேசிய பூமி என்றால் அங்கு அந்த மக்களுக்கு அரசியல் இறையாண்மை இருக்காது. ஆனால், அந்த நாட்டுக்கு சட்டபூர்வ அங்கீகாரம் உண்டு. அந்த தேசம் தன்னுடைய தார்மிக, சமூக, அறிவார்ந்த இலக்குகளை வளர்த்தெடுக்க வாய்ப்பு அங்கு நிச்சயம் இருக்கும்.

1922-ல் பிரிட்டிஷ் அரசு வெளியிட்ட பாலஸ்தீனக் கொள்கை என்ற அறிக்கையில் தேசிய பூமி என்பதைக் கீழ்கண்டவாறு வரையறுத்திருக்கிறது.

பாலஸ்தீனத்தில் யூதர்களின் தேசிய பூமியை உருவாக்குதல் என்றால் என்ன அர்த்தமென்று கேட்கப்படுகிறது. முழு பாலஸ்தீனத்திலும் வசிக்கும் மக்கள் மேல் யூத தேசியம் திணிக்கப்படாது. ஆனால், அங்கு வசிக்கும் யூத சமூகத்தினரின்

வளமான வாழ்க்கைக்கு வழியமைத்துத் தரப்படும். உலகின் பிற பகுதிகளில் இருக்கும் யூதர்களின் துணைகொண்டு பாலஸ்தீனமானது யூத மக்களின் மதம், இனம், நலன், பெருமிதம் சார்ந்து முக்கியமான மையமாக ஆக்கப்பட உதவிகள் செய்யப்படும். யூத சமூகம் சுதந்தரமான முறையில் வளர்ச்சியடையவும் தனது முழு திறமையை வெளிப்படுத்தவும் வழி ஏற்படுத்தித் தரப்படும். அது பாலஸ்தீனத்தில் ஒரு உரிமையாக வென்றெடுக்கப்பட்டுள்ளது. வேண்டா வெறுப்பாகத் தரப்பட்ட சலுகையாக அல்ல. பழம்பெரும் வரலாற்றுத் தொடர்புகளின் மூலமாக பாலஸ்தீனத்தில் யூத தேசிய பூமி அமைவதென்பதற்கு சர்வதேச அளவில் ஆதரவும் அங்கீகாரமும் தரப்படவேண்டும்.

தேசிய அரசுக்கும் தேசிய பூமிக்கும் இடையில் வித்தியாசம் உண்டு என்பது இதிலிருந்து புரிந்திருக்கும். தேசிய பூமி என்றால் அதை உருவாக்கும் மக்களுக்கு அந்தப் பிராந்தியத்தின் மீது அரசியல் இறையாண்மை கிடைக்காது. அந்தப் பிராந்தியத்தில் வாழும் பிறர் மேல் தமது தேசியத்தைத் திணிக்கவும் முடியாது. அவர்களுக்கு அந்தப் பிராந்தியத்தில் குடிமகனாக வாழவும் தமது கலாசாரத்தைக் கடைப்பிடிக்க சுதந்தரமும் சட்டபூர்வமாகக் கிடைக்கும்.

தேசிய அரசு என்றால் அதில் உள்ள மக்களுக்கு அரசியல் இறையாண்மையும் தமது தேசியத்தை அங்கு வசிக்கும் அனைவர் மீதும் திணிக்கும் அதிகாரமும் கிடைக்கும்.

4

பாகிஸ்தான் என்ற தேசத்தை உருவாக்கும்போது இந்த வித்தியாசத்தை ஒருவர் நன்கு புரிந்துகொண்டிருக்கவேண்டும். முஸ்லிம்கள் எதற்காக பாகிஸ்தான் வேண்டும் என்று கேட்கிறார்கள். முஸ்லிம்களுக்கான தேசிய பூமி என்ற வகையில் அதைக் கேட்கிறார்களென்றால், பாகிஸ்தான் என்ற தனி தேசம் தேவையே இல்லை. ஏனென்றால், பாகிஸ்தானில் வரவிருக்கும் பிராந்தியங்கள் ஏற்கெனவே முஸ்லிம்களின் தேசிய பூமியாகவே இருக்கிறது. அங்கு வாழ அவர்களுக்கு சட்டபூர்வ அதிகாரமும் தமது கலாசாரத்தை வளர்த்தெடுக்க உரிமையும் தரப்பட்டிருக்கிறது.

ஒரு இஸ்லாமிய தேசிய அரசாக பாகிஸ்தான் வேண்டுமென்றால் அந்தப் பிராந்தியம் முழுவதற்குமான அரசியல் இறையாண்மையக்

கேட்கிறார்கள் என்று அர்த்தம். அது அவர்களுக்குக் கிடைக்கவும் வேண்டும். ஆனால், அந்த முஸ்லிம் அரசுக்குள்ளே முஸ்லிம் அல்லாத சிறுபான்மையினரைத் தமது குடிமகன்களாக வைத்திருக்க அவர்களுக்கு உரிமை உண்டா? தமது இஸ்லாமிய தேசியத்தை அவர்கள் மேல் திணிக்க அவர்களுக்கு உரிமை உண்டா என்பதுதான் முக்கியமான கேள்வி.

அரசியல் இறையாண்மை என்றால் இந்த அதிகாரமும் சேர்ந்தே கிடைக்குமென்பதில் எந்த சந்தேகமும் இல்லை. ஆனால் பலதரப்பட்ட மக்கள் கலந்து வாழும் அரசுகளில் இப்போ தெல்லாம் இப்படியான உரிமை என்பது விவகாரத்தைத் தோற்றுவிப்பதாகவே இருக்கிறது. பாகிஸ்தான் என்ற தேசத்தை உருவாகும்போது இப்படியான நெருக்கடிகள் ஏற்படாது என்று ஒருவர் நம்புவாரென்றால் அவர் வரலாற்றின் ரத்தம் தோய்ந்த பக்கங்களைப் படிக்கவில்லை என்றே அர்த்தம். துருக்கியர்கள், பல்கேரியர்கள், செக் மக்கள் ஆகியோர் தமது நாடுகளில் இருந்த சிறுபான்மையினருக்கு எதிராக நடத்திய கொலை, கொள்ளை போன்ற கொடுமைகளைப் படிக்கவில்லை என்று அர்த்தம்.

குடிமக்களின்மீது தனது தேசியத்தைத் திணிப்பதென்பது அரசியல் இறையாண்மைக்கு இணையானது என்பதால் அந்த உரிமையை ஒரு அரசிடமிருந்து எடுக்கமுடியாதுதான். ஆனால், அப்படியான உரிமையைப் பயன்படுத்த வாய்ப்பு உருவாகாதவகையில் செய்யமுடியும். அதற்கு முஸ்லிம் தேசிய அரசென்பது வெறும் முஸ்லிம்களை மட்டுமே கொண்ட ஒரு நாடாக ஆக்கினால் போதும். முஸ்லிம்கள் அதிக எண்ணிக்கையிலும் ஹிந்துக்கள் குறைவான எண்ணிக்கையிலுமான மாவட்டங்களைக்கொண்ட ஒரு கலப்பு நாடு ஒன்றை ஒருநாளும் உருவாக அனுமதிக்கக் கூடாது.

பாகிஸ்தான் என்ற தேசம் உருவாகவேண்டும் என்று சொல்பவர்கள் இதைச் சிந்தித்திருக்கவே இல்லை என்று தோன்றுகிறது. இந்தத் திட்டத்தை முதலில் முன்வைத்த சர் எம். இக்பால் இதுபற்றி எதுவும் யோசித்திருக்கவே இல்லை. 1930-ல் முஸ்லிம் லீக் மாநாட்டில் தலைமையுரை ஆற்றியபோது, 'அம்பாலா டிவிஷன் மற்றும் அது போன்ற இஸ்லாமியரல்லாதவர்கள் பெரும் பான்மையாக இருக்கும் மாவட்டங்களை பாகிஸ்தானில் இருந்து நீக்கிக்கொள்வதால் மக்கள் நெருக்கம் குறைந்ததாகவும் முஸ்லிம்கள் அதிகமாகவும் இருக்கும் தேசமாக உருவாகும்' என்பதால் அதற்கு அவர் சம்மதம் தெரிவித்திருந்தார்.

அதேநேரம் பாகிஸ்தான் என்ற தேசத்தின் உருவாக்கத்தை ஆதரிப்பவர்கள், இப்போதைய எல்லைகளுடனே பஞ்சாப், வங்காளம் ஆகிய பகுதிகள் பாகிஸ்தானில் இடம்பெறும் என்பதைப் புரிந்துகொள்ளவில்லை. இப்போதைய எல்லைகளே இருக்கவேண்டும் என்று சொன்னால், பாகிஸ்தான் உருவாக்கத்துக்குத் திறந்த மனதுடன் இருக்கும் ஹிந்துக்களைக்கூட அது எதிர்க்கத் தூண்டிவிடும் என்பதை அவர்கள் புரிந்து கொள்ளவேண்டும். இஸ்லாமிய மத நம்பிக்கை, கலாசாரம் ஆகியவற்றைக் காத்துக்கொள்ளவும் வளர்த்தெடுக்கவும் என்றே தனியாக உருவாக்கப்படும் ஒரு தேசத்துக்குள் ஹிந்துக்கள் இருக்கும் பகுதிகளையும் சேர்க்க ஹிந்துக்கள் சம்மதிக்கவேண்டும் என்று எதிர்பார்க்கவே முடியாது. அவர்கள் நிச்சயம் அதை எதிர்ப்பார்கள்.

ஹிந்துக்களுக்கு இது புரிய அதிக காலம் எடுக்கும் என்றெல்லாம் முஸ்லிம்கள் நினைக்கவேண்டாம். இப்போதைய எல்லை களுடனே பாகிஸ்தான் உருவாகவேண்டும் என்று அவர்கள் விரும்பினால், மத தேசிய பூமி அல்லது மத வழி தேசியம் என்ற ஒன்றை உருவாக்குவதோடு வேறு மோசமான உள் நோக்கமும் அவர்களுக்கு இருக்கிறது என்ற குற்றச்சாட்டுக்கு ஆளாவார்கள். முஸ்லிம் பிராந்தியங்களில் இருக்கும் ஹிந்து சிறுபான்மையினரை பிணைக்கைதிகளாக வைத்துக்கொள்ளும் உள்நோக்கம் அவர்களுக்கு இருக்கும் என்ற விமர்சனத்துக்கு ஆளாவார்கள்.

பாகிஸ்தான் என்ற தேசம் உருவாக்கப்படவேண்டுமென்றால், எல்லைகள் மறு சீரமைப்பு செய்யப்படவேண்டும் என்பதை முஸ்லிம்கள் கவனத்தில் கொண்டாகவேண்டும்.

இப்போது பஞ்சாப், வங்காளம் பகுதிகளில் இருக்கும் ஹிந்துக்கள் பற்றிப் பார்ப்போம். உயர் ஜாதி ஹிந்துக்கள் என்ன சொல்கிறார்கள் என்று பார்த்தாலே போதும். ஏனென்றால் ஹிந்து நலன் சார்ந்து மொத்த ஹிந்துக்களையும் வழிநடத்துவது அவர்களே. ஹிந்துக்களின் கருத்து என்பது அவர்களுடைய கருத்துகளே. ஆனால், துரதிஷ்டவசமாக உயர் ஜாதி ஹிந்துக்கள் நல்ல தலைவர்களாக இல்லை. அவர்களுடைய வழிகாட்டுதல் பெரும்பாலும் ஹிந்துக்களுக்கு தீமையையே தந்து வந்திருக்கின்றன. மற்றவர்களுடன் நன்மைகளைப் பகிர்ந்து கொள்வது தொடர்பாக உள்ளார்ந்து இருக்கும் தயக்கம் மற்றும் விருப்பமின்மையே இதற்குக் காரணம்.

கல்வி, செல்வம் ஆகியவற்றை ஏகபோகமாக அவர்களே அனுபவித்துவருகிறார்கள். இதன் மூலம் ஆதிக்கத்தை அவர்கள் கைப்பற்றியிருக்கிறார்கள். இந்த ஆதிக்கத்தைத் தக்கவைத்துக் கொள்வதே அவர்களுடைய ஒரே இலக்கு. வர்க்கரீதியிலான சுய நல ஆதிக்க மனோபாவம் கொண்ட அவர்கள் தாழ்ந்த வர்க்கத்து ஹிந்துக்களை செல்வம், கல்வி, அதிகாரம் ஆகியவற்றில் இருந்து விலக்கியே வைத்திருக்கிறார்கள். புனித நூல்கள் மூலமாகவே இதை அவர்கள் சாத்தியப்படுத்தியும் வந்திருக்கிறார்கள். மேல் ஜாதியினருக்கு சேவகம் செய்வதே தமது ஒரே கடமை என்று தாழ்ந்த ஜாதியினரின் மனதில் நிலைநிறுத்திவந்திருக்கிறார்கள்.

தாழ்ந்த ஜாதியினரை விலக்கிவைத்து தனது ஏகபோக ஆதிக்கத்தைத் தக்கவைத்துக்கொள்வதில் நீண்ட காலமாக நினைத்துப் பார்க்கமுடியாத அளவுக்கு வெற்றி பெற்று வந்திருக்கிறார்கள். மிக சமீபகாலமாகத்தான் மதராஸ், பம்பாய், மத்திய பிராந்தியங்களில் பிராமணரல்லாதவர்கள் கட்சிகள் தொடங்கி இந்த மேலாதிக்கத்தை எதிர்க்க ஆரம்பித்திருக்கிறார்கள். இதுவரையிலும் மேல் ஜாதி ஹிந்துக்கள் தமது மேலதிக்கத்தை வெற்றிகரமாகப் பாதுகாத்து வந்திருக்கிறார்கள்.

செல்வம், கல்வி, அதிகாரம் ஆகியவற்றைத் தமக்கே உரியதாகத் தக்கவைத்துக்கொண்டு தாழ்ந்த வர்க்கத்து ஹிந்துக்களுடன் பகிர்ந்துகொள்ள விரும்பாமல் இருந்த அதே மனநிலையுடனே முஸ்லிம்களிடமிருந்தும் விலகி நிற்கவே விரும்புகிறார்கள். தாழ்ந்த வர்க்கத்து ஹிந்துக்களைப்போலவே முஸ்லிம்களையும் அதிகாரம், செல்வாக்கு ஆகியவற்றில் இருந்து விலக்க விரும்பு கிறார்கள். ஹிந்துக்களுடைய அரசியலைப் புரிந்துகொள்ள வேண்டுமென்றால், அவர்களுடைய இந்த மனநிலையைப் புரிந்துகொண்டாகவேண்டும்.

இரண்டு முக்கியமான நிகழ்வுகள் ஹிந்துக்களின் இந்த மனநிலையை நன்கு எடுத்துக்காட்டுகின்றன. 1929-ல் ஹிந்துக்கள் பம்பாய் பிரஸிடென்ஸியில் இருந்து சிந்து பிராந்தியம் பிரிக்கப்படுவதை மிகக் கடுமையாக எதிர்த்தனர். ஆனால், இதே ஹிந்துக்கள் 1915-ல் பம்பாயிலிருந்து சிந்து பகுதியைப் பிரிக்கவேண்டும் என்று கோரிக்கை விடுத்திருந்தனர். இரண்டு நேரங்களிலும் அதற்கான காரணம் ஒன்றே. 1915-ல் சிந்து பிராந்தியத்தில் மக்கள் பிரதிநிதித்துவ அரசு எதுவும் இருந்திருக்க வில்லை. ஏதாவது இருப்பதாக இருந்தால் அது முஸ்லிம்

அமைச்சரவையாகவே இருந்திருக்கும். முஸ்லிம் அரசவை அங்கு இல்லையென்றால், அரசுப் பணிகளில் அதிக இடங்களைப் பெற முடியும் என்பதால் பிரிந்து செல்லவேண்டும் என்று கோரிக்கை விடுத்தார்கள்.

1929-ல் சிந்து பகுதியைப் பிரிக்கக்கூடாதென்று சொன்னார்கள். ஏனென்றால், அப்படிப் பிரிக்கப்பட்டால் அது முஸ்லிம் ஆளுகையின் கீழ் இருக்கும். முஸ்லிம்களுக்கு அதிக இடம் கிடைக்கும்வகையில் ஹிந்துக்களை அங்கிருந்து அப்புறப்படுத்தும் என்பதால் இப்போது எதிர்த்தார்கள்.

வங்காளத்தைப் பிரிப்பதற்கு வங்காள ஹிந்துக்கள் எதிர்ப்புத் தெரிவித்ததென்பதும் உயர் ஜாதி ஹிந்துக்களின் மனநிலையை எடுத்துக்காட்டவே செய்கின்றன. முழு வங்காளம், பிஹார், ஒரிஸ்ஸா, அஸ்ஸாம், ஏன் யுனைட்டட் பிராந்தியமுமேகூட வங்காள ஹிந்துவின் அனுபவ பாத்தியதைக்குட்பட்டதாக இருந்தன. இந்தப் பிராந்தியத்தின் அனைத்து அரசுப்பணிகளிலும் அவர்களே நிறைந்திருந்தனர். வங்காளத்தைப் பிரிப்பதென்பது மேல் ஜாதி ஹிந்துக்களின் வளங்களைக் குறைப்பதற்கு இணையானது. வங்காள பிராந்தியத்தின் குடிமை ஆட்சிப் பணிகளில் அதுவரை நியமனம் பெற்றிராத முஸ்லிம்களுக்கு இடம் கொடுத்துவிட்டு வங்காள ஹிந்து அங்கிருந்து வெளியேற வேண்டியிருக்கும்.

கிழக்கு வங்காளத்தில் முஸ்லிம்கள் தமது இடத்தைப் பிடித்துவிடக்கூடாது என்பதுதான் கிழக்கு வங்காள ஹிந்துக்கள் வங்காளப் பிரிவினையை எதிர்ப்பதற்கான முக்கியமான காரணம். பிரிவினைக்கு எதிர்ப்பு தெரிவிப்பதன் மூலமும் ஸ்வராஜ்யமும் கோருவதன் மூலமும் கிழக்கு மற்றும் மேற்கு வங்காளத்தின் ஆட்சியாளர்களாக முஸ்லிம்களையே ஆக்கப்போகிறோம் என்பதை அவர்கள் கனவிலும் நினைத்துப் பார்த்திருக்கவில்லை.

உயர் ஜாதி ஹிந்துக்கள் தமது பரம்பரைப் புத்தியினால் பீடிக்கப்பட்டவர்களாக இருப்பார்கள் என்பதால், பாகிஸ்தான் உருவாவதால் தமது சுய நலனுக்குத் தீங்கு விளையும் என்ற ஒற்றைக் காரணத்துக்காகவே எதிர்க்கக்கூடும் என்று ஒருவர் நினைப்பதில் எந்தத் தவறும் இல்லை. பாகிஸ்தான் உருவாவதை எதிர்த்துப் பலரும் பல காரணங்கள் சொல்லக்கூடும். உயர் ஜாதி ஹிந்துக்கள் தமது சுய நலம் சார்ந்து ஒரு காரணத்தைச் சொன்னால் அதில் ஆச்சரியப்பட எதுவும் இல்லைதானே.

பஞ்சாப் மற்றும் வங்காளத்தைச் சேர்ந்த ஹிந்துக்களுக்கு இரண்டு வழிகள் முன்னால் இருக்கின்றன. அதை அவர்கள் துணிச்சலுடன் நேர்மையாக எதிர்கொள்ளவேண்டும். பஞ்சாபில் இருக்கும் முஸ்லிம்களின் எண்ணிக்கை 1,33,32,460 (54%). ஹிந்துக்கள், சீக்கியர்கள், மற்றவர்களின் என்னிக்கை 1,13,92,732 (46%). அதாவது பஞ்சாபில் இருக்கும் முஸ்லிம் பெரும்பான்மை என்பது வெறும் 8% அதிக பெரும்பான்மை மட்டுமே. எனவே 54% முஸ்லிம்களே 46% ஹிந்துக்களை ஆண்டுகொள்ளட்டும் என்று விட்டுவிடலாம். அல்லது எல்லைகளை மறுவரை செய்து ஹிந்துக்களும் முஸ்லிம்களும் வெவ்வேறு தேசங்களில் வசிக்கும்படிச் செய்து முஸ்லிம் ஆட்சியின் பயங்கரங்களில் இருந்து ஹிந்துக்களைக் காப்பாற்றலாம்.

வங்காளத்தில் வாழும் முஸ்லிம்களின் எண்ணிக்கை 2,74, 97, 624 (56%). ஹிந்துக்களின் எண்ணிக்கை 2,15,70,407 (44%). வித்தியாசம் வெறும் 59,27,217 மட்டுமே. அதாவது வங்காளத்தில் முஸ்லிம் பெரும்பான்மை என்பது ஹிந்துக்களைவிட 12% மட்டுமே அதிகம். எல்லைகளை மாற்றியமைத்து கிழக்கு வங்காளம் மற்றும் சில்ஹெட் பகுதிகளை உள்ளடக்கியதாக முஸ்லிம் தேசிய அரசை உருவாக்குவதற்கு எதிர்ப்பு தெரிவித்து 44% ஹிந்துக்களை 56% முஸ்லிம்களைக்கொண்டு ஆளும்படிச் சொல்லலாம். அல்லது எல்லைகளை மறுவரையறை செய்து இரு மதத்தினரையும் தனித்தனி தேசத்தில் வாழும்படிச் செய்து 44% ஹிந்துக்களை முஸ்லிம் ஆட்சியின் கொடூரங்களில் இருந்து மீட்கலாம்.

இந்த இரண்டு வழிகளில் எது சிறந்தது என்று பஞ்சாப் மற்றும் வங்காளத்தில் வசிக்கும் ஹிந்துக்கள் யோசித்து முடிவெடுக்கட்டும். பாகிஸ்தான் உருவாவதால் தம்முடைய ஆதாயமான, செல்வாக்கு மிகுந்த வேலைகளை இழக்க நேரிடும் என்று நினைத்து உயர் ஜாதி ஹிந்துக்கள் அதற்கு எதிர்ப்பு தெரிவித்தால் அவர்கள் மிக மிக மோசமான தவறைச் செய்கிறார்கள் என்பதை அவர்களுக்குச் சொல்லியாகவேண்டிய நேரம் வந்துவிட்டது. இடத்தின் மீதும் பதவிகள் மீதும் முழு அதிகாரத்தைத் தொடர்ந்து தக்கவைக்கும் காலம் முடிவுக்கு வந்துவிட்டது என்பதை அவர்களுக்குச் சொல்லியாகவேண்டும்.

தேசியவாதம் பேசி தாழ்ந்த ஜாதி ஹிந்துக்களை ஏமாற்ற அவர்களால் முடியும். ஆனால், முஸ்லிம் பெரும்பான்மையாக இருக்கும் பகுதிகளில் வசிக்கும் முஸ்லிம்களை அப்படி ஏமாற்றி அதிகாரத்தையும் செல்வாக்கையும் தக்கவைக்க அவர்களால்

நிச்சயம் முடியாது. ஸ்வராஜ்யம் தேவையில்லை; முஸ்லிம்களின் ஆளுகைக்குள் வாழத் தயார் என்று சொல்லி பாகிஸ்தான் உருவாக்கக்கூடாது என்று அவர்கள் சொல்வார்களென்றால், அது அதி சாகசமான செயலாகவே இருக்கும். முஸல்மான்களை ஏமாற்றித் தமது மேலாதிக்கத்தைத் தக்கவைத்துக்கொள்ளமுடியும் என்று அவர்கள் நினைப்பார்களென்றால் அது புத்திசாலித்தனமான எண்ணமாக இருக்கமுடியாது. 'எல்லாரையும் எல்லாக் காலங்களிலும் ஏமாற்ற முடியாது' என்று ஆப்ரஹாம் லிங்கன் சொன்னது நினைவுக்கு வருகிறது.

முஸ்லிம் பெரும்பான்மையின் கீழே வாழ ஹிந்துக்கள் தீர்மானித்தால் அவர்கள் தம் வசம் இருக்கும் அனைத்தையும் இழக்க நேரிடும். மாறாக, வங்காளத்திலும் பஞ்சாபிலும் வாழும் ஹிந்துக்கள் பிரிவினைக்கு ஒப்புக்கொண்டால் அவர்களுக்குக் கூடுதலாக நன்மைகள் எதுவும் கிடைக்காது என்பது உண்மைதான். ஆனால், அவர்கள் அனைத்தையும் இழக்க வேண்டிய நிலை நிச்சயம் வராது.

பாகம் 3

பாகிஸ்தான் உருவாகாவிட்டால் என்ன நடக்கும்?

பாகிஸ்தான் உருவாவது தொடர்பாக முஸ்லிம்களுக்கு சாதகமான அம்சங்கள் என்ன... ஹிந்துக்களின் வாதங்கள் என்ன என்பது பற்றியெல்லாம் பார்த்துவிட்டோம். இப்போது பாகிஸ்தான் என்ற தேசம் உருவாகாமல் வேறு வழி ஏதேனும் உண்டா? அப்படி ஏதேனும் உண்டென்றால் அதைப் பார்ப்போம்.

பாகிஸ்தான் தேவையா என்பது பற்றிச் சிந்திக்கும் ஒருவர் அதற்கு மாற்று என்ன உண்டு என்பதையும் நிச்சயம் பரிசீலிக்கத்தான்வேண்டும். ஒன்று பாகிஸ்தானுக்கு மாற்றாக எதுவுமே இல்லை; அல்லது பாகிஸ்தானுக்கு மாற்றாக ஒரு வழி உண்டு. ஆனால், அது பாகிஸ்தான் உருவாவதைவிட படு மோசமான விளைவுகளையே ஏற்படுத்துவதாக இருக்கும். மூன்றாவதாக வேறொன்றையும் கவனத்தில் கொண்டாக வேண்டும். சம்பந்தப்பட்ட தரப்பினருக்கு பாகிஸ்தான் உருவாவதும் சம்மதமில்லை; அதன் மாற்றான வழியும் சம்மதமில்லை என்றால் என்ன செய்ய என்பதையும் ஒருவர் கருத்தில் கொள்ளவேண்டும். இது தொடர்பான கருத்துகளைக் கீழ்க்கண்ட மூன்று தலைப்புகளில் பார்க்கலாம்.

1. பாகிஸ்தானுக்கு மாற்று - ஹிந்துக்களின் பார்வையில்
2. பாகிஸ்தானுக்கு மாற்று - முஸ்லிம்களின் பார்வையில்
3. அயல் நாடுகளில் இருந்து கற்றுக்கொள்ள வேண்டிய பாடங்கள்.

அத்தியாயம் 7

ஹிந்துக்களின் பார்வையில் பாகிஸ்தானுக்கு மாற்று

1

பாகிஸ்தானுக்கு ஹிந்துக்கள் தரப்பில் முன்வைக்க முடிந்த மாற்று என்ன என்று யோசிக்கும்போது மறைந்த லாலா ஹர தயால் (ஃச்டூச் ஏச்ஞூ ஞீடதூச்டூ) 1925-ல் முன்வைத்த திட்டம் நினைவுக்கு வருகிறது. லாகூரில் இருந்து வெளியாகும் 'வீர் ப்ரதாப்' செய்தித்தாளில் ஒரு அறிக்கையாக அது வெளியாகியிருந்தது. அவர் அதில் சொன்னது:

> ஹிந்துஸ்தான் மற்றும் பஞ்சாபில் வாழும் ஹிந்து இனத்தின் எதிர்காலமானது, நான்கு தூண்களால் தாங்கிப் பிடிக்கப் பட்டிருக்கிறது. 1. ஹிந்து சங்கடன் 2. ஹிந்து ராஜ் 3. முஸ்லிம்கள் தாய் மதம் திரும்புதல் 4. ஆஃப்கானிஸ்தான் மற்றும் எல்லைப் பகுதிகளை வென்று அங்கிருப்பவர்களை தாய் மதம் திரும்பச் செய்தல். இந்த நான்கையும் செய்து முடிக்கா விட்டால் நமது குழந்தைகள், பேரக்குழந்தைகள், அவர்களின் குழந்தைகள் என நம் வம்சாவளியே பெரும் அபாயத்தில் சிக்கிக் கொள்ளும். ஹிந்துக்களைக் காப்பது முடியாத விஷயமாகி விடும்.
>
> ஹிந்துக்களுக்கு ஒரே ஒரு வரலாறுதான் இருக்கிறது. அதன் சமூக அமைப்புகள் எல்லாம் ஒருங்கிணைந்தவை. முஸ்லிம்களும் கிறிஸ்தவர்களும் ஹிந்து மதிப்பீடுகளில் இருந்து வெகுவாக விலகியவர்கள். அவர்களுடைய மதங்கள்

மிகவும் அந்நியமானவை. அவர்கள் பாரசீக, அராபிய, ஐரோப்பிய சமூக அமைப்புகளை விரும்பக்கூடியவர்கள். கண்ணில் விழுந்த துரும்பை எப்படி உடனடியாக அகற்றி விடுகிறோமோ அதுபோல் அந்த மதங்களை அப்புறப்படுத்தி விட்டு அவர்களை சுத்தி சடங்குக்கு உட்படுத்தி தாய்மதம் திரும்பச் செய்யவேண்டும். ஆஃப்கானிஸ்தானும் மலைப் பாங்கான எல்லைப் பகுதிகளும் முன்பு இந்தியாவின் அங்கமாக இருந்தவையே. ஆனால், இப்போது அவை இஸ்லாமியர்களின் ஆக்கிரமிப்பில் இருக்கின்றன.

நேபாளத்திலும் ஹிந்து சமயமே இருப்பதுபோல் ஆஃப்கானிஸ்தான் மற்றும் எல்லைப் பகுதிகளிலும் ஹிந்து மதமே இருக்கவேண்டும். அப்படி ஆகவில்லையென்றால் ஸ்வராஜ்யம் பெறுவதில் அர்த்தமே இல்லை. ஏனென்றால் மலைப் பகுதி பழங்குடிகள் எல்லாரும் போர்க்குணமும் ஆவேசமும் கொண்டவர்கள். அவர்கள் நமது எதிரிகளாகி விட்டால் நாதிர்ஷா, ஜமன்ஷாவின் காலம் மீண்டும் திரும்பும்.

இப்போதைக்கு பிரிட்டிஷ் அதிகாரிகள் அந்த எல்லைப் பகுதிகளைக் கட்டுக்குள் வைத்திருக்கிறார்கள். ஆனால் எப்போதுமே இப்படியே இருந்துவிடமுடியாது. ஹிந்துக்கள் தம்மைக் காத்துக்கொள்ளவேண்டுமென்றால் ஆஃப்கானிஸ் தானையும் எல்லைப் பகுதிகளையும் வென்று அங்கிருப்பவர்கள் அனைவரையும் தாய்மதம் திரும்பச் செய்யவேண்டும்.

லாலா ஹர தயால் பாகிஸ்தான் உருவாக்கத்துக்கு மாற்றாக முன்வைத்திருக்கும் இந்தத் திட்டத்துக்கு எத்தனை ஹிந்துக்கள் ஆதரவு தருவார்கள் என்று எனக்குத் தெரியவில்லை.

முதலாவதாக, ஹிந்து மதம் மத மாற்றத்தில் நம்பிக்கைகொண்ட மதம் அல்ல; காங்கிரஸ் தலைவராக இருந்தபோது மௌலான முஹமது அலி சொன்ன விஷயம் மிகவும் சரியானதுதான்.

ஹிந்து மதத்துக்கு எதிராக நெடுங்காலமாக ஒரு புகாரைச் சொல்லி வந்திருக்கிறேன். 1907-ல் அலஹாபாதில் நடந்த கூட்டத்தில் ஒருமுறை நான் முஸ்லிம்களுக்கும் ஹிந்துக் களுக்கும் இடையில் இருக்கும் வித்தியாசம் பற்றிச் சொன்னேன்: முஸ்லிம்கள் ஒரு மோசமான உணவைத் தயாரித்தார்கள். அது அரசர்களுக்கு உகந்த உணவு என்று சொன்னார்கள். அனைவருடனும் பகிர்ந்துகொள்ள விரும்பினார்கள். வேண்டாம் என்று சொன்னவர்களின்

வாயிலும் அதைத் திணித்தார்கள். மாறாக, ஹிந்து சகோதரரோ தான் தயாரித்த உணவை மிகவும் சிறந்ததாகச் சொல்லிக் கொண்டார். தனியாக ரகசியமான ஒரு இடத்துக்குச் சென்று தான் சமைத்த உணவைத் தானே முழுங்கினார். தனது சகோதரனின் நிழல்கூட அந்த உணவின் மீது விழவிடாமல் தடுத்தார். அல்லது உணவில் ஒரு துளிகூட அவருக்குத் தராமல் தானே உண்டார். இது நான் ஏதோ வேடிக்கையாகப் பேசுவதாக நினைக்கவேண்டாம். மகாத்மா காந்தியிடம் நான் அவருடைய மதத்தின் இந்த அம்சம் பற்றி விளக்கிச் சொல்லும்படிக் கேட்டேன்.

காந்தி என்ன பதில் சொன்னார் என்பதை திரு முஹமது அலி சொல்லவில்லை. விஷயம் என்னவென்றால் ஹிந்துக்கள் எந்த அளவுக்கு விரும்பினாலும் இஸ்லாம், கிறிஸ்தவம்போல மத மாற்ற வேலைகளில் ஹிந்து மதத்தால் ஈடுபடவே முடியாது. ஹிந்து மதம் மத மாற்றத்தில் ஈடுபட்டதே இல்லை என்று இதற்கு அர்த்தமில்லை. மாறாக, ஒரு காலத்தில் அது மத மாற்றத்தில் ஈடுபடத்தான் செய்தது. அப்படிச் செய்திருக்கவில்லையென்றால், இந்தியத் துணைக்கண்டம் போன்ற மிகப் பரந்துவிரிந்த நிலத்தில் அது பரவியிருக்க முடியாது. ஹிந்து சமூகம் ஜாதி அமைப்பை உருவாக்கிக் கொண்டதும் மதம் மாற்றுவதை நிறுத்திக்கொள்ள வேண்டிவந்துவிட்டது. ஏனென்றால் ஜாதி அமைப்பானது மத மாற்றத்துக்கு உகந்தது அல்ல.

ஹிந்து மதம், மதமாற்ற மதமாக இருந்ததா; ஆமென்றால் எதனால் அதைக் கைவிட்டது என்பது பற்றி 1926-ல் தெலுகு சமாச்சார் ஆண்டு இதழில் காஸ்ட் அண்ட் கன்வெஷன் என்ற கட்டுரையில் விரிவாகப் பேசியிருக்கிறேன்.

ஒரு புதிய நபரைத் தனது மதத்துக்குள் இணைத்துக்கொள்ள வேண்டுமென்றால், அந்த சமூகம் தனது மதத்தை அவருக்குக் கொடுத்தால் மட்டும் போதாது. மதம் மாறி வருபவரைத் தனது சமூக வாழ்க்கைக்குள் அனுமதிக்கவேண்டும். அவரை உள் வாங்கி தமக்குள் முழுமையாக இணைத்துக்கொள்ளவேண்டும். மத மாற்றத்துக்குத் தேவையான இந்த முன் நிபந்தனையை ஹிந்து சமூகத்தினால் பூர்த்திசெய்ய முடியாது. அந்நியர் ஒருவரை ஹிந்து மதத்துக்கு மாற்ற விரும்பும் ஹிந்துவை யாரும் தடுக்கப்போவதில்லை. ஆனால், அந்தப் புதிய நபரை எந்த ஜாதிக்குள் சேர்க்கவேண்டும் என்ற கேள்விக்கு அவரிடம் பதில் இருக்காது.

ஹிந்துக்களைப் பொறுத்தவரையில் ஒருவர் ஒரு ஜாதியைச் சேர்ந்தவராக வேண்டுமென்றால் அவர் அதில் பிறந்திருக்க வேண்டும். வேறோரு மதத்தில் இருந்து மாற்றப்படும் ஒருவரை ஒரு குறிப்பிட்ட ஜாதியில் பிறந்தவராகக் கருதவே முடியாது. அவர் எந்த ஜாதியையுமே சேர்ந்தவர் அல்ல. இது மிகவும் முக்கியமான பிரச்னை.

ஒரு மனிதர் அரசியல், மதம் தாண்டி அடிப்படையில் ஒரு சமூக உறுப்பினர்தான். அவருக்கு மதம் தேவைப்படாது. மதம் இல்லாமலும் இருக்க முடியும். அரசியல் தேவைப்படாது. அரசியல் இல்லாமலும் இருக்க முடியும். ஆனால், அவருக்கென்று ஒரு சமூகம் இருக்கவேண்டும். அது இல்லாமல் அவரால் எதுவும் செய்ய முடியாது. மாற்றப்படுபவருக்கு ஒரு சமூகம் இல்லாமல் போகும்போது அவரை எப்படி மாற்ற முடியும். சுதந்தரமானதும் தன்னுயிர்ப்பு கொண்டதுமான ஜாதிகளாக ஹிந்து சமூகம் சிதறுண்டு கிடக்கும் வரையில் ஹிந்து மதமானது மத மாற்றத்தில் ஈடுபடவே முடியாது. எனவே ஆஃப்கானியர்கள், எல்லையோரப் பழங்குடிகள் ஆகியோரை ஹிந்து மதத்துக்கு மாற்றுவது வெறும் கனவு மட்டுமே.

இரண்டாவதாக, லாலா ஹர தயால் சொல்லும்படியாகச் செய்ய நிறைய நிதி ஆதாரம் தேவை. அதைத் திரட்டுவது மிகவும் கடினம். ஆஃப்கானியர்கள், எல்லையோரப்பழங்குடியினர் ஆகியோரை ஹிந்து மதத்துக்கு மாற்றவேண்டுமென்றால் அதற்கான நிதியை யார் தருவார்கள்? நீண்ட நெடுங்காலமாகவே பிறரைத் தமது மதத்துக்கு மாற்றும் குணத்தைக் கைவிட்டுவிட்டதால் மதம் மாற்றுவதற்குத் தேவையான உத்வேகத்தை ஹிந்துக்கள் இழந்துவிட்டார்கள். போதிய உத்வேகம் இல்லையென்றால் அது நிதி சேகரிப்பு முயற்சிகளையும் முடக்கவே செய்யும்.

அதுமட்டுமல்லாமல், ஹிந்து சமூகமானது சதுர் வர்ண அமைப்பை அடிப்படையாகக் கொண்டது. அதில் செல்வமானது மிகவும் சமமற்ற முறையிலேயே பகிர்ந்து தரப்பட்டிருக்கிறது. ஹிந்துக்களில் பனியா பிரிவினரிடம் மட்டுமே செல்வம், சொத்துக்கள் எல்லாம் குவிந்திருக்கின்றன. ஆக்கிரமிப் பாளர்களால் உருவாக்கப்பட்ட மற்றும் உள்ளூர் கலகக்காரர்களான நில உடமையாளர்களும் இருக்கிறார்கள். ஆனால், அவர்கள் பனியாக்கள் அளவுக்கு இல்லை. பனியாக்கள் மட்டுமே செல்வ வளங்களுடன் நெருங்கிய தொடர்பு கொண்டவர். அவருடைய செயல்பாடுகள் எல்லாம் சுய நலன் மிகுந்ததாகவே இருக்கும்.

செல்வத்தைச் சம்பாதித்து, சேமித்து தனது வாரிசுகளுக்குக் கொடுப்பதைத் தவிர அவருக்கு வேறு எதுவும் தெரியாது.

மதத்தைப் பரப்புவது, கலாசாரத்தை வளர்த்தெடுப்பது போன்ற வற்றிலெல்லாம் அவருக்கு ஈடுபாடே கிடையாது. நாகரிகமாக வாழ்வதற்குக்கூடச் செலவு செய்ய மனமின்றி படு சிக்கனமாகவே நடந்துகொள்வார். கால காலமாக இப்படியாகத்தான் வாழ்ந்து வருகிறார்கள். அவருடைய செலவினங்களில் இடம் பிடிக்கும் வேறொரு துறை என்று பார்த்தால் அது அரசியல்தான். இதுவுமேகூட திரு காந்தி அரசியல் தலைவராக ஆனதைத் தொடர்ந்துதான் ஆரம்பித்திருக்கிறது. காந்தியின் அரசியலுக்கு உதவுவதுதான் பனியாக்களின் புதிய தொழிலாக இருக்கிறது.

இங்குமேகூட அரசியல் மீதான ஆர்வத்தினால் அவர்கள் இதைச் செய்யவில்லை. பொது சேவைகள் மூலம் சுய நலன்களைப் பாது காத்துக்கொள்வதுதான் முக்கியமான நோக்கம். அப்படியிருக்க ஆஃப்கானியர்களையும் எல்லையோர பழங்குடிகளையும் மதம் மாற்றும் வீண் வேலைக்கு பனியாக்கள் பணம் செலவிடுவார்கள் என்று எப்படி எதிர்பார்க்கமுடியும்?

மூன்றாவதாக, மதம் மாற்றுவதற்குத் தோதாக ஆஃப்கானிஸ் தானில் என்ன இருக்கிறது? லாலா ஹர தயால், துருக்கியில் குர்ஆன் தவறான நூல். காலத்துக்கு ஒவ்வாதது என்று சொல்ல முடிவதைப்போல் ஆஃப்கானிஸ்தானிலும் சொல்ல முடியும் என்று வெகுளியாக நினைக்கிறார் போலிருக்கிறது. லாலா ஹர தயால் தனது திட்டத்தை வெளியிட்டதற்கு ஒரு வருடத்துக்கு முன்பாக அதாவது 1924-ல் தன்னை இறைத்தூதராகச் சொல்லிக் கொண்ட க்வாதியானைச் சேர்ந்த மிர்ஸா குலாம் அஹமதுவின் சீடரான நியமத்துல்லா என்பவர் காபூலில் கல்லெறிந்து கொல்லப்பட்டார். ஆஃப்கானிஸ்தானின் அதி உயர்ந்த மத பீடமானது அந்த தண்டனையை விதித்திருந்தது.

கிலாஃபத் செய்தித்தாளில் வெளியான செய்தியின்படி, இந்த நியமத்துல்லா இஸ்லாமுக்கும் ஷரியத்துக்கும் முரணான விஷயங்களைப் பிரசாரம் செய்தாராம். முதல் ஷரியத் நீதிமன்றம், மத்திய அப்பலேட் நீதிமன்றம், நீதித்துறையின் உலெமா இறுதி அப்பலேட் கமிட்டி ஆகியவற்றின் மூலம் மரண தண்டனை விதிக்கப்பட்டு கல்லெறிந்து கொல்லப்பட்டிருக்கிறார்.

இப்படியான சூழல் நிலவும் இடத்தில் இப்படியான திட்டமானது நினைத்துப் பார்க்கவே முடியாதது. நடைமுறைப்படுத்த

முயன்றால் பேரழிவே ஏற்படும். பஞ்சாபில் வசிக்கும் சில தீவிர ஆரிய சமாஜ்வாதிகள் வேண்டுமென்றால் இந்த விசித்திரமான, அதி சாகசமான திட்டத்துக்கு ஆதரவு தெரிவிக்கக்கூடும். குறைந்தபட்ச பொது அறிவு உள்ள யாரும் இதற்கு சம்மதம் தெரிவிக்கவே மாட்டார்கள்.

2

ஹிந்து மஹா சபை என்ன தீர்மானம் எடுத்தது என்பது அதன் தலைவர் வி.டி.சாவர்க்கர் அந்த சபைக்கூட்டங்களில் ஆற்றிய உரைகளில் இருந்து தெரியவருகின்றது. 'பாகிஸ்தான் உருவாக்கத்துக்கு ஹிந்து மஹா சபை எதிராக இருக்கிறது. அதை எப்பாடுபட்டாவது தடுத்தாகவேண்டும்' என்று அது கருதுகிறது. எப்படித் தடுப்பார்கள் என்பது பற்றி எதுவும் தெரியவில்லை. எதிர்ப்பு, தடுப்பு, அழுத்தம் ஆகியவற்றின் மூலம் தடுக்கமுடியும் என்று நம்புவதாக இருந்தால், அது எதிர்மறையான விளைவுகளையே ஏற்படுத்தும். ஹிந்து மஹாசபையும், திரு சாவர்க்கருக்கும் மட்டுமே இது எந்த அளவு வெற்றி பெறும் என்பது தெரிந்திருக்கும்.

இந்தியாவில் இருக்கும் முஸ்லிம்கள் முன்வைத்திருக்கும் கோரிக்கைகளுக்கு எதிரான மனநிலை மட்டுமே கொண்டிருப்பதாக திரு சாவர்க்கரைக் குற்றம்சாட்டுவதும் சரியாக இருக்காது. அவர் இது தொடர்பாகத் தனது நேர்மறையான திட்டங்களையும் முன்வைத்திருக்கிறார்.

அவர் முன்வைத்திருக்கும் நேர்மறையான திட்டங்களைப் புரிந்துகொள்ளவேண்டுமென்றால் அவருடைய அடிப்படைக் கோட்பாடுகளை ஒருவர் முதலில் புரிந்துகொள்ளவேண்டும். ஹிந்துயிஸம், ஹிந்துத்துவா, ஹிந்து பூமி (Hindudom) ஆகிய வார்த்தைகளை ஒருவர் சரியாகப் புரிந்துகொள்ளவேண்டும் என்பதற்கு அவர் மிகுந்த அழுத்தம் தந்திருக்கிறார்.

> ஹிந்து எழுச்சி தொடர்பான கோட்பாட்டைப் புரிந்துகொள்ள வேண்டுமென்றால் மூன்று வார்த்தைகளின் அர்த்தத்தை ஒருவர் புரிந்துகொள்ளவேண்டும். ஹிந்து என்ற வார்த்தையில் இருந்து ஹிந்துயிஸம் என்ற ஆங்கில வார்த்தை உருவாக்கப்பட்டிருக்கிறது. ஹிந்துக்கள் பின்பற்றும் மத கோட்பாடுகள் அல்லது மத அமைப்பை அது குறிக்கிறது. ஹிந்துத்துவா என்ற வார்த்தையைப் புரிந்துகொள்வது மிகவும் கடினமானது. அது ஹிந்துயிஸம் என்ற வார்த்தை குறிப்பதுபோல் மத

அம்சங்களோடு நின்றுவிடாமல் கலாசாரம், மொழி, அரசியல், சமூக அம்சங்களையும் சேர்த்தே குறிக்கிறது. அது கிட்டத்தட்ட ஹிந்து அரசியல் (அரசு) என்பதற்கு இணையானது. இதன் நேரடி அர்த்தம் ஹிந்துத்தன்மை என்பதுதான்.

மூன்றாவது வார்த்தை ஹிந்து பூமி. ஹிந்து மக்கள் அனைவரையும் ஒரே குடையின் கீழ் கொண்டுவரக்கூடிய வார்த்தை. முஸ்லிம் உலகம் என்று சொல்வதுபோல் ஹிந்து உலகம் என்பதைக் குறிக்கக்கூடியது (1939, டிச, கல்கத்தா ஹிந்து சபை மாநாட்டில் பேசியவை, பக் 14).

ஹிந்து மஹா சபை என்பது ஒரு மத அமைப்பு என்று சொல்வதை திரு சாவர்க்கர் மிகப் பெரிய தவறு என்கிறார். அது தொடர்பாக அவர் சொல்பவை:

ஆங்கிலக் கல்வி பெற்ற ஹிந்துக்களில் பலர் கிறிஸ்தவ மிஷனைப் போல் ஹிந்து மஹா சபை முழுக்கவும் ஒரு மத நிறுவனம் போன்றது என்று நினைத்து ஹிந்து மஹா சபையில் சேரத் தயங்குகிறார்கள். இதில் சிறிதும் உண்மையே இல்லை. ஆன்மிகம், ஓரிறைக் கொள்கை, பல தெய்வக் கொள்கை ஏன் நாத்திகம் போன்றவையெல்லாம் ஹிந்து மதத்தின் பல்வேறு தத்துவ தரிசன அமைப்புகளால் கவனித்துக்கொள்ளவேண்டிய விஷயங்களே. இது ஹிந்து தர்ம மஹா சபை அல்ல; ஹிந்து தேசிய மஹா சபை.

எந்தவொரு மத நம்பிக்கையுடனும் ஹிந்து மதத்தின் அங்கமான பிரிவுடனும் தன்னை இணைத்துக்கொள்ளவில்லை. ஹிந்துஸ்தானின் மதங்கள் அனைத்தையும் உள்ளடக்கியதும் அனைத்துவித ஹிந்து விரோத தாக்குதல்கள் ஆக்கிரமிப்புகள் ஆகியவற்றை எதிர்க்கக்கூடியதுமான தேசிய ஹிந்து சபை என்று இதைச் சொல்லலாம். தனிப்பட்ட மத அமைப்பைப்போல் அல்லாமல் இதனுடைய செயல்பாடுகள் பரந்து விரிந்தவை. சமூகம், பொருளதாரம், கலாசாரம் எல்லாவற்றுக்கும் மேலாக அரசியல் அம்சங்கள் என முழு ஹிந்து உலகின் தேசிய வாழ்க்கையோடு ஹிந்து மஹா சபை தன்னை அடையாளப் படுத்திக்கொள்கிறது.

ஹிந்து தேசத்தின் சுதந்தரம், வலிமை, பெருமிதம் ஆகியவற்றுக்குப் பங்களிக்கும் அனைத்து அம்சங்களையும் பாதுகாத்து வளர்த்தெடுக்க உறுதிபூணுகிறது. அதற்காக ஹிந்துஸ்தானத்தின் முழு அரசியல் சுதந்தரமான பூர்ண

ஸ்வராஜ்யத்தை சட்டபூர்வமான முறையான வகையில் அடையும் இலக்கில் உறுதியாக இருக்கிறது (1939, டிச, கல்கத்தா ஹிந்து சபை மாநாட்டில் பேசியவை, பக் 25).

முஸ்லிம் லீகுக்குப் போட்டியாக ஹிந்து மஹா சபை ஆரம்பிக்கப்பட்டது என்பதை திரு சாவர்க்கர் ஒப்புக்கொள்ள வில்லை. அதோடு பிரிட்டிஷார் முன்வைத்திருக்கும் மதவாரி பிரதிநிதித்துவ அறிக்கை மூலம் ஏற்படும் பிரச்னைகள் ஹிந்துக்கள் மற்றும் முஸ்லிம்களின் விருப்பங்களுக்கு ஏற்ப தீர்க்கப்பட்டு முடிவுக்கு வந்ததும் ஹிந்து மஹா சபையைக் கலைத்துவிடுவேன் என்றும் அவர் சொல்லவில்லை. இந்தியாவுக்கு சுதந்தரம் கிடைத்த பின்னரும் ஹிந்து மஹா சபை தொடர்ந்து இயங்கவேண்டும் என்று அவர் கூறுகிறார்:

> ஹிந்து மஹாசபையானதுமுஸ்லிம் லீகின் நடவடிக்கைகளை முடக்கவும் இப்போதைய காங்கிரஸ் தலைவர்களின் ஹிந்து விரோதச் செயல்பாடுகளைத் தடுக்கவும் மட்டுமே உருவாக்கப்பட்டிருப்பதாக மேலோட்டமாக விஷயங்களைப் பார்த்துவிட்டு விமர்சிக்கும் நபர்கள் சொல்கிறார்கள். அதோடு அவர்கள் சொல்லும் பிழையான காரணம் முடிவுக்கு வந்ததும் ஹிந்து மஹா சபையும் இயல்பாகவே கலைக்கப்பட்டுவிடும் என்றும் சொல்கிறார்கள். தற்காலிக கட்சி ஒன்றை எதிர்க்கவோ ஏதோ சில அதிருப்திகளுக்கு எதிராகவோ ஹிந்து மஹா சபை உருவாக்கப்பட்டிருக்கவில்லை.
>
> உயிரோட்டம் கொண்ட ஒவ்வொரு அமைப்பும் தனிப்பட்ட தானாலும் சமூக அளவிலானதாக இருந்தாலும் சூழ்நிலை பெரும் மாற்றத்துக்கு உள்ளானதும் தனது தற்காப்பு மற்றும் தாக்குதல் அங்கங்களைக் கழற்றிவிடுவதன் மூலம் புதிய சூழலுக்கு ஏற்பத் தன்னைத் தகவமைத்துக்கொள்வதுண்டு. ஹிந்து ராஜ்யமும் காங்கிரஸின் போலி தேசியவாதக் கொள்கைகளின் கழுத்தை நெரிக்கும் பிடியில் இருந்து விடுபட்டதும் நவீன யுகத்துக்கு ஏற்ப, மாறிய சூழலுக்கு ஏற்ப தனது இருப்பைத் தக்கவைத்துக்கொள்ள உருவாக்கிய அமைப்புதான் ஹிந்து மஹா சபை என்பது.
>
> தேசிய வாழ்க்கையின் அடிப்படைத் தேவையினால் அது முளைத்தெழுந்திருக்கிறதேயல்லாமல் ஏதோவொரு தற்காலிக நிகழ்வுக்கு எதிர்வினையாக அல்ல. அந்த சபையின் ஆக்க பூர்வமான இலக்குகளும் மதிப்பீடுகளும் இந்த தேசத்தின் உயிர்

வாழ்க்கையைப்போலவே நீடித்து இருக்கவேண்டியதாகவே அமைந்திருக்கின்றன. அன்றாட அரசியல் நிகழ்வுகள், ஹிந்து ராஜ்ய இலக்குடனான விசேஷ ஹிந்து அமைப்பு ஒன்று இருந்தாகவேண்டிய அவசியத்தை உருவாக்கியுள்ளன. எந்தவொரு குறுகிய நோக்கங்களாலும் அது கட்டிப்போடப் படாததாக, எந்தவொரு ஹிந்து விரோத அமைப்புக்குக் கட்டுப்படாததாக அது இருந்தாகவேண்டியிருக்கிறது.

ஹிந்து நலன்களைக் காப்பதே அதன் நோக்கமாக இருக்கவேண்டியிருக்கிறது. ஹிந்துக்களைக் குழப்பத்தில் இருந்து காப்பாற்றியாக வேண்டியிருக்கிறது. ஹிந்துஸ்தானின் இன்றைய அரசியல் அடிமை நிலையில் இருந்து மீள்வதற்காக மட்டுமல்ல; ஹிந்துக்களின் நலனைப் பிரதானமாகக்கொண்டு இயங்கும் தனியான ஹிந்து அமைப்பானது வரும் 200 ஆண்டுகளுக்காவது தொடர்ந்து இயங்கியாகவேண்டும். இப்போதைய ஹிந்து மஹா சபையைப் போல் அல்லது அதைப் போன்ற ஒரு அமைப்பானது ஹிந்து ராஜ்யத்தின் கோட்டை வாயில்களைக் காத்து நிற்கவேண்டும். ஹிந்துஸ்தான் முழுமையாக அல்லது ஒரு பகுதியாவது விடுதலை பெற்ற பின்னரும் ஒரு தேசிய நாடாளுமன்றம் அதன் அரசியல் தலையெழுத்தைத் தீர்மானிக்கும் நிலைக்கு வந்த பிறகும் இப்படியான ஒரு அமைப்பு செயல்பட்டாகவேண்டும்.

ஏனென்றால், உலக அரங்கில் ஏதேனும் மாபெரும் பேரழிவுச் செயல் நடந்து அரசியல் சூழல் முற்றாக மாற்றியமைக்கப் படாதவரையில், கூடிய விரைவிலேயே ஹிந்துக்கள் இங்கிலாந்தை வென்றெடுப்பது திண்ணமே. வெஸ்ட் மினிஸ்டர் சட்டத்தில் குறிப்பிட்டிருப்பதுபோல் இந்தியா சுய நிர்ணய அதிகாரம் பெற்ற தேசமாக விரைவில் மாறியே தீரும். அப்படியான சுயநிர்ணய அதிகாரம் பெறும் இந்தியாவில் தேசிய நாடாளுமன்றமானது ஹிந்துக்கள் மற்றும் முஸ்லிம்களின் இப்போதைய விகிதத்தையே பிரதிபலிப்பதாக இருக்கும். அல்லது இப்போது இருப்பதைவிட சற்றே மேம்பட்ட அல்லது சற்றே சிதைவுற்ற நிலையில்தான் இருந்தாகவேண்டும்.

இந்தியாவை முஸ்லிம் தேசமாக மாற்ற விரும்பும் முஸ்லிம்களின் ரகசிய வேட்கையானது எந்தவொரு யதார்த்தவாதிக்கும் தெரியாமல் இருக்காது. அப்படி ஒன்று நடந்தால், இந்தியாவுக்குள் மிகப் பெரிய உள் நாட்டுப் போர் வெடிக்கும். அல்லது வெளியில் இருந்து படையெடுத்துவரும்

முஸ்லிம் ஆக்கிரமிப்புப் படையுடன் போர் வெடிக்கும். இன்னும் நூறு ஆண்டுகளுக்கு முஸ்லிம் சிறுபான்மையினர் சட்டசபை இடங்களுக்காகவும் வேலைகளில் இடங்களுக் காகவும் அவர்களுடைய எண்ணிக்கைக்கும் அதிகமான பிரதிநிதித்துவம் கேட்டு பல வெறித்தனமான வன்முறைகளில் ஈடுபட வாய்ப்புகள் உண்டு. அதன் விளைவாக தேசத்தின் அமைதிக்கு நிரந்தர நெருக்கடி வந்த வண்ணம் இருக்கும்.

ஹிந்துஸ்தானுக்கு சுய நிர்ணய அதிகாரம் கிடைத்த பின்னர் இப்படியான ஒன்று நடக்காமல் இருக்கவேண்டுமென்றால், ஹிந்துக்களுக்கென்றே செயல்படும் ஹிந்து மஹா சபை போன்ற வலிமையான அமைப்பு ஒன்று இருந்தாகவேண்டும். ஹிந்து நலன் சார்ந்து கூட்டு நாடாளுமன்றத்தால் செய்ய முடியாத பல விஷயங்களைச் செய்து கொடுக்க, ஹிந்துக்கள் தமது வேதனைகளை, புகார்களை வெளிப்படுத்த ஹிந்துக்களுக்கு பக்கபலமாக ஓர் அமைப்பு இருந்தாகவேண்டும். கூட்டு நாடாளுமன்றமானது தனக்கே தெரியாத வகையில் ஏதேனும் துரோக வலையில் சிக்கிக்கொண்டுவிட்டால் வரவிருக்கும் ஆபத்துகளை எடுத்துச் சொல்லவும், உரிய நேரத்தில் ஹிந்துக்களை எச்சரிக்கை செய்யவும் போராடவும் ஓர் அமைப்பு தேவை.

இந்தியாவில் ஹிந்துக்கள், முஸ்லிம்கள் இருப்பதுபோல் இரண்டு அல்லது இரண்டுக்கு மேற்பட்ட மோதல் போக்கு கொண்ட சமூகங்களைக் கொண்ட கனடாவின் வரலாறு, பாலஸ்தீன வரலாறு, துருக்கியர்களின் போராட்டம் ஆகியவை யெல்லாம் நமக்கு ஒரு தெளிவான பாடத்தையே கற்றுத் தருகின்றன. எதிர் தரப்பினர் தேசிய அரசாங்கத்தைக் கைப்பற்றிவிடவோ துரோகம் செய்யவோ வாய்ப்பளிக்காமல் தனக்கென தனியான விசேஷமான அமைப்பு ஒன்றைத் தக்கவைத்துக் கொள்வது புத்திசாலியான சமூகத்துக்கு மிகவும் அவசியம் என்ற பாடத்தை அவை போதித்திருக்கின்றன. அதிலும் அந்த எதிர் சமூகமானது மத, கலாசாரரீதியாக அண்டை தேசங்களுடன் எல்லை தாண்டிய நெருக்கத்தைக் கொண்டதாக இருந்தால் இது மிக மிக அவசியம்.

இப்படியாக, ஹிந்துஸ்தான், ஹிந்து மஹா சபை என்றால் என்ன என்ற விளக்கங்களைத் தந்ததைத் தொடர்ந்து திரு சாவர்க்கர் ஸ்வராஜ்யம் என்பது தொடர்பான தனது கோட்பாட்டை விவரிக்கிறார்.

ஹிந்துக்களைப் பொறுத்தவரையில் ஸ்வராஜ்யம் என்பது அவர்களுடைய சுயம் அவர்களுடைய ஹிந்துத்துவம் எந்தவொரு ஹிந்து அல்லாத நபர்களின் (அவர்கள் இந்தியாவுக்குள் இருந்தாலும் இந்தியாவுக்கு வெளியில் இருந்தாலும் - சில ஆங்கிலேயர்கள் இந்தியாவில் பிறந்தவர்களாக இருப்பார்கள்) ஆளுகைக்கு உட்படாததாக இருக்கவேண்டும். ஆங்கிலோ இந்தியர்களின் ஆளுகைக்கு உட்பட்டிருந்தால் அதை ஹிந்துக்கள் தமது ஸ்வராஜ்யமாகச் சொல்லமுடியுமா என்ன? ஔரங்கஜீப், திப்பு ஆகியோரெல்லாம் இந்திய வம்சாவளியினரே. அதாவது மதம் மாற்றப்பட்ட ஹிந்துப் பெண்களின் மகன்களே. ஆனால், ஔரங்கஜீப் அல்லது திப்புவின் ஆட்சி என்பது ஹிந்துக்களுக்கு ஸ்வராஜ்யமாக இருக்கமுடியுமா? நிச்சயமாக முடியாது. அவர்கள் பிராந்தியரீதியில் இந்தியர்கள்தான் என்றாலும் ஹிந்து ராஜ்யத்துக்கு அவர்கள் மிகப் பெரிய விரோதிகளே. இதனால்தான் சிவாஜி, கோவிந்த் சிங், பிரதாப் அல்லது பேஷ்வாக்கள் எல்லாருமே இந்த முஸ்லிம் ஆதிக்கத்துக்கு எதிராகப் போராடி உண்மையான ஹிந்து ஸ்வராஜ்யத்தை நிலைநாட்ட வேண்டியிருந்தது.

ஹிந்து ஸ்வராஜ்யம் என்பது தொடர்பாக திரு சாவர்க்கர் இரண்டு விஷயங்களுக்கு அழுத்தம் தெரிவிக்கிறார்.

முதலாவதாக இந்தியாவுக்கு ஹிந்துஸ்தான் என்பதுதான் மிகவும் சரியான பெயர். அதையே சூட்டவேண்டும் என்கிறார்.

ஹிந்துஸ்தான் என்ற பெயரிலேயே நமது தேசம் அழைக்கப்பட வேண்டும். இந்தியா, ஹிந்த் போன்ற பெயர்கள் எல்லாமே சிந்து என்ற பெயரில் இருந்து மருவி வந்தவையே. இவற்றை யெல்லாம் பயன்படுத்தலாம்தான். ஆனால், ஹிந்துக்களின் தேசம், ஹிந்து தேசம் என்ற அர்த்தத்திலேயே அவற்றையும் பயன்படுத்தவேண்டும். ஆரியவர்த்தம், பாரத பூமி என்ற பெயர்கள் எல்லாம் பழம் பெருமை வாய்ந்தவை. நமது தாய்நாட்டின் பண்பட்ட அறிவுஜீவிவர்க்கம் அதைத் தொடர்ந்து பயன்படுத்தலாம். அந்தவகையில் ஹிந்துக்களின் தாய்பூமியானது ஹிந்துஸ்தான் என்றே அழைக்கப்பட வேண்டும். இந்தியாவைச் சேர்ந்த ஹிந்து அல்லாதவர்களுக்கு எந்தவித அவமானத்தையும் அந்த வார்த்தை தெரிவிப்ப தில்லை. நமது பார்ஸி மற்றும் கிறிஸ்தவ சக மனிதர்கள் எல்லாம் கலாசாரரீதியாக நமக்கு நெருக்கமானவர்களே. மிகுந்த

தேசபக்தி கொண்டவர்களே. ஆங்கிலோ இந்தியர்களும் ஹிந்துக்களின் இந்த நியாயமான கோரிக்கைக்கு எந்தவித மறுப்பையும் தெரிவிக்கமாட்டார்கள்.

நம் தேசத்தின் இஸ்லாமிய குடிமக்களைப் பொறுத்தவரையில், ஹிந்து, முஸ்லிம் ஒற்றுமை தொடர்பான, இந்தச் சின்னஞ்சிறிய எறும்புப் புற்றை ஏதோ ஏறவே முடியாத மாபெரும் மலையாகக் கருதக்கூடிய சிலர் அவர்களில் இருக்கிறார்கள் என்ற உண்மையை மறைப்பதில் எந்தப் பலனும் இல்லை. முஸ்லிம்கள் இந்தியாவில் மட்டுமே வசிப்பவர்கள் அல்ல; இந்திய முஸ்லிம்கள் மட்டுமே வீரம் நிறைந்த அதி விசுவாசமான முஸ்லிம்கள் என்பதும் அல்ல என்பதை அவர்கள் நினைவில் கொள்ளவேண்டும். சீனாவில் கோடிகணக்கான முஸ்லிம்கள் வசிக்கிறார்கள். கிரீஸ், பாலஸ்தீனம், ஹங்கேரி, போலந்து போன்ற நாடுகளில்கூட ஆயிரக்கணக்கான முஸ்லிம்கள் வசிக்கிறார்கள். அந்த நாடுகளில் சிறுபான்மையாக வசிப்பதாலேயே அந்த நாடுகளின் பழம் பெரும் பெயரை மாற்றவேண்டும் என்று அவர்கள் கோரிவிடவில்லை. பெரும்பான்மையாக அந்த நாடுகளில் வாழும் மக்களுடைய தேசம் என்பதைக் குறிக்கக்கூடிய பெயரை யாரும் மாற்றும்படிக் கேட்கவில்லை.

போல் மக்களின் தேசம் போலந்து என்றே அழைக்கப்படுகிறது. கிரேக்கர்களின் தேசம் கிரேக்கம் என்றே அழைக்கப்படுகிறது. அந்த நாடுகளில் வசிக்கும் முஸ்லிம்கள் எல்லாம் அந்தப் பெயரை மாற்றத் துணியவில்லை. போலந்து முஸ்லிம்கள், கிரேக்க முஸ்லிம்கள், சீன முஸ்லிம்கள் என்று தேவைப்படும் போது அடையாளப்படுத்திக்கொள்கிறார்கள். எனவே நம் தேசத்தில் வசிக்கும் முஸ்லிம்கள் தேவைப்படும்போது ஹிந்துஸ்தானிய முஸ்லிம்கள் என்று தம்மை அடையாளப் படுத்திக்கொள்ளலாம். தமது விசேஷமான கலாசார, மதம் சார்ந்த அடையாளத்தை விட்டுக்கொடுக்காமலேயே இதைச் செய்ய முடியும்.

இதைவிட முக்கியமான விஷயம் என்னவென்றால், கடந்தகால முஸ்லிம் மன்னர்கள் தமது ஆவணங்களில் தம்மை ஹிந்துஸ்தானி என்றே அடையாளப்படுத்திக்கொண்டதையும் நாம் பார்க்கமுடிகிறது.

இப்படியெல்லாம் இருக்க நம் நாட்டில் இருக்கும் எளிதில் கோபப்பட்டுவிடக்கூடிய சில முஸ்லிம் குழுக்கள் இந்தப்

பெயருக்கு எதிர்ப்புத் தெரிவிக்கிறர்கள். இதைக் காரணமாகச் சொல்லி நாம் நமது மனசாட்சிக்கு விரோதமாக, கோழைகளாக நடந்துகொள்ளத் தேவையில்லை. ரிக்வேத காலத்து சிந்துக்கள் தொடங்கி இன்றைய ஹிந்துக்கள் வரையிலுமாக ஹிந்துஸ்தான் என்று அழைக்கப்பட்ட நீண்ட நெடுங்கால பாரம்பரியத்தை உடைத்து அல்லது அதற்கு துரோகம் செய்யும்வகையில் நாம் நடந்துகொள்ளக்கூடாது. ஜெர்மானியர்களின் பூமி ஜெர்மனி, இங்கிலிஷ்காரர்களின் பூமி இங்கிலாந்து, துருக்கியர்களின் பூமி துருக்கிஸ்தான், ஆஃப்கானியர்களின் பூமி ஆஃப்கானிஸ்தான். எனவே ஹிந்துக்களின் பூமி ஹிந்துஸ்தான் என்றே அழைக்கப் படவேண்டும்.

இரண்டாவதாக திரு சாவர்க்கர் முக்கியத்துவம் தரும் விஷயம் என்னவென்றால் சம்ஸ்கிருதம் ஹிந்துஸ்தானின் புனித மொழி. ஹிந்தி தேசிய மொழியாக இருக்கவேண்டும்; ஹிந்து ராஜ்யத்தின் வரிவடிவம் 'நாகரி'யாக இருக்கவேண்டும் என்கிறார்.

நமது புனித மொழியான சம்ஸ்கிருதமே நமது தேவ பாஷையாக இருக்கவேண்டும். சம்ஸ்கிருத நிஷ்த ஹிந்தி அதாவது சம்ஸ்கிருதத்தில் இருந்து பிறந்த ஹிந்தி நமது ராஷ்டிர பாஷையாக இருக்கவேண்டும். சம்ஸ்கிருதம் உலகில் இருக்கும் பழம் பெரும் மொழிகளிலேயே மிகவும் வளமை மிகுந்தது; மிகவும் செம்மைப்படுத்தப்பட்டது என்ற பெருமைகள் ஒருபக்கமிருக்க, ஹிந்துகளாகிய நமக்கு அது உலகில் உள்ள எல்லா மொழிகளையும்விடப் புனிதமானது. நமது புனித நூல்கள், வரலாறு, தத்துவங்கள், கலாசாரம் எல்லாமே சம்ஸ்கிருத மொழியில்தான் வேரூன்றியுள்ளன. அந்த மொழியே நமது இனத்தின் மூளை போல் திகழ்கிறது. நம் தேசத்தில் இருக்கும் பெரும்பாலான தாய்மொழிகளின் தாயாகத் திகழ்வது சம்ஸ்கிருதமே. அத்தனை மொழிகளையும் சம்ஸ்கிருத தேவியே பாலூட்டி வளர்த்திருக்கிறாள். சம்ஸ்கிருதத்தில் இருந்து கிளைத்த மொழியானாலும் பதியனிடப்பட்ட மொழியானாலும் சம்ஸ்கிருதத்தில் இருந்து அவை பெறும் ஊட்டத்தை வைத்தே உயிர் வாழவும் வளரவும் முடியும். எனவே ஹிந்து இளைய தலைமுறையினரின் கல்வித்திட்டத்தில் சம்ஸ்கிருதம் தவிர்க்கமுடியாத ஒரு மொழியாக இருந்தேயாகவேண்டும்.

ஹிந்து ராஜ்யத்தில் ஹிந்தியைத் தேசிய மொழியாக அறிவிப்பதன் மூலம் பிற பிராந்திய மொழிகளுக்கு எந்தவித

மரியாதைக்குறைவும் தரக்குறைவும் ஏற்படாது. நாம் எல்லாருமே நமது தாய்மொழிகளுடன் மிகுந்த பிணைப்பைக் கொண்டவர்கள். அந்தந்த மொழிகள் எல்லாம் அவற்றுக்கான தளங்களில் மிகச் சிறப்பாக செழித்து வளர்க்கப்படும். இன்னும் சொல்லப்போனால் நமது தேசத்தின் சில மொழிகள் ஹிந்தியைவிடப் பாரம்பரியப் பெருமையும், இலக்கிய வளமும் மிகுந்தவை. இருந்தபோதிலும் தேசியம் தழுவிய பார்வையுடன் அணுகினால் ஹிந்தி மொழியே நமது தேசிய மொழியாகச் சிறப்பாகச் செயல்படமுடியும்.

ஹிந்தி மொழியானது தேசிய மொழியாக அரசாணை மூலம் புதிதாக ஆக்கப்படவேண்டிய ஒன்று அல்ல என்பதையும் ஒருவர் நினைவில் கொள்ளவேண்டும். ஆங்கிலேயர்களோ ஏன் முஸ்லிம்களோ இந்தியாவுக்குள் வருவதற்கு முன்பாகவே ஹிந்துஸ்தான் முழுவதிலும் ஹிந்தி மொழியே தேசிய மொழியாகப் பழக்கத்தில் இருந்துவந்துள்ளது. வங்காளத்தில் இருந்து சிந்து வரையிலும் காஷ்மீரத்தில் இருந்து ராமேஷ்வரம் வரையிலும் பயணம் மேற்கொள்ளும் ஒரு ஹிந்து புனித யாத்ரிகர், வியாபாரி, சுற்றுலா பயணி, படைவீரர், பண்டிதர்கள் அனைவரும் தேசம் முழுவதுமான பயணத்துக்கும் பரிமாற்றத்துக்கும் ஹிந்தியையே பயன்படுத்திக்கொண்டிருக் கிறார்கள். அறிவுப்புலம் சார்ந்த ஹிந்து உலகில் சம்ஸ்கிருதம் எப்படி தேசிய மொழியாக இருந்ததோ அதுபோலவே ஆயிரக்கணக்கான ஆண்டுகளாக ஹிந்து சமூகத்துக்கு தேசிய மொழியாக ஹிந்தியே இருந்துவந்திருக்கிறது.

ஹிந்தி மொழி என்று சொல்லும்போது 'சம்ஸ்கிருத நிஷ்த' ஹிந்தியையே குறிப்பிடுகிறேன். மஹரிஷி தயானந்த சரஸ்வதி எழுதிய சத்யார்த்த பிரகாஷ்ல் இருப்பது போன்ற ஹிந்தி பிரயோகத்தையே குறிப்பிடுகிறேன். அந்த ஹிந்தி பிரயோகம் எவ்வளவு எளிமையானது. தேவையற்ற பிற மொழி வார்த்தைகள் எதுவுமே கலக்காத மொழி. அனைத்தையும் மிக அழகாகச் சொல்ல முடிந்த மொழி. ஹிந்தி மொழிதான் இந்தியாவின் தேசிய மொழியாக இருக்கவேண்டும் என்று பிரக்ஞைபூர்வமாக அழுத்தமாகச் சொன்ன முதல் ஹிந்து ஞானி அவர்தான். 'சம்ஸ்கிருத நிஷ்த ஹிந்தி'க்கும் வார்தா குழுவால் முன்வைக்கப்பட்ட 'ஹிந்துஸ்தானி' என்று அறியப்படும் கலப்பு மொழிக்கும் எந்த சம்பந்தமும் கிடையாது. விகாரமான அந்தக் கலப்பு மொழி முற்றாக ஓரங்கட்டப்படவேண்டும். ஒவ்வொரு

ஹிந்து மொழியில் இருந்தும் அரபு, ஆங்கிலம் போன்ற அந்நியச் சொற்களை முற்றாக நீக்கியாகவேண்டும்.

நமது சம்ஸ்கிருத அகர வரிசையானது உலகில் உள்ள வரி வடிவ எழுத்துகளிலேயே மிகவும் செழுமைப்படுத்தப்பட்டது; முழுமையானது. இந்திய மொழிகளில் பெரும்பாலானவை அதையேதான் பின்பற்றவும் செய்கின்றன. நாகரி வரிவடிவமும் இதையேதான் பின்பற்றுகிறது. ஹிந்தி மொழியைப்போலவே நாகரி வரிவடிவமும் இந்தியாவில் பல நுற்றாண்டுகளாக ஹிந்து இலக்கிய உலகில் புழக்கத்தில் இருந்துவருகின்றது. பழங்காலத்தில் அது 'சாஸ்திர லிபி' அதாவது புனித சாஸ்திரங் களுக்கான வரிவடிவம் என்று அழைக்கவும்பட்டிருக்கிறது. குஜராத்தி மொழி அல்லது வங்காள மொழியானது நாகரி வரிவடிவில் எழுதப்பட்டால் பிற பிராந்தியங்களில் உள்ளவர்களாலும் புரிந்துகொள்ள முடியும்படியான பொதுவான வடிவமாகத் திகழ்கிறது.

ஹிந்துஸ்தான் முழுவதும் ஒரே நாளில் ஒரே மொழியைக் கொண்டுவருவது சாத்தியமும் அல்ல; சமயோஜிதமான முடிவும் அல்ல. ஆனால், ஹிந்து தேசம் முழுவதும் நாகரி வரிவடிவத்தைப் பொது வடிவமாகக் கொண்டுவருவது மிகவும் எளிதுதான். நம் தேசத்தில் ஒவ்வொரு பிராந்தியத்திலும் பல்வேறு ஹிந்து மொழி வரிவடிவங்கள் புழக்கத்தில் உள்ளன. நாகரி வடிவம் ஒரு பக்கமாகவும் அந்த ஹிந்து மொழிகளின் வரிவடிவங்கள் மறுபக்கமாகவும் வளர முழு வசதி வாய்ப்புகளை நாம் வழங்கியேயாகவேண்டும். ஹிந்தி மொழிப் பாடமும் நாகரி வரி வடிவமும் நம் தேசத்தின் அனைத்து பள்ளிகளிலும் ஹிந்து மாணவர்களுக்குக் கற்றுத் தரப்பட்டாக வேண்டும் என்பதே ஹிந்து தேச உருவாக்கத்தின் மிக முக்கியமான இலக்கு என்பதை நாம் புரிந்துகொண்டால் போதும்.

திரு சாவர்க்கர் சொல்லும் ஹிந்து சுயராஜில் ஹிந்து அல்லாத சிறுபான்மையினரின் நிலை என்ன? இது தொடர்பாக திரு சாவர்க்கர் சொல்வது:

ஹிந்து மஹா சபையைப் பொறுத்தவரையில் ஒரு மனிதருக்கு ஒரு வாக்கு என்பதை ஏற்றுக்கொள்கிறது. அரசு வேலைகள் எல்லாம் திறமைசாலிகளுக்கே தரப்படவேண்டும். மத இன பாகுபாடு இல்லாமல் அனைத்து குடிமகன்களுக்கும்

அடிப்படை உரிமைகள், கடமைகள் எல்லாம் ஒரேமாதிரியாகவே இருக்கும் என்பதையும் ஹிந்து மஹாசபை அங்கீகரிக்கிறது. மதச் சிறுபான்மையினருக்கென்று தனி உரிமைகள் என்பது தேவையில்லாதது. அது அனைவரும் சமம் என்ற கோட்பாடுக்கு முரணானதும்கூட. அதோடு பெரும்பான்மை, சிறுபான்மை என்ற உணர்வை மத அடிப்படையில் மக்கள் மத்தியில் புகுத்தவும் செய்கிறது.

ஆனால் நடைமுறை அரசியலைக் கருத்தில் கொண்டு பார்த்தாலும் நமது தேசத்தின் ஹிந்து அல்லாத மக்களின் மனதில் எந்த பயமும் இல்லாமல் இருக்கவேண்டும் என்று ஹிந்து அமைப்பினர் விரும்புவதாலும் ஒரு விஷயத்தை இங்கு கவனத்தில் கொண்டாகவேண்டும். சிறுபான்மையினரின் மதம், கலாசாரம், மொழி ஆகியவை சார்ந்து நியாயமான விசேஷ உரிமைகள் நிச்சயம் தரப்படும். ஆனால், அது எந்தவகையிலும் பெரும்பான்மையினரின் உரிமைகளைப் பாதிப்பதாகவோ குறைப்பதாகவோ இருக்கக்கூடாது.

எந்தவொரு சிறுபான்மை சமூகமும் தமது குழந்தைகளுக்கென்று தனி பள்ளிகள் அமைத்து அவர்களுடைய மொழியில் கல்வி தரவும் அவர்களுடைய மதம் சார்ந்த விஷயங்களைக் கற்றுத் தரவும் கலாசார அமைப்புகளை நிறுவிக்கொள்ளவும் முழு உரிமை உண்டு. இவற்றுக்கு அரசின் உதவிகளும் தரப்படும். ஆனால், அரசுக்கு அவர்கள் எந்த அளவுக்கு வரி செலுத்துகிறார்களோ அதற்கு ஏற்ற விகிதத்திலேயே இந்த உதவிகள் செய்து தரப்படும். பெரும்பான்மைக்கும் இந்த விதி பொருந்தும்.

இவை எல்லாவற்றுக்கும் மேலாக, ஒருவேளை அரசியல் சாசனமானது கூட்டுத் தொகுதிகளையும் ஒரு நபருக்கு ஒரு வாக்கு என்பதையும் அடிப்படையாகக் கொள்ளாமல் இருந்தால் விஷயங்களை வேறுவிதமாகவே பார்க்கவேண்டும். மத ரீதியாக சிறுபான்மைகளுக்குத் தனித் தொகுதிகள் அல்லது ரிசர்வ் தொகுதிகள் தரப்படுமென்றால், அந்த தொகுதிகளானது அவர்களுடைய மக்கள் தொகைக்கு உகந்த விகிதத்தில் மட்டுமே தரப்படவேண்டும். பெரும்பான்மையினருக்கு அவர்களுடைய மக்கள் தொகைக்கு உகந்த தொகுதிகளைத் தராமல் முடக்கவும்கூடாது.

சிறுபான்மையினர் உரிமை, நிலை பற்றி இவ்வாறு சொன்ன திரு சாவர்க்கர் தனது ஹிந்து ஸ்வராஜ் செயல் திட்டம் பற்றி இறுதியாக இப்படிச் சொல்லி முடிக்கிறார்:

இந்தியாவில் வாழும் சிறுபான்மையினருக்கு அனைத்து குடிமகன்களுக்குமான சம உரிமைகள் தரப்படும். சம அளவிலான பாதுகாப்பு கிடைக்கும். அரசு வேலைகளில் அவர்களுடைய மக்கள் தொகைக்கு ஏற்ப பிரதிநிதித்துவம் தரப்படும். எந்தவொரு ஹிந்து அல்லாத சிறுபான்மையினரின் உரிமையிலும் ஹிந்து பெரும்பான்மை குறுக்கிடவே செய்யாது. அதே நேரம் ஹிந்து பெரும்பான்மைக்கு உள்ள சட்டபூர்வமான, ஜனநாயகபூர்வமான எந்தவொரு உரிமையையும் விட்டுக் கொடுக்கவும் செய்யாது. இந்தியாவில் இருக்கும் முஸ்லிம் சிறுபான்மையினர் தமது மக்கள் தொகைக்கு ஏற்ற சட்டபூர்வமான அரசு வேலைப் பிரதிநிதித்துவம், அரசியல் உரிமைகள் ஆகியவற்றோடு மனநிறைவடையவேண்டும். பெரும்பான்மையினரின் சட்டபூர்வ உரிமைகள், வாய்ப்புகள் ஆகியவற்றை மறுதலிக்கும்படியான உரிமைகளை முஸ்லிம் சிறுபான்மையினருக்கு வழங்கிவிட்டு அதை ஸ்வராஜ்யம் என்று அழைக்கமுடியாது. ஹிந்துகளுக்கு எஜமானர்- மாற்றம் தேவையில்லை. எட்வர்டை நீக்கிவிட்டு, இந்திய எல்லைக்குள் பிறந்தார் என்ற காரணத்தினால் ஔரங்கஜீப்பை நியமிப்பதற்காக அவர்கள் தமது உயிரைக் கொடுத்துப் போராடவில்லை. தமது சொந்த வீட்டில், சொந்த தேசத்தில் தமது எஜமானர்களாக தாமே இருக்கவிரும்புகிறார்கள்.

தனது ஸ்வராஜ்யம் என்பது ஹிந்து ராஜ்யமாக இருக்கவேண்டும் என்று திரு சாவர்க்கர் விரும்புகிறார். அதனால்தான் இந்தியாவானது ஹிந்துஸ்தான் என்றே அழைக்கப்படவேண்டும் என்று சொல்கிறார். இந்தத் தீர்மானத்தை அவர் மிகவும் அடிப்படையான விஷயங்கள் என்று கருதும் இரண்டு அம்சங்களின் அடிப்படையில் முன்வைக்கிறார்.

முதலாவதாக ஹிந்துக்கள் தம்மளவில் ஒரு தேசியமாக வாழ்பவர்கள். இந்தக் கோட்பாட்டை திரு சாவர்க்கர் மிகவும் விரிவாகவும் தீவிரமாகவும் முன்வைக்கிறார்.

நாக்பூரில் நான் ஆற்றிய உரையில் நமது சம கால அரசியல் சூழலில் ஒரு முக்கியமான விஷயத்தை முதன் முறையாகச் சுட்டிக்காட்டினேன். காங்கிரஸின் ஒட்டுமொத்த கோட்பாடும் பிராந்திய நிலவியல் தேசியம் - ஒருமைப்பாடு (Territorial Nationalism) அதாவது பொதுவான வாழிடம்தான் ஒரு தேசமென்று சொல்லப்படவேண்டும். அதுவே தேசமாக ஆகமுடியும் என்று சொல்கிறது. அது அறிவார்ந்த கோட்பாடு

அல்ல என்று சுட்டிக்காட்டினேன். இந்த நிலவியல் தேசியம் - பிராந்திய ஒருமைப்பாடு என்ற கருத்தாக்கமானது ஐரோப்பாவில் முற்றாக நிராகரிக்கப்பட்டுவிட்டது. அங்கிருந்து நம் நாட்டுக்கு இறக்குமதி செய்யப்பட்டிருக்கிறது. இப்போதைய போரானது எனது கணிப்பை நியாயப்படுத்தி அந்தக் கருத்தாக்கத்தை முற்றாகப் பொய்யென்று நிரூபித்துவிட்டிருக்கிறது.

வெறும் நிலவியல் ஒருமைப்பாட்டை மட்டும் அடிப்படையாக வைத்துக்கொண்டு வேறு எந்தவிதப் பிணைப்பும் இல்லாமல் உருவாக்கப்பட்ட நாடுகள் எல்லாம் சீட்டுக்கட்டு போல் நொறுங்கி விழுந்துவிட்டன. பலதரப்பட்ட மக்களை இட்டுக் கட்டிய தேசத்தினுள் இழுத்துப் பிடித்துவைத்தால் என்ன ஆகும் என்பதற்கு போலந்து, செக்கோஸ்லாவாகியா ஆகிய நாடுகளே மிகச் சிறந்த உதாரணங்கள். எந்தவித கலாசார, இனம் சார்ந்த அல்லது வரலாறு பந்தங்கள் எதுவுமே இல்லாமல் நிலவியல் ஒருமைப்பாட்டை மட்டும் அடிப்படையாக வைத்து ஒரு தேசத்தை உருவாக்கினால் அது புதைமணலில் கட்டிய கோட்டையாகவே இருக்கும்.

இந்த ஒப்பந்த தேசங்கள் எல்லாம் கிடைத்த முதல் சந்தர்ப்பத்திலேயே பிய்த்துக்கொண்டு போய்விட்டன. ஜெர்மானிய பகுதி ஜெர்மனியுடன் போய்விட்டது. ரஷ்ய பகுதி ரஷ்யாவுடன் சேர்ந்துவிட்டது. செக் பகுதி செக் குடியரசுடன் போய்விட்டது. போல் பகுதி போலந்துடன் போய்விட்டது. கலாசாரம், மொழி, கடந்த கால வரலாறு ஆகியவையே நிலவியல் ஒருமைப்பாட்டைவிட வலிமையாக இருக்கின்றன. ஐரோப்பாவில் கடந்த மூன்று நான்கு நூற்றாண்டுகளாக, இங்கிலாந்து, ப்ரான்ஸ், ஜெர்மனி, இத்தாலி, போர்ச்சுகல்போல் இனரீதியான, மொழி ரீதியான, கலாசார ரீதியான உயிர்துடிப்பு மிகுந்த பந்தங்களைக் கொண்ட பிராந்தியங்களே வலுவான தேசமாக நிலைபெற்றுவந்திருக்கின்றன.

ஒத்திசைவான, ஒரேமாதிரியான மக்களைக் கொண்ட உயிரோட்டம் மிகுந்த தேசம் ஒன்றை உருவாக்குவதற்கு உலக நாடுகளின் உதாரணங்களை அடிப்படையாகக்கொண்டு பார்த்தால், இந்தியாவில் வசிக்கும் ஹிந்துக்களாகிய நமக்கு இன்னொரு சாதகமான அம்சமும் இருக்கிறது. நமக்கென்று ஒரு தந்தை தேசம் அதாவது நிலவியல் ஒருமைப்பாடு கொண்ட பூமி இருப்பதோடு நமக்குப் பொதுவான புனித பூமியும் இருக்கிறது. நமது தந்தை தேசமாக இருப்பதே நமது புனித பூமியாகவும்

திகழ்கிறது. உலகில் வேறு எந்த தேசத்துக்குமே இப்படியான அம்சம் இல்லை.

இந்த பாரத தேசம், இந்த ஹிந்துஸ்தான் நமக்கு பித்ரு பூமி மற்றும் புண்ணிய பூமியாகத் திகழ்கிறது. எனவே, நமது தேசப் பற்று என்பது இருமடங்கு அழுத்தம் பெற்றிருக்கிறது. அதோடு நமக்குப் பொதுவான கலாசாரம், மதம், வரலாறு, மொழி மற்றும் இனம் சார்ந்த பந்தமும் உண்டு. அவையெல்லாம் கணக்கிட முடியாத காலம் தொட்டு நீடித்து நிலைத்து வந்திருக்கிறது. பல ஆயிரம் ஆண்டுகால பந்தம், பிணைப்பு, இணைப்பு எல்லாம் நடந்து ஒத்திசைவான, உயிர்த்துடிப்பு மிகுந்த, இயல்பான தேசமாக மலர்ந்திருக்கிறது. இவையெல்லாவற்றுக்கும் மேலாக தேசிய வாழ்க்கையை முன்னெடுக்கவேண்டும் என்ற பொதுவான மனோபாவமும் நிலவுகிறது. ஹிந்துக்கள் எந்தவொரு அரசியல் ஒப்பந்தத்தின் பேரிலும் தேசமானவர்கள் அல்ல. அவர்கள் இயல்பிலேயே ஒரே தேசமாகத் திகழ்பவர்கள்.

நமது காங்கிரஸ் ஹிந்து சகோதரர்களைத் தவறாக வழிநடத்தும் இன்னொரு முக்கியமான விஷயத்தையும் இங்கு சொல்ல வேண்டும். ஒரு தேசத்தைச் சேர்ந்தவர்களை இணைக்கும் ஒத்திசைவான அம்சம் இருப்பதாகச் சொன்னால் அந்த மக்களிடையே எந்தவித மத, இன, மொழி சார்ந்த பேதங்களே இல்லை என்று அர்த்தமில்ல; அந்த விஷயங்கள் எல்லாம் அந்த நாட்டு மக்களுக்கு இடையே எந்த அளவுக்கு வித்தியாசமானதாக இருக்கிறதோ அதைவிடப் பிற தேசத்தவர்களிடமிருந்து மிகப் பெரிய அளவில் மாறுபட்டதாக இருக்கிறது என்றுதான் அர்த்தம். இன்றை ஒற்றைப்படையான, ஒருமித்த தன்மைகொண்டதாகச் சொல்லப்படும் இங்கிலாந்து, ஃப்ரான்ஸ் போன்ற தேசங்களில்கூட மதம், கலாசாரம், மொழி, இனம் அல்லது வேறு வித்தியாசங்கள் இருக்கத்தான் செய்கின்றன. பரம விரோதிகளான சமூகங்கள்கூட அந்த தேசங்களில் வாழ்ந்துவருகின்றன.

தேசிய ஒருமைப்பாடு என்பது பிற நாட்டு மக்களில் இருந்து ஒரு தேசத்தைச் சேர்ந்தவர்கள் அனைவரும் மிகவும் மாறுபட்ட வர்களாக இருப்பார்கள் என்ற அம்சத்தில் ஒத்திசைவு கொண்டவர்களாக இருப்பார்கள் என்றுதான் அர்த்தம்.

ஹிந்துக்களாகிய நம்மிடையே ஏராளமான வேறுபாடுகள் இருக்கும் நிலையிலும் மதம், கலாசாரம், கடந்தகாலம், இனம்,

மொழி போன்று பலவகைகளில் பொதுவான பிணைப்பைக் கொண்டவர்களே. அந்த அடிப்படையில் ஆங்கிலேயர்கள், ஜப்பானியர்கள், இந்திய முஸ்லிம்கள் போன்ற அந்நிய ஹிந்து அல்லாத மக்களுடன் ஒப்பிட்டுப் பார்க்கும்போது ஹிந்துக்கள் அனைவரும் ஒத்திசைவுகொண்டவர்களாகவே இருப்பார்கள் என்பதில் எந்த சந்தேகமும் இல்லை. அதனால்தான் காஷ்மீர் தொடங்கி மதராஸ் வரையிலும் சிந்து தொடங்கி பஞ்சாப் வரையிலுமான ஹிந்து மக்களாகிய நாம் எல்லாரும் ஒரு தேசமாக, தேசியமாகவே இருக்கிறோம்.

தனது கோட்பாட்டின் இரண்டாவது முக்கியமான அம்சமாக திரு சாவர்க்கர் எதைக் கருதுகிறாரென்றால், ஹிந்து என்ற வார்த்தையின் விளக்கத்தைத்தான். அவரைப் பொறுத்தவரையில் ஹிந்து என்பவர்:

சிந்து நதியில் இருந்து சிந்து கடல் (ஹிந்து மஹா சமுத்திரம்) வரையிலான நிலப்பரப்பான பாரத பூமியைத் தனது தந்தை நாடாகவும் புனித பூமியாகவும் அதாவது தனது மதத்தின் தொட்டிலாக எவர் கருதுகிறாரோ அவரே ஹிந்து.

வைதீகம், சனாதனம், சமணம், பௌத்தம், லிங்காயதம், சீக்கியம், ஆர்ய சமாஜம், பிரம்ம சமாஜம், தேவ சமாஜம், பிரார்த்தனை சமாஜம் போன்ற இந்தியாவில் தோன்றிய மத நம்பிக்கைகளைப் பின்பற்றுபவர்கள் எல்லாரும் ஹிந்துக்களே. இவர்களால் உருவாவதே ஹிந்து தேசம்.

இயற்கை வழிபாட்டினர் அல்லது மலைவாழ் மக்கள் என்று அழைக்கப்படுபவர்களும் ஹிந்துக்களே. ஏனென்றால் அவர்கள் என்னவிதமான மதத்தை, வழிபாட்டு நம்பிக்கையைக் கொண்டவர்களாக இருந்தாலும் இந்தியாவே அவர்களுடைய தந்தை பூமியும் புண்ணிய பூமியுமாகும். சம்ஸ்கிருதத்தில் இடம்பெற்றிருக்கும் ஸ்லோகம் இப்படிச் சொல்கிறது:

ஆசிந்து சிந்து பர்யந்தா யஸ்ய பாரத் பூமிகா
பித்ருபூ(மி) புண்யபூ(மி)ஸைவ ஸ வை ஹிந்துரிதிஸ்ம்ருதஹ

இந்த வரையறையையே அரசாங்கம் மக்கள்தொகைக் கணக்கெடுப்பை மேற்கொள்ளும்போது பின்பற்றவேண்டும்.

யார் ஹிந்து என்பது தொடர்பான இந்த வரையறையானது மிகுந்த எச்சரிக்கையுடனும் அக்கறையுடனும் திரு சாவர்க்கரால் முன்வைக்கப்பட்டுள்ளது. அவருடைய இரண்டு

எதிர்பார்ப்புகளைப் பூர்த்தி செய்யும்வகையில் இதை முன்வைத்திருக்கிறார். முதலாவதாக முஸ்லிம்கள், கிறிஸ்தவர்கள், பார்ஸிகள், யூதர்கள் இந்தியாவைத் தமது புண்ணிய பூமியாகக் கருதுவதில்லை என்பதால் அவர்களை ஹிந்துக்கள் அல்ல என்று விலக்குகிறார். இரண்டாவதாக பௌத்தர்கள், சமணர்கள், சீக்கியர்கள் போன்றவர்களை, வேதங்களை ஏற்கவேண்டும் என்று வலியுறுத்தாமல் ஹிந்து என்ற வரையறைக்குள் கொண்டு வருகிறார்.

திரு சாவர்க்கர் மற்றும் ஹிந்து மஹா சபையின் கோட்பாடுகள், செயல் திட்டங்கள் இவையே. இவற்றில் சில பிரச்னைக்குரிய விஷயங்கள் இருப்பதை ஒருவர் புரிந்துகொள்ளமுடியும்.

ஹிந்துக்கள் அனைவரும் ஒரு தேசியமாக தேசமாக இருப்பவர்கள் என்று அழுத்தந்திருத்தமாகச் சொல்கிறார். இதன் மூலம் முஸ்லிம்கள் எல்லாரும் தம்மளவில் தனி தேசியமாக இருப்பதாக இதற்கு அர்த்தம் ஆகிறது. இதை அவர் நாம் குறிப்பால் உணர்ந்துகொள்ளவேண்டும் என்றெல்லாம் விட்டுவிடவில்லை. அதை அவர் தனக்கேயுரிய தீவிரத் தன்மையுடனும் வெளிப்படைத் தன்மையுடனும் முன்வைக்கிறார். அஹமதாபாத்தில் 1937-ல் நடைபெற்ற ஹிந்து மஹா சபை மாநாட்டில் அவர் சொன்னவை:

> சில அரசியல் பாலகர்கள் இந்தியாவானது ஏற்கெனவே ஒத்திசைவான மக்களைக் கொண்ட ஒரு ஒருங்கிணைந்த தேசமாக இருப்பதாக மிகவும் தவறாகக் கருதுகிறார்கள். அல்லது அப்படி ஒத்திசைவான தேசமாக உருவாக்கப்பட முடியும் என்று கருதுகிறார்கள். நல்லெண்ணம் கொண்ட, அதேநேரம் சீரிய சிந்தனை இல்லாத இந்த நண்பர்கள் தமது கனவையே யதார்த்த நிலை என்று கருதுகிறார்கள். இதனால்தான் மதம் சார்ந்த பார்வைகளை அவர்கள் பதற்றத்துடன் அணுகுபவர்களாகவும் அதையெல்லாம் மதவாத அமைப்புகளின் கோட்பாடு என்றும் முத்திரை குத்திவிடுகிறார்கள். ஆனால், அந்த மதம் சார்ந்த கேள்விகள், விவகாரங்கள் எல்லாம் ஹிந்துக்களுக்கும் முஸ்லிம்களுக்கும் இடையில் நூற்றுக்கணக்கான ஆண்டுகளாக நீடித்துவந்த கலாசார, மத, தேசிய பகைமைகளின் விளைவாக, வரலாறாக நமக்குக் கைமாறித் தரப்பட்டிருப்பவையே.
>
> உரிய நேரம் வரும்போது அந்தப் பிரச்னைகளைத் தீர்க்க முடியும். ஆனால், அப்படியான பிரச்னைகள் இல்லை என்று சொல்லி நீங்கள் பூசி மெழுக முடியாது. ஆழ ஊடுருவிய

நோயைக் கண்டறிந்து சிகிச்சை தர முன்வரவேண்டும். அப்படி ஒன்று இல்லவே என்று சொல்வது சரியல்ல. அசௌரியமான உண்மைகளைத் துணிந்து எதிர்கொள்வோம். இந்திய தேசமானது ஒருமைப்பாடும் ஒத்திசைவான மக்கள் குழுக்களையும் கொண்ட தேசமல்ல. மாறாக ஹிந்துக்கள், முஸ்லிம்கள் என்ற இரு பிரிவுகளை, தேசங்களை உள்ளடக்கியதாக இருக்கிறது.

அப்படியாக இந்தியா ஒரு தேசமா இரண்டு தேசங்களா என்ற விவகாரத்தில் திரு சாவர்க்கரும் திரு ஜின்னாவும் ஒருமித்த கருத்தைக் கொண்டவர்களாகவே இருக்கிறார்கள். இது ஆச்சரியமான விஷயம்தான். என்றாலும் இதுவே உண்மை. இருவரும் இதை வெறுமனே ஒப்புக்கொள்வதோடு நில்லாமல் ஹிந்து ராஜ்யம், முஸ்லிம் ராஜ்யம் என்று இரண்டு தேசங்கள் இருப்பதாகவும் அப்படியே உருவாகவேண்டும் என்றும் அழுத்தந்திருத்தமாகச் சொல்கிறார்கள். ஆனால், ஒரு விஷயத்தில் மட்டும் இருவரும் மாறுபடுகிறார்கள்.

இந்தியாவானது பாகிஸ்தான், ஹிந்துஸ்தானென்று இரண்டாகப் பிரிக்கப்படவேண்டும். பாகிஸ்தான் முஸ்லிம் தேசமாக இருக்க வேண்டும். ஹிந்துஸ்தான் ஹிந்து தேசமாக இருக்கவேண்டும் என்று திரு ஜின்னா சொல்கிறார்.

திரு சாவர்க்கரோ இந்தியாவானது ஹிந்துக்களுக்கு ஒரு நாடு முஸ்லிம்களுக்கு ஒரு நாடு என்று இரண்டு துண்டாகப் பிரிக்கப் படக்கூடாது. இரண்டு நாடுகளும் ஒரே தேசமாக இருக்கவேண்டும். இரண்டுக்கும் ஒரே அரசியல் சாசனமே இருக்கவேண்டும். அதிலும் ஹிந்து நாடானது பெரும்பான்மையான அவர்களுக்கு நியாயம் சேர்க்கும்வகையில் ஆதிக்க சக்தியாக இருக்கவேண்டும். முஸ்லிம் நாடானது ஹிந்து நாட்டின் கீழே இருக்கவேண்டும் என்று சொல்கிறார்.

ஒரே தேசம் இரண்டு நாடுகள் என்ற கோட்பாட்டை முன்வைக்கும் திரு சாவர்க்கர் ஹிந்துவானாலும் முஸ்லிமானாலும் ஒரு நபருக்கு ஒரு வோட்டு என்பதை முன்வைக்கிறார். ஹிந்துவுக்கு இல்லாத எந்தவொரு கூடுதல் சலுகையும் முஸ்லிமுக்குத் தரப்படக்கூடாது என்று சொல்கிறார். சிறுபான்மை என்பதற்காக சலுகையும் பெரும்பான்மை என்பதற்காக சலுகையின்மையும் (தண்டனையும்) கூடாது என்று கூறுகிறார். முஸ்லிம்களின் மதம், முஸ்லிம்களின் கலாசாரம் ஆகியவற்றுக்காக அரசியல் பாதுகாப்பும் அதிகாரமும் கிடைக்க முஸ்லிம்களுக்கு அரசு உத்தரவாதம் தரும். ஆனால்

இத்தனை சட்டசபை இடங்கள் என்றோ நிர்வாகப் பதவிகளில் இத்தனை இடங்கள் என்றோ எந்த வரையறையும் செய்யாது. அப்படியே குறிப்பிட்ட இடங்களை அவர்களுக்கு ஒதுக்கியே ஆகவேண்டுமென்றால் அவர்களுடைய மக்கள் தொகைக்கு ஏற்பத்தான் அது தரப்படும்.

(திரு சாவர்க்கர் முஸ்லிம்களுக்குத் தனித் தொகுதிகள் ஒதுக்கப்படுவதற்கு மறுப்புத் தெரிவிக்கவில்லை. ஆனால், முஸ்லிம்கள் பெரும்பான்மையாக இருக்கும் இடங்களிலும் தனித் தொகுதி வழங்க சம்மதிக்கிறாரா என்பது தெளிவாகத் தெரியவில்லை).

அப்படியாக இதுவரை முஸ்லிம்களுக்குக் கிடைத்திருக்கும் அனைத்து அரசியல் சலுகைகளையும் புதிய முஸ்லிம் தேசத்தில் இருந்து பறித்துவிடுகிறார் திரு சாவர்க்கர்.

காங்கிரஸ் கட்சியானது சிறுபான்மைகளுக்குத் தருவதாகச் சொல்லும் உரிமைகள் தொடர்பான தெளிவின்மை, எரிச்சலூட்டும் புரிதலின்மை ஆகியவற்றுக்கு மாற்றாக திரு சாவர்க்கரின் தீர்மானங்கள் மிக மிகத் தெளிவாகவும் துணிச்சலாகவும் வெளிப்படையாகவும் இருக்கின்றன. 'இவ்வளவுதான் கிடைக்கும் இதற்கு மேல் கிடைக்காது' என்று முஸ்லிம்களுக்குத் தெளிவாக ஒரு விஷயத்தை திரு சாவர்க்கரின் தீர்மானம் சொல்லிவிடுகிறது. ஹிந்து மஹாசபையை எப்படி அணுக வேண்டும் என்பது தொடர்பாக முஸ்லிம்களுக்குத் தெளிவாகத் தெரிந்துவிடுகிறது.

மாறாக, காங்கிரஸைப் பொறுத்தவரையில் முஸ்லிம்களுக்கு என்ன முடிவெடுக்க என்றே தெரிவதில்லை. ஏனென்றால் காங்கிரஸானது முஸ்லிம்களையும் சிறுபான்மை விவகாரத்தையும் போலித்தனத்துடன் இல்லையென்றாலும் ராஜ தந்திர விளையாட்டாகக் கருதுகிறது.

அதே நேரம் திரு சாவர்க்கரின் தீர்மானமானது விசித்திரமானது என்று சொல்லமுடியாவிட்டாலும் தர்க்கபூர்வமாக சரியல்ல என்று நிச்சயம் சொல்லமுடியும். முஸ்லிம்கள் தனி தேசம் போன்றவர்கள் என்பதை அவர் ஒப்புக்கொள்கிறார். கலாசாரத் தனித்தன்மையைப் பேணவும் அவர்களுக்கு உரிமை உண்டு என்கிறார். அவர்களுக்கென்று தனியாகக் கொடி வைத்துக்கொள்ளவும் அனுமதிக்கிறார். இருந்தும் அவர்களுக்கென்று தனியான தேசம் தர மறுக்கிறார். ஹிந்துக்களுக்கு ஒரு தேசிய பூமி இருக்கலாமென்றால் இஸ்லாமியர்களுக்கு ஏன் இருக்கக்கூடாது?

இப்படி முரணான பார்வை என்பது திரு சாவர்க்கரின் பிழை மட்டுமே அல்ல. ஆனால், திரு சாவர்க்கர் முன்வைக்கும் திட்டமானது இந்தியாவின் பாதுகாப்புக்கு மிகப் பெரிய அச்சுறுத்தலாகவே முடியும். ஒரே தேசத்துக்குள் (Country) இரண்டு நாடுகள் (Nations) இருந்தால் ஒரே தேசத்தில் ஒரே அரசியல் சாசனத்தின் கீழ் வாழும் அந்தச் சிறிய நாட்டின் குடிமக்களைக் கையாள்வது தொடர்பாக இரண்டு வழிகள் இருக்கின்றன. முதலாவதாக, சிறிய நாட்டின் தேசியத்தை அழித்து பெரிய தேசியத்துக்குள் அவர்களை உள்ளிழுத்துக்கொள்வது ஒரு வழி. அதாவது இரண்டு நாட்டை ஒரே நாடாக ஆக்குவது. சிறிய தேசியத்தின் மொழி, மதம், கலாசாரம் ஆகியவற்றுக்கு எந்த உரிமையும் தராமல் பெரிய தேசியத்தின் மதம், மொழி, கலாசாரம் ஆகியவற்றைத் திணித்து இதைச் சாத்தியப்படுத்த முடியும்.

இரண்டாவது வழி என்னவென்றால், சிறிய தேசியத்தைப் பிரிந்து செல்ல அனுமதித்து தனி நாடாக தனி இறையாண்மையுடன் பெரிய தேசியத்தில் இருந்து விடுதலை பெற்றதாக அறிவிக்கலாம். இந்த இரண்டு வழிமுறைகளும் ஆஸ்திரியா, துருக்கி ஆகிய நாடுகளில் செய்துபார்க்கப்பட்டுள்ளன. முதலாவது வழிமுறை தோல்வியில் முடிந்ததைத் தொடர்ந்து இரண்டாவது வழிமுறைக்கு வந்திருக்கிறார்கள்.

திரு சாவர்க்கர் இந்த இரண்டு வழிமுறைகளையும் பின்பற்ற வில்லை. முஸ்லிம் நாட்டை அவர் தடுக்கவும் இல்லை. மாறாக அவர்கள் தமது மதம், மொழி, கலாசாரம் என ஒரு நாட்டின் ஆன்மாகவாக இருக்கும் விஷயங்கள் அனைத்தையும் தக்கவைத்துக்கொள்ள அனுமதிக்கிறார். அதேநேரம் தேசத்தைப் பிரிக்கவும் வேண்டாம் என்கிறார். சுதந்தரமான, தனித்தனியான இறையாண்மை கொண்ட இரண்டு நாடுகளாக உருவாக அனுமதி மறுக்கிறார்.

ஒரே தேசத்துக்குள் ஹிந்துக்களும் முஸ்லிம்களும் இரண்டு நாடுகளாக ஒவ்வொருவரும் தத்தமது மதம், மொழி, கலாசாரம் ஆகியவற்றைப் பின்பற்றியபடி வாழவேண்டும் என்கிறார். சிறிய தேசியத்தைப் பெரிய தேசியத்தால் அடக்கிவைக்கும் கொள்கையை ஒருவர் புரிந்துகொள்ளமுடியும். ஒரே தேசமாக ஆகவேண்டும் என்பதுதான் இலக்கு என்பதால் அதை ஏற்றுக்கொள்ளக்கூட முடியும். ஆனால், இரண்டு நாடுகள் இருக்கலாம்; ஆனால் பிரிந்துசெல்லக்கூடாது என்பதைப் புரிந்துகொள்ளமுடியவில்லை. இரண்டு நாடுகளும் நட்பார்ந்த

முறையில் பரஸ்பரம் மதிப்பும் மரியாதையும் கொண்டிருந்தால்தான் இப்படியான ஒற்றுமை சாத்தியமாகும். ஆனால் யதார்த்தம் அப்படியில்லை.

திரு சாவர்க்கர் ஹிந்து தேசத்துக்கு இணையாக சம அதிகாரத்துடன் இருக்க முஸ்லிம் தேசியத்தை அனுமதிக்கவில்லை. ஹிந்து தேசியமே ஆதிக்கம் மிகுந்ததாகவும் முஸ்லிம் தேசியம் அதற்கு அடங்கியும் இருக்கவேண்டும் என்று சொல்கிறார். ஹிந்து தேசத்துக்கும் முஸ்லிம் தேசத்துக்கும் இடையே இப்படியான பகைமையை விதைத்தபின் இரண்டு தேசியங்களும் ஒரே நாட்டில் ஒரே அரசியல் சாசனத்தை ஏற்றுக்கொண்டு வாழவேண்டும் என்று எப்படி எதிர்பார்க்கிறார் என்பதைப் புரிந்துகொள்ளவே முடியவில்லை.

புதிய திட்டம் ஒன்றை முன்வைத்திருப்பதாக திரு சாவர்க்கரை நாம் பாராட்ட முடியாது. அவர் இந்த திட்டம் சரியானது என்று எப்படி நம்புகிறார் என்பதை நம்மால் புரிந்துகொள்ளவே முடியவில்லை. பழைய ஆஸ்திரியா, பழைய துருக்கி ஆகிய நாடுகள் முதலில் செய்த விஷயத்தையே தனது ஸ்வராஜ்யத்தின் திட்டமாக முன் வைத்திருக்கிறார். ஆஸ்திரியா, துருக்கி நாடுகளில் ஒரு பெரிய தேசியமும் சிறிய தேசியங்களும் ஒற்றை தேசியத்தின் கீழே வாழத் தீர்மானித்திருந்தன. பெரிய தேசியத்தின் கீழே சிறிய தேசியங்கள் இடம்பெற்றன. ஆஸ்திரியாவிலும் துருக்கியிலும் அப்படி நடந்திருக்கிறதென்றால் இந்தியாவில் ஹிந்துக்களால் அதைச் செய்ய முடியாதா என்று கேட்கிறார்.

பழைய ஆஸ்திரியா, பழைய துருக்கி நாடுகளில் இருந்த அரசியல் அமைப்பின் அடிப்படையில் தனது தீர்மானத்தை திரு சாவர்க்கர் நியாயப்படுத்துவதைப் புரிந்துகொள்ளவேமுடியவில்லை. பழைய ஆஸ்திரியாவும் பழைய துருக்கியும் இன்று இல்லை என்பது அவருக்குத் தெரியவில்லை போலிருக்கிறது. பழைய ஆஸ்திரியாவையும் பழைய துருக்கியையும் எந்த சக்திகள் சிதறடித்தன என்பதையும் அவர் புரிந்துகொண்டிருக்கவில்லை.

கடந்த கால வரலாறை முன்னிறுத்திப் பேசுவதில் திரு சாவர்க்கருக்கு மிகுந்த ஆர்வம் உண்டு. அதற்கு பதிலாக அவர் நிகழ்காலத்தின் மீது அதிக கவனம் செலுத்தியிருந்தாரென்றால் அவருடைய திட்டத்தில் உள்ள குறை அவருக்குத் தெரிந்திருக்கும். ஹிந்து ராஜ்யம் என ஒரு ஸ்வராஜ்யத்தை அமைக்கவேண்டும்; ஒரே அரசியல் சாசனத்தின் கீழ் இரண்டு நாடுகள் ஒரே தேசமாக இருக்கவேண்டும். பெரும்பான்மை தேசியமானது சிறிய

தேசியத்தைத் தனக்கு கீழாக இருக்கும் ஒன்றாக தக்கவைத்துக் கொள்ளவேண்டும் என்று அவர் முன்வைக்கும் திட்டத்தைப் போலவே செயல்பட நினைத்ததால்தான் பழைய ஆஸ்திரியாவும் துருக்கியும் சிதைந்துபோயின என்ற உண்மையைப் புரிந்துகொண்டிருப்பார்.

ஆஸ்திரியா, செக்கோஸ்லோவாகியா, துருக்கி போன்ற நாடுகளின் வீழ்ச்சியை இந்தியர்கள் மிகுந்த கவனத்துடன் தெரிந்துகொள்ள வேண்டும். ஹிந்து மஹாசபையின் உறுப்பினர்களும் புரிந்து கொள்ளவேண்டும். வேறொரு அத்தியாயத்தில் அந்த நாடுகளின் வீழ்ச்சி பற்றி விரிவாகப் பேசியிருக்கிறேன். எனவே, அதை இங்கு விவரிக்க விரும்பவில்லை. திரு சாவர்க்கர் முன்வைத்திருக்கும் திட்டமானது முஸ்லிம்களைக் கீழடக்கிய ராஜ்யம் ஒன்றை உருவாக்கிக் கொண்ட பெருமிதத்தையும் தம்மை ஒரு ஏகாதிபத்திய இனமாக ஆக்கிவிட்ட மனநிறைவையும் ஹிந்துக்களுக்குத் தரக்கூடும். ஆனால், ஹிந்துக்களுக்கு அது நீடித்த, நிலையான, நிம்மதியான எதிர்காலத்தை நிச்சயம் தராது. ஏனென்றால் முஸ்லிம்கள் ஒருபோதும் கீழ்படிந்து நடக்க சம்மதிக்க மாட்டார்கள்.

3

திரு சாவர்க்கர் தனது திட்டத்துக்கு முஸ்லிம்கள் என்ன எதிர்வினை புரிவார்கள் என்பது பற்றி எந்த அக்கறையும் இல்லாதவராகவே இருக்கிறார். தனது திட்டத்தை உருவாக்கி, ஒரு கடிதத்தில் எழுதி அதன் மேலுரையில் ‘இஷ்டமிருந்தால் ஏற்றுக்கொள்; இல்லையென்றால் விட்டுவிடு’ என்று எழுதி அவர்கள் முன்னால் விட்டெறிகிறார். ஸ்வராஜ்யப் போராட்டத்தில் முஸ்லிம்கள் சேரத் தயங்குவது பற்றி அவருக்கு எந்தக் கவலையும் இல்லை. ஹிந்துக்களின் வலிமை, ஹிந்து மஹா சபையின் வலிமை குறித்து அவருக்கு மனப்பூர்வமாக மிகுந்த நம்பிக்கை இருக்கிறது. வேறு யாருடைய துணையும் உதவியும் இல்லாமல் தனியாகவே போராடி பிரிட்டிஷாரிடமிருந்து ஸ்வராஜ்யத்தை வென்றுவிடமுடியும் என்று நம்புகிறார். முஸல்மான்களைப் பார்த்து கீழ்க்கண்டவாறு சொல்ல திரு.சாவர்க்கர் தயாராகவே இருக்கிறார்:

> நீங்கள் துணைக்கு வந்தால் உங்களோடு; வரவில்லையென்றால் நீங்கள் இல்லாமலேயே; நீங்கள் எதிர்த்தால் உங்களையும் மீறி ஹிந்துக்கள் தமது தேசத்தின் விடுதலைக்காக எவ்வளவு முடியுமோ அவ்வளவு தீவிரத்துடன் போராடுவார்கள்.

ஆனால், திரு.காந்தி அப்படியில்லை. இந்தியாவில் தனது அரசியல் தலைமையை முன்னெடுக்க ஆரம்பித்த காலத்திலேயே ‘ஆறே மாதங்களில் ஸ்வராஜ்யத்தை வென்றிடுவேன்’ என்று அனைவரையும் திகைக்கவைத்தார். சில நிபந்தனைகளைப் பூர்த்தி செய்தால் இந்த அதிசயத்தைச் செய்துகாட்டுவேன் என்று சொன்னார். அந்த நிபந்தனைகளில் ஒன்று ஹிந்து, முஸ்லிம் ஒற்றுமை! ஹிந்து, முஸ்லிம் ஒற்றுமையில்லாமல் ஸ்வராஜ்யம் சாத்தியமே இல்லை என்று அவர் சொல்லாத நாளே கிடையாது. அவர் அதை வெறும் வெற்று அரசியல் கோஷமாக முன்வைக்கவில்லை. அதை நடைமுறைப்படுத்த அவர் மிகத் தீவிரமாகச் செயலாற்றியும் வருகிறார்.

திரு.காந்தி இந்தியாவில் அரசியல் தலைவராக ஆரம்பித்த முதல் போராட்டம் 2, மார்ச், 1919-ல் ரௌலட் சட்டத்தை எதிர்த்து ஆரம்பித்த சத்யாகிரகப் போராட்டம்தான். அந்தப் போராட்டத்தில் பங்குபெறும் நபர்களெல்லாம் ஒரு சத்தியப் பிரமாணம் எடுத்துக்கொள்ள வேண்டும் என்று கேட்டுக்கொண்டிருந்தார். அந்த சத்யாகிரஹப் போராட்டம் சீக்கிரமே அதாவது, 18, ஏப்ரல், 1919-ல் காந்தியால் முடித்துவைக்கப்பட்டது. அந்தப் போராட்டத்தின் ஓர் அங்கமாக மார்ச், 6, 1919-ல் காந்தி ரௌலட் சட்டத்தை எதிர்த்து தேசம் முழுவதும் மிகப் பெரிய போராட்டம் ஒன்றைத் தீர்மானித்திருந்தார் (பார்க்க காந்தியின் அறிக்கை, 3, மார்ச் 1919). அன்றைய தினம் தேசம் முழுவதும் மாபெரும் மக்கள் கூட்டங்கள் நடத்தப்படவிருந்தன. அந்தக் கூட்டங்களில் கலந்துகொள்ளும் பொது மக்கள் கீழ்க்கண்ட சத்தியப் பிரமாணங்களை எடுக்கவேண்டியிருந்தது.

> கடவுள் சாட்சியாக, ஹிந்து, முஸ்லிம்களாகிய நாங்கள் ஒரு தாய் மக்களாக பரஸ்பரம் அன்புடன் நடந்துகொள்வோம். எந்த பேதமும் எங்களுக்குள் பார்க்கமாட்டோம். ஒருவருடைய துன்பத்தை இன்னொருவருடைய துன்பமாகக் கருதுவோம். பரஸ்பரம் அதைப் போக்க இருவரும் உதவிசெய்து கொள்வோம். பரஸ்பரம் ஒவ்வொருவருடைய மதத்தையும் மத உணர்வுகளையும் மதித்து நடப்போம். அடுத்த மதத்தினரின் மத சம்பிரதாயங்கள் நடைமுறைகள் ஆகியவற்றுக்குத் தடையாக இருக்கமாட்டோம். மதத்தின் பெயரால் இருவரும் ஒருவருக்கு எதிராக இன்னொருவர் வன்முறையில் ஈடுபடமாட்டோம்.

ரௌலட் சட்டத்தில் ஹிந்துக்களும் முஸ்லிம்களும் மோதிக் கொள்ளும்படியாக எந்த அம்சமும் இருந்திருக்கவில்லை.

இருந்தும் காந்தி இப்படியான ஒரு சத்தியப் பிரமாணத்தை எடுத்துக்கொள்ளச் சொல்லியிருந்தார். ஹிந்து, முஸ்லிம் ஒற்றுமையில் அவர் எந்த அளவுக்குத் தீவிரமாக இருந்தார் என்பதை இது நன்கு எடுத்துக்காட்டுகிறது.

முஹமதியர்கள் 1919 வாக்கில் கிலாஃபத் இயக்கத்தை ஆரம்பித்தனர். அந்தப் போராட்டத்தின் நோக்கங்கள் இரண்டு: கிலாஃபத் காலிஃபேட்டை (இஸ்லாமிய மத தேசியத்தின் அதிகாரத்தை) பாதுகாத்தல் மற்றும் துருக்கிய பேரரசின் மாண்பைக் காப்பாற்றுவது. இரண்டுமே ஆதரிக்கத் தகுந்தவை அல்ல. கிலாஃபத்தைப் பாதுகாக்கவே முடியாது. ஏனென்றால் போராட்டத்தை ஆரம்பித்த துருக்கிய மக்கள் தங்களுடைய சுல்தானை விரும்பவில்லை. குடியரசு வேண்டும் என்று போராடினார்கள். மன்னராட்சிக்கு முடிவுகட்டி மக்களாட்சியைக் கொண்டுவர விரும்பியவர்களிடம் சென்று மன்னராட்சியைத் தக்கவைத்துக்கொள்ளும்படிக் கேட்பதில் நியாயமே இல்லை.

துருக்கியப் பேரரசின் மாண்பைக் காப்பாற்றும்படிக் கேட்கவே முடியாது. ஏனென்றால், அது பல்வேறு தேசியங்களை, குறிப்பாக அரபு தேசியத்தை துருக்கியரின் ஆட்சிக்குக் கீழே இருந்தாக வேண்டும் என்று நிர்பந்திப்பதாக ஆகிவிடும். சுய நிர்ணய உரிமையே அமைதிப் பேச்சுவார்த்தைகளின் ஆதார அம்சமாக அனைவராலும் ஏற்றுக்கொள்ளப்பட்டிருக்கும் நிலையில் இப்படியான கோரிக்கை சரியே அல்ல.

இந்திய முஹமதியர்கள் அந்தப் போராட்டத்தை ஆரம்பித்தனர். திரு காந்தி அதற்கு ஆதரவு தெரிவித்ததென்பது பல முஹமதியர் களையும் ஆச்சரியத்தில் ஆழ்த்தியிருக்கும். கிலாஃபத் இயக்கத்தின் தார்மிக அடிப்படைகளைப் பலர் கேள்விக்கு உட்படுத்தி இருந்தனர். அதனடிப்படையில் காந்தியை இந்தப் போராட்டத்தில் பங்கெடுக்க வேண்டாம் என்று கேட்டுக்கொண்டுமிருந்தனர். ஆனால் திரு.காந்தி கிஃலாபத் போராட்டத்தை நியாயப் படுத்தினார். விமர்சகர்களின் அறிவுரைகளை ஏற்க மறுத்து விட்டார். அந்தப் போராட்டம் மிகவும் நியாயமானது. அதை ஆதரிப்பது தனது கடமை என்று மீண்டும் மீண்டும் வலியுறுத்திச் சொன்னார். அவருடைய நிலைப்பாட்டை அவருடைய வார்த்தைகளிலேயே முன்வைக்கிறேன் (யங் இந்தியா, 2 ஜுன், 1920):

1) என்னைப் பொறுத்தவரையில் துருக்கிய காலிஃபேட் கோரிக்கையானது நீதியும் நியாயமும் அற்ற ஒன்றல்ல. வலுவாக

ஆதரிக்கவேண்டியது. துருக்கிய தேசம் தனக்கு உரிமையான ஒன்றைத் தக்கவைத்துக்கொள்ள விரும்புகிறது. முஸ்லிம் அல்லாத துருக்கியர் அல்லாத மக்களின் அனைத்து நலன்களும் பாதுகாக்கப்படும் என்று மிகத் தெளிவாக அந்த அரசு தெரிவித்திருக்கிறது. துருக்கிய மன்னரின் ஆளுகைக்குக் கீழே கிறிஸ்தவர்களுக்கும் அராபியர்களுக்கும் அவரவருக்கான சுய நிர்ணய உரிமைகள் தரப்படும் என்று சொல்லப்பட்டிருக்கிறது.

2) துருக்கிய மன்னருடைய கை வலுவிழப்பதையோ செயலற்றுப் போவதையோ கொடூரமாக மாறுவதையோ நான் விரும்ப வில்லை. அந்த தேசம் தற்போது நிலைகுலைந்து போயிருக் கிறது. சரியான தலைமை இல்லாததே அதற்குக் காரணம் என்று நினைக்கிறேன். வலுவற்ற தன்மை, திறமையின்மை, கொடூரம் போன்ற குற்றச்சாட்டுகள் யார் மீது சொல்லப்படுகிறதோ அவரிடமிருந்து அதிகாரத்தைக் கைப்பற்றியாகவேண்டும். நடந்ததாகச் சொல்லப்படும் படுகொலைகளுக்கு உரிய விசாரணை கமிஷன் அமைக்கப்படவேண்டும் என்று கோரிக்கை வைக்கப்பட்டது. ஆனால் அது செவிமடுக்கப்படவில்லை. ஒடுக்குமுறையில் இருந்து பாதுகாப்பு கிடைத்தாகவேண்டும்.

3) இந்திய முஹமதியர்கள் மீது நான் அக்கறை இல்லாமல் இருந்திருந்தால், ஆஸ்திரியர்கள் மீதோ போலந்து நாட்டினர் மீதோ எவ்வளவு அக்கறைகொண்டிருக்கிறேனோ அதைவிடக் கூடுதலாக துருக்கியர்களின் நலன் மீது அக்கறை கொண்டிருக்க மாட்டேன். ஓர் இந்தியராக, சக இந்தியர்களின் துயரங்களில் பங்கெடுப்பது என்னுடைய கடமை. முஹமதியர்களை எனது சகோதரர்களாக நான் கருதுவது உண்மையென்றால் அவர்களுக்குத் தேவைப்படும் நேரத்தில் என்னால் முடிந்த அளவுக்கு உதவியை நான் செய்தாகவேண்டும். அவர்களுக்கு அவசியமானது என்ற ஒன்றே அது நியாயமான விஷயம் என்று நான் நம்பப் போதுமானது.

4) முஹமதியர்களுடன் எந்த அளவுக்கு ஹிந்துக்கள் கை கோர்த்துச் செயல்படவேண்டும் என்பதை இங்கு சொல்கிறேன். அது உணர்வு மற்றும் கருத்து சம்பந்தப்பட்ட விஷயம். ஒரு நியாயமான கோரிக்கைக்காக எனது முஹமதிய சகோதரருக்காக துன்பத்தைத் தாங்குவது மிகவும் அவசியம். இலக்கைப் போலவே வழிமுறைகளையும் நியாயமானதாக அவர்கள் முன்னெடுக்கும்வரையில் அவர்களுடனான அந்தப் போராட்டத்தில் ஆதி முதல் அந்தம்வரை நானும் பங்கெடுக்க

விரும்புகிறேன். முஹமதியர்களின் உணர்வுகளில் நான் தலையிட்டு ஒழுங்குபடுத்த விரும்பவில்லை. காலிஃபேட் என்பது அவர்களைப் பொறுத்தவரையில் மத விவகாரம் சம்பந்தப்பட்டது. உயிரைக் கொடுத்தாவது அதைக் காப்பாற்ற வேண்டும் என்று சொல்கிறார்கள். அதை நான் ஏற்றுக் கொண்டாகவேண்டும்.

திரு காந்தி கிலாஃபத் இயக்கத்தை ஆதரித்ததோடு நிற்கவில்லை அவர்களுக்கு வழிகாட்டியாகவும் நண்பராகவுமே செயல்பட்டார். கிலாஃபத் இயக்கத்தில் திரு காந்தியின் பங்களிப்பு மற்றும் கிலாஃபத் போராட்டத்துக்கும் ஒத்துழையாமை இயக்கத்துக்கும் இடையிலான தொடர்பு ஆகியவற்றைப் பார்க்கும் ஒருவருக்கு ஸ்வராஜ்யத்தை வென்றெடுக்க ஒத்துழையாமை இயக்கமானது காங்கிரஸால்தான் முதன் முதலில் முன்னெடுக்கப்பட்டது என்ற உண்மையில் வலுவான சந்தேகம் ஏற்படக்கூடும்.

பெரும்பாலானவர்கள் கலகத்தாவில் 1920 செப்டம்பர் மாதம் ஏழு எட்டு தேதிகளில் நடந்த காங்கிரஸ் மாநாட்டில்தான் முதன் முதலாக ஒத்துழையாமை இயக்கம் முன்னெடுக்கப்பட்டது என்று நினைக்கிறார்கள். ஆனால் அது உண்மையில்லை.

செப்டம்பர் 1920க்கு முன்பாக நடந்தவற்றை ஒருவர் அலசிப் பார்த்தால் உண்மை என்ன என்பது தெரியவரும். அதாவது கிலாஃபத் இயக்கத்தின் மூலம்தான் இந்தியாவில் முதன் முதலாக ஒத்துழையாமை இயக்கம் ஆரம்பமானது. ஸ்வராஜ்யம் கேட்டு காங்கிரஸ் அதை ஆரம்பித்திருக்கவில்லை என்பதுதான் உண்மை. கிலாஃபத் இயக்கத்தினர் துருக்கி காலிஃபேட் அரசுக்கு உதவும் நோக்கில் ஆரம்பித்தனர். அதற்கு காங்கிரஸ்காரர்கள் ஆதரவு தெரிவித்தனர்.

ஸ்வராஜ்யம் என்பது அந்த முதல் ஒத்துழையாமை இயக்கத்தின் இலக்காக இருந்திருக்கவில்லை. கிலாஃபத் கோரிக்கையே அதன் இலக்காக இருந்தது. இந்தியாவின் ஸ்வராஜ்யம் என்பது ஹிந்துக்களையும் அந்தப் போராட்டத்தில் இணைய வைக்க வேண்டும் என்ற நோக்கில்தான் இரண்டாவது காரணியாகச் சேர்க்கப்பட்டது. இந்த உண்மை தெரியவேண்டுமென்றால் கீழ்க்கண்ட விஷயங்களைப் பார்த்தால் போதும்:

இந்தியா முழுவதும் 27, அக், 1919தான் கிலாஃபத் நாளாகக் கொண்டாடப்படுகிறது. எனவே அந்த நாளில்தான் அந்த இயக்கம் ஆரம்பித்தது என்று வைத்துக்கொள்ளலாம். 23, நவ, 1919-ல்

தில்லியில் முதல் கிலாஃபத் மாநாடு நடந்தது. கிலாஃபத் தொடர்பான தவறான செயல்பாடுகளைத் திருத்தியமைக்க பிரிட்டிஷ் அரசைக் கட்டாயப்படுத்தும் நோக்கில் இந்த மாநாட்டில்தான் ஒத்துழையாமை இயக்கம் பற்றி முதலில் ஆலோசிக்கப்பட்டது.

10, மார்ச், 1920-ல் கல்கத்தாவில் அடுத்த கிலாஃபத் மாநாடு நடந்தது. அதில்தான் தமது போராட்டத்துக்கு ஒத்துழையாமை இயக்கமே மிகவும் சரியான ஆயுதம் என்று தீர்மானிக்கப்பட்டது.

அலஹாபாத்தில் 9, ஜூன், 1920-ல் நடந்த மூன்றாவது கிலாஃபத் மாநாட்டில் இந்த ஒத்துழையாமை போராட்டத்தை எப்படியெல்லாம் முன்னெடுக்கவேண்டும் என்பது தொடர்பாக மிக விரிவான திட்டம் வகுக்க ஒரு நிர்வாக கமிட்டி அமைக்கப்பட்டது.

22, ஜூன் 1920-ல் முஸ்லிம்கள் பிரிட்டிஷ் வைஸ்ராய்க்கு ஒரு கடிதம் எழுதினார்கள். அதில் ஆகஸ்ட் 1, 1920க்குள்ளாக கிலாஃபத் பிரச்னைக்குத் தீர்வு காணவில்லையென்றால் ஒத்துழையாமைப் போராட்டத்தில் ஈடுபடுவோம் என்று தெரிவித்தனர்.

ஜூன்,30, 1920 அன்று அலஹாபாத்தில் நடைபெற்ற கிலாஃபத் கமிட்டி கூட்டத்தில் பிரிட்டிஷ் வைஸ்ராய்க்கு ஒரு மாத காலக்கெடு நோட்டீஸ் கொடுத்து அதற்கு சாதகமான பதில் கிடைக்காவிட்டால் ஒத்துழையாமை இயக்கத்தை ஆரம்பிப்பது என்று தீர்மானம் நிறைவேற்றப்பட்டது.

1, ஜூலை, 1920 அன்று அந்த நோட்டிஸ் வைஸ்ராய்க்கு அனுப்பப்பட்டது.

1, ஆகஸ்ட் 1920-ல் ஒத்துழையாமை இயக்கம் ஆரம்பித்தது. இந்தப் புள்ளிவிவரங்களைப் பார்த்தால் ஒத்துழையாமை இயக்கமானது முதன் முதலில் கிலாஃபத் கமிட்டியால்தான் முன்வைக்கப்பட்டு ஆரம்பிக்கப்பட்டது என்பது தெளிவாகத் தெரியவரும். அதுவும் ஸ்வராஜ்யத்துக்காக அல்ல. கிலாஃபத் கோரிக்கைக்காகவே அது முன்னெடுக்கப்பட்டது என்பதும் தெரியவரும். அப்படி கிலாஃபத் கமிட்டி முதலில் முன்வைத்த ஒத்துழையாமை இயக்கப் போராட்டத்தை கல்கத்தாவில் நடந்த காங்கிரஸ் மாநாடு வழிமொழிந்தது. அவ்வளவுதான். கல்கத்தா மாநாட்டுத் தீர்மானத்தைப் பார்த்தால் இந்த உண்மை நன்கு புலப்படும்.

கிலாஃபத் பிரச்னையைப் பொறுத்தவரையில் பிரிட்டிஷ இந்திய மற்றும் பிரிட்டன் அரசுகள் இந்தியாவில் இருக்கும்

முஸ்லிம்களின் நலனைக் காக்கும் கடமையில் தோற்று விட்டன. அவர்களுக்குக் கொடுத்த வாக்கை பிரிட்டிஷ் பிரதமர் காப்பாற்றவில்லை. முஸ்லிம் சகோதரர்களுடைய மதத்துக்கு ஏற்பட்டிருக்கும் நெருக்கடியைப் போக்க இந்தியாவில் இருக்கும் முஸ்லிம் அல்லாதவர்கள் அனைவரும் சட்ட பூர்வமான முறையில் அனைத்து உதவிகளையும் செய்தாகவேண்டும்.

ஏப்ரல் 1919-ல் நடைபெற்ற சம்பவங்கள் தொடர்பாகவும் இரண்டு அரசாங்கங்களும் பஞ்சாபின் அப்பாவி மக்களைப் பாதுகாக்கத் தவறிவிட்டன. அவர்கள் மீது காட்டுமிரண்டித் தனமான தாக்குதலை நடத்திய அதிகாரிகள் மீதும் எந்த நடவடிக்கையும் எடுக்கவில்லை. தனது ஆளுகைக்குக் கீழ் இருந்த மக்களின் மீது மிக மோசமான நிர்வாகரீதியான குற்றங்களையும் மிகப் பெரிய வேதனைகளையும் கட்டவிழ்த்து விட்டதில் நேரடியான பங்குவகித்த சர் மைக்கேல் டயரை அந்தக் குற்றச்சாட்டுகளில் இருந்து வைஸ்ராய் விடுவித்தும் இருக்கிறார். ஹவுஸ் ஆஃப் லார்ட்ஸில் நடைபெற்ற விவாதங் களில் இந்தியர்களின் வேதனை குறித்த எந்தவிதப் புரிதலும் இருந்திருக்கவில்லை. பஞ்சாபில் முன்னெடுக்கப்பட்ட திட்டமிட்ட தீவிரவாதம், பயங்கரம் பற்றி அவர்களுக்குத் துளியும் அக்கறை இருந்திருக்கவில்லை. கிலாஃபத் தொடர் பாகவும் பஞ்சாபில் நடந்தது தொடர்பாகவும் வைஸ்ராய்க்கு எந்தவொரு கரிசனமும் இல்லை என்பது அவருடைய அறிக்கையில் இருந்து தெரியவருகிறது.

மேலே சொல்லப்பட்டிருக்கும் இந்த இரண்டு தவறுகளையும் சரி செய்தால் ஒழிய இந்தியாவில் நிம்மதி பிறக்காது. தேசத்தின் பெருமையைக் காக்கவும் இதுபோன்ற தவறுகள் இனிமேல் நடக்காமல் இருக்கவும் ஸ்வராஜ்யமே ஒரே தீர்வு என்று காங்கிரஸ் கருதுகிறது.

மேலே சொல்லப்பட்டிருக்கும் தவறுகளைச் சரிசெய்யவும் ஸ்வராஜ்யத்தை அடையவும் மகாத்மா காந்தியால் முன்வைக்கப்பட்டிருக்கும் ஒத்துழையாமை இயக்கத்தை முன்னெடுப்பதைத் தவிர இந்தியர்களுக்கு வேறு வழியே இல்லை என்று காங்கிரஸ் மேலும் கருதுகிறது.

திருமதி அன்னிபெசண்ட் சொன்னது: திரு காந்தி மார்ச் 1920-ல் கிலாஃபத் இயக்கத்துக்கு ஆதரவாக ஒத்துழையாமை இயக்கத்தை

முன்னெடுக்கவேண்டும் என்று சொன்னபோது அந்தப் போராட்டத்தில் அதைத் தவிர வேறு எந்தக் கோரிக்கையையும் சேர்க்க வேண்டாம் என்று தடுத்திருந்ததை இங்கு நினைவில் கொள்வது நல்லது. கிலாஃபத் கோரிக்கையானது ஹிந்துக்களுக்கு அந்த அளவுக்கு முக்கியமானதாக இல்லையென்பதால் பனாரஸில் மே 30,31-ல் நடைபெற்ற அனைத்து இந்திய காங்கிரஸ் கமிட்டியில் பஞ்சாபில் நடைபெற்ற வன்முறைகள் மீதான கண்டனம், ரௌலட் சீர்திருத்தச் சட்டத்தின் போதாமைகள் ஆகியவையும் அந்த ஒத்துழையாமை இயக்கத்தின் முக்கிய இலக்குகளாகச் சேர்த்துக்கொள்ளப்பட்டன. - தி ஃப்யூச்சர் ஆஃப் இந்தியன் பாலிடிக்ஸ் பக் 250.

ஒத்துழையாமை இயக்கத்தை முதலில் முன்னெடுத்தது கிலாஃபத் கமிட்டிதான்; அந்த இயக்கத்துக்கு ஆதரவு தெரிவிக்கும் வகையில் காங்கிரஸ் அந்த ஒத்துழையாமை இயக்கத்தை நடைமுறைப் படுத்தியது என்பதெல்லாம் உண்மைதான். ஆனால், கிலாஃபத் இயக்கத்தினருக்கு ஒத்துழையாமை போராட்டத்தில் ஈடுபடும்படி ஆலோசனை கொடுத்தது திரு.காந்திதான். கிலாஃபத் கமிட்டியுடன் தன்னை அடையாளப்படுத்திக்கொண்டவரும் அவர்களை அதை முன்வைக்கச் சொன்னவரும் காங்கிரஸ் அதை நடைமுறைப்படுத்த வைத்தவரும் அவரே.

தில்லியில் 23, நவம்பர் 1919 நடைபெற்ற முதல் கிலாஃபத் இயக்க மாநாட்டில் திரு காந்தியும் பங்கெடுத்திருந்தார். அதோடு நில்லாமல், கிலாஃபத் தொடர்பாக பிரிட்டிஷாரை முஸ்லிம் களுக்கு சாதகமான முடிவெடுக்கும்படி வற்புறுத்த முஸ்லிம் களிடம் ஒத்துழையாமை இயக்கத்தை ஆரம்பிக்கச் சொன்னது காந்திதான். கிலாஃபத் இயக்கத்தில் திரு.காந்தி கலந்து கொண்டதென்பது மிகுந்த முக்கியத்துவம் வாய்ந்த ஒரு நிகழ்வு.

கிலாஃபத் இயக்கத்துக்கு ஹிந்துக்களின் ஆதரவைப் பெறவேண்டும் என்பதில் முஸ்லிம்கள் மிகவும் தீவிரமாக இருந்தனர். 23, நவம்பர், 1919-ல் நடந்த கிலாஃபத் மாநாட்டில் முஸ்லிம்கள் ஹிந்துக்களையும் கலந்துகொள்ள அழைப்பு விடுத்திருந்தனர். அலஹாபாத்தில் 3, ஜூன், 1920-ல் கிலாஃபத் முஸ்லிம்கள், ஹிந்துக்கள் ஆகியோர் பங்கெடுத்த இன்னொரு மாநாடும் நடந்தது. சப்ரு, மோதிலால் நேரு, அன்னி பெசண்ட் போன்றோர் அந்த மாநாட்டில் பங்கெடுத்தனர். ஆனால், ஹிந்துக்கள் முஸ்லிம்களுடன் அந்தப் போராட்டத்தில் பங்கெடுக்கத் தயங்கினர்.

முஸ்லிம்களுடன் இணைந்து செயல்படத் தயாராக இருந்த ஒரே ஹிந்து திரு.காந்தி மட்டுமே. அவர்களுடன் இணையும் துணிச்சல் கொண்டிருந்ததோடு அவர்களுடன் இணைந்து நடந்து, ஏன் தலைமை தாங்கி நடத்தியதும் ஒருவகையில் அவரே. 9, ஜூன் 1920 அன்று அலஹாபாத்தில் கிலாஃபத் கமிட்டியினர் ஒத்துழையாமை இயக்கப் போராட்டத்தை நாடு முழுவதும் முன்னெடுக்க ஒரு நிர்வாக கமிட்டி ஒன்றை அமைத்தனர். அந்த கமிட்டியில் பங்கு பெற்றிருந்த ஒரே ஹிந்து திரு.காந்திதான்.

ஜூன் 20, 1920 அன்று முஸ்லிம்கள் துருக்கி கிலாஃபத் பிரச்னையை பிரிட்டிஷ் அரசு தீர்க்கவில்லையென்றால் ஒத்துழையாமை இயக்கத்தை ஆரம்பிப்போம் என்று வைஸ்ராய்க்கு முஸ்லிம்கள் ஒரு கடிதம் அனுப்பினர். அதே நாளில் திரு.காந்தியும் கிலாஃபத் இயக்கத்தில் இருக்கும் நியாயம் பற்றி வைஸ்ராய்க்கு ஒரு கடிதம் அனுப்பினார். கிலாஃபத் இயக்கத்தினரின் கையைப் பலப்படுத்த, தான் களம் இறங்கப் போவதாகவும் அதில் தெரிவித்திருந்தார்.

ஆகஸ்ட் 1, 1920க்குள் பிரிட்டிஷ் அரசு கிலாஃபத் கோரிக்கைக்கு சரியான நடவடிக்கை எடுக்கவில்லையென்றால் ஒத்துழையாமை போராட்டத்தை ஆரம்பிப்போம் என்று கிலாஃபத் இயக்கத்தினர் ஜூன் 1, 1920-ல் தாங்கள் அனுப்பிய கடிதத்தில் குறிப்பிட்டிருக்க வில்லை. திரு காந்தி, தான் அனுப்பிய கடிதத்தில் இந்தக் காலக்கெடுவை விதித்திருந்தார். மேலும் ஆகஸ்ட்1, 1920 அன்று ஒத்துழையாமை இயக்கம் ஆரம்பித்தபோது முதன் முதலாகத் தனக்குக் கிடைத்த பட்டத்தைத் திருப்பித் தந்து அந்த போராட்டத்துக்குத் தெளிவான வடிவம் கொடுத்து ஆரம்பித்துவைத்தார்.

ஒத்துழையாமை இயக்கத்தை கிலாஃபத் கமிட்டியின் முக்கிய உறுப்பினராக இருந்து தொடங்கி வைத்ததோடு கிலாஃபத் கோரிக்கைக்கு வலுச்சேர்க்கும் வகையில் காங்கிரஸைக் களத்தில் இறங்க வைத்தார். இந்த இலக்கின் அடிப்படையில் 1, ஆகஸ்ட், 1920 தொடங்கி 1, செப், 1920 வரை திரு காந்தி தேசம் முழுவதிலும் ஒத்துழையாமை இயக்கத்தின் அவசியத்தை வலியுறுத்தியபடி கிலாஃபத் இயக்கத்தின் மூல காரணகர்த்தாக்களான அலி சகோதரர்களுடன் சுற்றுப் பயணம் மேற்கொண்டார்.

திரு காந்தி மற்றும் அலி சகோதரர்களுக்கிடையே இருந்த ஒத்திசைவின்மையானது மக்களுக்கு தெள்ளத் தெளிவாகப் புரிந்துமிருந்தது. மாடர்ன் ரிவ்யூ இதுபற்றிச் சொல்கையில், ‘சுற்றுப் பயணம் மேற்கொள்ளும் இருவருடைய உரைகளின் உள்

அர்த்தங்களைக் கூர்ந்து கவனித்தால், 'தொலை தூர நாடான துருக்கியில் நடக்கும் பிரச்னைகள் ஒருவருக்கு முக்கியமானதாக இருக்கிறது; இன்னொருவருக்கோ இந்தியாவில் ஸ்வராஜ்யம் கிடைப்பது முக்கியமானதாக இருக்கிறது' என்று செய்தி வெளியிட்டிருந்தது. இந்த முரண்பாடானது இறுதி இலக்குக்கு வெற்றி தேடித் தருவதாக இருக்கவில்லை. இருந்தும் திரு.காந்தி கிலாஃபத் இயக்கப் போராட்டத்துக்கு தன்னுடன் சேர்ந்து காங்கிரஸையும் இழுத்துக் கொண்டுவந்திருந்தார்.

ஒத்துழையாமை இயக்கத்துக்கு ஆதரவாக 1886 வாக்குகளும் எதிராக 884 வாக்குகளும் கிடைத்திருந்தன. மறைந்த திரு டைர்ஸி என்னிடம் இதுபற்றிப் பேசும்போது, ஒத்துழையாமை இயக்கத் தீர்மானத்துக்கு ஆதரவாக வாக்களித்த பிரமுகர்கள் வேறுயாரு மில்லை; காசு கொடுத்து அழைத்துவரப்பட்டிருந்த கல்கத்தா டாக்ஸி டிரைவர்கள்தான் என்று சொன்னார்.

மாடர்ன் ரிவ்யூவின் கருத்தை கொடூரமான பார்வை என்று காந்தி விமர்சித்தார். 20, அக், 1921 யங் இந்தியாவில் மாடர்ன் ரிவ்யூவின் கட்டுரைக்கு மறுப்புத் தெரிவிக்கும் விதமாக, 'கிலாஃபத் இயக்கமானது எங்கள் இருவருக்குமே பிரதானமானதுதான். மௌலானா முஹமது அலியைப் பொறுத்தவரையில் அது அவருடைய மதத்தைக் காக்கும் போராட்டம். என்னைப் பொறுத்த வரையில் கிலாஃபத் இயக்கத்துக்காக என் உயிரையும் கொடுத்துப் போராடுவதென்பது பசுவை அதாவது எனது மதத்தை முஸல்மானின் கத்தியில் இருந்து காப்பாற்ற உதவும்' என்று எழுதினார்.

நீண்டகாலமாகவே முஸ்லிம்களைத் தமது பக்கம் கொண்டுவர ஹிந்துக்கள் மிகுந்த முயற்சிகள் எடுத்துவந்திருக்கிறார்கள். காங்கிரஸ் கட்சியானது தனக்கும் முஸ்லிம் லீக் கட்சிக்கும் இடையிலான இடைவெளியைக் குறைக்க மிகவும் ஆர்வத்துடன் செயல்பட்டுவருகிறது. இந்த முயற்சிகளின் விளைவாக 1916-ல் லக்னோ ஒப்பந்தம் காங்கிரஸுக்கும் முஸ்லிம் லீகுக்கும் இடையில் கையெழுத்தானது. ஸ்வாமி ஸ்ரத்தானந்தா லக்னோவில் நடைபெற்ற காங்கிரஸ் மாநாட்டில் சொன்னது:

> இந்த மேடையில் (லக்னோ காங்கிரஸ் மாநாட்டு மேடையில்) அமர்ந்திருக்கும்போது என் மனதில் தோன்றிய முதல் விஷயம் என்னவென்றால் 1893-ல் லாகூர் மாநாட்டில் எத்தனை முஸ்லிம் பிரதிநிதிகள் இருந்தனரோ அந்த எண்ணிக்கை இப்போது நான்கு மடங்கு அதிகரித்திருக்கிறது. முஸ்லிம் பிரதிநிதிகள் தாம்

வழக்கமாக அணியும் ஆடைகளுக்கு மேலே தங்கமும் வெள்ளியும் பதித்த பட்டுத் துணிகளை அணிந்துகொண்டிருக்கிறார்கள். இந்த மேலாடைகள் எல்லாம் காங்கிரஸ் காட்டும் வேடிக்கைக்காக ஹிந்து செல்வந்தர்களால் தரப்பட்டவை என்று சிலர் வதந்தி கிளப்புகிறார்கள். இங்கு வந்திருக்கும் 433 முஸ்லிம் பிரதிநிதிகளில் 30 பேர் வெளியில் இருந்து வந்திருக்கிறார்கள். மற்றவர்கள் லக்னோ நகரத்தில் வசிப்பவர்கள். ஹிந்துப் பெரும்பான்மை பிரதிநிதிகளே வந்திருப்பவர்களுக்கு தங்குமிடம், உணவு வசதிகளைச் செய்து தருகிறார்கள். காங்கிரஸை எதிர்க்கும் சர் சையது அஹமதுவின் லீகானது காங்கிரஸில் முஸ்லிம்கள் சேருவதை எதிர்த்து பொதுக் கூட்டங்கள் நடத்தியது. அதன் எதிர்வினையாக காங்கிரஸானது நான்கு நாட்களுக்கு முன்னதாக மாநாட்டுச் செலவுகள் எல்லாம் இலவசம்; கட்டணம் எதுவும் கிடையாது என்று அறிவித்தது. இதன் விளைவாக லக்னோவில் இருக்கும் அனைத்து சந்துல் கானாக்களும் காலியாகிவிட்டன. சுமார் 30 ஆயிரம் ஹிந்து, முஸ்லிம்கள் பாதி அரங்குகளில் வந்து குமிந்துவிட்டனர். அப்போதுதான் முஸ்லிம் பிரதிநிதிகள் தேர்ந்தெடுக்க அல்லது நியமிக்கப்பட்டனர். இந்த விவரங்களை லக்னோ காங்கிரஸ் மாநாட்டு நிர்வாகிகள் என்னிடம் தனிப்பட்ட முறையில் தெரிவித்தனர்.

முஸ்லிம் பிரதிநிதிகள் ஒரு நாடகம் நடத்தினர். ஒரு முஸ்லிம் பிரதிநிதி மாநாட்டின் தீர்மானத்தை உருதுவில் வழிமொழிய எழுந்து நின்றார். 'ஹசரத்... நான் ஒரு மொஹமதிய பிரதிநிதி'. ஒரு ஹிந்து பிரதிநிதி எழுந்து நின்று முஸ்லிம் பிரதிநிதியை வாழ்த்தி மூன்று முறை கோஷம் இட்டார். கூட்டம் அதற்கு மிகுந்த உற்சாகத்துடன் தெரிவித்த பதில் கோஷமானது வார்த்தைகளில் வருணிக்க முடியாத அளவுக்கு அற்புதமாக இருந்தது'.

கிலாஃபத் கோரிக்கையை திரு காந்தி கையில் எடுத்ததற்கு இரண்டு முக்கிய காரணங்கள் இருக்கின்றன. முஸ்லிம்களை காங்கிரஸ் பக்கம் கொண்டுவரும் நோக்கில் அதைச் செய்தார். இரண்டாவதாக, காங்கிரஸ் கட்சியை வலிமையான அமைப்பாக ஆக்கும் நோக்கில் அதை முன்னெடுத்தார். முஸ்லிம்கள் அதில் சேர்ந்திருக்கவில்லையென்றால் காங்கிரஸ் வலுவடைந்திருக்க முடியாது. அரசியல் பாதுகாப்பு உரிமைகளையெல்லாம் தாண்டி கிலாஃபத் கோரிக்கையானது முஸ்லிம்களிடையே மிகுந்த

வரவேற்பைப் பெற்றிருந்தது. அதன் விளைவாக ஏராளமானோர் காங்கிரஸில் சேர்ந்துகொண்டனர். ஹிந்துக்கள் அதை வரவேற்றனர். ஏனென்றால், பிரிட்டிஷாருக்கு எதிரான பொதுவான அணி உருவாக இது உதவியது. ஹிந்துக்களின் பிரதான இலக்கு அதுதானே. இந்த நிகழ்வுக்கான முழுப் பாராட்டும் திரு காந்திக்குத்தான் தரவேண்டும். இது மிகவும் துணிச்சலான ஒரு முயற்சி.

கிலாஃபத் இயக்கத்துக்கு ஆதரவு தரும்படி 1919-ல் முஸ்லிம்கள் ஹிந்துக்களின் உதவியை நாடி வந்தபோது ஹிந்துக்களிடையே மூன்று மாறுபட்ட கருத்துகள் இருந்தன.

முதலாவதாக ஒரு பிரிவினர் ஒத்துழையாமை இயக்கத்தைக் கொள்கை அளவில் எதிர்த்தனர். முஸ்லிம்கள் பசுக்கொலையைக் கைவிட்டால் அவர்களுடைய ஒத்துழையாமை இயக்கத்தில் சேரத் தயார் என்று இன்னொரு பிரிவினர் சொன்னார்கள். மூன்றாவது பிரிவினர், இப்படி முஸ்லிம்களுக்கு ஆதரவு கொடுத்தால் ஆஃப்கானியர்களை இந்தியாவின் மீது படையெடுத்துவரும்படி அழைப்புவிடுப்பார்கள். அதன் விளைவாக நமது ஸ்வராஜ்யம் தடைபட்டுப் போய் இந்தியாவானது முஸ்லிம் ஆதிக்கத்தில் மாட்டிக்கொள்ளும் என்று சொன்னார்கள்.

முஸ்லிம்களுக்கு ஆதரவாக ஒத்துழையாமை இயக்கத்தில் சேர எதிர்ப்பு தெரிவித்த ஹிந்துக்களை திரு காந்தி பொருட்படுத்தவே இல்லை. தாம் ஆதரவு தெரிவிக்க வேண்டுமென்றால் முஸ்லிம்கள் பசு வதையைக் கைவிடவேண்டும் என்று கோரிக்கை வைத்த ஹிந்துக்களைப் பார்த்து அந்தக் கோரிக்கை துரதிஷ்டவசமானது என்று கூறினார். அவர்களுக்கு அவர் மேலும் சொன்னது:

> பசு பாதுகாப்பு பற்றி இந்த இடத்தில் பேசவேண்டாம் என்று ஹிந்துக்களிடம் கேட்டுக்கொள்கிறேன். நெருக்கடி நேரத்தில் எந்தவித முன் நிபந்தனையும் இன்றி ஆதரவு தெரிவிப்பதுதான் உண்மையான நண்பருக்கு அழகு. பிரதிபலன் எதிர்பார்த்துச் செய்யப்படும் உதவியானது வணிக ஒப்பந்தம் போன்றது. அது நட்புக்கு அழகல்ல. நிபந்தனையுடனான உதவி என்பது கலப்படமான மண் கலவை போன்றது. அது வலுவான பிணைப்பை ஏற்படுத்தாது. முஹமதியர்களின் இலக்கு நியாயமானது என்று ஹிந்துக்களுக்குத் தோன்றினால் அவர்களுக்கு உதவுவது ஹிந்துக்களின் கடமை. ஹிந்துக்களின் உணர்வுகளுக்கு மரியாதை கொடுக்கவேண்டும் என்று முஸ்லிம்கள் நினைத்தால் ஹிந்துக்கள் உதவுகிறார்களா

இல்லையா என்பதையெல்லாம் பொருட்படுத்தாமல் பசு வதையை அவர்கள் கைவிடவேண்டும். எனவே பசுப் பாதுகாப்பில் மிகுந்த அக்கறை கொண்ட நான் முஸ்லிம்களுக்கு ஆதரவு தருவதற்கு, முன் நிபந்தனையாக பசுக் கொலையைக் கைவிட வேண்டும் என்று சொல்லும் ஹிந்துவின் கோரிக்கைக்குச் செவிசாய்க்க மாட்டேன். பசுவைப் பாதுகாக்க வேண்டுமென்றால் நிபந்தனையற்ற ஆதரவுதான் அதற்கான வழி *(யங் இந்தியா, 10, டிச, 1919)*

முஸ்லிம்களுக்கு ஆதரவாக ஒத்துழையாமை இயக்கத்தில் பங்கெடுத்தால், அவர்கள் ஆஃப்கானியர்களைப் படையெடுத்து வரச் சொல்லிவிடுவார்கள் என்று பயப்படும் ஹிந்துக்களுக்கு திரு காந்தி சொன்ன பதில்:

ஹிந்துக்களின் எச்சரிக்கை உணர்வைப் புரிந்துகொள்ளவும் நியாயப்படுத்தவும் முடியும். முஹமதியர்களின் நிலையை, உணர்வுகளைத் தடுப்பது மிகவும் சிரமம். பிரிட்டிஷார் மற்றும் இஸ்லாமிய சக்திகளின் போர்க்களமாக இந்தியா மாறாமல் இருக்கவேண்டுமென்றால் ஹிந்துக்கள் ஒத்துழையாமை இயக்கத்தில் எந்த நிபந்தனையும் இன்றிக் கலந்துகொண்டு அதை உடனடியாக வெற்றி பெறச் செய்யவேண்டும். முஸ்லிம்கள் தாம் முன்வைத்திருக்கும் இலக்குக்கு நேர்மையாகவும் சுய கட்டுப்பாட்டுடனும் தியாகங்களுடனும் இருக்கும்வரையில் ‘அந்த விளையாட்டை’ ஹிந்துக்கள் ஒத்துழையாமை இயக்கத்தில் கலந்துகொண்டு தாமும் ஆடலாம். பிரிட்டிஷார் மற்றும் அவர்களுடைய ஆதரவு சக்திகள், ஆஃப்கனியர்கள் இவர்களுக்கு இடையிலான போருக்கு ஹிந்துக்கள் நிச்சயம் ஆதரவு தரவேமாட்டார்கள் என்பது எனக்கு நன்கு தெரியும்.

பிரிட்டிஷ் படைகள் மிகவும் வலிமையானவை. ஒருங்கிணைக்கப்பட்டவை. இந்திய எல்லையில் எந்த சக்தியாலும் அவர்களைப் போரிட்டு வீழ்த்தமுடியாது. எனவே இஸ்லாமின் மாண்பைக் காப்பாற்ற முஸ்லிம்கள் ஒத்துழையாமை இயக்கத்தை மிகுந்த தீவிரமாக ஆர்வத்துடன் பின்பற்றுவதுதான் அவர்களுக்கு இருக்கும் ஒரே போராட்ட வழிமுறை. பெருந்திரளான மக்கள் ஒன்று சேர்ந்து அதை முன்னெடுத்தால் அது மிகப் பெரிய வெற்றியைத் தரும். தனிப்பட்ட முறையில் ஒவ்வொருவருக்கும் அவர்களுடைய மனசாட்சிக்கு ஏற்ப நடந்துகொள்ள முழு வாய்ப்பையும் தரும்.

ஒரு தனி நபர் அல்லது நிறுவனம் செய்த அநீதிக்கு நான் நேரடியாகவோ மறைமுகமாகவோ காரணமாக இருந்தால் என்னைப் படைத்த இறைவனுக்கு அதற்காக நான் பதில் சொல்லியாகவேண்டியிருக்கும். மேலே சொல்லப்பட்டிருக்கும் அநியாயத்துக்கு ஆதரவு தெரிவிக்காமல் இருப்பதன் மூலம் தவறு செய்தவர்களையும் தண்டிக்கக்கூடாது என்ற என்னுடைய உயரிய விழுமியத்துக்கு ஒரு மனிதரால் செய்ய முடிந்த அனைத்தையும் செய்தவராகிறேன்.

இப்படியான வலிமையான செயலைச் செய்கையில் எந்தவிதமான கோபமோ இறுக்கமோ நிர்பந்தமோ மனதில் இருக்கக்கூடாது. ஒத்துழையாமை இயக்கம் என்பது தன்னிச்சையாக யாருடைய நிர்பந்தமும் இல்லாமல் முன்னெடுக்கப்படவேண்டும். அப்படியான நிலையில் அதற்குப் பின் முழுப் பொறுப்பும் மொஹமதியர்களிடம் விடப்படும். அவர்கள் தமது இலக்குகளுக்கு நேர்மையாக நடந்துகொண்டால் ஹிந்துக்களின் உதவி அவர்களுக்குக் கிடைக்கும். அந்த மாபெரும் வலிமையான சக்திக்கு முன்னால் ஓர் அரசு எவ்வளவு பெரியதாக இருந்தாலும் அடிபணிந்தே தீரவேண்டியிருக்கும். ஒட்டுமொத்த தேசத்தின் வன்முறையற்ற எதிர்ப்பை எந்தவொரு அரசாலும் தாக்குப்பிடிக்க முடியாது (யங் இந்தியா, 9, ஜுன், 1920).

துரதிஷ்டவசமாக வன்முறையற்ற எதிர்ப்பை எந்த தேசத்தாலும் தாக்குப்பிடிக்க முடியாது என்ற காந்தியின் எதிர்பார்ப்பானது பொய்யாகிப் போனது.

ஒத்துழையாமை இயக்கம் ஆரம்பித்த ஒரு வருடத்திலேயே முஸல்மான்கள் பொறுமை இழந்து நடக்கத் தொடங்கியதாக காந்தி வருத்தப்பட்டுச் சொல்ல நேர்ந்தது.

முஸல்மான்கள் தமது பொறுமையற்ற ஆத்திரத்தின் காரணமாக காங்கிரஸும் கிலாஃபத் இயக்கங்களும் இன்னும் தீவிரமாக, சரியான முடிவுகளை எடுக்கவேண்டும் என்று கோருகிறார்கள். முஸல்மான்களைப் பொறுத்தவரையில் ஸ்வராஜ்யக் கோரிக்கை என்பது கிலாஃபத் பிரச்னைக்குச் சரியான தீர்வை முன்னெடுக்க இந்தியாவுக்கு உதவக்கூடிய ஒரு விஷயமாகவே தோன்ற வேண்டும். ஸ்வராஜ்யம் கிடைத்தாகவேண்டும் என்பது முடிவற்ற காலதாமதமாக அல்லது ஐரோப்பிய சக்திகளிடம் சிக்கி துருக்கி அழிவதை இந்திய முஸல்மான்கள் கைகட்டி

வேடிக்கை பார்க்கச் செய்வதாக இருக்குமென்றால் அந்த ஸ்வராஜ்யத்தை அவர்கள் மறுக்கலாம்.

இந்த உணர்வைப் புரிந்துகொள்வது கடினமானதல்ல. உடனடியாகச் செய்தாகவேண்டிய ஏதேனும் திறமையான வழிமுறை உண்டென்றால் அதை முன்னெடுக்கும்படி நிச்சயம் நான் மகிழ்ச்சியுடன் பரிந்துரைப்பேன். ஸ்வராஜ்யக் கோரிக்கையைத் தள்ளிப் போடுவதன் மூலம் கிலாஃபத் கோரிக்கைக்கு நன்மை கிடைக்குமென்றால் அதை நான் மகிழ்ச்சியுடன் தள்ளிப்போடுவேன். லட்சக்கணக்கான முஸல்மான்களின் வேதனையைத் தணிக்க ஒத்துழையாமை இயக்கம் அல்லாமல் வேறு ஏதேனும் வழிமுறை உண்டென்றால் உடனே அதை முன்னெடுப்பேன்.

ஆனால், ஸ்வராஜ்யம் பெறுவதே கிலாஃபத் பிரச்னைக்கு உடனடியாகத் தீர்வு கிடைக்க வழிவகுக்கும் என்பது என்னுடைய பணிவான கருத்து. எனவே, கிலாஃபத் பிரச்னைக்கான தீர்வு, ஸ்வராஜ்யம் இரண்டுமே என்னைப் பொறுத்தவரையில் ஒன்றை அடைவதற்காக இன்னொன்று மிகவும் அவசியமே. பாதிக்கப்பட்ட துருக்கியர்களுக்கு உதவி செய்ய வேண்டுமென்றால் இந்தியா சொந்தக் காலில் நின்று தனது முழு சக்தியையும் பயன்படுத்த முடிவதாக இருக்க வேண்டும். அந்த வலிமை இந்தியாவுக்கு உரிய நேரத்துக்குள் கிடைக்கவில்லையென்றால் இந்தியாவுக்கு மீட்சி கிடைக்க வழியில்லை.

பக்க வாதம் வந்த ஒருவர் அடுத்தவருக்கு உதவிக் கரம் நீட்டும் முன்பாக தன்னுடைய நோயைக் குணப்படுத்தத்தானே பார்க்கவேண்டும். அறியாமை, சிந்தனையற்ற தன்மை, ஆவேசம் வன்முறைச் செயல்கள் எல்லாம் ஆத்திரத்தை வெளிப்படுத்த உதவலாம். ஆனால் துருக்கி பிரச்னைக்கு எந்தவொரு தீர்வையும் அதனால் தரமுடியாது.

திரு காந்தியின் யோசனைகளைக் கேட்கும் மனநிலையில் முஸல்மான்கள் இருந்திருக்கவில்லை. அவர்கள் ஒத்துழையாமை இயக்கக் கோட்பாட்டை ஏற்றுக்கொள்ள மறுத்தனர். ஸ்வராஜ்யம் கிடைக்கும்வரை காத்திருக்கவும் அவர்கள் தயாராக இல்லை. கிலாஃபத் காலிஃபேட்டைக் காப்பாற்றி துருக்கிக்கு உடனடியாக உதவி செய்தாகவேண்டும் என்று துடித்தனர். முஸ்லிம்கள் என்ன செய்வர்கள் என்று ஹிந்துக்கள் பயந்தார்களோ அதற்கு ஏற்ப ஆஃப்கானியர்களை இந்தியா மீது படையெடுத்துவரும்படி

பதற்றத்தில் இருந்த முஸ்லிம்கள் கேட்டுக்கொண்டனர். ஆஃப்கனிஸ்தானின் அமீரை இந்த கிலாஃபத் இயக்கத்தினர் எந்த அளவுக்கு அந்த விஷயத்தில் சம்மதிக்க வைத்திருந்தனர் என்பது தெரியவில்லை. ஆனால், அவர்கள் அப்படியான ஒரு முயற்சியை எடுத்தனர் என்பதில் எந்த சந்தேகமும் இல்லை.

இந்தியா மீதான படையெடுப்பைப் போல் ஆபத்தான விஷயம் வேறு எதுவுமே இல்லை. குறைந்தபட்ச அறிவு உள்ள எந்தவொரு இந்தியரும் இந்தத் திட்டத்தில் இருந்து தன்னைத் துண்டித்துக்கொள்ளவே செய்வார். திரு காந்திக்கு இந்த யோசனையில் எந்த அளவுக்கு பங்கு உண்டு என்பதைக் கண்டுபிடிப்பது சிரமமானது ஒன்றுமல்ல. அவர் தன்னை அந்த யோசனையில் இருந்து விலக்கிக் கொள்ளவில்லை. ஸ்வராஜ்யம் அடைந்தே தீரவேண்டும்; ஹிந்து, முஸ்லிம்களிடையே ஒற்றுமை ஏற்பட்டாக வேண்டும் என்ற உத்வேகங்களை அவர் தவறான எல்லைகளுக்குக்கொண்டு சென்றார். இந்தியா மீதான ஆஃப்கானிய படையெடுப்புக்கு அவர் சம்மதம் தெரிவித்தார். பிரிட்டிஷாருடன் எந்தவொரு ஒப்பந்தமும் செய்துகொள்ள வேண்டாம் என்று ஆஃப்கானிய அமீருக்கு ஆலோசனை சொன்னதோடு நில்லாமல் கீழ்க்கண்டவாறும் சொன்னார்:

> *பிரிட்டிஷ் அரசுக்கு எதிராக ஆப்ஃகானிய அமீர் படையெடுத்து வந்தால் நான் அதை வரவேற்பேன். மக்கள் மத்தியில் நம்பிக்கையை இழந்துவிட்ட அரசு அதிகாரத்தில் இருப்பதற்கு உதவுவதென்பது மிகப் பெரிய தவறு என்று என் நாட்டு மக்களிடம் வெளிப்படையாகச் சொல்வேன்.*

ஹிந்து, முஸ்லிம் ஒற்றுமைக்காக புத்திஸ்வாதீனமுள்ள யாரேனும் இந்த அளவுக்குச் சொல்லமுடியுமா? ஆனால் திரு காந்தி ஹிந்து, முஸ்லிம் ஒற்றுமை என்ற விஷயத்தில் எந்த அளவுக்கு பிடிப்பு கொண்டவராக இருக்கிறாரென்றால் இப்படியான யோசனையைச் சொல்வதன் மூலம் எப்படியான மடத்தனமான செயலைச் செய்கிறோம் என்பதைப் புரிந்துகொள்ள முடியாத நிலையில் இருக்கிறார். ஹிந்து, முஸ்லிம் ஒற்றுமைக்கான அஸ்திவாரத்தைப் பலமாகப் போடவிரும்பும் திரு காந்தி தேசிய நெருக்கடி தொடர்பாக தன்னுடைய ஆதரவாளர்களுக்கு ஒரு ஆலோசனையும் சொல்கிறார். யங் இந்தியாவில் *8 செப்,1920*-ல் அவர் சொல்கிறார்:

> *மதராஸ் சுற்றுப் பயணம் மேற்கொண்டிருந்தபோது பேஸ்வாடாவில் தேசிய நெருக்கடி பற்றிப் பேசியபோது தலைவர்களைப் புகழ்வதற்கு பதிலாக லட்சியங்களைப்*

புகழ்ந்து கோஷங்கள் எழுப்பும்படிச் சொன்னேன். மகாத்மா காந்திகி ஜே... மொஹம்மது அலி சௌகத் அலி கி ஜே என்று சொல்வதற்கு பதிலாக ஹிந்து, முஸ்லிம் வாழ்க என்று சொல்லும்படிக் கேட்டுக்கொண்டேன். தொடர்ந்து பேசிய சகோதரர் சௌகத் அலி இதை ஏற்றுக்கொண்டு தெளிவான வழிமுறையை முன்வைத்தார். ‘ஹிந்து, முஸ்லிம் வாழ்க’ என்பதற்கு பதிலாக முஸ்லிம்கள் ‘அல்லாஹு அக்பர்’ என்று முதலில் சொன்னால் ஹிந்துக்கள் ‘வந்தே மாதரம்’ என்று பதில் முழக்கம் செய்யவேண்டும். அதுபோல் ஹிந்துக்கள் முதலில் ‘வந்தே மாதரம்’ என்று சொன்னால் முஸ்லிம்கள் ‘அல்லாஹு அக்பர்’ என்று முழங்க வேண்டும் என்று சொன்னார்.

இது ஒருவகையில் சரியான கோஷம்தான். ஆனால், மக்கள் ஒரே மனதுடன் ஒரே குரலில் செயல்படுவதாக ஆகாது. எனவே மூன்று கோஷங்கள் இருக்கலாம். ஹிந்துக்களும் முஸ்லிம்களும் ஒரே குரலில் உற்சாகமாக ‘அல்லாஹு அக்பர்’ என்று முழங்கவேண்டும். கடவுள் ஒருவரே உயர்ந்தவர். வேறு யாரும் அவருக்கு மேலே கிடையாது என்பதை இது உணர்த்தும்.

இரண்டாவது கோஷமாக, ‘பாரத் மாதாகி ஜே’ என்பது அல்லது ‘வந்தே மாதரம்’ என்பது இருக்கவேண்டும். மூன்றாவது கோஷமாக ‘ஹிந்து, முஸ்லிம் வாழ்க’ என்பது இருக்கவேண்டும். அது இல்லாமல் இந்தியாவுக்கு வெற்றி கிடைக்க வாய்ப்பே இல்லை. இறைவனின் மகத்தான செயலாக அதைத் தவிர வேறு எதுவுமே இருக்கமுடியாது. பிற தலைவர்களும் மௌலானாவின் இந்த ஆலோசனைப்படி இந்த மூன்று கோஷங்களை மட்டுமே இனிமேல் முன்னெடுக்க வேண்டும். பத்திரிகைகள் இந்தச் செய்தியை மக்களுக்குக் கொண்டுசெல்லவேண்டும்.

இந்த மூன்று கோஷங்களும் அர்த்தம் பொதிந்தவை. முதலாவது கோஷம் நாம் எவ்வளவு சிறியவர்கள் என்பதை ஒப்புக்கொள்ளும் வாக்குமூலமாகவும் நமது பிரார்த்தனையாகவும் இருக்கிறது. அந்தவகையில் அது மிகுந்த பணிவை வெளிப்படுத்துகிறது. ஹிந்துக்களும் முஸ்லிம்களும் பக்தியுடனும் பிரார்த்தனை மனதுடனும் கலந்துகொள்ள வேண்டும். அராபிய கோஷத்தின் அர்த்தமானது யாரையும் புண்படுத்துவதாக இல்லை. மாறாக பெருமைப்படுத்துவதாகவே இருக்கிறது. எனவே அராபிய வார்த்தைகள் இருப்பதாகச் சொல்லி ஹிந்துக்கள் அந்த கோஷத்தைச்

சொல்லமாட்டோம் என்று மறுக்கக்கூடாது. கடவுளுக்கு மொழி கிடையாது.

வந்தே மாதரம் என்ற கோஷமானது அது கொண்டிருக்கும் அற்புதமான பிணைப்புகள் நீங்கலாக இந்தியா தனது உன்னத நிலையை அடைய வேண்டும் என்ற ஒற்றை தேசிய லட்சியத்தை முன்வைப்பதாக இருக்கிறது. பாரத் மாதா கி ஜே என்ற கோஷத்துக்கு பதிலாக வந்தே மாதரம் என்ற கோஷத்தையே நான் தேர்ந்தெடுக்கிறேன். அதுவே வங்காளத்தின் ஞானம் மற்றும் உணர்வுபூர்வமான உயர்வு நிலையை அங்கீகரிப்பதாக இருக்கும்.

ஹிந்து, முஸ்லிம் ஒற்றுமை இல்லாமல் இந்தியா என்பது இல்லை. எனவே ஹிந்து, முஸ்லிம் கி ஜே என்ற கோஷத்தையும் நாம் மறக்கவே கூடாது.

இந்த மூன்று கோஷங்கள் தொடர்பாக எந்தப் பாரபட்சமும் இருக்கக்கூடாது. யாரேனும் ஒருவர் இந்த மூன்று கோஷங்களில் ஏதேனும் ஒன்றை மட்டும் தனக்கு மிகவும் பிடித்ததாக எடுத்துக்கொண்டு அதை மட்டும் உரக்க முழங்குவேன் என்று செயல்படக்கூடாது. ஏதேனும் ஒரு கோஷத்தை முழங்க விருப்பமில்லையென்றால் அவர்கள் விலகி நிற்கலாம். வேறு ஒரு கோஷம் எழுந்திருக்கும் நிலையில் தன்னுடைய கோஷத்தைக் குறுக்கே புகுந்து முழங்கக்கூடாது.

மேலே சொல்லியிருக்கும் அதே வரிசையிலேயே இந்த மூன்று கோஷங்களையும் எப்போதும் முழங்குவது நல்லது.

ஹிந்து முஸ்லிம் ஒற்றுமை உருவாக காந்தி இவற்றை மட்டுமே செய்யவில்லை. ஹிந்துக்களுக்கு எதிராக மிகப் பெரும் தீங்குகளை முஸ்லிம்கள் இழைத்திருந்த நேரங்களில்கூட முஸ்லிம்களை அதற்குப் பொறுப்பாக்கியது கிடையாது.

முஸ்லிம்களின் மத உணர்வுகளை எழுத்துக்களின் மூலமோ சுத்தி போன்ற தாய் மதம் திருப்பும் செயல்பாடுகளின் மூலமோ புண்படுத்தியிருந்த பல முன்னணி ஹிந்து தலைவர்கள், வெறிபிடித்த இஸ்லாமியர்களால் கொல்லப்பட்டிருக்கிறார்கள். இது ஊரறிந்த மோசமான உண்மைதான். ஸ்வாமி ஸ்ரத்தானந்தாதான் அப்படியாகக் கொல்லப்பட்டவர்களில் முதல் முக்கியமான நபர். நோய்வாய்ப்பட்டுப் படுக்கையில் கிடந்த அவரை 23, டிசம்பர் 1926 அன்று அப்துல்ரஷீத் என்பவன் சுட்டுக் கொன்றான்.

தில்லியைச் சேர்ந்த புகழ் பெற்ற ஆரிய சமாஜ தலைவரான லாலா நானக்சந்த் அடுத்ததாகக் கொல்லப்பட்டார். 'ரங்கீலா ரசூல்' என்ற படைப்பை எழுதிய ராஜ்பால் தனது கடையில் அமர்ந்து கொண்டிருந்தபோது 6, ஏப்ரல், 1929 அன்று இலாம்தீன் என்பவனால் கத்தியால் குத்தப்பட்டார். செப்டம்பர் 1934-ல் நாதுராம்லால் சர்மா, அப்துல் கயூமினால் கொல்லப்பட்டார். அது மிகவும் கொடூரமான, துணிகரமான கொலை. சிந்து பகுதியில் நீதிமன்றத்தில் வழக்கு விசாரணைக்கு வந்திருந்த நாதுராம்லால் பட்டப் பகலில் பலர் முன்னால் நீதிமன்றவளாகத்திலேயே கொல்லப்பட்டார். 'இஸ்லாமின் வரலாறு' என்ற புத்தகத்தை வெளியிட்டதற்காக ஐ.பி.சி. செக்ஷன் 195 கீழ் அவர் மீது தொடுக்கப்பட்ட வழக்கின் விசாரணைக்காக நீதிமன்றம் வந்திருந்தார்.

ஹிந்து மஹா சபா அஹமதாபாத்தில் ஒரு மாநாடு நடந்தி முடித்ததைத் தொடர்ந்து சபையின் செயலாளரான கன்னா 1938-ல் முஹமதியர்களால் தாக்கப்பட்டார். மயிரிழையில் உயிர் தப்பினார்.

இங்கு நான் சொல்லியிருக்கும் பட்டியல் மிகவும் சிறியதுதான். இன்னும் பல கொலைகள், தாக்குதல்கள் நிகழ்ந்துள்ளன. முஸ்லிம் வெறியர்களால் கொல்லப்பட்ட ஹிந்து தலைவர்களின் எண்ணிக்கை அதிகமா குறைவா என்பது விஷயமே அல்ல. கொலைகள் பற்றி என்ன நினைக்கிறார்கள் என்பதுதான் முக்கியம். சட்டம் அமல்படுத்தப்பட்ட நேரங்களில் குற்றவாளிகளுக்கு தண்டனை கிடைத்தது. ஆனால், முன்னணி முஸ்லிம் தலைவர்கள் இந்தக் குற்றவாளிகளை ஒருபோதும் விமர்சித்துப் பேசியதே இல்லை. மாறாக அந்தக் குற்றவாளிகளை மதத் தியாகிகளாகப் போற்றிப் புகழ்ந்தார்கள். அவர்கள் மீது கருணை காட்டவேண்டும் என்று கோரிக்கைவிடுத்தார்கள்.

அப்துல் கையாமுக்கு ஆதரவாக வாதாடிய லாகூரில் இருக்கும் வழக்கறிஞரான பர்கத் அலியை ஓர் உதாரணமாக எடுத்துக் காட்டலாம். குரானின் அடிப்படையில் பார்த்தால் நாதுராமாலை அப்துல் கயாம் கொன்றதில் எந்தத் தவறும் இல்லை என்று பரகத் அலி நீதிமன்றத்தில் வாதாடினார். முஸ்லிம்கள் இப்படித்தான் பேசுவார்கள் என்பதை ஒருவர் எதிர்பார்க்கமுடியும்தான்.

ஆனால், திரு காந்தியின் மனநிலைதான் இந்த விஷயத்தில் புரிந்துகொள்ள முடியாததாக இருக்கிறது.

திரு காந்தி எந்தவொரு வன்முறைச் செயலென்றாலும் எதையும் விட்டுவிடாமல் ஒவ்வொரு நிகழ்வையும் மிகவும் தீவிரமாகக்

கட்டாயம் விமர்சிப்பார். காங்கிரஸையும் அதனுடைய விருப்பத்துக்கு எதிராக விமர்சன அறிக்கையை வெளியிடவும் வைப்பார். ஆனால் ஹிந்துத் தலைவர்களின் கொலைகளுக்கு எதிராக அவர் ஒருபோதும் போராடியதில்லை. இந்தப் படுகொலைகளை முஸ்லிம்கள் விமர்சித்துப் பேசியதில்லை என்பது மட்டுமல்ல. திரு காந்தி முன்னணி முஸ்லிம் தலைவரைச் சந்தித்து இந்தப் படுகொலைகளை விமர்சித்துப் பேசும்படிக் கேட்டுக்கொண்டதும் இல்லை. அந்தப் படுகொலைகள் தொடர்பாக மௌனமாகவே இருந்திருக்கிறார்.

ஸ்வாமி ஸ்ரத்தானந்தாவைக் கொன்ற அப்துர் ரஹ்மானுடைய ஆன்மா மேலுலகில் நற்கதி அடைய வேண்டி தியேபந்த் பகுதியில் இருந்த புகழ் பெற்ற இறையியல் கல்லூரியின் பேராசிரியர்கள், மாணவர்கள் குரானை முழுவதுமாக ஐந்து முறை ஜபித்தனர். அதோடு தினமும் ஒன்றே கால் குரான் வசனங்களை ஓதுவதாகவும் தீர்மானித்தனர். ஏழாம் சொர்க்கத்தில் இந்த ரஷீதுக்கு (தியாகிக்கு) ஏக இறைவனே ஓரிடம் தருவாயாக என்று பிரார்த்தனை செய்தனர். டைம்ஸ் ஆஃப் இந்தியா, த்ரூ இந்தியன் ஐஸ் என்ற தொடர் பத்தியில், 30-11-1927.

ஒரு சில ஹிந்து தலைவர்கள் படுகொலை செய்யப்படுவதை காந்தி பெரிதாக எடுத்துக்கொள்வதில்லை. அவர்களுடைய தியாகத்தின் மூலம் ஹிந்து, முஸ்லிம் ஒற்றுமையைப் பாதுகாக்க முடியுமென்றால் காந்தி அதையே விரும்புகிறார் என்பதாகவே காந்தியின் இந்த அணுகுமுறையை நாம் புரிந்துகொள்ள வேண்டியிருக்கும். ஆனால், மாப்ளா கலவரம் தொடர்பாக திரு காந்தி என்ன சொன்னார் என்பது ‘முஸ்லிம்கள் என்ன செய்தாலும் மன்னித்துவிடவேண்டும்; இல்லையென்றால் அது ஹிந்து, முஸ்லிம் ஒற்றுமைக்கு ஊறுவிளைவித்துவிடும்’ என்ற அவருடைய மனோபாவத்துக்கான மிகச் சிறந்த எடுத்துக்காட்டு.

ஹிந்துக்களுக்கு எதிராக மலபாரில் மாப்ளாக்கள் மேற்கொண்ட ரத்தத்தை உறையவைக்கும் வன்முறைகள் வார்த்தைகளில் விவரிக்க முடியாதவை. தென்னிந்தியா முழுவதிலும் ஹிந்துக்கள் மத்தியில் ஒருவித அச்ச உணர்வு பரவவிட்டிருந்தது. தவறாக வழி நடத்தப்பட்ட சில கிலாஃபத் இயக்கத் தலைவர்கள், இஸ்லாமைக் காக்கும் நோக்கில் மாப்ளா முஸ்லிம்கள் மேற்கொண்ட வீரச் செயலைப் பாராட்டி அறிக்கை வெளியிட்டார்கள்.

ஹிந்து முஸ்லிம்களுடைய ஒற்றுமைக்கு இது மிகப் பெரிய பின்னடைவயே ஏற்படுத்தும் என்பது அனைவருக்குமே தெரியும்.

ஆனால், ஹிந்து, முஸ்லிம் ஒற்றுமை தொடர்பாக மித மிஞ்சிய ஆவேசத்தில் இருந்த திரு காந்தி, மாப்ளா முஸ்லிம்கள் செய்த கொடுமைகளையும் அவர்களைப் பாராட்டிய கிலாஃபத் இயக்கத் தலைவர்களையும் லகுவாகவே எடுத்துக்கொண்டார். 'மாப்ளா முஸ்லிம்கள் தமது மதத்துக்காக, தமது மதக் கடமை என்று கருதும் விஷயங்களைச் செய்த இறை நம்பிக்கை கொண்ட வீரர்கள்' என்று குறிப்பிட்டிருக்கிறார். முஸ்லிம் சமூகம் மாப்ளா கலவரம் பற்றி எதுவும் பேசாமல் மௌனமாக இருப்பது தொடர்பாக ஹிந்துக்களை நோக்கி திரு காந்தி சொன்னவை:

> இது போன்ற மத வெறி தலைவிரித்தாடினாலும் ஹிந்துக்கள் தமது மதத்தைக் காப்பாற்ற முடியும் என்று நம்பிக்கையும் தைரியமும் கொண்டிருக்கவேண்டும். மாப்ளாக்கள் செய்த பைத்தியக்காரத்தனங்களை முஸல்மான்கள் வாய் வார்த்தையாகக் கண்டிக்கவில்லை என்பதை வைத்து முஸ்லிம் நட்புறவை எடைபோடக்கூடாது. மாப்ளா முஸ்லிம்கள் செய்த கட்டாய மதமாற்றம், கொள்ளையடிப்பு ஆகியவை தொடர்பாக முஸல்மான்கள் இயல்பாகவே அவமானப்படவேண்டும். அவர்களிடையே இருக்கும் மிக மிக வெறித்தனமானவர்கள்கூட இனிமேல் இதுபோல் செய்ய முடியாத அளவுக்கு அமைதியாகவும் திறமையாகவும் முஸ்லிம்கள் நடவடிக்கைகள் எடுக்கவேண்டும்.
>
> என்னைப் பொறுத்தவரையில் ஹிந்துக்கள் மாப்ளா வெறித்தனங்களைப் பெருந்தன்மையுடன் மன்னிக்கவேண்டும். பண்பட்ட முஸ்ல்மான்கள் இறைத்தூதரின் போதனைகள் மாப்ளா முஸ்லிம்களால் தவறாகத் திரித்துப் புரிந்துகொள்ளப் பட்டதற்காக ஆத்மார்த்தமாக வருந்துகிறார்கள் என்றே நினைக்கிறேன்.

மாப்ளா கொடுமைகளைப் பற்றி காங்கிரஸ் வெளியிட்ட அறிக்கையில் முஸ்லிம்களின் உணர்வுகளைப் புண்படுத்திவிடக் கூடாதென்பதில் அவர்கள் எடுத்துக்கொண்ட பெரும் அக்கறை நன்கு வெளிப்படுகிறது.

> செயற்குழுவானது மலபாரில் சில பகுதிகளில் மாப்ளாகள் செய்த வன்முறைச் செயல்களுக்கு மிகுந்த வருத்தத்தைத் தெரிவிக்கிறது. காங்கிரஸ் மற்றும் கிலாஃபத் கமிட்டியின் இலக்கைப் புரிந்துகொள்ளாத மக்கள் இந்தியாவில் இன்னமும் இருக்கிறார்கள் என்பதையே இந்தச் செயல்கள் புலப்படுத்து கின்றன. ஒவ்வொரு காங்கிரஸ் மற்றும் கிலாஃபத் இயக்க

உறுப்பினரும் எவ்வளவு மோசமான வன்முறைத் தூண்டுதல் எழுந்தாலும் சற்றும் பதற்றமடையாமல் இந்தியா முழுவதும் அஹிம்சை நெறியைப் பரப்ப முன்வரவேண்டும்.

மாப்ளாக்கள் செய்த வன்முறைகளைக் கண்டிக்கும் அதேநேரம் மாப்ளாக்களால் தாங்க முடியா அளவுக்கான வன்முறைத் தூண்டுதல்களுக்கு ஆளாகியிருக்கிறார்கள் என்பதைத் தன் வசம் இருக்கும் ஆதாரங்களின் அடிப்படையில் காங்கிரஸ் செயற்குழு உலகுக்குத் தெரிவிக்கவும் விரும்புகிறது. அரசு வெளியிட்டிருக்கும் அறிக்கைகள் எல்லாம் ஒரு பக்கச் சார்புடையவையாகவே இருக்கின்றன. மாப்ளாக்கள் செய்த தவறுகளெல்லாம் மிகைப்படுத்தப்பட்டுள்ளன. அமைதி மற்றும் சட்டம் ஒழுங்கைக் காப்பாற்றுகிறேன் என்ற பெயரில் மக்களின் வாழ்க்கைக்கு அரசாங்கத்தினால் இழைக்கப்பட்ட கொடுமைகள் எல்லாம் குறைத்துக் காட்டப்பட்டுள்ளன என்ற உண்மைகளை எங்களுக்குக் கிடைத்திருக்கும் ஆதாரங்களின் அடிப்படையில் உலகுக்குத் தெரியப்படுத்த விரும்புகிறோம்.

காங்கிரஸ் செயற்குழுவானது மாப்ளாக்களில் சில மத வெறி பிடித்தவர்கள் மத மாற்றம் என்று சொல்லப்பட்ட சம்பவங்கள் சிலவற்றைச் செய்திருக்கிறார்கள் என்பது தெரிந்து வருத்தப் படுகிறது. ஆனால், அரசாங்கம் சொல்லும் செய்திகளை நம்பவேண்டாம் என்று பொதுமக்களைக் கேட்டுக்கொள்கிறது.

மொஹமதிய மதத்துக்கு மாற்றப்பட்டதாகச் சொல்லப்படும் குடும்பத்தினர் மஞ்சேரி பகுதிக்கு அக்கம் பக்கத்தில் வசித்தவர்கள். ஒரு மத வெறி கும்பலானது ஹிந்துக்களை வலுக்கட்டாயமாக மதம் மாற்றியுள்ளது. அது கிலாஃபத் இயக்கம் மற்றும் ஒத்துழையாமை இயக்கத்துக்கு முற்றிலும் எதிரான செயல்களே. எங்களுக்குக் கிடைத்த தகவலின்படி வெறும் மூன்று மத மாற்றங்கள் மட்டுமே அப்படி நடந்ததாகத் தெரியவருகிறது.

16, ஜன, 1922-ல் மத்திய அமைச்சரவையில் மாப்ளா கலவரம் தொடர்பாக நடைபெற்ற விவாதங்களில் சர் வில்லியம் வின்செண்ட், பதிலளித்திருக்கிறார். ‘மதராஸ் அரசு தாக்கல் செய்திருக்கும் அறிக்கையின்படிப் பார்த்தால் கட்டாய மதமாற்ற மானது ஆயிரக்கணக்கில் இருக்கும் என்று குறிப்பிட்டிருக்கிறது. துல்லியமான எண்ணிக்கையைக் கண்டுபிடிப்பது சாத்தியமில்லை என்பது அனைவருக்கும் தெரியும்’ என்று குறிப்பிட்டிருக்கிறார்.

ஸ்வாமி ஸ்ரத்தானந்தா தனது பத்திரிகையான முக்திதாயக்-ல் திரு காந்தி முஸ்லிம்களின் வன்முறைகள் தொடர்பாக மௌனம் சாதித்தது பற்றிக் குறிப்பிட்டிருக்கிறார். 30, செப் 1926-ல் ஸ்வாமிஜி சொல்கிறார்:

> தீண்டாமைக் கொடுமையை நீக்குவது தொடர்பான விஷயத்தில் ஹிந்துக்கள்தான் கடந்த காலப் பாவங்களுக்காக பிராயச் சித்தத்தைச் செய்யவேண்டும். ஹிந்து அல்லாதவர்களுக்கு அது தொடர்பாகச் சொல்லவும் செய்யவும் எதுவும் இல்லை. ஆனால் முஹமதிய, கிறிஸ்தவ காங்கிரஸ் பிரமுகர்கள் வைக்கம் மற்றும் பிற பகுதிகளில் காந்தியடிகளுக்கு எதிராகக் கிளர்ந்தெழுந்திருக் கிறார்கள். யாகூப் ஹஸன் போன்ற நடுநிலையான தலைவர்கூட இந்தியாவில் இருக்கும் தீண்டப்படாதவர்கள் அனைவரையும் இஸ்லாமுக்கு மாற்ற வேண்டுமென்ற நோக்கில் அறைகூவல் விடுத்திருக்கிறார். ஆனால் திரு காந்தி கிறிஸ்தவர்கள் அல்லது முஸ்லிம்களைப் பார்த்து எந்தவித கண்டனத்தையும் இது தொடர்பாகத் தெரிவிக்கவில்லை.

ஜுலை 1926 இதழில் ஸ்வாமிஜி கூறுகிறார்:

> மகாத்மா காந்தியின் கவனத்துக்கு இன்னொரு முக்கியமான விஷயத்தைக் கொண்டுவர விரும்புகிறேன். நாக்பூரில் நடந்த கிலாஃபத் இயக்க மாநாட்டுக்கு நாங்கள் இருவரும் போயிருந்தோம். குரானின் வேத வாக்கியங்கள் மௌலானாக்களால் உச்சாடனம் செய்யப்பட்டன. அவற்றில் ஜிஹாத் மதப் போர் பற்றியும் காஃபிர்களைக் கொல்வது பற்றியும் பல இடங்களில் குறிப்பிடப்பட்டிருந்தது. மகாத்மா காந்தியிடம் இது பற்றி நான் கேட்டபோது புன்னகை புரிந்தபடியே, அவர்கள் பிரிட்டிஷ் அதிகாரவர்க்கத்துக்கு எதிரான போரைப் பற்றிச் சொல்கிறார்கள் என்றார். ஆனால், அது அஹிம்சைக் கோட்பாட்டுக்கு எதிரானதுதானே. அதோடு சரியான காலம் வந்ததும் ஹிந்துக்களுக்கு எதிராகவும் அந்தப் போரை முன்னெடுக்க மொஹமதிய மௌலானாக்கள் தயங்க மாட்டார்கள் என்று சொன்னேன்.

ஸ்வாமிஜி மாப்ளா கலவரங்கள் தொடர்பாகவும் பேசியிருக்கிறார். 26, ஆகஸ்ட் 1926-ல் தனது பத்திரிகையில் எழுதியது:

> ஹிந்துகள் மீது நடத்தப்பட்ட வன்முறைகளுக்காக மாப்ளா முஸ்லிம்கள் மீது கண்டன அறிக்கை தயாரானபோது முதல் எச்சரிக்கை எழுந்தது. முதல் அறிக்கையில் ஹிந்துக்களைக்

கண்மூடித்தனமாகக் கொன்றது, ஹிந்துக்களின் வீடுகளை தீ வைத்துக் கொளுத்தியது, கட்டாயமாக இஸ்லாமுக்கு மதம் மாறச் செய்தது ஆகிய குற்றங்களுக்காக மாப்ளா முஸ்லிம்களை அந்த அறிக்கை வன்மையாகக் கண்டித்தது. பின்னர் மாப்ளா முஸ்லிம்களில் அந்தக் குற்றங்களில் ஈடுபட்ட சிலரை மட்டும் கண்டிப்பதாக அந்த அறிக்கையானது ஹிந்து உறுப்பினர்களாலேயே மாற்றி அமைக்கப்பட்டது. ஆனால், சில முஸ்லிம் தலைவர்களுக்கு இதைக்கூடப் பொறுத்துக்கொள்ள முடியவில்லை. மௌலானா ஃபகீர் மற்றும் பிற மௌலானாக்கள் அந்தத் தீர்மானத்துக்கு எதிர்ப்பு தெரிவித்தனர். அதில் ஆச்சரியப்பட எதுவும் இல்லை. ஆனால் முழுக்க முழுக்க தேசியவாதியான மௌலானா ஹஸரத் மொஹானி இந்தத் தீர்மானத்தை எதிர்த்ததைப் பார்த்ததும் நான் அதிர்ச்சியில் உறைந்துவிட்டேன். மாப்ளாக்களைப் பொறுத்தவரையில் பிரிட்டிஷார் மட்டுமல்ல; ஹிந்துக்களுமே எதிரிகளாகிவிட்டார்கள். மாப்ளா பகுதியானது இனிமேல் 'தாருல் அமன்' ஆக இருக்காது. 'தாருல் ஹராப்' ஆகிவிட்டது என்று குறிப்பிட்டிருக்கிறார். எனவே 'ஹிந்துக்கள் ஒன்று குர்ரானை ஏற்றுக் கொள்ளவேண்டும்; அல்லது வாளுக்கு பலியாகவேண்டும் என்று சொன்னதில் எந்தத் தவறும் இல்லை. உயிரைக் காப்பாற்றிக்கொள்ள ஹிந்துக்கள் இஸ்லாமுக்கு மாறியிருந்தால் அது இயல்பான மத மாற்றம்தான். கட்டாய மத மாற்றம் அல்ல' என்று கூறியிருக்கிறார்.

ஒரு சில மாப்ளாக்களை மட்டும் கண்டிக்கும் பல் பிடுங்கப்பட்ட கண்டனத் தீர்மானம்கூட ஒருமனதாக ஏற்கப்பட்டிருக்கவில்லை. பெரும்பான்மையின் வாக்குகள் மூலமே அது நிறைவேற்றப்பட்டது. காங்கிரஸ் இயக்கமானது தமது சகிப்புத்தன்மையினால்தான் நீடித்து வருகிறது என்பதாக முஸல்மான்கள் நினைக்கிறார்கள் என்பதற்கு இதுபோல் பல உதாரணங்கள் இருக்கின்றன. அவர்களின் தனித்தன்மையான உணர்வுகளைப் புண்படுத்தினால் மேலோட்டமாகத் தென்படும் இந்த ஒற்றுமையும் இல்லாமல் போய்விடும் என்பதாக அவர்கள் நினைக்கிறார்கள்.

13 ஆகஸ்ட், 1926-ல் ஸ்வாமிஜி தனது பத்திரிகையில் அந்நிய துணி எரிப்பு நிகழ்வு குறித்து எழுதியது:

அந்நிய துணிகளை எரிப்பதென்பது இந்தியர்களின் கடமை என்று முடிவெடுத்துச் செயல்படுத்த ஆரம்பித்திருக்கிறார்கள்.

திருவாளர்கள் தாஸ், நேரு போன்ற உயர் மட்டத் தலைவர்கள் எல்லாம் ஆயிரக்கணக்கில் விலை மதிப்பு மிகுந்த தமது அயல் நாட்டு உடைகளை எரித்துவருகின்றனர். இப்படியான நிலையில் கிலாஃபத் இயக்கத்தைச் சேர்ந்த முஸல்மான்கள் மட்டும் தம்மிடம் இருக்கும் அயல்நாட்டுத்துணிகளை துருக்கியில் துன்பப்படும் தமது சகோதரர்களுக்கு அனுப்பிக் கொள்ள மகாத்மாவிடம் அனுமதி பெற்றிருக்கிறார்கள். இது மீண்டும் என்னைப் பெரும் அதிர்சியில் ஆழ்த்தியிருக்கிறது. ஹிந்துக்களின் உணர்வுகள் தொடர்பாக எந்தவித கரிசனமும் இல்லாமல் பிடிவாதமாக, கறாராக நடந்துகொள்ளும் மகாத்மா, முஸ்லிம்களுடைய மத உணர்வுகள் சார்ந்து மட்டும் மென் சாய்வுடன் நடந்துகொள்கிறார்.

ஹிந்து, முஸ்லிம் ஒற்றுமையைக் கொண்டுவர முன்னெடுக்கப் பட்ட முயற்சிகள் தொடர்பாகப் பேசும்போது இரண்டு விஷயங்கள் பற்றிக் கட்டாயம் குறிப்பிட்டாகவேண்டும். ஒன்று 1924-ல் திரு காந்தி மேற்கொண்ட உண்ணாவிரதம். 21 நாட்கள் அந்த உண்ணாவிரதம் மேற்கொள்ளப்பட்டது. எந்த இலக்குகளை முன்வைத்து அந்த உண்ணாவிரதம் மேற்கொள்ளப்பட்டது என்பது தொடர்பாக திரு காந்தி சொன்னவை:

கடந்த இரண்டு வருடங்களுக்கு முன்புவரை நண்பர்களாக இருந்துவந்த ஹிந்துக்களும் முஸ்லிம்களும் இப்போது சில இடங்களில் பூனையும் நாயுமாகச் சண்டையிட்டுக் கொள்கிறார்கள். ஒத்துழையாமை என்று அவர்கள் முன்னெடுத்த போராட்டம் அஹிம்சை சார்ந்ததாக இல்லை என்பதை அது எடுத்துக்காட்டுகிறது. பம்பாய், செளரி சவுரா மற்றும் வேறு சில இடங்களில் நடந்த நிகழ்வுகள் அதன் அறிகுறிகளைக் கொண்டிருக் கின்றன. நான் அப்போதே அவற்றைத் தடுக்க உண்ணா விரதமிருந்தேன். அதற்கு உரிய பலன்கள் கிடைத்தன. ஆனால், இந்த ஹிந்து, முஸ்லிம் மோதலானது நினைத்தே பார்த்திராதது. கோஹட்டில் நடந்த துயர சம்பவமானது காதால் கேட்கவே முடியாத அளவுக்கு வேதனையைத் தருகிறது.

சபர்மதி ஆஸ்ரமத்தில் இருந்து தில்லியை நோக்கிய என் பயணத்தின்போது சரோஜினி தேவி எழுதிய கடிதத்தில், 'வெறும் சொற்பொழிவுகளும் போதனைகளும் எந்த மாற்றத்தையும் கொண்டுவராது' என்று குறிப்பிட்டிருந்தார். அமைதியைக் கொண்டுவர வலிமையான வழிமுறையை நான் கண்டுபிடித்தாக வேண்டும். என்னுடைய பொறுப்பை எனக்கு உணர்த்தியதன்

மூலம் அவர் சரியான செயலையே செய்திருக்கிறார். மக்களிடையே இப்படியான வலிமையைக் கொண்டுவர நான்தானே காரணமாக இருந்திருக்கிறேன். அந்த வலிமையைக் கொண்டு அவர்கள் தம்மை அழித்துக் கொள்வார்களென்றால் அதைத் தடுப்பதற்கான வழியையும் நான்தான் கண்டுபிடித்தாக வேண்டும்.

அமேதி, சம்பல், குல்பர்கா பகுதிகளில் நடந்தவை என்னை நிலைகுலைய வைத்துள்ளன. ஹிந்து மற்றும் இஸ்லாமிய நண்பர்கள் அமேதி மற்றும் சம்பல் பகுதிகளில் நடந்தவை பற்றி அனுப்பிய அறிக்கைகளைப் படித்துப் பார்த்தேன். குல்பர்கா பகுதிக்கு ஹிந்து, முஸ்லிம் நண்பர்கள் சேர்ந்து சென்று பார்த்து அனுப்பிய அறிக்கையையும் பார்த்தேன். மிகுந்த வேதனையுடன் இதை எழுதுகிறேன். இந்தப் பிரச்னைக்கு எந்தத் தீர்வும் இப்போது என்னிடம் இல்லை. கோஹட் பகுதியில் நடந்த வன்முறை மேலும் வேதனையை அதிகரித்தது. ஏதாவது உடனடியாகச் செய்தாக வேண்டும். இரண்டு இரவுகள் பதற்றத்திலும் வேதனையிலும் கழித்தேன். புதன் கிழமையன்று ஒரு தீர்வு தெரிந்தது. நான் உண்ணாவிரதம் இருந்தாகவேண்டும்.

என் மீது அன்பு கொண்டதாகச் சொல்லும் ஹிந்துக்கள் மற்றும் முஸ்லிம்களுக்கான பரீட்சை அது. அவர்கள் என்னை உண்மையாகவே நேசித்தால் அவர்களுடைய அன்புக்கு நான் தகுதியானவன் என்றால் அவர்கள் மனதில் இருக்கும் இறைவனுக்கு விரோதமாக நடந்துகொள்வது தொடர்பாக அவர்கள் தமது தவறுகளை உணர்ந்து என்னுடன் சேர்ந்து பிராயச்சித்தம் செய்யவேண்டும்.

ஹிந்து, முஸ்லிம்களின் பிராயச்சித்தம் என்பது உண்ணா விரதமிருப்பது அல்ல. தமது வன்முறைப் பாதையில் இருந்து திரும்பி வருவதுதான். ஹிந்து சகோதரருக்கு எந்தவொரு தீங்கையும் இழைக்காமல் இருப்பதுதான் ஒரு முஸ்லிம் செய்ய வேண்டிய பிராயச்சித்தம். அதுபோலவே ஒரு முஸ்லிம் சகோதரருக்கு எந்தத் தீமையும் செய்யாமல் இருப்பதுதான் ஹிந்து செய்ய வேண்டிய பிராயச்சித்தம்.

இது தொடர்பாக நான் யாருடனும் கலந்தாலோசிக்கவில்லை. என்னுடைய நெருங்கிய நண்பராக நீண்டகாலமாக இருந்துவரும் ஹஹீம் சாஹபிடம்கூட இதுபற்றிப் பேசியிருக்கவில்லை. நான் யாருடைய விருந்தோம்பலில், யாருடைய வீட்டில்

தங்கியிருக்கிறேனோ அந்த மௌலான முஹமது அலி அவர்களிடம்கூட இதுபற்றிப் பேசியிருக்கவில்லை.

ஒரு முஸ்லிமின் வீட்டில் அமர்ந்துகொண்டு உண்ணாவிரதம் இருப்பது சரியா? (தில்லியில் திரு முஹமது அலியின் வீட்டில் விருந்தினராக திரு காந்தி அப்போது தங்கியிருந்தார்) ஆம். நிச்சயம் சரிதான். இந்த உண்ணாவிரதப் போராட்டமானது ஒற்றை நபருக்கு எதிராகத் தொடங்கப்படவில்லை. நானொரு முஸல்மானின் வீட்டில் இந்த உண்ணாவிரதத்தை ஆரம்பிப்பதென்பது அது தொடர்பான யூகங்களை மறுதலிக்கும். இந்த உண்ணாவிரதமானது ஒரு இஸ்லாமியரின் வீட்டில் தொடங்கப்பட்டு அங்குதான் முடிக்கவும் படவேண்டும்.

முஹமது அலி யார்? இந்த உண்ணாவிரதத்துக்கு இரண்டு நாட்களுக்கு முன்பாக நான் அவருடன் கலந்துரையாடியிருந்தேன். அப்போது என்னுடையது எதுவோ அது உங்களுடையது. உங்களுடையது எதுவோ அது என்னுடையது என்று நான் சொன்னேன். முஹமது அலியின் வீட்டில் கிடைத்தது போன்ற இதமான விருந்தோம்பலை நான் வேறு எங்குமே பெற்றதில்லை என்பதை நான் மக்களுக்குச் சொல்ல விரும்புகிறேன். என்னுடைய அனைத்து வேண்டுகோள்களும் அவரால் நிறைவேற்றப்பட்டன. அவருடைய வீட்டில் இருக்கும் அனைவருடைய விருப்பமும் என்னை வசதியாகவும் மகிழ்ச்சியாகவும் வைப்பதாகவே இருக்கிறது.

டாக்டர் அன்சாரி, டாக்டர் அப்துர் ரஹ்மான் ஆகியோர் எனக்கான மருத்துவ ஆலோசனைகளை வழங்குகிறார்கள். அவர்கள் தினமும் என் உடம்பைப் பரிசோதிக்கிறார்கள். என் வாழ்க்கையில் ஏராளமான மகிழ்ச்சியான தருணங்களை அனுபவித்திருக்கிறேன். முந்திய தருணங்களைப்போலவே இதுவும் மிகுந்த மகிழ்ச்சியைத் தருவதாகவே இருக்கிறது. உணவு மட்டுமே எல்லாமும் அல்ல. இங்கு அளப்பரிய அன்பை நான் அனுபவிக்கிறேன். அதுவே எனக்கு அனைத்திலும் மேலானது.

முஸல்மான் நண்பர்களுடன் கூடுதல் நெருக்கத்துடன் பழகுவதென்பது ஹிந்துக்களின் மனதைப் புரிந்துகொள்ளவிடாமல் செய்துவிடுவதாகச் சொல்லப்படுகிறது. ஹிந்துக்களின் உணர்வு என்பதை என்னை அடிப்படையாக வைத்தே நான் புரிந்து கொள்கிறேன். ஹிந்துக்களுடைய உணர்வுகளைப் புரிந்துகொள்ள ஹிந்துக்களின் மத்தியில் வாழ வேண்டிய அவசியம் எனக்கு

இல்லை. ஏனென்றால் என் உடம்பில் ஓடும் ஒவ்வொரு நரம்பும் ஒவ்வொரு துளி ரத்தமும் ஹிந்துவே. மிக மோசமான எதிர்ப்புகளையும் மீறி அது செயல்படமுடியாமல் போகுமென்றால் எனது ஹிந்துத்துவம் பலம் குறைந்தது என்றே ஆகிவிடும். ஆனால், ஒரு முஸல்மானின் மனம் என்ன நினைக்கிறது என்பதை நான் சிரமப்பட்டே கண்டுபிடிக்க முடியும். மிகச் சிறந்த முஸல்மான்களுடன் நான் நெருங்கிப் பழகும்போதுதான் முஸல்மான்கள் எப்படிப்பட்டவர்கள், அவர்களுடைய உணர்வுகள் என்ன என்பதை என்னால் புரிந்துகொள்ள முடியும். இரு சமுகங்களுக்கு இடையிலும் வலுவான பிணைப்பை உருவாக்க விரும்புகிறேன். தேவையென்றால் எனது ரத்தத்தைச் சிந்திக்கூட அந்த ஒற்றுமையைக் கொண்டுவரத் தயாராகவே இருக்கிறேன். அப்படிச் செய்வதற்கு முன்பாக ஹிந்துக்களை நேசிப்பதுபோலவே முஸல்மான்களையும் நேசிக்கிறேன் என்பதை அவர்களுக்குப் புரியவைக்க விரும்புகிறேன். கடவுள் என்னை என் இலக்கில் வெற்றி பெற வைக்கட்டும். அப்படியான சுய நலமற்ற ஆத்மார்த்தமான அன்பை வெளிப்படுத்தத் தகுதி உடையவனாக என்னை ஆக்கிக்கொள்வதும் இந்த உண்ணாவிரதத்தின் நோக்கங்களில் ஒன்றாகும்.

காந்தி ஆரம்பித்த உண்ணாவிரதத்தைத் தொடர்ந்து ஹிந்து, முஸ்லிம் ஒற்றுமைக்கான கூட்டங்கள் நடத்தப்பட்டன. ஆனால், அந்தக் கூட்டங்களினால் எந்தப் பலனும் கிடைக்கவில்லை. அதில் உருவாக்கப்பட்ட ஒற்றுமைத் தீர்மானங்கள் எல்லாம் அறிவித்த கையோடு மீறப்பட்டன.

திரு காந்தி முன்னெடுத்த இந்த ஹிந்து, முஸ்லிம் ஒற்றுமை முயற்சியின் வரலாறை அந்த மதப் பிரச்சனை தொடர்பான அவருடைய மனோபாவம் தொடர்பான கூற்றைச் சொல்லி முடிக்கிறேன். அவர் முஸ்லிம்களுக்கு அவர்கள் விருப்பம்போல் நிரப்பிக்கொள்ளும் வகையில் தொகை குறிப்பிடப்படாத காசோலையைக் கொடுத்தார். முஸ்லிம்கள் அவர்களுடைய கோரிக்கையைத் தள்ளிப்போடும் ஒருவகையான ஏமாற்று வேலையாகவே அதைப் பார்த்தனர். வட்ட மேஜை மாநாட்டில் முஸ்லிம்களுக்கான தனித் தொகுதி கோரிக்கையை எதிர்த்தார். அரசு அதை முஸ்லிம்களுக்கு வழங்கியபோது திரு காந்தியும் காங்கிரஸும் அதை ஏற்றுக்கொள்ளவில்லை. ஆனால், அதன் மீது வாக்களிக்க வேண்டிய நேரம் வந்தபோது எதிர்க்கவும் இல்லை; ஆதரிக்கவும் இல்லை.

ஹிந்து, முஸ்லிம் ஒற்றுமையைக் கொண்டுவருவது தொடர்பான காந்தியின் முயற்சிகள் இப்படியானவைதான். அவருடைய முயற்சிகளினால் என்ன பலன் விளைந்தது? இந்தக் கேள்விக்கு விடை கிடைக்கவேண்டுமென்றால், ஹிந்து, முஸ்லிம்களிடையே ஒற்றுமையைக் கொண்டுவர காந்தி கடின முயற்சிகள் மேற்கொண்ட 1920-40 காலகட்டத்தில் இரு சமூகங்களுக்கு இடையேயான உறவு எப்படி இருந்தது என்பதைப் பார்க்க வேண்டும். பழைய பிரிட்டிஷ் இந்திய அரசின் சட்டத்தின்படி இந்திய அரசானது பிரிட்டன் நாடாளுமன்றத்துக்கு ஆண்டுதோறும் சமர்ப்பித்த அறிக்கைகளில் இந்த உறவு பற்றி மிகவும் தெளிவாகவும் விரிவாகவும் ஆவணப்படுத்தப்பட்டுள்ளன. 1920-ல் இந்தியா என்று ஆரம்பித்து ஆண்டு வாரியாகத் தொடர்ச்சியாக ஆவணப்படுத்தப்பட்டுள்ளன.

மாப்ளா கலவரம் என்று அழைக்கப்படும் கலகம் மலபாரில் நடந்த 1920-ல் இருந்து இந்த அறிக்கைகள் தொடங்குகின்றன. குதாம் இ காபா (மெக்கா தொழுகை மையத்தின் சேவகர்கள்), மத்திய கிலாஃபத் இயக்கம் ஆகிய இரண்டு அமைப்புகளின் செயல்பாடு களினால் அந்தக் கலவரம் வெடித்திருந்தது. பிரிட்டிஷாரின் ஆதிக்கத்தின் கீழே இருக்கும் இந்தியாவானது தாருல் ஹராப் ஆக இருக்கிறது. முஸ்லிம்கள் அதை எதிர்த்துப் போரிடவேண்டும். முடியாமல் போனால் ஹிஜ்ராத் வழிமுறையைப் பின்பற்ற வேண்டும் என்று இந்த இயக்கத்தினர் பிரசாரம் செய்தனர். மாப்ளா முஸ்லிம்கள் இந்தக் கலகத்தில் தீவிரமாக இறங்கிவிட்டனர்.

முதலில் பிரிட்டிஷ் அரசுக்கு எதிராகத்தான் அது ஆரம்பித்தது. பிரிட்டிஷ் அரசை வீழ்த்திவிட்டு இஸ்லாமிய அரசை நிறுவ வேண்டுமென்பதுதான் நோக்கமாக இருந்தது. கத்திகள், வாள்கள், ஈட்டிகள் என ரகசியமாகத் தயாரிக்கப்பட்டன. உயிருக்கு அஞ்சாத கும்பல் ஒன்றைத் திரட்டிக்கொண்டு பிரிட்டிஷார் மீதான தாக்குதலுக்குத் தயாரானார்கள். 20, ஆகஸ்ட் அன்று பிருநங்கடி பகுதியில் பிரிட்டிஷ் படைகளுக்கும் மாப்ளாக்களுக்கும் இடையே மோதல் வெடித்தது. சாலைகள் முடக்கப்பட்டன. தந்திக் கம்பங்கள் சரிக்கப்பட்டன. ரயில் தடங்கள் சிதைக்கப்பட்டன. அதிகாரவரக்கம் முடமாக்கப்பட்டதும் ஸ்வராஜ்யம் கிடைத்து விட்டதாக மாப்ளாக்கள் அறிவித்தனர். அலி முஸலியார் எனப்படுபவர் ராஜாவாக நியமிக்கப்பட்டார். கிலாஃபத் கொடிகள் பறக்கவிடப்பட்டன. எரநாடு, வாலூர்நாடு ஆகிய பகுதிகள் கிலாஃபத் ராஜ்யமாக அறிவிக்கப்பட்டன.

பிரிட்டிஷ்காரர்களுக்கு எதிரான கலகம் என்பது புரிந்துகொள்ள முடிந்த விஷயம்தான். ஆனால், மலபாரில் இருந்த ஹிந்துக்களை முஸ்லிம்கள் நடத்தியவிதம்தான் அதிர்ச்சியைத் தருகிறது. முஸ்லிம்களின் கைகளில் அவர்களுடைய விதி சிக்கிக்கொண்டது. படுகொலைகள், கட்டாய மதமாற்றம், கோவில்கள் உடைப்பு, பெண்கள் மீதான கட்டுக்கடங்காத வன்முறைகள், கர்பிணிப் பெண்களின் வயிற்றைக் கீறிக் கொல்லுதல், பாலியல் வன் கொடுமைகள், சொத்துகளைச் சூறையாடுதல், அழித்தொழிப்பு சுருக்கமாகச் சொன்னால் அனைத்துவகையான கொடூரமான காட்டுமிராண்டித்தன வன்முறையானது ஹிந்துக்கள் மீது மாப்ளாக்களால் எந்தவித எதிர்ப்புமின்றிக் கட்டவிழ்த்து விடப்பட்டன. போக்குவரத்துகள் முடக்கப்பட்ட அந்த கலவரப் பகுதிகளில் பிரிட்டிஷ் ராணுவம் சிரமப்பட்டு வந்து நிலைமையைக் கட்டுக்குள் கொண்டுவரும்வரை இந்த கோர வன்முறைகள் நீடித்தன. இது ஹிந்துக்களும் முஸ்லிம்களுக்கும் இடையிலான மோதல் அல்ல. பர்தல்மூ படுகொலைகளைப் போன்ற ஒன்றே. கொல்லப்பட்ட, காயம்பட்ட, மதம் மாற்றப்பட்ட ஹிந்துக்களின் எண்ணிக்கை தெளிவாகத் தெரியாது. ஆனால் நிச்சயம் பெருமளவில் இருக்கும் என்பது உறுதி.

1921-22 களில் மதம் சார்ந்த பகைமை மறையவில்லை. வங்காளம், பஞ்சாப் பகுதிகளில் மொஹரம் விழா தொடர்பான கலவரங்கள் வெடித்தன. பஞ்சாபில் முல்தான் பகுதியில் இந்த வன்முறைகள் உச்சத்தை எட்டின. உயிரிழப்பு ஒப்பீட்டளவில் குறைவுதான் என்றாலும் பொருள் சேதம் மிக மிக அதிகம்.

1922-23 இரு தரப்புக்கும் இடையில் அமைதியாகக் கழிந்தது. ஆனால், 1923-24-ல் மீண்டும் மோதல்கள் மூண்டன. அவற்றில் கோஹட் பகுதியில்தான் மிக மோசமான கலவரங்கள் ஏற்பட்டன. இஸ்லாமுக்கு எதிரான கவிதை இடம்பெற்ற துண்டுப் பிரசுரம் வெளியானதைத் தொடர்ந்து அந்த மோதல் வெடித்திருந்தது. செப், 1924, 9 மற்றும் 10 தேதிகளில் மிக மோசமான வன்முறை வெடித்தது. படுகொலை மற்றும் காயம்பட்டவர்களின் எண்ணிக்கை 155. ஒன்பது லட்ச ரூபாய்க்கான சொத்து சேதப்படுத்தப்பட்டது. பெருமளவிலான சொத்துக்கள் சூறையாடப்பட்டன. இதன் விளைவாக கோஹட் பகுதியில் இருந்த ஹிந்துக்கள் அனைவருமே வெளியேற நேர்ந்தது.

இரு தரப்புக்கும் இடையே பேச்சுவார்த்தைகள் மேற்கொள்ளப் பட்டு அமைதி ஒப்பந்தம் உருவாக்கப்பட்டது. கலவரத்தில்

ஈடுபட்டவர்கள் மீதான வழக்குகள் திரும்பப் பெறப்படும் என்று அரசு உத்தரவாதம் தந்தது. சில நிபந்தனைகளை விதித்து, பாதிக்கப்பட்டவர்கள் தமது வீடுகளைக் கட்டிக்கொள்ளவும் தமது தொழில்களை மீண்டும் தொடங்கவும் அரசு ஐந்து லட்ச ரூபாய் வரையிலும் வட்டி இல்லாமல் முன்பணம் தந்து உதவியது.

அமைதி ஒப்பந்தம் உருவாக்கப்பட்டு வெளியேறியவர்கள் எல்லாம் ஊருக்குத் திரும்பி வந்த பின்னரும் 1924-25 முழுவதும் ஹிந்து, முஸ்லிம்களிடையே பதற்றம் நிலவி வந்தது. நாட்டின் பல்வேறு இடங்களில் மிக மோசமான சம்பவங்கள் நடந்தன. கோடை காலங்களில் வன்முறை மோதல்கள் அதிகம் நடந்தன. தில்லியில் அந்த ஆண்டு ஜுலையில் ஹிந்து, முஸ்லிம்களிடையே கடும் மோதல் மூண்டது. அதே மாதத்தில் நாக்பூரிலும் வன்முறை வெடித்தது. ஆகஸ்ட் மாதம் இதைவிட மோசமாக இருந்தது. லாகூர், லக்னோ, மொராதாபாத், பகல்பூர், நாக்பூர் முதலான பிரிட்டிஷ் இந்தியப் பகுதிகளில் கலவரங்கள் நடந்தன. நிஜாமின் ஆளுகைக்குள் இருந்த குல்பர்க் பகுதியிலும் மோசமான கலவரம் வெடித்தது.

லக்னோ, ஷாஜ்கான்பூர், கன்கினாரா, அலஹாபாத் ஆகிய பகுதிகளில் செப்டம்பர் அக்டோபர் மாதங்களில் கலவரம் மூண்டது. கோஹட் பகுதியில் படுகொலைகள், கொள்ளை, கடத்தல் என நடந்த வன்முறைதான் அந்த ஆண்டு நடந்தவற்றிலேயே மிக மிக மோசமான கலவரம்.

ஹிந்து, முஸ்லிம் கலவரமானது 1925-26 காலகட்டத்தில் தேசம் முழுவதும் பரவ ஆரம்பித்தது. நாடு முழுவதிலும் இருந்த சிறிய கிராமங்களில்கூட வன்முறைகள் வெடித்தன என்பதுதான் இந்த ஆண்டு மோதல்களின் குறிப்பிடத் தகுந்த அம்சம். கல்கத்தா, யுனைட்டட் பிராந்தியங்கள், மத்திய பிராந்தியங்கள், பம்பாய் பிரஸிடென்ஸி போன்ற பகுதிகளில் எல்லாம் ஹிந்து, முஸ்லிம் கலவரங்கள் வெடித்தன. சிலவற்றில் வேதனை மிகுந்த உயிரிழப்புகளும் ஏற்பட்டன. கல்கத்தாவில் பேரார், பம்பாய் பிரஸிடென்ஸியில் குஜராத், யுனைட்டட் பிராந்தியங்கள் என பல இடங்களில் சிறிய உள்ளூர் ஹிந்து திருவிழாக்களின்போது கலவரங்கள் வெடித்தன. இந்தப் பகுதிகளில் சில இடங்களில் இரு தரப்புக்கும் இடையே பலமான மோதல் நடந்தன. காவல்துறையின் நடவடிக்கைகளினால் கல்கத்தாவில் மக்கள் நெருக்கம் அதிகமாக இருந்த சணல் ஆலைப் பகுதிகளில் பெரிய கலவரம் மூள்வது தடுக்கப்பட்டது.

குஜராத்திலும் இந்தக் காலகட்டத்தில் ஹிந்து, முஸ்லிம்களிடையே மோதல் போக்கு மிகுந்து காணப்பட்டது. ஒரு கோவில் இடிக்கப்பட்டது. செப்டம்பர் மாத இறுதி வாக்கில் நடைபெற்ற ராம்லீலா திருவிழா நேரத்தில் பதற்றம் அதிகரித்தது. யுனைட்டட் பிராந்தியத்தின் முக்கியமான ஊர்களில் ஒன்றான அலிகரில் அந்த ஆண்டில் நடந்த கலவரங்களிலேயே மிக மோசமானது நடந்தது. வன்முறை மிக மோசமாக நடக்கத் தொடங்கியதால் காவல் துறையினர் துப்பாக்கிச் சூடு நடத்த வேண்டியிருந்தது. கலவரக்காரர்களால் அல்லது காவல்துறையின் துப்பாட்டிச் சூட்டினால் ஐந்து பேர் கொல்லப்பட்டனர். லக்னோவிலும் இந்த விழாவையொட்டி மோதல் மூளும் நிலை உருவானது. உள்ளூர் காவல்துறை துரிதமாக நடவடிக்கையெடுத்து மோதலைத் தவிர்த்துவிட்டது. பம்பாய் பிரஸிடென்ஸியில் ஷோலாபூரில் அக்டோபர் மாதம் இன்னொரு கலவரம் வெடித்தது. ஹிந்து திருமேனிகளை தேரில் வைத்து இழுத்துச் செல்லும் விழா ஒன்று நடைபெற்றது. அந்த தேர் மசூதிக்கு அருகில் வந்தபோது அவர்களுக்கும் சில முஸ்லிம்களுக்கும் இடையில் மோதல் வெடித்தது. அது கலவரத்தில் சென்று முடிந்தது.

கல்கத்தாவில் ஏப்ரல் மாதத்தில் முதல் நாளில் முஸ்லிம்களுக்கும் சில ஆர்ய சமாஜத்தைச் சேர்ந்தவர்களுக்கும் இடையில் ஒரு மசூதிக்கு வெளியில் மோதல் வெடித்தது. அது ஐந்து, ஏப்ரல் வரையில் தொடர்ந்தது. ஒரு இடத்தில் மட்டுமே காவல்துறைக்கும் கலவரக்காரர்களுக்கும் இடையில் நேரடியாக மோதல் நடந்தது. அங்கு காவல்துறை துப்பாக்கிச் சூட்டை நடத்தியது. முதல் மூன்று நாட்கள் தீவைப்புகள் மிகுதியாக இருந்தன. சுமார் 110 இடங்களில் தீயணைப்புப் படையினர் சென்று தீயை அணைக்க வேண்டியிருந்தது. முந்தைய கலவரங்களில் இல்லாத வகையில் கோவில்கள் மீதான முஸ்லிம்களின் தாக்குதல் மற்றும் மசூதிகள் மீதான ஹிந்துக்களின் தாக்குதல் ஆகியவை நடந்தன. இதனால் இரு தரப்புக்கும் இடையே கசப்புணர்ச்சி பெருகியது. 44 பேர் உயிரிழந்தனர். 584 பேர் காயம்பட்டனர். கணிசமான அளவுக்கு கொள்ளையடிப்பும் நடந்தது. வியாபாரம் முடங்கியது. கல்கத்தா மிகப் பெரிய பொருளாதார வீழ்ச்சியைச் சந்தித்தது. ஐந்து ஏப்ரலுக்குப் பின்னரே கடைகள் திறக்கப்பட்டன.

13 ஏப்ரலில் ஒரு ஹிந்து திருவிழாவும் 14 ஏப்ரலில் ஈத் திருநாளும் வந்தன. 13 அன்று சீக்கியர்கள் ஒரு திருவிழா ஊர்வலம் செல்லவிருந்தனர். அரசு அவர்களுக்கு அனுமதி தரவில்லை. 13, 14,

15 நாட்களில் விழாக்கள் தொடர்பாக மேற்கொள்ளப்பட்ட கைது நடவடிக்கைகள் எல்லாம் பெரிய நன்மை எதையும் தந்திருக்க வில்லை. 22 ஏப்ரல் வரையில் அமைதி நிலவுவதுபோல் மேலோட்டமாகத் தோன்றியது. ஆனால் திடீரென்று 22 ஏப்ரலில் தெருவில் நடந்த ஒரு சிறிய சண்டையானது மீண்டும் கலவரத்தைத் தூண்டிவிட்டது. இரு தரப்பைச் சேர்ந்த சிறிய கும்பல்களுக் கிடையே சண்டைகள் நடந்தன. தனி நபர் தாக்குதல்களும் கொலைகளும் ஆறு நாட்களுக்கு நீடித்தன. இந்தக் காலகட்டத்தில் கோவில்கள், மசூதிகள் மீது தாக்குதல் எதுவும் நடக்கவில்லை. ஆனால், ஆங்காங்கே தீவைப்பு, கொள்ளையடிப்புகள் நடந்தன. பல நேரங்களில் இந்தக் கும்பல்கள் எல்லாம் காவல்துறை வந்த பின்னரும் கலைந்து செல்லாமல் மோதலில் ஈடுபட்டிருக்கிறார்கள்.

12 இடங்களில் காவல்துறை துப்பாக்கிச் சூட்டில் ஈடுபட்டுக் கூட்டத்தைக் கலைக்க வேண்டி வந்திருக்கிறது. இந்த இரண்டாவது கட்ட மோதலில் 66 பேர் இறந்தார்கள். 391 பேருக்கு காயம் ஏற்பட்டது. முதல் கட்ட மோதலில் வியாபாரம் வெகுவாகப் பாதிக்கப்பட்டிருந்தது. மார்வாரிகளின் கடைகள் முழுமையாக மூடப்பட்டுவிட்டன. ஐரோப்பிய வணிக நிறுவனங்களுக்கும் பாதிப்புகள் இருந்தன. சந்தையில் பெரும்பாலான கடைகள் முழுவதுமாக அல்லது பாதி அளவுக்கு மூடப்பட்டிருந்தன. இரண்டு நாட்கள் மாமிச விற்பனை முற்றாக நின்றுபோனது.

சண்டைகள் நடந்த பகுதிகளில் கழிவுகளை அகற்றும் பணிகள்கூட நிறுத்தப்பட்டுவிட்டன. அத்தியாவசியப் பொருட்களைக்கொண்டு செல்ல பாதுகாப்பு முயற்சிகள் மேற்கொள்ளப்பட்டன. முனிசிபல் நிர்வாகம் காவல் துறைப் பாதுகாப்புக்கு விண்ணப்பித்ததும் துப்புரவுப் பணியாளர்களுக்கான சிரமங்கள் சரிப்படுத்தப்பட்டன. முன்பைவிட அதிகப் பகுதிகளில் கலவரங்கள் பரவின. ஆனால், கல்கத்தா மற்றும் ஆலைகள் இருந்த பகுதிகளில் எந்தக் கலவரமும் நடந்திருக்கவில்லை.

பாதிப்புக்கு உள்ளாகும் பகுதிகளில் நடத்தப்பட்ட காவல்துறை ரெய்டுகள், கலவரக்காரர்களின் கைதுகள், ஆயுதப் பறிமுதல், பிரிட்டிஷ் ராணுவ வீரர்களைச் சிறப்பு காவல் அதிகாரிகளாக நியமித்தது ஆகியவற்றின் மூலம் எதிர்பார்த்த பலன் கிடைத்தது. இங்குமங்கும் சில தாக்குதல்கள், கொலைகள் நடந்தபோதிலும் ஏப்ரல் மாதத்தின் கடைசி நாட்களில் நிலைமையில் நல்ல முன்னேற்றம் ஏற்பட்டது. தனித்தனியாக நடந்த கொலைகள்

எல்லாம் இரு தரப்பைச் சேர்ந்த குண்டர்களால் செய்யப் பட்டிருந்தன. முதல் மற்றும் இரண்டாம் கட்ட கலவரங்களில் அவை தொடர்ந்து நடந்துவந்ததைப் பார்த்தபோது இவையெல்லாம் வாடகைக் கொலையாளிகளால் செய்யப் பட்டிருக்கும் என்ற எண்ணத்தையே ஏற்படுத்தின.

இந்தக் கலவரங்களில் இன்னொரு விஷயமும் தொடர்ந்து நடந்தது. இரு தரப்பினரும் அனல் பறக்கும் துண்டு பிரசுரங்களை வெளியிட்டனர். இரு தரப்பிலும் குண்டர்களைத் தாக்குதலுக்குக் களமிறக்கியிருந்தனர். கலவரங்கள் தொடர்ந்து நடக்கவேண்டும் என்று விரும்பிய சக்திகள் பெரும் பணத்தைச் செலவிட்டிருப்பது இதிலிருந்து தெரியவந்தது.

1926-27 களிலும் மத மோதல்கள் தொடர்ந்து நடந்தன. ஏப் 1926 தொடங்கி ஒவ்வொரு மாதமும் இரு தரப்புக்கும் இடையே மோதல்கள் வெடித்தவண்ணம் இருந்தன. அதிகபட்சமாக இரண்டு மாதங்கள் சட்டஒழுங்குரீதியான அர்த்தத்தில் மத மோதல்கள் எதுவும் இல்லாமல் கழிந்திருந்தால் ஆச்சரியமே. இந்தக் கலவரங்களையெல்லாம் ஆராய்ந்து பார்த்தால் அற்ப காரணத்தை வைத்து ஆரம்பித்த சண்டையே இவற்றின் ஊற்றுக்கண்ணாக இருப்பதைப் பார்க்க முடியும். ஏதேனும் ஒரு ஹிந்து கடைக்காரர், இஸ்லாமிய வாடிக்கையாளர் இருவருக்குமிடையே அற்ப விஷயத்துக்காக சண்டை ஏற்பட்டிருக்கும். அல்லது முஹமதியரின் தொழுகை பகுதியில் ஏதேனும் ஹிந்து ஊர்வலம் அல்லது இசைக்கருவி இசைத்தது தொடர்பாக பிரச்னை ஆரம்பித்திருக்கும்.

ஒரு சில கலவரங்கள் பொதுவாக நிலவிய பதற்றத்தில் இருந்தே உருவாகியிருந்தன. தில்லியில் 24 ஜூன் அன்று ஒரு குதிரை நெரிசல் மிகுந்த தெருவில் மிரண்டு ஓடியது. மக்கள் பதறியடித்து ஓடினர். அதைப் பார்த்ததும் மதக் கலவரம் வெடித்துவிட்டதாகக் கருதி இரு தரப்பினரும் ஆயுதங்களை எடுத்துக்கொண்டு மோதத் தொடங்கி விட்டனர்.

1926 ஏப்ரல் மே மாதங்களில் நடந்த கலவரங்கள் உட்பட 1927 ஏப்ரல் வரையிலும் 40 கலவரங்கள் நடந்தன. 197 பேர் உயிரிழந்தனர். 1598 பேருக்கு சிறிதும் பெரிதுமாகக் காயங்கள் ஏற்பட்டன. இந்த மோதல்கள் பல இடங்களில் நடந்தன. எனினும் வங்காளம், பஞ்சாப், யுனைட்டட் பிராந்தியங்கள் ஆகியவையே பெரிதும் பாதிக்கப்பட்டன. வங்காளத்தில்தான் இந்த மோதல்கள் உச்சத்தை எட்டின. இருந்தும் பம்பாய் பிரஸிடென்ஸியிலும் சிந்து பகுதியிலும் ஹிந்து, முஸ்லிம்களிடையே பதற்றம் நிலவி வந்தது.

கல்கத்தாவில் கோடைக்காலம் முழுவதும் அமைதியின்மை நிலவியது. ஜூன் ஒன்றாம் தேதி சிறிய காரணத்துக்காக ஆரம்பித்த மோதல் 40 பேருக்கு படுகாயம் ஏற்படுவதில் சென்று முடிந்தது. அதன் பின் சிறிது நாட்கள். வெளிப்படையான வன்முறைச் சம்பவங்கள் எதுவும் நடக்கவில்லை. ஜூலை பதினைந்தாம் தேதி முக்கியமான ஹிந்து திருவிழா வந்தது. மசூதித் தெருவின் வழியே இசைக்கருவிகளை இசைத்தபடி ஹிந்து திருவிழா ஊர்வலம் செல்ல முயன்றபோது மோதல் ஏற்பட்டது. 14 பேர் கொல்லப்பட்டனர். 116 பேர் உயிரிழந்தனர். அடுத்த நாளில் முஹமதிய விழாவான மொஹரம் ஆரம்பித்தது. அன்றும் வன்முறை வெடித்தது.

பின்னர் ஒரு சிலநாட்கள் அமைதி நிலவியது. மீண்டும் 19, 20, 21, 22 நாட்களில் கலவரம் வெடித்தது. 23, 24, 25 நாட்களில் தனித்தனியான தாக்குதல்கள், கத்தி குத்துகள் போன்றவை நடந்தன. மொத்தமாக 28 பேர் உயிரிழந்தனர். 226 பேர் படுகாயமுற்றனர். கல்கத்தாவில் 15 செப்டம்பர், அக்டோபர் 16 ஆகிய நாட்களில் மேலும் கலவரங்கள் மூண்டன. 16-ம் தேதி நடந்த கலவரமானது ஹௌரா பகுதிக்கும் பரவியது. அதில் ஒன்று அல்லது இரண்டு பேர் கொல்லப்பட்டனர். 30 பேருக்குக் காயம் ஏற்பட்டது. ஏப்ரல், மே மாத கலவரங்களில் எல்லாம் தீ வைப்புகள் அதிகமாக இருந்தன. நல்லவேளையாக ஜூலை மாதம் நடந்த கலவரங்களில் இவை இருந்திருக்கவில்லை. பிற வன்முறைகள் மட்டுமே இருந்தன. தீயணைப்புப் படையினர் வெறும் நான்கே சம்பவங்களில் மட்டுமே சென்று தீயை அணைக்கவேண்டியிருந்தது.

1927-28 ஐ எடுத்துக்கொண்டால் கீழ்க்காணும் தரவுகள் நம் முகத்தில் அறைவதுபோல் தெரியவருகின்றன. 1927 ஏப்ரலுக்கும் செப்டம்பருக்கும் இடையில் 25க்குக் குறையாமல் கலவரங்கள் நடந்ததாகப் பதிவாகியுள்ளன. அவற்றில் யுனைட்டட் பிராந்தியங்களில் 25; பம்பாய் பிரஸிடென்ஸியில் ஆறு; பஞ்சாப், மத்திய பிராந்தியம், வங்காளம், பிஹார், ஒரிஸ்ஸா ஆகிய இடங்களில் இரண்டு, தில்லியில் ஒரு கலவரம் என நடந்துள்ளன. ஏதேனும் ஒரு தரப்பின் மத விழாவின்போது இந்தக் கலவரங்கள் நடந்துள்ளன. சில நேரங்களில் மசூதியைச் சுற்றியுள்ள பகுதிகளில் ஹிந்துக்கள் இசைக்கருவிகளை இசைத்தது தொடர்பாக அல்லது முஸ்லிம்கள் பசுக்களைக் கொன்றது தொடர்பாக நடந்துள்ளன. மேலே குறிப்பிடப்பட்டுள்ள கலவரங்களில் சுமார் 103 பேர் கொல்லப்பட்டிருந்தனர். 1084 பேர் காயம் பட்டிருந்தனர்.

அந்த ஆண்டில் மிகவும் மோசமான கலவரம் என்று பார்த்தால் லாகூரில் மே 4-7 தேதிகளில் நடந்ததைத்தான் சொல்லவேண்டும்.

கலவரம் ஆரம்பிப்பதற்கு முன்பாகவே ஹிந்து, முஸ்லிம் தரப்பினரிடையே ஒருவித பதற்றம் நிலவி வந்துள்ளது. ஒரு முஸல்மானுக்கும் இரண்டு சீக்கியர்களுக்கும் இடையிலான சண்டையைத் தொடர்ந்து கலவரம் வெடித்தது. மின்னல் வேகத்தில் கலவரம் பல இடங்களுக்குப் பரவியது. 27 பேர் கொல்லப்பட்டனர். 272 பேர் படுகாயமுற்றனர். இந்தக் கலவரத்தில் தனி நபர்கள் மீது ஒருங்கிணைக்கப்படாத கும்பல் சாரா வன்முறை பெருமளவில் நடந்திருந்தது. காவல்துறையும் ராணுவமும் சம்பவ இடத்துக்கு உடனே விரைந்துவந்துவிட்டதால் இரு தரப்புக்கும் இடையில் மோதல் பெரிய அளவில் நடக்காமல் தடுக்கப்பட்டது. எனினும் லாகூரின் தெருக்களிலும் சாலைகளிலும் அமைதி திரும்பும்வரையில் ஓரிரு நாட்களுக்குத் தனிப்பட்ட தாக்குதல்கள், கொலைகள் நடந்தவண்ணம் இருந்தன.

பிஹார், ஒரிஸ்ஸா பகுதிகளில் ஜுன் மாத்ததில் நடந்த சிறு மோதல்களை விட்டுவிட்டுப் பார்த்தால், லாகூரில் மே மாதத்தில் நடந்த வன்முறைக்குப் பின்னர் இரண்டு மாதங்களுக்குப் பெரிதாக எதுவும் நடக்கவில்லை. ஆனால், பஞ்சாப் முல்தானில் ஜுலை மாதத்தில் மொஹர்ரம் விழாவின்போது எட்டு மோதல்கள் நடந்தன. 13 பேர் கொல்லப்பட்டனர். 24 பேர் படுகாயமுற்றனர். ஆகஸ்ட் மாதத்தில் இதைவிட மோசமான மோதல் வெடித்தது. ஒன்பது மோதல்கள் நடந்ததில் இரண்டில் மிக அதிக உயிரிழப்பு ஏற்பட்டது. பிஹாரில் பைதியா, ஒரிஸ்ஸா பகுதிகளில் மத விழா கொண்டாட்டம் தொடர்பாக எழுந்த மோதலில் 11 பேர் கொல்லப்பட்டனர். 100க்கு மேற்பட்டோர் படுகாயமுற்றனர்.

யுனைட்டட் பிராந்தியத்தில் பரேலியில் இருந்த மசூதியின் முன்பாக ஹிந்து ஊர்வலம் செல்வது தொடர்பாக எழுந்த மோதலில் 14 பேர் கொல்லப்பட்டனர். 165 பேர் காயமுற்றனர். செப்டம்பர் மாதத்தில் நான்கு கலவரங்கள் மட்டுமே நடந்தன. லாகூரில் நடந்த மோதலும் அதையடுத்து மத்திய பிராந்தியத்தில் நாக்பூரில் செப்டம்பர் 4-ல் நடந்த மோதலும்தான் பெரிய இழப்பை ஏற்படுத்தின. முஸ்லிம் ஊர்வலம் தொடர்பாகத்தான் மோதல் ஆரம்பித்தது. ஆனால், தீ வைப்புக்கான முன்னேற்பாடுகள் அதற்கு சிறிது காலத்துக்கு முன்பிருந்தே ஆரம்பித்துவிட்டிருந்தன. 19 பேர் கொல்லப்பட்டனர். 123 பேர் மருத்துவமனைகளில் காயமுற்று சிகிச்சைக்குச் சேர்க்கப்பட்டனர். இந்த மோதலின்போது நாக்பூரில் இருந்த முஸ்லிம் சமூகத்தினர் தமது வீடுகளை விட்டுவிட்டு வெளியேற நேர்ந்தது.

அந்த ஆண்டில் ஹிந்து, முஸ்லிம் கலவரங்களாக வெடிக்காமல் ஒரு சமூகத்தைச் சேர்ந்தவர் இன்னொரு சமூகத்தைச் சேர்ந்தவர்கள் மீதான கொலை வெறித் தாக்குதலில் ஈடுபட்டு வந்தனர். ரங்கீலா ரசூல் (சீதக சின்னல என்ற பெயரில் ராமாயணத்தின் நாயகரான ராமரின் மனைவி சீதையை விலைமகளாகச் சித்திரித்து முஸ்லிம்கள் வெளியிட்ட துண்டுப் பிரசுரத்துக்கு எதிர்வினையாக இது வெளியிடப்பட்டது), ரிஸால வர்த்தமான் என்ற இரண்டு புத்தகங்களில் இறைத்தூதர் முஹமது நபி மீதான அவதூறுப் பிரசாரம் செய்யப்பட்டிருந்தன. அதைத் தொடர்ந்து நடந்த கொலைவெறித் தாக்குதல்களில் பல அப்பாவிகள் உயிர் துறக்க நேர்ந்தது. சில நேரங்களில் காட்டுமிராண்டித்தனமான தாக்குதலாகவும் இருந்தன. லாகூரில் தனி நபர்கள் மீதான இப்படியான வெறித்தாக்குதல்களினால் 1927 கோடைக்காலத்தில் பெரும் பதற்றமும் பாதுகாப்பின்மையும் நிலவியது.

ரங்கீலா ரசூல் புத்தகம் தொடர்பான கலவரமானது அது ஆரம்பித்த பகுதியைத் தாண்டி வேறு தொலைதூரப் பகுதிகளுக்கும் பரவிவிட்டிருந்தது. ஜூலை மாதவாக்கில் வட மேற்கு எல்லைப் பிராந்தியத்தில் பல வேதனைக்குரிய சம்பவங்கள் நடந்தேறின. ஜூன் மாதத்தில் அந்தப் பகுதியில் மோதலுக்கான முதல் அறிகுறிகள் தென்பட்டன. ஜூலையின் இறுதிவாக்கில் மோதல் உச்சத்தை எட்டியது. அந்த எல்லையில் பிரிட்டிஷ் பக்கமிருந்த பகுதியில் அதிகாரிகள் திறமையாகச் செயல்பட்டதால் பெரிய மோதல்கள் நடக்காமல் தடுக்கப்பட்டன. இல்லையென்றால் அங்கும் அமைதிக்குப் பெரும் ஊறுவிளைவிக்கப்பட்டிருக்கும்.

பிரிட்டிஷ் எல்லைப் பிராந்தியங்களில், குறிப்பாக பெஷாவரில், ஹிந்துக்களுடைய வியாபாரத்தைப் புறக்கணிக்கும்படியான அழைப்புகள் அடிக்கடி மேற்கொள்ளப்பட்டன. ஆனால், இவற்றுக்கு பெரிய வெற்றி கிடைக்கவில்லை. ஓரிரு கிராமங்களில் ஹிந்துக்கள் மோசமாக நடத்தப்பட்டனர். குற்றவாளிகள் உடனே கைது செய்யப்பட்டனர். உடனடியாகத் தேவையான பிற நடவடிக்கைகள் எடுக்கப்பட்டன. விரைவிலேயே அமைதி திரும்பிவிட்டது. ஆனால், எல்லைக்கு அப்பால் இறைத்தூதர் மீதான அவதூறு தொடர்பாக எழுந்த கோபமானது பல மோதல்களுக்கு வழிவகுத்தன. எல்லைப் பிராந்திய மக்கள் மத உணர்வு மிகுந்தவர்கள். ஹிந்துக்களுக்கு எதிராக செல்வாக்குள்ள முல்லாக்கள் பிரசாரம் செய்யத் தொடங்கியதும் கைபர் கணவாய்க்கு அருகில் வசிக்கும் அஃப்ரிதிகள், ஷின்வாரிகள்

எல்லாருடைய மனங்களிலும் அவை நல்ல நிலத்தில் ஊன்றப்பட்ட விதைகளாக வன்முறைப் பயிரை செழித்து வளரச் செய்தன.

தேசத்தின் பிற பகுதிகளில் வாழும் சக ஹிந்துக்களுடைய செயல்பாடுகளில் இருந்து விலகி நிற்போம் என்று அந்த எல்லைப் பிராந்தியத்தில் வாழும் ஹிந்துக்கள் எழுதிக் கொடுக்கவேண்டும்; அப்படி எழுதிக் கொடுக்காத ஹிந்துக்களை அங்கிருந்து வெளியேற்றிவிடவேண்டும் என்று அஃப்ரிதிகள், ஷின்வாரிகள் ஆகியோருக்கு அந்த முல்லாக்கள் அறைகூவல் விடுத்தனர். கைபர் கணவாய் பகுதியைச் சேர்ந்த குகீயல், ஸக்கீயல் எனும் அஃப்ரிதி குழுவினர்தான் தமது அக்கம் பக்கத்தில் இருந்த ஹிந்துக்களை 22, ஜூலையில் வெளியேற்றிய முதல் குழுவினர். அதைத் தொடர்ந்து ஷின்வாரி பிரிவினரும் தமது பகுதிகளில் இருந்த ஹிந்துக்களுக்கு எச்சரிக்கை விடுத்தனர். சில ஹிந்து குடும்பங்கள் அங்கிருந்து வெளியேறினர். அதன் பின்னர் ஷின்வாரிகள் எஞ்சிய ஹிந்துக்களை அங்கே இருந்துகொள்ள அனுமதித்தனர்.

கைபர் பகுதியில் இருந்து வெளியேறிய ஹிந்துக்களில் சிலர் மிக மோசமாக நடத்தப்பட்டனர். அவர்கள் மீது அஃப்ரிதிகள் கல்லெறிந்தனர். பெரிய காயம் எதுவும் ஏற்படவில்லை. ஒரு இடத்தில் ஒரு ஹிந்துவுக்கு காயம் ஏற்பட்டது. அவருடைய சொத்துக்கள், உடமைகள் பறிமுதல் செய்யப்பட்டன. பின்னர் அஃப்ரிதி கஸ்தார்கள் தலையிட்டு முழுவதையும் மீட்டெடுத்தனர். குற்றவாளிகளுக்குத் தண்டனையும் தரப்பட்டது. பழங்குடிப் பகுதிகளில் இருந்து எந்தவொரு ஹிந்துவும் வெளியேற முடியாதவகையில் சாலைகளில் தடுப்புகள் ஏற்படுத்தப்பட்டன.

ரிஸ்லா வர்த்தமான் பத்திரிகை தொடர்பான வழக்கில் தீர்ப்பு வெளிவர இருந்ததையொட்டி ஒரு அரசியல் தலைவரின் வலியுறுத்தலின் பேரில் அஃப்ரிதி ஜிர்கா (பழங்குடித் தலைவர்) ஜூலை மாதவாக்கில் ஹிந்துக்கள் மீது விதிக்கப்பட்ட பொருளாதாரத் தடையை விலக்கிக் கொண்டார். எனினும் அதையடுத்த வாரத்தில், கைபர் கணவாய் பகுதியில் இருக்கும் லண்டி கொதால் பகுதியில் வாழ்ந்த சில ஹிந்து குடும்பங்கள் பழங்குடித் தலைவரின் உத்தரவாதத்தையும் மீறி பெஷாவருக்கு இடம் பெயர்ந்தனர். ஒவ்வொரு வீட்டிலிருந்தும் ஒரு நபரை அந்த கிராமத்தில் தமது நில புலன்கள், சொத்துக்களைக் கவனித்துக்கொள்ளும்படி விட்டுவிட்டுப் புறப்பட்டனர்.

மோதல் வெடிக்கும் என்பது தெரியவந்ததும் ஆகஸ்ட் மாத நடுப்பகுதி வாக்கில் 400-450 ஹிந்து ஆண்கள், பெண்கள்,

குழந்தைகள் பெஷாவர் வந்து சேர்ந்தனர். ஒரு சில ஹிந்துக்கள் வலுக்கட்டாயமாக வெளியேற்றப்பட்டிருந்தனர். ஒரு சிலரை வெளியேறும்படி எச்சரிக்கை விடப்பட்டிருந்தன. சிலர் பயத்தினால் வெளியேறினர். சிலர் தமது சக ஹிந்துக்கள் மீதான நட்பினால் புறப்பட்டிருந்தனர். பழங்குடிப் பகுதிகளில் இருந்து இந்த கட்டாய வெளியேற்றம் மற்றும் தன்னிச்சையான இடம் பெயர்வைப்போலவே வேறு சில இடங்களிலும் நடைபெற்றது. அப்படி வெளியேறிய ஹிந்துக் குடும்பங்கள் அங்கு வசித்த பிறரைவிட அதிக தலைமுறைகள் அங்கு வசித்து வந்திருந்தனர். பழங்குடிகளில் பலருக்கு அவர்கள் மேல் பகைமையும் இருந்தது.

கைபர் கணவாய் பகுதியில் இருந்து 450 ஹிந்துக்கள் வெளியேறினர். 1927 கடைசிவாக்கில் இவர்களில் 330 பேர் தமது பூர்விக கிராமங்களுக்குத் திரும்பிவிட்டனர். எஞ்சியவர்கள் பிரிட்டிஷ் இந்தியாவில் அப்போதைக்கு நிலவிய அமைதியான சூழலைக் கருத்தில்கொண்டு அங்கேயே தங்கிவிட்டனர்.

1928-29 ஒப்பீட்டளவில் 1927-28 காலகட்டடத்தைவிட அமைதியாக இருந்தது. இர்வின் பிரபு மத்திய அரசபையிலும் வெளியிடங் களிலும் ஆற்றிய உரைகளின் மூலம் இரு தரப்புகளுக்கு இடையே ஒருவித அமைதி ஒப்பந்தம் உருவாக வழிவகுத்தார். ஹிந்து, முஸ்லிம்களிடையேயான மோதல்களுக்குக் காரணமாக இருக்கும் அரசியல் முக்கியத்துவம் சார்ந்த விஷயங்கள் பற்றி இரு தரப்புக்கும் இடையே புரிதல் ஏற்பட முயற்சிகள் எடுத்தார்.

1929-ல் நியமிக்கப்பட்ட சைமன் கமிஷன் மூலம் அதிர்ஷ்டவசமாக சில நல்ல விஷயங்கள் பரிந்துரைக்கப்பட்டன. நடக்கும் மோதல் களுக்கான உள்ளூர், உடனடிக் காரணங்களுக்கு முக்கியத்துவம் குறைக்கப்பட்டு இரு தரப்பினரின் அரசியல் முக்கியத்துவம் சார்ந்த அரசியல் சாசனக் கொள்கைகளுக்கு முக்கியத்துவம் தரப்பட்டது. 1927-ல் இந்திய சட்டசபை தொடர்பாக, ஒரு சட்டம் அமலாக்கப்பட்டது. அதில் மத மோதலைத் தூண்டும் அச்சுப் பிரசுரங்களைத் தடை செய்யும் சட்டம் கொண்டுவரப்பட்டது. அதைத் தொடர்ந்து மத உறவு லேசாக மேம்பட்டது. ஆனால், மத மோதல்கள் முற்றாக நின்றுவிடவில்லை.

மார்ச் 31, 1929உடன் முடிந்த வருடத்தில் நடந்த மொத்தக் கலவரங்கள் 22. எண்ணிக்கை குறைவாக இருந்தாலும் பம்பாயில் நடந்த வன்முறையில் அதிக உயிரிழப்புகள் நடந்தன. மொத்தமாக அந்த வருட மோதல்களில் 204 பேர் கொல்லப்பட்டிருந்தனர்.

ஆயிரம் பேர் காயமுற்றனர். இவற்றில் பம்பாயில் நடந்த மோதலில் 149 பேர் கொல்லப்பட்டனர். 739 பேர் காயமுற்றனர். இந்த 22 கலவரங்களில் ஏழு அதாவது கிட்டத்தட்ட மூன்றில் ஒரு பங்கு மோதல்கள் மே மாத இறுதியில் பக்ரீத் முஸ்லிம் பண்டிகையையொட்டி நடைபெற்றன. இந்தப் பண்டிகைக் காலம் என்பது எப்போதுமே ஹிந்து, முஸ்லிம் சமூகங்களிடையே மிகுந்த பதற்றம் நிலவும் காலமே. முஸ்லிம்கள் இந்தப் பண்டிகையை மிருக பலி நாளாகக் கொண்டாடுவது வழக்கம். பெரும்பாலும் அன்றைக்கு பசுவை வெட்டிப் பலியிடுவார்கள். இரு தரப்புக்கும் இடையே சிறு நெருப்பு விழுந்தாலும் பற்றிக்கொள்ளும் நேரம் இது.

முதல் கலவரம் அம்பாலா மாவட்டத்தில் வெடித்தது. அதில் பத்து பேர் கொல்லப்பட்டனர். 9 பேர் காயமுற்றனர். இன்னொரு மோதல் தெற்கு பஞ்சாபில் குரேகாவில் சோஃப்தா கிராமத்தில் நடந்தது. தில்லியில் இருந்து 27 கி.மீ தொலைவில் அந்த சோஃப்தா கிராமம் இருக்கிறது. அது முஸ்லிம்கள் வசிக்கும் கிராமம். அந்த கிராமத்தைச் சுற்றிலும் ஹிந்து விவசாயி குடும்பங்கள் வசிக்கின்றன. முஸ்லிம்கள் ஈத் நாளில் பசுவைப் பலி கொடுக்கப் போகிறார்கள் என்ற செய்தி பரவியதும் அந்தக் குறிப்பிட்ட பசுவை பலிகொடுக்க ஹிந்துக்கள் எதிர்ப்பு தெரிவித்தனர். ஏனென்றால் அது ஹிந்துக்களின் மேய்ச்சல் நிலங்களில் மேய்ந்து திரியும் பசு என்று சொல்லி எதிர்ப்பு தெரிவித்தனர்.

இது தொடர்பான வாக்குவாதங்கள் முற்றத் தொடங்கவே காவல் துறை உயர் அதிகாரி சிறிய படையை அழைத்துச் சென்று அமைதியை நிலை நாட்ட முயற்சி எடுத்தார். சம்பந்தப்பட்ட பசுவை மீட்டெடுத்து பாதுகாப்பான இடத்தில் கட்டி வைத்தார். காவல் துறை அங்கு வந்திருந்த நிலையிலும் அக்கம் பக்கத்தில் இருந்த ஹிந்து கிராமங்களில் இருந்து விவசாயிகள் சுமார் ஆயிரம் பேர் ஈட்டி, கத்தி, அருவாள் ஆகிய ஆயுதங்களை ஏந்தியபடி சோஃப்தா கிராமம் நோக்கிச் சென்றனர்.

கிராமத்தில் அப்போது இருந்த காவல் துறை உயரதிகாரியும் இந்திய வருவாய்த்துறை அதிகாரியும் அந்த பசு பலியிடப்படாது என்று உத்தரவாதம் தந்தனர். ஆனால், ஹிந்து விவசாயிகளுக்கு திருப்தி ஏற்படவில்லை. அந்தப் பசு மட்டும் பலியிடப்பட்டால் ஒட்டு மொத்த கிராமத்தையும் கொளுத்திவிடுவோம். முதலில் அந்தப் பசுவை எங்களிடம் ஒப்படையுங்கள் என்று கோரிக்கைவிடுத்தனர். காவல்துறை அதிகாரி அதற்கு சம்மதிக்கவில்லை. கூட்டத்தினர்

ஆத்திரமடைந்தனர் காவல் துறையினர் மீது கற்களை வீசத் தொடங்கினர். அந்த கிராமத்துக்குள் அத்துமீறி நுழைய முயன்றனர்.

கூட்டத்தினரைக் கலைந்து செல்லும்படி காவல்துறை அதிகாரி எச்சரித்தார். எந்தப் பலனும் கிடைக்கவில்லை. எனவே தனது துப்பாக்கியை எடுத்துச் சுட்டார். கூட்டம் அதைக் கண்டும் அஞ்சாமல் முன்னேறிச் செல்லவே காவல்துறை அதிகாரி தனது படையினரையும் துப்பாக்கிச் சூடு நடத்த உத்தரவிட வேண்டிவந்தது. முதலில் ஒரே ஒரு ரவுண்ட் துப்பாக்கி குண்டுகள் மட்டுமே சுடப்பட்டன. கூட்டத்தினர் பின் வாங்காமல் நிற்கவே மேலும் இரண்டு ரவுண்ட்கள் சுடப்பட்டன. அந்த கிராமத்தில் இருந்த கால்நடைகள் சிலவற்றை ஓட்டியபடி கூட்டம் மெள்ளப் பின்வாங்கியது.

காவல்துறையினர் ஹிந்து விவசாயிகளுடன் பேச்சுவார்த்தையில் ஈடுபட்டுக் கொண்டிருந்தபோது அவர்களில் சிலர் சோஃப்தா கிராமத்துக்குள் வேறொரு வழியாக நுழைந்து தீவைக்க முயன்றனர். எனினும் காவல்துறையினர் அந்த இடத்துக்கு விரைந்து சென்று அவர்களை விரட்டிவிட்டனர். அந்த சிறிய மோதலில் நாலைந்து பேருக்குக் காயம் ஏற்பட்டது. மொத்தமாக அந்த கலவரத்தில் 14 பேர் கொல்லப்பட்டனர். 33 பேருக்குக் காயம் ஏற்பட்டது. பஞ்சாப் அரசானது ஒரு நீதித்துறை அதிகாரியை நியமித்து விசாரணைக்கு உத்தரவிட்டது. 6, ஜூலையில் வெளியான அவருடைய அறிக்கையானது காவல்துறையினரின் துப்பாக்கிச்சூட்டில் எந்தத் தவறும் இல்லை; அதை அத்துமீறிய செயலாகவோ கூட்டத்தினரைக் கட்டுப்படுத்திய பின்னர் நடத்தப்பட்டதாகவோ சொல்லவே முடியாது என்று தெரிவித்தது.

காவல்துறையினர் துப்பாக்கிசூடு நடத்தியிருக்கவில்லை என்றால் காவலர்களின் உயிருக்கே ஆபத்து ஏற்படிருக்கும். சோஃப்தா கிராமத்தில் இருந்தவர்களின் உயிருக்கும் உடமைக்கும் பெரும் ஆபத்து வந்திருக்கும் என்று அந்த விசாரணை அறிக்கை தெரிவித்தது. அந்த அறிக்கையை எழுதிய அதிகாரியின் கருத்தின்படி, சோஃப்தா கிராமம் தாக்கப்பட்டிருந்தால் 24 மணி நேரத்துக்குள் அக்கம் பக்கத்து கிராமங்களில் பெரும் மதக் கலவரம் மூண்டிருக்கும் என்றும் அவர் குறிப்பிட்டிருந்தார்.

கல்கத்தாவுக்கு சற்று அருகில் இருந்த முக்கியமான ரயில்வே நிலையமான காரக்பூரில் நடந்த வன்முறைச் சம்பவத்தில் பலர் உயிரிழக்க நேர்ந்தது. ஜூன் மாத இறுதியில் மொஹர்ரம்

கொண்டாட்டத்தின் போதும் செப்டம்பர், 1928 முதல் வாரத்திலும் என இரண்டு கலவரங்கள் நடந்தன. இரண்டாவது கலவரம் பசுக் கொலையைக் காரணமாகவைத்து ஆரம்பித்திருந்தது. முதல் கலவரத்தில் 15 பேர் கொல்லப்பட்டிருந்தனர். 21 பேர் காயம்பட்டிருந்தனர். இரண்டாவது கலவரத்தில் 9 பேர் கொல்லப்பட்டிருந்தனர். 35 பேர் காயம்பட்டிருந்தனர். ஆனால் பிப்ரவரி மாதம் நடுப்பகுதியில் பம்பாயில் நடைபெற்ற கலவரம் இவை எல்லாவற்றையும் விட மிக மோசமானதாக இருந்தது. அதில் 149 பேர் கொல்லப்பட்டனர். 700 பேர் காயம்பட்டனர்.

1929-30 காலகட்டத்தில் மதக் கலவரங்கள் முந்தைய வருடங்கள் அளவுக்கு இருந்திருக்கவில்லை. குறிப்பிட்டுச் சொல்லும்படியாக மொத்தம் 12 கலவரங்கள்தான் அந்தக் காலகட்டத்தில் இந்திய அரசு ஆவணப்படுத்தியுள்ளது. பம்பாய் நகரப் பகுதியில் நடைபெற்ற கலவரங்கள் மட்டுமே சற்று மோசமாக இருந்தன. ஏப்ரல் 23 தொடங்கி மே மாத நடுப்பகுதிவரை அந்தக் கலவரங்கள் நீடித்திருக்கின்றன. 35 பேர் உயிரிழந்தனர். 200 பேர் காயம்பட்டனர்.

லாகூரில் ஏப்ரல் மாதம் ராஜ்பல் படுகொலை செய்யப்பட்டதைத் தொடர்ந்து பெரும் பதற்றம் ஏற்பட்டது. ரங்கீலா ரசூல் என்ற துண்டு பிரசுரத்தில் இஸ்லாமின் இறைத் தூதர் பற்றி அவதூறாக எழுதப்பட்டிருந்தது. முந்தைய சில வருடங்களில் நடந்த மத மோதல்களுக்கு அந்த துண்டுப் பிரசுரமே காரணமாகவும் இருந்தது. பல்வேறு வழக்குகள், அரசியல் முன்னெடுப்புகள் அதையொட்டி நிகழ்ந்தும் வந்திருந்தன. அதிர்ஷ்டவசமாக ராஜ்பல் கொல்லப்பட்ட சம்பவம் மற்றும் அவரைக் கொன்றவருக்கு விதிக்கப்பட்ட தூக்கு தண்டனை ஆகியவற்றின்போது இரு தரப்பு மக்களும் மிகவும் கட்டுகோப்புடனே இருந்தனர். இரு தரப்பிலும் மிகப் பெரிய உணர்வெழுச்சி இருந்த நிலையிலும் எந்தவித வன்முறைச் சம்பவமும் அதையொட்டி நடக்கவில்லை.

1930-31 வாக்கில் சட்ட மறுப்பு இயக்கம் ஆரம்பிக்கப்பட்டது. நாடு முழுவதும் பல்வேறு கலகங்களும் கலவரங்களும் நடந்தன. இவற்றில் எல்லாம் பெரும்பாலும் காங்கிரஸ் தொண்டர்களே ஈடுபட்டனர். அந்த எதிர்ப்புகள் எல்லாம் பிரிட்டிஷ் அரசையும் காவல் துறையையும் எதிர்த்தே நடந்தன. ஆனால், இந்தியாவில் எப்போதுமே எல்லா அரசியல் போராட்டங்களும் மதச் சாயம் பூசிக்கொள்வதுண்டு. சட்ட மறுப்பு இயக்கத்தில் சேரும்படி காங்கிரஸ் தொண்டர்கள் முன்னெடுத்த சாத்விக முயற்சிகளுக்கு முஸ்லிம்கள் சம்மதம் தெரிவிக்கவில்லை. இதன் விளைவாக

அரசியல் கலவரங்களுடன் ஆரம்பித்த அந்த வருடம் இறுதியில் மதக் கலவரங்களுடன் முடிந்தது.

சிந்து பகுதியில் சுகூர் மாவட்டத்திலும் அதைச் சுற்றியிருந்த பகுதிகளிலும் ஆகஸ் 4, 11 தேதிகளில் மிக மோசமான மதக் கலவரம் வெடித்தன. சுற்றுவட்டாரத்தில் இருந்த 100 கிராமங்களில் வன்முறை வெடித்தன. வங்காளத்தில் மைமன் சிங் மாவட்டத்தில் ஜூலை 12, 15 நாட்களில் கிஷோர்கஞ்ச் பகுதியில் பெரும் கலவரம் வெடித்தது. யுனைட்டட் பிராந்தியத்தில் பாலியா பகுதியில் ஆகஸ்ட் 3 தேதியன்று மதக் கலவரம் மூண்டது.

நாக்பூரில் செப் 6 தேதியிலும் பம்பாயில் 6-7 செப்டம்பரிலும் வன்முறை வெடித்தன. மதராஸில் திருச்செந்தூரில் ஹிந்து-கிறிஸ்தவ மோதல் 31, அக்டோபரில் வெடித்தது. அமிர்தசரஸில் பிப் 12 அன்று போராட்டக்காரர்களை எதிர்த்த ஹிந்து துணி வியாபாரி ஒருவரைக் கொல்ல முயற்சி நடந்தது. பனாரஸிலும் இதுபோல் ஒரு சம்பவம் முந்தின நாள் நடந்தது. அதையொட்டியும் பெரும் கலவரம் மூண்டது. அங்கு பாதிக்கப்பட்டது ஒரு முஸ்லிம் வியாபாரி. அவர் தாக்குதலில் கொல்லப்பட்டார். ஏற்கெனவே ஹிந்து, முஸ்லிம் உறவு வலுவிழந்து போயிருந்ததால் இந்த சம்பவம் நடந்த உடனே மத மோதல் வெடித்தது. தொடர்ந்து ஐந்து நாள் அந்தக் கலவரம் நீடித்தது. பெருமளவுக்கு உயிர்ச் சேதமும் உடமைச் சேதமும் நடந்தன.

வங்காளத்தில் நில்ஃபமாரியில் ஜனவரி 25லும் ராவல்பிண்டியில் ஜனவரி 31லும் மோதல்கள் வெடித்தன. 1931 முதல் இரண்டு மாதங்களில் வட இந்தியா முழுவதும் மத மோதல்கள் நீடித்தன. பனாரஸில் பிப்ரவரியில் மதக் கலவரம் வெடித்தது. காங்கிரஸ் தொண்டர்களின் மூலமான போராட்டங்கள், வியாபார முடக்கத்தால் முஸ்லிம்கள் மத்தியில் எழுந்த உணர்வு ஆகியவற்றால் இந்த அமைதியின்மை நிலவின.

பிரிட்டிஷ் இந்திய அரசுடனான பேச்சுவார்த்தைகள் மூலமாக காங்கிரஸ் கட்சியின் முக்கியத்துவம் மக்கள் மத்தியில் அதிகரிக்கத் தொடங்கியதையொட்டி முஸ்லிம்களின் அதிருப்தி அதிகரிக்கத் தொடங்கியது. இதனால் ஹிந்து, முஸ்லிம் சமூகங்களிடையே மோதல் வலுவடைந்தது. யுனைட்டட் பிராந்தியத்தில் மார்ச் மாதம் நிலைமை மேலும் மோசமானது. மிர்ஸாபூர் மாவட்டத்தில் 14, 16 தேதிகளிலும் ஆக்ராவில் 17-20 தேதிகளிலும் மத மோதல் வெடித்தது.

வங்காளத்தில் தங்காபாத் பகுதியில் 28 அன்றும் அமிர்தசரஸில் 30 அன்றும் கலவரம் நடந்தது. தேசத்தின் பல பகுதிகளில் இரு தரப்பினரும் மோதிக்கொண்டனர்.

அஸ்ஸாமில் லக்ஷ்மிபூர் மாவட்டத்தில் திக்போய் பகுதியில் நடந்த மோதலில் ஒரு ஹிந்துவும் 3 முஸ்லிம்களும் கொல்லப்பட்டனர். வங்காளத்தில் அசந்சொல் பகுதியில் மொஹர்ரம் கொண்டாட்டத்தின்போது கலவரம் நடந்தது. பிஹார், ஒரிஸாவில் குறிப்பாக சரன் பகுதியில் அந்த வருடம் முழுவதும் பதற்றம் நிலவியது. மொத்தம் 16 மதக் கலவரங்களும் சட்ட விரோதக் கூட்டங்களும் நடந்தன. பக்ரீத் கொண்டாட்டத்தின்போது ஷாஹாபாத்தின் ப்பூவா பகுதியில் மோதல் வெடித்தது. பசு கொல்லப்பட்டதாகப் பரவிய வதந்தியைத் தொடர்ந்து 300 ஹிந்துக்கள் ஒரு இடத்தில் ஒன்று கூடினர். காவல்துறையினர் பேச்சுவார்த்தை நடத்தி அவர்களைக் கலைந்துபோகச் சொன்னார்கள். இதனிடையில் வாள், ஈட்டி முதலான ஆயுதங்களுடன் அங்கு வந்து சேர்ந்த 200 முஸ்லிம்கள் ஹிந்துக்களைத் தாக்கினர். ஒரு ஹிந்து கொல்லப்பட்டார். காவல்துறையினரின் சரியான நடவடிக்கைகள் மற்றும் அமைதிக் குழு நியமனம் ஆகியவற்றினால் நிலைமை கட்டுக்குள் வந்தது.

மோங்கிர் பகுதியில் இரண்டு மத மோதல்கள் வெடித்தன. ஒன்றில் ஹிந்துக்கள் மோதலை ஆரம்பித்தனர். இன்னொன்றில் முஸ்லிம்கள் ஆரம்பித்தனர். மதராஸ் பிரஸிடென்ஸியிலும் அந்த ஆண்டு மத மோதல்கள் நடந்தன. சில பகுதிகளில் நிலைமை மிகவும் மோசமானது. வேலூரில் 8, ஜூலையன்று மத மோதல் வெடித்தது. ஹிந்து கோவிலுக்கு அருகில் இருந்த தெருவின் வழியாக முஸ்லிம்களின் தாஸியா விழா ஊர்வலம் ஒன்று போக முயன்றபோது அந்த கலவரம் வெடித்தது. காவல்துறையினர் துப்பாக்கிச் சூடு நடத்தவேண்டிய அளவுக்கு நிலைமை மோசமானது. அடுத்த இரண்டு மூன்று நாட்கள் வரையிலும் ஆங்காங்கே அந்தப் பகுதியில் சிறு சிறு மோதல்கள் வெடித்தன.

சேலம் நகரில் ஹிந்து, முஸ்லிமிடையான மோதல் 13, ஜூலையன்று வெடித்தது. செவ்வாய்பேட்டை பகுதியில் பெருந்திரளான பார்வையாளர்கள் கூடியிருந்த ஹிந்து, முஸ்லிம் மல்யுத்தப் போட்டியில் யார் ஜெயித்தார் என்பது தொடர்பாக மோதல் வெடித்தது. சேலத்தில் கிச்சிபாளையம் பகுதியில் அக்டோபரில் இன்னொரு மோதல் வெடித்தது. ஹிந்து

இளைஞர்கள் விளையாடிக் கொண்டிருந்தபோது சில முஸ்லிம்கள் இடையூறு செய்ததாகச் சொல்லி சண்டை மூண்டது.

கர்னூல் மாவட்டத்தில் பொலிக்கல் கிராமத்தில் மார்ச் 15 அன்று ஒரு மோதல் வெடித்தது. ஹிந்துக்களின் ஊர்வலப் பாதை தொடர்பான விவகாரத்தில் மோதல் உருவானது. ஆனால், சிறிய காவல் படை வந்ததுமே கும்பல் கலைக்கப்பட்டு அமைதி கொண்டுவரப் பட்டது.

பஞ்சாபில் 1929-ல் 813 மோதல்கள் நடந்திருந்தன. 1930-ல் அது 907 ஆக அதிகரித்தது. பெரும்பாலானவை மத மோதல்களே. பிரதான சமூகங்களிடையே மோதலானது அந்த வருடம் முழுவதும் நீடித்தது. யுனைட்டட் பிராந்தியத்தில் 1930 வாக்கில் மத மோதல் குறைவாகவே இருந்தன. ஆனால் 1931 முதல் மூன்று மாதங்களில் மத மோதல்கள் பெருகின. சட்ட மறுப்பு இயக்கம் ஆரம்பிக்கப் பட்டதைத் தொடர்ந்து மத பிரச்னை சற்று பின்னுக்குத் தள்ளப்பட்டது.

டேராடூனிலும் புலந்ஷர் பகுதியிலும் வழக்கமான பாணியிலான மத மோதல்கள் வெடித்தன. பலியாவில் ஹிந்து ஊர்வலப் பாதை தொடர்பான மோதல் மோசமான நிலையை எட்டியது. காவல்துறை துப்பாக்கிச்சூடு நடத்தவேண்டிய அவசியம் எழுந்தது. மதுரா, அஸாம்கர், மணிபுரி ஆகிய பகுதிகளிலும் மதமோதல்கள் நடந்தன.

1931-32 காலகட்டத்தை எடுத்துக்கொண்டு பார்த்தால், வட்ட மேஜை மாநாட்டில் அரசியல் சாசன விவகாரம் தொடர்பான பேச்சு வார்த்தைகள் நடந்து வந்த நிலையில் முஸ்லிம்கள் மற்றும் பிற சிறுபான்மை சமூகங்களிடையே லேசான பதற்ற நிலை உருவானது. எதிர்காலத்தில் அரசியல் சாசன நடைமுறைகள் எப்படி இருக்கும் என்பதன் தெளிவான சித்திரம் ஒன்றை அது காட்டியது. அதுவரையிலும் டொமினியம் அந்தஸ்து என்பது என்னவிதமாக இருக்கும் என்று குழப்பமான நிலையே நிலவியது. ஆனால் வட்ட மேஜை மாநாட்டின் தொடக்கத்தில் கூட்டாட்சி வடிவில் மத்தியில் பொறுப்புணர்வை அதிகரிப்பது தொடர்பாக ராணியார் முன்வைத்த பிரகடனமானது ஒரு தெளிவான சித்திரத்தைத் தந்தது.

முஸ்லிம்கள் தமது நிலை, எதிர்பார்ப்பு ஆகியவை பற்றி நிதானமாக அலசி ஆராய்ந்தாக வேண்டிய நேரம் வந்துவிட்டதை உணர்ந்தனர். காந்தி இர்வின் ஒப்பந்தம் காங்கிரஸுக்கு சாதகமான நிலையை உருவாக்கித் தந்தது தொடர்பான அதிருப்தியும் சேர்ந்துகொண்டது.

காங்கிரஸின் முன்னிலை மற்றும் பிரிட்டிஷ் அரசின் மீதான அதன் வெற்றி ஆகியவை முஸ்லிம்களின் சந்தேகங்களை மேலும் அதிகரித்தன. அந்த ஒப்பந்தம் கையெழுத்தான மூன்றே வாரங்களில் கான்பூரில் மிக மோசமான வன்முறை வெடித்தது. 23, மார்ச் அன்று தூக்கிலிடப்பட்ட பகத் சிங்கின் நினைவாக 'ஹர்தால்' கடையடைப்பு செய்யும்படி காங்கிரஸ் தொண்டர்கள் முஹமதிய வியாபாரிகளை நிர்பந்தித்ததைத் தொடர்ந்து மோதல் வெடித்தது. 24 மார்ச் அன்று ஹிந்துக்களின் கடைகள் சூறையாடப்பட்டன. 25 அன்று தீவைக்கப்பட்டன. ஹிந்துக்களின் கடைகள், கோவில்கள் இடிக்கப்பட்டுத் தீவைக்கப்பட்டன. கலவரம், தீவைப்பு, கொள்ளையடிப்பு, படுகொலை ஆகியவை காட்டுத் தீயாகப் பரவின. 500க்கும் மேற்பட்ட ஹிந்து குடும்பங்கள் நகரை விட்டு வெளியேறி கிராமங்களில் தஞ்சம் புகுந்தனர்.

டாக்டர் ராமசந்தர்தான் மிக மோசமாக பாதிக்கப்பட்டார். அவருடைய மனைவி, வயதான பெற்றோர் உட்பட குடும்ப உறுப்பினர் அனைவரும் கொல்லப்பட்டு அவர்களின் உடல்கள் சாக்கடையில் வீசப்பட்டன. அதே படுகொலையில் திரு கணேஷ் சங்கர் வித்யார்த்தியும் உயிரிழந்தார்.

கான்பூர் மதக் கலவரத்தை ஆய்வு செய்த குழு, இதுவரை இருந்திராத அளவுக்கு மிக மோசமான வன்முறை தலைவிரித் தாடியது என்று குறிப்பிட்டிருக்கிறது. முன்பு இருந்திராத வேகத்தில் காட்டுத்தீ போல் கவலரம் நகரம் முழுவதும் பரவியது. அது நகரத்தையும் தாண்டிச் சென்றது என்று குறிப்பிட்டிருக்கிறது. காவல் துறை கட்டுக்குள் கொண்டுவருவதற்குள் படுகொலைகள், தீவைப்பு, கொள்ளையடிப்பு என மூன்று நாட்களும் நடந்தன. அதன் பின்னர் மெள்ள மெள்ளக் குறைந்தன. படுகொலைகளும் சொத்துச் சேதமும் மிக மிக அதிகம். அதிகாரபூர்வ தகவலின்படி 300 பேர் கொல்லப்பட்டிருந்தனர். ஆனால், 400-500 க்கு மேல் படுகொலை செய்யப்பட்டிருக்கக்கூடும். ஏராளமான கோவில்கள், மசூதிகள் இடிக்கப்பட்டன. அல்லது எரியூட்டப்பட்டன. பல வீடுகளும் தீவைக்கப்பட்டு கொள்ளையடிக்கப்பட்டன.

1932-33-ல் மத மோதல்கள் ஒப்பீட்டளவில் மிகவும் குறைவாகவே இருந்தன. சட்ட விரோதச் செயல்பாடுகளை அரசு கடும் நடவடிக்கைகள் மூலம் அடக்கியதும் அரசியல் சாசனத்தில் முஸ்லிம்களின் இடம், முக்கியத்துவம் தெளிவாகப் புரியவந்ததும் இந்த மத மோதல்கள் குறைவதற்கு முக்கிய காரணங்களாக இருந்தன.

ஆனால் 1933-34-ல் மீண்டும் நாடு முழுவதும் மத மோதல்கள் நடக்க ஆரம்பித்தன. ஹோலி, மொஹரம், ஈத் பண்டிகைக் காலத்தில் மட்டுமல்ல முன்பே சொன்னதுபோல் அன்றாட வாழ்வின் சாதாரண செயல்களில் இருந்தும் மோதல் வெடித்தன. அந்த ஆண்டு தொடக்கத்திலிருந்தே மத உறவுகள் மோசமடைய ஆரம்பித்தன. பனாரஸ், கான்பூர், யுனைட்டட் பிராந்தியங்கள், பஞ்சாபில் லாகூரில் மற்றும் பெஷாவரில் எனப் பல இடங்களில் கலவரங்கள் ஹோலி சமயத்தில் வெடித்தன.

யுனைட்டட் பிராந்தியத்தில் அயோத்யாவில் பசு கொலை தொடர்பாகவும் பிஹாரில் பகல்பூர், ஒரிஸ்ஸாவில், மற்றும் மதராஸில் கண்ணூரிலும் மோதல்கள் வெடித்தன. யுனைட்டட் பிராந்தியத்தில் காஸிபூரில் நடந்த மோதலில் சிலர் படுகொலை செய்யப்பட்டனர். பிஹார், ஒரிஸ்ஸா, வங்காளம், சிந்து, தில்லி என பல இடங்களில் ஹிந்து, முஸ்லிம் மோதலானது ஏப்ரல், மே மாதங்களின் நடந்தன. ஹிந்து வழிப்போக்கர் மீது ஒரு முஸ்லிம் வியாபாரி தெரியாமல் துப்பினார் என்பதுபோன்ற அற்ப காரணங்களுக்காகவெல்லாம் மத மோதல்கள் வெடித்தன. இதுபோன்ற சம்பவங்கள் நடந்த பிரிட்டிஷ் இந்தியப் பகுதிகளிலும் மத மோதல்கள் பெருகின.

ஜூன் மாதம் தொடங்கி அக்டோபர் மாதம் வரையிலும் நிலவிய பதற்றமானது இரு சமூகங்களுக்கு இடையிலான பகைமையை வெளிக்காட்டுவதாகவே இருந்தன. பிஹாரில் சில பகுதிகளில் காவல்துறையின் தலையீடு தேவைப்பட்டது. என்றாலும் ஜூன், ஜூலை மாதங்களில் நடந்த ஹிந்து, முஸ்லிம் விழாக்கள் ஒப்பீட்டளவில் மோதல்கள் இல்லாமல் கழிந்தன.

ஆக்ரவில் நீண்ட காலமாக இருந்த ஒரு மோதல் ஆரம்பித்தது. ஹிந்துக்கள் சிலருடைய வீடுகளில் செய்யும் மதச் சடங்குகளின்போது எழும் சப்தமானது பக்கத்தில் இருக்கும் மசூதியில் தொழுகை நடத்த இடைஞ்சலாக இருப்பதாக முஸ்லிம்கள் சொன்னார்கள். பேச்சுவார்த்தைகள் நடத்தி சுமுகத் தீர்வு காண்பதற்குள் 20 ஜூலை, 2 செப்டம்பர் ஆகிய நாட்களில் வன்முறை வெடித்து நான்கு பேர் கொல்லப்பட்டனர். 80 பேர் காயமுற்றனர்.

மதராஸில் 3 செப்டம்பரில் நடந்த கலவரத்தில் ஒருவர் கொல்லப்பட்டார். 13 பேர் காயமுற்றனர். இறைத்தூதர் முஹமதுவை அவதூறு செய்யும்வகையில் ஒரு புத்தகம் வெளியிடப்பட்டது தொடர்பாக அந்த மோதல் வெடித்திருந்தது.

அதே மாதம் பஞ்சாப் மற்றும் யுனைட்டட் பிராந்தியத்திலும் சிறிய அளவில் மோதல்கள் வெடித்தன.

1934-35-ல் லாகூரில் 29 ஜூன் அன்று மிக மோசமான கலவரம் தொடங்கியது. ஷாஹித்கஞ்சி குருத்துவாராவுக்கு அருகில் அமைந்திருந்த மசூதி தொடர்பாக சீக்கியர்களுக்கும் முஸ்லிம் களுக்கும் இடையில் மோதல் உருவானது. அது தொடர்பான தகராறுகள் சிறிது காலமாகவே நடந்துவந்தன. முஸ்லிம்களின் எதிர்ப்பையும் மீறி சீக்கியர்கள் அந்த மசூதியை இடிக்க முற்பட்டதைத் தொடர்ந்து வன்முறை வெடித்தது. அந்தக் கட்டடமானது 170 ஆண்டுகளாக சீக்கியர்களின் உடமையாக இருந்தது. அது தொடர்பாக நடந்துவந்த நீண்ட கால வழக்கில் அந்த இடம் சீக்கியர்களுக்கே சொந்தமென்று தீர்ப்பு வந்திருந்தது.

29 ஜூன் இரவில் சுமார் 3000-4000 முஸ்லிம்கள் அந்த குருத்துவாராவின் வாசலில் ஒன்று கூடினர். குருத்துவாராவுக்குள் இருந்த சீக்கியர்களுக்கும் முஸ்லிம் கூட்டத்தினருக்கும் இடையில் வாக்குவாதம் ஏற்பட்டது. உள்ளூர் அதிகாரிகள் துரித நடவடிக்கை எடுத்ததனால் வன்முறை தவிர்க்கப்பட்டது. மசூதியை இடிக்கும் பணியை நிறுத்தவேண்டும் என்று சீக்கியர்களிடம் உறுதி பெறப்பட்டது. ஆனால், தொடர்ந்து வந்த நாட்களில் சுமுகமான தீர்மானத்தை எடுக்கும்படியாக இரு தரப்பு தலைவர்களையும் சம்மதிக்கவைக்க முடியவில்லை. சீக்கியர் தரப்பில் இருந்த தீவிர சிந்தனை கொண்டவர்களின் நிர்பந்தம் காரணமாக மசூதியை இடிக்கும் பணி மீண்டும் ஆரம்பித்தது.

அரசு அதிகாரிகளுக்கு இது பெரும் நெருக்கடியைத் தந்தது. சீக்கியர்கள் தமது சட்டபூர்வ உரிமையைத்தான் நிலைநாட்டப் பார்க்கிறார்கள். மசூதியை இடிப்பதைத் தடுக்கவேண்டுமென்றால் துப்பாக்கிச் சூடு நடத்தினால் மட்டுமே முடியும் என்ற நிலை வந்தது. அந்தக் கட்டடம் இருந்தது சீக்கியர்களுக்கு சொந்தமான இடத்தில்தான். அதோடு சீக்கியர்களின் வழிபாட்டு மையத்துக்கு அருகில் அது இருந்தது. துப்பாக்கிச் சூடு நடத்தினால் ரத்தக் களறி ஆவதோடு அந்தப் பிராந்தியம் முழுவதிலும் இருக்கும் சீக்கியர்கள் மத்தியில் பெரும் ஆத்திரத்தைக் கிளப்பவும் செய்யும்.

மாறாக, அரசு எந்த நடவடிக்கையும் எடுக்காமல் இருந்தால் அது முஸ்லிம்களிடையே பெரும் கோபத்தைக் கிளப்பும். அதுவே சீக்கியர்கள் மீதும் அரசாங்கப் படைகள் மீதும் முஸ்லிம்களின் தாக்குதலுக்குக் காரணமாக அமையும்.

இரு தரப்பு மக்களின் தலைவர்களிடையேயான பேச்சு வார்த்தையின் மூலம் சுமுகமான தீர்வு கிடைக்கும் என்று நம்பப்பட்டது. ஆனால் கலக குணம் கொண்டவர்கள் சக மதத்தினரிடையே பெரும் கிளர்ச்சியைத் தூண்டிவிட்டனர். பிரதான கலவரக்காரர்களைக் கைது செய்த பின்னரும் பதற்றம் தணியவில்லை. முஸ்லிம்கள் வாங்கியிருக்கும் இடத்தில் புதிய மசூதி கட்டித் தருவதாக அரசு வாக்குறுதி தந்த பின்னரும் தீர்வு கிடைக்கவில்லை. 19 ஜூலையன்று நிலைமை மோசமானது. அதையடுத்த இரண்டுநாட்களில் நிலைமை கைவிட்டுப் போகத் தொடங்கியது. மத்திய காவல் நிலையம் பெருந்திரளான மக்களால் முற்றுகையிடப்பட்டது.

எத்தனையோ முறை எச்சரித்தும் துப்பாக்கிச் சூடு நடத்தாமல் கூட்டம் கலையாது என்ற நிலை உருவானது. 20ம் தேதியன்று இரண்டு முறை துப்பாக்கிச்சூடு நடத்தப்பட்டது. 21 அன்று எட்டு முறை சுடப்பட்டது. மொத்தமாக 23 ரவுண்ட் சுடப்பட்டன. 12 பேர் கொல்லப்பட்டனர். காவல்துறை, ராணுவத்தினர் ஆகியோருக்கும் சிறிய அளவில் காயங்கள் ஏற்பட்டன.

துப்பாக்கிச்சூடு நடத்தப்பட்டதைத் தொடர்ந்து கூட்டம் கலைந்து சென்றது. பிற பகுதிகளில் இருந்து காவல் படைகள் வரவழைக்கப் பட்டன. ராணுவத் தடுப்பு அரண்கள், முகாம்கள் அமைக்கப் பட்டன. அரசு விரைந்து நிலைமையைக் கட்டுக்குள் கொண்டு வந்தது. ஆனால் இரு தரப்பு மதத்தலைவர்களும் போராட்டத்தைத் தூண்டிவந்தனர். அந்த இடத்தின் உரிமை தொடர்பாக மீண்டும் வழக்கு பதியப்பட்டது. முஸ்லிம் அமைப்புகள் புதிய அதீதமான கோரிக்கைகளை முன்வைத்தன.

அந்த ஆண்டு இறுதிவரை லாகூரில் நிலைமை மிகவும் பதற்றமாகவே நீடித்தது. நவம்பர் ஆறாம் தேதியன்று இஸ்லாமியரால் தாக்கப்பட்ட ஒரு சீக்கியர் இறந்துவிட்டார். மூன்று நாட்கள் கழித்து ஹிந்து-சீக்கியர்கள் ஒரு ஊர்வலம் நடத்தினர். அதை ஒருங்கிணைத்தவர்கள் மோதலைத் தவிர்க்கவே விரும்பினர். எனினும் ஒரு பெரிய மோதல் வெடித்தது. அதையடுத்த நாளில் கலவரமாக மாறியது. ஆனால், காவல் துறையினரும் ராணுவத்தினரும் தீவிர நடவடிக்கைகள் எடுத்ததால் பெரிய இழப்பு ஏற்படும் முன் தடுக்கப்பட்டது.

இறைத்தூதரைப் பற்றிய துண்டுபிரசுரம் வெளியிட்ட நாதுரமால் கொல்லப்பட்ட வழக்கில் கொலையாளி அப்துல் கயாமுக்குத்

தூக்குதண்டனை 1935 மார்ச் மாதம் 19ம் தேதியன்று நிறைவேற்றப்பட்டது. அதைத் தொடர்ந்து கராச்சியில் கலவரம் ஆரம்பித்தது. தூக்கிலிடப்பட்டவனின் உடலானது மாவட்ட மேஜிஸ்ட்ரேட் மூலம் எடுத்துச் செல்லப்பட்டு இறந்தவனின் குடும்பத்தினரிடம் ஊருக்கு வெளியே அடக்கம் செய்ய ஒப்படைக்கப்பட்டது. அடக்கம் செய்யப்படவிருந்த இடத்தில் சுமார் 25,000 பேர் கூடினர். தூக்கிலிடப்பட்டவனின் உறவினர் உடலை எளிமையாக அடக்கம் செய்ய விரும்பினர். எனினும் சில இஸ்லாமியர்கள் அவனது உடலை ஊர் முழுவதும் ஊர்வலமாகக்கொண்டு செல்ல விரும்பினர்.

அப்படி நடந்தால் கலவரம் வெடிக்கும் என்பது தெரிந்ததால் உள்ளூர் அதிகாரிகள் ஊர்வலத்தைத் தடுக்கவிரும்பினர். ஆனால், அவர்களுடைய முயற்சிகள் பலனளிக்கவில்லை. எனவே ராயல் சசக்ஸ் ராணுவப் படையானது அழைக்கப் பட்டது. ஆவேசமான கும்பலை விலகி நிற்க வைப்பதற்காகவும் தன் மீது தாக்குதல் நடத்திவிடக்கூடாதென்பதற்காகவும் அந்தப் படை துப்பாக்கிசூடு நடத்த வேண்டியிருந்தது. 47 ரவுண்ட் குண்டுகள் சுடப்பட்டன. அதில் 47 பேர் உயிரிழந்தனர். 134 பேருக்குக் காயம் பட்டது. மேலும் படை உடனே வரவழைக்கப்பட்டதால் கலவரம் கட்டுக்குள் கொண்டு வரப்பட்டது. காயம்பட்டவர்கள் அரசு மருத்துவமனைக்கு சிகிச்சைக்கு எடுத்துச் செல்லப்பட்டனர். அதன் பின் அப்துல் கயாமின் உடல் அடக்கம் செய்யப்பட்டது.

1935 ஆகஸ்ட் 25 அன்று செகந்தராபாத்தில் ஒரு கலவரம் மூண்டது.

1936-ல் நான்கு மத மோதல்கள் வெடித்தன. ஆக்ரா மாவட்டத்தில் ஃபிரோஸாபாத் பகுதியில் மிக மோசமான கலவரம் வெடித்தது. அந்தப் பகுதியின் பிரதான கடைவீதியில் ஒரு இஸ்லாமிய ஊர்வலம் போனபோது ஹிந்துக்களின் வீட்டு மாடிகளில் இருந்து கற்கள் வீசப்பட்டதாகச் சொல்லப்பட்டது. ஆத்திரமடைந்த இஸ்லாமியர் டாக்டர் ஜீவாராமின் வீடு, அதற்கு அருகில் இருந்த ராதா கிருஷ்ணா கோவில் ஆகியவற்றுக்குத் தீவைத்தனர். டாக்டர் ஜீவாராமின் குடும்பத்தினர், மூன்று குழந்தைகள் உட்பட மேலும் 11 ஹிந்துக்கள் தீவைத்துக் கொல்லப்பட்டனர்.

பம்பாய் பிரஸிடென்ஸியில் பூனாவில் 1936, 24 ஏப்ரலில் இன்னொரு கலவரம் வெடித்தது. 27 ஏப்ரலில் மோங்கிர் மாவட்டத்தில் ஜமால்பூரில் ஒரு கலவரம் மூண்டது. அந்த ஆண்டின் நான்காவது

பாகிஸ்தான்: இந்தியப் பிரிவினை | 243

ஹிந்து, முஸ்லிம் மோதலானது பம்பாயில் 15, அக்டோபர் 1936-ல் நடந்தது.

1937-ம் ஆண்டு முழுவதும் மத மோதல்கள் நீடித்தன. 27, மார்ச், 1937-ல் ஹோலி கொண்டாட்டத்தையொட்டி பானிப்பட்டில் கலவரம் வெடித்தது. 14 பேர் அதில் கொல்லப்பட்டனர். மதராஸில் 1, மே, 1937-ல் நடந்த மோதலில் 50 பேருக்கு காயம் ஏற்பட்டது. மத்திய பிராந்தியங்கள், பஞ்சாப் பகுதி ஆகியவற்றில் மே மாதம் முழுவதும் மத மோதல்கள் நடந்தன. சிந்துபகுதியில் சிகார்பூரில் நடந்த கலவரம் பெரும் பதற்றத்தை உருவாக்கியது. 18, ஜூனில் அமிர்தசரஸில் சீக்கிய-முஸ்லிம் கலவரம் நடந்தது. அமைதியைக் கொண்டுவர பிரிட்டிஷ் படைகளை அழைக்க வேண்டிவந்தது.

அகமதாபாத்தில் 26, மார்ச்சிலும் ஏப்ரலில் பம்பாயிலுமாக இரண்டு கலவரங்கள் 1938-ல் நடந்தன. 1939-ல் ஆறு ஹிந்து, முஸ்லிம் கலவரங்கள் நடந்தன. ஜனவரி, 21 அன்று அசான்சோல் பகுதியில் நடந்த கலவரத்தில் ஒருவர் கொல்லப்பட்டார், 18 பேர் காயம்பட்டனர். அதைத் தொடர்ந்து கான்பூரில் பிப்ரவரி, 11-ல் இன்னொரு கலவரம் வெடித்தது. அதில் 42 பேர் கொல்லப்பட்டனர், 200 பேர் காயம் பட்டனர். 800 பேர் கைது செய்யப்பட்டனர். மார்ச் நான்காம் தேதியன்று பனாரஸிலும் மார்ச் ஐந்தாம் தேதி கல்கத்தாவுக்கு அருகே காஸிபூரிலும் கலவரங்கள் வெடித்தன. 19, ஜூனில் மீண்டும் கான்பூரில் ரத யாத்திரை தொடர்பாக ஒரு கலவரம் வெடித்தது.

20, 1939 நவம்பரில் சிந்து பகுதியில் சிக்கூரில் பெரும் கலவரம் மூண்டது. மன்ஸில்கர் என்ற பெயர்கொண்ட அரசாங்கத்துக்குச் சொந்தமான கட்டடம் ஒன்றை முஸ்லிம்கள் வலுக்கட்டாயமாகத் தமது உடமையாக்கிக்கொள்ள முயற்சிகள் மேற்கொண்டனர். அதற்கு ஹிந்துக்கள் எதிர்ப்பு தெரிவித்தனர். அதைத் தொடர்ந்து அந்தக் கலவரம் வெடித்தது. அதை விசாரிப்பதற்காக நியமிக்கப்பட்ட பம்பாய் நீதிமன்றத்தின் புதிய நீதிபதியான திரு ஏ.வெஸ்டன் அந்த கலவரத்தில் காயம்பட்டவர்கள், இறந்தவர்கள் தொடர்பாகத் தந்த அறிக்கை (சிந்து பப்ளிக் இன்க்யரிஸ் ஆக்ட் செக்ஷன் 3ன் கீழ் சிக்கூரில் 1939-ல் நடந்த கலவரம் தொடர்பாக விசாரணை மேற்கொள்ள நியமிக்கப்பட்ட கமிஷன் தந்த அந்த அறிக்கையில் பக் 65-ல் 142 ஹிந்துக்கள் கொல்லப்பட்டதாகச் சொல்லப்பட்டிருக்கிறது. அது உண்மையில் 72 என்று இருக்கவேண்டும்):

தாலுக்கா	படுகொலைகள்		காயங்கள்		காயங்களினால் இறந்தவர்கள்	
	இந்துக்கள்	முஸ்லிம்கள்	இந்துக்கள்	முஸ்லிம்கள்	இந்துக்கள்	முஸ்லிம்கள்
சிக்கூர் டவுன்	20	12	11	11	1	-
சிக்கூர் தாலுக்கா	2	2	23	-	5	-
சிகார்பூர் தாலுக்கா	5	-	11	-	2	-
கர்ஹி யாஸின் தாலுக்கா	24	-	4	-	-	-
ராஹ்ரி தாலுக்கா	10	-	3	-	-	-
பனோ அகில் தாலுக்கா	6	-	1	-	-	-
கோர்கி தாலுக்கா	1	-	1	-	-	-
மிர்பூர் மதேலோ தாலுக்கா	-	-	1	-	-	-
உபரோ தாலுக்கா	4	-	3	1	1	-
மொத்தம்	142	14	58	12	9	-

அந்த நீதிபதி பதிவு செய்திருக்கும் மிக மோசமான சம்பவங்கள் தொடர்பாக கீழ்க்கண்டவற்றை இங்கு குறிப்பிடுகிறேன்.

மிக மோசமான சம்பவமானது 20-ம் தேதி இரவில் ஷிகார்பூருக்கு 16 கிமீ தொலைவிலும் சிக்கூருக்கு எட்டு மைல் தொலைவிலும் இருக்கும் கோசார்ஜி கிராமத்தில் நடந்தது. மாவட்ட மேஜிஸ்ட்ரேட் அனுப்பிய முழுமையற்ற ஆரம்ப அறிக்கையின் படி, அந்த இரவில் மட்டும் 27 ஹிந்துக்கள் கொல்லப் பட்டிருக்கிறார்கள். விசாரணையில் சாட்சியம் அளித்தவர்களின் கூற்றுப்படி கொல்லப்பட்டவர்களின் எண்ணிக்கை 37.

கோசர்ஜி கிராமத்தைச் சேர்ந்த பமன்மால் என்ற காண்ட்ராக்டர் சொல்கிறார்: சத்யாகிரஹம் நடந்தபோது கோஸர்ஜி கிராமத்தின் முன்னணி ஹிந்து தலைவர்கள் ஒன்றாகச் சென்று அந்த பகுதியின் பிரதான ஜமீந்தாரான கான் சாஹிப் அமிர் பக்ஸைச் சந்தித்தனர். அவர் அப்போது சிகூரில் இருந்தார். ஹிந்துக்களுடைய பாதுகாப்புக்கு தான் உத்தரவாதம் அளிப்பதாக வாக்குறுதி தந்தார். 20ம் தேதியன்று கான் சாஹிப்

அமீர் பக்ஸ் கோஸர்ஜி கிராமத்தில் இருந்தார். அன்று காலையில் முகி மஹ்ருமல் அங்கு கொல்லப்பட்டார். ஹிந்துக்கள் சென்று மீண்டும் கான் சாஹிபைச் சந்தித்தனர். அவர் மீண்டும் அவர்களுக்கு பாதுகாப்பு தருவதாக வாக்குக் கொடுத்தார். ஆனால் அன்று இரவு படுகொலைகளும் கொள்ளையடிப்பும் ஆரம்பித்தன. 37 ஹிந்துக்கள் கொல்லப்பட்டனர். அதில் ஏழு பேர் பெண்கள்.

அவர் மேலும் சொல்கிறார்:

அடுத்த நாள் காலையில்கொஸர்ஜி பகுதியில் இருந்து ஒரு மைல் தொலைவில் இருக்கும் பகேர்ஜியில் இருக்கும் காவல் நிலையத்துக்குச் சென்று துணை ஆய்வாளரிடம் புகர் அளித்தார். ஆனால், அங்கு அவர் அவமரியாதை செய்யப்பட்டு அந்தப் பகுதியில் இருந்தே விரட்டியடிக்கப்பட்டார். உடனே அவர் ஷிகார்பூர் சென்று அங்கிருந்த பஞ்சாயத்தில் புகார் கொடுத்தார். ஆனால், அங்கிருந்த எந்த அதிகாரியிடமும் சென்று புகார் அளிக்கவில்லை. பின்னர் பகேர்ஜி கிராமத்தின் துணை ஆய்வாளர் மீது இந்திய குற்றவியல் சட்டம் செக்ஷன் 211-ன் கீழ் வழக்கு பதியப்பட்டது. கோஸர்ஜி பகுதியில் நடந்த படுகொலைகள் தொடர்பாக கைது நடவடிக்கைகள் எடுக்காமல் இருந்தது தொடர்பாக அவருக்கு தண்டனை வழங்கப்பட்டது.

பகேர்ஜி பகுதியில் இருந்த ஹிந்துக்களுக்குப் பாதுகாப்பு அளிப்பதாக உத்தரவாதம் தந்ததாகச் சொல்லப்படும் ஜமீந்தர் கான் சாஹிப் அமிர் பக்ஸ் விசாரணைக்கு அழைக்கப்பட்டார். கொஸர்ஜி கிராமத்தில் இருந்து அரை மைல் தொலைவில் தனது வசிப்பிடம் இருப்பதாகக் குறிப்பிட்டார். பகேர்ஜி பகுதியின் துணை ஆய்வாளர் 20ம் தேதியன்று மெஹ்ருமல் கொலை செய்யப்பட்டதைத் தொடர்ந்து கோஸர்ஜி கிராமத்துக்கு வந்ததாகவும், தான் மாஷிராகச் செயலாற்றியதாகவும் சொன்னார். ஹிந்துக்கள் எந்தப் பாதுகாப்பு உதவியையும் தன்னிடம் கேட்கவில்லையென்றும் எந்தப் பிரச்னையும் அங்கு இருந்ததாகத் தெரியவில்லை என்றும் கான் சாஹிப் கூறினார்.

20ம் தேதியன்று இரவில் தனது உடல் நிலை சரியில்லாமல் இருந்ததாகவும் பகொலைகள் பற்றி எந்த தகவலும் தனக்குத் தெரியவரவில்லை என்றும் சொன்னார். மன்ஜில்கர் காலி செய்யப்படவேண்டும் என்று சொல்லப்பட்டது தனக்குத் தெரியும் என்று கூறினார். சிகூர் பகுதியில் பிரச்னை

மூண்டிருப்பதால் கோஸர்ஜி கிராம ஹிந்துக்களை எச்சரிக்கையுடன் இருக்கும்படிக் கேட்டுக்கொண்டதாகவும் தெரிவித்தார். 19 அன்று மாலையில் பஞ்சாயத்தைக் கூட்டி இது தொடர்பாகப் பேசியதாகவும் கூறினார். படுகொலைகள் நடந்து முடிந்த பின்னர் கோஸர்ஜி கிராமத்துக்கு 21 அதிகாலையில் சென்றிருக்கிறார். கோஸர்ஜி கிராம மக்கள் தமது பாதுகாப்புக்கு தன்னையே சார்ந்திருந்தார்கள் என்பதை ஒப்புக்கொண்டார்.

திரு வெஸ்டனின் அறிக்கை மேலும் தொடர்கிறது:

இந்த சாட்சியத்தை என்னால் நம்ப முடியவில்லை. 20ம் தேதி இரவில் கலவரச் சூழல் உருவாகியிருந்தது நிச்சயம் இவருக்குத் தெரிந்திருக்கும். அதனால்தான் வீட்டுக்குள்ளேயே இருந்துவிட முடிவெடுத்திருக்கவேண்டும் என்பதில் எனக்கு எந்த சந்தேகமும் இல்லை.

இந்தக் கலவரம் தொடர்பான அறிக்கை அளிக்கும் சித்திரமானது மிகவும் தெளிவற்றும் மங்கலாகவும் இருப்பதை யார்தான் மறுக்கமுடியும். வரிசைக்கிரமமாக சம்பவத்தை விவரிக்கிறதே தவிர, அந்தப் பிராந்தியத்தில் அடிக்கடி நடக்கும் கலவரங்கள், அதனால் சமூக, பொருளாதார தளங்களில் ஏற்பட்ட மிகப் பெரிய பாதிப்பு இவற்றையெல்லாம் இந்த அறிக்கை வெளிப்படுத்தத் தவறிவிட்டிருக்கிறது. தொடர்ந்து கலவரங்கள் நடக்கும் பிராந்தியத்தில் என்னவிதமான சமூக, தொழில் முடக்கமெல்லாம் நடக்கும் என்பதற்கு உதாரணமாக பம்பாய் பிராந்தியத்தில் நடந்தவை பற்றிய அறிக்கையை இங்கு தருகிறேன்.

மொத்த பம்பாய் பிரஸிடென்ஸியை விட்டுவிடலாம். பம்பாய் நகரத்தை மட்டும் எடுத்துக்கொண்டு பார்த்தால் அங்குதான் மிக மோசமான கலவரங்கள் நடந்துள்ளன. 1893-ம் முதல் ஹிந்து, முஸ்லிம் கலவரம் மூண்ட்து. அதன் பின்னர் 1929 வரையிலும் சமூக அமைதி நிலவியது. ஆனால் அதற்குப் பிந்தைய வருடங்களில் நிலைமை மிக மோசமானது. 1929 பிப்ரவரி தொடங்கி 1938 ஏப்ரல் வரையிலும் - ஒன்பது ஆண்டுகள் - சுமார் பத்துக்குக் குறையாத கலவரங்கள் நடந்திருக்கின்றன. 1929-ல் இரண்டு கலவரங்கள் நடந்தன. முதல் கலவரத்தில் 149 பேர் கொல்லப்பட்டனர். 739 பேர் காயமுற்றனர். அந்தக் கலவரம் 36 நாட்கள் நீடித்தது. இரண்டாவது கலவரத்தில் 35 பேர் கொல்லப்பட்டனர். 109 பேர் காயமுற்றனர். அந்தக் கலவரம் 22 நாட்கள் நீடித்தது.

1930-ல் இரண்டு கலவரங்கள் மூண்டன. இந்தக் கலவரங்களில் கொல்லப்பட்டவர்கள், எத்தனை நாட்கள் நடந்தது என்ற விவரங்கள் கிடைக்கவில்லை. 1932-லும் இரண்டு கலவரங்கள் வெடித்தன. முதலாவது மிகவும் சிறியது. இரண்டாவது கலவரத்தில் 217 பேர் கொல்லப்பட்டனர். 2713 பேர் காயமுற்றனர். அந்தக் கலவரம் 49 நாட்கள் நடந்தது.

1933-ல் ஒரு கலவரம் நடந்தது. அது பற்றிய போதிய தகவல்கள் கிடைக்கவில்லை.

1936-ல் நடந்த ஒரு கலவரத்தில் 94 பேர் கொல்லப்பட்டனர். 623 பேர் காயமுற்றனர். அந்தக் கலவரம் 65 நாட்கள் தலைவிரித்தாடியது. 1937-ல் நடந்த ஒரு கலவரத்தில் 11 பேர் கொல்லப்பட்டனர். 85 பேர் காயமுற்றனர். அந்தக் கலவரம் 21 நாட்கள் நடந்தது.

1938-ல் நடந்த கலவரம் இரண்டரை மணி நேரம் மட்டுமே நீடித்தது. அதற்குள் 12 பேர் கொல்லப்பட்டனர். 100க்கு அதிகமானவர்கள் காயமுற்றனர்.

பிப்ரவரி 1929 தொடங்கி ஏப்ரல் 1938 வரையான ஒன்பது ஆண்டுகள் இரண்டு மாதங்களில் பம்பாய் நகரத்தைச் சேர்ந்த ஹிந்து, முஸ்லிம்கள் 210 நாட்கள் கலவரத்தில் ஈர்டுபட்டுள்ளனர். 550பேர் கொல்லப்பட்டுள்ளனர். 4500 பேர் காயமுற்றுள்ளனர். இந்தக் கலவரங்களில் நடந்த கொள்ளையடிப்பு, சொத்து நாசம், தீ வைப்பு பற்றி இதில் சொல்லவில்லை என்பதை ஒருவர் கவனத்தில் கொள்ளவேண்டும்.

5

1920 கள் தொடங்கி 1940கள் வரை ஹிந்து, முஸ்லிம் உறவு என்பது இப்படியாகத்தான் இருந்துவந்திருக்கிறது. திரு காந்தி ஹிந்து, முஸ்லிம் ஒற்றுமையைக் கொண்டுவர முன்னெடுத்த தீவிர முயற்சிகளோடு இவற்றை இணைத்துப் பார்த்தால் மிகுந்த வேதனையைத் தரவே செய்யும். இந்த இருபது ஆண்டு காலத்தில் இந்தியாவில் ஹிந்து, முஸ்லிம் சமூகங்களிடையே நடந்த உள்நாட்டுப் போரானது காவல்துறை/ராணுவம் ஆகியவற்றின் இடையீடுகளினால் மட்டுமே அவ்வப்போது அமைதி நிலைக்கு வந்தது. மற்றபடி தொடர்ந்து போர் நடந்துகொண்டேதான் இருந்தது என்று சொன்னால் அது மிகையல்ல.

இந்த உள்நாட்டுப் போர்களில் ஆண்கள்தான் பெருமளவுக்குப் பாதிக்கப்பட்டார்கள் என்பது உண்மையே. எனினும் பெண்கள்

முற்றாக பாதிப்புகளில் இருந்து தப்பிவிடவும் இல்லை. இந்த மதக் கலவரங்களில் எவ்வளவு பெண்களுக்கு பாதிப்பு ஏற்பட்டது என்பது பற்றிய புள்ளிவிவரங்கள் கிடைக்கவில்லை. இந்தியா முழுவதற்குமான தரவுகள் இல்லையென்றாலும் வங்காளம் தொடர்பாகச் சில கிடைத்துள்ளன.

1932, செப்டம்பர் ஆறாம் தேதி வங்காள சட்டசபையில், வங்காளப் பகுதியில் கடத்திச் செல்லப்பட்ட பெண்கள் குறித்து கேள்வி எழுந்தது. அன்றைய அரசு 1922-1927 காலகட்டத்தில் 568 பெண்கள் கடத்தப்பட்டதாகத் தெரிவித்தது. அவர்களில் 101 பேர் திருமணம் ஆகாதவர்கள். 467 பேர் மணமானவர்கள். சமூக வாரியாக அதுபற்றிய விவரங்களைக் கேட்டபோது திருமணமாகாமல் கடத்தப்பட்ட 101 பெண்களில் 64 பேர் ஹிந்துக்கள். 29 முஸ்லிம்கள். 4 கிறிஸ்தவர்கள். 4 பேருடைய பின்னணி தெரியவில்லை. திருமணமாகி கடத்தப்பட்ட 467பெண்களில் 331 பேர் ஹிந்துக்கள். 122 பேர் முஸ்லிம்கள். 2 கிறிஸ்தவர்கள். 12 பேர் பற்றிய விவரங்கள் தெரியவில்லை. காவல்நிலையத்தில் புகார் அளிக்கப்பட்ட அல்லது புகார் அளிக்கப்பட்டு மீட்கப்படாதவர்களின் எண்ணிக்கையை மட்டுமே இந்தப் புள்ளிவிவரங்கள் தெரிவிக்கின்றன. பொதுவாக நூற்றுக்கு பத்து சதவிகித சம்பவங்கள் மட்டுமே புகாராகப் பதிவு செய்யப்படும். 90% எந்த விவரமும் இல்லாமல்தான் இருக்கும். இந்தக் கணக்கின்படிப் பார்த்தால் வங்காளத்தில் 1922-27 காலகட்டத்தில் வங்காளத்தில் மட்டும் சுமார் 35000 பெண்கள் கலவரத்தில் கடத்திச் செல்லப்பட்டிருக்கக்கூடும் என்ற முடிவுக்கு நாம் வரலாம்.

பெண்கள் மீதான மனோபாவமானது இரு சமூகங்களிடையே நிலவிய நட்பார்ந்த அல்லது பகைமை உணர்ச்சிக்கான மிகத் தெளிவான சான்றாகத் திகழ்கிறது. 1936 ஜூன் 27-ல் வங்காளத்தில் கோவிந்தபூர் கிராமத்தில் நடந்த ஒரு சம்பவம் இது தொடர்பான தெளிவான சித்திரத்தை நமக்குத் தருகிறது. 1936 ஆகஸ்ட் பத்தாம் தேதியன்று, 40 முஹமதியர்கள் மீது தொடங்கிய வழக்கு விசாரணையின் தொடக்கத்தில் அரசுத் தரப்பு வழக்கறிஞர் சொன்னதை இங்கு அறியத் தருகிறேன்.

> ராதா வல்லப் என்ற ஹிந்து கோவிந்தபூர் கிராமத்தில் வசித்துவந்தார். அவருக்கு ஹரேந்திரன் என்றொரு மகன் இருந்தான். பால் வியாபாரத்தில் ஈடுபட்ட ஒரு முஸ்லிம் பெண்ணும் அந்த கிராமத்தில் வசித்துவந்தார். ஹரேந்திரனுக்கு பால் வியாபாரம் செய்யும் முஸ்லிம் பெண்ணுடன்

முறைகேடான உறவு இருந்ததாக முஸ்லிம்கள் சந்தேகித்தனர். ஒரு ஹிந்துவின் அரவணைப்பில் ஒரு முஸ்லிம் பெண் இருப்பதைத் தாங்கிக் கொள்ளமுடியாத அவர்கள் ராதா வல்லப் குடும்பத்தின் மீது பழி தீர்க்கத் தீர்மானித்தனர். கோவிந்தபூரைச் சேர்ந்த முஸ்லிம்கள் ஒரு பஞ்சாயத்து கூட்டினர். அதற்கு ஹரேந்திரனையும் அழைத்தனர். அவர் அங்கு சென்றதும் சிறிது நேரத்தில் அவருடைய கூக்குரல் கேட்டது. கூட்டம் நடந்த இடத்தில் அவர் மோசமாகத் தாக்கப்பட்டு சுய நினைவிழந்து விழுந்து கிடந்தார்.

கோவிந்தபூரைச் சேர்ந்த முஸ்லிம்கள் அதோடு நின்றுவிட வில்லை. ராதா வல்லபும் அவருடைய குடும்பத்தினரும் இஸ்லாமுக்கு மாறிவிடவேண்டும். அவருடைய மகன் செய்த அவமானத்துக்கு அப்போதுதான் அந்த முஸ்லிம்களுக்கு மன நிறைவு கிடைக்கும் என்று சொல்லியிருக்கிறார்கள். ராதா வல்லப் தனது மனைவி மற்றும் குழந்தைகளை வேறு கிராமத்துக்கு அனுப்ப முயற்சிகள் எடுத்தார். இது முஸ்லிம்களுக்குத் தெரியவந்தது. அடுத்த நாள் காலையில் ராதா வல்லபின் மனைவி குஸம் தன் வீட்டு வாசலைப் பெருக்கிக் கொண்டிருந்தபோது சில முஸ்லிம்கள் வந்தனர். ராதா வல்லபைக் கட்டிப் போட்டுவிட்டு அவருடைய மனைவியைத் தூக்கிக்கொண்டு ஓடிவிட்டனர். அதன் பிறகு லகேர், மஹஸர் என்ற இரண்டு முஸ்லிம்கள் அவரைப் பாலியல் வன்கொடுமைக்கு ஆளாக்கினர். அவரிடம் இருந்த நகைகளைப் பறித்துக் கொண்டனர். சுய நினைவு திரும்பிய பின் குஸம் தன் வீட்டுக்குத் தப்பி ஓடினார். அவரைக் கடத்திச் சென்றவர்கள் துரத்தி வந்தனர். இருந்தும் அவர் எப்படியோ தன் வீட்டுக்குத் திரும்பி வீட்டைப் பூட்டிக்கொண்டார். ஆனால் அந்த முஸ்லிம் கயவர்கள் வீட்டை உடைத்து, தலைமுடியைப் பற்றியபடி தெருவுக்கு இழுத்துச் சென்றனர். தெருவில் பலர் பார்க்க அவரை மீண்டும் பாலியல் பலாத்காரத்துக்கு உட்படுத்தத் தீர்மானித்தனர். ஆனால், ரஜனி என்ற ஒரு பெண்ணின் உதவியுடன் குஸம் அவர்களிடமிருந்து தப்பித்து ரஜனியின் வீட்டுக்குள் அடைக்கலம் புகுந்தார்.

குஸம் அந்த வீட்டில் இருந்தபோது அந்த இஸ்லாமியர்கள் ராதா வல்லபை நிர்வாணமாக்கி தெருவில் இழுத்துச் சென்றனர். இந்த சம்பவம் தொடர்பாக காவல் நிலையத்தில் புகார் கொடுக்க ராதா வல்லபோ அவருடைய மனைவியோ சென்றுவிட முடியாதபடி கிராமத்தில் இருந்து காவல்

நிலையத்துக்குச் செல்லும் பாதையை முஸ்லிம்கள் கண்காணித்தபடி இருந்தனர் (25, ஆக, 1936-ல் நாக்பூரில் இருந்து வெளியாகும் ஸாவதான் என்ற மராத்தி வார இதழில் வெளியானது).

எந்தவிதக் குற்ற உணர்ச்சியும் வெட்கமும் தயக்கமும் சக மதத்தினரின் எதிர்ப்பும் இன்றி பெண்களுக்கு எதிராக நடந்த காட்டுமிராண்டித்தனமான இத்தகைய செயல்கள் இரு சமூகங்களுக்கு இடையிலான பகைமை எந்த அளவுக்கு வேரோடி இருந்தது என்பதைக் காட்டுகிறது. இரு சமூகங்களின் மன உணர்வுகள் என்பவை போரில் ஈடுபடும் இரு நாடுகளுக்கு இடையிலான பகைமையைப்போல இருந்தன. முஸ்லிம்கள் மீது ஹிந்துக்களும் ஹிந்துக்கள் மீது முஸ்லிம்களும் கொலை, கொள்ளை, தீவைப்பு, கடத்திச் செல்லுதல், சூறையாடுதல் என ஈடுபட்டனர். அதில் ஹிந்துக்கள் மீதான முஸ்லிம்களின் தாக்குதல்களே முஸ்லிம்கள் மீதான ஹிந்துக்களின் தாக்குதல்களை விட மிக அதிகமாக இருந்தன.

முஸ்லிம்கள் ஹிந்துக்களின் வீடுகளுக்குத் தீவைத்த சம்பவங்களில் அந்த வீட்டில் இருந்த ஆண்கள், பெண்கள், சிறுவர்கள் என அனைவருமே தீக்கு இரையாக்கப்பட்டிருந்தனர். அதை முஸ்லிம்கள் பலர் சுற்றி நின்று வேடிக்கை பார்த்திருக்கின்றனர். இத்தகைய காட்டுமிராண்டித்தனமான கொடூரமான செயல்கள் எல்லாம் போரில் மிகவும் சரியானதுதான்; எந்தவித குற்ற உணர்ச்சியோ வருத்தமோ கண்டனமோ தேவையே இல்லை என்று கருதப்பட்டன. அதுவே மிகப் பெரிய அதிர்ச்சியைத் தருவதாக இருக்கின்றன. இந்த அராஜகங்களைப் பார்த்து வெகுண்டெழுந்த காங்கிரஸ் பத்திரிகையான ஹிந்துஸ்தான் பத்திரிகையின் ஆசிரியர் 1926-ல் ஹிந்து, முஸ்லிம் ஒற்றுமையைக் கொண்டுவருவதில் திரு காந்தி அடைந்த முழுத் தோல்வியைப் பற்றிக் கீழ்வருமாறு குறிப்பிட்டிருக்கிறார். மிகுந்த விரக்தியில் அவர் எழுதியிருப்பவை:

இன்றைய நிஜ இந்தியாவுக்கும் லட்சிய இந்திய தேசத்துக்கும் இடையில் மிகப் பெரிய இடைவெளி இருக்கிறது. யதார்த்தத்தில் படுகொலைகளும் தீவைப்புகளும் நடந்த வண்ணம் இருக்கின்றன. தன்னைத் தானே ஏமாற்றிக்கொள்ளும் தேச பக்தர்களின் கற்பனையில் இருக்கும் கனவு உலகமானது வேறொன்றாக இருக்கிறது. கல்லெறிகளும் மசூதிகளும் கோவில்களும் உடைந்து நொறுங்கிக் கொண்டிருக்க, ஆயிரக்கணக்கான மேடைகளில் ஏறி 'ஹிந்து, முஸ்லிம் வாழ்க'

பற்றி முழங்குவதும் தலைப்புச் செய்தியாக அவற்றை அறைகூவல்விடுவதும் ஒரு போலி மயக்கத்தை உருவாக்கவே பயன்படும். அமைதியின் நல்லிணக்கத்தின் பாடல்களை இனிய குரலில் பாடிக் கொண்டிருப்பதென்பது தேசத்துக்கு எந்த நன்மையையும் தராது. காங்கிரஸ் கட்சியின் தலைமையானது தனது மனதுக்கு மிகவும் பிடித்த ஹிந்து, முஸ்லிம் ஒற்றுமை தொடர்பாக புதுப்புது புத்திசாலித்தனமான வாக்கியங்களை கணத்துக்குக் கணம் உருவாக்கிக் கொண்டுவருகிறது. அவருடைய மேதமையை அது எடுத்துக்காட்டுகிறது. ஆனால் உண்மையான பிரச்னையானது அப்படியே இருந்துவருகிறது. ஒற்றுமையின் கானத்தை தலைவர்கள் மட்டுமே பாடாமல் லட்சக்கணக்கான சக தேசத்தவர்களின் இதயத்திலும் அது இருக்கும்போது மட்டுமே இந்த தேசத்தினர் அதை எதிரொலிக்க முடியும் (டைம்ஸ் ஆஃப் இந்தியா, 16-8-26, த்ரூ இந்தியன் ஐஸ் என்ற தொடர் கட்டுரையில்).

ஹிந்து முஸ்லிம் ஒற்றுமை என்பது தொடர்பான நம்பிக்கை எவ்வளவு தூரம் பயனற்றது என்பது பற்றி இதைவிட என்னால் வேறு எதையும் சொல்லிவிடமுடியாது. இன்றைய தேதிவரையில் அது கானல் நீர் போலவாவது தோற்றமளித்துக் கொண்டிருந்தது. இன்று அது அந்த நிலையையும் கடந்து பார்வைக்கும் மனதுக்கும் அப்பால் சென்று மறைந்துவிட்டது. திரு காந்தியுமேகூட சாத்தியமாகாத ஒன்று என்று இப்போது உணர்ந்து கைவிட்டு விட்டார்.

ஆனால், கடந்த இந்த இருபது ஆண்டு வரலாற்றைக் கணக்கில் கொள்ளாமல் ஹிந்து, முஸ்லிம் ஒற்றுமை இனியும் சாத்தியமே என்று நம்புபவர்களும் இருக்கிறார்கள். அதற்கு இரண்டு காரணங்களைச் சொல்கிறார்கள். மத்திய அரசானது பலதரப்பட்ட மக்களை ஒரே தேசமாக திறமையாக நிர்வகிக்கும் என்று அவர்கள் நம்புகிறார்கள். இரண்டாவதாக முஸ்லிம்களின் கோரிக்கைகளை நிறைவேற்றிவிட்டால் ஹிந்து, முஸ்லிம் ஒற்றுமை நிச்சயம் வந்துவிடும் என்று நம்புகிறார்கள்.

அரசு என்பது இணைக்கும் சக்தியாகச் செயல்பட முடியும் என்பது உண்மையே. பலதரப்பட்ட மக்கள் ஒரே அரசின் கீழ் ஒற்றுமையாக வாழ்ந்துவருவதற்கான உதாரணங்கள் பல, உலகில் இருக்கத்தான் செய்கின்றன. மத்திய அரசாங்கம் மக்களை ஒன்றிணைக்கும் சக்தியாகச் செயல்படும் என்று நம்பும் ஹிந்துக்கள், எந்த ஒரு அரசுக்கும் இந்த விஷயத்தில் ஓர் எல்லைவரைதான்

செயல்படமுடியும் என்பதை கணக்கில் கொள்ளத் தவறி விடுகிறார்கள். மக்களிடையே எந்த அளவுக்கு இணைப்பும் ஒற்றுமையும் சாத்தியமோ அந்த அளவுக்கு மட்டுமே அரசால் ஒருங்கிணைக்க முடியும். எந்தவொரு தேசத்தில் இனம், மொழி, மதம் ஆகியவையெல்லாம் ஒற்றுமைக்குத் தடையாக இருப்பதில்லையோ அந்த தேசங்களில் அரசானது வலிமையான ஒருங்கிணைக்கும் சக்தியாகச் செயல்படமுடியும். மாறாக, எந்த தேசத்தில் இனம், மொழி, மதம் ஆகியவையெல்லாம் ஒற்றுமைக்குத் தடையாக இருக்கின்றனவோ அங்கு அரசாங்கத்தால் எந்த ஒருங்கிணைப்பையும் கொண்டுவரமுடியாது.

ஃப்ரான்ஸ், இங்கிலாந்து, இத்தாலி, ஜெர்மனி போன்ற தேசங்களில் வாழும் பலதரப்பட்ட மக்கள் ஒரு அரசாங்கத்தின் கீழ் ஒருங்கிணைந்து வாழ்கிறார்களென்றால் அங்கெல்லாம் இனம், மொழி, மதம் போன்ற எதுவுமே அந்த ஒருமைப்பாடுக்குத் தடையாக இருக்கவில்லை. நேர்மாறாக ஆஸ்திரியா, ஹங்கேரி, செக்கோஸ்லோவாகியா, துருக்கி போன்ற நாடுகள் பொதுவான அரசாங்கத்தின் கீழ் ஒன்றாக இருக்க முடியாமல் போய்விட்டன. ஏனென்றால், அந்த நாடுகளில் இனம், மொழி, மதம் ஆகியவையெல்லாம் அரசாங்கத்தின் ஒருங்கிணைக்கும் சக்தியைத் தகர்க்கும் வகையில் வலிமையாக இருந்தன. ஒரு பொதுவான அரசாங்கத்தினால் இந்தியர்களை ஒருங்கிணைக்க முடியாத அளவுக்கு இந்தியாவிலும் இனம், மொழி, மதம் ஆகிய காரணிகள் மிகவும் வலுவாகவே இருக்கின்றன. இந்த உண்மையை யாரும் மறுக்க முடியாது.

இந்திய மத்திய அரசு இந்தியர்களை ஒரே தேசமாக ஒருங்கிணைத்து விட்டிருக்கிறது என்று நம்புவது ஒருவித மாயையே. இந்திய அரசு என்ன செய்திருக்கிறதென்றால், ஒரே சட்டத்தைக்கொண்டு அனைவரையும் கட்டிப் போட்டிருக்கிறது. முரண்டு பிடிக்கும் விலங்குகளை ஒரு கயிறால் கட்டி தொழுவத்தில் அடைத்து வைக்கும் எஜமானரைப்போல் இந்திய அரசு செய்திருக்கிறது. இந்தியர்களிடையே ஒருவகையான அமைதியைக் கொண்டுவரும் பணியைத்தான் மத்திய அரசு செய்திருக்கிறது. அவர்களை ஒரே தேசமாக, தேசத்தினராக ஆக்கியிருக்கவில்லை.

ஒருங்கிணைப்பு நடக்க கொஞ்ச கால அவகாசம் தேவைப்படும் என்றெல்லாம் சொல்லவே முடியாது. சுமார் 150 ஆண்டுகள் ஒரு மத்திய அரசின் கீழ் வாழ்ந்த பிறகும் ஒற்றுமை உருவாகியிருக்க வில்லையென்றால், எத்தனை ஆண்டுகள் ஆனாலும் அந்த

ஒற்றுமை வரவே செய்யாது. இந்தத் தோல்விக்கு இந்தியர்களின் அதி சாமர்த்தியமே முக்கிய காரணம். இந்தியர்களிடயே ஒற்றுமைக்கும் ஒருங்கிணைப்புக்கும் எந்தவொரு ஆர்வமோ ஆசையோ இல்லவே இல்லை. பொதுவான உடையில் ஆர்வம் இல்லை. பொதுவான மொழியைக் கொண்டுவரும் ஈடுபாடு இல்லை. பிராந்திய விஷயங்கள், சில விசேஷ அம்சங்கள் ஆகியவற்றைப் பொதுவான தேசியம் சார்ந்த ஒன்றுக்காக விட்டுக்கொடுக்கும் மனம் இல்லை.

ஒரு குஜராத்தியர், தான் ஒரு குஜராத்தி என்பதற்காகவே பெருமிதம் கொள்கிறார். மஹாராஷ்டிரியர், தான் ஒரு மஹாராஷ்டிரியர் என்றும் ஒரு பஞ்சாபி, தான் ஒரு பஞ்சாபியர் என்றும் ஒரு மதராஸி, தான் ஒரு மதராஸி என்றும் ஒரு வங்காளி, தான் ஒரு வங்காளி என்பதிலுமே பெருமிதம் கொள்பவர்களாக இருக்கிறார்கள். இதுவே ஹிந்துக்களின் மனநிலை. ஆனால், அவர்கள் ‘நான் முதலில் முஸ்லிம்; அதன் பிறகே இந்தியர்’ என்று சொல்லும் முஸ்லிம்களைப் பார்த்து உங்களுக்கு தேசிய உணர்வு இல்லை என்று சொல்கிறார்கள். இந்தியா முழுவதிலும் எங்காவது ஹிந்துக்களிடையே நான் இந்தியன் என்ற உணர்வு அல்லது அக்கறை இருக்கிறதா?

பிராந்திய அல்லது விசேஷமான அம்சம் எதையாவது பொதுவான ஒருங்கிணைக்கும் தேசிய அம்சத்துக்காக விட்டுக் கொடுக்கும் தார்மிக, சமூக மனம் துளியாவது உண்டா? அப்படியான மனநிலையோ ஆர்வமோ இந்தியாவில் இல்லை. அப்படியான பிரக்ஞையோ ஆர்வமோ இல்லாமல் மக்களிடையே ஒற்றுமையை ஓர் அரசாங்கம் கொண்டுவரும் என்று நம்புவது தன்னைத்தானே ஒருவர் ஏமாற்றிக் கொள்வதற்குச் சமம்.

இரண்டாவது காரணமானது சைமன் கமிஷனால் முன்வைக்கப் பட்டது என்பதில் எந்த சந்தேகமும் இல்லை.

இந்தியாவின் அரசியல் எதிர்காலம் என்னவாக இருக்கும் என்ற எதிர்பார்ப்புகள், சந்தேகங்கள் ஆகியவற்றின் காரணமாக இரு சமூகங்களிடையே உருவான பதற்றங்கள், இலக்குகள் ஆகிய வற்றினாலேயே இந்தியாவில் மதக் கலவரங்கள் நடந்து வந்திருக்கின்றன. பிரிட்டிஷாரின் கரங்கள் வலிமையாக இருந்த வரையிலும் ஸ்வராஜ்யக் கோரிக்கைகள் உருவாகாத வரையிலும் ஹிந்து, முஸ்லிம் மோதலானது ஒரு குறுகிய வட்டத்துக்குள் இருந்துவந்தன. இரு தரப்புக்கும் நடுநிலையான அரசாங்கம் என்பது இரு தரப்புக்கும் இடையில் மோதல் உருவாகாமல்

பார்த்துக்கொண்டது. ஒரு சமூகத்தினர் இன்னொரு சமூகத்தினரின் ஆதிக்கம் குறித்து எந்தவித பயமும் கொள்ளவேண்டிய அவசியம் இல்லாமல் இருந்தது. இந்திய மாநிலங்களில் இன்று மத மோதல்கள் ஒப்பீட்டளவில் குறைவாக இருப்பதற்கு இதுவே காரணமாக இருக்கமுடியும்.

ஒரு தலைமுறை காலத்துக்கு முன்பாக பிரிட்டிஷ் இந்தியாவில் என்ன நிலைமை இருந்தது என்பது தெரிந்தவர்களுக்கு அப்போது இரு தரப்பினருக்கும் இடையில் மதநல்லிணக்கம் உருவாக்கப் பட்டு இருந்ததால் சமூக அமைதிக்கு ஊறுவிளைவிக்கும் மத மோதல்கள் மிகவும் குறைவாக இருந்த விஷயம் நன்கு தெரிந்துமிருக்கும். ஆனால், அரசாங்க சீர்திருத்தங்கள் வரத் தொடங்கியதும் அதைத் தொடர்ந்து என்ன வரும் என்பது தெரியவந்ததாலும் ஹிந்து, முஸ்லிம்களிடையே போட்டியை உருவாக்கியுள்ளன. ஒரு தரப்பானது பெரும்பான்மையின் உரிமைகளைக் கோருகிறது. தமது கல்வி மற்றும் செல்வ வளம் ஆகியவற்றில் மேலாக இருக்கும் நிலையைச் சாதகமாகப் பயன்படுத்திக்கொள்ள விரும்புகிறது.

இன்னொரு தரப்போ தனது சமூகத்தினரின் பாதுகாப்பின் மீது மிகுந்த அக்கறை கொண்டிருக்கிறது. அதோடு தாம் முந்தைய ஆட்சியாளர்களின் வழித்தோன்றல்கள் என்ற எண்ணமும் அவர்கள் மனதில் இருக்கிறது. தமக்குப் போதுமான பிரதிநிதித்துவம் கிடைக்கவேண்டும். அதிகார வர்க்கத்தில் தமக்கான முழு பங்கு தரப்படவேண்டும் என்றும் விரும்புகிறது.

இது சரியான அவதானிப்பு என்றே வைத்துக்கொள்வோம். முஸ்லிம்களின் கோரிக்கைகள் நியாயமானவை என்றும் ஹிந்துக்கள் அதை வழங்கத் தயார் என்றும் வைத்துக்கொள்வோம். இவையெல்லாம் மிகப் பெரிய யூகங்களே. இருந்தும் முஸ்லிம்களின் அரசியல் கோரிக்கைகள் நிறைவேற்றப்பட்டு விட்டால் ஹிந்துக்கள் முஸ்லிம்கள் இடையே அரசியல் ஒற்றுமை ஏற்பட்டு அதன் மூலமாக இரு தரப்புக்கும் இடையில் உண்மையான இணக்கம் உருவாகிவிடுமா? ஹிந்துக்களுக்கும் முஸ்லிம்களுக்கும் இடையில் அரசியல் ரீதியிலான ஒற்றுமை ஏற்பட்டாலே போதும் என்று சிலர் கருதுவதாகத் தெரிகிறது. இது மிகப் பெரிய மன மயக்கம் என்று கருதுகிறேன். இந்த நம்பிக்கை கொண்டிருக்கும் ஹிந்துக்கள் எல்லாம் பிரிட்டிஷாரிடமிருந்து டொமினியன் அந்தஸ்து சுதந்தரத்தைப் பெறவேண்டும் என்ற இப்போதைய இலக்குக்கு இசைவாக முஸ்லிம்களைக்

கொண்டுவர இந்த அணுகுமுறை உதவும் என்று நம்புவதாகத் தெரிகிறது. இது மிக மிக குறுகிய, தொலைநோக்குப் பார்வையில்லாத அணுகுமுறை.

பிரிட்டிஷாரிடமான ஹிந்துக்களுடைய கோரிக்கைகள் தொடர்பாக முஸ்லிம்களை ஆதரவு தரவைப்பதென்பது ஒப்பீட்டளவில் மிகவும் சிறிய பிரச்னையே. அவர்கள் என்னவிதமான மனநிலையுடன் அரசியல் சாசனத்தை உருவாக்குவார்கள்? வலுக்கட்டாயமான பிணைப்பின் மூலம் பிடித்துவைக்கப்பட்ட அந்நியர்கள்போல அரசியல் சாசன உருவாக்கத்தில் பங்குபெறுவார்களா அல்லது ஹிந்துக்களுடன் ஒரு தாய் மக்கள் என்ற உணர்வுடன் பங்குபெறுவார்களா என்பது மிக முக்கியமான கேள்வி. அப்படி ஒரு தாய் மக்கள் என்ற உணர்வுடன் செயல்படவேண்டுமென்றால் வெறும் அரசியல் ரீதியிலான பிணைப்புமட்டும் இருந்தால் போதாது. இதயபூர்வமான ஆத்மார்த்தமான, வேறு வார்த்தையில் சொல்வதானால், சமூகப் பிணைப்பு இருக்கவேண்டும். உண்மையான பிணைப்பாக இருக்கவில்லையென்றால் அரசியல் ரீதியிலான பிணைப்பினால் எந்தப் பலனும் இருக்காது. அது நட்புணர்வு இல்லாமல் சேர்ந்து இருக்க நேரும் இருவரைப் போலவே அந்தப் பிணைப்பு வெறும் பெயரளவிலானதாக இருக்கும்.

உண்மையான நட்பு இல்லாத கூட்டணி என்பது எந்த அளவுக்குப் பயனற்றது என்பதற்கு ரஷ்யாவுக்கும் ஜெர்மனிக்கும் இடையிலான நட்பே நல்ல உதாரணம். வெறும் பொருளாதார நலன்களை மட்டுமே பூர்த்திசெய்யும் நோக்கில் அமைக்கப்படும் உறவுகள் நிரந்தரமானதாக இருக்காது என்றே கருதுகிறேன். அரசு ஒப்பந்தங்கள் ஒற்றுமையைக் கொண்டுவரலாம். ஆனால் அவை ஒருபோதும் ஆத்மார்த்தமான பந்தமாக மாற உதவாது. பந்தத்துக்கு ஆதார அம்சமாக இப்படியான அரச ஒப்பந்தத்தை மட்டுமே நம்புவதென்பது மிக மிக மோசமானது. அரசாங்க ஒப்பந்தமென்பது அடிப்படையிலேயே பிரித்துக் காட்டக்கூடியது. அரச ஒப்பந்தங்கள் நல்லிணக்க உணர்வை உருவாக்காது. தியாக மனநிலையைக் கொண்டுவராது. இரு தரப்பையும் பிரதான இலக்குடன் பிணைக்கமுடியாது. பரஸ்பரம் விட்டுக்கொடுத்து நடப்பதற்கு பதிலாக, அந்த ஒப்பந்தத்தின் மூலம் அதிகபட்ச பலனைப் பெறுவது எப்படி என்றே இரு தரப்பும் முயற்சி செய்வார்கள். பொதுவான நன்மைக்காக எதையேனும் விட்டுக் கொடுப்பதாக இருந்தால் அதன் மூலம் எதிர் தரப்பு நன்மை அடைந்துவிடக்கூடாதென்பதில் இருவருமே கண்ணும்

கருத்துமாக இருப்பார்கள். பொதுவான இலக்கை அடையும் நோக்கில் செயல்படாமல், அதிகாரச் சமநிலையானது பிறழ்ந்து, பிறருடைய கை ஓங்கிவிடக்கூடாது என்பதிலேயே கவனமாக இருப்பார்கள்.

ரெனான் இதுபற்றி கூறிய முக்கியமான விஷயம் ஒன்றை இங்கே மேற்கோள் காட்டுகிறேன்.

> மனிதர்களுக்கிடையே வலுவான பிணைப்பு இருக்க வேண்டுமென்றால் பல்வேறு நலன்கள் பாதுகாக்கப்பட வேண்டும் என்பது உண்மையே. ஆனால், அது மட்டுமே ஒரு மக்கள் திரளை ஒரு தேசமாக ஆக்கிவிடுமா? ஆக்காது என்றே நினைக்கிறேன். நலன்கள் சார்ந்த பார்வையின் அடிப்படையில் பொருளாதார ஒப்பந்தங்கள் வேண்டுமானால் உருவாக்கப்பட முடியும். அதனால் ஒரு தேசம் என்றால் அதில் ஒரு உணர்வுபூர்வமான அம்சம் இருந்தாகவேண்டும். அந்த உணர்வுபூர்வமான அம்சமே தேசத்தின் உடம்பாக, ஆன்மாவாக இருக்கும். ஜோல்வரின் வணிகக் கூட்டமைப்பு ஒரு தேசமாக முடியாது.

புகழ்பெற்ற வரலாற்று ஆய்வாளரான ஜேம்ஸ் பிரைஸ் சொல்வதும் இது தொடர்பாக அற்புதமான ஒரு பார்வைதான். ஜேம்ஸ் பிரைஸைப் பொறுத்தவரையில்

> ஒரு அமைப்பின் நிரந்தரத் தன்மை என்பது அந்த அமைப்பு என்னவிதமான பொருளாதார நலன்களுக்கு ஆதரவாக இருக்கிறது என்பதை மட்டுமே சார்ந்திருப்பதில்லை. எந்த மக்கள் கூட்டத்துக்காக அந்த அமைப்பு உருவாக்கப் பட்டிருக்கிறதோ அவர்களுடைய ஆழமான, உணர்வுபூர்வமான விஷயங்களுக்கு எந்த அளவுக்கு இசைவுடன் இருக்கிறது என்பதைப் பொறுத்தே அமையும். உணர்வுகளை மிகச் சரியாகப் புரிந்துகொண்டு அதற்கு ஏற்ப செயல் திட்டங்கள் வகுக்கப்படும் என்றால் அந்த உணர்வுபூர்வமான விஷயங்கள் வெறும் பேச்சளவிலானவையாக அல்லாமல் அந்த அமைப்புக்கு உயிர் கொடுத்து அதை நீடித்து நிலைக்க உதவும்.

பிஸ்மார்க் ஜெர்மானிய சாம்ராஜ்யத்தை வடிவமைத்தது தொடர்பாகக் குறிப்பிடும்போதுதான் ஜேம்ஸ் பிரைஸ் இதைச் சொல்லியிருக்கிறார். அந்த சாம்ராஜ்யம் உணர்வுபூர்வமான விஷயங்களின் அடிப்படையில் வெற்றிகரமாக உருவாக்கப் பட்டுள்ளது. அந்த உணர்வுபூர்வமான விஷயங்கள் மிகத் தெளிவாக வளர்த்தெடுக்கப்பட்டுள்ளன.

தேசம் தொடர்பான உள்ளுணர்வு சார்ந்த அல்லது பெரு விருப்பம் என்பதன் மூலமே அது வளத்தெடுக்கப்பட்டுள்ளது. தார்மிக மற்றும் சமூகப் பிணைப்பு இருப்பதை நன்கு புரிந்துகொண்டிருந்த மக்கள் அந்த ஒற்றுமையானது ஒற்றை தேச அரசின் மூலம் வலுப்பெற்று இருப்பதையும் நாகரிக அரசுகளுக்கிடையே தமது தேசத்துக்கு ஒரு இடத்தையும் அடையாளத்தையும் உருவாக்கியிருப்பதையும் புரிந்துகொண்டிருந்தனர்.

நிலைத்தன்மையை உருவாக்கும் தார்மிக மற்றும் சமூகப் பிணைப்பு எது? ஒற்றை தேச அரசின் மூலம் வெளிப்படுத்தப்பட்டிருக்கும் அடையப்பட்டிருக்கும் ஒற்றுமையை மக்கள் புரிந்துகொள்ள வைக்கும் விஷயம் எது? நாகரிக அரசுகளிடையே ஓர் அடையாளத்தையும் இடத்தையும் தரக்கூடிய அது எது?

ஜேம்ஸ் பிரைஸ் அளவுக்கு இந்தக் கேள்விக்குப் பதில் சொல்ல வேறு யாருக்கும் திறமை இருக்காது என்றே நினைக்கிறேன். ரோமானியப் பேரரசா... புனித ரோமானியப் பேரரசா எது நீடித்து நின்றது என்ற கேள்விக்கு பதில் சொன்னபோது இந்த விஷயத்தை அவர் கணக்கில் கொண்டாகவேண்டியிருந்தது. இந்த உலகில் பலதரப்பட்ட மக்களிடையே அரசியல் ஒற்றுமையை வெற்றிகரமாகக் கொண்டுவந்த ஒரே சாம்ராஜ்யம் ரோமானிய சாம்ராஜ்யமே. பிரைஸின் வார்த்தைகளிலேயே அதைச் சொல்கிறேன் :

> தான் உருவாக்கிய காலனியக் குடியேற்றங்களில் இருந்தவர்களுக்கும் குடியுரிமையை மெள்ள மெள்ள விஸ்தரித்தார்கள். முதலில் இத்தாலி முழுவதிலும் இருந்தவர்களுக்குக் குடியுரிமையைக் கொடுத்தனர். அதன் பின் பிற பிராந்தியங்களுக்கும் நீட்டித்தனர். அனைவரையும் சமமாக நடத்தும், சமமாக ஆக்கும் ரோமானிய சட்டம் அமல்படுத்தப் பட்டது. அனைத்து குடிமகன்கள் மீதும் அரசு சமஅளவிலான அதிகாரத்தைச் செலுத்தியது. வர்த்தகம், அடிமை வணிகம் இவற்றினால் உருவான பலதரப்பட்ட மக்களின் இடப் பெயர்வுகளை படிப்படியாக உள்வாங்கிக் கொள்ளும்விதமான வழிமுறைகள் அமல்படுத்தப்பட்டன. பிராந்தியங்களைப் பூர்விகமாகக் கொண்டவர்களே பெருமளவிலான காலத்துக்கு சக்கரவர்த்திகளாக இருந்தபோதிலும் இத்தாலியைப் பெருமைப்படுத்தவோ அண்டோனினெஸின் காலத்துக்குப் பின் ரோமுடன் இணங்கிச் செல்வதையோ விரும்பியிருக்கவில்லை. எந்த பிராந்தியத்தைச் சேர்ந்தவருக்கும் உயர் பதவி

கிடைக்கவேண்டும் என்று விரும்பினர். அந்த சுதந்தரத்தின் மூலமே அவர்கள் மேலான நிலைக்கு வரவும் முடிந்திருந்தது. சுதந்தரமான குடிமகன்களிடையே வர்த்தகம், இலக்கியம், மத நம்பிக்கை சார்ந்து இருந்த சலுகை, உரிமைகளை நீக்கி அனைவரையும் சட்ட ரீதியாக சமமாக நடத்தியதன் மூலம் இதைச் சாதித்திருந்தனர். சாம்ராஜ்யத்தில் நிலவிய அமைதியை இனம், மதம் சார்ந்து எந்தவொரு போட்டியும் மோதலும் குலைத்திருக்கவில்லை. ஏனென்றால், அனைத்துவகையான வேறுபாடுகளும் பொதுவான சாம்ராஜ்ய உணர்வில் கலந்து விட்டன.

ரோமானிய சாம்ராஜ்யம் உருவாக்கிய இந்த ஒற்றுமையானது அரசியல் ஒற்றுமையாக மட்டுமே இருந்தது. இது எத்தனை காலம் நீடித்தது? பிரைஸின் வார்த்தைகளில் தொடர்கிறேன்

பிறவகையான அபாயங்கள் ஏற்படாத வரையில் இந்த மெதுவாகச் செயல்படும் அம்சங்கள் ஒற்றுமையை உருவாக்கி வந்தன. எல்லைகளில் புதிய எதிரிகள் அணிவகுக்கத் தொடங்கினர். தொடர்ந்து உருவான அதிகாரப் போட்டி களினால் இந்தக் கூட்டமைப்பு மெள்ள வலுவிழக்கத் தொடங்கியது. அடுத்தடுத்த சக்கரவர்த்திகள் பதவி இறக்கம் செய்யப்பட்டனர் அல்லது கொல்லப்பட்டனர். வெலேரியனின் வீழ்ச்சிக்குப் பிறகு கலகங்கள் பெருகின. ஒவ்வொரு பிராந்தியத்திலும் இருந்த தளபதிகள் மன்னர்களாக முடிசூட்டிக் கொண்டனர். பெருமளவிலான பகுதிகளை ஆளத் தொடங்கினர். தலைநகரில் இருந்த சக்கரவர்த்திக்கு யாரும் கட்டுப்பட்டிருக்கவில்லை. மேற்கு பிராந்தியங்கள் தனி ராஜ்யங்களாகின. 200 ஆண்டுகளாகவே இவையெல்லாம் எதிர்பார்க்கப்பட்டதாகவே இருந்தன. எல்லைப் பகுதிகளில் இருந்த பழங்குடிப் படைகள் இன்னும் துணிச்சல் மிகுந்தவர்களாக இருந்திருந்தால் அல்லது டயோக்ளிசியன் மரபில் திறமையும் துணிச்சலும் மிகுந்த அரசர் ஒருவர் உருவாகி இந்த மோதல்கள், பிரிவினைகளை எல்லாம் தடுத்து ஒன்று சேர்க்காதிருந்தால் இது முன்பே நடந்தேறியிருக்கும்.

பிராந்திய சக்திகளுக்கு அதிகாரம் தந்தது, ஆளும் சக்திகளை பிரித்து அமைத்தது போன்று அவர் பின்பற்றிய கொள்கைகள் எல்லாம் பலவீனமாகிவிட்ட இதயத்தினால் உடம்பில் ஏற்படும் அசாதாரண நிகழ்வுகளைச் சமாளிக்க முடியவில்லை என்பதையே எடுத்துக்காட்டுகின்றன. நான்கு தலைநகர்களில்

இருந்து ஆட்சி செய்யும் நான்கு மன்னர்களை உருவாக்கி முழு அதிகாரத்தையும் நால்வருக்கும் பகிர்ந்துகொடுத்தார். முந்தைய மன்னர்கள், முன்னோர்கள் கொண்டிருந்த பெருமித உணர்வை இவர்களுக்கு ஊட்டி ஒருவித போலியான வலிமையைக் கொடுத்தார். ரோமாபுரியின் உன்னத நிலையானது நிகோமெடியா மற்றும் மிலனின் எழுச்சியின் மூலம் தகர்க்கப்பட்டது.

ஆனால், அரசியல் ஒற்றுமை உணர்வானது போதுமான அளவுக்கு வலிமையுடன் இருந்திருக்கவில்லையென்பதால் ரோமானியப் பேரரசு துண்டு துண்டாக உடையத் தொடங்கியது. ஒரு சில நூற்றாண்டுகள் ரோமானியப் பேரரசாக இருந்த அது அதன் பின் புனித ரோமானியப் பேரரசாக ஆனது. பேராசிரியர் மார்வின் சொல்கிறார்-

ரோமானியப் பேரரசின் ஒற்றுமையானது அரசியல் மற்றும் ராணுவம் சார்ந்ததாகவே இருந்தது. 400-500 ஆண்டுகள் மட்டுமே நீடித்தது. ஆனால், கத்தோலிக்க சர்ச் மூலம் உருவாக்கப்பட்ட மதம் சார்ந்த மற்றும் தார்மிக ஒற்றுமையானது பல ஆயிரம் ஆண்டுகள் நீடித்தது (த யுனிட்டி ஆஃப் வெஸ்டர்ன் சிவிலைசேஷன் - பதிப்பு 4, பக் 27).

ரோமனியப் பேரரசினால் நினைத்தே பார்த்திருக்க முடியாத நீண்ட நெடும் காலகட்டத்துக்கு புனித ரோமானியப் பேரரசு நீடித்தது எப்படி? இது தொடர்பாக பிரைஸ் என்ன சொல்கிறரென்றால் கிறிஸ்தவம் என்ற பொதுவான மதமே புனித ரோமானியப் பேரரசின் பிணைப்பு சக்தியாகத் திகழ்ந்தது. இந்த உணர்வுபூர்வமான பிணைப்பே அந்த மக்களுக்கு ஒருவித சமூக ஒழுங்கு சார்ந்த ஒற்றுமையைத் தந்தது. ஒற்றை ஆட்சியின் கீழ் அந்த ஒற்றுமையானது செயல்வடிவமும் நடைமுறையும்படுத்தப் படுவதை அவர்கள் உணர்ந்து ஏற்றுக்கொள்ளவும் வைத்தது.

ஒரு பொதுவான மதமாக கிறிஸ்தவம் அவர்களிடையே ஆற்றிய ஒருமைப்பாட்டு உணர்வு பற்றி ஜேம்ஸ் பிரைஸ் குறிப்பிடுபவை :

ஒரு தேசத்தின் அடி ஆழமான உள்ளார்ந்த வலிமை என்பது அதன் மதமே. தெய்விகம் பிளவுபட்டால் மனிதமும் பிளவுபடும். கடவுளின் ஒருமை என்ற கோட்பாடு மனிதர்களின் ஒற்றுமையை வலியுறுத்துகிறது. கடவுள் தன் சாயலிலேயே மனிதரைப் படைத்திருக்கிறார். கிறிஸ்தவத்தின் முதல் போதனை என்பது அன்பு. இனம் சார்ந்த சந்தேகங்கள், வெறுப்புகள், பெருமிதங்கள் அனைத்தையும் தூரத்தள்ளி

வைத்துவிட்டு அன்பினால் ஒன்றாகக் கலக்கவேண்டும். அப்படியாக விசுவாசிகளின் சமூகம், புனித சாம்ராஜ்யம் என்பது அனைவரையும் தன்னுள் அரவணைத்துக்கொள்ளும் புதிய மதத்தின் மூலம் உருவாக்கப்பட்டது. பழைய உலகின் பல தெய்வ நம்பிக்கைகளுக்கு எதிராக அது எழுந்தது. முந்தைய காலகட்டத்தில் இருந்த கணக்கற்ற சிற்றரசுகள், நகர அரசுகள் ஆகியவற்றுக்கு மாற்றாக அனைத்தையும் வென்ற சீஸர்களின் அரசு உருவானது.

புனித ரோமாபுரிப் பேரரசை ஒருங்கிணைப்பதில் கிறிஸ்தவ சர்ச் தீவிர பங்காற்றியது. ஒவ்வொரு அமைப்பாக உடைந்து நொறுங்க ஆரம்பித்தது. புதிய புதிய சமூகக் குழுக்கள் உருவாகி நாடுகளும் நகரங்களும் பிரிந்துசெல்ல ஆரம்பித்திருந்தன. கிறிஸ்தவ சர்ச்களிடையே தொடர்புகள் சிரமமாகிப் போனது. இதையெல்லாம் புரிந்துகொண்ட சர்ச்கள் மத விசுவாசிகளின் பிணைப்பை பலப்படுத்த மிகக் கடுமையாக முன்கை எடுத்தது. வெளிப்புற அடையாளங்கள் அனைத்தையும் இறுக்கமாகப் பிணைத்தது. உள்ளார்ந்த மத விசுவாசத்தின் தேவைகள் இவற்றையும்விட வலுவாக இருந்தன. உண்மை என்பது ஒன்றுதான். அதைப் பின்பற்றுபவர்கள் அனைவரையும் ஒரே குடையின் கீழ் கொண்டுவரவேண்டும். அந்த ஒற்றைக் குடையின் கீழ் இருக்கும்வரையிலேயே அவற்றை அவர்களால் பாதுகாக்கவும் முடியும். ஒரே ஒரு மந்தையே... ஒரே ஒரு மேய்ப்பனே என்று கிறிஸ்தவ சர்ச் செயல்பட்டது.

ரோமானியப் பேரரசு மற்றும் அதைத் தொடர்ந்து உருவாகி நீண்ட காலம் நிலைபெற்ற புனித ரோமானியப் பேரரசு பற்றி ஜேம்ஸ் பிரைஸ் சொல்லியிருப்பவற்றில் இருந்து இந்தியாவுக்கு ஏதேனும் கற்றுக்கொள்ள இருக்குமென்றால் ரோமானியப் பேரசில் அரசியல் ஒற்றுமையல்லாமல் வேறு எதுவும் இருந்திருக்கவில்லை. சமூக, மத ஒற்றுமையை அஸ்திவாரமாகக் கொண்டிருந்ததால் புனித ரோமானியப் பேரரசு அதிக காலம் நீடித்தது. அதில் பொதுவான மத நம்பிக்கை இருந்தது. அப்படியான ஒரு ஒற்றுமை ஹிந்துக்களுக்கும் முஸ்லிம்களுக்கும் இடையே கிடையாது. இரு தரப்பையும் வலுவாகப் பிணைக்கும் மத நம்பிக்கை என்பது இங்கு இல்லை.

பிராட்டஸ்டண்ட்கள், கத்தோலிக்கர்கள்போலவோ சைவர்கள் வைணவர்கள்போலவோ ஹிந்துக்களும் முஸ்லிம்களும் ஒரு மதத்தின் இரு பிரிவுகள் அல்ல. அவர்கள் இரண்டு தனியான மத வகையைச் சேர்ந்தவர்கள். இருவரிலும் மனிதம் இருக்கிறது;

அவர்கள் இரண்டு வெவ்வேறு தரப்பினர் அல்ல. அவர்களுக்கிடையே இருப்பதாக தோன்றும் வேறுபாடுகள் எல்லாம் தற்செயல் ஆனவையே என்று அவர்களுக்கு சொல்லிப் புரியவைப்பது மிகவும் கடினம். ஹிந்துவையும் முஸ்லிமை பொறுத்தவரையில் இரு தரப்பினரின் தெய்வ நம்பிக்கை என்பது பிளவுபட்டது. பிளவுபட்ட தெய்விகம் என்றால் இந்த இரு தரப்பு மக்களும் பிளவுபட்டவர்களே. அவர்கள் பிரிந்து இருந்தாகவேண்டும். அவர்களே ஒரே குடையின் கீழ்கொண்டு வரக்கூடிய அம்சம் எதுவுமே இல்லை.

சமூக ஒற்றுமை இல்லாமல் அரசியல் ஒற்றுமையை அடைய முடியாது. நீண்ட கொடும் கோடையைத் தாக்குப்பிடித்து ஒரு சிறு செடி வளர முடிவதைப் போல் மிகவும் அரிதான நிகழ்வாகவே அது இருக்கும். அரசியல் ஒற்றுமை மட்டுமே கொண்ட இந்தியா ஒரு நிர்வாக அரசாக ஆகக் கூடும். ஆனால் ஒரு தேசமாக ஆகமுடியாது. ஒரே நிர்வாக அமைப்பாக இருப்பதென்பது வேறு. ஒரே தேசமாக இருப்பதென்பது வேறு. தேசமாக அமையாத நிர்வாக அமைப்பினால் நீண்ட காலம் நீடிக்க முடியாது. உலகில் எங்கெல்லாம் இப்படியான வெவ்வேறு மக்கள் திரள், கலந்து கட்டிய ஒரு நிர்வாக அரசாக இருக்கிறதோ அங்கெல்லாம் நவீன காலகட்டத்தின் வலுவான உந்துசக்தியான தேசிய உணர்வானது முளைத்தெழுந்து தன்னைச் சுதந்தர தேசமாக ஆக்கும் முயற்சியில் ஈடுபட்டுள்ளன.

அப்படியாக வெவ்வேறு மக்கள் திரள்களைக் கலந்து கட்டி உருவாக்கப்படும் அரசுகளுக்கு அபாயம் என்பது வெளி எதிரிகளில் இருந்து வருவதில்லை. உள்ளுக்குள்ளேயே ஒருவருடைய விருப்புக்கு எதிராக இழுத்துப் பிடித்துவைக்கப்பட்டு, துண்டாக்கப்பட்டு, ஒடுக்கப்பட்டு, சிறைப்பிடிக்கப்பட்டதுபோல் வைக்கப்பட்டிருக்கும் தேசிய சக்திகளின் போராட்டத்தினாலேயே அந்த அரசுக்கு எதிர்ப்பு கிளம்பும். பாகிஸ்தான் வேண்டாம் என்று சொல்பவர்கள் இதை மனதில் கொள்ளவேண்டும். அதோடு இப்படியான கலப்பு தேசத்தில் ஒடுக்கப்பட்ட நிலையில் வாழும் தேசிய சக்திகள் அங்கு போராட்டங்களில் ஈடுபட்டு அதன் அமைதியைக் குலைப்பார்கள். ஒடுக்கப்பட்ட நிலையில் இதற்கு மாற்றாக சுயநிர்ணய உரிமை என்பது தார்மீக ரீதியில் மிகவும் நியாயமானது என்று கருதி தமக்கான தனிநாடு ஒன்று வேண்டும் என்று விரும்புவார்கள்.

அத்தியாயம் 8

பாகிஸ்தானுக்கு முஸ்லிம் தரப்பு மாற்று

1

பாகிஸ்தானுக்கு மாற்றாக ஒரு வழி இருப்பதாக ஹிந்துக்கள் சொல்கிறார்கள். முஸ்லிம்கள் தரப்பில் அப்படியாக பாகிஸ்தானுக்கு மாற்றாக ஏதேனும் இருக்கிறதா?

ஹிந்துக்கள் 'ஆமாம், இருக்கிறது' என்கிறார்கள். முஸ்லிம்கள் 'இல்லை' என்கிறார்கள். மத அடிப்படையில் பிரிட்டிஷார் கொண்டுவந்திருக்கும் கம்யூனல் சட்டத்தின் மூலம் முஸ்லிம்களுக்குக் கிடைத்திருக்கும் மதம் சார்ந்த ஆதாயங்களை மேலும் அதிகப்படுத்திக்கொள்ளும் நோக்கிலேயே பாகிஸ்தான் என்ற ஒரு தனி நாடு வேண்டும் என்ற கோரிக்கையை, ஒரு பேரம் என்ற அளவில் முஸ்லிம்கள் முன்வைப்பதாக ஹிந்துக்கள் நினைக்கிறார்கள். முஸ்லிம்கள் 'அப்படி இல்லை' என்கிறார்கள். பாகிஸ்தானுக்கு ஈடாக எது கிடைத்தாலும் இணையாகாது. எனவே தமக்கு பாகிஸ்தான்தான்வேண்டும். வேறு எதுவும் தேவையில்லை என்கிறார்கள். முஸல்மான்கள் பாகிஸ்தான் மட்டுமே வேண்டும் என்பதில் உறுதியாக இருக்கிறார்கள். வேறு பதிலாக எதையேனும் பெற்றுக்கொள்ளவே விரும்புகிறார்கள் என்று நினைப்பது ஹிந்துக்களின் தவறான நம்பிக்கையே.

முஸ்லிம்களின் எதிர்பார்ப்பு என்ன என்பதைப் புரிந்துகொள்ளும் அளவுக்கு ஹிந்துக்கள் புத்திசாலிகளாக இருந்தால் பாகிஸ்தானுக்கு மாற்றாக முஸ்லிம்கள் விரும்புவது எது என்பதை வரவேற்க ஹிந்துக்கள் தயாராக இருப்பார்களா? முஸ்லிம்கள் பாகிஸ்தானுக்கு

மாற்றாக எதை ஏற்பார்கள் என்பது தெரிந்தால்தான் இந்தக் கேள்விக்கு பதில் சொல்ல முடியும்.

பாகிஸ்தானுக்கு முஸ்லிம் தரப்பு மாற்று எது? யாருக்குமே அது தெரியாது. அப்படியே ஏதேனும் மாற்றுவழி இருந்தாலும் முஸ்லிம்கள் அதை வெளியில் சொன்னதில்லை. எதிர்காலத்தில் ஹிந்துக்களும் முஸ்லிம்களும் எப்படியாக வாழப் போகிறார்கள் என்பது பற்றி இரு தரப்பும் அமர்ந்து பேசி தமது முடிவுகளை மறுபரிசீலனை செய்து ஒரு தீர்வை எட்டும்வரை சொல்லவும் போவதில்லை. முன்கூட்டியே தெரிந்துகொள்வது முன்கூட்டியே தயார்நிலையில் இருந்துகொள்ள உதவும். எனவே ஹிந்துக்களைப் பொறுத்தவரையில் பாகிஸ்தானுக்கு முஸ்லிம் தரப்பு மாற்று என்ன என்பது தெரிந்துகொள்வதென்பது அது தொடர்பான அதிர்ச்சியில் இருந்து தப்பிக்க உதவும். ஏனென்றால், அந்த மாற்று ஏற்பாடென்பது நிச்சயம் கம்யூனல் சட்டத்தைவிட மிகவும் மோசமான ஒன்றாக இருக்கவே வாய்ப்பு அதிகம்.

சரியான மாற்றுவழி என்ன என்பது தெரியாத நிலையில் நம்மால் யூகங்களை மட்டுமே முன்வைக்க முடியும். ஒவ்வொருவருடைய யூகமும் ஒவ்வொருவிதமாக இருக்கும். சம்பந்தப்பட்டவர்தான் எதை எடுத்துக்கொள்வது என்று தீர்மானிக்க முடியும். என்னைப் பொறுத்தவரையில் முஸ்லிம்கள் பாகிஸ்தானுக்கு மாற்றாக கீழ்க்கண்டவற்றை முன்வைக்கக்கூடும் என்று நினைக்கிறேன்.

வருங்காலத்தில் உருவாகவிருக்கும் இந்திய அரசியல் சாசனமானது கீழ்க்கண்டவற்றை முஸ்லிம்களுக்கு வழங்கக்கூடும்.

1. தனித் தொகுதி வாக்கெடுப்புகளின் மூலம் தேசிய நாடாளு மன்றம், பிராந்திய சட்டசபை இரண்டிலும் முஸ்லிம்களுக்கு 50% பிரதிநிதித்துவம் தரும்.

2. மத்தியிலும் மாநிலத்திலும் நிர்வாகப் பொறுப்புகளில் முஸ்லிம்களுக்கு 50% பிரதிநிதித்துவம் தரும்.

3. சிவில் சர்வீஸில் முஸ்லிம்களுக்கு 50% இடம் தரப்படும்.

4. ராணுவப் படைகளில் அடிமட்டப் பணிகளிலிருந்து உயர் பதவிகள் வரை முஸ்லிம்களுக்கு 50% இடம் தரப்படும்.

5. மக்களுக்காக அமைக்கப்படும் கவுன்சில்கள், கமிஷன்கள் போன்ற அனைத்து அரசு அமைப்புகளிலும் முஸ்லிம்களுக்கு 50% இடம் தரப்படும்.

6. இந்தியா பதவி வகிக்கும் அனைத்து சர்வதேச அமைப்புகளிலும் முஸ்லிம்களுக்கு 50% பிரதிநிதித்துவம் தரும்.

7. பிரதமர் ஹிந்துவாக இருந்தால் துணை பிரதமராக ஒரு முஸ்லிம் இருப்பார்.

8. கமாண்டர் இன் சீஃப் ஒரு ஹிந்துவாக இருந்தால் துணை கமாண்டராக முஸ்லிம் இருப்பார்.

9. சட்டசபையில் இருக்கும் 66% முஸ்லிம் உறுப்பினர்களின் சம்மதம் இல்லாமல் எந்தவொரு பிராந்தியத்தின் எல்லையும் மாற்றியமைக்கப்படக்கூடாது.

10. சட்டசபையில் இருக்கும் 66% முஸ்லிம் உறுப்பினர்களின் சம்மதம் இல்லாமல் எந்தவொரு செயலும் ஒப்பந்தமும் அமல்படுத்தப்படக்கூடாது.

11. சட்டசபையில் இருக்கும் 66% முஸ்லிம் உறுப்பினர்களின் சம்மதம் இல்லாமல் முஸ்லிம்களின் கலாசாரம் அல்லது மதம் அல்லது மதச் சடங்கு எதையும் மாற்றியமைக்கும்படியான சட்டம் எதுவும் கொண்டுவரப்படக்கூடாது.

12. இந்தியாவின் தேசிய மொழியாக உருது இருக்கவேண்டும்.

13. சட்டசபையில் இருக்கும் 66% முஸ்லிம் உறுப்பினர்களின் சம்மதம் இல்லாமல் பசுவதையைத் தடுக்கும் சட்டமோ இஸ்லாமுக்கு மதம் மாற்றுவதைத் தடுக்கும் சட்டமோ இயற்றப்படக்கூடாது.

14. சட்டசபையில் இருக்கும் 66% முஸ்லிம் உறுப்பினர்களின் சம்மதம் இல்லாமல் அரசியல் சாசனத்தில் எந்தவொரு திருத்தமும் செய்யப்படக்கூடாது.

எனது, இந்த யூகமானது மனம் போன போக்கில் யோசித்துச் சொல்லப்பட்ட ஒன்றல்ல. பாகிஸ்தான் என்ற தனி நாட்டை எந்தவித யோசனையும் இன்றி ஏற்றுக்கொண்டுவிடும்படி ஒரு ஹிந்துவை பயமுறுத்துவதற்காகச் சொல்லப்பட்டவையும் அல்ல. அப்படியே நான் சொன்னாலும்கூட முஸ்லிம் தரப்பில் கிடைத்த தரவுகளின் அடிப்படையில் என்ன தீர்மானம் வரும் என்பது தொடர்பான புத்திசாலித்தனமான யூகமாகவே அது இருக்கும்.

ஹைதராபாத் நிஜாம் தனது டொமினியனுக்கு முன்வைத்திருக்கும் அரசியல் சாசன சீர்திருத்த வரைவிலிருந்து முஸ்லிம்களின் மாற்று ஏற்பாடு எப்படி இருக்கும் என்பதை யூகிக்கலாம்.

ஹைதராபாத் சாசன சீர்திருத்த திட்டம் மிகவும் புதுமையானது. பிரிட்டிஷ் இந்தியாவில் மாதம் சார்ந்த பிரதிநிதித்துவம் தொடர்பாக இருக்கும் திட்டத்தை நிராகரிக்கிறது. அதற்கு மாற்றாக

ஃபங்ஷனல் ரெப்ரசண்டேஷன் அதாவது தொழில்கள், வர்க்கங்கள் ஆகியவற்றை பிரதிநிதித்துவப்படுத்தும் செயல்திட்டமாக இருக்கும். சட்டசபையில் இருக்கும் 70 நபர்கள் கீழ்க்கண்ட வகையில் இருப்பார்கள்.

தேர்ந்தெடுக்கப்படுபவர்கள்

விவசாயம்	*12*
நில உடமையாளர்	*8*
குத்தகைதாரர்	*4*
பெண்கள்	*1*
பட்டதாரிகள்	*1*
பல்கலைக்கழகம்	*1*
ஜாகிர்தார்	*2*
மாஷ்தார்	*1*
சட்டத்துறை	*1*
மருத்துவத்துறை	*2*
மேற்கத்தியர்	*1*
கீழைத்தேயர்	*1*
கல்வி	*1*
வர்த்தகம்	*1*
தொழில்துறை	*2*
வங்கி	*2*
பாரம்பரிய வங்கி	*1*
கூட்டுறவு வங்கி	*1*
முறைசார் தொழிலாளர்	*1*
ஹரிஜன்	*1*
மாவட்ட நகராட்சி	*1*
நகர்ப்புர நகராட்சி	*1*
கிராமப்புற அமைப்பு	*1*
மொத்தம்	33

நியமன உறுப்பினர்கள்

இலக்கா	*8*
ஷர்ஃப் இ காஸ்	*2*
பைகா	*3*
பேஷ்கர்	*1*
சாலர் ஜங்	*1*
சமஸ்தானி	*1*

அதிகாரிகள்	18
கிராமப்புற கலை, கைத்தொழில்	1
பின் தங்கிய வகுப்பினர்	1
பிரதிநிதித்துவம் பெறாத பிரிவு	3
பிறர்	6
மொத்தம்	37

இப்படியான தொழில், வர்க்கம் சார்ந்த பிரதிநிதித்துவம் பல்வேறு பிரிவு மக்களிடையே மதம் சார்ந்த பிரதிநிதித்துவத்தைவிட அதிக நல்லுறவை உருவாக்குமா என்பது சந்தேகத்துக்கு இடமானதுதான். வர்க்கரீதியான உணர்வை மக்களிடையே உருவாக்கினால் இப்போது சமூகத்தில் ஏற்கெனவே இருக்கும் சமூக, மத பிரிவுகளோடு அதுவும் சேர்ந்துகொண்டு மக்களிடையே பிரிவினைப் போராட்டத்தை மேலும் அதிகரித்துவிடும். அது எப்படி இருந்தாலும் ஹைதராபாத் சீர்திருத்தத் திட்டத்தில் இந்தத் தொழில், வர்க்கம் சார்ந்த பிரதிநிதித்துவம் பிரதானமாக இருந்திருக்க வில்லை. ஹைதராபாத் சட்டசபையில், ஹிந்துக் களுக்கும் முஸ்லிம்களுக்கும் எத்தனை இடங்கள் தரப்பட வேண்டும் என்பதுதான் பிரதானமானதாக இருந்தது. நிஜாம் ஏற்று கொண்ட திட்டத்தின் அடிப்படையில் பார்த்தால், மத ரீதியான பிரதிநிதித்துவமானது முழுவதுமாக நிராகரிக்கப்பட்டிருக்க வில்லை. தொழில் மற்றும் வர்க்கரீதியான பிரதிநிதித்துவத்தோடு மதம் சார்ந்த பிரதிநிதித்துவத்தையும் அது ஏற்றுக்கொள்ளவே செய்தது. இரட்டை வாக்குரிமை மூலமாக அது முன்னெடுக்கப் படவேண்டும் என்றும் சொன்னது.

இரண்டு பிரதான சமூகங்களுக்கும் சட்டசபை உட்பட ஒவ்வொரு தேர்ந்தெடுக்கப்பட்ட நிர்வாக அமைப்பிலும் சம விகிதாசாரம் வழங்கப்படவேண்டும். தனது சொந்த சமூகத்தின் 40% வாக்குகளுக்கு மேல் பெற்றவரே வெற்றிபெற்றதாக அறிவிக்கப் படவேண்டும். ஹிந்துக்களும் முஸ்லிம்களும் மக்கள் தொகையில் எத்தனை சதவிகிதம் இருந்தாலும் சட்டசபையில் ஹிந்து மற்றும் இஸ்லாமிய பிரதிநிதிகளின் எண்ணிக்கை சம அளவில் இருக்க வேண்டும் என்ற தீர்மானமானது தேர்தல் மூலம் நியமிக்கப்படும் அனைத்து அமைப்புகளில் மட்டுமல்லாமல் தேர்தல் மற்றும் நியமனம் என இரண்டு வகையிலும் நிரப்பப்படும் அமைப்பு களுக்கும் பொருந்தும்.

(ஹைதராபாதில் மக்கள் தொகைப் பரவல் 1931 கணக்கெடுப்பின்படி ஹிந்துக்கள் 96,99,615; தீண்டத்தகாதவர்கள்

4,73,30; முஸ்லிம்கள் 15,34,666; கிறிஸ்தவர்கள் 1,5,382; பிறர் 5,77,255; மொத்தம் 1,44,36,148.)

சரித்திர ரீதியாக முஸ்லிம் சமூகத்துக்கு அந்தப் பிராந்தியத்தில் இருக்கும் முக்கியத்துவமும் அரசியல் களத்தில் இருக்கும் அந்தஸ்தும் சட்டசபையில் சிறுபான்மை என்ற நிலைக்குக் கீழிறக்கப்பட்டுவிடக்கூடாது என்பதையே இந்த சம பிரதிநிதித்துவம் என்பது தெளிவாக எடுத்துரைக்கிறது.

மிக சமீபத்தில் நேஷனலிஸ்ட் கட்சியின் தலைவர் என்று சொல்லிக்கொள்ளும் திரு மீர் அக்பர் அலிகான் பிரிட்டிஷ் இந்தியாவில் நிலவும் ஹிந்து, முஸ்லிம் பிரச்னைக்குத் தீர்வாக ஒரு தீர்மானத்தை பத்திரிகையில் வெளியிட்டிருந்தார். 22, 1940, பம்பாய் செண்டினலில் எழுதிய அந்தக் கட்டுரையில் தனது தீர்மானம் குறித்து காங்கிரஸின் முன்னாள் தலைவர் திரு ஸ்ரீனிவாச ஐயங்காரிடம் கலந்துரையாடியதாகவும் அதற்கு அவர் சம்மதம் தெரிவித்திருந்தார் என்றும் குறிப்பிட்டிருக்கிறார்.

1. வருங்காலத்தில் உருவாகவிருக்கும் இந்தியாவின் அரசியல் சாசனமானது வலுவான ராணுவ பலத்தின் மீது கட்டி எழுப்பப்படவேண்டும். மக்களைப் போர்க்குணம் மிக்கவர்களாக வளர்த்தெடுக்கவேண்டும். முஸ்லிம்களைப் போலவே ஹிந்துக்களுக்கும் போர்க்குணம் வரவேண்டும்.

2. இந்த இரண்டு சமூகத்தினரும் இந்தியாவின் பாதுகாப்பானது தம்மிடம் ஒப்படைக்கப்படவேண்டும் என்று கோரிக்கை வைப்பதற்கான மிகவும் சரியான தருணம் இது. ராணுவத்தில் ஹிந்துக்கள், முஸ்லிம்களின் எண்ணிக்கை சரியாக இருக்கும் வகையில் இந்தியா நடவடிக்கை எடுக்கவேண்டும். பிராந்திய அடையாளம் அல்லாமல் எந்தவொரு படைப்பிரிவும் மதவாதம் கொண்டதாக இருக்கக்கூடாது.

3. பிராந்தியங்களிலும் மத்தியிலும் இருக்கும் அரசாங்கங்கள் எல்லாம் போர்க்குணம் கொண்ட நபர்களைக் கொண்ட தேசிய அரசாக இருக்கவேண்டும். பிராந்திய அரசாங்கம், மத்திய அரசு இரண்டிலும் ஹிந்து, முஸ்லிம் அமைச்சர்களின் எண்ணிக்கை சம விகிதத்தில் இருக்கவேண்டும். பிற முக்கியமான சிறுபான்மையினருக்குத் தேவைப்படும் இடங்களில் சிறப்பு பிரதிநிதித்துவம் தரப்படவேண்டும். இரட்டைக் குடியுரிமை மூலம் இந்தச் செயல் திட்டம் மிகவும் சிறப்பாகச் செயல்படும். எனினும் இப்போதைய நிலையைக் கருத்தில்கொண்டு தனித் தொகுதி முறையே நீடிக்கட்டும்.

சட்டசபையில் ஹிந்து அமைச்சர்களை ஹிந்து உறுப்பினர்களும் முஸ்லிம் அமைச்சர்களை முஸ்லிம் உறுப்பினர்களும் தேர்ந்தெடுக்கவேண்டும்.

4. நம்பிக்கையில்லா தீர்மானத்தின் மூலம் மட்டுமே அமைச்சரவையை ரத்து செய்ய முடியும். அவையின் ஹிந்து, முஸ்லிம் உறுப்பினர்களில் தனித்தனியான மூன்றில் இரண்டு பங்கு உறுப்பினர்களின் சம்மதத்தின் பேரில் மட்டுமே இந்த நடவடிக்கை எடுக்கப்படலாம்.

5. மதம், மொழி, புனித நூல், ஒவ்வொரு மதங்களுக்கான தனியான சட்டம் இவையெல்லாம் அரசியல் சாசனத்தின் உச்சபட்ச வலிமையால் பாதுகாக்கப்படவேண்டும். இவற்றைப் பாதிக்கும் வகையில் சட்டம் ஏதேனும் இயற்றப்பட்டால் அல்லது வேறு ஏதேனும் நடவடிக்கைகள் முன்னெடுக்கப் பட்டால் அதைத் தடுத்து நிறுத்தும் அளவுக்கு சட்டசபையில் அந்தந்தப் பிரிவினருக்கு பிரதிநிதித்துவம் இருக்கவேண்டும். எந்தவொரு சமூகப் பிரிவினரின் பொருளாதார நலன்களைப் பாதிக்கும் வகையில் வடிவமைக்கப்படும் அல்லது திட்டமிடப்படும் இது மாதிரியான நடவடிக்கையைத் தடுத்து நிறுத்தும் அதிகாரமும் தரப்பட்டிருக்கவேண்டும்.

6. நிர்வாகத்திலும் சலுகைகளிலும் நியாயம் நிலவ அரசுத் துறைகளில் போதுமான மத அடிப்படையிலான பிரதிநிதித்துவம் இருக்கவேண்டும்.

ஹைதராபாத் பிராந்தியத்தில் இருக்கும் நேஷனலிஸ்ட் கட்சியின் முஸ்லிம் தலைவர் முனைத்திருக்கும் தீர்மானங்களின் திசையில்தான் பிரிட்டிஷ் இந்தியாவில் இருக்கும் முஸ்லிம்களின் எண்ணவோட்டங்கள் இருக்கின்றன என்றால், பாகிஸ்தானுக்கு மாற்றாக முஸ்லிம்கள் எதை விரும்புவார்கள் என்று நான் யூகத்தின் அடிப்படையில் சொல்லியிருப்பவற்றுக்கு அவை வலுவூட்டுவ தாகவே இருக்கின்றன.

2

தில்லியில் ஆஸாத் முஸ்லிம் கான்ஃப்ரன்ஸ் என்ற மிகப் பெரியதொரு பெயரில் ஒரு மாநாடு 1940 ஏப்ரல் மாதம் நடந்தது என்பது உண்மையே. முஸ்லிம் லீக்கையும் தேசியவாத முஸ்லிம்களையும் ஒருசேர எதிர்த்தவர்கள் இந்த மாநட்டில் பங்கெடுத்தனர். முதலாவதாக, பாகிஸ்தான் என்ற தனி நாடு வேண்டாம் என்று இவர்கள் கருதியதால் முஸ்லிம் லீகை இவர்கள்

எதிர்த்தனர். இரண்டாவதாக, தமது நலன்களைப் பாதுகாப்பதில் பிரிட்டிஷரைச் சார்ந்து இருக்க இவர்கள் விரும்பியிருக்கவில்லை. முஸ்லிம்களின் கலாசார, மதம் சார்ந்த உரிமைகளுக்கு ஆதரவாக இல்லை என்று சொல்லி தேசியவாத முஸ்லிம்களையும் (அதாவது அவர்கள் முழுக்க முழுக்க காங்கிரஸ்வாதிகள் மட்டுமே) இவர்கள் எதிர்த்தார்கள்.

மாநாட்டில் பங்கெடுத்தவர்களில் முக்கியமானவரான முஃப்தி கிஃபயத் உல்லா பேசுகையில், 'சுதந்தரப் போரில் நாங்கள் யாருக்கும் சளைத்தவர்கள் அல்ல. எமது நலன்களைப் பாதுகாக்க பிரிட்டிஷ் அரசைச் சார்ந்து ஒன்றும் இருக்கவில்லை. எமது மத உரிமைகளைப் பாதுகாத்துக்கொள்வதற்கான வழிகளை நாங்களே உருவாக்கிக் கொள்வோம். நாங்கள் முன்வைப்பவற்றை எதிர்க்கும் கட்சி எவ்வளவு வலிமையானதாக இருந்தாலும் சுதந்தரம் கேட்டு பிரிட்டிஷ் அரசை எதிர்ப்பதுபோலவே அந்தக் கட்சியையும் எதிர்ப்போம்' (பெரும் கரகோஷம்) என்று பேசியதாக ஹிந்துஸ்தான் டைம்ஸ், ஏப், 30, 1940 செய்தி வெளியிட்டிருந்தது.

நேச சக்திகளின் மாநாடு என்று கருதி ஹிந்துக்களும் இந்த ஆஸாத் முஸ்லிம் மநாட்டுக்கு ஆதரவு தந்தனர். ஆனால், இந்த மாநாட்டில் முன்வைக்கப்பட்ட தீர்மானங்களைப் பார்த்தபோது முஸ்லிம் லீகுக்கும் இதற்கும் எந்த வித்தியாசமும் இல்லை என்பதே தெரியவந்தது. முக்கிய பிரச்னை பற்றி அவர்களுடைய தீர்மானத்தில் இருந்த மூன்று அம்சங்கள் தெளிவாகப் பேசின.

முதலாவது தீர்மானம்:

> தேசத்தின் முழு விடுதலையை விரும்பும் இந்திய முஸ்லிம்களின் பிரதிநிதித்துவமாக நடத்தப்படும் இந்த மாநாடு ஒவ்வொரு பிராந்தியத்தின் பிரதிநிதிகளையும் உறுப்பினராகக் கொண்டிருக்கிறது. தேசத்தையும் இஸ்லாமிய சமூகத்தையும் பாதிக்கும் முக்கியமான விஷயங்கள் அனைத்தையும் மிகுந்த கவனத்துடனும் முழுமையாகவும் அலசிப் பார்த்து கீழ்கண்ட தீர்மானங்களை முன்வைக்கிறது.
>
> இந்தியா பூகோளரீதியாகவும் அரசியல் ரீதியாகவும் முழுமையான தனியான எல்லைகள் கொண்ட நாடாக இருக்கும். இனம், மதம் சார்ந்த எந்தப் பாகுபாடும் இல்லாமல் அனைத்து வளங்களின் கூட்டு பங்குதாரராக இருக்கும்படியாக பொதுவான தாய்நாடாகத் திகழும். இந்த தேசத்தின் மூலை முடுக்குகளில் எல்லாம் வசிக்கும் முஸ்லிம்கள் தமது மனதுக்கு மிகவும் நெருக்கமான தமது மதம், கலாச்சாரம் ஆகியவற்றின்

சரித்திர முக்கியத்துவத்தை மதித்துப் போற்றுகிறார்கள். தேசியக் கோணத்தில் பார்த்தால் ஒவ்வொரு முஸ்லிமும் ஓர் இந்தியர். இந்திய தேசத்தின் குடிமகன்களின் அனைத்து பொதுவான உரிமைகளும் பொறுப்புகளும் வாழ்வின் அனைத்துத் தளங்களிலும் செயல்பாடுகளிலும் ஒரே மாதிரியானவையே. ஓர் இந்திய முஸ்லிம் இந்த உரிமைகள் மற்றும் பொறுப்புகளின் அடிப்படையில் எந்த சந்தேகத்துக்கும் இடமின்றி ஓர் இந்தியக் குடிமகனே. இந்தியாவின் எந்தவொரு பிராந்தியத்திலும் அவருக்கு சம உரிமைகள் உண்டு. அரசாங்கம், பொருளாதாரம், தேசியச் செயல்பாடுகள், அரச நிர்வாகம் என அனைத்திலும் ஒவ்வொரு இந்தியக் குடிமகனுக்கும் இருக்கும் சம உரிமைகள் அவருக்கும் உண்டு.

அந்த ஒரு காரணத்தினால் தேசத்தின் விடுதலைக்காகத் தியாகம் செய்வதிலும் போராடுவதிலும் இந்தியக் குடிமகன்களுக்கு இருக்கும் அதே பொறுப்பு ஒரு முஸ்லிமுக்கும் இருக்கிறது. ஒன்றை ஒன்று சார்ந்திருக்கும் இந்த விஷயத்தின் பின்னாலிருக்கும் உண்மையை எந்தவொரு நியாய எண்ணம் கொண்ட முஸ்லிமும் மறுக்கமாட்டார். ஓர் இந்திய முஸ்லிமின் இலக்கு தனது மதத்தையும் மத உரிமைகளையும் பாது காப்பதோடு இந்தியாவின் முழு விடுதலைக்காகப் போராடுவது தான் என்பதை இந்த மாநாடு ஏகமனதாக அறிவிக்கிறது. இந்த இலக்கை எவ்வளவு முடியுமோ அவ்வளவு சீக்கிரம் வென்றெடுப்பதில் அவர்கள் தீவிரமாக இருக்கிறார்கள். இந்த இலக்கினால் உந்தப்பட்ட அவர்கள் கடந்த காலத்தில் மகத்தான தியாகங்கள் செய்திருக்கிறார்கள். இன்னும் பெரிய தியாகங்கள் செய்யத் தயாராகவும் இருக்கிறார்கள்.

இந்திய சுதந்தரப் போராட்டத்தில் முஸ்லிம்கள் தடைக்கற்களாக இருக்கிறார்கள் என்று பிரிட்டிஷ் ஏகாதிபத்தியவாதிகளினாலும் பிறராலும் இந்திய முஸ்லிம்கள் மீது சுமத்தப்பட்டிருக்கும் ஆதாரமற்ற குற்றச்சாட்டுகளை எந்தத் தயக்கமும் இன்றி இந்த மாநாடு வலுவாக எதிர்க்கிறது. முஸ்லிம்கள் தமது பொறுப்புகளை முழுவதுமாக உணர்ந்துகொண்டிருக்கிறார்கள் என்று உரத்த குரலில் இந்த மாநாடு தெரிவிக்கிறது. சுதந்தரப் போராட்டத்தை முஸ்லிம்கள் பின்னுக்கு இழுப்பதாகப் பேசுவது அவர்களுடைய பாரம்பரியத்துக்குப் பொருந்தாத தாகவும் மரியாதைக்கு இழுக்கு ஏற்படுத்துவதாகவும் இருக்கிறது.

இந்தத் தீர்மானத்தின் மூலமாக அவர்கள் பாகிஸ்தான் என்ற தனி நாடு ஒன்று தேவையில்லை என்பதையும் தெரிவித்திருக்கிறார்கள்.

அவர்களுடைய இரண்டாவது தீர்மானம்:

> வயது வந்தோருக்கு வாக்களிக்கும் உரிமை தரப்பட்டு அதன் மூலம் தேர்ந்தெடுக்கப்படும் இந்தியர்களைக்கொண்டு இந்தியர்களுக்காக உருவாக்கப்படும் அரசியல் சாசனமே நாளைய இந்திய அரசின் அரசியல் சாசனமாக இருக்கவேண்டும் என்பதே இந்த மாநாட்டின் முக்கியமான தீர்மானமாகும். நாடாளுமன்ற அவையின் உறுப்பினர்களான முஸ்லிம் பிரதிநிதிகள் முன்வைக்கும் பரிந்துரைகளுக்கு ஏற்ப முஸ்லிம்களின் அனைத்து நலன்களும் பாதுகாக்கப்படும் என்பதை அரசியல் சாசனம் உறுதிப்படுத்தவேண்டும். இந்த நலன்கள், பாதுகாப்பு அம்சங்களில் தலையிடும் அதிகாரம் வேறு சமூகங்களின் பிறதிநிதிகளுக்கோ அந்நிய சக்திகளுக்கோ இருக்கக்கூடாது.

இந்தத் தீர்மானத்தின் மூலம் முஸ்லிம்களின் நலன்கள் முழுவதுமாக முஸ்லிம்களாலேயே தீர்மானிக்கப்படும் என்பதை இந்த மாநாடு உறுதிப்படுத்தியிருக்கிறது.

அந்த மாநாட்டின் மூன்றாவது தீர்மானம்:

> அரசாங்கத்தின் நிலைத்தன்மை, தேசத்தின் பாதுகாப்பு, ஒவ்வொரு குடிமகனும் சமுதாயமும் மனநிறைவு அடைவது ஆகியவற்றுக்கு ஏற்றவகையில் எதிர்கால இந்தியாவின் அரசியல் சாசனத்தில் முஸ்லிம்களுடைய விருப்பத்துக்கேற்ப கீழ்க்காணும் விஷயங்களில் நடவடிக்கைகள் எடுக்கப்பட வேண்டும்.
>
> இந்த மாநாடு 27 நபர்களைக் கொண்ட குழுவை அமைக்கும். இந்தக் குழுவானது முழுமையான ஆய்வு, ஆலோசனை, கணிப்புகள் ஆகியவற்றுக்குப் பின்னர் இந்த மாநாட்டின் அடுத்த கருத்தரங்கில் தனது பரிந்துரைகளைச் சமர்ப்பிக்கும். மதவாதப் பிரச்னைகளுக்கு தேசிய அளவிலான நிரந்தரத் தீர்வு காணும் வகையில் அந்தப் பரிந்துரைகளை இந்த மாநாட்டினர் பயன்படுத்திக்கொள்வார்கள். இந்தப் பரிந்துரைகள் இரண்டு மாதங்களுக்குள் சமர்ப்பிக்கப்பட்டாகவேண்டும். இந்தக் குழுவிடம் ஆய்வுக்கு விடப்படும் விஷயங்கள்:
>
> 1. முஸ்லிம் கலாசாரம், தனிப்பட்ட சட்டம், மத உரிமைகள் இவையெல்லாம் பாதுகாக்கப்படவேண்டும்.
>
> 2. முஸ்லிம்களின் அரசியல் உரிமைகள் மற்றும் அவற்றின் பாதுகாப்பு.

3. எதிர்கால இந்தியாவின் அரசியச் சாசனமானது ஒற்றைப் படைத்தன்மை கொண்டதாக இருக்காமல் கூட்டமைப்பாக இருக்கவேண்டும். கூட்டாட்சி அமைப்புக்கு அவசியமான அனைத்து தவிர்க்கமுடியாத அதிகாரங்களைக் கொண்டதாக இருக்கவேண்டும்.

முஸ்லிம்களின் பொருளாதார, சமூக, கலாசார உரிமைகள் மற்றும் அரசு வேலைகளில் அவர்களுக்கு உரிய விகிதாசாரம் இவையெல்லாம் கிடைக்க வழிவகை செய்யவேண்டும்.

இந்தக் குழுவானது எந்தவொரு காலியிடத்தையும் நிரப்பும் அதிகாரம் கொண்டதாக இருக்கவேண்டும். பிற உறுப்பினர் களுடன் இணைந்து செயல்படும் உரிமை பெற்றதாக இருக்க வேண்டும். பிற இஸ்லாமிய அமைப்புகள், தேவைப்பட்டால் தேசத்தின் பிற பொறுப்பான எந்தவொரு அமைப்பு ஆகிய வற்றுடனும் கலந்தாலோசித்துச் செயல்படும் அதிகாரமும் தரப்படவேண்டும். அதன் 27 உறுப்பினர்களைத் தலைவரே நியமனம் செய்வார்.

ஒரு கூட்டத்துக்கு குறைந்தது 9 உறுப்பினர்கள் வந்தாக வேண்டும்.

பல்வேறு சமுதாயங்களின் மத உரிமைகளுக்கான பாதுகாப்பு அம்சங்கள் எல்லாம் நாடாளுமன்ற அவையில் பேசித் தீர்மானிக்கப்படும். அந்த அவைக்கான முஸ்லிம் பிரதிநிதிகள் எல்லாம் முஸ்லிம்களால் தேர்ந்தெடுக்கப்படுபவர்களாகவே இருப்பார்கள்.

முஸ்லிம்களுன் நலன்கள் மற்றும் பாதுகாப்புக்கு என்னவகையான பாதுகாப்பு நடவடிக்கைகள் வேண்டும் என்று ஆஸாத் முஸ்லிம் மாநாடு முன்வைக்கப் போகிறது என்பது இந்த குழுவின் அறிக்கை வந்த பின்னரே நமக்குத் தெரியவரும் (இந்த அறிக்கை இந்தப் புத்தகம் வெளிவரும்வரை வெளியாகவில்லை - டாக்டர் அம்பேத்கர்). பாகிஸ்தானுக்கு மாற்று என்று நான் முன் வைத்திருக்கும் விஷயங்களுக்கு மாற்றாகத்தான் அவர்களுடைய எதிர்பார்ப்புகள் இருக்கும் என்று நம்ப எந்த முகாந்தரமும் இல்லை. முஸ்லிம் லீகை மட்டுமல்ல; தேசியவாத முஸ்லிம்களையுமே இந்த ஆஸாத் முஸ்லிம் மாநாடு எதிர்க்கிறது என்பதை நாம் கணக்கிக் கொண்டாகவேண்டும். எனவே அவர்கள் முஸ்லிம் லீகைவிட ஹிந்துக்கள் விஷயத்தில் மென்மையாக நடந்துகொள்வார்கள் என்று நம்ப எந்த முகாந்தரமும் இல்லை.

ஒருவேளை என்னுடைய யூகம் சரியென்று வந்தால், ஹிந்துக்களின் பதில் என்னவாக இருக்கும்? பாகிஸ்தானுக்கு மாற்றாக இதை அவர்கள் ஏற்றுக்கொள்வார்களா? அல்லது இதற்கு மாற்றாக பாகிஸ்தானையே கொடுத்துவிடலாம் என்று தீர்மானிப்பார்களா? ஹிந்துக்களும் அவர்களுடைய தலைவர்களும் இதற்கான பதிலைச் செல்லும்படிக் கேட்டுக்கொள்கிறேன். இது தொடர்பாக ஒருமுடிவெடுப்பதற்கு முன்பாக ஹிந்துக்கள் சில விஷயங்களைக் கணக்கில் கொள்ளவேண்டும் என்பதை மட்டும் சொல்லிக்கொள்ள விரும்புகிறேன்.

அதிகார அரசியல், புகார்களை எழுப்பி அதனடிப்படையில் அரசியல் செய்தல் ஆகிய இரண்டுக்கும் இடையில் வித்தியாசம் உணடு என்பதை அவர்கள் புரிந்துகொள்ளவேண்டும். பல சமூகங்களை உள்ளடக்கிய சமூகம் என்பது வேறு; பல தேசங்களை உள்ளடக்கிய தேசம் என்பது வேறு. எளியவர்களின் நலன்களைப் பாதுகாக்க முயற்சி செய்வதென்பது வேறு; வலிமையும் அதிகாரமும் மிகுந்தவர்களின் நலன்களைப் பாதுகாப்பதென்பது வேறு. பாதுகாப்பு ஏற்பாடுகளைச் செய்துகொள்வதென்பது வேறு; தேசத்தைத் தூக்கிக் கொடுப்பதென்பது வேறு. புகார்களுக்கு செவி சாய்த்து செயல்திட்டங்கள் வகுப்பது என்பது எவ்வளவு பாதுகாப்பானதோ அந்த அளவுக்கு அதிகாரத்துக்கு விட்டுக் கொடுப்பதில் நன்மை இருக்காது என்பதைப் புரிந்துகொள்ள வேண்டும்.

ஒரு சமூகத்துக்கு விட்டுத் தரும் ஒரு விஷயம் எந்த அளவுக்கு நன்மை பயப்பதாக இருக்குமோ அது ஒரு தேசத்துக்கு விட்டுக்கொடுப்பதால் அவ்வளவு நன்மை தருவதாக இருக்காது. பலவீனமானவர்கள் தமக்கான ஆயுதமாகப் பயன்படுத்திக் கொள்ளும்படியாக ஒரு விஷயத்தை விட்டுக்கொடுக்கலாம். ஆனால், அதுபோலவே வலிமையானவர் தனக்கான ஆயுதமாகப் பயன்படுத்திக்கொள்ளும் விஷயத்தில் நடந்துகொள்ளமுடியாது.

இவையெல்லாம் கவனத்தில் கொள்ளவேண்டிய விஷயங்கள். இவற்றை ஹிந்துக்கள் உரிய கவனம் கொடுத்துக் பார்க்க வில்லையென்றால் பெரும் இழப்பு அவர்களுக்குத்தான் ஏற்படும். ஏனென்றால், பாகிஸ்தானுக்கு மாற்றாக முஸ்லிம் தரப்பில் சொல்லப்படக்கூடிய விஷயம் உண்மையிலேயே பயங்கரமான அபாயகரமான மாற்றுதான்.

அத்தியாயம் 9

வெளி நாடுகளில் இருந்து கிடைக்கும் பாடங்கள்

முஸ்லிம்களின் கோரிக்கையை ஏற்றுக்கொண்டு பாகிஸ்தான் என்றும் ஹிந்துஸ்தான் என்றும் இந்தியாவைப் பிரிக்கக்கூடாது; என்ன இழப்புகளைச் சந்திக்க நேர்ந்தாலும் இந்தியாவின் பூகோள எல்லைகளைத் தக்கவைத்துக்கொண்டாகவேண்டும் என்று நினைக்கும் ஹிந்துக்கள், இந்தியாவைப்போலவே பல தேசங்களை ஒன்றாக்கிக்கொண்டு ஒரே தேசமாக இருக்க முயற்சி செய்த அயல் நாடுகளுக்கு என்ன நேர்ந்தது என்பதைப் படித்துப் பார்ப்பது மிகவும் அவசியம். இப்படியான நாடுகள் அனைத்தின் வரலாற்றையும் படித்துப் பார்க்க வேண்டியதில்லை. துருக்கி, செக்கோஸ்லோவாக்கியா ஆகிய இரண்டு நாடுகளின் வரலாறைமட்டும் இங்கு பார்ப்போம்.

1

முதலில் துருக்கியை எடுத்துக்கொள்வோம். மத்திய ஆசியாவைப் பூர்விக பூமியாகக் கொண்டிருந்த துருக்கியர்களை அங்கிருந்து கி.பி. 1230-40 வாக்கில் மங்கோலியர்கள் விரட்டியடித்ததிலிருந்து துருக்கியர்களின் வரலாறு ஆரம்பிக்கிறது. அதையடுத்து துருக்கியர்கள் வட மேற்கு அண்டோலியாவில் சென்று குடியேறினார்கள். 1326 வாக்கில் புருசாவை வென்றதைத் தொடர்ந்து துருக்கிய சாம்ராஜ்யத்தைக் கட்டி எழுப்ப ஆரம்பித்தனர். 1360-61-ல் ஏகியனில் இருந்து கருங்கடல் வரை கைப்பற்றினர். 1361-62-ல் கான்ஸ்டாண்டிநோபிளில் இருந்த பைசண்டைன் அரசாங்கம் துருக்கியரின் மேலாதிக்கத்தின் கீழ் வந்தது. 1369-ல் பல்கேரியாவும் வெல்லப்பட்டது. 1371-72-ல் மாசிடோனியா கைப்பற்றப்பட்டது.

1373-ல் கான்ஸ்டாண்டிநோபிள் ஒட்டோமான் ஆட்சியை முழுமையாக ஏற்றுக்கொண்டது. 1389-ல் செர்வியாவை வென்றனர். 1430-ல் சலோனிகா, 1453-ல் கான்ஸ்டாண்டிநோபிள், 1461-ல் டெர்பிஸாண்ட், 1465-ல் க்வாராமான், 1475-ல் காஃபாவும் டானாவும் இணைத்துக்கொள்ளப்பட்டன. சிறிது கால தொய்வுக்குப் பின்னர் 1514-ல் மோசூ, 1516-17-ல் சிரியா, எகிப்து, ஹியாஸ், யாமன் பகுதிகளையும் 1521-ல் பெல்கிரேடையும் கைப்பற்றினர். மொஹாஜ் பகுதியில் இருந்த ஹங்கேரியர்களை 1526-ல் வென்றனர். 1529-ல் பாக்தாத் மீதான முதல் வெற்றியும் 1639-ல் பாக்தாத் மீதான இரண்டாம் வெற்றியும் கிடைத்தது. தங்கள் எல்லைகளை மேலும் விரிவுபடுத்திக்கொள்ளும் நோக்கில் 1529, 1683 ஆகிய இரண்டு வருடங்களில் வியன்னாவை முற்றுகை இட்டனர். ஆனால் இரண்டு முறையும் தோற்கடிக்கப் பட்டுவிட்டனர். இதனால் ஐரோப்பாவில் துருக்கியர்களால் தமது சாம்ராஜ்யத்தை விரிவுபடுத்த முடியாமல் போனது.

இருந்தும் 1326 தொடங்கி 1683 வரையிலும் நடந்த போர்களின் மூலம் மிகப் பெரிய சாம்ராஜ்யத்தை உருவாக்கிவிட்டிருந்தனர். இவற்றில் சில பிராந்தியங்களைத் தமது எதிரிகளிடம் துருக்கியர் இழக்க நேர்ந்தது. ஆனால் 1789-ல் ஃப்ரெஞ்சு புரட்சி ஏற்பட்ட போது துருக்கி சாம்ராஜ்யமானது 1. பால்கன், டாந்துபேயின் தென் பகுதி 2. ஆசியா மைனர், லெவண்ட் மற்றும் அருகமை தீவுகள்-சைப்ரஸ் 3. சிரியா, பாலஸ்தீனம், 4. எகிப்து மற்றும் 5. எகிப்திலிருந்து மொராக்கோ வரையான வட ஆஃப்ரிகா ஆகியவற்றை உள்ளடக்கியதாக இருந்தது.

துருக்கிய சாம்ராஜ்யத்தின் வீழ்ச்சியை எளிதில் விவரித்துவிடலாம். 1769-ல் எகிப்து விடுவித்துக்கொண்டது. அதைத் தொடர்ந்து பால்கன் பிரதேசங்களில் இருந்த கிறிஸ்தவர்கள் விடுதலை பெற்றனர். 1812-ல் துருக்கியுடனான ஒரு போரைத் தொடர்ந்து ரஷ்யா பெஸ்சராபியாவைக் கைப்பற்றியது. 1812-ல் ரஷ்யர்களின் உதவியுடன் செர்பியா கலகக்குரலை எழுப்பியது. துருக்கியர்கள் செர்பியாவைத் தனியான அரசாங்கத்தின் கீழ் கொண்டுவரவேண்டி வந்தது. 1829-ல் மோல்டாவியா, வலாசியா ஆகிய இரண்டு டாண்டுபியப் பகுதிகளுக்கு இதே சலுகை ஏற்பாட்டைச் செய்யவேண்டிவந்தது. 1822-29 வரை நீடித்த கிரேக்க சுதந்தரப் போரினால் துருக்கிய ஆக்கிரமிப்பிலிருந்து கிரேக்கம் முழுமையான விடுதலையை அடைந்தது.

1832-ல் துருக்கியப் பேரரசு கிரேக்கத்தின் அந்த விடுதலையை ஏற்றுக்கொள்ளவேண்டிவந்தது. 1875-79 காலகட்டத்தில் பால்கன்

பகுதிகளில் கலகம் மூண்டது. போஸ்னியா, ஹெர்ஸிகோவினா பகுதிகளிலும் கலகங்கள் வெடித்தன. பல்கேரியர்கள் துருக்கியருக்கு எதிரான வன்முறைகளில் ஈடுபட்டனர். இதனால் துருக்கியர்களும் பதிலுக்கு சம அளவில் எதிர் தாக்குதல் நடத்தினர். இதனால் செர்பியா, மோண்டனெகரோ ஆகியவை துருக்கிக்கு எதிராகப் போர்க்கொடி உயர்த்தின. ரஷ்யாவும் போர்தொடுத்தது.

பெர்லின் ஒப்பந்தத்தின் மூலம் துருக்கிக் கீழே பல்கேரியாவுக்கு சுய ஆட்சி அதிகாரம் தரப்பட்டது. கிழக்கு ருமேனியாவானது ஒரு கிறிஸ்தவ கவர்னர் மூலம் துருக்கியால் ஆளப்பட ஒப்புக்கொள்ளப் பட்டது. ரஷ்யர்களுக்கு கார்ஸ் மற்றும் படும் பகுதிகள் கிடைத்தன. டப்ரூட்ஜாவானது ருமேனியர்களுக்குத் தரப்பட்டது. போஸ்னியாவும் ஹெர்ஸிகோவினாவும் ஆஸ்திரியாவின் நிர்வாகத்தின் கீழ் வந்தன. சைப்ரஸ் பகுதியை இங்கிலாந்து ஆக்கிரமித்தது. 1881-ல் தெஸாலி பகுதி கிரேக்கத்துக்குக் கிடைத்தது. துனிஸ் பகுதியை ஃப்ரான்ஸ் கைப்பற்றியது. 1885-ல் பல்கேரியாவும் கிழக்கு ருமேனியாவும் ஒரே அரசாக்கப்பட்டன.

துருக்கிய சாம்ராஜ்யத்தின் வளர்ச்சியும் வீழ்ச்சியும் திரு லேன் பூல் மூலம் கீழ்க்கண்டவாறு மிக அழகாக விரிக்கப்பட்டிருக்கிறது.

> ஐரோப்பாவில் இன்று துருக்கி என்று அறியப்படும் சிறிய பகுதியானது பழங்காலத்தில் போர்டே ஆட்சி செய்தபோது கிரேக்கம், பல்கேரியா, கிழக்கு ருமேனியா, ருமேனியா, செர்பியா, போஸ்னியா, ஹெர்ஸிகோவினா, க்ரிமியா, தென் ரஷ்யாவின் ஒரு பகுதி, எகிப்து, சிரியா, டிரிபோலி, டுனிஸ், அல்ஜைர்ஸ், மத்திய தரைக்கடல் பகுதியில் இருக்கும் எண்ணற்ற தீவுகள், அரேபியாவின் பாலைவனப் பகுதி ஆகியவற்றை உள்ளடக்கியதாக இருந்தது. இப்போது அதன் மக்கள் தொகை ஐந்து கோடிக்கு மேல் அதாவது ரஷ்யா நீங்கலான ஐரோப்பாவின் மக்கள் தொகையைவிட இரண்டு மடங்கு அதிகம் இருக்கும். ஒவ்வொன்றாக துருக்கிய சாம்ராஜ்யத்தின் பகுதிகள் பிரிந்து சென்றன. ஃப்ரான்ஸுடன் அல்ஜைர்களும் துனிஷியர்களும் இணைக்கப்பட்டனர். 1,75,000 சதுர மைல் பரப்பளவும் ஐம்பது லட்சம் மக்களும் பிரிந்துசென்றனர்.
>
> எகிப்து உண்மையில் சுதந்தரமான தேசம். இதன் அர்த்தம் என்னவென்றால் மேலும் 5,00,000 மைல்கள் மற்றும் அறுபது லட்சம் பேர் பிரிந்து சென்றுவிடுவார்கள். ஆசிய துருக்கியில் இந்த அளவுக்கு இழப்பு ஏற்படவில்லை. இந்தப் பகுதியானது

> 6,80,000 சதுர மைல்கள் மற்றும் ஒரு கோடியே அறுபது லட்சம் மக்கள்தொகையை உள்ளடக்கியதாகவும் இருக்கிறது. ஆஃப்ரிக்காவைப்போலவே ஐரோப்பாவிலும் துருக்கிய சாம்ராஜ்யத்தின் பெரும் பகுதி பிரிந்துபோனது. ஆஃப்ரிக்க துருக்கியில் திரிபோலி மட்டுமே எஞ்சியிருக்கிறது. செர்பியாவும் போஸ்னியாவும் ஆஸ்திரியாவினால் ஆளப் படுகின்றன. இதனால் 40,000 சதுர கிலோமீட்டரும் 35 லட்சம் பேரும் மட்டுமே ஆஸ்திரியக் குடிமகன்களாக இருக்கின்றனர்.
>
> வாலாசியாவும் மால்டோவியாவும் சுதந்தரமான ருமேனிய சாம்ராஜ்யத்தில் இணைந்திருக்கின்றன. இதனால் துருக்கியின் 46,000 மைல்கள் பரப்பளவு மேலும் குறைந்துவிட்டது. ஐம்பது லட்சம் பேர் பிரிந்துசென்றுவிட்டனர். பல்கேரியா ஒரு தனியான நாடு. போர்டே மன்னருக்கு இதன் மீது எந்த அதிகாரமும் இருந்திருக்கவில்லை. கிழக்கு ருமேனியாவானது பல்கேரியாவின் அங்கமாகப் பின்னாளில் ஆனது. இவை இரண்டும் சேர்ந்து 40,000 மைல் பரப்பளவு உடையவை. இதோடு 30 லட்சம் மக்களும் துருக்கி சாம்ராஜ்யத்தில் இருந்து பிரிந்துசென்றனர். 25,000 மைல் பரப்பளவு கொண்ட கிரேக்கமும் அதன் 20 லட்சம் மக்களும் வெகு காலத்துக்கு முன்பிருந்தே துருக்கி சாம்ராஜ்யத்தில் இருந்து பிரிந்திருந்தனர். ஒரு காலத்தில் ஐரோப்பாவில் துருக்கிய சாம்ராஜ்யத்தின் விஸ்தீரணமானது 2,30,000 மைல் பரப்பளவைக் கொண்டிருந்தது. அதன் மக்கள்தொகையானது இரண்டு கோடியாக இருந்தது. இப்போது அது 66,000மைல் பரப்பளவும் 45 லட்சம் பேரை மட்டுமே கொண்டதாகச் சுருங்கியிருக்கிறது. அதாவது நான்கில் மூன்று பங்கு நிலத்தையும் மக்கள் தொகையையும் இழந்துவிட்டது (துருக்கி, பக் 363-64).

1907-ல் துருக்கியின் நிலை இதுதான். இதன் பின்னர் நடந்ததுதான் மேலும் மோசம். 1908-ல் இளம் துருக்கியர்களால் முன்னெடுக்கப் பட்ட புரட்சியைப் பயன்படுத்திக்கொண்டு போஸ்னியாவையும் ஹெர்சோகோவினாவையும் ஆஸ்திரியா இணைத்துக் கொண்டு விட்டது. பல்கேரியா தனது சுதந்தரத்தை அறிவித்துக்கொண்டது. 1911-ல் இத்தாலி திரிபோலியைக் கைப்பற்றியது. 1912-ல் ஃப்ரான்ஸ் மொராக்கோவை ஆக்கிரமித்தது. 1912-ல் இத்தாலி பெற்ற வெற்றியைப் பார்த்த பல்கேரியா, கிரீஸ், செர்பியா, மாண்டெனெகெரோ எல்லாம் சேர்ந்து பால்கன் லீக் என்ற ஒன்றை உருவாக்கிக்கொண்டு துருக்கியின் மீது போர்தொடுத்தன. முதல்

பால்கன் போர் என்று அழைக்கப்பட்ட இதில் துருக்கி முழுமையாகத் தோற்கடிக்கப்பட்டது.

1913 லண்டன் ஒப்பந்தத்தின் மூலம் ஐரோப்பாவில் இருந்த துருக்கியின் சாம்ராஜ்யமானது கான்ஸ்டாண்டிநோபிளைச் சுற்றிய சிறிய பிராந்தியமாகச் சுருங்கியது. ஆனால், அந்த ஒப்பந்தம் அமலாகவில்லை. ஏனென்றால் வெற்றியாளர்கள் வெற்றியை எப்படிப் பங்கிடுவது என்பது தொடர்பாகப் பேசி முடிப்பதில் கால தாமதமானது. 1913-ல் பால்கன் லீகின் பிற நாடுகள் மீது பல்கேரியா போர் அறிவித்தது. தனது பிராந்தியத்தை விரிவுபடுத்தும் நோக்கில் பல்கேரியாவின் மீது ருமேனியா போர் தொடுத்தது. துருக்கியும் அதைச் செய்தது. ஆனால், 1913-ல் உருவான புகாரெஸ்ட் ஒப்பந்தமானது இரண்டாம் பால்கன் போரை முடிவுக்குக் கொண்டு வந்தது. அடியானோபில், பல்கேரியாவிடமிருந்து த்ரேஸ் ஆகிய பகுதிகளை துருக்கி பெற்றது. சலோனிகா உள்ளிட்ட வட மாசிடோனியாவை செர்பியா கைப்பற்றியது. தென் மாசிடோனியாவை கிரீஸ் கைப்பற்றியது. மாண்டெனிக்ரோ தனது எல்லையை விரிவாக்கியது.

1914-ல் மாபெரும் ஐரோப்பிய போர் மூண்டது. துருக்கியிடமிருந்து பால்கன் நாடுகள் சுதந்தரம் பெற்றன. ஐரோப்பாவில் இருந்த துருக்கிய சாம்ராஜ்யத்தின் பகுதியானது கான்ஸ்டாண்டிநோபிளைச் சுற்றிய சிறிய பகுதியாகவும் ஆசியாவில் ஆளுகைக்குள் இருந்த பகுதியாகவும் சுருங்கியது. ஆஃப்ரிக்க கண்டத்தைப் பொறுத்தவரையில் எகிப்து மற்றும் பிற வட ஆஃப்ரிக்க பகுதிகள் மீதான சுல்தானின் அதிகாரமானது பெயரளவிலானது. ஐரோப்பிய சக்திகள் அங்கு தமது அதிகாரத்தை நிலை நாட்டிவிட்டன. மத்திய தரைக்கடல் பகுதியில் ஆரம்பித்து பாரசீக வளைகுடா வரையிலும் துருக்கியிடமிருந்து விடுவிக்கப்பட்டன. பாக்தாத், டமாஸ்கஸ், அலெபோ போன்றவையும் கூடக் கைப்பற்றப்பட்டுவிட்டன.

ஐரோப்பாவில் நேச நாட்டுப்படைகள் கான்ஸ்டாண்டி நோபிளையும் ஆக்கிரமித்தன. செவ்ரஸ் ஒப்பந்தமானது துருக்கியுடனான போரை முடிவுக்குக் கொண்டுவந்தது. ஆசியா மைனரின் வளமான பகுதிகள் உட்பட அதன் அனைத்து பிராந்தியங்களின் மீதான அதிகாரத்தை முடிவுக்குக் கொண்டு வந்தது. மாசிடோனியா, த்ராஸ், ஆசியா மைனர் பகுதிகளில் துருக்கியப் படைகளை ஓரங்கட்டி கிரேக்க உரிமை கொண்டாட வழிசெய்யப்பட்டது. அடாலியா, தென் பகுதியில் மிகப் பெரிய பிராந்தியம் ஆகியவற்றை இத்தாலி உரிமை கொண்டாடியது.

ஆசியாவில் இருக்கும் அராபிய ஆக்கிரமிப்புப் பகுதிகள், இராக், சிரியா, பாலஸ்தீனம், நெஜ்த் என அனைத்தும் துருக்கியிடமிருந்து பறிக்கப்பட்டது. தலைநகர் காண்ஸ்டாண்டிநோபிள், அனடோலியாவின் பொட்டல் காட்டின் ஒரு பகுதி மட்டுமே துருக்கியிடம் எஞ்சியது.

துருக்கி சுல்தான் இந்த ஒப்பந்தத்தை ஏற்றுக்கொண்டார்; ஆனால் நேஷனலிஸ்ட் கட்சியின் தலைவர் கெமால் பாஷா கடுமையாக எதிர்த்தார். கிரேக்கர்கள் தமது புதிய பகுதிகளை ஆக்கிரமிக்கப் புறப்பட்டபோது, கடுமையாகத் தாக்கி விரட்டப்பட்டனர். கிரேக்கர்களுடன் 1920-22 வரை நீடித்த இந்த போரின் முடிவில் சிம்ரன்யாவை துருக்கியர்கள் மீட்டெடுத்தனர். கிரேக்கப் படைகளுக்கு உதவ நேச சக்திகள் முன்வந்திராத நிலையில் தேசியவாத துருக்கியர்களுடன் ஒரு சமரசத்துக்கு வரவேண்டிய நிர்பந்தம் ஏற்பட்டது. முடியானா பகுதியில் நடந்த பேச்சு வார்த்தையின்போது கிரேக்கர்கள் செவ்ரஸ் ஒப்பந்தத்தை மாற்றியமைக்க ஒப்புக்கொண்டனர். 1923-ல் சாவ்சேன் ஒப்பந்தத்தின் மூலம்மேற்கத்திய தெரேஸ் பகுதி மீதான ஆதிக்கம் நீங்கலாக பிற விஷயங்களில் துருக்கியின் கோரிக்கைகள் ஏற்றுக்கொள்ளப்பட்டன.

செவ்ரஸ் ஒப்பந்தத்தின் பிற அம்சங்கள் துருக்கியர்களால் ஏற்றுக்கொள்ளப்பட்டன. இதனால் ஆசியாவில் இருந்த அராபிய ஆதிக்கப் பகுதிகளையும் இழக்க நேர்ந்தது. 1914 போருக்கு முன்பாக ஐரோப்பாவில் தன் கட்டுப்பாட்டில் இருந்த அனைத்து பகுதிகளையும் துருக்கி இழந்துவிட்டது. பழைய துருக்கிய சாம்ராஜ்யத்தின் வீழ்ச்சியைத் தொடர்ந்து பழைய சாம்ராஜ்யத்தின் மிக மிகக் குறுகிய வடிவமாக துருக்கி குடியரசு என்று மிகச் சிறிய பகுதிமட்டுமே எஞ்சியிருக்கிறது. அதாவது, துருக்கியின் 2,94,492 சதுர மைல் பரப்பளவில் 3,708 சதுர மைல்கள் ஏரிகள், சதுப்பு நிலங்கள். ஐரோப்பாவில் இருக்கும் துருக்கி ஆளுகைக்குட்பட்ட பகுதிகள் 9,57 சதுர மைல்கள் மட்டுமே.

2

செக்கோஸ்லோவாகியாவை எடுத்துக்கொள்வோம். 1914-ல் ஐரோப்பிய போரைத் தொடர்ந்து ட்ரைனான் ஒப்பந்தம் கையெழுத்தானது. இந்த அமைதி ஒப்பந்தம் அளவுக்கு கறாரானது எதுவுமே இருந்திருக்கமுடியாது. பேராசிரியர் மெக்கார்டனி, இதன் விளைவாக ஹங்கேரி பெருமளவுக்குச் சிதைக்கப்படவில்லை.

க்ரோஷியா, ஸ்லோவானியா ஆகிய இரண்டையும் விலக்கி விட்டுப் பார்த்தாலும் ஹங்கேரியானது போருக்கு முன்பிருந்ததில் மூன்றில் ஒரு பங்கு (32.6%) பரப்பளவை இழந்தது. மக்கள்தொகையில் ஐந்தில் இரண்டு பங்கை (41.6%) இழந்தது. முன்பு பங்கேரியர்களாக இருந்தவர்கள் எல்லாம் ஏழு அரசுகளில் பகிர்ந்து கொடுக்கப்பட்டனர். இந்த அரசுகளில்எதுவுமே இதற்கு முன் இருந்திருக்கவில்லை. அவை முழுவதும் புதிதாக உருவாக்கப் பட்டவையே. செக்கோஸ்லோவாகியாவின் நிலை இதுதான்.

செக்கோஸ்லோவாகியா குடியரசின் பரப்பளவு 54, 244 சதுர மைகள். அதன் மக்கள் தொகை 1,36,13,172. பொஹிமியா, மொராவியா, ஸ்லோவாகியா, ரூதேனியா என முன்பு அறியப் பட்ட பகுதிகளை உள்ளடக்கியிருந்தது. 1. பொஹிமியா, மொராவியாவில் இருந்த செக் மக்கள் 2. ஸ்லோவாகியாவில் இருந்த ஸ்லோவாகியர்கள் 3. ருதேனியாவில் இருந்த ருதேனியர்கள் என மூன்று தேசிய இனங்களைக் கொண்ட தேசமாக இருந்தது.

செக்கோஸ்லோவாகியா நாடு மிகக் குறுகிய காலமே அதாவது 20 ஆண்டுகள் மட்டுமே நிலைத்தது. 15 மார்ச்,1939-ல் அது சிதைந்தது அல்லது அதன் சுதந்தர தேசம் என்ற நிலை அழிந்தது. ஜெர்மனியின் கட்டுப்பாட்டில் இருக்கும் பகுதியாக ஆனது. இப்படி அது ஆனதற்கான சந்தர்ப்ப சூழ்நிலைகள் மிகவும் அசாதாரண மானவை. எந்த சக்திகள் அந்த தேசத்தை உருவாக்கினவோ அவற்றினாலேயே அதன் அழிவும் நேர்ந்தது. 30, செப், 1938-ல் முனீச் ஒப்பந்தத்தில் கையெழுத்திட்டதைத் தொடர்ந்து ஜெர்மனியின் முன்னாள் எதிரிகளான இங்கிலாந்து, ஃப்ரான்ஸ், இத்தாலி ஆகிய மூன்று நாடுகளுமே செக்கோஸ்லோவாகியாவை ஜெர்மனி ஆக்கிரமிக்க உதவின. இதில் வேடிக்கை என்னவென்றால் செக்கோஸ்லோவாகியாவுக்கு அந்த மூன்று நாடுகளுமே நட்பு நாடாகவே இருந்தன. சுதந்தரம் பெற செக் மக்கள் கடந்த நூற்றாண்டில் மேற்கொண்டிருந்த முயற்சிகள் அனைத்துமே துடைத்தழிக்கப்பட்டன. முந்தைய ஜெர்மானிய எஜமானர்களுக்கு மீண்டும் அவர்கள் அடிமைப்பட நேர்ந்தது.

3

துருக்கி சாம்ராஜ்யத்தில் எதனால் பிரச்னைகள் ஏற்பட்டன?

துருக்கி சாம்ராஜ்யம் என்ற நூலில் லார்ட் எவர்ஸ்லி பிரபு துருக்கியின் வீழ்ச்சிக்கு உள்ளார்ந்த மற்றும் வெளிப்புறக்

காரணங்கள் சிலவற்றைச் சொல்லியிருக்கிறார். உள் நாட்டுக் காரணங்கள் இரண்டு. முதலில் ஒட்டோமான் வம்சத்தின் வீழ்ச்சி. முழு அதிகாரமும் சுல்தான்களின் வாஸிர்களிடம் அல்லது சுல்தான்களின் அந்தப்புரங்களில் இருந்த பெண்களின் கைகளுக்குச் சென்றன. அந்தப்புரமானது சுல்தானின் உத்தரவுகளுக்கு ஏற்படச் செயல்பட்டுவந்த அதிகாரபூர்வ நிர்வாக சபையின் செயல்பாடுகள், தீர்மானங்களுக்கு எதிராகவே எப்போதும் இருந்தது. உயர் மட்டத்தில் ஆரம்பித்து அடிமட்டம் வகையிலும் இருந்த அதிகாரிகள் அனைவரும் நிர்வாக, ராணுவ அமைப்புகள் அனைத்தையும் அதிகப் பணம் கொடுப்பவருக்கு விட்டுக் கொடுப்பவர்களாக இருந்தனர். தாம் விரும்புவதை நிறை வேற்றிக்கொள்ள அந்தப்புரத்தில் இருந்தவர்களைப் பயன்படுத்தி சுல்தானின் சம்மதத்தைப் பெற்றுவந்தனர். அப்படியாக அந்தப்புரமே அதிகாரமையமாகவும் ஊழலின் ஊற்றுக் கண்ணாகவும் ஆனது. துருக்கிய சாம்ராஜ்யம் முழுவதும் ஊழல் மலிந்தது. அதுவே துருக்கிய சாம்ராஜ்யத்தின் வீழ்ச்சிக்கு முக்கிய காரணமாக அமைந்தது.

இரண்டாவது முக்கிய காரணம், ராணுவத்தின் சீரழிவு. ஒட்டோமான் பேரரசு ஆரம்ப காலகட்டத்தில் பெற்ற வெற்றி களுக்குக் காரணமாக இருந்த உத்வேகத்தையும் துணிச்சலையும் கடந்த 300 ஆண்டுகளில் ராணுவம் இழந்துவிட்டது. துருக்கிய ராணுவத்தில் இந்த உத்வேகமும் துணிச்சலும் இல்லாமல் போனதற்கு ஒரு காரணம் அந்தப் படையில் துருக்கியர்கள் மற்றும் அராபியர்கள் மட்டுமே இடம்பெற்றனர். கூடவே படைவீரர்கள் வெல்லும் பகுதியில் கொள்ளையடிப்பதைக் கட்டுக்குள் கொண்டுவந்தனர். பின்னாட்களில் துருக்கிய சாம்ராஜ்யம் புதிய படையெடுப்புகளில் ஈடுபடும் உத்வேகம் இழந்து இருப்பதைத் தக்கவைத்துக்கொள்ளும் மனநிலைக்கு வந்தபோது வெற்றி பெற்ற பிராந்தியங்களில் இருக்கும் நிலங்களை வீரர்களுக்குப் பங்கிட்டுக் கொடுக்க ஆரம்பித்தனர். இவையெல்லாம் படைவீரர்களின் ஆர்வத்தைக் குறைத்தன.

துருக்கிய சாம்ராஜ்யம் வீழ்ச்சியடைந்தற்கான வெளிக்காரணங்கள் என்று பார்த்தால், ஐரோப்பிய தேசங்களின் பேராசையைச் சொல்லலாம். ஆனால், இது ஒருவகையில் உண்மையான காரணத்தைச் சொல்லாமல் மறைத்துவிடுகிறது. துருக்கிய சாம்ராஜ்யத்தினுள் இருந்த மக்களின் தேசிய உணர்வுகள் பலம்பெற்றதுதான் துருக்கிய சாம்ராஜ்யத்தின் வீழ்ச்சிக்கான முக்கிய காரணம். கிரேக்கர்களின் கலகம், செர்பியர்களின் கலகம்,

பல்கேரியர்கள், பால்கன்கள் ஆகியோரின் எதிர்ப்பு இவையெல்லாம் கிறிஸ்தவத்துக்கும் இஸ்லாமுக்கும் இடையிலான போராகவே வெளிப்பட்டன என்பது உண்மையே. ஆனால், அது ஒருவகையில் மேலோட்டமான பார்வை மட்டுமே. அந்த கலகங்கள், போராட்டங்கள் எல்லாமே உண்மையில் தேசிய உணர்விலிருந்து முளைத்தெழுந்தவையே. துருக்கிய ஆட்சியாளர்களின் முறையற்ற ஆட்சி, இஸ்லாமின் கிறிஸ்தவ எதிர்ப்பு நிலை, ஐரோப்பிய தேசங்களின் வியூகங்கள் இவையெல்லாம் இந்தக் கலகங்களுக்குத் தூண்டுதலாக இருந்தன என்பதில் எந்த சந்தேகமும் இல்லை. ஆனால், உண்மையான உந்துவிசையை இவை சுட்டிக்காட்டுவதாக இல்லை. உண்மையான உந்து சக்தி என்பது தேசிய உணர்வுதான். அந்தக் கலகங்கள் எல்லாமே இந்த உணர்வின் வெளிப் பாடுகள்தான்.

துருக்கிய சாம்ராஜ்யத்தின் வீழ்ச்சிக்கு அது அடக்கி ஆண்ட பகுதிகளில் இருந்தவர்களின் தேசிய உணர்ச்சியே காரணம். துருக்கிய சாம்ராஜ்யத்தின் கடைசி போரில் அராபியர்களின் தேசிய உணர்ச்சியே வெளிப்பட்டது. இங்கு இஸ்லாம் - கிறிஸ்தவம் என்ற பகைமை இருந்திருக்கவே இல்லை. ஒடுக்குபவர்- ஒடுக்கப் பட்டவர் என்ற நிலையும் இருந்திருக்கவில்லை. இருந்தும் அராபியர்கள் துருக்கிய சாம்ராஜ்யத்தில் இருந்து சுதந்தரம் வேண்டும் என்று போராடிப் பெற்றனர். ஏன்? ஏனென்றால் துருக்கியப் பிரஜையாக இருப்பதைவிட ஒரு அராபிய தேசியவாதியாக இருப்பதே மேல் என்ற தேசிய உணர்வு மேலெழுந்து வந்ததே காரணம்.

செக்கோஸ்லோவாகியாவின் வீழ்ச்சிக்கு எது காரணம்?

ஜெர்மானியப் படையெடுப்பே காரணம் என்பது பொதுவானதொரு நம்பிக்கை. அது ஓரளவுக்கு உண்மையும் கூட. ஆனால் முழு உண்மை அது அல்ல. ஜெர்மனி மட்டுமே அதன் எதிரியாக இருந்திருந்தால் சுடேடன் ஜெர்மானியர்களால் ஆக்கிரமிக்கப்பட்ட எல்லைப் புற சொற்ப பகுதி மட்டுமே செக்கோஸ்லோவாகியாவுக்கு இழக்க நேர்ந்திருக்கும். ஆனால், அதைவிடப் பெரிய இழப்பை ஜெர்மானிய படையெடுப்பினால் நிகழ்த்தியிருக்க முடியாது. எல்லைக்கு உள்ளே இருந்த எதிரியால்தான் செக்கோஸ்லோவாகியா வீழ்ச்சியைச் சந்தித்தது. ஸ்லோவாகியர்களின் சுதந்தர தேசிய உணர்வே செகோஸ்லாவாகியாவில் இருந்து தம்மைப் பிரித்துக்கொண்டு தனி நாடாகத் தூண்டியது.

ஸ்லோவாக் மற்றும் செக் ஆகிய இரு தரப்பினர் ஒன்று சேர்ந்து உருவாக்கிய ஒற்றை தேசம் என்பது சில எதிர்பார்ப்புகளின் அடிப்படையில்தான் உருவாகியிருந்தனர். அவர்கள் இருவரும் ஒரே குழுவினரே. ஸ்லோவாகியர்கள் என்பவர்கள் செக்கோ ஸ்லோவாகியாவின் ஒரு கிளை மட்டுமே என்ற நம்பிக்கை இருந்தது. இரண்டாவதாக இருவரும் செக்கோஸ்லோவாக் என்ற மொழியையே பேசினார்கள் என்ற அனுமானம் இருந்தது. மூன்றாவதாக ஸ்லோவாக் என்ற தனியான தேசிய உணர்வு எதுவும் கிடையாது என்றெல்லாம் நம்பப்பட்டது. இந்த நம்பிக்கைகள், அனுமானங்களை முதலில் யாரும் பெரிதாகப் பரிசோதித்துப் பார்த்திருக்கவில்லை. ஏனென்றால் ஸ்லோவாகியர்களே அந்த கூட்டமைப்பு வேண்டும் என்று விரும்பியிருந்தனர். 1918-ல் நடந்த அமைதிப் பேச்சுவார்த்தையில் ஸ்லோவாகியர்களின் பிரதிநிதிகள் ஒரே நாடாகச் சேர்ந்து வாழ சம்மதம் தெரிவித்திருந்தனர். இது மேலோட்டமான அவசரமான தீர்மானம்.

பேராசிரியர் மெகார்ட்டினி சொல்கிறார் :

> இந்த வரலாற்றைச் சீர்தூக்கிப் பார்த்தால் செக் மற்றும் ஸ்லோவாகியர்களுடைய உறவு பற்றிய ஸ்லோவாகியர்களின் தேசிய உணர்வெழுச்சியே முக்கிய அரசியல் அம்சமாகத் தெரிய வருகிறது. செக்கோஸ்லோவாகியர்களும் அவர்களுடைய மொழியும் பிரிக்க முடியாத ஒரே விஷயம் என்று நம்புபவர்கள் எந்த அளவுக்கு இருப்பதாகச் சொல்லப்படுகிறதோ அந்த அளவுக்கு நிச்சயம் இல்லை. குறிப்பாக, ஸ்லோவாகியாவில் அவர்கள் மிகவும் குறைவுதான். செக் மக்கள் மற்றும் ஸ்லோவாகிய மக்கள் ஆகியவர்களுக்கு இடையே இருக்கும் கணிசமான வித்தியாசங்களை நேரில் பார்த்ததைத் தொடர்ந்து இப்படி ஒன்றுதான் என்று நம்புபவர்கள் விரல்விட்டு எண்ணும் அளவுக்குக் குறைந்துவிட்டார்கள்.
>
> இப்போதைக்கு செக் மக்களினால் ஸ்லோவாக் மொழியானது ஸ்லோவாகியாவின் அதிகாரபூர்வ மொழியே என்று ஒப்புக் கொள்ளப்பட்டிருக்கிறது. செக்கோஸ்லோவாகியா என்ற பெயரானது அதிகாரபூர்வ ஆவணங்கள், படைப்புகளில் மட்டுமே பயன்படுத்தப்படுகிறது. தன்னை செக்கோ ஸ்லோவாகியர் என்று குறிப்பிட்ட ஒரே ஒரு நபரைத்தான் பல வாரங்கள் அங்கி தங்கியிருந்த நான் பார்க்க முடிந்தது. அவருமேகூட ஜெர்மானிய- ஹங்கேரிய பெற்றோருக்குப் பிறந்த குழந்தை. அதையும் அவர் மிகத் தெளிவாக அரசியல்

நோக்கில் பழங்காலத்தை மீட்டெடுப்பது என்பது வீணான முயற்சி என்று நம்பியதால் அப்படிச் சொன்னார். எந்தவொரு செக் அல்லது ஸ்லோவாகியர் தன்னைப் பற்றிக் குறிப்பிடும் போது செக் என்றும் ஸ்லோவாகியர் என்றுமே அடையாளப் படுத்திக்கொள்கிறார் (சி.ஏ.மெக்கார்டினியின் ஹங்கேரி அண்ட் ஹெர் சக்சஸர்ஸ் -ஆக்ஸ்ஃபோர்டு வெளியீடு, 1937, பக் 136).

ஸ்லோவாகியர்களின் இந்த தேசிய உணர்வானது எப்போதுமே உயிர்ப்புடன்தான் இருந்திருக்கிறது. சுடேடன் ஜெர்மானியர்கள் செக்கொஸ்லோவாகியாவிடம் சுய நிர்ணயத்துக்கான சில அதிகாரங்களைக் கேட்டபோது அந்த தேசிய உணர்வுகள் வெடித்துக் கிளம்பின. ஜெர்மானியர்கள் தாம் விரும்பியதை ரோட்டோர ரௌடிகளைப் போல் மிரட்டிக் கேட்டனர்; ‘நாங்கள் கேட்பதைக் கொடுத்துவிடு; இல்லையென்றால் உன் கடையைக் கொளுத்திவிடுவோம்’ என்றனர். ஸ்லோவாகியர்களும் தமது சுய நிர்ணய உரிமையைப் பெற வேறு வழியில் முயன்றனர். அவர்கள் ரௌடிகளைப்போல் நடந்துகொள்ளவில்லை. சுய நிர்ணயத்துக்கான போராட்டத்தை முன்னெடுத்தனர்.

ஸ்லோவாகிய விடுதலை இயக்கத்தின் தலைவரான டாக்டர் டிஸோ அக்டோபர் எட்டம் தேதியன்று ஒரு சுதந்தர பிரகடன அறிக்கையை வெளியிட்டார். ‘எமது கடவுளையும் தேசத்தையும் அடையும் பயணத்தை ஒரு கிறிஸ்தவ, தேச பக்தி உணர்வுடன் முன்னெடுத்துச் சென்றடைவோம்’. தமது வலிமை மீதான நம்பிக்கையுடன் அதிகார அரசியலை முன்னெடுத்து ஸ்லோவாகியர்கள், செக் ஆகிய இரு தரப்பினரின் நல்லுறவை முடிந்த வழிகளிலெல்லாம் நெருக்கடிக்கு உள்ளாக்கினர். முனீச் ஒப்பந்தத்தை அடுத்து 1938-ல் பராகுவே தேசிய சபை ஸ்லோவாகியாவுக்கான சுய நிர்ணயம் தொடர்பான அரசியல் சாசன சட்டம் என்ற பேயரில் ஒரு சட்டம் இயற்றியது. அது முன்வைத்த கோரிக்கைகள் எல்லாம் அதீதமாக இருந்தன.

ஸ்லோவாகியாவுக்குத் தனியான நாடாளுமன்றம் இருக்க வேண்டும். இந்த மன்றமானது ஸ்லோவாகியாவின் அரசியல் சாசனத்தை செக்கோஸ்லோவாகிய குடியரசின் சட்ட திட்டங்களுக்கு உட்பட்டு வகுக்கவேண்டும். ஸ்லோவாகியாவின் நிலப்பரப்பில் ஏதேனும் மாற்றம் செய்வதாக இருந்தால் ஸ்லோவாகிய நாடாளுமன்றத்தில் மூன்றில் இரண்டு பங்கு உறுப்பினர்களின் சம்மதம் இருந்தால்தான் செய்ய முடியும். ஸ்லோவாகியா மட்டுமே சம்பந்தப்பட்ட விவகாரங்களில்

அயல்நாடுகளுடனான ஒப்பந்தங்களானது ஸ்லோவாகிய நாடாளு மன்றத்தின் அனுமதி பெற்றே அமல்படுத்தப்படவேண்டும். ஸ்லோவாகியாவில் இருக்கும் மத்திய அரசு நிர்வாகப் பதவிகளில் ஸ்லோவாகியர்களுக்கே அதிக இடம் தரவேண்டும். அனைத்து மத்திய அமைப்புகள், கவுன்சில்கள், குழுக்கள் பிற நிறுவனங்களில் ஸ்லோவாகியர்களுக்கு அவர்களுடைய விகிதாசாரத்துக்கு ஏற்ப இடம் தரவேண்டும். அதுபோலவே செக்கோஸ்லொவாகியா பங்குபெறும் சர்வ தேச அமைப்புகளிலும் ஸ்லோவாகியாவுக்கு உரிய விகிதாசாரப் பங்களிப்பு இருக்கவேண்டும்.

அமைதிக் காலங்களில் ஸ்லோவாகிய படைவீரர்கள் முடிந்த அளவுக்கு ஸ்லோவாகியாவிலேயே பணிபுரியும்படிச் செய்ய வேண்டும். பொதுவான விஷயங்கள் தொடர்பான சட்டசபை அதிகாரத்தைப் பொறுத்தவரையில் செக்கோஸ்லோவாகிய நாடாளுமன்றத்துக்கே முழு அதிகாரமும் இருக்கவேண்டும். ஸ்லோவாகியாவுக்கு இந்த அதிகாரங்களையெல்லாம் வழங்கும் அரசியல் சாசன சட்டத்தில் தேசிய நாடாளுமன்றமானது ஏதேனும் திருத்தங்கள் செய்வதென்றால் ஸ்லோவாகியாவில் தேர்ந் தெடுக்கப்பட்ட பிரதிநிதிகளில் பெரும்பான்மையானவர்களின் சம்மதம் பெற்றால் மட்டுமே நடைமுறைப்படுத்த முடியும்.

அதுபோலவே செக்கோஸ்லோவாகிய குடியரசின் அதிபர் நாடாளுமன்றத்தின் உறுப்பினர்களின் பெரும்பான்மை வாக்கு பெற்றால் மட்டும் போதாது. ஸ்லோவாகியர்களின் விகிதா சாரத்துக்கு ஏற்ப அவர்களுடைய பிரதிநிதிகளின் பெரும் பான்மையின் சம்மதம் பெற்றால்தான் அதிபராக முடியும். ஸ்லோவாகிய பிரதிநிதிகளின் நம்பிக்கை இருந்தால்தான் மத்திய அரசு செயல்படமுடியும். அரசியல் சாசனம் சொல்லியிருப்பது போல் நாடாளுமன்றத்தில் இருக்கும் மூன்றில் ஒரு பங்கு ஸ்லோவாகிய உறுப்பினர்கள் நினைத்தால் நம்பிக்கையில்லாத் தீர்மானம் கொண்டுவர முடியும்.

செக் மக்களின் விருப்பத்துக்கு மாறாக இந்தத் தீர்மானங்கள் எல்லாம் அரசியல் சாசனத்தில் இடம்பெற்றன. செக் மக்களுக்கும் ஸ்லோவாகிய மக்களுக்கும் இடையில் பிரித்துக் காட்டும் கோடு ஒன்று '-' அவர்களுடைய விருப்பத்துக்கு மாறாகச் சேர்க்கப் பட்டது. இரண்டு தரப்புகளுக்கிடையில் இருக்கும் சிறிய பிரச்னைகள் எல்லாம் தீர்க்கப்பட்டுவிட்டால் ஸ்லோவாகியர் களின் தேச உணர்வானது செக் மக்களுடன் அவர்களை மேலும் நெருக்கமாகக் கொண்டுவந்துவிடும் என்று நம்பி இந்த முடிவுகள்

எடுக்கப்பட்டன. இப்படியாக ஸ்லோவாகியர்களுக்கு தனிப்பட்ட விசேஷமான அந்தஸ்தானது அரசியல் சாசனத்தின் மூலம் தரப்பட்டது. அவர்களுடைய சம்மதம் இல்லாமல் அதை மாற்ற முடியாது என்றும் சொல்லப்பட்டது. எந்த வகையிலும் ஸ்லோவாகியர்கள் தமது தேசிய அடையாளத்தை செக் குடிமக்களுடனான இணைப்பினால் இழக்கப் போவதில்லை என்று அனைத்து உறுதியும் செய்து தரப்பட்டது. இடையில் சேர்க்கப் பட்ட '-' மூலம் கிடைத்த சுய நிர்ணய அதிகாரமானது ஸ்லோவாகியர் களைத் தனி அடையாளத்துடன் நிலைபெற உதவியது.

புதிய அரசியல் சாசனத்தின்படியான முதல் ஸ்லோவாகிய நாடாளு மன்றமானது ஜன 18, 1939-ல் தேர்ந்தெடுக்கப்பட்டது. நாடாளு மன்றத் தலைவர் டாக்டர் மார்ட்டின் ஸ்கோல், ஸ்லோவாகியர் களின் சுதந்தரப் போராட்டம் முடிவுக்கு வந்துவிட்டது. புதிய தேசிய மறு பிறப்பின் காலம் ஆரம்பித்துவிட்டது என்று அறிவித்தார். அப்போது பேசப்பட்டவற்றையெல்லாம் வைத்துப் பார்த்தால் ஸ்லோவாகியாவுக்கு சுய நிர்ணய அதிகாரம் கிடைத்துவிட்டது. செக் மக்களுடன் அவர்களுக்கு இனிமேல் எந்தவொரு பகைமையும் தோன்றாது. செக்கோ-ஸ்லோவாகிய அரசின் கீழ் இருவரும் விசுவாசமான குடிமக்களாக நடந்துகொள்வார்கள் என்ற நம்பிக்கையையே தந்தன.

ஸ்லோவாகிய நாடாளுமன்றம் செயல்பட ஆரம்பித்து ஒரு மாத காலத்துக்குள், ஸ்லோவாகிய அரசியல்வாதிகள் '-' க்கு எதிராகப் போர்க்கொடி தூக்கி தனி நாடாகப் போகவேண்டும் என்று பேச ஆரம்பித்துவிட்டனர். அனல் பறக்கும் தமது பிரசாரங்களில் செக் மக்களைத் தாக்கிப் பேசினர். செக் மக்களின் அடக்குமுறையைப் பற்றிப் பேசி ஸ்லோவாகியாவுக்கு முழு விடுதலை கிடைக்க வேண்டும் என்று போராடத் தொடங்கினர். மார்ச் மாத வாக்கில் செக்கோ-ஸ்லோவாகிய அரசின் ஒருங்கிணைப்புக்கு அச்சுறுத்தல் ஏற்படுத்தும் வகையில் ஸ்லோவாகியாவில் பிரிவினைவாதக் குரல்கள் பல வழிகளில் வெளிப்பட ஆரம்பித்தன. ஸ்லோவாகிய பிரதமர் டிஸோ, ஸ்லோவாகியாவின் சுதந்தரத்தைப் பிரகடனம் செய்ய முடிவுசெய்தார். இது தெரிந்ததும் ஸ்லோவாகியாவுக்குள் ராணுவப் படைகள் நுழைந்தன. ஸ்லோவாகிய பிரதமர் டிஸோவும் பிற அமைச்சர்களும் குடியரசின் அதிபர் டாக்டர் ஹாச்சா மூலம் பதவி நீக்கம் செய்யப்பட்டனர். காவலர்களின் கண்காணிப்பின் கீழ் இருந்ததாகக் கருதப்பட்ட டிஸோ மறு நாள் உதவி கேட்டு பெர்லினுக்குத் தொலைபேசியில் பேசினார். திங்கள் கிழமையன்று டிஸோவும் ஹிட்லரும் பெர்லினில் ஒன்றரை மணி நேரம் சந்தித்துப்

பேசினர். ஹிட்லருடனான பேச்சுவார்த்தை முடிந்ததும் டிஸோ பராகுவேக்கு போன் செய்து ஜெர்மானியர் முன்வைத்த உத்தரவுகளை அவர்களுக்குத் தெரிவித்தார்.

1. ஸ்லோவாகியாவில் இருந்து அனைத்து படைகளும் திரும்பப்பெறப்படவேண்டும்.
2. ஜெர்மனியின் அதிகாரத்தின் கீழ் ஸ்லோவாகியா சுதந்தர தேசமாக ஆக்கப்படவேண்டும்.
3. அதிபர் ஹாச்சா ஸ்லோவாகிய நாடாளுமன்றத்தைக் கூட்ட வேண்டும். அதில் ஸ்லோவாகியாவின் சுதந்தரப் பிரகடனம் அறிவிக்கப்படவேண்டும்.

இந்த நிபந்தனைகளுக்கு சம்மதம் தெரிவிப்பதைத் தவிர அதிபர் ஹாச்சாவுக்கும் பராகுவே அரசுக்கும் வேறு வழி எதுவும் இருந்திருக்கவில்லை. ஏனென்றால் செக்கோஸ்லோவாக்கியாவின் காவல் ஏற்பாடுகள் இல்லாத எல்லைகளில் ஜெர்மானியப் படைகள் வந்து குவிந்துவிட்டிருந்தன. ஸ்லோவாகியாவின் கோரிக்கைகள் ஏற்றுக்கொள்ளப்படவில்லையென்றால் ஜெர்மனி தலைமையிடம் இருந்து உத்தரவு வந்து அவை செக்கொஸ்லோவாகியாவுக்குள் நுழைந்துவிடும். இப்படியாக செக்கோஸ்லோவாகியா என்ற தேசம் முடிவுக்கு வந்தது.

4

மேலே குறிப்பிடப்பட்டிருக்கும் இரண்டு நாடுகளின் வரலாற்றிலிருந்து நாம் என்ன கற்றுக்கொள்ளவேண்டும்?

விஷயங்களை எப்படி முன்வைப்பது என்பது தொடர்பாக சில மாறுபட்ட கருத்துகள் உள்ளன. திரு சிட்னி ப்ரூக்ஸ் என்ன சொல்கிறாரென்றால், இந்த நாடுகளில் நடந்த போர்களுக்கான முக்கிய காரணம் தேசிய உணர்வு என்கிறார். அவர் அதை உலக அமைதிக்கு எதிரான விஷயமென்றும் சொல்கிறார். மாறாக, திரு நார்மன் ஏஞ்செல் என்ன சொல்கிறாரென்றால், இந்தப் போர்களுக்கு தேசியவாதம் காரணமல்ல. தேசியவாதத்துக்கு நெருக்கடி ஏற்பட்டதே காரணம் என்கிறார். திரு ராபர்ட்ஸன் என்ன சொல்கிறாரென்றால் நேர்மறையான மன மயக்கம் என்று சொல்லமுடியாவிட்டாலும் தேசியவாதம் என்பது பகுத்தறிவுக்கு ஒவ்வாத உள்ளுணர்வு. எவ்வளவு சீக்கிரம் அனைவரும் அதிலிருந்து விடுபடுகிறோமோ அவ்வளவு நன்மை என்று சொல்கிறார்.

எப்படிச் சொன்னாலும் தேசியவாதம் அப்புறப்படுத்தப்பட வேண்டும் என்று ஒருவர் எவ்வளவுதான் தீவிரமாக விரும்பினாலும் இவற்றிலிருந்துதெரிந்துகொள்ளவேண்டிய பாடம் ஒன்றுதான். தேசியவாதம் என்பதை ஏமாற்றவோ மறுக்கவோ முடியாது. ஒருவர் அதைப் பகுத்தறிவுக்கு ஒவ்வாத உள்ளுணர்வு என்று சொன்னாலும் நேர்மறையான மன மயக்கம் என்று சொன்னாலும் சாம்ராஜ்யங்களையே அழியச் செய்யும் அளவுக்கு அது ஓர் வலிமையான உணர்வு என்பதை மறுக்கவே முடியாது. போர்களுக்கு தேசியவாதம் காரணமா... தேசியவாதத்துக்கு நேர்ந்த நெருக்கடி காரணமா என்பதெல்லாம் இரண்டில் எது முக்கிய காரணம் என்பது தொடர்பான வித்தியாசத்தை மட்டுமே குறிக்கின்றன.

உண்மையில் கவனத்தில் கொள்ளவேண்டிய விஷயம் என்னவென்றால், திரு டான்பி சொல்வதுபோல், நம்மையும் மீறி தேசியவாதம் என்பது போரைத் தூண்டக்கூடியது. தேய்ந்து போனதொரு விஷயமாக அல்லாமல் எதிர்கொண்டாகவேண்டிய உயிர்த்துடிப்பு மிகுந்த உணர்வாகத் திகழ்கிறது. தேசிய உணர்வைச் சரியாகப் புரிந்துகொள்வதில்தான் வாழ்வா சாவா என்பது அடங்கியிருக்கிறது. ஐரோப்பாவுக்கு மட்டுமல்ல. துருக்கிக்கும் அதுதான் நிஜம். செக்கோஸ்லோவாகியாவுக்கும் அதுவே நிஜம். அவர்களுக்கெல்லாம் வாழ்வா சாவா பிரச்னையாக இருந்த ஒரு விஷயம் இந்தியாவுக்கும் அப்படியாகவேதான் இருக்கும்.

பேரா டான்பியும் அவருக்கு முன்பாக குய்ஸாட்டும் சொன்னது இதுவே - 'ஐரோப்பியாவின் அமைதிக்கு தேசியவாத உணர்வை அங்கீகரிப்பதே அஸ்திவாரம்'. இதை இந்தியா புறக்கணிக்க முடியுமா. அப்படிச் செய்தால் இழப்பு இந்தியாவுக்குத்தான். தேசியவாதம் என்பது அமைதியைக் குலைக்கும் சக்தி என்பது மட்டுமே இந்த இரண்டு நாடுகளின் வரலாறில் இருந்து நாம் கற்றுக்கொள்ளவேண்டிய ஒரு பாடம் அல்ல; அதே அளவுக்கு முக்கியமான இன்னொரு விஷயத்தையும் அது போதிக்கிறது. சில விஷயங்களை நம் நினைவுக்குக் கொண்டுவந்தால் அந்த முக்கியமான இன்னொரு பாடம் என்ன என்பது நமக்குப் புரியவரும்.

எந்த அளவுக்குச் சொல்லப்படுகிறார்களோ அந்த அளவுக்கு துருக்கியர் தாராள சிந்தனை இல்லாதவர்கள் அல்ல. தமது ஆட்சிக்குட்பட்ட பகுதிகளில் வசிக்கும் சிறுபான்மையினருக்குப் பெருமளவுக்கு சுதந்தரம் தந்திருந்தனர். பல்வேறு சமூகங்கள்,

பல்வேறு பாரம்பரியங்களில் இருந்து வந்த மக்கள் ஒரே பூகோள நிலத்தில் வசிக்க நேரும்போது எப்படி ஒத்திசைவுடன் வாழவேண்டும் என்பதை துருக்கியர்கள் செயல்படுத்திக் காட்டியிருக்கிறார்கள். முஸ்லிம்கள் அல்லாத மற்றும் துருக்கியர் அல்லாத சமூகத்தினரின் பிராந்திய மற்றும் கலாசார சுதந்தரத்தை தமது துருக்கிய சாம்ராஜ்யத்துக்குள் வெகுவாக மதித்து வந்திருக்கிறார்கள்.

மேற்குலகின் அரசியல் நடைமுறைகளில் அப்படியான சுதந்தரத்தை ஒருபோதும் எந்த சிறுபான்மை சமூகமும் அனுபவிக்க முடிந்திருக்கவில்லை. கிறிஸ்தவர்கள் எல்லாம் இந்த சுதந்தரத்தை வைத்துக்கொண்டு நிம்மதியாக வாழ்ந்திருக்க முடியாதா. இது தொடர்பாக என்னதான் சொன்னாலும் கிறிஸ்தவ சிறுபான்மையினரின் தேசிய உணர்வானது இந்த பிராந்திய சுதந்தரத்தினால் திருப்தியடைந்திருக்கவில்லை. முழுமையான சுதந்தரம் வேண்டும் என்று போராடின. அதனால் துருக்கிய சாம்ராஜ்யம் தகர்ந்தது.

அராபியர்களுக்கும் துருக்கியர்களுக்கும் இடையே இணைப்புப் பாலமாக அவர்களின் மதம் இருந்தது. மனித குல வரலாற்றிலேயே மிகவும் வலுவான மதப் பிணைப்பு இஸ்லாமின் பிணைப்புதான். ஒற்றுமை என்ற விஷயத்தில் இஸ்லாமிய சகோதரத்துவம் போல் எந்தவொரு சமூக அமைப்பும் இல்லை. அதோடு துருக்கியர்கள் தமது கிறிஸ்தவ குடிமக்களைத் தம்மைவிடக் கீழானவர்களாக நடத்தினர். ஆனால், அராபியர்களைத் தமக்கு சமமாகவே மதித்தனர். முஸ்லிம் அல்லாதவர்கள் எவருமே துருக்கியப் படைகளில் சேர்த்துக்கொள்ளப்படவில்லை. ஆனால், அராபியப் படைவீரர்கள் துருக்கியர் மற்றும் குர்துகளுடன் தோளோடு தோள் சேர்ந்து நிற்க முடிந்தது. அராபிய அதிகாரிகளுக்கு துருக்கிய பள்ளிகளில் படிக்க முடிந்திருந்தது. துருக்கியர்களுக்கு சமமாக நிர்வாகம் மற்றும் ராணுவப் பதவிகளில் பணிபுரிய முடிந்திருந்தது. துருக்கியரையும் அராபியரையும் பிரித்துப் பார்க்கும் எதுவும் இருந்திருக்கவில்லை.

ஒட்டோமான் சாம்ராஜ்யத்தில் மிக உயர்ந்த பதவிகளுக்கு அராபியர்களால் வரமுடிந்திருந்தது. அரசியல் விவகாரங்களில் மட்டுமல்ல; சமூக அளவிலும்கூட துருக்கியர்கள் அராபியர்களை சமமாகவே நடத்தினர். அராபியர்கள் துருக்கியப் பெண்களை மணந்துகொண்டனர். துருக்கியர்கள் அராபியப் பெண்களை மணந்துகொண்டனர். அராபியர்களுக்கும் துருக்கியர்களுக்கும்

இடையிலான இந்த இஸ்லாமிய சகோதரத்துவமானது சமத்துவம், சகோதரத்துவம், சுதந்தரம் ஆகியவற்றை அடிப்படையாகக் கொண்டிருந்தது.

அப்படியான நிலையில் அராபியர்களுக்கு துருக்கிய சாம்ராஜ்யத்தின் மீது அதிருப்தி ஏன் ஏற்பட்டது.

இஸ்லாமினால் உருவாக்கப்பட்ட பிணைப்பை அராபியர்களின் தேசிய உணர்வு உடைத்தது. சுதந்தரம் வேண்டி சக முஸ்லிமான துருக்கியர்களுடன் போராட வைத்தது. அராபிய தேசிய உணர்வு வென்றது. துருக்கி முழுமையாகச் சிதைந்தது.

செக்கோஸ்லோவாகியாவை எடுத்துக்கொண்டால், செக் குடிமக்களும் ஸ்லோவாக்குகளும் ஒரே குழுவினரே என்ற நம்பிக்கையின் அடிப்படையில் அந்த தேசம் உருவானது. சிறிது காலத்துக்குள்ளாகவே ஸ்லோவாக்கியர்கள் தமக்குத் தனி நாடு வேண்டும் என்று கேட்டுப் பெற்றுவிட்டனர். செக் மக்களுக்கும் தமக்கும் ஒரே மூதாதை என்பதைக்கூட அவர்கள் ஒப்புக்கொள்ளத் தயாராக இல்லை. ஸ்லோவாகியர்களின் தேசிய உணர்வானது அவர்கள் தனியானவர்கள் என்று உரிமை கோரத் தூண்டியது. ஒரு '-' குறியீட்டைப் பயன்படுத்தி ஸ்லோவாகியர்கள் தனியான வர்கள்தான் என்பதை அங்கீகரிப்பதாக செக் தரப்பில் சொல்லப் பட்டது. செக்கோஸ்லோவாகியா என்று குறிப்பிடுவதற்கு பதிலாக செக்கோ - ஸ்லோவாகியா என்று குறிப்பிட சம்மதித்தார்கள். ஆனால், அப்படி வித்தியாசப்படுத்திக் காட்டுவதுகூடப் போதாது என்று ஸ்லோவாகிய தேசிய உணர்வு சொல்லிவிட்டது. சுய நிர்ணய உரிமையைத் தந்து ஒரு - மூலம் அவர்களைப் பிரித்துக் காட்ட சம்மதித்தபோது அந்த '-' குறியானது பிரித்துக் காட்டுவதோடு செக் மக்களுடன் தம்மை இணைத்துக்காட்டும் குறியாகவுமே ஸ்லோவாகியர்களால் பார்க்கப்பட்டது. அவர்களைத் தனியானவர்கள் என்று பிரித்துக் காட்டும் '-' குறியீடை அவர்கள் வரவேற்றார்கள். ஆனால் அவர்களை செக் மக்களுடன் இணைத்துக் காட்டும் குறியீடை அவர்கள் விரும்பவில்லை. அப்படிப் பிரித்துக் காட்டியதை ஏற்றுக்கொண்டு தமது சுய நிர்ணய உரிமையுடன் அந்த அரசுக்கு விசுவாசமாக இருக்க முடிவுசெய்தனர். ஆனால், இது ஒருவகையான தந்திரம்போலவே இருந்தது. அதுவே இறுதி இலக்கு என்று நின்றுவிட அவர்கள் விரும்பவில்லை.

அவர்கள் அந்த தீர்மானத்துக்கு ஏன் சம்மதித்தார்களென்றால் அது அவர்களுக்கு கூடுதல் வலிமையைத் தரும். அந்த தனித்துக்காட்டும் '-' குறியீடை நீக்கும் அவர்களுடைய இறுதி இலக்கை அடையவும்

இந்த சுய நிர்ணய உரிமையைப் பயன்படுத்தி முழுவிடுதலையைப் பெறுவதற்கும் அந்த இடைக்கால ஏற்பாடு உதவும் என்று கருதினர். ஸ்லோவாகியர்களின் தேசிய உணர்வானது '-' குறியீட்டுடன் திருப்திப்பட்டுவிடவில்லை. அதற்கு பதிலாக முழு சுதந்தரத்தைக் காட்டும் வகையில் '/' என்ற குறியீட்டை விரும்பியது. தனித் தன்மையைக் குறிக்கும் '-' குறியீடு நடைமுறைக்கு வந்ததுமே தனி நாடாகக் காட்டும் '/' குறியீட்டுக்கான போராட்டத்தை ஆரம்பித்து விட்டனர். எந்த வழியில் தமது இலக்கை அடையவேண்டும் என்பது பற்றியெல்லாம் பெரிதாக அவர்கள் கவலைப்படவில்லை. அவர்களுடைய தேசிய உணர்வு மிகவும் வலுவாக, கண்மூடித் தனமாக இருந்தது. அதனால் தம்மால் தனி நாடாக முடிய வில்லையென்றதும் ஜெர்மானியர்களின் உதவியைக் கேட்பதில் எந்தத் தயக்கத்தையும் காட்டவில்லை.

அப்படியாக துருக்கிய சாம்ராஜ்யம், செக்கோஸ்லோவாகியா ஆகியவற்றின் வரலாறை ஆராய்ந்து பார்த்தால், பிராந்திய சுய நிர்ணய உரிமையோ மதத்தின் பிணைப்போ எதுவுமே தேசியவாத உணர்வுக்கு இணையாக இருக்கமுடியவில்லை. எப்போது தேசிய உணர்வு பீறிட்டெழுகிறதோ அதன் பின் அதை எதனாலும் தடுக்க முடியாது.

ஹிந்துக்கள் இந்தப் பாடத்தைக் கற்றுக்கொள்ளவேண்டும். அவர்கள் தம்மைத் தாமே கேட்டுக்கொள்ளவேண்டிய கேள்வி - கிரேக்கம், பால்கன், அராபிய தேசியம் எல்லாம் துருக்கிய சாம்ராஜ்யத்தைச் சிதைத்துவிட்டன. ஸ்லோவாகிய தேசிய உணர்வானது செக்கோஸ்லோவாகியாவைப் பிரித்துவிட்டது. இந்திய அரசை இரண்டாக உடைக்க முஸ்லிம் தேசிய உணர்வினால் முடியாமல் போகுமா. இட்டுக் கட்டி உருவாக்கப்படும் தேசிய உணர்வானது இப்படியான தவிர்க்க முடியாத பின் விளைவுகளையே ஏற்படுத்தும். இந்த வரலாறுகள் இதையே நமக்கு அறியத் தருகின்றனவென்றால் அவற்றைப் பார்த்தே நாமும் புரிந்துகொண்டுவிடலாமே.

ஹிந்துஸ்தான், பாகிஸ்தான் என்று இந்தியாவைப் பிரித்து மாபெரும் அழிவில் இருந்து நம்மைக் காத்துக்கொண்டு விடலாமே. சுதந்தரமானவர்களாக ஆவதற்கு முன்பாகவே இந்தியாவை இரண்டாகப் பிரிக்க ஹிந்துக்கள் ஒப்புக்கொள்ள வில்லையென்றால் துருக்கியும் செக்கோஸ்லோவாகியாவும் வேறு பல நாடுகளும் செய்த அதே தவறான பாதையில் பயணம் செய்தவர்களாகவே ஆவார்கள். ஆழமற்ற கடலில் தமது

பிரமாண்டக் கப்பலைச் செலுத்தும் தவறைச் செய்தவர்களாவார்கள். கப்பல் உடையாமல் காப்பாற்றப்படவேண்டுமென்றால் அதிகப்படியான சுமைகளை கீழே இறக்கியாக வேண்டும். எடை குறைத்து அதி வேகமாகப் பயணிக்க வேண்டும் என்று தமது மனதைத் தயார்படுத்திக்கொண்டாகவேண்டும் என்று பேரா டான்பி சொன்னதையே இங்கும் சொல்லவேண்டியிருக்கும்.

5

பாகிஸ்தான், ஹிந்துஸ்தான் என்று இரண்டு நாடுகளாக இந்தியாவைப் பிரிப்பதால் ஹிந்துக்களுக்கு இழப்பு ஏற்படுமா.

செக்கோஸ்லோவாகியாவைப் பொறுத்தவரையில் முனீச் ஒப்பந்தத்தின் மூலம் கிடைத்த நிலப்பரப்பை இரு நாடுகளாகப் பிரிந்ததால் இழக்க வேண்டியிருந்தது. செக்கோஸ்லோவாகிய மக்களுக்கு அதன் பிரதமர் ஆற்றிய உரையில் இருந்து இது நன்கு புரிகிறது -

குடிமக்களே... படைவீரர்களே... என் வாழ்வின் மிகவும் கடினமான காலகட்டத்தில் வாழ்ந்துகொண்டிருக்கிறேன். வேதனை மிகுந்த பணியைச் செய்துகொண்டிருக்கிறேன். இதற்கு மரணமே மேல். நான் போரில் ஈடுபட்டிருக்கிறேன். ஒரு போர் எந்தவிதமான சூழ்நிலைகள் இருந்தால் வெற்றி பெறும் என்பதும் எனக்குத் தெரியும். நான் வெளிப்படையாகவே சொல்கிறேன். நம்மை எதிர்க்கும் சக்திகள் அவர்களுடைய மேலாதிக்க வலிமையை நாம் புரிந்துகொண்டு அதற்கு ஏற்ப நடந்துகொள்ளும்படி வற்புறுத்துகின்றன.

முனீச்சில் நான்கு ஐரோப்பிய சக்திகள் சந்தித்தன. நம்மைப் புதிய எல்லைகளை ஏற்றுக்கொள்ளும்படி வற்புறுத்தின. அதன்படி நம் தேசத்தின் ஜெர்மானிய பகுதிகள் நம்மிடமிருந்து எடுத்துக்கொள்ளப்பட்டுவிடும். நம் முன்னே இரண்டு வழிகளே இருக்கின்றன. பலவீனமான நமது படைகளைக்கொண்டு போரில் ஈடுபட்டால் வயது வந்தவர்களுடைய மரணம் மட்டுமல்ல; பெண்கள், குழந்தைகளின் உயிரைக்கூட நாம் தியாகம் செய்தாகவேண்டிவரும். மாறாக போரை விரும்பாமல் இருந்தால் எதிரிகளின் நியாயமற்ற கோரிக்கைகளை ஏற்றுக்கொள்ளவேண்டியிருக்கும். போர் இல்லாமலேயே நெருக்கடியைக் கொடுத்து இதைச் சாதித்துக்கொள்ளும் நிகழ்வு உலக வரலாற்றில் இதற்கு முன் எப்போதும் நடந்ததே இல்லை. நாம் அமைதியை விரும்பினோம். நாம் அதை எளிதில்

நடைமுறைப்படுத்தியிருக்க முடியும். ஆனால், நம் மீது இப்போது திணிக்கப்பட்டிருக்கும் விதத்தில் அல்ல.

நாம் கைவிடப்பட்டிருக்கிறோம். தனிமைப்படுத்தப்பட்டிருக்கிறோம். ராணுவம் மற்றும் குடியரசின் அதிபர் உள்ளிட்ட எல்லா தலைவர்களும் மிகுந்த மனவேதனையுடன் நம் முன் எஞ்சியிருந்த வழிமுறைகள் அனைத்தையும் பரிசீலித்துப் பார்த்தோம். எல்லைகள் குறுக்கப்படுவதா மக்களின் உயிரா என்ற இரண்டுக்கு நடுவில் மக்களின் உயிரைக் காப்பதே நமது கடமை என்று முடிவெடுத்திருக்கிறார்கள். இந்தக் கடினமான சூழலில் சிக்கி பலவீனப்படாமல் நாம் எழுந்தாகவேண்டும். நமது தேசம் தன்னை ஒருங்கிணைத்து வலிமையை விரைவில் மீட்டெடுக்கும். நமது புதிய எல்லைகளுக்குள் அழுத்தமாக நம்மை நிலைநிறுத்திக்கொள்வோம். நமது மக்களுக்கு அமைதியும் உழைப்பின் பலனும் கிடைக்கச் செய்வோம். உங்களுடைய உதவியின் மூலம் நாம் வெற்றி பெறுவோம். நாங்கள் உங்களையே நம்பியிருக்கிறோம். நீங்கள் எங்கள் மீது நம்பிக்கை வையுங்கள் (அலெக்ஸாண்டர் ஹெண்டர்ஸன் - ஐவிட்னெஸ் இன் செக்கோஸ்லோவாகியா, ஹராப் வெளியீடு, *1939*, பக் *229-30*).

வரலாற்று உணர்வெழுச்சியால் இழுத்துச் செல்லப்படுவதை செக் மக்கள் தவிர்த்துவிட்டிருக்கிறார்கள். தமது மக்களின் நல்வாழ்வும் உயிரும் முக்கியம் என்று முடிவு செய்து, தேசத்தில் நிலப் பரப்பும் எல்லையும் குறுகினால் பரவாயில்லை என்று முடிவெடுத்திருக்கிறார்கள்.

துருக்கி சாம்ராஜ்யம் பற்றிப் பார்த்தோமென்றால் 1853-ல் ஜார் நிகோலஸ் சொன்னதுதான் பொதுவான கருத்தாக இருக்கிறது. பிரிட்டிஷ் தூதுவர் ஒருவருடன் செயிண்ட் பீட்டர்ஸ்பர்கில் நடந்த சந்திப்பில் அவர் சொன்னார் : ‘எங்கள் கைகளில் மிகவும் நோயுற்ற மனிதர் ஒருவர் (துருக்கி சாம்ராஜ்யம்) இருக்கிறார். அவர் எங்கள் மடியிலேயே இறந்துவிடுவார்’. அன்றிலிருந்து ஐரோப்பாவின் கைகளில் இருந்த நோயாளியான துருக்கி சாம்ராஜ்யம் சிதையத் தொடங்கியது. அனைத்து ஐரோப்பிய நாடுகளும் அதன் அழிவை எதிர்நோக்கிக் காத்திருந்தன. சாம்ராஜ்யத்தின் நிலப்பரப்புகள் மளமளவெனக் கைவிட்டுப் போனதெல்லாம் இறந்து கொண்டிருந்த மனிதர் ஒருவரின் இறுக்கட்ட வலிப்புகள் போல் கருதப்பட்டன. செவ்ரஸ் ஒப்பந்தத்தில் கையெழுத்திட்டதன் மூலம் தனது இறுதி மூச்சை விட்டிருந்தார்.

துருக்கியின் வீழ்ச்சியை இந்தக் கோணத்தில் பார்ப்பது சரியா? அர்னால் டான்பி இது தொடர்பாகக் கூறியிருப்பதையும் நாம் பார்க்கவேண்டும். நோய் முற்றிச் சாகக்கிடக்கும் நபராக துருக்கி சாம்ராஜ்யம் பற்றி ஜார் சொன்னதைக் குறிப்பிட்டு டன்பி சொல்கிறார்:

> ஜார் நிகோலஸ் தன்னுடைய அறிக்கையின் இரண்டாவது மற்றும் பரபரப்பான அங்கத்தில் விசித்திரமான கருத்தை முன்வைத்திருக்கிறார். அதற்குக் காரணம் நோயின் அறிகுறிகளை அவர் சரியாகப் புரிந்துகொள்ளாததுதான். உயிரியல் உண்மை தெரியாத ஒருவர் ஒரு பாம்பு தன்னுடைய தோலை உரிப்பதைத் தற்செயலாகப் பார்க்க நேர்ந்தால் அது இறக்கப்போகிறது என்றுதான் சொல்வார். ஒரு மனிதர் அல்லது வேறொரு பாலூட்டி தனது தோலை இப்படி இழப்பதைப் பார்த்தால் அவரும் உயிர் பிழைக்க முடியாது என்றே சொல்வார். சிறுத்தை தன் உடம்பில் இருக்கும் புள்ளிகளை இழக்காது; எத்தியோப்பியர் தனது தோலை இழக்க முடியாது என்பதெல்லாம் உண்மையே. ஆனால், பாம்பு தனது தோலை இழப்பதும் தொடர்ந்து உயிர் வாழ்வதும் சாத்தியமே என்பது ஒரு சாதாரண ஆரம்பநிலை உயிரியலாளருக்குக் கூடத் தெரிந்திருக்கும். பாம்புக்கும் தோலை உரிப்பதென்பது அசிங்கமான, கடினமான செயலாகவேதான் இருக்கும். தற்காலிகமாக உடல் விறைத்துப்போய் எதிரிகள் எளிதில் தாக்கி அழித்துவிட முடியும் நிலையிலேயே இருக்கும். ஆனால் தன் தோலை உரிக்கும் வளர்சிதை மாற்றத்தை முடித்ததும் முழு ஆரோக்கியத்தையும் இளமைத் துடிப்பையும் மீட்டெடுத்துக் கொண்டுவிடும். துருக்கியும் இப்போது தோல் உரிக்கும் பாம்பைப் போலத்தான் இருக்கிறது. நோயுற்ற மனிதன் என்ற உவமையைவிட இதுவே பொருத்தமான விவரணையாக இருக்கும் (அர்னால்ட் டான்பி எழுதிய துருக்கி, பக் 141).

இந்தக் கோணத்தில் பார்க்கும்போது துருக்கி சாம்ராஜ்யம் தனது பிராந்தியங்களை இழப்பதென்பது புதிய தோலைப் பெறும் நோக்கில் முதுமையடைந்த தோலை இழப்பது போன்றதுதான். துருக்கிய சாம்ராஜ்யம் என்பது முழுவதும் ஒருங்கிணைப்பு பெற்ற சாம்ராஜ்யமே. உள்ளிருந்து அதற்கு எந்தவித நெருக்கடியும் இல்லை என்று இதற்கு அர்த்தமாகிறது.

ஹிந்துஸ்தான் மீதான இறந்த தோல் போன்றதுதான் முஸ்லிம் பிராந்தியங்கள். அதுபோலவே ஹிந்துஸ்தான் என்பது அவர்கள்

மீதான இறந்த தோல் போன்றதுதான். இரண்டும் ஒன்றிணைந்து இருந்தால் அது ஆசியாவின் நோயுற்ற மனிதன் போலத்தான் இருக்கும். அவற்றை இணைப்பதென்பது மாறுபட்டவற்றைப் பிணைப்பது போன்றதுதான். பாகிஸ்தான் என்பது இந்தியாவில் இருந்து சில பகுதிகளைப் பிரித்துச் செல்லக்கூடியதுதான். அதேநேரம் மோதலுக்குப் பதிலாக அமைதியைக் கொண்டு வரக்கூடியதும் கூட.

இரண்டு துண்டாகப் பிரிக்கப்பட்டால் இரண்டுமே ஒத்திசைவான பகுதிகளாக முடியும். இரு பாகங்களில் இருக்கும் ஒத்திசைவு என்பது வெகு தெளிவாகத் தெரியக்கூடியதாகவே இருக்கிறது. ஒவ்வொன்றுக்குள்ளும் கலாசார ஒற்றுமை இருக்கிறது. பாகிஸ்தானுக்குள் மொழி ஒற்றுமை இருக்கிறது. ஹிந்துஸ்தானில் அப்படியான மொழி ஒற்றுமை இல்லை. ஆனால், ஹிந்துஸ்தானியா, ஹிந்தியா அல்லது உருதுவா எது பொது மொழியாக இருக்கவேண்டும் என்ற கேள்வி எழாமலேயே ஒரு ஒற்றுமை சாத்தியமே. பிரிந்து சென்றால்தான் இரண்டு நாடுகளும் வலுவான, ஒருங்கிணைப்பு பெற்ற தேசமாக இருக்க முடியும். இந்தியாவுக்கு மிக வலுவான மத்திய அரசு தேவை. ஆனால், பாகிஸ்தான் இந்தியாவின் ஓர் அங்கமாகத் திகழும்வரை அது சாத்தியமில்லை.

இந்திய சட்டம் 1935-ன் படி கூட்டாட்சி அரசாங்கம் அமையும்போது அதற்குள்ளே இப்படியான மோதல் இருந்தால் அது உயிர்த்துடிப்பற்றதாகவே இருக்கும். முன்பே சொன்னது போல், மத்திய அசரானது பெருமளவுக்கு ஹிந்துக்களைக் கொண்டதாகவும் ஹிந்துத்தன்மை கொண்டதாகவுமே இருக்கும். இதனால் பிரிந்து செல்லவேண்டும் என்ற எண்ணத்துடன் இருக்கும் முஸ்லிம் பிராந்தியங்கள் மத்திய அரசுக்குள் இருந்தால் அது மத்திய அரசை நிச்சயம் வலுவிழக்கத்தான் செய்யும். பாகிஸ்தான் என்றொரு தனி நாடு உருவாகிவிட்டால் இந்த நெருக்கடிகள் வர வாய்ப்பு இருக்காது. ஹிந்துஸ்தானுக்கு வலுவான மத்திய அரசாங்கம் கிடைக்கும். ஒத்திசைவான மக்களைக் கொண்டதாக அது ஆகிவிடும். இவையெல்லாம் ஒரு அரசு நிலைபெற மிகவும் அவசியம். ஹிந்துஸ்தானில் இருந்து பாகிஸ்தானைப் பிரிக்காமல் இந்த இரண்டில் எந்தவொன்றுமே கிடைக்கவாய்ப்பு இல்லை.

பாகம் 4

பாகிஸ்தானும் பிரச்னையும்

ஹிந்து - முஸ்லிம் பிரச்னைக்கு இரண்டு அம்சங்கள் உண்டு. முதலாவது, நேருக்கு நேர் சந்தித்துக்கொள்ளும் இரு வேறு சமூகங்கள் தமது உரிமைகள், சலுகைகள் இவற்றை எப்படி விட்டுக்கொடுப்பது என்பது தொடர்பானது. இரண்டாவது இந்த மோதலும் பிரிவினையும் இருவர் மீதும் என்னவிதமான தாக்கங்களைச் செலுத்தும் என்பது சம்பந்தப்பட்டது.

ஹிந்து, முஸ்லிம் பிரச்னையின் முதல் அம்சத்தின் அடிப்படையிலேயே இதுவரை நாம் அலசி வந்திருக்கிறோம். இரண்டாவது அம்சம் தொடர்பாக அதாவது, பாகிஸ்தான் பிரிவினை என்பது என்ன தாக்கங்களை ஏற்படுத்தும் என்பதுபற்றி இதுவரை நாம் பார்க்கவில்லை. இப்படியான ஆய்வு நிச்சயம் அவசியமே. ஏனென்றால், ஹிந்து, முஸ்லிம் பிரச்னை தொடர்பான அந்த அம்சமும் முக்கியமானதுதான். தமது உரிமைகோரல்களில் சிலவற்றை விட்டுக்கொடுத்துவிட்டால் எல்லாம் சரியாகிவிடும் என்ற பார்வை முழுமையானதல்ல என்பதோடு மிகவும் மேலோட்டமான பார்வையும் கூட. பிடிக்கிறதோ இல்லையோ இந்த இரண்டு தரப்பினரும் பொதுவான விஷயங்களில் ஈடுபட்டாகவேண்டியிருக்கும். அப்படியான பொதுவான விஷயங்களில் இரண்டு எதிரெதிர் போட்டியாளர்கள் எப்படி நடந்துகொள்வார்களோ அதுபோல் அவர்கள் நடந்துகொள்வர்களென்றால், அவர்களுடைய செயல்பாடுகளை நாம் ஆராய்ந்து பார்த்தே தீரவேண்டும். தோற்றுப் போன நிலையில் இருக்கும் தேசமென்றால் அந்தச் செயல்பாடுகளால் ஏற்படும் விளைவுகளையும் அதில் இருந்து பிரிந்து செல்வது தொடர்பான கேள்விகளையும் எதிர் கொண்டேயாகவேண்டும்.

இது தொடர்பாக அலசிப் பார்த்தபோது இந்த வினைகள் மற்றும் எதிர்வினைகள் எல்லாம் ஒருவித நெருக்கடியை மூன்று வழிகளில் உருவாக்கியிருக்கின்றன. 1. சமூக முடக்கம். 2. மதவாத வெறி. 3. அரசியல் எதிர்காலம் குறித்த தேசிய நெருக்கடி. இவை மிகவும் அபாயமானவை. பாகிஸ்தான் தனியாகப் பிரிக்கப்பட்டால் இந்த நெருக்கடிகள் முடிவுக்கு வருமா... அதிகரிக்குமா?

இந்தக் கேள்விகளுக்கான பதிலை வரும் அத்தியாயங்களில் பார்ப்போம்.

அத்தியாயம் 10

சமூகத் தேக்க நிலை

ஹிந்து சமூகத்தின் சமூகத் தீமைகள் என்பது ஊரறிந்த விஷயமே. திருமதி மேயோ எழுதிய 'மதர் இந்தியா' ஹிந்துமதத்தின் தீமைகளை உலகம் முழுவதும் கொண்டுசென்றது. இந்த தீமைகளை அம்பலப்படுத்தியதோடு அதை உருவாக்கியவர்களைத் தமது பாவங்களுக்கு உலகம் முன்னால் பதில் சொல்லும்படி நிர்பந்தித்தது. அதோடு ஹிந்துக்கள் எல்லாம் இந்த சமூகத் தீமைகளின் சேற்றில் திளைத்துக் கிடக்கிறார்கள்; மிகவும் பழமைவாதிகள்; ஆனால் முஸ்லிம்கள் எல்லாம் இந்தத் தீமைகளில் இருந்து மேலெழுந்துவிட்டவர்கள்; ஹிந்துக்களோடு ஒப்பிடுகையில் முற்போக்கானவர்கள் என்ற சித்திரத்தையும் உருவாக்கிவிடுகிறது. இந்தியாவில் இருக்கும் முஸ்லிம் சமூகத்தை நெருங்கிப் பார்த்தவர்களுக்கு இது ஆச்சரியத்தையே தரும்.

ஹிந்துக்களிடம் காணப்படும், அதே நேரம் இஸ்லாமியர்களிடம் இல்லாத சமூகத் தீமை என்று ஏதேனும் இருக்கிறதா?

குழந்தைத் திருமணத்தை எடுத்துக்கொள்வோம். அனைத்து இந்தியப் பெண்கள் மாநாட்டின் மூலம் நியமிக்கப்பட்ட குழந்தைத் திருமண தடுப்பு குழுவின் செயலாளர் வெளியிட்ட ஆய்வறிக்கையானது நம் தேசத்தில் பல்வேறு சமூகங்களில் இந்தக் குழந்தைத் திருமணம் என்ற தீமை எந்த அளவுக்கு இருந்துவருகிறது என்பதை வெளிச்சம் போட்டுக் காட்டியிருக்கிறது.

0-15 வயதுக்குள் திருமணமான பெண்கள் அதே வயதுடைய 1000 பெண்களின் விகிதத்தோடு ஒப்பிட்டு ஹிந்துக்களைவிட குழந்தைத்

திருமண விஷயத்தில் முஸ்லிம்கள் முற்போக்கானவர்கள் என்று சொல்லமுடியுமா?

வருடம்	இந்துகள்	முஸ்லிம்கள்	சமணர்	சீக்கியர்	கிறிஸ்தவர்
1881	208	153	189	170	33
1891	193	141	172	143	37
1901	186	131	164	101	38
1911	184	123	130	88	39
1921	170	111	117	72	32
1931	199	186	125	80	43

பெண்களின் நிலை என்ற விஷயத்தை எடுத்துக்கொள்வோம். முஸ்லிம் பெண்களுக்குத் தரப்பட்டிருக்கும் சட்டபூர்வ உரிமைகள் கீழைத்தேயப் பெண்கள், குறிப்பாக ஹிந்துப் பெண்களைவிட அவர்களுக்குக் கூடுதல் சுதந்தரத்தைத் தருகின்றன என்று சொல்லப்படுவதுண்டு. சில மேற்கத்திய நாடுகளில் பெண்களுக்குத் தரப்பட்டிருப்பதைவிடவும் முஸ்லிம் பெண்களுக்கு அதிக உரிமைகள் தரப்பட்டிருப்பதாகச் சொல்வதுண்டு. இஸ்லாமிய சட்டத்தின் சில அம்சங்கள் மீது மிகுந்த நம்பிக்கை வைக்கப்படுகிறது.

முதலாவதாக, இஸ்லாமியச் சட்டம் திருமண வயதுஎன்று எதையும் தீர்மானிக்கவில்லை. ஒரு பெண் எந்த வயதில் வேண்டுமென்றாலும் திருமணம் செய்துகொள்ளலாம். தந்தையோ தாத்தாவோ முன்னின்று நடத்தியிராத திருமணங்களில் ஒரு பெண் சிறு வயதிலேயே திருமணம் முடிக்கப்பட்டிருந்தால் பருவ வயதை அடைந்த பின் அந்தத் திருமணத்தை ரத்து செய்துகொள்ளும் உரிமை அந்தப் பெண்ணுக்கு உண்டு.

இரண்டாவதாக, முஸ்லிம்களிடையேயான திருமணம் என்பது ஓர் ஒப்பந்தம் மட்டுமே. ஓர் ஒப்பந்தம் என்பதால் முஸ்லிம் ஆண்களுக்கு தனது மனைவியை விவாகரத்து செய்யும் உரிமை உண்டு. விவாகரத்து தொடர்பாக கணவர்களுக்கு இருக்கும் அதே உரிமைகளை, முஸ்லிம் மனைவிகளுக்கும், அவர்கள் கோரும் பட்சத்தில், தந்திருக்கிறது. திருமணத்தின்போது அல்லது சில நேரங்களில் திருமணம் முடிந்த பின்னரும் ஒரு இஸ்லாமிய மனைவி வேறொரு ஒப்பந்தத்தில் இணைந்தால் குறிப்பிட்ட சில விதிமுறைகளின்படி அவர் விவாகரத்தைப் பெற முடியும்.

மூன்றாவதாக, கணவனிடமிருந்து தன்னை ஒப்புக்கொடுக்கும் மனைவியானவர் ‘டௌர்’ என்ற வகையில் பணம் அல்லது சொத்துக்களைக் கேட்டுப் பெற இஸ்லாமிய சட்டத்தில் இடம் உண்டு. திருமணத்துக்குப் பின்னர்கூட இந்த ‘டௌர்’ தொகையை நிர்ணயித்துக்கொள்ளலாம். எந்தத் தொகையும் நிச்சயிக்கப்பட வில்லையென்றால் முறையான ‘டௌர்’ பெறும் உரிமை அந்தப் பெண்ணுக்கு உண்டு. இந்த ‘டௌர்’ தொகையானது இரண்டாகப் பிரிக்கப்படும். கேட்கும்போது தரவேண்டிய ஒரு தொகை, மரணம் அல்லது விவாகரத்து நடந்து திருமண ஒப்பந்தம் முறியும்போது தரவேண்டிய தொகை. கணவனின் சொத்துக்களுக்கு இணையாக இந்த ‘டௌர்’ தொகை மனைவிக்குத் தரவேண்டிய கடனாகக் கருதப்படும். பெண்ணுக்குத் தனது ‘டௌர்’ தொகை மீது முழு உரிமை உண்டு. அது அந்தப் பெண்ணுக்கு பொருளாதார சுதந்தரத்தைத் தரும். அந்தப் பணத்தைத் தன் பெயரில் சேமித்து வைத்துகொள்ளலாம் அல்லது அதில் இருந்து கிடைக்கும் வருமானத்தைத் தான் விரும்புவதுபோல் எடுத்துக்கொள்ளலாம்.

இஸ்லாமியப் பெண்களுக்கு சாதகமாக இத்தனை வசதி வாய்ப்புகள் தரப்பட்டிருந்தும் அவர்களைப் போல் நிராதரவான பெண்கள் இந்த உலகில் யாருமே இருக்க முடியாது. எகிப்திய இஸ்லமியத் தலைவர் சொன்னதை இங்கு குறிப்பிடுகிறேன் :

> இஸ்லாம், பெண்களின் மீது தாழ்ந்தவள் என்ற தனது முத்திரையைக் குத்தியிருக்கிறது. தன்னை முழுமையாக வெளிப்படுத்திக்கொள்ளவும் தன் ஆளுமையை வளர்த்தெடுத்துக்கொள்ளவும் விடாமல் தடுக்கும் சமுதாய வழிமுறைகளுக்கு மத ரீதியான அங்கீகாரத்தைத் தந்திருக்கிறது.
>
> எந்தவொரு இஸ்லாமியப் பெண்ணுக்கும் தனது திருமணத்தை எதிர்த்துக் குரல் கொடுக்க முடியாது. சிறுமியாக இருந்தால் எதிர்ப்புத் தெரிவிக்கலாம் என்று சொல்லப்பட்டிருந்தாலும் பெற்றோர் அல்லாத மற்றவர்கள் திருமணம் செய்துவைத்தால் மட்டுமே எதிர்ப்புத் தெரிவிக்கலாம் என்று சொல்லப் பட்டிருக்கிறது. தனது திருமண ஒப்பந்தத்தில் விவாகரத்துக்கான உரிமையைத் தந்திருக்கும் சட்டப் பிரிவை எந்த ஒரு இஸ்லாமியப் பெண்ணும் சரியென்று கருதவில்லை. ஒருமுறை திருமணம் நடந்தால் எப்போதுமே திருமண பந்தத்தில்தன இருக்கவேண்டும். அவரால் அந்த பந்தத்தில் இருந்து விலக முடியாது. எவ்வளவு துன்பம் நிறைந்ததாக அது இருந்தபோதிலும். திருமணத்தை நிறுத்த அவளுக்கு உரிமை

இல்லை. ஆனால் கணவர் நினைத்தால் எந்தக் காரணமும் சொல்லாமலேயே ரத்துசெய்ய முடியும். 'தலாக்' என்று சொல்லிவிட்டு மூன்றுவாரம் விலகி நின்றால் அந்த மனைவியைத் துரத்திவிடலாம். பெண்ணுக்கு இருக்கும் ஒரே ஆறுதல் என்பது 'டௌர்' தொகை மட்டுமே. 'டௌர்' தொகை முன்பே தரப்பட்டிருந்தால் விவாகரத்து என்பது கணவன் நினைத்த நேரத்தில் தரமுடிந்த ஒரு விஷயம் மட்டுமே.

விவாகரத்து விஷயத்தில் ஆண்களுக்கு இருக்கும் இப்படியான வழிமுறை பெண்ணுக்குத் தேவைப்படும் முழுமையான, சுதந்தரமான, மகிழ்ச்சியான வாழ்க்கைக்கு அடிப்படையான விஷயங்களின் பாதுகாப்பை முற்றாகச் சிதைத்துவிடுகிறது. பலதார மணம், திருமணம் இன்றிப் பெண்களைத் துணைவியாக வைத்துக்கொள்வது போன்று முஸ்லிம் பெண்கள் எதிர்கொள்ளவேண்டியிருக்கும் பாதுகாப்பற்ற நிலையானது கணவனுக்கு இஸ்லாம் தந்திருக்கும் உரிமையினால்தான் பெரிதும் ஏற்படுகிறது.

ஒரே நேரத்தின் நான்கு மனைவிகள் வைத்துக்கொள்ள இஸ்லாமிய சட்டம் ஒரு முஸ்லிமுக்கு அனுமதி தருகிறது. எத்தனை மனைவிகள் வைத்துக்கொள்ளலாம் என்று எந்தவிதக் கட்டுப்பாடும் இல்லாமல் இருக்கும் ஹிந்து மதச் சட்டத்தைவிட இது மேலானது என்று சொல்லப்படுவதுண்டு. நான்கு சட்டபூர்வ மனைவிகள் அல்லாமல் வேறு எத்தனை பெண் அடிமைகளுடனும் வாழலாம் என்றும் முஸ்லிம் சட்டம் அனுமதிக்கிறது. பெண் அடிமைகள் விஷயத்திலும் இத்தனை பேர்தான் வைத்துக்கொள்ளலாம் என்று எந்த வரையறையும் கிடையாது. எந்தவிதக் கட்டுப்படும் இல்லாமல், திருமணம் செய்துகொள்ளவேண்டும் என்ற நிர்பந்தமும் இல்லாமல் பெண் அடிமைகளை அவர்கள் வைத்துக் கொள்ள இஸ்லாமிய சட்டடம் அனுமதிக்கிறது.

பலதாரமணம், ஆசை நாயகிகளை வைத்துக்கொள்ளுதல் இவற்றினால் இஸ்லாமியப் பெண்களுக்கு ஏற்படும் கெடுதல்கள் பற்றி வார்த்தைகளினால் விவரித்துவிடமுடியாது. பலதார மணமும் ஆசை நாயகி வைத்துக்கொள்ளும் உரிமையும் அனுமதிக்கப்பட்டிருப்பதால் எல்லா முஸ்லிம்களும் அதைப் பின்பற்றுவதாகச் சொல்லிவிடமுடியாது என்பது உண்மைதான். ஆனால், இப்படியான உரிமைகள் என்பது தன் மனைவிக்கு துன்பத்தையும் மகிழ்ச்சியின்மையையும் எளிதில் ஒரு இஸ்லாமியக் கணவனால் ஏற்படுத்திவிட முடியும் என்பதை மறுக்கமுடியாது.

திரு ஜே பூல் இஸ்லாமின் எதிர்ப்பாளர் அல்ல. இருந்தும் அவர் சொல்கிறார் :

> விவாகரத்தில் தரப்பட்டிருக்கும் இந்தச் சலுகையை முஹமதியர்கள் பெருமளவுக்கு தமக்கு சாதகமாகப் பயன் படுத்துகிறார்கள். இஸ்லாம் மற்றும் அதன் நிறுவனர் என்ற புத்தகத்தில் ஸ்டோபர்ட் சொல்கிறார் : சில முஹமதியர்கள் தமது மனைவிகளை அடிக்கடி மாற்றிக்கொண்டே இருக்கிறார்கள். மூன்று மாதத்துக்கு ஒரு புதிய மனைவி என 20-30 மனைவிகளைக் கொண்ட இளைஞர்கள் பற்றி நாம் படித்திருக்கிறோம். இப்படியாக பெண்கள் தொடர்ந்து ஒருவர் கையில் இருந்து இன்னொருவருக்கு மாற்றப்பட்டுக்கொண்டே இருக்கிறார். கிடைக்கும் கணவர் அல்லது வீட்டை ஏற்றுக்கொண்டு வாழ நிர்பந்திக்கப்பட்டிருக்கிறார்கள். விவாகரத்தினால் விரட்டியடிக்கப்படுபவர்கள் உயிர் வாழ்வதற்காக இழிவான வழிகளை நாடவேண்டியும் ஆகிவிடுகிறது. புனித நூல் வகுத்திருப்பதுபோல் ஒரே ஒரு மனைவி அல்லது நான்குக்கு மேல் மனைவியர் இல்லாமல் இருந்தால்கூட மோசமான நடத்தை கொண்டவர்கள் விவாகரத்தின் மூலம் தாங்கள் விரும்பும் அளவுக்கு மனைவிகளைப் பெற்றுவிடுகிறார்கள்.

ஒரு மொஹமதியர் நான்கு மனைவிக்கு மேல் வைத்துக்கொள்ளும் நிலையிலும் சட்டத்துக்குட்பட்டு நடப்பவராகவும் இருக்கக்கூடும். அதாவது நான்கு மனைவிகளுக்கு மேலானவர்களை ஆசை நாயகியாக வைத்துக்கொள்வார்கள். இதை குரான் வெளிப்படை யாகவே அனுமதிக்கிறது. நான்கு மனைவிகள் வைத்துக் கொள்ளலாம் என்ற அனுமதியைத் தரும் வசனத்தில், அதற்கு மேலாக 'உங்களுக்குக் கிடைத்த அடிமைகளை நீங்கள் சேர்த்துக் கொள்ளலாம்' என்றும் சொல்லப்பட்டுள்ளது. 70 வது சுரா வசனத்தில் 'அடிமைகளுடன் குடும்பம் நடத்துவதில் தவறில்லை' என்று சொல்லப்பட்டிருக்கிறது. கடந்த காலத்தைப்போலவே இன்றும் பல இஸ்லாமிய வீடுகளில் அடிமைகள் இருக்கவே செய்கின்றனர். லைஃப் ஆஃப் மொஹம்மத் நூலில் முய்ர் சொல்வதுபோல், 'கணக்கற்ற பெண் அடிமைகளுடன் வாழும் அதிகாரம் இஸ்லாமிய ஆணுக்குத் தரப்பட்டிருக்கும்வரையில் முஹமதிய நாடுகளில் அடிமைத்தனத்துக்கு முற்றுப் புள்ளிவைக்கும் ஆத்மார்த்தமான முயற்சிகள் சாத்தியமே இல்லை. அந்தவகையில் குர்ரான் இந்த அடிமைத்தன விவகாரத்தில் மனிதகுலத்துக்கே விரோதமானது. வழக்கம்போல், பெண்களே

இதனால் மிக அதிக பாதிப்புக்கு உள்ளாகிறார்கள்' (லேன் பூல் எழுதிய ஸ்டடீஸ் இன் முஹமதனிஸம், பக் 34-35).

ஜாதி விவகாரத்தை எடுத்துக்கொள்வோம்.

இஸ்லாம் சகோதரத்துவத்தைப் பேசுகிறது. அதனால் இஸ்லாம் அடிமைத்தனம், ஜாதி இவையெல்லாம் இஸ்லாமில் கிடையாது என்று பலரும் நினைக்கிறார்கள். அடிமை முறை பற்றி சொல்ல எதுவும் இல்லை. சட்டரீதியாக அது தடைசெய்யப்பட்டிருக்கிறது. ஆனால், அடிமை முறை நிலவிய காலகட்டத்தில் இஸ்லாம் மற்றும் இஸ்லாமிய நாடுகளில் இருந்தே அந்த முறைக்குப் பெரும் ஆதரவு கிடைத்துவந்திருக்கிறது. அடிமைகளை மனிதாபி மானத்துடன் நடத்தவேண்டும் என்று இறைத்தூதுவர் குர்ரானில் சொல்லியிருப்பவையெல்லாம் பாராட்டப்படவேண்டியவையே. ஆனால், அடிமை முறையை ஒழிக்கும்வகையில் இஸ்லாமில் எதுவுமே இல்லை என்பதும் உண்மையே. சர் டபிள்யூ முய்ர் சொல்கிறார்.

> தனது அடிமைகளை விடுதலை செய்தாகவேண்டும் என்று ஒரு முஸ்லிமுக்கு எந்தவொரு நிர்பந்தமும் கிடையாது (த குரான், இட்ஸ் கம்போசிஷன் அண்ட் டீச்சிங், பக் 58).

அடிமை முறை ஒழிந்துவிட்டது. ஆனால் முஸல்மான்களிடையே ஜாதி மறையவில்லை. வங்காள முஸ்லிம்களிடையே நிலவும் விஷயங்களை எடுத்துக்கொண்டு பார்த்தால் இது நன்கு புரியும். மக்கள்தொகைக் கணக்கெடுப்பு ஆய்வாளர் வங்காளத்தில் இருக்கும் இஸ்லாமியர் பற்றி 1901 அறிக்கையில் குறிப்பிட்டிருக்கும் விஷயங்கள் சுவாரசியமானவை.

> மொகமதியர்களிடையே நிலவும் சேக், சையது, மொகல், பதான் எனப்படும் மரபார்ந்த பிரிவுகள் வங்காளத்தில் நடைமுறையில் இல்லை. அஷ்ரஃப் அல்லது ஷரஃப் அல் மற்றும் அஜ்லஃப் என்ற இரண்டு பிரிவுகளைத்தான் மொஹமதியர்கள் முக்கியமானதாகக் கருதுகிறார்கள். 'அஷ்ரஃப்' என்றால் 'கண்ணியமான' என்று பொருள். அயல் நாட்டு முஸ்லிம்களின் சந்தேகத்துக்கு இடமில்லாத வம்சாவளியினர் மற்றும் உயர் ஜாதிகளில் இருந்து மதம் மாறப்பட்டவர்கள் இவர்களெல்லாம் இந்தப் பிரிவின் கீழ் வருவார்கள். பிற தொழில் சார் குழுக்கள், தாழ்ந்த ஜாதிகளில் இருந்து மதம் மாற்றப்பட்டவர்கள் எல்லாம் 'அஜ்லஃப்' அல்லது இழிவான மக்கள், மோசமான மக்கள் என்று அழைக்கப்படுவர்கள். கமீனா அல்லது இதார், ரிஸால்

என்பதன் கொச்சைப் பிரயோகமான ரசில் அதாவது உபயோகமற்றவர் என்றும் அழைக்கப்படுகிறார்கள். சில இடங்களில் 'அர்ஸல்' அதாவது அனைவரையும் விடக் கீழானவர் என்றும் சொல்லப்படுகிறார்கள். இவர்களுடன் வேறு முஹமதியர்கள் யாரும் கலந்து பேசுவது கிடையாது. இவர்களுக்கு மசூதிகளுக்குள் நுழைய அனுமதி கிடையாது. பொதுவான இஸ்லாமிய இடுகாட்டில் இவர்களுடைய உடம்பைப் புதைக்கமுடியாது.

ஹிந்துக்களில் இருப்பதைப்போலவே இந்த இஸ்லாமியக் குழுக்களுக்குள்ளாகவும் சமூகப் படிநிலைகள் உண்டு.

1. அஷ்ரஃப் - உயர் ஜாதி முஹமதியர்கள்

அ. சையது, ஆ. ஷேக், இ. பதான், ஈ. மொகல், உ. மாலிக், ஊ. மிர்ஸா

2. அஜ்லஃப் - தாழ்ந்த ஜாதி முஸ்லிம்கள்

அ. விவசாயம் செய்யும் ஷேக், முன்பு ஹிந்துக்களாக இருந்து ஆனால் சேவைக் குழுவாக இருந்திராத அனைவரும், அஷ்ரஃப் பிரிவில் இல்லாத பிராலி, தக்ரி போன்றவர்கள்.

ஆ. தர்ஜி, ஜோலா, ஃபகிர், ரங்கிரஸ்

இ. பர்ஹி, பத்தியார், சிக், சுரிஹார், தாய், தாவா, துனியா, கடி, கலால், கசாய், குலா குஞ்சரா, லஹேரி, மஹிஃபரோஷ், மல்லா, நலியா, நிகாரி

ஈ. அப்தல், பகோ, பெதியா, பட், சம்பா, தஃபாலி, தோபி, ஹஜாம், மசோ, நகர்சி, நட், பன்வாரியா, மதரியா, துன்ஷியா,

3. அர்ஸல் அல்லது கீழ் ஜாதி

அ. பாணார், ஹலால்கார், ஹிஜ்ரா, கஸ்பி, லல்பேகி மக்தா, மெதர்.

'பஞ்சாயத்' என்ற இஸ்லாமிய சமூக வழக்கம் பற்றி இன்னொரு விஷயத்தையும் இந்த மக்கள்தொகை ஆய்வாளர் தெரிவிக்கிறார்.

பஞ்சாயத்தின் அதிகாரம் என்பது சமூக விஷயங்களில் மட்டுமல்லாமல் வியாபார விஷயங்களிலும் காணப்படுகிறது. பிற இஸ்லாமிய சமூகங்களுடனான திருமணம் என்பது இந்த பஞ்சாயத்து தலையிட்டுத் தீர்த்துவைக்கும் குற்றங்களில் ஒன்றாக இருக்கிறது. இதன் விளைவாக இந்த இஸ்லாமியக் குழுக்கள் எல்லாம் ஹிந்து ஜாதிகளைப்போலவே அக மண முறையைக் கொண்டவையாகவே இருக்கின்றன. உயர் ஜாதி முஸ்லிம்கள் மட்டுமல்ல; தாழ்ந்த ஜாதியைச் சேர்ந்த

முஸ்லிம்களுமேகூட தமது ஜாதியைச் சாராதவர்களைத் திருமணம் செய்துகொள்ளமுடியாது. உதாரணமாக துமா பிரிவைச் சேர்ந்த முஸ்லிம் துமா பிரிவைச் சேர்ந்தவரைத்தான் திருமணம் செய்துகொள்ள முடியும். இந்த விதியை மீறினால் அவர் உடனே பஞ்சாயத்தில் நிறுத்தப்பட்டு சமூகத்தில் இருந்து உடனே விலக்கிவைக்கப்படுவார்.

ஒரு குழுவைச் சேர்ந்த முஸ்லிம் இன்னொரு முஸ்லிம் குழுவுக்குள் எளிதில் இடம்பிடித்துவிட முடியாது. எந்த முஸ்லிம் ஜாதியில் பிறக்கிறாரோ அந்த ஜாதியின் அந்தஸ்தே இவருக்குக் கிடைக்கும். அந்த ஜாதியின் தனிச் சிறப்பான தொழிலை அவர் விட்டு விலகி வேறொரு வழியில் வாழ்வாதாரத்தைத் தேடிக்கொண்டாலும் இந்த நிலை மாறுவதில்லை. ஆயிரக்கணக்கான ஜோலாக்கள் கசாப்பு கடைக்காரர்களாக இருந்தபோதிலும் ஜோலா என்றே அடையாளப்படுத்தப் படுகிறார்கள்.

இந்தியாவின் ஒவ்வொரு பிராந்தியத்தைச் சேர்ந்த மக்கள் தொகை கணக்கெடுப்பு அறிக்கையிலிருந்தும் இப்படியான உதாரணங்களை எடுத்துக்காட்ட முடியும். ஆர்வமுள்ளவர்கள் அதை எடுத்துப் பார்க்கலாம். ஆனால், வங்காள முஸ்லிம்கள் பற்றிய ஆய்வுத் தகவல்கள் அவர்களிடையே ஜாதி மட்டுமல்ல; தீண்டாமையுமே இருப்பதை எடுத்துக்காட்டுகின்றன.

ஹிந்து சமூகத்தில் இருப்பதைப் போன்ற சமூகத் தீமைகள் இந்தியாவில் இருக்கும் இஸ்லாமிய சமூகத்திலும் இருப்பது சந்தேகத்துக்கு இடமின்றித் தெரியவருகிறது. சரியாகச் சொல்வதென்றால் ஹிந்து சமூகத்தில் இருக்கும் தீமைகளோடு அதிகமாகவே இஸ்லாமில் இருக்கின்றன. அதுதான் இஸ்லாமியப் பெண்களுக்கான கட்டாய உடையான பர்தா.

பர்தாவின் மூலம் இஸ்லாமியப் பெண்கள் மேலும் தனிமைப்படுத்தப்படுகிறார்கள். வீட்டின் வெளி அறைகள், வராந்தா, தோட்டங்கள் என எங்குமே அவர்கள் வரமுடியாது. வீட்டின் புழக்கடையே அவர்கள் இருந்தாகவேண்டிய இடம். இளையவர் முதல் முதியவர் வரை அனைவரும் ஒரே அறையில் இருந்தாகவேண்டும். அவர்கள் இருக்கும் இடங்களில் ஆண் வேலைக்காரர்களுக்கு அனுமதி இல்லை. ஒரு பெண்ணை அவருடைய மகன், சகோதரர், தந்தை, சித்தப்பா மற்றும் கணவர் ஆகிய ஆண்கள் மற்றும் நம்பிக்கைக்கு உரிய நெருங்கிய சொந்தத்து ஆண்கள் மட்டுமே பார்க்க முடியும்.

மசூதிக்குச் சென்று பெண்கள் தொழ அனுமதி கிடையாது. எப்போது வீட்டை விட்டு வெளியே போனாலும் பர்தா-புர்கா அணிந்துகொண்டே செல்லவேண்டும். இந்தியாவில் புர்கா அணிந்து இஸ்லாமியப் பெண்கள் நடந்து செல்வதைப் பார்ப்பதென்பது மிகவும் அசிங்கமான அருவருப்பான காட்சி. இப்படியாகப் பிரித்துவைப்பதென்பது இஸ்லாமியப் பெண்கள் மத்தியில் உடல் ரீதியாக மிக மோசமான விளைவுகளையே ஏற்படுத்தும். அவர்களுக்கு அனீமியா, என்புருக்கி நோய், பல் சொத்தை போன்ற நோய்கள் ஏற்படுவது அதிகம்.

அவர்களுடைய உடலமைப்பானது பல மோசமான பாதிப்புகளுக்கு இதனால் உள்ளாகின்றன. முதுகு வளைந்து, எலும்புகள் துருத்திக்கொண்டு, கை கால்கள் சூம்பிப் போய்விடுகின்றன. இடுப்பு, இணைப்பு எலும்புகள் மட்டுமல்ல; அவர்களுடைய அனைத்து எலும்புகளுமே வலித்துக்கொண்டிருக்கும். இதயப் படபடப்பு நோய்களும் அவர்களிடையே அதிகமாகக் காணப்படும். இடுப்பு எலும்பு சிதைவதால் பிரசவ காலங்களில் மரணம் ஏற்பட வாய்ப்பு அதிகரிக்கிறது.

பர்தாக்கள் இஸ்லாமியப் பெண்களின் மனரீதியான ஒழுங்கு தொடர்பான பாதிப்புகளை ஏற்படுத்துகின்றன. ஆரோக்கியமான சமுதாய வாழ்க்கை கிடைக்காமல் போவதால் ஒழுக்கம் சார்ந்து சீர்கேடுகள் வலுவாக உருவாகி நிலைபெறுகின்றன. புற உலகில் இருந்து முற்றாகத் துண்டிக்கப்படுவதால் தமது சிந்தனைகளை அற்ப குடும்பச் சண்டைகளில் செலவிடுகிறார்கள். இதனால் மேலும் குறுகிப் போய் அவர்களுடைய வாழ்க்கைப்பார்வை மேலும் கட்டுப்படுத்தப்பட்டுவிடுகிறது.

பிற சமுதாயங்களைச் சேர்ந்த சகோதரிகளிடமிருந்து பின் தங்கிப் போய்விடுகிறார்கள். வெளியுலகில் நடைபெறும் எந்த விஷயங்களிலும் அவர்களால் பங்குபெற முடிவதில்லை. தாழ்வு மனப்பான்மை கொண்டவர்களாகிவிடுகிறார்கள். அறிவை வளர்த்துக்கொள்வதில் எந்த ஆர்வத்தையும் அவர்கள் காட்டுவ தில்லை. வீட்டின் நான்கு சுவர்களுக்கு வெளியே நடக்கும் எதைப் பற்றியும் தெரிந்துகொள்ள அவர்களுக்குக் கற்றுத்தரப்படுவதே இல்லை.

பர்தா அணியும் பெண்கள் கையறு நிலையை அடைகிறார்கள். கோழைகளாகி வாழ்க்கையின் எந்தவொரு சவாலையும் துணிந்து எதிர்க்கும் வலிமையற்றவர்களாகிவிடுகிறார்கள். இந்தியாவில் இருக்கும் இஸ்லாமியர்களில் பர்தா அணிபவர்கள் மிக அதிகமாக

இருப்பதால் இந்தப் பிரச்னையின் தீவிரத்தன்மையையும் பரந்துபட்ட தன்மையையும் ஒருவர் எளிதில் புரிந்துகொள்ள முடியும் (இஸ்லாமியப் பெண்களின் நிலை பற்றி நன்கு தெரிந்து கொள்ள, ஷ்யாம் குமாரி நேரு தொகுத்த Our Cause நூலைப் பார்க்கவும்).

உடல்ரீதியான மற்றும் அறிவு சார்ந்து பர்தா ஏற்படுத்தும் தீமைகளைவிட ஒழுக்கம் சார்ந்து அவை ஏற்படுத்தும் தீமைகளே மிக அதிகம். ஆண், பெண் இரு தரப்பினரின் காமம் சார்ந்த சிந்தனைகள் தொடர்பான ஆழமான சந்தேகமே பர்தா என்ற ஒன்று உருவாக்கப்பட்டதின் முக்கிய காரணம். இரு தரப்பினரையும் பிரித்துவைக்கும் நோக்கிலேயே அது வடிவமைக்கப் பட்டிருக்கிறது. ஆனால், அந்த இலக்கை அடையவிடாமல் இஸ்லாமிய ஆண்களின் ஒழுக்கம் மேலும் சிதையவே பர்தா வழிவகுத்திருக்கிறது. பர்தா அணியப்படுவதால் தனது குடும்பப் பெண்கள் அல்லாமல் வேறு பெண்களுடன் எந்தவித தொடர்பும் இல்லாமல் போய்விட்டிருக்கிறது. குடும்பப் பெண்களுடனும்கூட எப்போதாவது பேசுவது என்பதாகச் சுருங்கியும் விட்டிருக்கிறது.

குழந்தைகள், முதியவர் என்ற இரு தரப்பு நீங்கலாக ஒரு முஸ்லிம் ஆணுக்கு எந்தவொரு பெண் நட்பும் பழக்கமும் கிடைப்பதில்லை. இப்படியாக பெண்களிடமிருந்து முஸ்லிம் ஆண்கள் தனிமைப் படுத்தப்படுவதால் அவர்களுடைய ஒழுக்க நடத்தைகளில் சிதைவை ஏற்படுத்துகிறது. இரு பாலினத்தினரிடையேயான இயல்பான தொடர்பானது துண்டிக்கப்பட்டால் அது பாலியல் மீறல்கள், முறையற்ற பாலியல் வெளிப்பாடுகள் ஆகிய வற்றுக்குத்தான் வழிவகுக்கும் என்ற உண்மையைப் புரிந்து கொள்ள ஒருவர் மனோதத்துவ நிபுணராக இருக்கவேண்டிய அவசியமே இல்லை.

பர்தாவின் தீய விளைவுகள் இஸ்லாமிய சமூகத்துடன் நின்றுவிடுவ தில்லை. ஹிந்துகளை முஸ்லிம்களிடமிருந்து பிரித்துவைக்கிறது. இந்தியாவின் பொது சமூக வாழ்க்கைக்கு இது மிகப் பெரிய முட்டுக்கட்டையாகத் திகழ்கிறது. சிலர் இதைச் சற்று அதீதமான குற்றச்சாட்டாகச் சொல்லக்கூடும். முஸ்லிம் பெண்களின் பர்தாவிட ஹிந்துக்களிடையே இருக்கும் சமூகத் தடைகளே இந்திய சமூக வாழ்க்கைக்குப் பெரிய தடை என்று அவர்கள் சொல்லக் கூடும். ஒரு சமூகத்தின் பெண்களுக்கும் இன்னொரு சமூகத்தின் ஆண்களுக்கும் இடையிலான சமூகப் பழக்கமாக மட்டுமே இது இருக்கிறது. எனவே ஹிந்து- முஸ்லிம் சமூக நட்பு என்பது

சாத்தியமில்லை என்று ஒரு ஹிந்து சொல்வதில் நிச்சயம் உண்மை இருக்கவே செய்கிறது.

ஐரோப்பியர்கள் தமது விடுதிகளில் இந்தியர்களை அனுமதிப்பதில்லை என்பது தொடர்பான குற்றச்சாட்டுக்கும் இதுபோன்றே ஒரு பதிலையே ஐரோப்பியர்கள் சொல்கிறார்கள் - நாங்கள் எங்கள் பெண்களை இந்த விடுதிகளுக்கு அழைத்துவருகிறோம். நீங்களும் உங்கள் பெண்களை அழைத்து வந்தால் உங்களை அனுமதிப்போம். உங்கள் பெண்களுடன் எங்களுக்குப் பழகும் வாய்ப்பை மறுத்தால் எங்கள் பெண்களுடன் பழக உங்களையும் அனுமதிக்கமாட்டோம். பாதிக்கு பாதி என்று இருக்கவேண்டும். அப்போதுதான் விடுதிகளில் நுழையும்படி அனுமதி கேட்கலாம்.

பர்தா மற்றும் அது தொடர்பான தீய விளைவுகள் எல்லாம் ஹிந்து சமூகங்களிலும் சில பகுதிகளில் இருக்கத்தான் செய்கின்றன. ஆனால் முஸ்லிம்களைப் பொறுத்தவரையில் பர்தாவுக்கு மத அங்கீகாரம் இருக்கிறது. ஹிந்துக்கள் விஷயத்தில் அப்படி இல்லை. ஹிந்துக்களில் இருப்பதைவிட பர்தாவானது முஸ்லிம்களிடையே மிக ஆழமாக வேரூன்றியிருக்கிறது. சமூகத் தேவைகளுக்கும் மத போதனைகளுக்கும் இடையில் எதைத் தேர்ந்தெடுப்பது என்ற சவாலை எதிர்கொண்டால்தான் இதை நீக்க முடியும். பர்தா என்பது முஸ்லிம்களிடையே இருக்கும் பிரச்னை தான். ஹிந்துக்களில் அது அந்த அளவுக்கு இல்லை. அதை மறுத்துச் சொல்ல முஸ்லிம்களிடம் எந்தவொரு ஆதாரமும் இல்லை.

இப்படியாக சமூகத் தளத்தில் மட்டுமல்ல; இந்தியாவில் முஸ்லிம் சமூகத்தின் அரசியல் வாழ்க்கையிலும் ஒருவித தேக்கநிலையே நிலவுகிறது. முஸ்லிம்களின் பிரதான விருப்பம் மதத்தின் மீதே இருக்கிறது. ஒரு இஸ்லாமியத் தொகுதியில் போட்டியிடும் நபருக்கு ஆதரவு தருவதற்கு முஸ்லிம்கள் முன்வைக்கும் நிபந்தனைகள், கோரிக்கைகள் ஆகியவற்றைப் பார்த்தாலே இதை ஒருவர் நன்கு புரிந்துகொண்டுவிடமுடியும். முஸ்லிம் தொகுதியில் இருப்பவர்கள் ஒரு வேட்பாளரின் செயல்திட்டங்கள் பற்றி எதையும் பெரிதாக அலசிப் பார்ப்பதே இல்லை. மசூதிகளில் இருக்கும் பழைய விளக்குகளை மாற்றிவிட்டுப் புதிய விளக்குகளைத் தன் சொந்தக் காசில் பொருத்தினால் போதும். கிழிந்துபோன போர்வைக்கு பதிலாக புதியது, மசூதியைப் பழுதுபார்ப்பது போன்றவற்றைச் செய்துகொடுத்தால் போதும்.

சில இஸ்லாமிய தொகுதிகளில் வேட்பாளர் அவர்களுக்கு பிரமாதமான விருந்துக்கு ஏற்பாடு செய்தால் போதும். சில

இடங்களில் வாக்குகளுக்குக் கணிசமான பணம் கொடுத்தால் போதும். முஸ்லிம்களைப் பொறுத்தவரையில் தேர்தல் என்பது வெறும் பணம் சம்பாதிக்கும் வழி மட்டுமே. சமூகச் செயல்திட்டம், பொதுவான மேம்பாட்டுக்கான வழி என்று யாரும் பார்ப்பதில்லை. முஸ்லிம் அரசியலானது வாழ்க்கையின் மதச்சார்பற்ற விஷயங்கள் பற்றிப் பொருட்படுத்துவதே இல்லை. ஏழை பணக்காரர்களுக் கிடையிலான வேறுபாடு, முதலீடு - உழைப்பு, நில உடமையாளர் - குத்தகைதாரர், பூசாரி, கடைநிலை மனிதர், பகுத்தறிவு, மூடநம்பிக்கை என எதைப் பற்றியும் அவர்கள் பொருட் படுத்துவதே இல்லை. இஸ்லாமிய அரசியல் என்பது பெரிதும் மதம் சார்ந்தது. ஹிந்துவுக்கும் இஸ்லாமியருக்கும் இடையிலான வித்தியாசம் என்ற ஒன்றை மட்டுமே அடிப்படையாகக் கொண்டது. வாழ்வின் எந்தவொரு மதச் சார்பற்ற அம்சத்துக்கும் இஸ்லாமிய அரசியலில் இடமில்லை. இஸ்லாமிய அரசியல் உலகில் மதம் என்ற ஒரே ஒரு விஷயம் மட்டுமே அவர்களை வழிநடத்தும், கட்டுப்படுத்தும் அம்சமாகத் திகழ்கிறது.

2

முஸ்லிம்களிடையே இருக்கும் தீமைகள் எல்லாம் மிகுந்த மன வேதனையைத் தரக்கூடியவையே. இதைவிடப் பெரிய வருத்தம் தரும் விஷயம் என்னவென்றால் இந்தியாவில் முஸ்லிம் களிடையே சமூக சீர்திருத்தம் செய்யும் ஒருங்கிணைக்கப்பட்ட இயக்கமென்று எதுவுமே இல்லை. ஹிந்துக்களிடையே தீமைகள் இருக்கத்தான் செய்கின்றன. ஆனால், அவர்களில் சிலருக்கு அந்த சமூகத் தீமைகள் இருப்பது புரிந்திருகிறது. அவற்றை அப்புறப்படுத்த தீவிரமாகப் போராடுகிறார்கள். நேர்மாறாக இஸ்லாமியர்களிடையே இருக்கும் தீமைகள் பற்றி அவர்களுக்குச் சரியான புரிதல் இல்லை. இதனால் அவர்கள் அதை எதிர்த்துப் போராடுவதும் இல்லை.

1930-ல் குழந்தை திருமண தடுப்புச் சட்டம் கொண்டுவரப்பட்ட போது முஸ்லிம்கள் அதை எதிர்த்ததை இங்கு சுட்டிக்காட்டுவது பொருத்தமாக இருக்கும். அந்தச் சட்டத்தில் ஆணின் திருமண வயதானது 14-ல் இருந்து 18 ஆக உயர்த்தப்பட்டது. அது இஸ்லாமிய புனித நூல் முன்வைத்த விதிமுறைக்கு எதிரானது என்று சொல்லி முஸ்லிம்கள் அதை எதிர்த்தனர். அந்த சட்ட உருவாக்கத்தின் ஒவ்வொரு கட்டத்திலும் அதை எதிர்த்ததோடு நில்லாமல் அது சட்டமானதும் சட்ட மறுப்பு இயக்கத்தை ஆரம்பித்தனர். நல்லவேளையாக குழந்தைத் திருமணத் தடுப்பு

சட்டம் தொடர்பான இஸ்லாமியர்களின் போராட்டம் பெரிதாவதற்குள் காங்கிரஸ் முன்னெடுத்த சட்ட மறுப்பு இயக்கம் பெரிதாகிவிட்டது. ஆனால், ஒரு சமூக சீர்திருத்தத்தை இஸ்லாமியர்கள் எந்த அளவுக்கு எதிர்க்கிறார்கள் என்பதற்கு இது ஒரு நல்ல எடுத்துக்காட்டு.

முஸ்லிம்கள் சமூக சீர்திருத்தங்களை எதிர்ப்பது ஏன்?

உலகம் முழுவதிலும் இருக்கும் முஸ்லிம்கள் எல்லாம் பிற்போக்குவாதிகள் என்று பொதுவாக ஒரு பதில் சொல்லப்படும். வரலாற்று ஆதாரங்களை எடுத்துக்கொண்டு பார்த்தால் அது சரி என்றுதான் தெரியவரும். எல்லா மாபெரும் சாம்ராஜ்யங்களின் தொடக்க காலத்தைப்போலவே இஸ்லாமிய சாம்ராஜ்யத்தின் விதைகளும் முளைவிடத் தொடங்கின. ஆனால், அவை உடனேயே ஒருவித செயலற்ற, பக்கவாதம் போன்ற முடக்க நிலைக்கு ஆட்பட்டுவிட்டன. அதிலிருந்து அவர்கள் விழித் தெழவே இல்லை. இந்தப் பக்கவாத நிலைக்குக் காரணம் என்னவென்றால் அனைத்து முஸ்லிம்களும் இஸ்லாம் ஓர் உலகளாவிய மதம்; அனைத்து மக்களுக்கும் பொருத்தமானது; அனைத்து காலங்களுக்கும் அனைத்து சூழ்நிலைகளுக்கும் பொருத்தமானது என்ற நம்பிக்கை கொண்டவர்களாக இருக்கிறார்கள்.

ஒரு முஸல்மான் தனது மதத்துக்கு விசுவாசமாக இருந்துவருவதால் முன்னேறமுடியவில்லை. வேகமாக நகரும் நவீன சக்திகள் நிறைந்த உலகில் அவர்கள் நகராமல் முடங்கிப்போய் நிற்கிறார்கள். அவர்களுடைய மதம் பூர்விக காட்டுமிராண்டித் தனத்தில் வேரூன்றி நிற்கிறது. தான் அடிமைப்படுத்தும் இனங்களையும் அப்படியே தேங்கச் செய்கிறது. அது படிகம்போல் உறைந்த நிலையில், செயலூக்கம் இன்றி, ஊடுருவ முடியாததாக இருக்கிறது. அது மாற்றவே முடியாததாக இருக்கிறது. அரசியல், சமூக, பொருளாதார மாற்றங்கள் எதுவுமே அதன் மீது எந்தத் தாக்கத்தையும் செலுத்த முடியாது.

இஸ்லாமுக்கு வெளியே எந்த பாதுகாப்பும் இல்லை என்று அவர்களுக்குப் பயிற்றுவிக்கப்பட்டிருக்கிறது. இஸ்லாமின் போதனைகளுக்கு அப்பால் உண்மை என்று எதுவும் இல்லை. அதன் ஆன்மிக வழிகாட்டலுக்கு அப்பால் மகிழ்ச்சியே இல்லை. தனது மதத்தின் கருத்துகள் அல்லாமல் வேறு எதையும் ஒரு முஸ்லிமினால் புரிந்துகொள்ளவே முடியாது. தனது மதம் அல்லாமல் வேறு எந்தவொரு சூழலையும் அவரால்

புரிந்துகொள்ளமுடியாது. ஈடு இணையற்ற முழுமை நிலையை அடைந்துவிட்டதாக ஒரு முஸ்லிம் உறுதியாக நம்புகிறார். அவரிடம் மட்டுமே உண்மையான மதம், உண்மையான வேதம் உண்மையான ஞானம் எல்லாம் இருக்கிறது. அவரிடம் மட்டுமே சத்தியம் இருக்கிறது. எந்தவித மாறுதலுக்கும் உட்படுத்த முடியாத முழுமையான சத்தியம் அது.

முஸ்லிம்களின் மதச் சட்டம் என்பது உலகம் முழுவதிலும் இருக்கும், முற்றிலும் வெவ்வேறான மக்கள் திரளிடையே ஒரேவிதமான சிந்தனை, ஒரே உணர்வு, ஒரே தீர்மானம் இவற்றைக் கொண்டுவந்திருக்கிறது. இந்த ஒற்றைப்படை சிந்தனையானது மிகவும் அபாயகரமானது. இது வெறுமனே போதிக்கப்பட வில்லை. பிறவற்றைத் துளியும் சகித்துக்கொள்ள முடியாத தன்மையாக அது அவர்கள் மேல் திணிக்கப்பட்டிருக்கிறது. முஸ்லிம்கள் அல்லாமல் உலகில் எங்குமே அப்படியான கறாரான, வன்முறையான போக்கைப் பார்க்கவே முடியாது. அவை எல்லாம் இஸ்லாமின் போதனைகளுக்கு மாற்றான பகுத்தறிவு சிந்தனைகள் அனைத்தையும் அழிக்கும் நோக்கில் தீவிரமாகப் பயன்படுத்தப் பட்டுவந்திருக்கின்றன. ரெனான் சொல்கிறார்:

> ஆன்மிக மற்றும் லௌகிக அம்சங்களின் மிக நெருக்கமான பிணைப்பு. அது புனித விதிகளின் மதம். மனித குலம் இதுவரை கட்டப்பட்ட சங்கிலிகளிலேயே மிகவும் கனமானது இதுவே. ஒரு மதமாக இஸ்லாமில் நல்ல அம்சங்கள் இருக்கின்றன. ஆனால் மனித சிந்தனைக்கு இஸ்லாம் மிகப் பெரிய அளவில் இடையூறாகவே இருந்திருக்கிறது. ஏற்கெனவே உள் முகமாக ஒடுங்கியிருந்த மனங்களை இஸ்லாம், ஒளியில் இருந்து மேலும் தனிமைப்படுத்துவிட்டது. சுதந்தர சிந்தனைகளை இஸ்லாம் பிற மதங்களைவிட வன்முறையாக ஒடுக்கியது என்று சொல்லமாட்டேன். ஆனால், மிகவும் திறமையாக முடக்கியது என்று சொல்வேன். தான் வென்ற நாடுகள் அனைத்தையும் சுதந்தரமான சிந்தனைகளில் இருந்து முழுமையாக அப்புறப் படுத்திவிட்டது. ஒரு முஸல்மானின் தனிச் சிறப்பான அம்சம் என்னவென்றால் அவர் விஞ்ஞானம் மீது வெறுப்பு கொண்டிருப்பார். ஆய்வுகள் எல்லாம் பயனற்றவை, பொருட் படுத்தத்தகுந்தவை அல்ல; மதக் கடமைக்கு எதிரானவை என்ற நம்பிக்கை கொண்டிருப்பார். ஏனென்றால், அவையெல்லாம் இறைவனுக்கு எதிரானவை. வரலாற்று ஆய்வுகள் எல்லாம் இஸ்லாமுக்கு முந்தைய காலம் பற்றியும் பேசுவதால் அவை பழங்கால கலக அம்சங்களைக் கிளர்ந்தெழச் செய்துவிடும்.

ரெனான் மேலும் சொல்கிறார்:

> இஸ்லாம் விஞ்ஞானத்தைத் தனது எதிரியாகக் கருதுவதில் எந்தமாற்றத்தையும் இதுவரை கொண்டுவந்ததில்லை. ஆனால், இப்படி ஒரு விஷயத்தில் உடும்பைப்போல் பிடித்துக்கொண்டு நிற்பது அபாயகரமானது. இஸ்லாமின் துரதிஷ்டம் அந்த பிடிவாதத்தில் இருந்து அது பிறழுவே இல்லை. விஞ்ஞானத்தைக் கொன்றதன் மூலம் அது தன்னையே கொன்றுகொள்கிறது. உலகில் மிகவும் பின் தங்கிய சமூகமாக விமர்சனத்துக்கு உள்ளாகியும் இருக்கிறது.

பலருக்கும் தெரிந்த இந்த பதில் முழுவதும் உண்மையானது அல்ல. இது முழு உண்மையாக இருந்தால் இந்தியாவுக்கு வெளியே உள்ள இஸ்லாமிய நாடுகளில் கேள்விகள் கேட்கும், மாற்றங்களை வரவேற்கும் சீர்திருத்தத்தை ஆதரிக்கும் சக்திகள் வாழ்க்கையின் அனைத்துத் தளங்களிலும் செயல்படத் தொடங்கியிருப்பதை எப்படி நாம் புரிந்துகொள்ளமுடியும். உண்மையில் துருக்கியில் ஏற்பட்டிருக்கும் மாற்றங்கள் எல்லாம் புரட்சிகரமானவை. அந்தப் பகுதியில் உள்ள முஸ்லிம்கள் புரட்சிப் பாதையில் போவதை இஸ்லாம் தடுத்திருக்காத நிலையில் இந்திய முஸ்லிம்களை மட்டும் அது ஏன் தடுக்கவேண்டும். இந்தியாவில் இருக்கும் முஸ்லிம்களின் சமூக அரசியல் தேக்க நிலைக்கு வேறு விசேஷமான காரணம் இருக்கவேண்டும்.

எது அந்த விசேஷமான காரணமாக இருக்கக்கூடும். இந்திய முஸல்மானிடம் மாற்றத்துக்கான உத்வேகம் இல்லாமல் இருப்பதற்கு இந்தியாவில் அவர்களுடைய இடம் என்னவாக இருக்கிறது என்பதுதான் காரணம் என்று நினைக்கிறேன். பெருமளவுக்கு ஹிந்துக்கள் இருக்கும் சமூகச் சூழலில் இந்திய முஸ்லிம் இருக்கிறார். ஹிந்து சமுதாயச் சூழலானது மெள்ள மெள்ள இஸ்லாமிய சமூகத்தை ஆக்கிரமித்துவருகிறது. அது அவர்களை இஸ்லாமில் இருந்து பிரிக்க முயற்சி செய்வதாகக் கருதுகிறார்கள். அதனால் அதில் இருந்து தன்னைத் தற்காத்துக் கொள்ள இஸ்லாமின் ஒரு அம்சம் தனது சமூகத்துக்கு நல்லதா கெட்டதா என்றெல்லாம் சோதிக்க விரும்பாமல் அனைத்தையும் இறுக்கமாகப் பிடித்துக்கொள்கிறார்.

இரண்டாவதாக இந்தியாவில் இஸ்லாமியர்கள் இருக்கும் அரசியல் சூழலும் ஹிந்துக்களைப் பெரும்பான்மையாகக் கொண்டதாகவே இருக்கிறது. தன்னை இவர்கள் அழுத்திவிடுவார்கள்; இந்த

அரசியல் ஒடுக்குதல் முஸ்லிம்களை கடைநிலை ஜாதியினராக்கி விடும் என்று கருதுகிறார். ஹிந்துக்களுள் சமூகரீதியாகவும் அரசியல்ரீதியாகவும் புதைந்துபோய்விடாமல் இருக்கவேண்டும் என்ற ஆழ்மன எண்ணங்களினால்தான் இந்தியாவில் இருக்கும் முஸ்லிம்கள் பிற பகுதிகளில் இருக்கும் முஸ்லிம்களைவிடப் பிற்போக்காக, சீர்திருத்தங்களை ஏற்க விருப்பமின்றி இருக்கிறார்கள்.

பதவிகள், வேலைகள் என அனைத்திலும் ஹிந்துக்களுடன் அவர்கள் போட்டியிட்டுக்கொண்டே இருக்கவேண்டியிருக்கிறது. இதனால் சமூக சீர்திருத்தம் சார்ந்து எந்த சிந்தனைக்கோ கேள்விகளுக்கோ இடமில்லை. அதற்கான நேரமும் அவர்களுக்குக் கிடைப்பதில்லை. அப்படி ஏதேனும் சிந்தனைகள் இருந்தால்கூட மதவாத நோக்கில் ஏற்படுத்தப்படும் நெருக்கடிகளினால் அழுத்தப்பட்டுவிடுகின்றன. ஹிந்துக்கள், ஹிந்துயிஸம் இவை ஏற்படுத்தும் நெருக்கடிகளைச் சமாளிக்க சமூக-மத ஒற்றுமையை எந்தநிலையிலும் விடாமல் இறுகப் பற்றிக்கொள்கிறார்கள்.

இந்திய முஸ்லிம் சமுதாயத்தின் அரசியல் தேக்க நிலைக்கும் இந்த விளக்கமே பொருத்தமாக இருக்கும். வாழ்வின் மதச்சார்பற்ற அம்சங்களை முஸ்லிம் அரசியல்வாதிகள் அங்கீகரிப்பதே இல்லை. அப்படி அவற்றைப் பொருட்படுத்தினால் ஹிந்துக்களுடனான மோதலில் தமது சமூகம் வலுவிழந்துவிடும் என்று கருதுகிறார்கள். ஒரு ஏழை முஸ்லிம், ஏழை ஹிந்துவுடன் கை கோர்த்து நின்று பணக்காரர் ஒருவரை எதிர்க்கமாட்டார். ஒரு முஸ்லிம் விவசாயத் தொழிலாளர், ஒரு ஹிந்து விவசாயத் தொழிலாளருடன் சேர்ந்து நில உடமையாளர் ஒருவரை எதிர்க்கமாட்டார். முஸ்லிம் தொழிலாளிகள், ஹிந்து தொழிலாளிகளுடன் கை கோர்த்துக் கொண்டு முதலாளியை எதிர்க்கமாட்டார்கள்.

இதற்கான விடை மிகவும் எளியது. ஒரு பணக்காரருக்கு எதிரான போரில் ஒரு முஸ்லிம் ஏழையானவர், ஹிந்து ஏழையுடன் சேர்ந்து செயல்பட ஆரம்பித்தால் நாளை ஒரு பணக்கார முஸ்லிமையும் எதிர்க்கவேண்டிவரும். ஒரு பண்ணையாருக்கு எதிரான போரில் ஒரு முஸ்லிம் விவசாயக் கூலித் தொழிலாளர், ஹிந்து விவசாயியுடன் சேர்ந்து செயல்பட ஆரம்பித்தால் நாளை ஒரு முஸ்லிம் பண்ணையாரையும் எதிர்க்கவேண்டிவரும். ஒரு முதலாளிக்கு எதிரான போரில் ஒரு முஸ்லிம் பாட்டாளி, ஹிந்து பாட்டாளியுடன் சேர்ந்து செயல்பட ஆரம்பித்தால் நாளை ஒரு முஸ்லிம் முதலாளியையும் எதிர்க்கவேண்டிவரும்.

ஒரு முஸ்லிம் பணக்காரருக்கும், முஸ்லிம் பண்ணையாருக்கும், முஸ்லிம் முதலாளிக்கும் நேரும் இழப்பு என்பது முஸ்லிம் சமூகத்துக்கான இழப்பாகவே ஒரு முஸ்லிம் பார்க்கிறார். அது ஹிந்துக்களுடனான போரில் தங்களை வீழ்த்திவிடும் என்றே நினைக்கிறார்.

இந்திய மாகாணங்களில் கொண்டுவரப்பட்ட அரசியல் சீர்திருத்தங்களை முஸ்லிம் தலைவர்கள் அணுகும் விதத்திலிருந்து முஸ்லிம் அரசியல் எந்த அளவுக்கு திரிபடைந்திருக்கிறது என்பதைப் புரிந்துகொள்ளமுடியும். ஹிந்து மாகாணமான காஷ்மீரில் பிரதிநிதித்துவ அரசை அமைக்க வேண்டுமென்று முஸ்லிம்களும் அவர்களுடைய தலைவர்களும் பெரும் போராட்டத்தில் ஈடுபட்டனர். அதே இஸ்லாமியத் தலைவர்கள் முஸ்லிம் பெரும்பான்மையாக இருக்கும் பகுதிகளில் அதே போன்ற பிரதிநிதித்துவ அரசை அமைக்க முற்பட்டபோது அதைக் கடுமையாக எதிர்த்தனர். இந்த விசித்திரமான அணுகுமுறைக்கன காரணம் மிகவும் எளியது.

முஸ்லிம்களைப் பொறுத்தவரையில் எந்தவொரு விஷயத்தையும் அது முஸ்லிம்களை எப்படி பாதிக்கும்; ஹிந்துக்களுக்கு என்ன பாதிப்பைத் தரும் என்ற கோணத்தில் மட்டுமே அலசிப் பார்த்து முடிவெடுக்கிறார்கள். பிரதிநிதித்துவ அரசு முஸ்லிம்களுக்கு நன்மை தரும் என்றால் அதை வாரவேற்பார்கள். காஷ்மீரின் ஆட்சியாளர் ஹிந்து. ஆனால், பெரும்பான்மையானவர்கள் முஸ்லிம்கள். எனவே அங்கிருந்த முஸ்லிம்கள் தங்களுடைய பிரதிநிதித்துவம் அதிகமாக இருக்கும் அரசு வேண்டும் என்று போராடினார்கள். அதாவது, ஹிந்து அரசரிடமிருந்து ஆட்சியைப் பறித்து முஸ்லிம் குடிமக்களிடம் தரவேண்டும் என்று போராடினார்கள். ஆனால், ஹிந்துக்கள் பெரும்பான்மையாகவும் முஸ்லிம் அரசர் இருக்கும் பகுதிகளில் பிரதிநிதித்துவ அரசு என்றால் முஸ்லிம் அரசரிடமிருந்து ஆட்சியைப் பறித்து ஹிந்துப் பெரும்பான்மையிடம் தரவேண்டும் என்று வந்தபோது அதை எதிர்த்தார்கள்.

அப்படியாக ஒரே விஷயத்தை ஒரு இடத்தில் ஆதரித்தார்கள். இன்னொரு இடத்தில் எதிர்க்கிறார்கள். முஸ்லிம்களின் பிரதான இலக்கு என்பது ஜனநாயகம் அல்ல. பெரும்பான்மையாக இருப்பவர்களின் ஜனநாயக அரசு, ஹிந்துக்களுக்கு எதிரான போரில் முஸ்லிம்களை எப்படிப் பாதிக்குமென்பதுதான் அவர்களுடைய ஒரே கணிப்பு. ஜனநாயகம் முஸ்லிம்களைப் பலவீனப்படுத்துமென்றால் அவர்கள் அதை எதிர்ப்பார்கள்.

இஸ்லாமிய மன்னர்கள் ஆளும் மாகாணங்களில் நிலைமை படு மோசமாக இருந்தாலும் அதையே தொடர்ந்து நடக்கவேண்டும் என்று போராடுவார்கள். ஹிந்துப் பெருமான்மை மீதான முஸ்லிம் மன்னரின் அதிகாரம் பலவீனமடைவதை அவர்கள் விரும்ப மாட்டார்கள்.

முஸ்லிம்களின் சமூக, அரசியல் தேக்கநிலையை ஒரே ஒரு காரணத்தின் மூலம் தெளிவாக விளக்கிவிடமுடியும். அதாவது ஹிந்துக்களும் முஸ்லிம்களும் தொடர்ந்து போராடிக் கொண்டேதான் இருப்பார்கள் என்று முஸ்லிம்கள் கருதுகிறார்கள். ஹிந்துக்கள் எப்போதுமே முஸ்லிம்கள்மேல் தமது அதிகாரத்தை நிலைநாட்ட முயற்சி செய்வார்கள். அதுபோலவே ஹிந்துக்களின் மீது தமது அதிகாரத்தை நிலை நாட்ட முஸ்லிம்கள் தொடர்ந்து முயற்சி செய்துகொண்டே இருப்பார்கள். இந்தப் போட்டியில் வலிமையானவர் வெல்வார். அவர்கள் தோற்பவர்களை அடக்கி, ஒடுக்கி, முடக்கிப் போடவேண்டும்.

பிற நாடுகளில் வசிக்கும் முஸ்லிம்கள் சீர்திருத்த நடவடிக்கைகளை எடுத்திருக்கிறார்கள்; இந்திய முஸ்லிம்கள் மட்டுமே அதை எதிர்க்கிறார்கள். இதற்கான காரணம் முந்தையவர்களுக்கு அவர்களுடைய பகுதியில் எந்தவித மத நெருக்கடியும் போட்டி சக்திகளிடமிருந்து இல்லை. பிந்தையவர்களுக்கு அப்படியான நெருக்கடி இருக்கிறது. இதுதான் காரணம்.

3

சமூக அமைப்பைச் சீர்செய்யவேண்டியதன் அவசியத்தை அங்கீகரிக்காமல் இருக்கும் குருட்டுப் பழமைவாத எண்ணங்கள் முஸ்லிம்களை மட்டுமே பீடித்திருப்பதாக நினைக்கவேண்டாம். ஹிந்துக்களையும் அது பீடித்திருக்கிறது. சமூக செய்நேர்த்தி கைகூடாமல் நிலையான வளர்ச்சி சாத்தியமில்லை என்பதை ஒருகட்டத்தில் ஹிந்துக்கள் புரிந்துகொண்டிருந்தார்கள். தீய பழக்க வழக்கங்களின் விளைவாக ஹிந்து சமூகம் நேர்த்தியானதாக ஆகிவிட்டிருக்கவில்லை. இந்தத் தீமைகளை அழிக்க மிகக் கடுமையாக முடிவற்று முயற்சிகள் எடுத்துக்கொண்டே இருக்கவேண்டும் என்ற நிலையே நிலவுகிறது. தேசிய காங்கிரஸ் உருவானதும் கூடவே சோஷியல் கான்ஃப்ரன்ஸ் ஆரம்பிக்கப் பட்டதும் இந்தப் புரிதலினால் ஏற்பட்டவையே.

தேசத்தின் அரசியல் கட்டமைப்பில் இருக்கும் பலவீனமான அம்சங்களை காங்கிரஸ் மாற்றியமைக்க முயற்சி செய்கிறது. அதே

நேரம் சோஷிய கான்ஃப்ரன்ஸ் அமைப்பானது சமூகத் தளத்தில் ஹிந்து சமுதாயத்தில் இருக்கும் பலவீனங்களைக் களைய முயற்சிகளை மேற்கொண்டது. குறிப்பிட்ட காலம் வரையிலும் காங்கிரஸும் சோஷியல் கான்ஃப்ரஸும் ஒரே அமைப்பின் கிளைகள் போல் செயல்பட்டன. இருஅமைப்புகளும் தமது வருடாந்தர மாநாடுகளை ஒரே கூரையின் கீழ் நடத்தின. ஆனால், விரைவிலேயே இரண்டு அமைப்புகளும் அரசியல் சீர்திருத்தக் கட்சி, சமூக சீர்திருத்தக் கட்சி என்று இரு தனி கட்சிகளாக மாறின. அவற்றுக்கிடையே கடுமையான மோதலும் ஆரம்பித்தது. அரசியல் சீர்திருத்தக் கட்சியானது காங்கிரஸ் கட்சியை ஆதரித்தது. சோசியல் கான்ஃப்ரன்ஸ் அமைப்பை சமூக சீர்திருத்தக் கட்சி ஆதரித்தது. அப்படியாக இரண்டும் எதிர்முகாம்களாகின. சமூக சீர்திருத்தமா அரசியல் சீர்திருத்தமா எதற்கு முக்கியத்துவம் தரவேண்டும் என்ற கேள்வி பெரிதாக எழுந்தது.

சுமார் பத்தாண்டு காலம் இரண்டு தரப்புகளுக்கு இடையிலான போட்டி எந்தவொரு தரப்புக்கும் முழு வெற்றி என்று ஆகாமல் சம நிலையில் இருந்தது. எனினும் சோஷியல் கான்ஃப்ரன்ஸ் கட்சியானது வேகமாக பின்னடையத் தொடங்கியது. கல்வியறிவு பெற்ற ஹிந்துக்கள் எல்லாம் அரசியல் வெற்றிகளையே விரும்புகிறார்கள். சமூக சீர்திருத்த விஷயங்களில் அக்கறை காட்டுவதில்லை என்று சோஷியல் கான்ஃப்ரன்ஸின் தலைவர்கள் வருத்தம் தெரிவித்தனர். அதோடு காங்கிரஸ் கூட்டங்களில் பங்குபெற்றவர்களும் அதற்கு ஆதரவு தெரிவித்தவர்களும் எண்ணிகையில் மிக மிக அதிகமாக இருந்தனர்.

சோஷியல் கான்ஃப்ரன்ஸில் இருந்தவர்கள் மிகவும் குறைவான எண்ணிக்கையிலேயே இருந்தனர். இப்படியான அக்கறையின்மை, உறுப்பினர் எண்ணிக்கை குறைதல் ஆகியவற்றைத் தொடர்ந்து திரு திலகர் போன்ற தலைவர்கள் காங்கிரஸைக் கடுமையாக எதிர்க்கத் தொடங்கினர். நாளடைவில் அரசியல் சீர்திருத்தத் தரப்பு வெற்றி பெற்றது. சோஷியல் கான்ஃப்ரன்ஸ் அமைப்பு சிதைந்து மறக்கவும்பட்டது. அதனோடு ஹிந்து சமூகத்தில் சீர்திருத்த முயற்சிகளும் முடிவுக்கு வந்தன (இது தொடர்பாகக் கூடுதல் விவரங்கள் தெரிந்துகொள்ள, அனிஹிலேஷன் ஆஃப் காஸ்ட் நூலைப் பார்க்கவும்).

திரு காந்தியின் தலைமையின் கீழ் காங்கிரஸானது அரசியல் பைத்தியக்கார விடுதியாகிவிடவில்லை. ஆனால் அரசியல் செயல்பாடுகள் மீது பித்துப் பிடித்ததுபோல் செயல்படத்

தொடங்கியது. சட்ட மறுப்பு இயக்கம், ஒத்துழையாமை இயக்கம், ஸ்வராஜ்ய முழக்கங்கள் போன்றவை முன்பு ஹிந்துக்களின் மனதில் இருந்த சமூக சீர்திருத்த சிந்தனைகளின் இடத்தைப் பிடித்து விட்டன. அரசியல் போராட்டங்கள் எழுப்பிய கூச்சலினால் திருத்தப்படவேண்டிய தீமைகள் ஏதேனும் இருக்கிறனவா என்ற எண்ணமே இல்லாமல் போய்விட்டது. அதைப் பற்றிச் சிந்திப்பவர்கள்கூட அரசியல் சீர்திருத்தம் அளவுக்கு சமூகச் சீர்திருத்தமும் அவசியமே என்ற புரிதல் இல்லாதவர்களாக இருந்தனர். அதோடு அரசியல் அதிகாரம் கிடைத்தால்தான் சமூக சீர்திருத்தமே செய்ய முடியும் என்று சொல்பவர்களாகவும் ஆகிவிட்டனர்.

அரசியல் அதிகாரத்தைக் கைப்பற்றிக் கொள்வதில் அவர்கள் வெகு தீவிரமாக இருந்தனர். எனவே, சமூக சீர்திருத்தங்கள் தொடர்பான பிரசாரங்கள் செய்யக்கூட பொறுமையற்றவர்களாக இருந்தனர். இப்படிச் செய்தால் அரசியல் பிரசாரங்களுக்கான காலம், உழைப்பு எல்லாம் குறைந்துவிடும் என்று கருதினார்கள். தேசியவாதிகளின் சிந்தனை பற்றி காந்தியின் நண்பர் ஒருவர் மிகவும் வெளிப்படையாகச் சொன்னது :

> அரசியல் அதிகாரம் கைக்குக் கிடைக்காமல் எந்தவொரு பெரிய சீர்திருத்தத்தையும் நம்மால் செய்ய முடியாது என்பது உங்களுக்குத் தெரியாதா. இன்றைய பொருளாதார நெருக்கடிகளை நாம் சமாளித்தாகவேண்டும். அரசியல் மறுகட்டமைப்பு நடக்காமல் எந்தவொரு மீட்டெடுப்பும் சாத்தியமே இல்லை. பச்சை அரிசி, புழுங்கல் அரிசி, சமச்சீர் உணவு இப்படியான பேச்சுகள் எல்லாம் வெறும் கானல் நீர்தான் (ஹரிஜன், 11, ஜன, 1936).

ரானடே தலைமையிலான சமூக சீர்திருத்தக் கட்சி மறைந்து காங்கிரஸுக்கு வழி அமைத்துக்கொடுத்தது. ஹிந்துக்களிடையே இன்னொரு கட்சியும் காங்கிரஸுக்கு எதிராக உருவாகியுள்ளது. அதுதான் ஹிந்துமஹா சபா. அதன் பெயரைப் பார்த்ததும் ஹிந்து சமூகத்தில் சீர்திருத்தத்தை அது கொண்டுவர முயற்சி செய்யக்கூடும் என்று ஒருவர் நினைக்கலாம். ஆனால், அப்படி இல்லை. காங்கிரஸுடனான அந்தக் கட்சியின் பகைமை என்பது சமூக சீர்திருத்த இலக்குக்கும் அரசியல் சீர்திருத்த இலக்குக்கும் இடையிலானதல்ல. காங்கிரஸின் இஸ்லாமியருக்கு சாதகமான அணுகுமுறைக்கு எதிராக உருவான கட்சி அது. முஸ்லிம் ஆக்கிரமிப்பிலிருந்து ஹிந்து உரிமைகளைப் பாதுகாப்பதே அதன்

நோக்கம். முஸ்லிம்களுக்கு எதிரான போரில் ஹிந்துக்கள் அனைவரையும் ஓரணியில் திரட்ட வேண்டும் என்பதே அதன் நோக்கம்.

ஹிந்து நலன்களைக் காக்கும் நோக்கில் அமைக்கப்பட்டிருக்கும் அந்த அமைப்பு எப்போதும் அரசியல் பிரதிநிதித்துவ இடங்கள், பதவிகள் இவை தொடர்பான அரசியல் செயல்பாடுகளிலேயே மிகுந்த கவனத்தைச் செலுத்துகிறது. அனைத்து ஹிந்துக்களையும் ஓரணியில் கொண்டுவரவேண்டும் என்பதில் தீவிரமாக இருப்பதால், தனது உறுப்பினர்களிடையே எந்தவித கருத்து முரணையும், எதிர்ப்பையும் அனுமதிக்கமுடியாது. சமூக சீர்திருத்த நடவடிகைகளை முன்னெடுத்தால் அவற்றையெல்லாம் எதிர்கொள்ள வேண்டியிருக்கும்.

ஹிந்து மஹா சபையானது ஹிந்துக்களை ஓரணியில் கொண்டு வரும் நோக்கில் சமூகத் தீமைகள் அனைத்தையும் அப்படியே இருக்கவிடவே தயாராக இருக்கிறது. பல குறைகள், தவறுகள் இருந்தபோதிலும் *1935* சட்டம் வரையறுத்தது போன்ற கூட்டமைப்பை வரவேற்கத் தயாராக இருந்தது.

இந்தக் காரணத்தினால் இந்திய மாகாணங்களில் இப்போது இருக்கும் நிர்வாக அமைப்பை அப்படியே தக்கவைத்துக் கொள்ளவே ஹிந்து மஹாசபை விரும்புகிறது. ஹிந்து சமஸ்தானங்களை விட்டு விலகுங்கள் என்பதுதான் அதன் தலைவரின் பிரதான முழக்கம். இந்த மனோபாவம் முஸ்லிம் களிடம் இருப்பதைவிடத் தீவிரமாக இருக்கிறது. ஹிந்துக்கள் பெரும்பான்மையாக இருக்கும் மாகாணங்களில் ஜனநாயக பிரதிநிதித்துவ அரசென்பது ஹிந்துக்களுக்கு எந்தத் தீங்கையும் விளைவிக்க முடியாது. ஹிந்து மஹா சபையின் தலைவர் அதை ஏன் எதிர்க்கிறார். ஏனென்றால் அது முஸ்லிம்களுக்கு ஆதரவாக இருந்துவிடும். அதை அவரால் ஏற்றுக்கொள்ள முடியவில்லை.

4

தமது நலன்களைப் பாதுகாத்துக்கொள்ளும் விருப்பமானது ஹிந்துக்களையும் முஸ்லிம்களையும் எந்த அளவுக்குப் பாதிக்கும் என்பதை முஸ்லிம் திருமணச் சட்டம் - VIII - *1939* தொடர்பான மத்திய சபையில் நடைபெற்ற விவாதங்களில் இருந்து நன்கு தெரிந்துகொள்ளமுடியும். இந்தச் சட்டத்துக்கு முன்பாக திருமணமான ஒரு முஸ்லிம் பெண் மதம் மாறினால் எந்த மதத்துக்கு மாறியிருக்கிறாரோ அதைச் சேர்ந்தவரைத் திருமணம்

செய்துகொள்ள முடியும். கடந்த 60 வருடங்களாக இந்தச் சட்டமே நடைமுறையில் இருந்து வந்தது (இது தொடர்பான முதல் தீர்ப்பு ஜபரஸ்ட் கான் எதிர் தரப்பு அவர் மனைவி தொடர்பான வழக்கில் வட மேற்கு எல்லைப்புற உயர் நீதிமன்றம் வழங்கிய தீர்ப்புதான்).

1939-ல் கொண்டுவரப்பட்ட முஸ்லிம் திருமணச் சட்டம் VIIIவது பிரிவானது இதை ரத்து செய்தது.

திருமணமான ஒரு முஸ்லிம் பெண் இஸ்லாத்தைத் துறந்தாலோ வேறு மதத்துக்குச் சென்றாலோ அந்தத் திருமணம் செல்லாததாக ஆக்கிவிடாது.

அப்படியான முஸ்லிம் மதத்தைத் துறக்கும் அல்லது மதம் மாறும் பெண், செக்ஷன் இரண்டில் சொல்லப்பட்டிருக்கும் நிபந்தனைகளின் அடிப்படையில் தனது திருமணத்தை ரத்து செய்துகொள்ளலாம்.

மேலும் இந்த செக்ஷனானது வேறு மதத்தில் இருந்து இஸ்லாமுக்கு மாறி அதன் பின் தனது முந்தைய மதத்துக்குச் செல்கிறாரென்றால் பொருந்தாது.

இந்தத் திருத்தத்தின்படி திருமணமான முஸ்லிம் பெண் வேறொரு மதத்துக்கு மாறுவதனால் அவருடைய திருமணம் ரத்தாகிவிடுவதில்லை. அதிகபட்சமாக அவருக்கு விவாகரத்துக்கான உரிமை மட்டுமே கிடைக்கும். செக்ஷன் 2 விவாகரத்துக்கு மத மாற்றத்தையோ மதத்தைத் துறப்பதையோ காரணமாக ஏற்றுக் கொள்வதில்லை. இதன் அர்த்தம் என்னவென்றால் திருமணமான ஒரு முஸ்லிம் பெண்ணுக்கு தன் மனதுக்கு ஏற்ப நடந்துகொள்ள உரிமை கிடையாது. தனது கணவருடைய மதத்துடன், அது அந்தப் பெண்ணின் மனதுக்குப் பிடிக்காமல் இருந்தாலும் நிரந்தரமாகப் பிணைக்கப்பட்டவராகவே இருப்பார்.

இந்த சட்டத் திருத்ததுக்குக் கிடைத்த ஆதரவு பற்றி இங்கு குறிப்பிடவேண்டும். எம்.எல்.ஏ. க்வாஸி காஸ்மி இந்த சட்டத்தை முன் மொழிந்தார். இந்த மாற்றத்துக்கு அவர் காரணமாகச் சொன்னது மிகவும் தந்திரமானது. அவர் அந்தத் தீர்மானத்தை அறிமுகப்படுத்திப் பேசிய தன்னுடைய உரையின்போது சொன்னது:

மதத்தை விட்டு விலகுவதென்பது பிற எந்தவொரு மதத்தையும்போலவே பெரிய குற்றமாகவே இஸ்லாமாலும் கருதப்படுகிறது. கிட்டத்தட்ட தேசத்துக்கு எதிரான குற்றம் போலவே கருதப்படுகிறது. இது ஒன்றும் புதியதொரு திருத்தம்

அல்ல. எந்தவொரு தேசத்தின் பழைய சட்டங்களை எடுத்துப் பார்த்தாலும் இதுபோன்ற விதிமுறைகளும் தண்டனைகளும் இருப்பதைப் பார்க்க முடியும். மதம் மாறும் ஆண்களுக்கு மரண தண்டனை விதிக்கப்பட்டிருக்கும். பெண்களுக்கு சிறைத் தண்டனை வழங்கப்பட்டிருக்கும். இது ஒரு பாவச் செயல் என்பதால் இது ஒரு பெரிய குற்றமும் ஆகிறது. இதற்கு தண்டனை தந்தே தீரவேண்டும். மதம் மாறும் மனைவியின் மனைவி என்ற அந்தஸ்து பறிக்கப்பட்டுவிடவேண்டும். அந்தஸ்து மட்டுமல்ல அவருக்கான சொத்துகள், குடிமை உரிமைகள் எல்லாவற்றையும் பறித்துவிடவேண்டும். 1850 வாக்கில் கொண்டுவரப்பட்ட ஜாதி இடர்பாடுகள் நீக்கும் சட்டம், 1850 சட்டம் 21 போன்றவற்றிலும் இப்படியான அம்சத்தை நாம் பார்க்கமுடியும்.

இந்தச் சட்டத்தின் மூலம், மதத்தைத் துறக்கும் பெண்ணிடமிருந்து குடிமை உரிமைகள் பறிக்கப்படுவது ரத்துசெய்யப்படுகிறது. சொத்தில் பங்கு இல்லை என்றோ வேறு வாரிசு உரிமைகள் இல்லை என்றோ சொல்ல முடியாது. சட்டமானது இந்த விஷயத்தில் அந்தப் பெண்ணுக்கு உதவிக் கரம் நீட்டுகிறது. அந்தப் பெண்ணுக்கு சுதந்தரமாகச் சிந்திக்கும் உரிமையைத் தருகிறது. தனக்குப் பிடித்த மதத்தைத் தேர்ந்தெடுக்கும் உரிமையைத் தருகிறது. மதம் மாறவிடாமல் தடுக்கக்கூடியதான சொத்துரிமை ரத்து என்ற நிபந்தனையை நீக்கிவிட்டிருக்கிறது.

மனைவி என்ற அந்தஸ்தை எத்தனை காலம் வரை தரலாம் என்பது பற்றி நாம் பார்க்கவேண்டும். ஒருவருக்கு மனைவி என்ற ஸ்தானம் அந்தப் பெண்ணுக்கு சமூகத்தில் ஒரு அந்தஸ்தைத் தருகிறது. அவர் ஏதோ ஒரு குடும்பத்தைச் சேர்ந்தவராக இருக்கிறார்; அவருக்குக் குழந்தைகளிருக்கின்றன. பிற சமூகத் தொடர்புகளும் அவருக்கு உண்டு. அந்தப் பெண்ணுக்கு தாராள சிந்தனை உண்டென்றால், அவர் பழைய மதத்திலேயே தொடர வேண்டாம் என்று தீர்மானிக்கக்கூடும். மதத்தை மாற்றிக்கொண்டால் நவீன சிந்தனைகள் கொண்ட நாம் அந்தப் பெண் அந்தக் கணவரின் மனைவி என்ற அந்தஸ்தை இழந்துவிடுவார் என்று நாம் ஏன் சொல்லவேண்டும்.

கருத்து சுதந்தரம், மத சுதந்தரம் ஆகியவற்றை முன்னெடுக்கும் இந்தக் காலகட்டத்தில் வேவ்வேறு சமூகங்களுக்கிடையிலான திருமணங்களை நாம் ஆதரிக்கும் இந்த நேரத்தில் மதத்தை மாற்றிக்கொள்வதனாலேயே அல்லது மத நம்பிக்கையைத் துறப்பதனாலேயே ஒரு பெண்ணுக்கு ஒருவருடைய மனைவி என்ற

உரிமையைப் பறிப்பது சரியல்ல. எனவே நவீன நோக்கில் பார்த்தால், மதத்தைத் துறப்பதால் கணவருடனான உறவும் முறிந்துவிடுகிறது என்பதை ஏற்றுக்கொள்ளவே முடியாது. ஆனால், இது வாதத்தின் ஒரு பாகம் மட்டுமே. பார்ஸி திருமணம் மற்றும் விவாகரத்து சட்டம் 1936 செக்ஷன் 32-ன் படி அந்தத் திருமணமான பெண் விவாகரத்து கோரலாம். ஏனென்றால் மதத்தைத் துறப்பதன் மூலம் அல்லது வேறு மதத்துக்கு மாறுவதன் மூலம் அவர் பார்ஸி பெண் இல்லை என்றாகிவிடுகிறார்.

இதிலிருந்து இரண்டு விஷயங்கள் தெரியவருகின்றன. முதலாவதாக, திருமண முறிவுக்கான காரணமாக அதைக் கருதலாம். மத நோக்கிலோ உணர்விலோ அல்ல. ஏனென்றால் மதம் மாறி இரண்டு வருடங்கள் ஆகிவிட்டால் பிரதி எதிர்க்க வில்லையென்றால் ஆணோ பெண்ணோ திருமண முறிவுக்கான காரணமாக அதைச் சொல்லமுடியாது. இரண்டாவது காரணம் என்னவென்றால், கணவரால்தான் தன் மனைவி மதம் மாறிவிட்டார் என்று புகாரளிக்க முடியும். அவருக்குத்தான் இந்த திருமணத்தை முறிக்க உரிமை உண்டு. உள்ளூர் மதம் மாறிகள் திருமண ரத்துசட்டம் 21-ம் பிரிவு 1886-ன் படி.... இது இந்தியாவில் இருக்கும் அனைத்து சமூகங்களுக்கும் பொருந்தும்.

ஒரு இந்தியர் கிறிஸ்தவ மதத்துக்கு மாறுவதால் மட்டுமே அவருடைய திருமணம் ரத்தாகிவிடுவதில்லை. அதே நேரம் மதம் மாறாத இன்னொரு நபர் திருமணம் சார்ந்த கடமைகளைப் பூர்த்தி செய்தாகவேண்டும் என்று நீதிமன்றத்தில் சென்று கேட்டுக்கொள்ள முடியும். அந்த நீதிபதி அவர்களுக்கு ஒரு ஆண்டு கால அவகாசம் தந்து இருவரும் அந்த திருமண உறவை முறித்துக்கொள்ளாமல் இருக்கும்படி மூன்றாம் நபர் ஒருவரின் முன்னிலையில் பேச்சுவார்த்தை நடத்தவேண்டும். அதன் பிறகும் அவர்கள் விவாகரத்து வேண்டும் என்று கேட்டுக்கொண்டால் அதைக் கொடுக்கலாம். விவாகரத்தானது வழங்கப்படுகிறது. ஆனால், மதம் மாறியதால் வழங்கப்படவில்லை. எனவே இந்தியாவில் இருக்கும் அனைத்து சமூகங்களுமே திருமணமான பெண் மதம் மாறுவதால் அந்தத் திருமணம் ரத்தாகிவிடுவதில்லை என்பதை ஏற்றுக்கொள்கிறார்கள்.

இன்னொரு மத்திய சபை உறுப்பினரும் இந்த சட்டத்தின் ஆதரவாளருமான சையது குலாம் பிக் நாரங் அப்பட்டமாகப் பேசினார். அந்த சட்டத்தை ஆதரித்து அவர் சொன்னவை :

பிரிட்டிஷ் இந்திய நீதிமன்றங்களில் நீண்ட காலமாகவே திருமணமான பெண் மதத்தைத் துறந்தால் அந்த நிமிடமே எந்தவித சட்ட நடவடிக்கைகள், உத்தரவுகள், அனுமதி எதுவும் இல்லாமலேயே அந்தத் திருமணம் ரத்தாகிவிடுகிறது. இது தொடர்பாக வேறு எந்தச் சடங்கும் இல்லாமல் விவாகரத்து ஆகிவிடுகிறது. இதுதான் நீதிமன்றங்களின் நிலையாக அங்கு இருக்கிறது. ஹனாஃபி ஜூரிகள் இது தொடர்பாக மாறுபட்ட மூன்று விஷயங்களைச் சொல்கிறார்கள்.

பொகாரா ஜூரிகள் முன்வைக்கும் தீர்மானமானது முழு அளவில் அல்ல; சிதைவுற்ற அளவில் பின்பற்றப்படுகிறது. பொகாராவினரின் பார்வையில் அப்படியானவரின் விவாகமானது ரத்து செய்யப்படக்கூடாது. விலக்கிவைக்கப்பட வேண்டும். அந்தத் திருமணம் தற்காலிகமாக ஒதுக்கிவைக்கப் படும். ஆனால், அந்த மனைவி மனம் திருந்தி இஸ்லாத்தை மீண்டும் ஏற்கும்வரையில் பிறரின் கட்டுப்பாட்டில் அல்லது ஒரு தனிமைப்படுத்தப்பட்ட இடத்தில் அடைக்கப்படவேண்டும். அப்படி அவருடைய மனம் மாறியபின் கணவரை மீண்டும் திருமணம் செய்துகொள்ள சம்மதிக்கவைக்கப்படவேண்டும். ஏனென்றால் அவர்களுடைய திருமணம் ரத்து செய்யப்படவோ முடிவுக்குக் கொண்டுவரவோபடவில்லை. தற்காலிகமாக ஒதுக்கித்தான் வைக்கப்பட்டுள்ளது.

இரண்டாவது தீர்மானம் என்னவென்றால், மதத்தைத் துறந்ததும் திருமணமான பெண் அவருடைய கணவரின் மனைவி என்ற அந்தஸ்தை இழந்துவிடுவார். ஆனால், அவருடைய வேலைக்காரியாகிவிடுவார். இது தொடர்பாகச் சொல்லப்ப் படும் இன்னொரு விஷயம் என்னவென்றால் அந்தப் பெண் அவருடைய கணவருக்குத்தான் வேலைக்காரியாகவேண்டும் என்றில்லை. ஒட்டு மொத்த முஸ்லிம் சமூகத்துக்குமே வேலைக்காரியாகிவிடுவார். யார் வேண்டுமானாலும் அவளைத் தனது பணிக்கு நியமித்துக்கொள்ளலாம்.

மூன்றாவது தீர்மானம் என்னவென்றால், சாமர்கன்ட் மற்றும் பால்க் பகுதிகளைச் சேர்ந்த உலேமாவின் கூற்றின்படி ஒரு திருமணமான பெண் இஸ்லாமைத் துறப்பதால் அவருடைய திருமண உறவுக்கு எந்த நெருக்கடியும் வராது. அந்தக் கணவரின் மனைவியாக இவர் தொடர்ந்து நீடிப்பார்.

இப்படியாக மூன்று பார்வைகள் இருக்கின்றன. பொகாராவினரின் பார்வையே நீதிமன்றங்களிலும் அதன் ஒவ்வொரு தீர்ப்பிலும்

பின்பற்றப்பட்டிருக்கின்றன. இந்த ஒரு விஷயத்தில் மட்டும்தான் நீதிமன்றத்தின் தவறை, சட்டம் இயற்றிச் சரிசெய்யவேண்டும் என்று சொல்லமுடியாது. சட்டம் சார்ந்த தெளிவு இல்லாத பல நீதிமன்ற விஷய விஷயங்கள் இதுபோல் இருக்கின்றன. நீதி மன்றம் சார்ந்த பிழைகள் எல்லாம் சட்டங்களின் மூலம் தொடர்ந்து திருத்தப்பட்டுவந்துள்ளன.

சம்பந்தப்பட்ட இந்த விஷயத்தில் தவறுக்கு மேல் தவறுகள் செய்யப்பட்டுள்ளன. அந்தத் தீர்ப்புகளைக் காட்டுவதென்பது பிரச்னையைத் திசைதிருப்புவது போன்றதுதான். அவையெல்லாம் நான் முன்வைக்கும் சட்டத்துக்கான பதில்கள் அல்ல. ஏனென்றால் நீதிமன்றங்கள் ஏற்கெனவே எனக்கு எதிராகவே இருக்கின்றன. இல்லையென்றால் நான் சட்டசபைக்கு வந்து எப்படியாவது சட்டமாக இயற்றுங்கள் என்று கேட்கவேண்டிய அவசியமே ஏற்பட்டிருக்காது.

மாற்றத்தைக் கொண்டுவரும் நோக்கில் முன்வைக்கப்பட்ட வாதங்கள் போதுமானதாக இருந்திருக்கவில்லை. திரு காஸ்மி ஒரு விஷயத்தை சரியாகப் புரிந்துகொண்டிருக்கவில்லை பார்ஸிகள், கிறிஸ்தவர்கள் மற்றும் முஸ்லிம்களின் விவாகரத்து தொடர்பான சட்டங்கள் மாறுபட்டவை என்ற நிலையில் மத மாற்றம் என்பது நேர்மையான முறையில் நடந்திருந்தால், அது தொடர்பான இஸ்லாமிய சட்டமே பார்ஸி, கிறிஸ்தவ சட்டங்களைவிட முற்போக்காக இருக்கிறது. எனவே, முஸ்லிம் சட்டம் போல் அவைதான் முன்னேறவேண்டுமே தவிர முஸ்லிம் சட்டம் பின்நோக்கிச் செல்லவேண்டிய அவசியமில்லை. திரு நய்ரங் முஸ்லிம் ஜூரிகளிடையே மாறுபட்ட பார்வைகள் இருக்கின்றனவா என்பதை மட்டும் ஆராய்ந்ததோடு நில்லாமல் முஸ்லிம் பெண்களுக்கு சுதந்தரத்தைத் தரும் நீதியோடு ஒத்துப்போகிறதா வேலைக்காரியாக ஆக்கிவிடும் காட்டு மிராண்டித்தனமானதாக இல்லாமல் இருக்கிறதா என்பதையும் ஆராய்ந்திருக்கவேண்டும்.

அவை எப்படி இருந்தாலும் மாற்றத்துக்கான உண்மைக் காரணமாக எது இருக்கிறதோ அதற்கும் நீதிமன்றவாதங்களுக்கும் எந்த சம்பந்தமும் இல்லை. உண்மையான காரணம் என்பது பிற மதங்களுக்கு முறையற்ற வழியில் மதமாற்றம் செய்யப்படுவதைத் தடுக்கவேண்டும். புதிதாக வாழ்க்கைத் துணையாகத் தேடியிருக்கும் நபருடைய மதத்துக்கு மாறி உடனடியாகத் அவசர அவசரமாகத் திருமணம் செய்துகொண்டு பூர்விக மதத்துக்குத் திரும்பவிடாமல்

புதிய மதத்தில் அவளைப் பூட்டிப்போடுவதைத் தடுக்கும் நோக்கில் இது முன்னெடுக்கப்படுகிறது.

இஸ்லாமில் இருந்து ஹிந்து மதத்துக்கும் ஹிந்து மதத்தில் இருந்து இஸ்லாமுக்கும் ஒரு பெண் மாறுவதென்பதை சமூக, அரசியல் கோணங்களில் பார்ப்பது பல பின்விளைவுகளை ஏற்படுத்தவே செய்யும். அது இரு சமூக மக்களின் எண்ணிக்கை விகிதத்தைக் குலைப்பதாக இருக்கிறது. பெண்ணைக் கடத்திச் செல்வதன் மூலம் இது நடக்கும்போது இதை எளிதில் ஒதுக்கிவிடமுடியாது. ஏனென்றால் பெண்கள் தேசியவாதத்தின் விதை நிலமாகவும் எரிமேடையாகவும் திகழ்கிறார்கள். ஆண்களால் ஒருபோதும் அந்த நிலையை அடைய முடியாது (தேசியவாதத்தைத் தக்கவைப்பதில் பெண்களின் பங்கு பற்றிப் போதிய அளவுக்கு விவாதிக்கப்பட வில்லை. தேசிய அடையாளம் தொடர்பான கட்டுரையில் ரெனான் இது பற்றி எழுதியிருப்பதைப் பார்க்கவும்).

பெண்களின் மத மாற்றம் அதைத் தொடர்ந்து நடக்கும் அவர்களுடைய திருமணம் இவையெல்லாம் ஹிந்துக்கள் முஸ்லிம்களுக்கு எதிராகவும் முஸ்லிம்கள் ஹிந்துக்களுக்கு எதிராகவும் தமது எண்ணிக்கை வலிமையைப் பெருக்கிக்கொள்ள அராஜகமாக நடத்தப்படும் தாக்குதல்களாகவே, சரியாகவே, பார்க்கப்படுகின்றன. பெண்களைக் கடத்தும் இந்தக் கீழான செயலானது கால்நடைகளைக் கடத்துதலைப் போல் சர்வ சாதாரணமாக நடக்கும் ஒன்றாகிவிட்டது. இதனால் மதங்களின் சமநிலை பாதிக்கப்படும் என்பதால் இதைத் தடுப்பதற்கான நடவடிக்கைகளை உடனே எடுத்தாகவேண்டும்.

இதுதான் அந்தச் சட்டத்தின் பின்னால் இருக்கும் காரணம் என்பதை இந்தச் சட்டத்தின் இரண்டு நிபந்தனைகளைப் பார்த்தால் நன்கு புரியும். முதல் நிபந்தனை ஒரு ஹிந்து திருமணமான முஸ்லிம் பெண்ணை மதம் மாற்றினால் அதன் பின்னரும் அந்தப் பெண் அவருடைய முஸ்லிம் கணவருடனே இருப்பார் என்று ஹிந்துக்கள் முஸ்லிம்களுக்கு உறுதியளிக்கவேண்டும். இரண்டாவது பிரிவு என்ன சொல்கிறதென்றால் திருமணமான ஒரு ஹிந்துப் பெண்ணை முஸ்லிமாக மாற்றி, ஒரு முஸ்லிமுக்குத் திருமணம் செய்து வைத்தால் அந்த ஹிந்துப் பெண் இஸ்லாத்தைத் துறந்து ஹிந்து மதத்துக்குத் திரும்பினால் அந்தத் திருமணம் ரத்து செய்யப்பட வேண்டும். இரு மதத்தினரின் எண்ணிக்கையில் குலைவு ஏற்பட்டுவிடக்கூடாது என்பதற்காக பெண்களின் உரிமைகள் விட்டுக்கொடுக்கப்பட்டு விடுகின்றன.

இந்தப் பிரச்னையில் போதுமான அளவுக்கு கவனம் தரப்படாத வேறு இரண்டு விஷயங்களும் இருக்கின்றன.

ஒரு தரப்பில் முன்னெடுக்கப்படும் சீர்திருத்தமானது இன்னொரு தரப்பால் மிகுந்த பொறாமையுடன் பார்க்கப்படுகிறது. அந்தச் சீர்திருத்தமானது அந்தத் தரப்பின் வலிமையைக் கூட்டுமென்றால் உடனேயே பகையைப் பெரிதாக்குகிறது.

ஸ்வாமி ஸ்ரத்தானந்தா சொல்லும் ஒரு விஷயம் இதை நன்கு புரியவைக்கும். லிபரேட்டர் - முக்திதாயக் பத்திரிகையில் அவரொரு விஷயம் பற்றிக் குறிப்பிடுகிறார்.

> சோஷியல் கான்ஃப்ரன்ஸ் கட்சியின் தலைமையில் இருந்த திரு ராணடே தேசிய என்ற பெயரையும் கட்சியின் பெயரில் இணைக்கவேண்டும் என்று முதலும் கடைசியுமாகச் சொன்னார். ஹிந்து கான்ஃப்ரன்ஸ் என்பதாகத்தான் அது அனைத்துத் தளங்களிலும் இருந்தது. தேசிய சோஷியல் கான்ஃப்ரன்ஸ் அமைப்பில் இருந்த ஒரே ஒரு முஸ்லிம், பரேலி பகுதியைச் சேர்ந்த முஃப்தி சாஹப் மட்டுமே. நல்லது. பால்ய விவாகம் செய்து கணவனை இழந்த சிறுமிகளுக்கு மறு மணம் செய்வது தொடர்பாக ஹிந்து பிரதிநிதி ஒருவரும் நானும் ஒரு தீர்ம்மானத்தை முன்வைத்தோம். சனாதன சாஸ்திர விற்பன்னர்கள் அதை எதிர்த்தனர். திரு முஃப்தி பேச அனுமதி கொடுக்கும்படிக் கேட்டுக்கொண்டார். மறைந்த பைஜ்நாத் சொன்னார், இது ஹிந்துகள் சம்பந்தப்பட்ட விஷயம். எனவே நீங்கள் பேச வேண்டிய அவசியமில்லை. இது முஃப்தியை ஆத்திரப்படவைத்தது.
>
> அமைப்பின் தலைவருக்கு வேறு வழி எதுவும் இருந்திருக்கவில்லை. முஃப்தி சாஹபைப் பேச அனுமதித்தார். ஹிந்து சாஸ்திரங்களில் மறுமணத்துக்கு அனுமதி இல்லை. அதைச் செய்வது பாவம் என்று சொல்லப்பட்டிருக்கிறது என்று அவர் சொன்னார். அதுபோலவே முஸ்லிமாகவும் கிறிஸ்தவராகவும் மாற்றப்பட்டவர்களைத் திரும்ப தாய் மதம் திரும்பச் செய்வது பற்றிய விவாதம் நடந்தபோது முஃப்தி சாஹப், ஹிந்து மதத்தை ஒருவர் துறந்துவிட்டால் அதன் பின் திரும்பி வர அனுமதிக்கக்கூடாது என்று சொன்னார்.

இந்தப் பார்வைக்கான இன்னொரு உதாரணம் தீண்டப்படாதவர்கள் பற்றியது. முஸ்லிம்கள், தீண்டப்படாதவர்கள் விஷயத்தில் மிகுந்த எதிர்பார்ப்புடன் காத்திருக்கிறார்கள். தீண்டப்படாதவர்களை

ஹிந்துக்கள் உள்ளிழுத்துக்கொண்டுவிட்டால் அவர்கள் வலுப்பெற்றுவிடுவார்கள் என்று முஸ்லிம்கள் நினைத்தார்கள். தீண்டப்படாதவர்களை ஹிந்துக்களாக அடையாளப்படுத்தியதை எதிர்த்து முஸ்லிம்கள் துணிச்சலாக 1909-ல் எதிர்ப்பைத் தெரிவித்தனர். 1923-ல் திரு முஹமது அலி காங்கிரஸின் தலைவராக இருந்து ஆற்றிய உரையில் 1909-ல் முஸ்லிம்கள் எடுத்த நிலையையும் தாண்டிச் சென்றார்.

ஆலமரம், அரசமரம் மற்றும் ஊர்வலங்கள் தொடர்பான சண்டைகள் எல்லாம் குழந்தைத்தனமானவை. ஆனால், மதவாதச் செயல்பாடுகளில் விட்டுக்கொடுத்தல்கள் இல்லையென்றால் பகைமை உணர்வு தூண்டப்படுவது நிச்சயம். ஹிந்துக்கள் அவர்களை உடனடியாக உள்வாங்கிக்கொள்ளவில்லையென்றால் ஒடுக்கப்பட்ட மக்களின் மதம் மாற்றம் பற்றிய விஷயமே முக்கியமானது. கிறிஸ்தவ மத மாற்ற சக்திகள் வெகு தீவிரமாக இயங்குகின்றன. அவற்றை யாரும் எதிர்ப்பதில்லை. ஆனால், அதே நோக்கத்துடன் ஒரு முஸ்லிம் அமைப்பு உருவாக்கப்பட்டால் உடனே பத்திரிகைகளில் பெரும் எதிப்புக் குரல்கள் எழும்பிவிடுகின்றன.

ஒடுக்கப்பட்ட மக்களை பெருமளவில் மதம் மாற்றுவதற்கான அமைப்பு ஒன்றை நடத்தும் அளவுக்கு செல்வ வளமும் செல்வாக்கும் உள்ள ஒருவர் என்னிடம் ஒரு விஷயம் சொன்னார். ஹிந்துக்கள், முஸ்லிம்கள் தனித்தனியாக மத மாற்றத்தில் ஈடுபட்டுக்கொள்ள என்று நாட்டை அவரவருக்குப் பங்கிட்டுக்கொடுப்பது தொடர்பாக ஹிந்து தரப்பில் இருக்கும் தலைவர் ஒருவருடன் பேசி ஒரு ஒப்பந்தம் செய்துகொள்ள வேண்டும். ஹிந்துக்களும் முஸ்லிம்களும் அந்தந்தப் பகுதிகளில் தமது மத மாற்றப்பணிகளில் ஈடுபட்டுக் கொள்ளலாம். ஒரு வருடம் அல்லது அதற்கு அதிகமான காலகட்டத்தில் எத்தனைபேரை மதம் மாற்றுவார்கள், தம்மதத்துக்குள் உள்ளிழுத்துக்கொள்வார்கள் என்பது பற்றிப் பேசி முடிவு செய்துகொள்ளலாம். இரண்டு தரப்பினரும் எவ்வளவு ஆட்கள், பணம் செலவிடத் தயாராக இருக்கிறார்கள் என்பதன் அடிப்படையில் எத்தனை பேரை மதம் மாற்றிக்கொள்ளலாம் என்பதைத் தீர்மானித்துக்கொள்ளலாம். முந்தைய ஆண்டு எத்தனை பேரை மதம் மற்றியிருக்கிறார்கள் என்பதன் அடிப்படையிலும் இதை வரையறுத்துக் கொள்ளலாம். இதனால் இரண்டு தரப்புமே தாம் விரும்பும் அளவுக்கு மதம் மாற்றவும் தம் மதத்துக்குள் உள்

இழுத்துக்கொள்ளவும் வாய்ப்பு கிடைக்கும். அல்லது பிறருடன் எந்த மோதலிலும் ஈடுபடாமல் தம்மைச் சீர்திருத்திக்கொள்ளும் வாய்ப்பு கிடைக்கும்.

ஹிந்து சகோதரர்கள் இதை எந்த அளவுக்கு எடுத்துக் கொள்வார்கள் என்று எனக்குத் தெரியவில்லை. ஆனால், நான் இந்த ஆலோசனையை மிகவும் வெளிப்படையாக, மிகுந்த அக்கறையுடன் அவர்கள் முன் வைக்கிறேன். பரோடா சம்ஸ்தானத்தின் - காலி ப்ரஜா - கறுப்பு குடிமகன்கள், மத்திய பிராந்தியங்களில் இருக்கும் கோண்டுக்கள் ஆகியோரின் நிலை எனக்கு நன்கு தெரியும். இந்த முயற்சி நம் அனைவரும் செய்ய வேண்டிய பிராயச்சித்தம் என்று வெளிப்படையாகவே ஒப்புக்கொள்கிறேன். ஹிந்துக்கள் அந்த ஒடுக்கப்பட்ட மக்களைத் தமது மதத்துக்குள் உள்ளிழுத்துக்கொள்ள வில்லையென்றால் பிறர் தமது மதத்துக்கு மாற்றுவார்கள். மாற்றவேண்டும். அதன் பிறகே பழமைவாத ஹிந்துக்கள் எல்லாம் ஒடுக்கப்பட்ட மக்களைத் தீண்டப்படாதவர்களாக நடத்துவதைநிறுத்துவார்கள். மத மாற்றம் என்பது அவர்களை மிக அருமையாக அழுத்தமாக மாற்றிவிடும். ஆனால் இது மத மாற்றத்தின் முக்கியத்துவத்தை அதிகரிக்கிறது அல்லவா.

ஹிந்துக்களும் முஸ்லிம்களும் ஒருவருக்கொருவர் போட்டி போட்டுக்கொண்டு செய்துவரும் முன்னேற்பாடுகள் பற்றியும் நாம் பார்க்கவேண்டும். இரண்டு பகை நாடுகள் தமக்குள் போடும் போட்டி போல் அது இருக்கிறது. ஹிந்துக்களுக்கு பனாரஸ் பல்கலைக்கழகம் இருந்தால் முஸ்லிம்களுக்கு அலிகர் பல்கலைக்கழகம் இருந்தாகவேண்டும். ஹிந்துக்கள் தாய் மதம் திருப்பும் சுத்தி இயக்கத்தை முன்னெடுத்தால் முஸ்லிம்கள் தப்ளிக் இயக்கத்தை முன்னெடுக்கவேண்டும். சங்கதன் பத்திரிகையை ஹிந்துகள் ஆரம்பித்தால் தஞ்சிம் பத்திரிகையை முஸ்லிம்கள் ஆரம்பிக்கவேண்டும்.

ஹிந்துக்களுக்கு ஒரு ஆர்.எஸ்.எஸ். இருந்தால் முஸ்லிம்கள் காகசர்ஸை (இஸ்லாமிய தன்னார்வப் படை) ஆரம்பிக்க வேண்டும். இந்த சமூகத்தளத்திலான போட்டியானது இரண்டுபகை நாடுகளின் போர் நடவடிக்கைகள் போல் முன்னெடுக்கப் படுகின்றன. ஹிந்துக்கள் தம்மை அடக்கி ஒடுக்கிவிடுவார்கள் என்று முஸ்லிம்கள் பயப்படுகிறார்கள். முஸ்லிம்கள் தம்மை மீண்டும் அடக்கிவிடுவார்கள் என்று ஹிந்துக்கள் பயப்படு கிறார்கள். இரு தரப்புமே ஒரு போருக்குத் தயாராவதுபோல்

நடவடிக்கைகளை முன்னெடுக்கின்றன. கூடவே எதிர் தரப்பின் நடவடிக்கைகளைக் கூர்ந்து கவனிக்கவும் செய்கின்றன.

இப்படியான நடவடிக்கைகள் தீய விளைவைத்தான் ஏற்படுத்தும். இது ஒருவித விஷ வளையம். ஹிந்துக்கள் தம்மை பலப்படுத்திக் கொண்டால் முஸ்லிம்கள் தாம் தோற்கடிக்கப்பட்டதாகக் கருதுகிறார்கள். உடனே தங்களுடைய வலிமையை அதிகரித்துக் கொள்ள முஸ்லிம்கள் முயற்சிகளை முடுக்கிவிடுகிறார்கள் இதன் பதில் விளைவாக ஹிந்துக்கள் இதையே முன்னெடுக்கிறார்கள். இப்படியான போட்டி நடவடிக்கைகள் முடிவற்றுத் தொடர்வதால் சந்தேகமும் ரகசியத்தன்மையும் சதித் திட்டங்களும் பெருகு கின்றன. அமைதியாக ஒருவருக்கொருவர் விட்டுக் கொடுத்து நடந்துகொள்வதற்கான வாய்ப்புகள் எல்லாம் முளையிலேயே கருகிவிடுகின்றன.

இரண்டு தரப்பும் ஒருவரை ஒருவர் பார்த்து அஞ்சியபடியே செயல்படுவதால் இருவருக்கிடையே ஒருவித 'போர்' என்பது தவிர்க்க முடியாததாகிவிடுகிறது. இப்படியான சூழலில் சிக்கியிருக்கும் அவர்கள் எதிர் தரப்பு என்ன செய்கிறதோ அதற்கு எதிர்வினையாகச் செயல்படுவது தவிர வேறு எதையும் செய்ய முடியாத நிலையை அடைந்துவிடுகிறார்கள். இது மிகவும் இயல்பானதொரு நிலையே. ஏனென்றால் இது உயிர் தப்பினால் போதும் என்ற நிலையைக் கொண்டுவந்துவிடுகிறது. எப்படியான தரமான வாழ்க்கை வாழ்கிறோம்; எந்தத் தளங்களில் வெற்றி பெறுகிறோம் என்பதையெல்லாம்விட உயிர் பிழைத்தால் போதும் என்பதே முக்கியமான இலக்காகிவிடுகிறது.

இந்த வாதங்களில் இருந்து இரண்டு விஷயங்கள் உங்களுக்குப் புரிந்திருக்கும். முதலாவதாக ஹிந்துக்களும் முஸ்லிம்கள் பரஸ்பரம் ஒருவர் மற்றவரை அச்சுறுத்தலாக நினைக்கிறார்கள். இரண்டாவதாக இந்த அச்ச மனநிலையைப் போக்க அவற்றுக்கு எது மூல காரணமாக இருக்கிறதோ அந்த சமூகத் தீமைகளைப் போக்குவதில் இரண்டு தரப்புமே கவனம் செலுத்தவில்லை. இது ஆரோக்கியமான நிலையா. இல்லையெனில் இந்தப் பிரச்னையை எப்படித்தான் தீர்ப்பது?

சமூக சீர்திருத்தத்தைத் தள்ளிப்போடுவதென்பது எந்த நிலையிலும் விரும்பத் தக்கதல்ல. எங்கெல்லாம் சமூகத் தீமைகள் இருக்கின்றனவோ அவையெல்லாம் வேதனை மற்றும் அநீதியின் அடையாளங்களாக ஆகிவிடுவதற்கு முன்பாக அரசியல் சக்திகள் அவற்றைப் போக்கிவிடவேண்டும். ஏனென்றால், சமூக

பொருளாதாரத் தீமைகளே எல்லா இடங்களிலும் புரட்சி அல்லது அழிவின் காரணமாகத் திகழ்கின்றன.

அரசியல் சீர்திருத்தம் முதலில் நடந்த பின் சமூக சீர்திருத்தம் நடக்கவேண்டுமா... சமூக சீர்திருத்தம் நடந்தபின் அரசியல் சீர்திருத்தம் நடக்கவேண்டுமா என்பதெல்லாம் விவாதத்துக் குரியவை. ஆனால், அரசியல் அதிகாரம் பெற வேண்டும் என்பதன் நோக்கமானது சமூக, பொருளாதார சீர்திருத்தங்களைச் செய்யவேண்டும் என்பதுதான் என்பதில் எந்த மாற்றுக்கருத்தும் இருக்க முடியாது. அரசியல் அதிகாரம் கையில் இல்லாததால்தான் சமூகத் தீமைகள் எல்லாம் சமூகத்தின் அஸ்திவாரத்தைத் தகர்த்தபடி அதை அழித்துக்கொண்டிருக்கின்றன என்ற புரிதல் இல்லாமல் அரசியல் அதிகாரத்துக்கான போராட்டம் நடைபெற்றதென்றால் அது எந்தவிதப் பலனையும் தராமல்தான் போகும்.

ஹிந்துக்களுக்கும் முஸ்லிம்களுக்கும் எப்படியோ அரசியல் அதிகாரம் கைக்குக் கிடைத்துவிடுவதாக வைத்துக்கொள்வோம். சமூக சீர்திருத்தத்துக்காக அதைப் பயன்படுத்துவார்கள் என்று என்ன நிச்சயம். அவர்கள் அப்படிச் செய்வார்கள் என்று நம்ப எந்த முகாந்தரமும் இல்லை. ஹிந்துக்களும் முஸ்லிம்களும் ஒருவரை ஒருவர் பெரிய அச்சுறுத்தலாகக் கருதிக் கொண்டிருக்கும்வரையில் அதை எதிர்கொள்வதற்கான நடவடிக்கைகளை எடுப்பதில்தான் அவர்களுடைய கவனம் முழுவதும் இருக்கும்.

முஸ்லிம்களுக்கு எதிரான ஹிந்துக்களின் அணி திரளல் மற்றும் ஹிந்துக்களுக்கு எதிரான முஸ்லிம்களின் அணி திரளல் இவையெல்லாம் சமூகத் தீமைகள் மீது பெரும் கள்ள மௌனத்தையே கொண்டுவரும். அந்தத் தீமைகள் எல்லாம் பெரும் வலிகளை ஏற்படுத்தினாலும் உடனடி கவனத்தைக் கோருபவையாக இருந்தாலும் ஹிந்துக்களோ முஸ்லிம்களோ அதைத் தீர்க்க முன்வரவே மாட்டார்கள். ஏனென்றால் ஒவ்வொரு சீர்திருத்தமும் அந்த மக்கள் திரளிடையே அதிருப்தியையும் பிளவுகளையும்தான் ஏற்படுத்தும். இதனால் எதிர் தரப்பை எதிர்கொள்ளும் போராட்டத்தில் அவர்களை அது பலவீனப் படுத்தவே செய்யும். ஒரு சமூகம் இன்னொரு சமூகத்தைப் பெரும் அச்சுறுத்தலாகக் கருதும்வரையில் அங்கு எந்தவித முன்னேற்றமும் இருக்காது. பழமைவாத மனநிலையே செயலிலும் சிந்தனையிலும் ஆதிக்கம் செலுத்திவரும்.

இந்த அச்சுறுத்தல் மனநிலை எதுவரை தொடரும்? ஹிந்துக்களும் முஸ்லிம்களும் ஒரே நாட்டின் குடிமகன்களாக ஒரே அரசியல்

சாசனத்தின் கீழ் வாழும்படி நேரும்வரை இது தொடரும். ஒற்றை அரசியல் சாசனம் என்பது இந்த சமநிலையை மாற்றியமைத்து விடும் என்று அஞ்சுவதால் ஹிந்துக்கள் மீதான முஸ்லிம்களின் அச்சமும் முஸ்லிம்கள் மீதான ஹிந்துக்களின் அச்சமும் நீடிக்கவே வழிவகுக்கும். அப்படியென்றால் பாகிஸ்தான்தான் இதன் ஒரே தீர்வு. அது இந்த அச்சுறுத்தலுக்கு ஆதாரமான அம்சத்தை ஒரேயடியாக அகற்றிவிடுகிறது. பாகிஸ்தான் என்ற தனி நாடு உருவாவதால் ஹிந்துக்கள், முஸ்லிம்கள் இருவருமே பிறர் தொடர்பான அச்சம் எனும் சிறையில் இருந்து விடுவிக்கப் படுவார்கள்.

பாகிஸ்தான், ஹிந்துஸ்தான் என இருவருக்கும் தனித்தனியான அரசியல் சாசனம் உருவாக்கப்படுவதன் மூலம் தினம் தினம் ஒருவரை ஒருவர் அதிகாரச் சமநிலை சார்ந்து போராடுவதில் இருந்து விடுவிக்கும். தத்தமது சமூகங்களுக்கு மிகவும் முகியமான விஷயங்களில் கவனம் செலுத்த முடியும். இப்போது அந்த விஷயங்களையெல்லாம் மூட்டை கட்டி ஓரமாகத் தூக்கிப் போட்டிருக்கிறார்கள். தமது சமூகத்தினரின் வாழ்க்கையை முன்னேற்றப் பாடுபட முடியும். ஸ்வராஜ்யம் என்று போராடிப் பெறுவதன் நோக்கமே அதுதானே.

இப்படியான ஏற்பாடு எதுவும் இல்லையென்றால் ஹிந்துக்களும் முஸ்லிம்களும் ஏதோ இரண்டு தனி நாடுகள் போல் பரஸ்பரம் தோற்கடிக்கப்பட்டுவிடுவோமே என்று ஒருவரைக் கண்டு ஒருவர் பயந்தபடிச் செயல்படுவார்கள். சமூக சீர்திருத்தங்களில் கவனம் செலுத்துவதற்குப் பதிலாக ஒருவர் மற்றவரைத் தோற்கடிக்கும் விஷயங்களிலேயே தீவிரம் காட்டுவார்கள். இதனால் ஏற்பட்டிருக்கும் சமூகத் தேக்க நிலையே இனியும் தொடரும். இது மிகவும் இயல்பானது. இதில் ஆச்சரியப்பட எதுவுமில்லை. பெர்னாட் ஷா சொன்னதுபோல்:

> வெல்லப்பட்ட ராஜ்யம் என்பது புற்று நோய் வந்த மனிதரைப் போன்றது. அவர் அந்த நோயைத் தவிர வேறு எதைப் பற்றியும் சிந்திக்க முடியாமல் போய்விடும். ஓர் ஆரோக்கியமான தேசத்தில் ஆரோக்கியமான மனிதர் எப்படித் தனது எலும்புகள் பற்றி எந்த சிந்தனையும் இல்லாமல் இருப்பாரோ அதுபோல் தேசிய உணர்வு மிகவும் இயல்பானதாக இருக்கும். ஆனால் ஒரு தேசத்தின் தேசிய உணர்வை நெருக்கடிக்கு உள்ளாக்கினால், அதைச் சரி செய்ய வேண்டும் என்பதைத் தாண்டி வேறு எதையுமே சிந்திக்க முடியாத நிலையே ஏற்படும். ஒரு

தேசியவாதியின் கோரிக்கை நிறைவேறாதவரையில் எந்த சீர்திருத்தவாதி, தத்துவவாதி, வழிகாட்டி என யார் சொல்வதையும் கேட்காது. ஒற்றுமை, விடுதலை என்பதைத் தவிர வேறு எந்தச் செயலிலும், அது எவ்வளவு முக்கியமானதாக இருந்தாலும் ஆர்வம் காட்டாது.

ஹிந்துக்களிடமிருந்து பிரிந்துசெல்லவேண்டும் என்று நினைக்கும் முஸ்லிம்களிடையே ஒற்றுமை வராத வரையில் இரு தரப்பிலும் மற்றவர் நம்மை அடக்கி ஒடுக்கிவிடுவார்கள் என்ற அச்சம் விலகாதவரையில் இந்த சமூக தேக்க நிலையானது சரிசெய்யப்படவே முடியாது.

அத்தியாயம் 11

மதவாதம்

ஹிந்துக்களுக்கு முஸ்லிம்கள் மீதும் முஸ்லிம்களுக்கு ஹிந்துக்கள்மீதும் இருக்கும் எதிர்ப்புணர்வானது மேலோட்டமாகப் பார்க்கும் ஒருவருக்குக்கூட நன்கு புரியும்படியாகவே இருக்கிறது. ஹிந்துக்களின் எதிர்ப்புணர்வு என்பது மிக சமீபத்திய நிகழ்வாகவே இருக்கிறது. இப்போதுதான் அது வேர்பிடிக்க ஆரம்பித்திருக்கிறது. முஸ்லிம்களைப் பொறுத்தவரையில் அந்த வெறியானது ஹிந்துக்களுடையதை ஒப்பிடுகையில் மிக மிகப் பழங்காலத்தில் இருந்தே இருந்துவருகிறது. ஹிந்துக்களுக்கும் வாய்ப்பு கிடைத்தால் முஸ்லிம்களை ஓரங்கட்டுவார்கள் என்பதில் எந்த சந்தேகமும் இல்லை. ஆனால், இன்றைய நிலையில் முஸ்லிம்களின் வெறியே முன்னணியில் இருக்கிறது. ஹிந்துக்கள் அதில் வெகுவாகப் பின்தங்கியே இருக்கிறார்கள்.

மதவாத மோதல்கள் பற்றிய அத்தியாயத்தில் முஸ்லிம்களின் சமூக விஷயங்கள் சார்ந்த வெறி பற்றி போதுமான அளவுக்குச் சொல்லப்பட்டுள்ளன. முஸ்லிம்களின் அரசியல் விஷயங்கள் சார்ந்த தீவிரம் பற்றிக் கொஞ்சம்பேசியாகவேண்டும். ஏனென்றால் இந்த அரசியல் தீவிரத்தன்மை அச்சுறுத்தலைக் கிளப்பியுள்ளது. எனவே இதைப் புறக்கணித்துவிட முடியாது.

முஸ்லிம்களின் அரசியல் தீவிரத்தன்மை பற்றி மூன்று விஷயங்களைச் சொல்லவேண்டும்.

முதலாவதாக, முடிவற்று நீண்டு கொண்டே போகும் முஸ்லிம்களின் கோரிக்கைப் பட்டியல். 1892லிருந்து இது நீடித்துவருகிறது.

1885-ல் இந்திய தேசிய காங்கிரஸ் ஆரம்பிக்கப்பட்டது. நல்ல அரசு அமையவேண்டும் என்பதே அதன் கோரிக்கை. இதற்கு பதில் சொல்லும்விதமாக 1861-ல் அமைக்கப்பட்ட சட்டசபை கவுன்சில்கள், பிராந்திய மத்திய சபைகள் ஆகியவற்றில் திருத்தங்கள் கொண்டுவர முடிவு செய்தது. காங்கிரஸின் தொடக்க காலப் போராட்டங்களின்போது பிரிட்டிஷ் அரசு அவர்களுக்குப் பெரும் முக்கியத்துவம் தர விரும்பியிருக்கவில்லை. அவற்றுக்கு அனைவரும் ஏற்கும்விதமான சாயம் ஒன்றைப் பூச விரும்பினர்.

1892-ல் இந்திய கவுன்சில் சட்டம் என்ற ஒன்றை அறிமுகப் படுத்தினர். இந்தச் சட்டம் இரண்டு காரணங்களினால் மிகவும் நினைவுகூரத்தக்கது. இந்திய சட்டசபைகளில் இந்தியர்களின் பிரதிநிதித்துவம் இருக்கவேண்டும் என்பதை ஏற்றுக்கொண்ட முதல் சட்டம் அதுவே. தேர்தல் மூலம் தேர்ந்தெடுக்கப்பட வேண்டும் என்று சொல்லியிருக்கவில்லை. நியமனம் மூலம் இந்தியர்களுக்குப் பிரதிநிதித்துவம் தரவேண்டும் என்று சொன்னது. ஆனால் யாரையும் பிரிட்டிஷ் இந்திய அரசு நியமனம் செய்யாது. இந்திய நகராட்சிகள், மாவட்ட குழுக்கள், பல்கலைக்கழகங்கள், வணிகர் கூட்டமைப்புகள் ஆகியவற்றில் ஏதேனும் ஒன்றினால் தேர்ந்தெடுக்கப்பட்டவர்களே அந்த ஆட்சி சபையில் பிரிட்டிஷ் அரசினால் நியமனம் பெறுவார்கள் என்றும் சொல்லப்பட்டது.

இரண்டாவதாக, இந்தச் சட்டத்தின் கீழ் அமைக்கப்பட்ட அரச சபையில்தான் முதன் முதலாக இந்திய அரசியல் களத்தில் முஸ்லிம்களுக்கென்று தனியான பிரதிநிதித்துவம் தரப்பட்டது.

இது எதன் அடிப்படையில் அறிமுகப்படுத்தப்பட்டது என்பது யாருக்கும் தெரியாது. ஏனென்றால் மிகவும் கமுக்கமாக, தந்திரமாக அறிமுகப்படுத்தப்பட்டது. இந்தச் சட்டத்தில் அப்படி தனியான எந்தவொரு வெளிப்படையான விவரணையும் இருந்திருக்க வில்லை. சட்டத்தில் அல்ல; எந்த வகுப்பினருக்கெல்லாம் பிரதிநிதித்துவம் தரவேண்டும் என்று சொல்லும் அதன் வழிகாட்டிக் குறிப்புகளில்தான் முஸ்லிம்களுக்குத் தரவேண்டும் என்று குறிப்பிடப்பட்டிருந்தது.

இந்த விஷயத்தை அறிமுகப்படுத்தியது யார் என்பதும் புதிராகவே இருக்கிறது. இப்படியான தனியான பிரதிநிதித்துவம் என்பது எந்தவொரு முறையான முஸ்லிம் அமைப்பும் கேட்டு அதன் பின் தரப்பட்டிருக்கவில்லை. அப்படியானால் யாரால் இது அறிமுகப் படுத்தப்பட்டது? வைஸ்ராய் டஃபரின் பிரபு 1888-ல் ஆட்சி

சபைகளில் எப்படியான பிரதிநிதித்துவம் தரப்படவேண்டும் என்பது பற்றிய விவாதத்தின்போது இது பற்றிப் பேசியிருக்கிறார். 'இங்கிலாந்தில் இந்தப் பிரதிநிதித்துவம் தரப்படுவதுபோல் இருக்கத் தேவையில்லை. (நம் விருப்பங்களுக்கு ஏற்ப இந்த பிரதிநிதித்துவம் தரப்படவேண்டும்' என்று குறிப்பிட்டிருக்கிறார்.

வைஸ்ராய் டஃப்ரின் இந்த திட்டத்தை முன்வைக்க எது காரணமாக இருந்திருக்கும். மூன்று ஆண்டுகளுக்கு முன்பாக ஆரம்பிக்கப்பட்ட காங்கிரஸில் இருந்து முஸ்லிம்களைப் பிரிக்கவேண்டும் என்பதுதான் இதன் பின்னால் இருந்த காரணம் என்று சொல்லப்படுகிறது. ஆனால், 8ம் டிசன்ம்பர் 1887-ல் லக்னோவில் நடந்த மாநாட்டிலும் 16, மார்ச் 1888-ல் மீரட்டில் நடந்த மாநாட்டிலும் சர் சையது அஹமது முஸல்மான்களை காங்கிரஸில் சேரவேண்டாம் என்று கேட்டுக்கொண்டிருந்தார். எது எப்படி இருந்தாலும் இந்தச் சட்டத்தின் மூலமாகத்தான் இந்திய அரசியல் சாசனத்தில் முஸ்லிம்களுக்குத் தனி பிரதிநிதித்துவம் என்பது அறிமுகமானது. இந்தச் சட்டமோ ஒழுங்குமுறைகளோ முஸ்லிம்களுக்கு இந்த நியமனத்தைத் தீர்மானிக்கும் உரிமையோ எத்தனை பேரை நியமிக்கவேண்டும் என்று சொல்லும் உரிமையோ தரப்பட்டிருக்கவில்லை. முஸ்லிம்களுக்கு பிரதிநிதித்துவம் தரப்படும் என்று மட்டுமே அதில் சொல்லப்பட்டிருந்தது.

பிரிட்டிஷார்தான் இதை ஆரம்பித்துவைத்தனர் என்றாலும் தனியான அரசியல் உரிமைகள் தேவை என்பதை விரைவிலேயே முஸ்லிம்கள் புரிந்துகொண்டனர். ஆட்சி சபை தொடர்பான சீரமைப்பு பற்றிய விவாதங்கள் 1909-ல் வந்தபோது வைஸ்ராய் மிண்டோ பிரபுவைச் சென்று சந்தித்து கீழ்க்கண்ட கோரிக்கைகளை முன்வைத்தனர்.

1. முஸ்லிம்களின் எண்ணிக்கை, சமூக அந்தஸ்து, மாவட்ட - முனிசிபல் சபைகளில் உள்ளூரில் இருக்கும் செல்வாக்கு ஆகியவற்றுக்கு எற்ற விகிதத்தில் பிரதிநிதித்துவம் தரப்பட வேண்டும்.

2. பல்கலைக்கழக நிர்வாக அமைப்புகளில் முஹமதியர்களுக்குப் பிரதிநிதித்துவம் தரப்படவேண்டும்.

3. பிராந்திய சபைகளில் முஸ்லிம்களுக்குப் பிரதிநிதித்துவம் தரவேண்டும். முஹமதிய நில உடமையாளர்கள், வழக்கறிஞர்கள், பிற முக்கியமான தொழில்களில்

இருப்பவர்கள், பல்கலைக்கழக பட்டதாரிகள், மாவட்ட மற்றும் முனிசிபல் குழு உறுப்பினர்கள் ஆகியோரைக் கொண்ட தேர்தல் குழுவினால் இவர்கள் தேர்ந்தெடுக்கப்படவேண்டும்.

4. ஏகாதிபத்திய அரச சபையில் இருக்கவேண்டிய முஹமதிய உறுப்பினர்களின் எண்ணிக்கையானது அவர்களுடைய மக்கள் தொகைக்கு ஏற்ற விகிதத்தில் இருக்கக்கூடாது. அங்கு இஸ்லாமியர்கள் சிறுபான்மையாக ஒருபோதும் இருக்கக் கூடாது. முடிந்தவரை அவர்கள் தேர்வு செய்யப்பட வேண்டும்; நியமன உறுப்பினர்களாக இருக்கக்கூடாது. முஹமதிய நில உடமையாளர்கள், வழக்கறிஞர்கள், வணிகர்கள், பிராந்திய சபைகளின் உறுப்பினர்கள், பல்கலைக் கழக பிரதிநிதிகள் ஆகியோரைக் கொண்ட இஸ்லாமிய தேர்வுக் குழுவினால் தேர்ந்தெடுக்கப்பட்டவர்களாக அவர்கள் இருக்கவேண்டும்.

இந்தக் கோரிக்கைகள் அனைத்தும் ஏற்றுக்கொள்ளப்பட்டு 1909 ஆண்டு சட்டத்தில் புகுத்தப்பட்டன. முஹமதியர்களுக்கு இந்தச் சட்டத்தின் மூலம் 1. தமது பிரதிநிதிகளைத் தேர்ந்தெடுக்கும் உரிமை தரப்பட்டது. 2. தனி தேர்வுக் குழுவின் மூலம் தமது பிரதிநிதிகளைத் தேர்ந்தெடுக்கும் உரிமை தரப்பட்டது. 3. பொதுத் தேர்வுக் குழுக்களில் வாக்களிக்கும் உரிமை தரப்பட்டது. 4. கணிசமான பிரதிநிதித்துவம் தரப்பட்டது. 1909 ஆண்டு சட்டம் மற்றும் ஒழுங்குமுறையின் மூலம் முஸ்லிம்களுக்குக் கிடைத்த பிரதிநிதித்துவம் பற்றிய அட்டவணையில் பார்க்கலாம்.

★

பஞ்சாப் மற்றும் மத்திய பிராந்தியங்கள் நீங்கலாக பிற அனைத்து பிராந்தியங்களுக்கும் இந்த விதிகள் பொருந்தும். பஞ்சாபில் இருக்கும் முஸ்லிம்களுக்கு இப்படியான விசேஷ பாதுகாப்பு தேவையில்லை என்பதால் பஞ்சாபுக்கும் மத்திய பிராந்தியத்தில் அப்போது சட்டசபை இல்லையென்பதால் அவர்களுக்கும் இந்த விதிமுறையில் இருந்து விலக்கு தரப்பட்டிருந்தது.

அக் 1916-ல் ஏகாதிபத்திய சட்டசபை கவுன்சிலின் 19 உறுப்பினர்கள் வைஸ்ராய் செம்ஸ்ஃபோர்ட் பிரபுவிடம் அரசியல் சாசன சீர்திருத்தம் தொடர்பாக ஒரு விண்ணப்பம் தந்தனர். உடனே முஸ்லிம்கள் தமது சமூகம் தொடர்பாக பல கோரிக்கைகளைக் கொண்ட விண்ணப்பத்தைக் கொடுத்தனர்.

1909 ஆண்டு சட்டம் மற்றும் ஒழுங்குமுறையின் மூலம்
முஸ்லிம்களுக்குக் கிடைத்த பிரதிநிதித்துவம்

பிராந்தியம்	1909 சட்டத்தின்படி பரிந்துரைக்கப்பட்ட அதிகபட்ச கூடுதல் நபர்கள்	ரெகுலேஷன் 5,12,3 மூலம் அனுமதிக்கப்பட்ட அதிகபட்ச கூடுதல் நபர்கள்	முன்னாள் உறுப்பினர்கள்	ரெகுலேஷன்படி மொத்த உறுப்பினர்கள்									4,5,12 ந் மொத்தம்
				தேர்ந்தெடுக்கப்பட்ட உறுப்பினர்கள்			நியமன உறுப்பினர்கள்					
				மொத்தம்	முஸ்லிம் அல்லாதவர்கள்	முஸ்லிம்கள்	அதிகாரிகள்		அதிகாரி அல்லாதவர்கள்	நிபுணர்கள்	மொத்தம்	
							சட்டம்	பிறர்				
இந்தியா	60	60	8	27	22	5	...	28	5	...	33	88
மதராஸ்	50	45	4	21	19	2	1	16	5	2	24	49
பம்பாய்	50	45	4	21	17	4	1	14	7	2	24	49
வங்காளம்	50	50	4	28	23	5	-	16	4	2	22	54
பிஹார்	50	41	4	21	17	4	-	15	4	1	20	45
யுனைட்டட் பிராவின்ஸ்	50	49	1	21	17	4	-	20	6	2	28	50
பஞ்சாப்	30	26	1	8	8	-	-	10	6	2	18	27
பர்மா	30	17	1	1	1	-	-	6	8	2	16	18
அஸ்ஸாம்	30	25	1	11	9	2	-	9	4	1	14	25

9 வது வரிசையில் இடம்பெற்றிருப்பது ரெகுலேஷன்ஸ் படி அனுமதிக்கப்பட்ட அதிகபட்ச அதிகாரிகளின் எண்ணிக்கை

1. பஞ்சாபுக்கும் மத்திய பிராந்தியங்களுக்கும் இதை விரிவுபடுத்த வேண்டும்.

2. பிராந்திய ஏகாதிபத்திய சட்டசபைகளில் முஸ்லிம் பிரதிநிதிகளின் எண்ணிக்கையைத் தீர்மானம் செய்யவேண்டும்.

3. முஸ்லிம்களின் மதம் அவர்களுடைய மதச் சடங்குகள், முஸ்லிம்கள் இவற்றை பாதிக்கும் சட்டங்களில் இருந்து பாதுகாப்பு ஏற்பாடுகள் செய்யப்படவேண்டும்.

இந்த கோரிக்கைகள் தொடர்பாக ஹிந்துக்களுக்கும் முஸ்லிம்களுக்கும் இடையே நடந்த பேச்சுவார்த்தைகள் முடிவடைந்து லக்னோ ஒப்பந்தம் கையெழுத்தானது. அதில் இரண்டு விதிகள் இருந்தன. ஒன்று சட்டம் இயற்றுதல் பற்றியது. அதன் கீழ் இவ்வாறு முடிவுசெய்யப்பட்டது.

எந்தவொரு சமூகத்தையும் பாதிக்கும் சட்டமோ துணைப்பிரிவோ தீர்மானமோ கொண்டுவரப்படாது. அவை பற்றி சட்டசபையில் இருக்கும் அந்த சமூகத்தின் பிரதிநிதிகளே இறுதித் தீர்மானம் எடுக்கவேண்டும். இந்தக் குறிப்பிட்ட கவுன்சில், ஏகாதிபத்திய மற்றும் பிராந்திய சட்ட சபைகள் இவற்றில் இருக்கும் பிரதிநிதிகளில் நான்கில் மூன்று பங்கினரின் ஆதரவு இருந்தாலே அவை சட்டமாகவேண்டும்.

இன்னொரு விதியானது முஸ்லிம் பிரதிநிதிகளின் எண்ணிக்கை எவ்வளவு இருக்கவேண்டும் என்பது தொடர்பானது. ஏகாதிபத்திய சட்டசபையைப் பொறுத்தவரையில்

இந்தியர் தரப்பில் தேர்ந்தெடுக்கப்பட்டவர்களில் மூன்றில் ஒரு பங்கினர் முஹமதியர்களாக இருக்கவேண்டும். பல்வேறு பிராந்தியங்களில் இருந்து தனி தேர்வுக் குழுவின் மூலம் மக்கள்தொகை விகிதாசாரத்துக்கு உகந்த வகையில் தேர்ந்தெடுக்கப்பட்டிருக்கவேண்டும். முஹமதியர்களை மட்டுமே கொண்ட தேர்வுக் குழுவில் இருந்து தேர்ந்தெடுக்கப்பட்டு பிராந்திய சபைகளில் இடம்பெற்றிருக்கவேண்டும்.

பிராந்திய சட்ட சபைகளில் முஸ்லிம்களின் பிரதிநிதித்துவம் எப்படி இருக்கவேண்டும் என்பது பற்றி கீழ்க்கண்டவாறு தீர்மானிக்கப் பட்டது. என்ன காரணத்தினாலோ அஸ்ஸாமுக்கான பிரதிநிதித் துவத்தை மட்டும் இந்த ஒப்பந்தம் தீர்மானித்திருக்கவில்லை.

பிராந்திய சட்ட சபைகளுக்குத் தேர்ந்தெடுக்கப்படும் இந்திய பிரதிநிதிகளில் முஸ்லிம்களின் சதவிகிதம்.	
பஞ்சாப்	50
யுனைட்டட் பிரந்தியம்	30
வங்காளம்	40
பிஹார் மற்றும் ஒரிஸா	25
மத்திய பிராந்தியம்	15
மதராஸ்	15
பம்பாய்	33

முஸ்லிம்களுக்கு குறிப்பிட்ட அளவு இடங்கள் ஒதுக்கப்பட்டு விட்டதால் 1909ல் தரப்பட்ட பொது தொகுதிகளில் இரண்டாம் வாக்கு அளிக்கும் உரிமையானது விலக்கிக் கொள்ளப்பட்டது.

மாண்டேகு செம்ஸ்ஃபோர்ட் அறிக்கையானது லக்னோ ஒப்பந்தத்தைக் கடுமையாக விமர்சித்தது. இரு கட்சிகளின் - தரப்புகளின் இடையிலான ஒப்பந்தம் என்பதால் அரசாங்கம் அதை முழுவதுமாக நிராகரிக்க விரும்பியிருக்கவில்லை. அந்த இடத்தில் தன் தீர்மானத்தை பதிலீடாக முன்வைக்கத் தீர்மானித்தது. அந்த ஒப்பந்தத்தின் இரண்டு விதிகளையும் அரசு ஏற்றுக்கொண்டது. 1919 இந்திய அரசு சட்டத்தில் அதை இடம்பெறவும் செய்தது.

சட்டம் இயற்றுவது தொடர்பான விதிமுறை இடம்பெற்றது. ஆனால் வேறு வடிவில் இடம்பெற்றது. சட்டசபை உறுப்பினர்களுக்கு அதை எதிர்க்கும் உரிமையைத் தருவதற்கு பதிலாக எந்தவொரு மதம், மதச் சடங்குகள், மதத்தினரைப் பாதிக்கும்படியான சட்டங்கள் எதுவும் கவர்னர் ஜெனரலின் முன் அனுமதி இல்லாமல் இந்திய சட்ட சபை சேம்பரில் அறிமுகப்படுத்தப்படாது என்று சொல்லப்பட்டது.

பிரதிநிதித்துவம் தொடர்பான துணைப்பிரிவு அரசால் ஏற்றுக் கொள்ளப்பட்டது. எனினும் பஞ்சாப், வங்காளத்தில் இருந்த முஸ்லிம்கள் சரிவர நடந்ததப்படவில்லை என்ற கருத்து அரசாங்கத்திடம் இருந்தது.

இந்திய சட்டம் 1919-த்தில் சட்டசபையில் யார் யார் எத்தனை சதவிகிதம் இருக்கவேண்டும் என்பது தொடர்பான விதிமுறைகளில் இந்த சலுகைகளின் விளைவுகளைப் பார்க்க முடிந்தது.

அரச சபை	குறைந்தபட்ச எண்ணிக்கை	தேர்ந்தெடுக்கப் பட்டவர்கள்			நியமன உறுப்பினர்கள்		மொத்தம்
சட்ட சபை	145	104	52	52	6	15	145
கவுன்சில் ஆஃப் ஸ்டேட்	60	33	11	22	17	10	60
மதராஸ் பிரான்வின்சியல் கவுன்சில்	118	98	13	85	11	23	132
பம்பாய் பிரான்வின்சியல் கவுன்சில்	111	86	27	59	19	9	114
வங்காள பிரான்வின்சியல் கவுன்சில்	125	114	39	75	16	10	140
யு.பி. பிரான்வின்சியல் கவுன்சில்	118	110	29	71	17	6	123
பஞ்சாப் பிரான்வின்சியல் கவுன்சில்	83	71	32	39	15	8	94
பிஹார் பிரான்வின்சியல் கவுன்சில்	98	76	18	58	15	12	103
மத்திய பிரான்வின்சியல் கவுன்சில்	70	55	7	48	10	8	73
அஸ்ஸாம் பிரான்வின்சியல் கவுன்சில்	53	39	12	27	7	7	53

லக்னோ ஒப்பந்தம் மூலம் முஸ்லிம்களுக்குக் கிடைத்த பிரதிநிதித்துவத்தை கீழ்வரும் அட்டவணை மூலம் தெரிந்துகொள்ளலாம். மூன்றாவது நிரலில் பொருளாதாரத்துறை சார்ந்து தேர்வான பரதிநிதிகளின் பட்டியல் இடம்பெற்றுள்ளது. அவர்களுடைய மத விகிதாசாரம் அவ்வப்போது மாற்றத்துக் குள்ளாகிவந்தது. அதுபோலவே இரண்டாவது நிரலில் உள்ள அதிகாரிகள், நியமிக்கப்பட்ட அதிகாரிகள் அல்லாதவர்களின் பட்டியலும் அவ்வப்போது மாறிவந்தது. லக்னோ ஒப்பந்தத்தின் மூலம் முஸ்லிம்களுக்குக் கிடைத்த அதிகப்படியான வலுவை இந்த அட்டவணைகள் முழுமையாக வெளிப்படுத்தவில்லை.

சட்ட சபை	தேர்தல் பிராந்தியத்தில் இருந்த மக்கள் தொகைக்கும் முஸ்லிம்களின் எண்ணிக்கைக்கும் இடையிலான விகிதம்	முஸ்லிம் உறுப்பினர்களுக்கும் மொத்த உறுப்பினர்களுக்குமான விகிதம்	தேர்ந்தெடுக்கப்பட்ட முஸ்லிம் உறுப்பினர்களுக்கும் ஒட்டுமொத்த உறுப்பினர்களுக்குமான விகிதம்	பொது தொகுதிகளில் நடந்த தேர்தல் மூலம் தேர்வான முஸ்லிம் உறுப்பினர்களுக்கும் மொத்த உறுப்பினர்களுக்குமான விகிதம்	லக்னோ ஒப்பந்த சதவிகிதம்
பஞ்சாப்	55.2	40	48.5	50	50
யுனைட்டட் பிராவின்ஸ்	14.3	25	30	32.5	30
வங்காளம்	54.6	30	40.5	46	40
பிஹார் ஒரிஸ்ஸா	10.9	18.5	25	27	25
மத்திய பிராவின்ஸ்	4.4	9.5	13	14.5	15
மதராஸ்	6.7	10.5	14	16.5	15
பம்பாய்	19.8	25.5	35	37	33.3
அஸ்ஸாம்	32.2	30	35.5	37.5	-
சட்ட சபை	24.0	26	34	38	33.3

இந்திய அரசு சவுத்பரோ பிரபு தலைவராக இருந்த குழு ஃப்ரான்சைஸ் கமிட்டி தொடர்பாக அனுப்பிய அறிக்கையில் விவரிக்கப்பட்டிருந்தது. கீழே இடம்பெற்றுள்ள அட்டவணை 1909-ம் ஆண்டு அரசு முஸ்லிம்களுக்குக் கொடுத்தவற்றைவிட பல மடங்கு அதிக உரிமைகளை லக்னோ ஒப்பந்தத்தின் மூலம் பெற்றிருக்கிறார்கள் என்பதை எடுத்துக்காட்டுகிறது.

பிராந்தியம்	முஸ்லிம்கள் (எ)	முஸ்லிம்களுக்கான இடங்கள்	இரண்டுக்குமான சதவிகிதம்
வங்காளம்	52.6	40	76
பிஹார்-ஒரிஸ்ஸா	10.5	25	288
பம்பாய்	20.4	33.3	163
மத்திய பிராந்தியங்கள்	4.3	15	349
மதராஸ்	6.5	15	231
பஞ்சாப்	54.8	50	91
யுனைட்டட் பிராந்தியம்	14.0	30	214

1927-ல் பிரிட்டிஷ் அரசாங்கம் இந்திய அரசியல் சாசனம் எப்படி நடைமுறைப்படுத்தப்படுகிறது அதில் என்னென்ன சீர்திருத்தங்கள் தேவை என்பதையெல்லாம் ஆராய சைமன் கமிஷனை அமைத்தது. உடனே முஸ்லிம்கள் பல கோரிக்கைகளை எடுத்துக்கொண்டு முன்னால் வந்தனர். முஸ்லிம் லீக், அனைத்திந்திய முஸ்லிம் கான்ஃபிரன்ஸ், அனைத்து கட்சி முஸ்லிம் கான்ஃபிரன்ஸ், ஜமாத் உல் உலேமா, கிலாஃபத் கான்ஃபிரன்ஸ் என பல இஸ்லாமிய அமைப்புகள் சார்பில் இந்தக் கோரிக்கைகள் முன்வைக்கப்பட்டன. இவற்றின் கோரிக்கைகள் எல்லாம் பெருமளவுக்கு ஒரே மாதிரியானவையாகவே இருந்தன. முஸ்லிம் லீகுக்காக முஹமது அலி ஜின்னா எழுதிக் கொடுத்தவற்றைப்போலவேதான் இருந்தன என்பதை மட்டும் சொன்னால் போதும்.

ஜின்னாவின் 14 கோரிக்கைகள் என்று இது அறியப்படுகிறது. எனினும் மொத்தம் 15 கோரிக்கைகள் இருந்தன. அவை மார்ச், 1927-ல் தில்லியில் மிதமானது முதல் தீவிரமானவர்கள் வரை அனைத்து முஸ்லிம் தரப்பு தலைவர்களும் கலந்துகொண்ட கூட்டத்தில் இவை தீர்மானிக்கப்பட்டன (இது பற்றிய திரு ஜின்னாவின் விளக்கத்தைத் தெரிந்துகொள்ள ஆல் இந்தியா ரெஜிஸ்டர், 1929, தொகுதி 1, பக் 367 பார்க்கவும்).

அவற்றில் இருந்த நிபந்தனைகள்.

1. நாளை உருவாகவிருக்கும் அரசியல் சாசனமானது கூட்டாட்சி தன்மை கொண்டதாகவும் எஞ்சிய அதிகாரங்கள் பிராந்தியங்களிடம் தரப்பட்டும் இருக்கவேண்டும்.

2. அனைத்து பிராந்தியங்களுக்கும் ஒரேவிதமான சுதந்தரம் தரப்பட்டிருக்கவேண்டும்.

3. அனைத்து சட்டசபைகளிலும் பிற தேர்ந்தெடுக்கப்படும் அமைப்புகளிலும் ஒவ்வொரு பிராந்தியத்திலும் சிறுபான்மைகளுக்கு போதுமான செயல் ஆற்றல் மிகுந்த பிரதிநிதித்துவம் தரப்படவேண்டும். எந்தப் பிராந்தியத்திலும் பெரும்பான்மைக்கு சமமாகவோ பெரும்பான்மையைவிட அதிகமாகவோ ஆகிவிடக்கூடாது.

4. மத்திய சட்ட சபையில் முஸ்லிம்களின் பிரதிநிதித்துவம் மூன்றில் ஒரு பங்குக்குக் குறைவாக இருக்கக்கூடாது.

5. மத குழுக்களின் பிரதிநிதித்துவமானது தனித் தொகுதி மூலமே இப்போதைக்கு இருக்கவேண்டும். ஆனால், எந்தவொரு

சமூகமும் எந்தவொரு நேரத்திலும் பொதுவான கூட்டு தொகுதி முறைக்கு மாறும்படியாகவும் இருக்கவேண்டும்.

6. பஞ்சாப், வங்காளம், வட மேற்கு பிராந்தியங்களில் இருக்கும் முஸ்லின் பெரும்பான்மையானது மாறிவிடும் வகையில் எந்தவொரு காலத்திலும் எந்தவொரு மாநில எல்லை மறுவரையறை செய்யப்படக்கூடாது.

7. மத நம்பிக்கை, வழிபாடு, சடங்குகள், மத பிரசாரம், மத கூடுகை, மதக் கல்வி என அனைத்துவகையிலும் மதச் சுதந்திரம் முழுமையானதாக இருக்கவேண்டும்.

8. ஓர் அரசாங்க அமைப்பில் எந்தவொரு சமூகத்தின் நான்கில் மூன்று பங்கு உறுப்பினர்கள் எதிர்ப்புத் தெரிவித்தால் எந்தவொரு சட்டமோ தீர்மானமோ அதன் ஒரு பகுதியோ சட்டமாக ஆக்கப்படக்கூடாது. அப்படி சட்டமானால் அது அந்த சமூகத்துக்குத் தீமையை விளைவிக்கும். மாறாக அப்படியான சூழ்நிலைகளைச் சமாளிக்க வேறு வழிமுறைகளை வடிவமைக்கவேண்டும்.

9. பம்பாய் பிரஸிடன்ஸியில் இருந்து சிந்து மகாணம் பிரிக்கப்பட வேண்டும்.

10. பிற பகுதிகளில் சீர்திருத்தங்கள் அமலாவதுபோலவே வட மேற்கு எல்லைப் பிராந்தியம், பலூசிஸ்தான் ஆகிய இடங்களிலும் அமலாகவேண்டும்.

11. பிற இந்தியர்களுக்கு இருப்பதுபோலவே அனைத்து அரச பதவிகள், சுய அதிகாரம் பெற்ற அமைப்புகள் ஆகியவற்றில் தேவையான திறமைகள் உள்ள முஸ்லிம் மதத்தினருக்கு போதுமான பங்கு தரப்படவேண்டும்.

12. முஸ்லிம் மதம், கலாசாரம், தனிப்பட்ட சட்டம், முஸ்லிம் கல்வி, மொழி, மதம், சட்ட திட்டங்கள் ஆகியவற்றைப் பரப்புவதற்கான ஊக்கம், முஸ்லிம் சமூக சேவை மையங்கள், மாநில மற்றும் சுய நிர்வாக அமைப்புகள் தரும் நல்கை உதவிகளில் முஸ்லிம்களுக்கு உரிய பங்கு கிடைப்பது ஆகிய விஷயங்களில் போதுமான பாதுகாப்பு அம்சங்கள் அரசியல் சாசனத்தில் இடம்பெறவேண்டும்.

13. குறைந்தபட்சம் மூன்றில் ஒரு பங்கு முஸ்லிம் அமைச்சர்கள் இல்லமல் எந்தவொரு மத்திய பிராந்திய கேபினெட்டும் அமைக்கப்படக்கூடாது.

14. இந்திய கூட்டமைப்பில் இருக்கும் மாநிலங்களின் சம்மதம் இல்லாமல் அரசியல் சாசனத்தில் எந்தவொரு திருத்தமும் மத்திய சட்டசபையால் கொண்டுவரப்படக்கூடாது.

15. இப்போதைக்கு பல்வேறு சட்ட சபைகள், தேர்ந்தெடுக்கப்படும் அமைப்புகள் ஆகியவற்றில் முஸ்லிம்களுக்கு தனித் தொகுதி தவிர்க்க முடியாததாக இருக்கிறது. அரசாங்கம் இந்த உரிமையை முஸ்லிம்களிடமிருந்து பறிக்கக்கூடாது. அவர்களுடைய சம்மதம் இல்லாமல் அதை ரத்து செய்யக்கூடாது. மேலே சொல்லியிருக்கும் வழிமுறையில் முஸ்லிம்களின் நலன்கள் பாதுகாக்கப்பட முடியவில்லை என்று முஸ்லிம்கள் அதிருப்தியுறாதவரையில் பொது வாக்குத் தொகுதியாக மாற்றியமைக்கக்கூடாது.

குறிப்பு - முஸ்லிம்கள் சிறுபான்மையாக இருக்கும் பகுதிகளில் அவர்களுடைய மக்கள்தொகைக்கு அதிகமாக பிரதிநிதிகள் இருக்கும் விஷயமானது பின்னர் விவாதிக்கப்படும்.

இது முஸ்லிம்களின் கோரிக்கைகளின் தொகுப்பு. இவற்றில் சில புதியவை. சில பழைய கோரிக்கைகளே. முன்பு கிடைத்த சாதகமான அம்சங்களைத் தொடர்ந்து தக்கவைக்கவேண்டும் என்ற நோக்கில் பழைய கோரிக்கைகளும் சேர்க்கப்பட்டுள்ளன. முஸ்லிம்களின் நிலையில் உள்ள பலவீனங்களை அகற்றும் நோக்கில் புதிய கோரிக்கைகள் சேர்க்கப்பட்டுள்ளன. புதிய கோரிக்கைகள் ஐந்து. 1. பஞ்சாப் வங்காளம் ஆகிய முஸ்லிம் பெரும்பான்மை உள்ள பகுதிகளில் முஸ்லிம்களின் மக்கள் தொகைவிகிதத்துக்கு ஏற்ப பிரதிநிதித்துவம். 2. மத்திய பிராந்திய கேபினெட்களில் முஸ்லிம்களுக்கு மூன்றில் ஒரு பங்கு பிரதிநிதித்துவம். 3. அரசுப் பணிகளில் முஸ்லிம்களுக்குப் போதிய இடங்கள். 4. பம்பாய் பிரஸிடன்ஸியில் இருந்து சிந்து பகுதியைப் பிரிப்பது, வட மேற்கு எல்லைப் பிராந்தியம், பலுசிஸ்தான் ஆகிய பகுதிகளை சுய நிர்ணய உரிமை கொண்ட பகுதிகளாக ஆக்குதல் 5. மத்திய அரசின் எஞ்சிய அதிகாரங்களைப் பிராந்தியங்களிடம் கொடுத்துவிடுதல்.

1, 4, 5 தவிர இந்தப் புதிய கோரிக்கைகள் என்ன சொல்லவருகின்றன என்பது எளிதில் புரியும்படியாகவே இருக்கின்றன. சட்டரீதியான பெரும்பான்மை பிரதிநிதித்துவம் இல்லாமல் மத ரீதியான பெரும்பான்மை மட்டுமே இருக்கும் நான்கு பிராந்தியங்களில் அந்தப் பெரும்பான்மையைப் பெறும் நோக்கில் 1, 4ம் முன்வைக்கப்பட்டுள்ளன. ஹிந்து மதத்தினர் பெரும்பான்மையாக

இருக்கும் ஆறு பிராந்தியங்களுக்குப் போட்டியாகவே இந்தக் கோரிக்கை முன்வைக்கப்பட்டிருக்கிறது.

இரண்டு மதங்களுமே தாம் சிறுபான்மையாக இருக்கும் பகுதிகளில் நல்ல முறையில் நடத்தப்படவேண்டும் என்ற நோக்கில் இதை வலியுறுத்தின. ஐந்தாம் கோரிக்கையானது சிந்து மாகாணம், வட மேற்கு எல்லைப் பிராந்தியம், பஞ்சாப், வங்காளம் ஆகிய பகுதிகளில் முஸ்லிம்களின் ஆட்சிக்கு வழிவகுப்பதை நோக்கமாகக் கொண்டிருக்கிறது. மத்திய அரசு தவிர்க்க முடியாமல் ஹிந்துக்களின் கைகளில்தான் இருக்கும் என்பதால் இந்த முஸ்லிம் பிராந்தியங்களில் முஸ்லிம்களின் ஆட்சியானது மத்திய அரசின் கட்டுப்பாட்டின் கீழ் இருந்தால் சாத்தியமில்லை என்று முஸ்லிம்கள் கருதினர். எனவே முஸ்லிம் பிராந்தியங்களை ஹிந்து அரசிடமிருந்து விடுவிக்கவேண்டும் என்பதே ஐந்தாம் கோரிக்கையின் நோக்கம்.

ஹிந்துக்கள் இந்தக் கோரிக்கைகளை எதிர்த்தனர். அது ஒரு பெரிய விஷயமே இல்லை. முக்கியமான விஷயம் என்னவென்றால் சைமன் கமிஷனும் இந்தக் கோரிக்கைகளை ஏற்றுக் கொள்ளவில்லை. முஸ்லிம்களுக்கு சாதகமாக சைமன் கமிஷன் நடந்துகொள்ளவில்லை என்பதோடு அந்தக் கோரிக்கைகளை நிராகரித்ததற்கு தெளிவான காரணங்களையும் அது முன்வைத்தது.

ஆறு பிராந்தியங்களில் முஸ்லிம்களுக்குத் தரப்பட்டிருக்கும் பாதுகாப்பு அம்சங்களைத் தக்கவைத்துக்கொள்வதோடு வங்காளம், பஞ்சாப் பகுதிகளில் தனித் தொகுதி மூலம் கிடைத்திருக்கும் பிரதிநிதித்துவத்தை அவர்களுடைய மக்கள்தொகைக்கு ஏற்ப அதிகரிக்கவேண்டும் என்றும் முஸ்லிம் தரப்பு விரும்புகிறது. மத்திய மாநில சபைகளில் முஹமதியர்களுக்கு நிரந்தரமான தெளிவான மாற்றமுடியாத பெரும்பான்மை பிரதிநிதித்துவத்தைப் பொது தொகுதிகளிலும் உருவாக்கித் தரும். நாம் அந்த அளவுக்கு உரிமைகளை அவர்களுக்குத் தரமுடியாது. இரு சமூகங்களிடமிருந்தும் புதியதொரு பொதுவான தீர்மானம் வரும்வரையில் ஆறு பிராந்தியங்களில் இரு தரப்புக்குமான உரிமைகள், சலுகைகள் ஆகியவற்றை பஞ்சாப், வங்காளம் பகுதிகளில் இருக்கும் விஷயங்களோடு இணைத்து வழங்கமுடியாது.

ஆறுபிராந்தியங்களில் முஹமதியர்களுக்குக் கிடைக்கும் விஷயங்கள் எல்லாம் அப்படியே கிடைக்கவேண்டும். அதே நேரம் ஹிந்து மற்றும் சீக்கியர்களுடைய எதிர்ப்பை மீறி பஞ்சாப்,

வங்காளம் பகுதிகளில் முஸ்லிம்களுக்கு பெரும்பான்மை பிரதிநிதித்துவம் தரவேண்டும் என்றெல்லாம் சொல்வது நியாயமல்ல.

பிரிட்டிஷ் அரசை இந்தப் பிரச்னைக்கு முடிவு காணும்படிக் கேட்டுக்கொண்டபோது ஹிந்துக்கள், சீக்கியர்களின் எதிர்ப்பு, சைமன் கமிஷனின் நிராகரிப்பு இவற்றையெல்லாம் பொருட்படுத்தாமல் முஸ்லிம்களின் பழைய, புதிய கோரிக்கைகள் அனைத்தையும் ஏற்றுக்கொண்டுவிட்டது.

1919 இந்திய அரசு சட்டத்தின் 52 ஏ யின் துணை பிரிவு 2 வழங்கிய அதிகாரங்கள் தொடர்பாக 25, ஜன, 1932-ல் வெளியிடப்பட்ட இந்திய கெஜட் குறிப்பில், வட மேற்கு எல்லைப் பிராந்தியமானது கவர்னரின் பிராந்தியமாகக் கருதப்படவேண்டும் என்று தெரிவிக்கப்பட்டது.

சைமன் கமிஷன் இதை நிராகரித்திருந்தது. வடமேற்கு எல்லைப் பிராந்தியத்தின் அரசியல் சாசன நலன்களை அதிகரிக்கவேண்டும் என்ற பிரே கமிட்டியின் பார்வையை ஏற்கிறோம். எனினும் இந்திய பாதுகாப்பு தொடர்பாக அந்தப் பிராந்தியத்துக்கு இருக்கும் முக்கியத்துவத்தைப் பார்க்கும்போது விசேஷ ஏற்பாடு அவசியம் என்பதையும் ஏற்கிறோம். இந்தியாவின் பிற பிராந்தியங்களுக்கு முன்வைக்கப்படும் விஷயங்களை இந்த பிராந்தியத்துக்கு அப்படியே ஏற்றுக்கொண்டுவிட முடியாது. ஒருமனிதருக்கு சிகரெட் புகைக்க சுதந்தரம் உண்டு. ஆனால் அவர் வெடி மருந்துக்கிடங்கில் இருந்துகொண்டு புகைக்க அனுமதி கிடையாது என்று சைமன் கமிஷன் சொன்னது.

1935 இந்திய அரசு சட்டத்தின் 289 பிரிவின் துணை பிரிவு 1 ன்படி 1, ஏப், 1936லிருந்து சிந்து மாகாணம் பம்பாய் பிராந்தியத்தில் இருந்து பிரிக்கப்பட்டது. இந்தியாவுக்கான செகரட்டரி 7, ஜூலை, 1934-ல் வெளியிட்ட தீர்மானத்தின்படி ஏகாதிபத்திய மற்றும் பிராந்திய நியமனங்கள் அனைத்திலும் முஸ்லிம்களின் சதவிகிதம் 25% என்று நிர்ணயிக்கப்பட்டது. மிஞ்சிய அதிகாரங்கள் பிராந்திய அரசுகளிடம் இருக்கவேண்டும் என்ற முஸ்லிம்களின் கோரிக்கை ஏற்றுக் கொள்ளப்படவில்லை. ஆனால், வேறுவகையில் அவர்களுக்கு நிறைவேற்றித் தரப்பட்டதாகச் சொல்லலாம்.

எஞ்சும் அதிகாரங்கள் மத்திய அரசிடம் இருக்கக்கூடாது என்பதுதான் முஸ்லிம்களின் இந்தக் கோரிக்கையின் நோக்கம். வேறு வார்த்தைகளில் சொல்வதானால் அந்த அதிகாரம்

ஹிந்துக்களின் கரங்களில் இருக்கக்கூடாது என்பதுதான் அவர்களின் விருப்பம். அந்த அதிகாரத்தை கவர்னர் ஜெனரலிடம் கொடுத்ததன் மூலம் இந்திய சட்டம் 1935-ன் 104 வது பிரிவு முஸ்லிம்களின் கோரிக்கையைத்தான் நடைமுறைப்படுத்தியிருக்கிறது.

மத்திய மாநில கேபினெட்களில் முஸ்லிம்களுக்கு 33.33 சதவிகிதம் தரவேண்டும் என்ற கோரிக்கையானது தனி சட்டம் மூலமாக அங்கீகரிக்கப்படவில்லை. ஆனால், அவர்களின் கோரிக்கையை பிரிட்டிஷ் அரசானது ஏற்றுக்கொண்டு கவர்னர்களுக்கும் கவர்னர் ஜெனரல்களுக்கும் சொல்லப்பட்ட வழிகாட்டிக் குறிப்புகளில் அதற்கான வழி ஏற்படுத்தித் தந்திருக்கிறது.

பஞ்சாப், வங்காளம் பகுதிகளில் அரசாங்க சட்டபூர்வ பெரும்பான்மை அந்தஸ்தானது மதவாரி பிரதிநிதித்துவமான கம்யூனல் அவார்ட் மூலம் தரப்பட்டது. முழு அவையிலும் சட்டபூர்வ பெரும்பான்மை அந்தஸ்து தரப்படவில்லை. பிற தரப்பினருக்கும் பிரதிநிதித்துவம் தரவேண்டும் என்பதால் முஸ்லிம்களுக்கு அதைத் தரவும் முடியாது. அதேநேரம் லக்னோ ஒப்பந்தத்தின் மூலம் முஸ்லிம்களுக்குக் கிடைத்த சிறுபான்மை உரிமைகளை எதுவும் செய்யாமலேயே பஞ்சாப், வங்காளம் பகுதிகளில் ஹிந்துக்களுக்கு எதிரான பெரும்பான்மை உரிமைகளானது முஸ்லிம்களுக்குத் தரப்பட்டது.

பிரிட்டிஷ் அரசினால் முஸ்லிம் சமூகத்துக்குத் தரப்பட்ட இந்த அரசியல் சலுகைகள் போதிய பாதுகாப்புடன் இருந்திருக்கவில்லை. அவர்கள் மீது அல்லது அரசாங்கத்தின் மீது ஹிந்துக்கள் நெருக்குதல் தந்து இந்த சலுகைகளை எல்லாம் ரத்து செய்து விடக்கூடும் என்று அஞ்சினார்கள். இந்த அச்சத்துக்கு இரண்டு காரணங்களிருந்தன. முதல் காரணம் திரு காந்தி ஒடுக்கப் பட்டவர்கள் தொடர்பான அரசின் தீர்மானத்தை சாகும் வரை உண்ணாவிரதம் இருந்து மாற்றவைத்துவிட்டார். இதன் விளைவாக 4, செப், 1932-ல் பூனா ஒப்பந்தம் கையெழுத்தானது. அந்த வெற்றியினால் உந்துதல் பெற்ற சிலர் முஸ்லிம்களுக்குத் தரப்பட்டிருக்கும் விஷயங்களையும் மாற்றியமைக்க முயற்சிகள் மேற்கொள்ளவேண்டும் என்று தீர்மானித்திருந்தனர். ஒரு சில முஸ்லிம்களும் அப்படியான முயற்சிகளுக்கு ஆதரவாக முன்வந்திருந்தனர். இது இஸ்லாமிய சமூகத்தை எச்சரிக்கையடையச் செய்தது.

அரசு தந்த சலுகைகள் மாற்றப்பட்டுவிடும் என்ற பயம் வருவதற்கான இரண்டாவது காரணம் என்னவென்றால், ஹவுஸ்

ஆஃப் காமன்ஸில் உருவாக்கப்பட்ட இந்திய அரசுக்கான சட்டங்களில் திருத்தங்கள் செய்வதற்கான உரிமைகள் தரப் பட்டுள்ளன. குறிப்பிட்ட நிபந்தனைகளின் பேரில் சட்டத் திருத்தங்கள் சாத்தியம் என்று அது வரையறுத்திருந்தது. இப்படியான பயங்களைப் போக்கி முஸ்லிம்களுக்கு முழு நிம்மதியைத் தரும் நோக்கில் பிரிட்டிஷ் அரசு கீழ்க்கண்ட அறிக்கையை வெளியிடும்படி இந்திய அரசுக்கு அறிவுருத்தியது.

இந்திய அரசு சட்டத்தின் 304 வது பிரிவு காமன்ஸ் அவையில் சட்டமாகும்போது திருத்தங்களுக்கு உட்பட்டதென்பது மேதகு அரசுக்குத் தெரியவந்திருக்கிறது. அரசின் கம்யூனல் அவார்டிலும் அதுபோல் தேவையான மாற்றங்கள் செய்யும் அதிகாரமானது மேதகு அரசுக்குத் தரப்பட்டிருக்கிறது.

கம்யூனல் அவார்டில் ஏதேனும் திருத்தம் செய்வது அல்லது வேறு விஷயம் சார்ந்து கொள்கையில் ஏதேனும் மாற்றம் செய்வது தொடர்பாக மேதகு மன்னரின் அரசு 304 பிரிவின் நடைமுறைத் தன்மை சார்ந்து ஒரு சிறிய விளக்கம் தர விரும்புகிறது.

இந்தப் பிரிவின் கீழ் இந்தியாவில் இருக்கும் அரசு மற்றும் சட்டசபைக்குச் சொல்லப்படுவது என்னவென்றால் பத்தாண்டுகள் கழித்த பின்னர் அரசியல் சாசனம் தொடர்பான விஷயங்களில் இந்த சட்டவிதிகளை மாற்றவோ ஒழுங்கு படுத்தவோ கலந்தாலோசிக்கலாம்.

கொண்டுவர விரும்பும் சட்டத் திருத்தத்தை செகரட்டரி ஆஃப் ஸ்டேட் கவர்னர் ஜெனரல் அல்லது கவர்னரின் மூலம் அறிக்கை பெற்று நாடாளுமன்றத்தில் சமர்ப்பிக்கும்படி அறிவுருத்துகிறது. சிறுபான்மைகளை எந்தவகையில் பாதிக்கும் என்பதையும் தான் அது தொடர்பாக எடுக்கவிருக்கும் நடவடிக்கைகளையும் தெரிவிக்கும்படி அறிவுருத்துகிறது.

இந்தச் செயல்பாடுகளின் மூலம் அரசியல் சாசன விதி முறைகளில் ஏற்படும் மாற்றத்தை கவுன்சிலில் ஓர் அரசாணை மூலம் கொண்டுவரலாம். ஆனால், இந்த அரசாணையானது நாடாளுமன்றத்தின் இரு அவைகளின் தீர்மானங்களின் மூலம் அங்கீகரிக்கப்படவேண்டும். இந்த சட்டத்தின் 305வது பிரிவின் கீழ் இந்த நிபந்தனை சேர்க்கப்படுகிறது.

பத்து ஆண்டுகளுக்கு முன்பாக இப்படியான அரசியல் சாசன திருத்தம் கொண்டுவருவதாக இருந்தால் அது அரசாங்கம்

மற்றும் இந்திய சட்டசபைகளால் மட்டுமே முடியும். பத்து ஆண்டுகளுக்கு முன்பாக அரசாணை மூலம் திருத்தம் கொண்டு வரும் அதிகாரமானது (இரண்டு அவைகளின் அனுமதிபெற்று) அரசுக்குத் தரப்பட்டிருக்கிறது. ஆனால், பத்தாண்டுகள் எந்தத் திருத்தமும் அரசால் முன்னெடுக்கப்படவில்லையென்றால் செகரட்டரி ஆஃப் ஸ்டேட் அரசாங்கத்தையும் சட்ட சபைகளையும் கலந்தாலோசித்து (திருத்தம் மிகவும் சிறியதாக இல்லாதபட்சத்தில்) முடிவெடுத்த பின்னர் நாடாளுமன்றத்தில் திருத்தம் தொடர்பான அரசாணையை ஒப்புதலுக்கு சமர்ப்பிக்கவேண்டும்.

முந்தைய பாராவில் சொல்லப்பட்டிருக்கும் அதிகாரம் தொடர்பான விஷயங்கள் கீழ்க்கண்ட காரனங்களினால் சொல்லப்பட்டிருக்கின்றன.

1. எப்போது சட்டத் திருத்தங்கள் கொண்டுவரவேண்டியிருக்கும் என்று முன்கூட்டியே யூகிப்பது கடினம். ஆனால் நாடாளு மன்றச் சட்டங்களில் அப்படியான திருத்தங்கள் செய்யும்போது அவற்றுக்கு ஏதேனும் வழிவகை செய்துவைத்திருக்க வில்லையென்றால் பெரும் பிரச்னையாகிவிடும். கம்யூனல் அவார்ட் போன்ற மிக முக்கியமான விஷயங்களில் அப்படியான எந்தவொரு விஷயத்தையும் மாற்றமுடியாது என்று தனியாக அடையாளப்படுத்தவும் முடியாது.

2. இந்தியாவில் இருக்கும் இரு தரப்புகள் ஏகமனதாக ஒப்புக்கொண்டால் கம்யூனல் அவார்டில் திருத்தங்கள் செய்ய இந்த ஏற்பாடு உதவும். அதோடு அப்படி இரு தரப்பும் ஏற்றுக்கொள்ளும் ஒரு விஷயத்தின் அடிப்படையில் திருத்தம் செய்துகொள்ள வழியில்லாமல் இருந்தால் அது துரதிஷ்டமான நிலையாகவே இருக்கும்.

கம்யூனல் அவார்டைப் பொறுத்தவரையில் மேதகு மன்னரின் அரசானது இந்த சட்டப் பிரிவின் மூலம் தரப்பட்டிருக்கும் அதிகாரத்தைப் பயன்படுத்தி நாடாளுமன்றத்தை ஏதேனும் திருத்தத்தைப் பரிந்துரைக்கும்படி ஒருபோதும் கேட்டுக் கொள்ளாது. சம்பந்தப்பட்ட இரு மதத் தரப்புகள் சம்மதித்தால் மட்டுமே எந்தத் திருத்தமும் முன்னெடுக்கப்படும்.

முடிவாக, மேதகு மன்னரின் அரசானது மீண்டும் வலியுறுத்தும் விஷயம் என்னவென்றால், *304* பிரிவின் கீழ் இருக்கும் எந்தவொரு அதிகாரமும் *305* பிரிவின் விஷயங்களில் இரு

நாடாளுமன்ற அவைகளின் சம்மதம் பெறாமல் அமல்படுத்தப்படாது.

முஸ்லிம்களின் கோரிக்கை என்னென்ன என்பதையும் எவையெல்லாம் அவர்களுக்குத் தரப்பட்டன என்பதையும் அலசிப் பார்க்கும் எவரொருவருக்கும் அவர்களுடைய கோரிக்கைகளின் உச்ச எல்லை எட்டப்பட்டுவிட்டது; 1932 தீர்மானம்தான் இறுதியானது என்ற முடிவுக்கு வருவார்கள். ஆனால் இவை கிடைத்த பின்னரும் முஸ்லிம்கள் திருப்தி அடையவில்லை. முஸ்லிம்களின் நிலையைப் பாதுகாக்கும் புதிய கோரிக்கைகள் தயாராக இருந்தன.

திரு ஜின்னாவுக்கும் காங்கிரஸுக்கும் இடையில் 1938-ல் நடந்த பேச்சுவார்த்தைகளில் முடிவு எட்டப்படவில்லை. திரு ஜின்னாவிடம் அவர் அப்படி என்ன கோரிக்கைகளை காங்கிரஸிடம் வைத்தார் என்று கேட்டபோது அவர் பொது வெளியில் அதற்கு பதில் சொல்லவில்லை. ஆனால், திரு ஜின்னாவுக்கும் பண்டிட் நேருவுக்கும் இடையில் நடைபெற்ற பேச்சுவார்த்தை பற்றிய விவரமானது பின்னர் ஜின்னாவுக்கு நேரு எழுதிய கடிதமொன்றில் விவரிக்கப்பட்டிருந்தது. கீழ்க்கண்ட விவகாரங்களில் பேசித் தீர்வு காணவேண்டும் என்று அதில் குறிப்பிடப்பட்டிருந்தது.

1. 1929-ல் முஸ்லிம் லீக் பட்டியலிட்டிருந்த 14 விஷயங்கள் பற்றிப் பேசவேண்டும்.

2. கம்யூனல் அவார்டு தொடர்பான எதிர்ப்பை காங்கிரஸ் முழுமையாக விலக்கிக் கொள்ளவேண்டும். அதை தேசியவாதத்துக்கு எதிரானதாகச் சித்திரிக்கக்கூடாது.

3. அரசுப் பணிகளில் முஸ்லிம்களின் பங்கு பற்றித் தெளிவாக அரசியல் சாசனத்தில் சட்டம் மூலமாக வரையறுக்கப்பட வேண்டும்.

4. முஸ்லிம் பெர்சனல் சட்டம், கலாசாரம் எல்லாம் சட்டரீதியான பாதுகாப்பைப் பெறவேண்டும்.

5. ஷஹித்கஞ்ச் மசூதி தொடர்பான போராட்டத்தை காங்கிரஸ் கையில் எடுக்கவேண்டும். அந்த மசூதி முஸ்லிம்களுக்குக் கிடைக்க தார்மிக அழுத்தம் தரவேண்டும்.

6. தொழுகை அழைப்பு மற்றும் இஸ்லாமிய மதச் சடங்குகள் தொடர்பாக எந்தவிதக் கெடுபிடிகளும் இருக்கக்கூடாது.

7. பசுக் கொலை செய்ய முஸ்லிம்களுக்கு சுதந்தரம் தரப்பட வேண்டும்.

8. இப்போது முஸ்லிம்கள் பெரும்பான்மையாக இருக்கும் பிராந்தியங்களில் அதைக் குலைக்கும்விதமாக எந்தவித மாநில பிராந்திய எல்லைகளை மாற்றியமைக்கக்கூடாது.

9. வந்தே மாதரம் பாடலைக் கைவிடவேண்டும்.

10. இந்தியாவின் தேசிய மொழியாக உருது இருக்கவேண்டும் என்று முஸ்லிம்கள் விரும்புகிறார்கள். உருது மொழியின் பயன்பாட்டைக் குறைக்கக்கூடாது என்று சட்டபூர்வ உத்தரவாதங்களை அவர்கள் கோருகிறார்கள்.

11. கம்யூனல் அவார்டில் குறிப்பிடப்பட்டிருப்பதுபோல் தனித் தொகுதி, மக்கள் தொகைக்கு ஏற்ற பிரதிநிதித்துவம் ஆகியவை உள்நாட்டு நிர்வாக அமைப்புகளில் முஸ்லிம்களின் பிரதிநிதித்துவம் இருக்கவேண்டும்.

12. மூவர்ணக்கொடியை மாற்றவேண்டும். அல்லது முஸ்லிம் லீகின் கொடிக்கும் அதே முக்கியத்துவம் தரவேண்டும்.

13. இந்திய முஸ்லிம்களின் ஒரே அதிகாரபூர்வ பிரதிநிதித்துவ அமைப்பாக முஸ்லிம் லீகை அங்கீகரிக்கவேண்டும்.

14. கூட்டு அமைச்சரவைகள் அமைக்கப்படவேண்டும்.

இந்தப் புதிய பட்டியலுடனும் முஸ்லிம்களின் கோரிக்கைகள் முடிவுக்கு வரவில்லை. ஒரு வருடத்துக்குள், அதாவது 1938 லிருந்து 1939க்குள் இன்னொரு முக்கியமான கோரிக்கையும் எழுந்தது. அதாவது முஸ்லிம்களுக்கு அனைத்து பதவிகள், பணிகளிலும் அனைத்து இடங்களிலும் 50% ஒதுக்கீடு தரவேண்டும் என்ற கோரிக்கை முன்வைக்கப்பட்டது. இந்தப் புதிய பட்டியலில் இருந்த சில கோரிக்கைகள் பொறுப்பற்றவை என்று சொல்ல முடியாவிட்டாலும் நடைமுறை சாத்தியமில்லாதவை என்று சொல்லத் தகுந்தவையாக இருந்தன. 50% ஒதுக்கீடு முஸ்லிம்களுக்குத் தரவேண்டும்; உருதுவே தேசிய மொழியாக இருக்கவேண்டும் என்பவையெல்லாம் அப்படியானவையே.

1929-ல் சட்டசபைகளில் இடங்கள் ஒதுக்கும்போது பெரும்பான்மையினர் சிறுபான்மையாகிவிடக்கூடாது அல்லது சமமான இடங்கள் ஒதுக்கப்பட்டுவிடக்கூடாது என்றெல்லாம் குறிப்பிட்டிருந்தார்கள். இந்தக் கோரிக்கையை அவர்களே ஒதுக்கிவிட்டு பெரும்பான்மையினருக்கு சமமான இடங்களை

முஸ்லிம்களுக்கும் தரவேண்டும் என்பதாக மாற்றிவிட்டனர். 1929-ல் என்ன சொன்னார்களென்றால், பிற சிறுபான்மையினருக்கும் பாதுகாப்பு கிடைக்கவேண்டும். அவர்களும் முஸ்லிம்களைப்போலவே நடத்தப்படவேண்டும் என்று சொல்லியிருந்தார்கள். எந்த அளவுக்குப் பாதுகாப்பு ஏற்பாடுகள் சட்டங்களில் இருக்கவேண்டும் என்பது தொடர்பாகவே வேறுபாடு இருந்தது. அரசியல் முக்கியத்துவம் சார்ந்து பிற சிறுபான்மையினருக்குத் தரப்படும் பாதுகாப்பு ஏற்பாடுகளை விட முஸ்லிம்களுக்குக் கூடுதல் பாதுகாப்பு உரிமைகள் கோரப்பட்டிருந்தன.

பிற சிறுபான்மையினருக்குப் போதுமான பாதுகாப்பு ஏற்பாடுகள் இருக்கவேண்டும் என்பதை முஸ்லிம்கள் முன்பு ஒருநாளும் மறுதலிக்கவில்லை. ஆனால், ஐம்பது சதவிகித ஒதுக்கீடு அவர்களுக்குக் கிடைக்கவேண்டும் என்று சொன்னதன் மூலம் பிற சிறுபான்மையினரின் இடங்களையும் அவர்களே எடுத்துக் கொண்டார்கள். இப்போது முஸ்லிம்கள் ஹிட்லரின் குரலில் பேச ஆரம்பித்திருந்தனர். ஜெர்மனியில் ஹிட்லருக்கு இருப்பதுபோன்ற இடத்தைக் கோரினர். முஸ்லிம்கள் தமக்கு ஐம்பது சதவிகித ஒதுக்கீடு தேவை என்று சொன்னதென்பது ஜெர்மானியர்கள் தமக்கு கோரியதைப்போலவேதான் இருந்தது.

உருது மொழியை இந்தியாவின் தேசிய மொழியாக அறிவிக்க வேண்டும் என்ற அவர்களுடைய கோரிக்கையும் இதுபோல் அதீதமானதுதான். உருது மொழி இந்தியா முழுவதும் பேசப்பட்ட மொழியல்ல. அதுமட்டுமல்லாமல் எல்லா முஸ்லிமும் உருது மொழி பேசவும் இல்லை. 6.8 கோடி முஸ்லிம்களில் (1921 மக்கள் தொகைக் கணக்கின்படி) 2.8 கோடி பேர் மட்டுமே உருது பேசினர். உருது மொழியை தேசிய மொழியாக்குவதென்பது 2.8 கோடி முஸ்லிம்களின் மொழியை பிற நான்கு கோடி முஸ்லிம்கள் மேலும் 32.2 கோடி ஹிந்துக்கள் மீதும் திணிப்பதாக ஆகும்.

இப்படியாக எப்போதெல்லாம் அரசியல் சாசனத்தில் சீர்திருத்தங்கள் பற்றிய பேச்சுகள் எழுந்தனவோ அப்போதெல்லாம் முஸ்லிம்கள் அங்கே புதிய அரசியல் கோரிக்கைகளுடன் வந்து நின்றனர். இப்படியான முஸ்லிம்களின் முடிவற்ற கோரிக்கைப் பட்டியலை பிரிட்டிஷ் அரசினால் மட்டுமே ஓரளவுக்குத் தடுக்க முடிந்தது. ஹிந்துக்களுக்கும் முஸ்லிம்களுக்கும் இடையிலான மோதலில் அவர்களே மத்தியஸ்தம் செய்ய வேண்டியிருந்தது. இந்தப் புதிய கோரிக்கைகள் தொடர்பான விவகாரத்தைத் தீர்க்க

பிரிட்டிஷாரை அழைத்தால் முஸ்லிம்களுக்கு சாதகமான நிலையை பிரிட்டிஷார் எடுக்கமாட்டார்கள் என்று யார் உத்தரவாதம் தரமுடியும். முஸ்லிம்கள் எவ்வளவுக்கு எவ்வளவு அதிக கோரிக்கைகள் வைக்கிறார்களோ அவ்வளவுக்கு அவ்வளவு பிரிட்டிஷார் அவர்களுக்கு சாதகமாக நடந்துகொள்ள ஆரம்பிக்கிறார்கள். கடந்த காலத்தில் நடந்தவற்றைப் பார்த்தால் முஸ்லிம்கள் எவ்வளவு கேட்கிறார்களோ அதைவிட அதிகமாக அள்ளித் தருபவர்களாகவே பிரிட்டிஷார் இருந்துவந்துள்ளனர். அப்படியான இரண்டு உதாரணங்களைச் சொல்கிறேன்.

அவற்றில் ஒன்று லக்னோ ஒப்பந்தம் தொடர்பானது. இந்த ஒப்பந்தத்தை பிரிட்டிஷ் அரசு ஏற்கவேண்டுமா. மாண்டேகு செம்ஸ்ஃபோர்டு அறிக்கையைத் தயாரித்தவர்கள் இதை ஏற்க வில்லை. அதற்கு வலுவான காரணங்களையும் அவர்கள் சொன்னார்கள். லக்னோ ஒப்பந்தத்தில் முஸ்லிம்களுக்கு மிக அதிகமாக வழங்கப்பட்டிருந்த உரிமைகள் பற்றி அந்த அறிக்கையை தயாரித்தவர்கள் சொன்னது:

> இப்படியான சலுகை என்பது எதிர்க்கப்பட வேண்டியதுதான். ஏதாவது, ஒரு சமூகம் தனியான பிரதிநிதித்துவம் வேண்டும் என்று கேட்டால், முஸ்லிம்கள் அல்லாதவர்களின் இடங்களைக் குறைப்பதன் மூலமே சாத்தியமாகும். அல்லது முஸ்லிம் மற்றும் முஸ்லிம் அல்லாதவர்களிடம் இடங்களைக் குறைப்பதன் மூலமே சாத்தியமாகும். எந்த வழிமுறையைப் பின்பற்றுவது என்பதில் ஹிந்துக்கள் மற்றும் முஸ்லிம்களின் கருத்துகள் ஒத்துப்போக வாய்ப்பில்லை. நாங்கள் விளக்கிச் சொல்லும் காரணங்களின் அடிப்படையில் முஸ்லிம்களுக்குத் தனி பிரதிநிதித்துவம் தருவதை நாங்கள் ஒப்புக்கொள்கிறோம். எங்கள் முன்னால் வைக்கப்பட்டிருக்கும் குறிப்பிட்ட விஷயம் தொடர்பான எங்கள் ஒப்புதலைத் தற்போதைக்குத் தள்ளி வைக்கிறோம். இந்தக் கோரிக்கைகள் பிற சமூகத் தரப்புகளின் நலன்கள் மீது என்ன தாக்கத்தை ஏற்படுத்தும் என்பதை ஆராய்ந்து அந்தத் தரப்புகளுக்கு நியாயமான விஷயங்களைச் செய்து முடித்தபின் இதற்கு ஒப்புதல் தருகிறோம்.

லக்னோ ஒப்பந்தத்தில் இருந்த இந்த மிகப் பெரிய பிழையைக் கணக்கில் கொள்ளாமல் இந்திய அரசானது மேலே சொன்னவற்றைத் தனது அறிக்கையில் குறிப்பிட்டது. இந்த ஒப்பந்தத்தின் நிபந்தனைகளானது வங்காளத்தில் வசிக்கும் முஸ்லிம்கள் தொடர்பான விஷயங்களில் சிலவற்றை

மேம்படுத்தப்படவேண்டும் என்று பரிந்துரைத்தது. அதில் சொல்லப்பட்டிருந்த காரணங்கள் மிகவும் விசித்திரமானவை.

> அவர்கள் (இந்த ஒப்பந்தத்தை உருவாக்கியவர்கள்) வங்காள முஸ்லிம்களின் பிரதிநிதித்துவமாக ஒதுக்கியிருப்பவை போதுமானதல்ல. காங்கிரஸும் முஸ்லிம் லீகும் இந்த ஒப்பந்தத்தை உருவாக்கியபோது வங்காளத்தில் இருந்த முஸ்லிம்களின் கோரிக்கைகளுக்கு உரிய முக்கியத்துவம் தரப்பட்டதா என்பது கேள்விக்குரிய விஷயமாகவே இருக்கிறது. அங்கிருக்கும் முஸ்லிம்கள் பின்தங்கியவர்களாகவும் வறுமையில் வாடுபவர்களாகவும் இருக்கிறார்கள். 1912-ல் அந்த பிரஸிடென்ஸி பிரிக்கப்பட்டதானது அவர்களுக்குப் பெரும் அதிருப்தியைத் தந்தது. அவர்களுடைய நலன்கள் பாதுகாக்கப்படவேண்டும் என்பதில் நாம் கூடுதல் கவனம் செலுத்தியாகவேண்டும். வங்காளத்தில் இருக்கும் முஸ்லிம் மக்கள் தொகைக்கு ஏற்ப மட்டுமே அவர்களுக்கு பிரதிநிதித்துவம் தரப்படவேண்டும். அதற்கு அதிகமாகத் தரக்கூடாது. எனவே (இந்த ஒப்பந்தத்தில் குறிப்பிட்டிருப்பது போல்) 34 இடங்களுக்குப் பதிலாக 44 இடங்கள் தரவேண்டும்.

பஞ்சாபுக்கும் உரிய நியாயம் செய்யப்படவில்லை என்றே இந்திய அரசு நினைத்தது. ஆனால், வங்கப் பிரிவினை விவகாரம் தீர்த்துவைக்கப்படாமல் இருந்ததால், வங்காளப் பிரதிநிதித்துவம் சார்ந்து கூடுதல் அக்கறையைக் காட்டியது.

இந்திய அரசு வங்காள முஸ்லிம்கள் மீது காட்டிய அக்கறையை பிரிட்டிஷ் அரசு காட்டவில்லை. வங்காள முஸ்லிம்களுக்கு எவ்வளவு இடம் தரவேண்டும் என்பது ஓர் ஒப்பந்தம் மூலம் தீர்மானமாகியிருக்கிறது. அந்த ஒப்பந்ததம் குறித்து எந்தவிதப் புகாரும் எழுந்திருக்காத நிலையில் முஸ்லிம்களுக்கான இடங்களை அதிகரித்தால் பிரிட்டிஷ் அரசானது தனிப்பட்ட காரணங்கள் மற்றும் தனிப்பட்ட விருப்பங்களினால் முஸ்லிம்களின் நண்பராக இருக்கிறது என்ற எண்ணம் ஏற்பட்டுவிடும். இப்படி முஸ்லிம்களின் இடங்களை அதிகப்படுத்தவேண்டும் என்று சொன்னதன் மூலம் எதனால் வங்காளத்திலும் பஞ்சாபிலும் இருக்கும் முஸ்லிம்களின் எண்ணிக்கைக்கு ஏற்ப இடங்கள் தரப்படவில்லை என்பதன் காரணத்தைக் கணக்கில் கொள்ளத் தவறிவிட்டது.

இப்படியான பெரும்பான்மை சமூகம் அரசியல் பாதுகாப்புக்குத் தகுதியானது அல்ல என்ற அடிப்படையில்தான் லக்னோ ஒப்பந்தம்

கையெழுத்தாகியுள்ளது. சிறுபான்மையாக இருக்கும்போதுதான் பாதுகாப்புகள் தரப்படவேண்டும். அதுதான் லக்னோ ஒப்பந்தத்தின் அடிப்படை நோக்கம். பஞ்சாபிலும் வங்காளத்திலும் இருக்கும் முஸ்லிம் சமூகம் சிறுபான்மையானது அல்ல. எனவே சிறுபான்மையாக இருக்கும் பிராந்தியங்களில் அதற்குத் தரப்பட்டிருக்கும் பாதுகாப்பு அம்சங்கள் இங்கு தரப்படமுடியாது. வங்காளத்திலும் பஞ்சாபிலும் பெரும்பான்மையாக இருந்த நிலையிலும் தனித் தொகுதி தேவை என்று முஸ்லிம்கள் கருதினர்.

லக்னோ ஒப்பந்தத்தின்படி முஸ்லிம்களுக்கு அந்த விஷயம் தரப்படவேண்டுமென்றால் அங்கு அவர்கள் சிறுபன்மையாக ஆகவேண்டும். அதனால்தான் அவர்கள் குறைவான இடங்களைப் பெற்றுக்கொண்டார்கள். பஞ்சாபிலும் வங்காளத்திலும் இருக்கும் முஸ்லிம்களுக்கு மக்கள் தொகையின் அடிப்படையில் பெரும்பான்மை இடங்கள் தரப்படவில்லை.

லக்னோ ஒப்பந்தத்தில் கையெழுத்திட்ட முஸ்லிம் லீகுக்கு இது நன்கு புரிந்துதான் இருந்தது. 1919 இந்திய அரசின் சட்டம் தொடர்பாக கூட்டு நியமனக் கமிட்டியின் முன்பாக நாடாளுமன்றத்தில் சாட்சி சொன்ன ஜின்னா கேள்வி எண் 3808க்குச் சொன்ன பதில்: 'வங்காளத்தில் முஸ்லிம்கள் பெரும்பான்மையாக இருக்கிறார்கள். பெரும்பான்மையாக இருக்கும் எந்தவொரு சமூகத்துக்கும் தனித் தொகுதி தரப்படாது என்பது ஒப்பந்தத்தின் தீர்மானம். ஏனென்றால், தனித் தொகுதிகள் என்பவை சிறுபான்மைகளைப் பாதுகாப்பதற்காக உருவாக்கப்பட்டதுதான். ஆனால், வங்காளத்தில் முஸ்லிம்களின் எண்ணிக்கை அதிகம் என்பது உண்மையே. ஆனால் வாக்களிக்கும் தகுதி உடையவர்கள் என்று பார்த்தால் நாங்கள் சிறுபான்மைதான். ஏழ்மை, பின் தங்கிய நிலை என இதற்குப் பல காரணங்கள் உள்ளன. அப்படியானால் முஸ்லிம்களுக்கு 40 சதவிகித இடம் என்று தீர்மானியுங்கள். முறையாக பரிசோதித்துப் பார்த்தால் 40% இடம் கிடைக்காது. ஏனென்றால் 40% வாக்காளர்கள் இருக்கமாட்டார்கள். பிற பிராந்தியங்களில் எங்களுக்கு சாதகமான நிலை கிடைக்கும் என்று சொன்னார்.

வங்காள முஸ்லிம்களுக்கு அவர்கள் கேட்டதற்கும் அதிகமாகக் கொடுக்கவேண்டும் என்ற இந்திய அரசாங்கத்தின் முன்மொழிவு ஏற்றுக்கொள்ளப்படவில்லை. ஆனால், கூடுதலாக அவர்களுக்குச் செய்யவேண்டும் என்று விரும்பியது அவர்களுடைய மனச்சாய்வை நன்கு எடுத்துக்காட்டுவதாகவே இருக்கிறது.

1932-ல் மதவாரிப் பிரதிநிதித்துவத் தீர்மானம் எடுக்கப்பட்டபோது பிரிட்டிஷ் அரசானது முஸ்லிம்கள் கேட்டதைவிட அதிகம் தந்தது. இது இரண்டாவது சம்பவம்.

ஆர்.டி.சி.யின் சிறுபான்மை துணை கமிட்டியில் சர் முஹமது ஷஃபி இரண்டு வெவ்வேறு கோரிக்கைகளைச் சமர்ப்பித்தார். 1931 ஜனவரி 6-ல் ஆற்றிய உரையில் சர் முஹமது ஷஃபி கீழ்க்கண்ட விஷயத்தை மதவாரிப் பிரதிநிதித்துவத் தீர்வாக முன்வைத்தார்.

> நான் சொல்லும் நிபந்தனைகளுக்குட்பட்டு நாங்கள் பொது தொகுதியை ஏற்றுக்கொள்கிறோம். முஸ்லிம்கள் சிறுபான்மையாக இருக்கும் பிராந்தியங்களில் அவர்களுக்கு இருக்கும் உரிமைகள் அனைத்தும் அப்படியே தொடர வேண்டும். பஞ்சாப், வங்காளம் ஆகிய பிராந்தியங்களில் முஸ்லிம் மக்கள் தொகைக்கு ஏற்ப இரண்டு பொது தொகுதிகளும் பிரதிநிதித்துவமும் இருக்கவேண்டும். குறிப்பிட்ட இடங்கள் முஸ்லிம்களுக்கு ஒதுக்கப்படவேண்டும் மற்றும் மௌலானா முஹமது அலியின் நிபந்தனையும் ஏற்றுக்கொள்ளப்படவேண்டும்.

இதே கமிட்டியின் முன்பாக 14 ஜனவரி 1931-ல் ஆற்றிய உரையில் முற்றிலும் புதிய தீர்வை முன்வைத்தார்.

> இன்று இந்தத் தீர்மானத்தை முன்வைக்க எனக்கு அங்கீகாரம் தரப்பட்டுள்ளது. பஞ்சாபைப் பொறுத்தவரையில் மொத்த அவையில் இருக்கும் இடங்களில் 49% முஸ்லிம்களுக்கு தனித்தொகுதி மூலம் கிடைக்கவேண்டும். கூடவே புதிதாக உருவாக்கப்படும் தொகுதிகளில் போட்டியிடும் உரிமையும் தரவேண்டும். சிறுபான்மையாக இருக்கும் பிராந்தியங்களைப் பொறுத்தவரையில் தனித் தொகுதி மூலம் முஸ்லிம்களுக்கு இப்போது கிடைக்கும் உரிமைகள் தொடர்ந்து கிடைக்க வேண்டும்.

> இதே தனித் தொகுதி உரிமையானது சிந்து மாகாணத்தில் சிறுபான்மையாக இருக்கும் நம் ஹிந்து சகோதரர்களுக்கும் வடமேற்கு எல்லைப் பிராந்தியத்தில் சிறுபான்மையாக இருக்கும் நம் ஹிந்து, சீக்கிய சகோதரர்களுக்கும் தரப்பட வேண்டும். பிராந்திய சட்டசபை அல்லது மத்திய சட்டசபையில் எந்தவொரு சமூகத்தின் மூன்றில் இரண்டு பங்கு பிரதிநிதிகள் பொதுத் தொகுதி வேண்டும் என்று சொல்கிறார்களோ அதன் பிறகே அங்கு பொதுத் தொகுதி வரவேண்டும்.

கூட்டுத் தொகுதிகளுக்கு ஆதரவு. தனித் தொகுதிகளில் தனது சமூகத்தினரின் 40% வாக்குகளும் பிற சமூகத்தினரின் ஐந்து அல்லது பத்து சதவிகித வாக்குகளும் பெறாதவரை வெற்றிபெற்றவராக அறிவிக்கக்கூடாது என்பதுதான் திரு முஹமது அலி முன்வைத்த ஆலோசனை.

இந்த இரண்டு தீர்மானங்களுக்கு இடையில் இருக்கும் வித்தியாசம் தெளிவானது. சட்டபூர்வ பெரும்பான்மை அங்கீகரிக்கப்பட்டால் பொதுத் தொகுதியை ஏற்பார்கள். சட்டபூர்வ பெரும்பான்மை மறுக்கப்பட்டால் குறைவான இடங்கள் தனித்தொகுதிகள் மூலமாகப் பெறுவார்கள். இதுதான் அவர்களுடைய தீர்மானம். முதல் கோரிக்கையில் இருந்து சட்டபூர்வ பெரும்பான்மை என்பதையும் இரண்டாவது கோரிக்கையில் இருந்த தனித் தொகுதி என்பதையும் தேர்ந்தெடுத்து பிரிட்டிஷ் அரசானது முஸ்லிம்களுக்குத் தந்தது. அந்த இரண்டும் வேண்டும் என்று அவர்கள் கேட்டிருக்கவே இல்லை.

ஹிந்துக்களிடையே இருக்கும் பலவீனங்களை நன்கு பயன் படுத்திக்கொள்ளும் வேகம் முஸ்லிம்களிடையே இருந்தது. ஹிந்துக்கள் எதையேனும் எதிர்த்தால் அது கிடைத்தே ஆக வேண்டும் என்று முஸ்லிம்கள் பிடிவாதமாக நின்றனர். முஸ்லிம் களுக்கு வேறு சில சலுகைகள் தர ஹிந்துக்கள் முன்வந்தால் மட்டுமே தமது நிலையில் இருந்து பின்வாங்கினர். தனித் தொகுதி, பொதுத் தொகுதி பற்றிய விஷயத்தை எடுத்துக்கொள்வோம். முஸ்லிம்கள் சிறுபான்மையாக இருக்கும் இடங்களில் பொதுத் தொகுதி தொடர்பாக ஹிந்துக்கள் போராடுவதென்பது என்னைப் பொறுத்தவரையில் புத்திசாலித்தனமான செயல் அல்ல. தேச உணர்வுக்கு பொதுத் தொகுதி என்பது அடிப்படையாக ஒருபோதும் இருக்கவே முடியாது.

தேசியம் என்பது அரசியல் குழு அல்லது வர்த்தகக் குழு போன்றதல்ல. வெறும் புற தேவைகளை அடிப்படையாகக் கொண்டு தேசியம் என்பது உருவாக்கப்படமுடியாது. இரண்டு சமூகங்கள் ஒன்றை ஒன்று விலக்கிக்கொண்டு உள்ளுக்குள் மூடுண்டவர்களாகத் தொடர்ந்து இருந்துவிட்டு ஐந்து ஆண்டுளுக்கு ஒருமுறை வாக்களிக்கும் நாளில் மட்டுமே ஒரே கூரையின் கீழ் வந்து நிற்பதன் மூலம் ஒரே தரப்பினராகிவிடுவதில்லை. பொதுத் தொகுதி என்பது சிறுபான்மையினரைப் பெரும்பான்மையினரின் அடிமையாக ஆக்கிவிடும். ஆனால், அதை மட்டுமே வைத்துக் கொண்டு தேசிய உணர்வை ஊட்டிவிடமுடியாது.

ஹிந்துக்கள் பொதுத்தொகுதி வேண்டும் என்று சொல்வதால் முஸ்லிம்கள் தனித் தொகுதி வேண்டும் என்று சொல்கிறார்கள். 30, டிசம்பர், 1927-ல் கல்கத்தாவில் நடைபெற்ற அனைத்திந்திய முஸ்லிம் லீக் மாநாட்டில் திரு ஜின்னாவால் முன்வைக்கப்பட்ட 14 கோரிக்கைகள் மற்றும் தீர்மானத்தைப் பார்க்கும்போது இப்படி தனித் தொகுதியை வலியுறுத்தியதென்பது ஒருவகையான பேரம் பேசல்தான் என்பது தெரியவரும். சிந்து மாகாணத்தைப் பிரித்தல், வட மேற்கு எல்லைப் பிராந்தியத்துக்கு சுய நிர்ணய உரிமை இவற்றுக்கெல்லாம் ஹிந்துக்கள் ஒப்புக்கொண்ட பின்னரே தனித் தொகுதி முறையை வேண்டாம் என்று முஸ்லிம்கள் விட்டுக் கொடுப்பார்கள் என்று சொல்லப்பட்டது. முஸ்லிம்கள் உண்மையில் தனித் தொகுதி வேண்டும் என்று விரும்பியிருக்க வில்லை. பிற சலுகைகளைப் பெற ஒரு நல்ல கருவி என்றே அதைக் கருதினர். இதில் இன்னொரு துரதிஷ்டம் என்னவென்றால் ஹிந்துக்களுக்கு கூட்டு தொகுதிகள் கிடைக்கவில்லை. ஆனால் முஸ்லிம்களுக்கு அவர்கள் கேட்ட சலுகைகள் கிடைத்தன.

முஸ்லிம்களின் இந்தத் தந்திர குணத்துக்கு இன்னொரு உதாரணம் பசு கொலை மற்றும் மசூதிகளுக்கு முன்பாக ஊர்வலங்கள் சென்றால் இசையை நிறுத்தவேண்டும் என்று சொல்வது. பசுக்களைக் கொல்வது புனிதமான செயல் என்று இஸ்லாம் சொல்லவில்லை. எந்தவொரு முஸ்லிமும் ஹஜ் புனித யாத்திரை செல்லும்போது மெக்கா அல்லது மதீனாவில் பசுவைப் பலிகொடுப்பதில்லை. ஆனால், இந்தியாவிலோ பசுவைத் தவிர வேறு எந்த விலங்கைப் பலி கொடுத்தாலும் திருப்தி அடைவ தில்லை. இஸ்லாமிய நாடுகள் அனைத்திலும் மசூதிகளுக்கு முன்பாக பிற மத ஊர்வலம் செல்லும்போது இசையை நிறுத்துவ தெல்லாம் இல்லை. ஆஃப்கானிஸ்தான் மதச் சார்பற்ற நாடு கிடையாது. அங்குகூட மசூதிகளுக்கு முன்பாக இசைக்கலாம். ஆனால், இந்தியாவில் மட்டும் மசூதிகளுக்கு முன்பாக ஹிந்துக்களின் ஊர்வலம் போனால் இசைக்கருவிகளை இசைக்கக் கூடாது என்று சொல்கிறார்கள். அதற்கு ஒரே காரணம், ஹிந்துக்கள் இசைப்போம் என்று சொல்வதால் இவர்கள் கூடாதென்கிறார்கள்.

மூன்றாவதாக, முஸ்லிம்கள் அரசியலில் குண்டாயிஸத்தைப் பின்பற்றுகிறார்கள். தொடர்ந்து நடக்கும் கலவரங்கள் எல்லாம் அவர்களுடைய அரசியலில் குண்டாயிஸம் மிக முக்கியமான இடத்தைப் பிடித்துவிட்டிருப்பதையே காட்டுகிறது. செக் மக்களுக்கு எதிராகச் செயல்பட்ட சுடேடன் ஜெர்மானியர்களைப்

போலவே பிரக்ஞைபூர்வமாக அல்லது பிரக்ஞையில்லாமல் முஸ்லிம்களும் செயல்படுகிறார்கள். உண்மையில் கராச்சியில் நடந்த அனைத்து இந்திய முஸ்லிம் லீக் மாநாட்டில் திரு ஜின்னா, சர் அப்துல்லா ஹரூன் ஆகிய இருவரும் இந்திய முஸ்லிம்களை, முஸ்லிம் உலகின் சுடேடன்கள்; செக்கோஸ்லோவாகியாவில் சுடேடன் ஜெர்மானியர்கள் செய்தவற்றை இந்தியாவில் செய்யும் வலிமை கொண்டவர்கள் என்று பேசியிருந்தார்கள்.

முஸ்லிம்கள் அராஜகமாக ஆட்சி செய்துவந்தவரையில் ஹிந்துக்கள் அடங்கி இருந்தனர். மோதலில் ஈடுபட்ட காலங்களிலோ முஸ்லிம்களைவிட மிக அதிக அளவுக்கு பாதிக்கவும்பட்டனர். ஆனால், இது இனிமேல் இப்படியே நீடிக்காது. ஹிந்துகள் பதிலடி கொடுக்கக் கற்றுக்கொண்டு விட்டனர். ஒரு முஸல்மானை வெட்டிக் கொல்வது தொடர்பான குற்ற உணர்ச்சிகள் எல்லாம் இனிமேல் அவர்கள் உணரப் போவதில்லை. பதிலடி கொடுக்கவேண்டும் என்ற தீவிர எண்ணமானது குண்டாயிஸத்துக்கு மாற்றாக குண்டாயிஸத்தை முன்னெடுக்கும் அவலநிலைக்கு வந்து சேர்ந்திருக்கிறது.

அக்கறையுள்ளவர்கள் அனைவரும் இந்தப் பிரச்னைக்கு என்ன தீர்வு என்று சிந்தித்தாகவேண்டும். முஸ்லிம்களைத் துடைத் தழிப்பது ஒன்றே ஒரே தீர்வு என்று நம்பும் ஹிந்து மஹா சபா தேச பக்தர்கள் ஒருபக்கம் இருக்கிறார்கள். மறுபக்கம், அரசியல் மற்றும் பிற சலுகைகள் தந்து முஸ்லிம்களை தாஜா செய்தல், பொறுத்துக்கொள்ளுதல் என்று செயல்படும் காங்கிரஸ் ஹிந்து தேசியவாதிகள் இருக்கிறார்கள். முஸ்லிம்கள் ஆதரவாக இல்லையென்றால் தாங்கள் விரும்பும் அற்புத இலக்கான சுதந்தரத்தை அடையமுடியாது என்று அவர்கள் நினைக்கிறார்கள்.

ஹிந்து மஹா சபையின் திட்டம் என்பது ஒற்றுமைக்கு வழிவகுப்பதல்ல. அது நிச்சயம் முன்னேற்றத்துக்குத் தடையானது. ஹிந்துஸ்தான் ஹிந்துக்களுக்கே என்ற ஹிந்து மஹா சபையின் தலைவரின் முழக்கமானது அராஜகமானது மட்டுமல்ல; மடத்தனமானதும் கூட. இப்போது எழும் கேள்வி என்னவென்றால் காங்கிரஸின் பாதை சரிதானா? என்னைப் பொறுத்தவரையில் காங்கிரஸானது இரண்டு முக்கியமான விஷயங்களைக் கவனிக்கத் தவறிவிட்டது. முதலாவதாக தாஜா செய்வதற்கும் பிரச்னைக்கு தீர்வு காண்பதற்கும் இடையில் பெரிய வேறுபாடு உண்டு. அந்த வித்தியாசம் மிகவும் முக்கியமானது. தாஜா செய்வதென்பது தனக்கு அதிருப்தி ஏற்பட்டதனால் அப்பாவிகளைக் கொல்வது,

கற்பழிப்பது, கடத்துவது, கொள்ளையடிப்பது போன்றவற்றை செய்யும் ஒரு கொடுங்கோலனை அந்தக் குற்றங்களைச் செய்யாமலிருக்கவைக்க அவன் செய்யும் குற்றங்களுக்கு எந்த எதிர்வினையும் புரியாமல் இருப்பது. மாறாகத் தீர்வு காண்பது என்றால் இரு தரப்பும் தெளிவான எல்லைகளை வரைந்து அதை மீறாமல் பார்த்துக்கொள்வது. தாஜா செய்வதை மேற்கொண்டால் குற்றங்களைச் செய்பவர் தன்னுடைய கோரிக்கைகள், எதிர்பார்ப்புகளை முடிவற்று பெருக்கிக்கொண்டே செல்வார். தீர்வு என்பது அவற்றுக்கு ஒரு எல்லையை, கட்டுப்பாட்டை விதிக்கும்.

காங்கிரஸ் புரிந்துகொள்ளத் தவறும் இரண்டாவது விஷயம் என்னவென்றால், சலுகைகள் தருவது என்பது முஸ்லிம்களின் தீவிரத்தன்மையை அதிகரித்துவிட்டிருக்கிறது. தமக்குக் கிடைக்கும் சலுகைகளை ஹிந்துக்களின் தோல்வியாகவும் எதிர்க்கும் குணம் இல்லாத தன்மையாகவும் முஸ்லிம்கள் கருதுகிறார்கள். ஹிட்லருக்கு எதிராக நேச நாட்டுப்படைகள் என்னவிதமான தாஜா செய்யும் கொள்கையைப் பின்பற்றினார்களோ அதே போன்ற அஞ்சி நடுங்கும் நிலைக்கு ஹிந்துக்களை தள்ளிவிட்டிருக்கிறது. இது இன்னொரு பெரிய நெருக்கடி. சமூகத்தின் தேங்கிய நிலையைப்போலவே மோசமானது. தாஜா செய்தல் என்பது அதை அதிகப்படுத்தவே செய்யும். இதற்கான பொருட்படுத்தத் தகுந்த ஒரே தீர்வு பாகிஸ்தான் என்ற தனி நாட்டை உருவாக்குவதுதான். அதைக் கணக்கில் கொண்டாகவேண்டும். பிரச்னைக்குத் தீர்வு காண்பதன் மூலம் தொடர்ந்து தாஜா செய்வதிலிருந்து விடுதலை பெறலாம். ஹிந்துக்களுடனான தமது விவகாரங்களில் முஸ்லிம்கள் காட்டும் அரசியல் அதிகாரப் பசியானது ஏற்படுத்தும் ஆபத்தான நிலைக்கு மாற்றாக அமைதியும் வளர்ச்சியையும் விரும்புபவர்கள் இதை நிச்சயம் வரவேற்கவேண்டும்.

அத்தியாயம் 12

தேசிய மனச்சோர்வு

1

ஒருவேளை, ஓர் இந்தியரிடம், உங்கள் தேசத்துக்கு கிடைக்கும் மாபெரும் எதிர்காலம் என்று எதை கருதுவீர்கள் என்று கேட்டால் என்ன சொல்வார். இந்தக் கேள்வி மிகவும் முக்கியமானது. இதன் பதிலானது மிகவும் பயனுள்ளதாக இருக்கும்.

நூற் சதவிகித இந்தியராக, தன் நாட்டின் மீது பெருமிதம் கொண்ட ஒருவர், சுதந்தரமான ஒன்றுபட்ட இந்தியாவே இந்தியாவின் எதிர்காலமாக, தலைவிதியாக இருக்கவேண்டும் என்று சொல்வார். ஹிந்துக்களும் முஸ்லிம்களும் சம்மதித்தால் மட்டுமே இந்த எதிர்காலம் அமையமுடியும். அதுவரையில் இது வெறும் கனவாகவே இருக்கும். தெளிவான யதார்த்தமாக ஆகவே முடியாது. இது ஒரு சிலரின் கனவா... அனைவரும் அடையத் துடிக்கும் இலக்கா?

அரசியல் இலக்கு என்ற அடிப்படையில் பார்த்தால் இந்தியாவில் இருக்கும் அனைவரும் இந்தியா சுதந்தரம் அடையவேண்டும் என்பதில் ஒருமித்த கருத்துடன் இருக்கிறார்கள். இந்தியாவுக்கு சுதந்தரம் கிடைக்கவேண்டும் என்பதே தனது இலக்கு என்று முதலில் அறிவித்தது காங்கிரஸ்தான். டிசம்பர் 1927-ல் சென்னையில் நடந்த அதன் மாநாட்டில் இந்தியர்களின் இலக்கு முழுமையான தேசிய விடுதலையே என்று அறிவித்தது.

காங்கிரஸின் தீர்மானம் முதலில் மதராஸ் மாநாட்டில் மாற்றப்படவில்லை. லாகூர் மாநாட்டில் 31, டிச, 1929-ல்

கொண்டுவரப்பட்ட தீர்மானத்தின் மூலம்தான் மாற்றப்பட்டது. மதராஸ் மாநாட்டில் சுதந்தரம் கேட்பதற்கு ஆதரவான தீர்மானம் மட்டுமே கொண்டுவரப்பட்டது. 31, டிச, 1929 நள்ளிரவுக்குள் டொமினியன் அந்தஸ்து கொடுத்தால் அதை ஏற்றுக்கொள்ளத் தயார் என்று திரு காந்தியும் காங்கிரஸ் தலைவரும் 1928-ல் கல்கத்தாவில் நடந்த மாநாட்டில் அறிவித்தார்கள்.

1932 வரையிலும் ஹிந்து மஹா சபையானது பொறுப்பான அரசு அமையவேண்டும் என்பதையே தனது இலக்காகக் கொண்டிருந்தது. 1937-ல்தான் அஹமதாபாத் மாநாட்டில் ஹிந்துமஹா சபை பூர்ண ஸ்வராஜ்யம் வேண்டும் என்று சொன்னது. முஸ்லிம் லீக் கட்சியானது 1912-ல் நடந்த மாநட்டில் பொறுப்பான அரசு அமைவதே தனது லட்சியம் என்று சொன்னது. 1937-ல்தான் காங்கிரஸ், ஹிந்து மஹா சபை ஆகியவற்றைப்போலவே இந்தியாவுக்கு முழு சுதந்தரம் வேண்டும் என்று முஸ்லிம் லீகும் கோரிக்கை வைத்தது.

இந்த மூன்றுகட்சிகளும் சுதந்தரம் என்று சொன்னது பிரிட்டிஷ் ஏகாதிபத்தியத்தில் இருந்து விடுதலை பெறவேண்டும் என்பதையே. ஆனால், பிரிட்டிஷ் ஏகாதிபத்தியிலிருந்து பிரிந்தால் மட்டும் போதாது. சுதந்தர இந்தியாவைத் தொடர்ந்து நடத்த வேறொரு ஒப்பந்தமும் தேவை. பிரிட்டிஷாரிடமிருந்து விடுதலை பெற்றால் மட்டும்போதாது பிற எந்த அந்நிய சக்தியிடமிருந்தும் சுதந்தரமாக இருந்தாகவும்வேண்டும். பிரிட்டிஷாரிடமிருந்து விடுதலை பெற்றால் மட்டும் போதாது. அதன் பின்னும் சுதந்தரமாகவே இருக்கவேண்டும் என்பதே மிகவும் முக்கியம். ஆனால், இந்த விஷயத்தில் முஸ்லிம்களின் அணுகுமுறை அவ்வளவு தெளிவாக இல்லை. முஸ்லிம் தலைவர்களுக்கு இந்தியாவின் சுதந்தரத்தைத் தொடர்ந்து தக்கவைப்பது விருப்பமாக இருந்திருக்கவில்லை. இதற்குக் கீழ்கண்ட இரண்டு உதாரணங்களைச் சொல்கிறேன்.

லாகூரில் 1925-ல் நடைபெற்ற மாநாட்டில் டாக்டர் கிச்லோ சொன்னது:

> கிலாஃபத் கமிட்டி உயிர் கொடுப்பதுவரை காங்கிரஸ் உயிரற்ற ஜடமாகவே இருந்தது. ஹிந்து காங்கிரஸ் 40 ஆண்டுகளில் செய்ய முடிந்திராததை கிலாஃபத் கமிட்டி காங்கிரஸுடன் இணைந்ததும் ஒரே ஆண்டில் செய்துவிட்டது. ஏழுகோடி தீண்டப்படாதவர்களின் நிலையை மேம்படுத்த காங்கிரஸும் முயற்சிகள் எடுத்துவருகிறது. இது முழுக்கவும் ஹிந்துக்கள்

செய்ய வேண்டிய வேலை. இருந்தும் காங்கிரஸின் பணம் இதற்காகச் செலவிடப்பட்டது. என்னுடைய மற்றும் என் முஸ்லிம் சகோதரர்களின் பணமெல்லாம் தண்ணீர் போல் இதற்காகச் செலவிடப்பட்டிருக்கிறது. வீர முஸல்மான்கள் இதுபற்றிக் கவலைப்படவும் இல்லை. இப்படியான நிலையில் முஸல்மான்கள் தான்ஸிம் மதமாற்றப் பணிகளை முன்னெடுத்தாலோ ஹிந்துக்களுக்கோ காங்கிரஸுக்கோ சொந்தமில்லாத பணத்தை எடுத்துச் செலவிட்டாலோ ஹிந்துக்கள் ஏன் எதிர்ப்புக் குரல் எழுப்புகிறார்கள்.

இந்தியாவில் இருந்து பிரிட்டிஷாரை அப்புறப்படுத்தி ஸ்வராஜ்யத்தை நிறுவிய பின்னர் ஆஃப்கானியர்கள் அல்லது பிற முஸ்லிம்கள் இந்தியாவின் மீது படையெடுத்து வந்தால் இந்திய முஸ்லிம்களான நாங்கள் அவர்களை எதிர்ப்போம். இந்த தேசத்தை ஆக்கிரமிப்பில் இருந்து காப்பாற்ற, தேவைப் பட்டால் எங்கள் வீரர்கள் அனைவரையும் உயிர்த்தியாகம் செய்வோம். ஆனால், ஒரு விஷயத்தை வெளிப்படையாக அறிவிக்க விரும்புகிறேன். என் அருமை ஹிந்து சகோதரர்களே கூர்ந்து கவனியுங்கள். எங்களுடைய மதமாற்றச் செயல்பாடு களுக்கு நீங்கள் முட்டுக்கட்டை போட்டாலோ எங்களுடைய உரிமைகளை மறுத்தாலோ நாங்கள் ஆஃப்கானியர்களுடன் அல்லது பிற முஸ்லிம்களுடன் கைகோர்த்து இந்த தேசத்தில் எங்கள் ராஜ்யத்தை அமைப்போம்.

மௌலானா ஆஸாத் சோபானி சிலெட் பகுதியில் 27 ஜனவரி 1939-ல் நடந்த மாநாட்டில் ஆற்றிய உரையில் சொன்ன சில விஷயங்கள் இங்கு குறிப்பிடப்படவேண்டியவை. ஒரு மௌலானா கேட்ட கேள்விக்கு மௌலானா அஸார் சொபானி சொன்ன பதில்:

இந்தியாவில் இருந்து பிரிட்டிஷாரை விரட்டியடிப்பதற்கு ஆதரவாக இருக்கும் பெரும் தலைவர் யாரேனும் உண்டென்றால் அது நான்தான். இருந்தபோதிலும் முஸ்லிம் லீக் அமைப்பானது பிரிட்டிஷாருடன் மோதலில் ஈடுபடக்கூடாது என்று விரும்புகிறேன். நமது பெரிய போரானது இந்த தேசத்தில் மிகப் பெரும்பான்மையாக இருக்கும் நம் எதிரிகளான ஹிந்துக்களுக்கு எதிராகத்தான். வெறும் நான்கரைக் கோடி ஆங்கிலேயர்கள் வலிமை பெற்று இந்த உலகத்தையே கைப்பற்றிவிட்டார்கள். எண்ணிக்கையில் அதிகமாக இருப்பதுபோலவே இந்த 22 கோடி ஹிந்துக்களும் கல்வியிலும் அறிவிலும் செல்வத்திலும் முன்னேறிய நிலையை

எட்டிவிட்டால் அவர்கள் வலிமை பெற்றுவிட்டால் முஸ்லிம் இந்தியாவை மட்டுமல்லாமல் எகிப்தி, துருக்கி, காபூல், மெக்கா, மெதினா மற்றும் பிற முஸ்லிம் நகரங்கள் என அனைத்தையும் யாஜூஜ் மஜூஜியைப் போல் கைப்பற்றி விடுவார்கள். குர்ரானில் என்ன சொல்லப்பட்டிருக்கிற தென்றால் உலகம் அழிவதற்கு முன்பாக யாஜூஜ் மஜூஜி அவர்கள் உலகில் பிறந்து இந்த உலகில் இருக்கும் அனைத்தையும் கபளீகரம் செய்வார்.

ஆங்கிலேயர்கள் மெள்ள மெள்ள வலுவிழந்து வருகிறார்கள். வெகு விரைவிலேயே இந்தியாவில் இருந்து வெளியேறி விடுவார்கள். இஸ்லாமின் மிகப் பெரிய எதிரிகளான ஹிந்துக்களை இப்போதிருந்தே நாம் எதிர்த்து வலுவிழக்கச் செய்யவில்லையென்றால் அவர்கள் ராம ராஜ்யத்தை அமைத்துவிடுவார்கள். அதோடு நில்லாமல் உலகம் முழுவதும் பரவ ஆரம்பித்துவிடுவார்கள். இந்தியாவில் இருக்கும் 9 கோடி முஸ்லிம்கள் தம்மை பலப்படுத்திக்கொள்ளவேண்டும். அல்லது அவர்களை (ஹிந்துக்களை) பலவீனப்படுத்த வேண்டும். எனவே ஒவ்வொரு இறை நம்பிக்கை கொண்ட முஸ்லிமுக்கும் இருக்கும் கடமை என்னவென்றால் முஸ்லிம் லீகில் சேர்ந்துகொண்டு ஹிந்துக்கள் இங்கு வேரூன்ற விடாமல் தடுக்கவேண்டும். ஆங்கிலேயர் வெளியேறியதும் இந்தியாவில் முஸ்லிம்களின் ஆட்சி அமையப் பாடுபடவேண்டும்.

ஆங்கிலேயர்கள் முஸ்லிம்களின் எதிரிகள்தான். என்றாலும் இப்போது நம்முடைய போர் என்பது ஆங்கிலேயர்களுடன் அல்ல. முதலில் ஹிந்துக்களுடன் நாம் முஸ்லிம் லீக் மூலம் ஒரு உடன்பாடுக்கு வரவேண்டும். அதன் பிறகு ஆங்கிலேயர்களை விரட்டிவிட்டு இந்தியாவில் முஸ்லிம்களின் ஆதிக்கத்தை எளிதில் நிறுவிவிடமுடியும்.

கவனம். காங்கிரஸ் மௌலவிக்களின் வலையில் மாட்டிக் கொண்டுவிடாதீர்கள். ஏனென்றால் 22 கோடி ஹிந்து எதிரிகளின் கரங்களில் முஸ்லிம் உலகம் நிச்சயம் பாதுகாப்பாக இருக்கவே முடியாது.

ஆனந்தபஸார் பத்திரிகையின் செய்தி நிருபர் தந்த சாராம்சத்தின் அடிப்படையில் பார்த்தால் மௌலானா ஆசாத் சோபானி காங்கிரஸ் பிராந்தியங்களில் முஸ்லிம்களுக்குப் பல்வேறு ஒடுக்குமுறைகள் இருப்பதாகக் கற்பனையான விஷயங்கள் பலவற்றைச் சொன்னார்.

அவர் சொன்னார்:

பிராந்திய சுய நிர்ணய அதிகாரத்தை அறிமுகப்படுத்தியபின் காங்கிரஸ் அமைச்சரவை அமைத்தது. அதைத் தொடர்ந்து முஸ்லிம்களின் நலன்கள் ஹிந்துக்கள் அதிகமாக இருக்கும் காங்கிரஸின் ஆதிக்கத்தின் கீழ் பாதுகாப்பாக இல்லை. ஹிந்து தலைவர்கள் வேறுவிதமாகக் கருதினார்கள். இதனால் அவர் காங்கிரஸை விட்டு விலகி முஸ்லிம் லீகில் சேர்ந்து கொண்டாராம். அவர் எதை நினைத்து பயந்தாரோ அதை காங்கிரஸ் அமைச்சர்கள் செய்ய ஆரம்பித்தனர். எதிர்காலம் குறித்த இந்த யூகக் கணிப்பே அரசியல் எனப்படுகிறது. அந்தவகையில் அவர் ஒரு மகத்தான அரசியல் தலைவர். இந்தியா சுதந்தரம் அடைவதற்கு முன்பாக ஹிந்துக்களுடன் நட்பார்ந்த முறையில் அல்லது அழுத்தம் கொடுத்து ஒருவித புரிந்துணர்வுக்கு வரவேண்டும். இல்லையென்றால் 700 ஆண்டுகள் முஸ்லிம்களுக்கு அடிமைகளாக இருந்த ஹிந்துக்கள் முஸ்லிம்களை அடிமைப்படுத்திவிடுவார்கள்.

முஸ்லிம்கள் மனதில் என்ன எண்ணவோட்டங்கள் இருக்கின்றன என்பதும் சுதந்தரம் கிடைத்தால் தம்மை அடிமைப்படுத்தி விடுவார்கள் என்ற அச்சமும் ஹிந்துக்களுக்குத் தெரியும். இதன் காரணமாக இந்தியா சுதந்தரமடைய வேண்டும் என்பதில் ஹிந்துக்கள் மிகுந்த தயக்கம் காட்டுகிறார்கள். தெளிவான முடிவெடுக்க முடியாத சாதாரணமான நபர்கள் சொன்ன விஷயங்கள் அல்ல. மாறாக இந்த அச்சத்தை வெளிப் படுத்தியிருப்பது முஸ்லிம் தலைவர்களுடன் நெருங்கிய தொடர்புடையவர்கள்.

திருமதி அன்னி பெசண்ட் அம்மையாச் சொல்கிறார்:

இந்தியாவில் இருக்கும் முஸ்லிம்கள் பற்றி இன்னொரு முக்கியமான கேள்வி எழுகிறது. லக்னோ நாட்களைப் போல் ஹிந்துக்களுக்கும் முஸ்லிம்களுக்கும் இடையிலான நட்பானது இருந்திருந்தால் இந்தக் கேள்வி அவ்வளவு அவசரமாகப் பரிசீலிக்கப்படவேண்டிய ஒன்றாக இருந்திருக்காது. எனினும் அப்போதும் இந்தக் கேள்வி சீக்கிரமாகவோ சற்று தாமதித்தோ எழுந்துதானிருக்கும். கிலாஃபத் இயக்கத்தைத் தொடர்ந்து விஷயங்கள் மாறிவிட்டன. கிலாஃபத் போராட்டத்துக்கு ஆதரவு தந்ததால் இந்தியாவுக்குப் பல துன்பங்களை அனுபவிக்க நேர்ந்துவிட்டிருக்கிறது. காஃபிர்கள் மீது இஸ்லாமியர்களின் மனதில் உள்ளார்ந்து இருக்கும் வெறுப்பு

உணர்வானது கிளறிவிடப்பட்டுள்ளது. எந்தவிதத் தயக்கம் இல்லாமல் வெளிப்படையாக அது வெளிப்பட ஆரம்பித்துள்ளது.

வாள்கொண்டு பரவிய பழைய இஸ்லாம் மீட்டுருவாக்கம் செய்யப்பட்டுள்ளதைப் பார்த்துவிட்டிருக்கிறோம். நூற்றாண்டு களான மறதிகளில் இருந்து இழுத்துவரப்பட்டதைப் பார்த்திருக் கிறோம். பழங்கால விசேஷச் சலுகைகள், உரிமைகள், முஸ்லிம் அல்லாதவர்களின் காலடித் தடம் படாமல் இருக்கும் அரேபியத் தீவின் ஜய்சிரூத் அராப் புனித பூமி பற்றிய உரிமை கோரல்களை மீண்டும் கேட்க நேர்ந்திருக்கிறது. ஆஃப்கானிஸ்தானிய முஸ்லிம்கள் படையெடுத்து வந்தால் அவர்களுடன் கை கோர்த்துக்கொண்டு தாய் நாட்டைக் காப்பாற்றப் போராடும் ஹிந்துக்களை வெட்டிக் கொல்வோம் என்று முஸ்லிம் தலைவர்கள் சொல்வதைக் கேட்க ஆரம்பித்திருக்கிறோம்.

இஸ்லாமியர்களின் ஆத்மார்த்தமான பிணைப்பு என்பது இஸ்லாமிய நாடுகளுடன்தான் இருக்கிறது. நமது தாய் நாட்டுடன் அல்ல என்பதைப் பார்க்க நேர்ந்திருக்கிறது. தாருல் இஸ்லாம் அமைப்பதுதான் அவர்களுடைய இலக்கு. இஸ்லாமியக் கடவுளின் உலகை அவர்கள் படைக்க விரும்புகிறார்கள். இறைவனை அவர்கள் உலகின் தந்தையாகவோ அனைத்து உயிர்களையும் நேசிப்பவராகவோ பார்க்கவில்லை. இஸ்லாமியக் கண்ணாடி அணிந்துகொண்டு இறைத்தூதர்களில் ஒருவர் சொன்ன போதனைகளை மட்டுமே ஏற்றுக்கொண்டு இயங்க விரும்புகிறார்கள்.

காஃபிர்களைப் பொறுத்தவரையில் ஆரம்ப கால ஹீப்ருக்களின் கடவுளான ஜொஹோவாவைப் போன்ற ஒருவருடைய சாம்ராஜ்யத்தை உருவாக்க விரும்புகிறார்கள். ஆரம்ப கால முஸ்லிம்களைப் போல் சண்டையிடுகிறார்கள். தமது இறைத்தூதரால் தரப்பட்ட மதத்தைப் பின்பற்றும் சுதந்தரம் வேண்டும் என்று கேட்கிறார்கள். இறைவனுடைய போதனைகள், உத்தரவுகள் எல்லாம் ஒரு மனிதரின் மூலம் தரப்படுவது போன்ற இப்படியான இறை நம்பிக்கைச் செயல்பாடுகளைக் கடந்து உலகம் எங்கோ போய்விட்டது. தாங்கள் வாழும் நாட்டின் அரசின் உத்தரவுகளை விடுத்து அவர்கள் சொல்லும் குறிப்பிட்ட இறைத்தூதரின் உத்தரவு களுக்கு மட்டுமே கீழ்ப்படிவேன் என்று சொல்வது அந்த தேசத்தின் சட்ட ஒழுங்குக்கும் நிலைத்த தன்மைக்கும் ஊறாகவே அமையும்.

தேசத்துக்கு வெளியே தமது விசுவாசத்தை வைப்பதன் மூலம் அவர்கள் மோசமான குடிமகன்களாக ஆகிறார்கள். மௌலானா முஹமது அலி, சௌகத் அலி போன்ற பிரபலமான முஸ்லிம் தலைவர்களின் கருத்துகளையே இந்திய முஸ்லிம்கள் முன்னெடுப்பார்களென்றால் சக குடிமகன்களால் நம்ப முடியாதவர்களாகிவிடுகிறார்கள். இந்தியாவுக்கு சுதந்தரம் கிடைத்தால் முஸ்லிம் மக்கள் தொகையானது இந்தியாவின் சுதந்தரத்துக்குப் பெரிய முட்டுக்கட்டையாகிவிடும். ஏனென்றால் அப்பாவி முஸ்லிம் மக்கள் தமது இறைத்தூதரின் பெயரை முன்வைத்துக்கொண்டு தங்களிடம் உரையாடும் அந்தத் தலைவர்களின் பேச்சையே கேட்பார்கள். ஆஃப்கானிஸ்தானம், பாரசீகம், இராக், அரேபியா, துருக்கி, எகிப்து மற்றும் மத்திய ஆசியாவில் இருக்கும் பழங்குடிகள் போன்ற முஸ்லிம்களுடன் தங்களை இணைத்துப் பார்க்க ஆரம்பிப்பார்கள்.

இந்தியாவை இஸ்லாமின் ஆதிக்கத்தின் கீழ் வைக்கப் போராட ஆரம்பிப்பார்கள். பிரிட்டிஷ் இந்தியாவில் இருப்பவர்களுக்கு இந்திய பிராந்தியங்களில் இருக்கும் முஸ்லிம்கள் ஆதரவு தருவார்கள். அனைவரும் சேர்ந்து முஸ்லிம் ஆட்சியை இங்கு அமைப்பார்கள். இந்திய முஸ்லிம்கள் தமது தாய்நாட்டுக்கு விசுவாசமாக இருப்பார்கள் என்று நாம் நம்பியிருந்தோம். இப்போதும் கற்றறிந்த முஸ்லிம் தலைவர்கள் சிலராவது முஸ்லிம்கள் மத்தியில் எழத்தொடங்கியிருக்கும் இந்தக் கிளர்ச்சியைத் தடுக்க முன்வருவார்கள் என்று நம்புகிறோம். ஆனால், அதை எதிர்க்க முடியாத அளவுக்கு அவர்கள் மிகவும் சொற்பமாகவே இருக்கிறார்கள். அதோடு அவர்கள் அப்படித் தடுக்க முன்வந்தால் மத விரோதி என்று முத்திரை குத்தப்பட்டு உடனே கொல்லப்பட்டும்விடுகிறார்கள்.

இஸ்லாமிய ஆட்சி எப்படி இருக்கும் என்பதை மலபார் நமக்கு எடுத்துக்காட்டியிருக்கிறது. இந்தியாவில் இன்னொரு கிலாஃபத் ராஜ்யம் தேவையில்லை. மலபாருக்கு வெளியில் வசிக்கும் முஸ்லிம்களிடமிருந்து மாப்ளா முஸ்லிம்களுக்கு உள்ள ஆதரவானது சக முஸ்லிம்கள் எழுப்பிய தற்காப்பு நடவடிக்கைகளில் இருந்து நன்கு புலனாகிறது. திரு காந்தியுமேகூட முஸ்லிம்களுடைய மதம் எப்படி நடந்துகொள்ளவேண்டும் என்று வழிகாட்டியிருக்கிறதோ அதுபோலவேதான் அந்த முஸ்லிம்கள் நடந்து கொண்டிருப்பதாகச் சொல்லியிருக்கிறார். அவர் சொன்னது

உண்மை என்றே நானும் நம்புகிறேன். ஆனால், தமது பாரம்பரிய மத நம்பிக்கைகளில் இருந்து விலகிவர மறுப்பவர்களைக் கொலை செய்ய, கொள்ளையடிக்க, கடத்த, சூறையாட, எரிக்க, விரட்டியடிக்க இஸ்லாம் கற்றுத் தருவதாக நம்பிச் செயல்படுபவர்களுக்கு நாகரிக உலகில் இடம் இல்லை.

தக் கொள்ளையர்கள் என்ன நினைத்தார்களென்றால் பயணிகளின் கழுத்தை நெரித்து அவர்களுடைய பணத்தைக் கொள்ளையடிக்கச் சொல்லி அவர்களுடைய தெய்வம் உத்தரவிட்டிருப்பதாக நம்பினார்கள். இப்படியான கடவுளின் விதிகள் ஒரு நாகரிக தேசத்தின் சட்ட திட்டங்களை ஓரங்கட்ட அனுமதிக்கக்கூடாது. 20ம் நூற்றாண்டில் வாழும் நபர்கள் மத்திய கால மனநிலையுடன் வாழ்பவர்களுக்கு கல்வி அறிவு புகட்டவேண்டும் அல்லது அவர்களை நாடுகடத்தவேண்டும். அவர்களுடைய எண்ணங்களுக்கு உகந்த நாடுதான் அவர்களுக்கு ஏற்றது. பாரசீகம், வெகு காலத்துக்கு முந்தைய பார்ஸி, பஹாயிஸ்ட்கள் பகுதிகளில் இருப்பதைபோல் அங்கு அவர்களுடைய கருத்துகளுக்கு முரணாக நடந்துகொள்பவர்களிடம் இதே வாதங்களைச் சொல்லமுடியும்.

பழமைவாத முஸ்லிம்கள் ஆளும் நாடுகளில் முஸ்லிம் பிரிவுகளே பாதுகாப்பாக இருப்பதில்லை. பிரிட்டிஷ் இந்தியாவானது முஸ்லிம்களில் இருக்கும் அனைத்து பிரிவுகளின் சுதந்தரத்தையும் பாதுகாக்கிறது. ஷியா, சன்னி, சூஃபி, பஹாயிஸ்ட் அனைவரும் பிரிட்டிஷ் இந்தியாவின் அரவணைப்பில் அமைதியாக வாழ்கிறார்கள். எங்கு அது சிறுபான்மையாக இருக்கிறதோ அங்கு இவர்களில் எந்தவொரு பிரிவையும் அதனால் காப்பாற்ற முடியாது. முஸ்லிம் ஆட்சியாளர்களின் நாடுகளைவிட முஸல்மான்கள் பிரிட்டிஷாரின் ஆட்சியின் கீழ் சுதந்தரமாக வாழ்கிறார்கள். சுதந்தர இந்தியா பற்றி நாம் யோசிக்கும்போது இந்த முஹமதிய ஆட்சியின் அபாயம் பற்றி நாம் சிந்தித்தாகவேண்டும்.

இதுபோன்ற அச்சமானது திரு சி.ஆர்.தாஸுக்கு திரு லாலா லஜபதி ராய் எழுதிய கடிதத்திலும் வெளிப்படுத்தப்பட்டிருந்தது.

சமீபகாலமாக என்னை மிகவும் வாட்டக்கூடியதும் நீங்கள் அதிக கவனம் கொடுத்துப் பார்க்கவேண்டியதுமாக இருப்பது ஹிந்து, முஸ்லிம் ஒற்றுமைதான். கடந்த ஆறு மாதகாலமாக முஸ்லிம் வரலாறு, முஸ்லிம் சட்டம் ஆகியவற்றை மிகவும் ஆழமாகப்

படித்துவந்திருக்கிறேன். அது நடைமுறைப்படுத்த முடியாதது என்பதே என் தீர்மானமாகும். ஒத்துழையாமை இயக்கத்தில் பங்கெடுத்த முஹமதிய தலைவர்களின் அர்ப்பணிப்பை நான் அங்கீகரிக்கிறேன். இருந்தும் அவர்களுடைய மதம் அப்படியான செயல்பாடுகளை முற்றாக மறுதலிக்கிறது என்றே கருதுகிறேன்.

கல்கத்தாவில் இருந்தபோது டாக்டர் கிச்லோ மற்றும் ஹக்கிம் அஜ்மல்கான் ஆகியோருடனான ஒரு உரையாடல் பற்றிக் குறிப்பிட்டேனே நினைவிருக்கிறதா... ஹிந்துஸ்தானில் ஹகீம் சாஹிபைவிட மிகச் சிறந்த முஸ்லிம் வேறொருவர் இருக்கமுடியாது. ஆனால், வேறு முஸ்லிம் யாராவது குர்ரானை மீறிச் செயல்படமுடியுமா? இஸ்லாமிய சட்டங்கள் தொடர்பான என் வாசிப்பு தவறு என்று எண்ணிக்கொள்ளவே நான் விரும்புகிறேன். அது உண்மையென்றால் என்னளவுக்கு நிம்மதி அடையும் நபர் இருக்கமாட்டார். ஆனால் என் வாசிப்பு சரிதான் என்று ஆகுமென்றால் நாம் பிரிட்டிஷாரை எதிர்ப்பதில் ஒன்று சேர்ந்து போராடமுடிகிறதென்பது உண்மையே. இந்தியாவை பிரிட்டிஷரின் வழியில் சென்று நம்மால் ஆளவும் முடியாது. ஹிந்துஸ்தானை ஜனநாயக வழியிலும் நம்மால் ஆள முடியாது. அப்படியானால் எதுதான் தீர்வு?

ஹிந்துஸ்தானில் இருக்கும் ஏழு கோடி முஸ்லிம்களைப் பற்றி எனக்கு பயமில்லை. ஆஃப்கானிஸ்தான், மத்திய ஆசியா, அரேபியா, மெசபடோமியா, துருக்கியில் இருக்கும் படைகள் எல்லாம் ஹிந்துஸ்தானில் இருக்கும் ஏழு கோடியுடன் சேர்ந்தால் தடுக்கமுடியாத சக்தியாகிவிடும். ஹிந்து, முஸ்லிம் ஒற்றுமையின் அவசியம் மற்றும் தேவையை நான் மனப்பூர்வமாக, ஆத்மார்த்தமாக விரும்புகிறேன். முஸ்லிம் தலைவர்களை நான் முழுவதுமாக நம்பவும் தயார்தான். ஆனால் குர்ரான் மற்றும் ஹதீஸ்களில் என்ன சொல்லப்பட்டிருக் கின்றன? முஸ்லிம் தலைவர்கள் அதை மீறிச் செயல்பட முடியாதே. அப்படியானால் நமக்கு அழிவுதானா? நிச்சயமாக இல்லை. கற்றறிந்த உங்களுடைய சிந்தனையும் புத்தியும் இந்த நெருக்கடியில் இருந்து தப்பிக்க ஒரு வழியைக் கண்டுபிடிக்கும் என்று நம்புகிறேன்.

1924-ல் வங்காள பத்திரிகை ஒன்றின் ஆசிரியர் கவிஞர் டாக்டர் ரவீந்திர நாத் தாகூரிடம் ஒரு பேட்டி எடுத்தார். அதில் இடம்பெற்றவை:

கவிஞரைப் பொறுத்தவரையில் இன்னொரு முக்கியமான விஷயம் என்னவென்றால், ஹிந்து, முஸ்லிம் ஒற்றுமை ஏற்பட வழியே இல்லை. ஏனென்றால் முஹமதியர்கள் எந்தவொரு நாட்டின் மீதும் தேசப்பற்றுடன் இருக்கவே முடியாது. முஹமதியப் படைகள் இந்தியாவின் மீது படையெடுத்து வந்தால் ஹிந்துக்களுடன் சேர்ந்து அவர்களை எதிர்ப்பார்களா என்று கவிஞர் பல முஹமதியத் தலைவர்களிடம் வெளிப்படையாகக் கேட்டிருக்கிறார். அவர்களிடமிருந்து கிடைத்த பதில் அவருக்கு திருப்தியாக இருந்திருக்கவில்லை. எந்தவொரு சூழ்நிலையிலும் ஒரு முஸ்லிம், அவர் எந்த நாட்டைச் சேர்ந்தவராக இருந்தாலும், முஹமதியரை எதிர்த்துப் போராடவே மாட்டார். திரு முஹமது அலி போன்றவர்கள்கூட அப்படித்தான் நடந்துகொள்வேன் என்று அறிவித்திருக் கிறார்கள் என்று கவிஞர் குறிப்பிட்டார்.

2

சுதந்தரம் கிடைப்பது சாத்தியமில்லையென்றால், நூறு சதவிகித இந்தியர் ஒருவருக்கு அடுத்த மிகச் சிறந்த வழி என்பது பிரிட்டிஷ் சாம்ராஜ்யத்துக்குள் டொமினியன் அந்தஸ்து பெற்றுக் கொள்வதுதான். இது யாருக்குத் திருப்தியைத் தரும்? முஸ்லிம்கள் நிச்சயம் டொமினியன் அந்தஸ்துடன் திருப்திப்படமாட்டார்கள். ஹிந்துக்கள் நிச்சயம் அதை ஏற்றுக்கொள்ளக்கூடும். இந்தியர்கள் மற்றும் ஆங்கிலேயர்கள் காதில் இந்தச் செய்தி நிரடலாக ஒலிக்கும். சுதந்தரம் அடைந்தே தீரவேண்டும் என்று முழங்கிவருகிறது காங்கிரஸ். ஹிந்துக்கள் சுதந்தரம் வேண்டும் என்றும் முஸ்லிம்கள் டொமினியன் அந்தஸ்து வேண்டும் என்றும் விரும்புவதாகவே பொதுவாக நம்பப்படுகிறது. வட்ட மேஜை மாநாட்டில் பங்கெடுத்தவர்களுக்கு இந்த விஷயம் ஆங்கிலேயர் மனதில் எவ்வளவு அழுத்தமாகப் பதிந்திருந்தது என்பது தெரியும்.

சுதந்தரம் மற்றும் கடன் தள்ளுபடி ஆகிய இரண்டு கோரிக்கைகளை அழுத்தமாக காங்கிரஸ் முன்வைத்ததால் ஹிந்துக்களின் நலன்களும் உரிமைகளும் எந்த அளவுக்கு பாதிப்புக்கு உள்ளாகின என்பதும் அவர்களுக்குத் தெரிந்திருக்கும். இந்த முழக்கங்களையெல்லாம் கேட்ட ஆங்கிலேயர்கள் ஹிந்துக்கள் எல்லாம் பிரிட்டிஷாரின் எதிரிகள். சுதந்தரமோ கடன் தள்ளுபடியோ கேட்காத முஸ்லிம்கள் எல்லாம் அவர்களுடைய நண்பர்கள் என்று நினைத்தார்கள். காங்கிரஸின் செயல் திட்டங்களினால் ஏற்பட்ட மனப்பதிவு எவ்வளவு உண்மையாக இருந்தாலும் இது பொய் பிரசாரத்தால்

உருவாக்கப்பட்ட பொய்யான எண்ணமே. ஹிந்துக்கள் அடி ஆழத்தில் டொமினியன் அந்தஸ்தை விரும்புகிறார்கள். முஸ்லிம்கள் சுதந்தரத்தை விரும்புகிறார்கள். இதற்கு ஆதாரம் வேண்டுமென்றால் நிறையவே சொல்ல முடியும்.

1921-ல்தான் முதன் முதலாக சுதந்தரக் குரல் எழுந்தது. அந்த ஆண்டு இந்திய தேசிய காங்கிரஸ், அனைத்து இந்திய கிலாஃபத் மாநாடு, அனைத்து இந்திய முஸ்லிம் லீக் எல்லாமே தமது வருடாந்தரக் கூட்டத்தை அஹமதாபாத்தில் நடத்தின. அனைத்துப் பிரிவுகளுமே சுதந்தரத்துக்கு ஆதரவாகத் தீர்மானம் இயற்றின. காங்கிரஸ், கிலாஃபத் குழு, முஸ்லிம் லீக் இந்த மூன்றும் அந்தத் தீர்மானத்தை எப்படிக் கையாண்டன என்பதைப் பார்ப்போம். முறையாகத் தேர்ந்தெடுக்கப்பட்ட காங்கிரஸ் கட்சியின் தலைவரான திரு சி.ஆர். தாஸ் பிரிட்டிஷ் அரசினால் கைதுசெய்யப்பட்டுவிட்டார். அவர் சார்பாக காங்கிரஸ் தலைவராக இருந்த ஹகிம் அஜ்மல் கான் அன்று தலைமை ஏற்றார். அந்த மாநாட்டில் மௌலானா ஹஸரத் மொஹானி காங்கிரஸின் தீர்மானத்தில் ஒரு திருத்தத்தை முன் மொழிந்தார். அந்தத் தீர்மானம் தொடர்பான விஷயங்கள் :

> முழு சுதந்தரம் வேண்டும் என்ற தனது தீர்மானத்தை முன்வைத்து மௌலானா ஹஸரத் மொஹானி உருதுவில் நீண்ட, உணர்ச்சிபூர்வமான உரையை நிகழ்த்தினார். சென்ற வருடமே ஸ்வராஜ்யம் தந்துவிடுவதாகச் சொல்லியிருந்தார்கள். கிலாஃபத் பின் வாங்கல் மற்றும் பஞ்சாப் தொடர்பான அத்துமீறல்கள் ஒரு வருடத்துக்குள் நடந்துவிட்டன. இது வரையிலும் சுதந்தரம் கிடைக்கவில்லை. எனவே, இந்தச் செயல் திட்டத்தை வைத்துக்கொண்டிருப்பதில் எந்தப் பலனும் இல்லை. பிரிட்டிஷ் சாம்ராஜ்யத்துக்குள் இருந்தாலோ பிரிட்டிஷ் காமன்வெல்த்துக்குள் இருந்தாலோ சுதந்தரம் கிடைக்காது. தேவைப்பட்டால் அவற்றிலிருந்து வெளியேறியாகவேண்டும். லோக மான்ய பால கங்காதரத் திலகரின் வார்த்தைகளில் சொல்வதானால், சுதந்தரம் எமது பிறப்புரிமை; இந்த அடிப்படைப் பேச்சுரிமை மற்றும் செயல் சுதந்தரம் ஆகியவற்றை மறுக்கும் எந்தவொரு அரசுக்கும் மக்களை ஆளும் உரிமை கிடையாது. பிறப்பு உரிமையான சுதந்தரத்துக்கு மாற்றாக டொமினியனுக்குள்ளான சுய நிர்ணய உரிமை அல்லது காலனிய சுய நிர்வாக அரசு போன்றவை யெல்லாம் ஈடாகாது. திரு சித்த ரஞ்சன் தாஸ், பண்டிட் மோதிலால் நேரு, லாலா லஜபதி ராய் போன்ற மகத்தான தலைவர்களைச் சிறையில் அடைக்கும் ஓர் அரசு மக்களிடம்

இருந்து மதிப்பைப் பெறுவதற்கான அனைத்து தகுதிகளையும் இழந்துவிட்டது. இந்த ஆண்டு முடிவிலும் ஸ்வராஜ்யம் கிடைத்திருக்கவில்லை. எனவே, முன்னால் இருக்கும் ஒரே வழி அனைத்துவகை அந்நியக் கட்டுப்பாடுகளில் இருந்தும் விடுதலை பெறப் போராடுவதுதான். அந்தத் தீர்மானம் கீழ்க்கண்டவாறு விவரிக்கிறது :

இந்திய தேசிய காங்கிரஸின் இலக்கு என்பது ஸ்வராஜ்யம் அல்லது பூர்ண சுதந்தரத்தை அடைவதுதான். இந்தியர்கள் அமைதி மற்றும் சட்டங்களுக்கு உட்பட்டதுமான வழிகளில் போராடி அனைத்து வகையான அந்நியக் கட்டுப்பாடுகளில் இருந்தும் விடுதலை பெறவேண்டும் என்பதே இலக்கு.

இந்தத் தீர்மானத்துக்கு ஆதரவாக சில பிரதிநிதிகள் பேசிய பின்னர் திரு காந்தி இந்தத் தீர்மானத்துக்கு எதிராகப் பேசினார். அவர் சொன்னார்:

நண்பர்களே, திரு ஹஸரத் மொஹானி முன் வைத்த தீர்மானம் குறித்து ஒரு சில வார்த்தைகளை ஹிந்தியில் சொல்லி இருக்கிறேன். ஆங்கிலத்தில் நான் சொல்ல விரும்புவதெல்லாம் போதிய அக்கறை இன்றி மேலோட்டமாக இந்தத் தீர்மானத்தை நீங்கள் முன்வைத்திருப்பதைப் பார்க்கும்போது எனக்கு வருத்தமாக இருக்கிறது. இது எனக்கு எதனால் வருத்தத்தைத் தருகிறதென்றால் இதில் பொறுப்புகள் சரிவரத் தீர்மானிக்கப் படவில்லை. பொறுப்பான ஆண்களும் பெண்களுமாகிய நாம் நாக்பூர், கல்கத்தா நாட்களுக்கு நாம் திரும்பியாகவேண்டும். ஒரு மணி நேரத்துக்கு முன்பாக நாம் என்ன செய்தோம் என்பதையும் நினைவில் கொள்ளவேண்டும். ஒரு மணி நேரத்துக்கு முன் நாம் கொண்டுவந்த தீர்மானமானது கிலாஃபத் பிரச்னைக்கும் பஞ்சாபில் நடந்தவற்றுக்கும் ஒரு இறுதித் தீர்வை முன்வைத்தது. அதோடு ஆட்சி அதிகாரத்தை சில குறிப்பிட்ட வழிமுறைகளில் மாற்றி மக்களின் கரங்களில் ஒப்படைப்பது பற்றியும் பேசியது.

ஒரு பொய்யான விஷயத்தை எழுப்பி மக்கள் மத்தியில் ஒரு பெரும் வெடி குண்டை வீசி எறியப்போகிறீர்களா? முந்தைய தீர்மானத்துக்கு ஆதரவாக வாக்களித்தவர்கள் எல்லாம் இந்தத் தீர்மானத்தை முன்வைத்து வாக்களிக்கும் முன் ஐம்பது முறை யோசிக்க வேண்டியிருக்கும். நாம் எங்கே இருக்கிறோம் என்பது நமக்குத் தெரியாது. நமது எல்லைகள் என்ன என்பதை நாம் புரிந்துகொள்ளவேண்டும். ஹிந்துக்களுக்கும்

முஸ்லிம்களுக்கும் இடையில் முழுமையான ஒற்றுமை வந்தாகவேண்டும். இங்கிருக்கும் யாரால் இதை உறுதியாகச் சொல்ல முடியும். ஆமாம் ஹிந்து, முஸ்லிம் ஒற்றுமையே இந்திய தேசியத்தின் பிரிக்க முடியாத அம்சமாக ஆகிவிட்டது. பார்ஸிகள், கிறிஸ்தவர்கள், யூதர்கள், இன்று மதியம் நீங்கள் தெரிந்துகொண்ட தீண்டப்படாதவர்கள் இவர்களெல்லாம் இப்படியான தீர்மானத்துக்கு எதிராகச் செயல்படமாட்டார்கள் என்று உங்களில் யார் சொல்ல முடியும்.

நமக்கு சாதகமாக நமக்கு நன்மை தருவதாக அமையாமல் பெரும் இழப்பைத் தந்துவிடக்கூடிய ஒரு விஷயத்தைப் பற்றி முடிவெடுப்பதற்கு முன்பாக ஐம்பது முறை யோசியுங்கள். நாம் முதலில் நமது வலிமையைப் பெருக்கிக் கொள்ளவேண்டும். நமது பலம் என்ன என்பதைத் தெரிந்துகொள்வோம். ஆழம் தெரியாமல் காலை விடவேண்டாம். திரு ஹஸ்ரத் மொஹானி உங்களை ஆழம் தெரியாத இடத்துக்குள் தள்ளிவிடப் பார்க்கிறார். நீங்கள் ஒரு மணி நேரத்துக்கு முன்பாக கொண்டு வந்த அந்தத் தீர்மானத்தை நீங்கள் மறுதலிக்க வேண்டும் என்று கேட்டுக்கொள்கிறேன். சட்டையை மாற்றிக்கொள்வது போன்றதா நீங்கள் சொல்லும் விஷயம். சில தீர்மானங்களுக்காக உயிரைக் கொடுக்க வேண்டியிருக்கும். சிலவற்றைக் காக்க மக்கள் கால காலமாக வாழ்ந்து வருகிறார்கள். நாக்பூரில் மிகப் பெரிய அளவில் விவாதித்து ஏற்றுக்கொள்ளப்பட்ட ஒரு தீர்மானத்தை நீங்கள் மாற்றப் போகிறீர்களா? அந்த ஒப்பந்தத்தை உருவாக்கியபோது ஓராண்டுக்குள் அது நிறைவேற்றப்பட வேண்டும் என்று எந்த வரையறையும் நிச்சயிக்கப்படவில்லை. பலவீனமானவர், வலிமையானவர் அனைவருடைய நலனையும் உள்ளடக்கியது. மௌலானா ஹஸ்ரத் மொஹானில் முன் வைத்திருக்கும் இந்தத் தீர்மானமானது நம்மில் பலவீனமானவர்களுக்கு எந்தப் பாதுகாப்பையும் வழங்காது. பலவீனமானவர்களை நமது சகோதரர் என்று அது ஏற்றுக்கொள்ளவில்லை. எனவே, நீங்கள் இந்த தீர்மானத்தை மறுதலிக்கும்படி மிகுந்த நம்பிக்கையுடன் கேட்டுக் கொள்கிறேன்.

இந்தத் தீர்மானம் வாக்கெடுப்புக்கு விடப்பட்டபோது தோல்வியடைந்ததாகச் சொல்லப்பட்டது.

அனைத்து இந்திய கிலாஃபத் மாநாடுக்கு ஹகீம் அஜ்மல் கான் தலைமை தாங்கினார். அந்த மாநாட்டிலும் சுதந்தரத்துக்கான

தீர்மானம் முன்மொழியப்பட்டது. அங்கு என்ன நடந்தது என்பதைக் கீழ்க்கண்ட அறிக்கை தெரிவிக்கிறது.

அடுத்த நாள் 11 மணிக்கு கூட்டம் ஒத்திவைக்கப்படுவதற்கு முன்பாக, தலைவர் ஹக்கிம் அஜ்மல்கான் திரு ஆஸாத் ஷொஹானி முன் மொழிந்து திரு ஹஸ்ரத் மொஹானி வழி மொழிந்த தீர்மானத்தை சபையில் தாக்கல் செய்தார். அனைத்து முஹமதியர்களும் பிற சமூகத்தினரும் பிரிட்டிஷ் ஏகாதிபத்தியத்தை அழித்து முழு சுதந்தரம் அடையவேண்டும் என்று உறுதிமொழி எடுக்கவேண்டும் என்று தீர்மானிக்கப் பட்டது.

பிரிட்டிஷ் அரசின் கொள்கை மற்றும் அணுகுமுறையின்படிப் பார்த்தால் பிரிட்டிஷ் ஏகாதிபத்தியம் ஜஸிரத் அல் அராப் மற்றும் இஸ்லாமிய உலகமும் இஸ்லாமியரல்லாதவர்களின் பிடியில் இருந்து விடுவிக்க அனுமதிக்காது. அதாவது கிலாஃபத் இயக்கம் வெற்றியடைய முடியாது. எனவே கிலாஃபத் காப்பாற்றப்படவும் இந்தியாவுக்கு வளர்ச்சி கிடைக்கவும் பிரிட்டிஷ் ஏகாதிபத்தியத்தை அழித்தே ஆகவேண்டும். இதை நடைமுறைப்படுத்த இந்தியாவில் இருப்பவர்களுடன் சேர்ந்து முஸ்லிம்கள் போராடவேண்டும். இந்தியா பூரண சுதந்தரமடையவேண்டும். இந்தியாவில் வசிப்பவர்களுமே இந்த முஸ்லிம்களின் விருப்பத்தைப்போலவே கருதுவார்கள் என்று மாநாடு நம்புகிறது.

மாநாட்டின் இரண்டாவது நாளான 27, டிசம்பர், 1921-ல் இந்திய சுதந்தரம் தொடர்பான தீர்மானத்தில் முரண்பட்ட கருத்துகள் தோன்றியதாகத் தெரிகிறது. திரு ஹஸ்ரத் மொஹானி தேச சுதந்தரமும் பிரிட்டிஷ் ஏகாதிபத்திய ஒழிப்புமே தமது இலக்கு என்று சொல்லி அந்தத் தீர்மானத்தை முன்வைத்தபோது கிலாஃபத் கமிட்டியின் ஒரு உறுப்பினர் எதிர்ப்பைத் தெரிவித்தார். அதாவது அவர்களுடைய கமிட்டியின் சாசனத்தைப் பொறுத்தவரையில் மூன்றில் இரண்டு பங்கு உறுப்பினர்களின் சம்மதம் இல்லாமல் கமிட்டியின் மையத் தீர்மானமானது மாற்றப்படக்கூடாது என்று சொன்னார்.

தலைவர் ஹகிம் அஜ்மல் கான் அந்த எதிர்ப்பைக் கணக்கில் கொண்டு இந்திய சுதந்தர விஷயத்தைத் தீர்மானத்தில் இருந்து நீக்கினார்.

திரு ஹஸ்ரத் மொஹானி கடுமையாக வாதிட்டு தமது கருத்தைப் பதிவு செய்தார். இதே உறுப்பினர் இதுபோல் எழுப்பிய

கண்டனத்தை சப்ஜக்ட் கமிட்டியில் நிராகரித்த தலைவர் இந்த மாநாட்டில் ஏற்றுக்கொண்டிருப்பதைச் சுட்டிக்காட்டினார். தனது தீர்மானமானது ரத்து செய்யப்பட தலைவர் வழிவகுத்திருக்கிறார் என்று சொன்னார்.

அனைத்து இந்திய முஸ்லிம் லீக் அமைப்பின் தலைவர் மௌலானா ஹஸ்ரத் மொஹானி. முஸ்லிம் லீக் கொண்டுவந்த தீர்மானம் பற்றிய அறிக்கை :

31, டிசம்பர், 1921 இரவு 9 மணிக்கு முஸ்லிம் லீக் கூட்டம் நடைபெற்றது. சில முக்கியத்துவம் குறைந்த தீர்மானங்களை நிறைவேற்றிய பின்னர் தலைவர் ஹஸ்ரத் மொஹானி பலத்த கரகோஷங்களுக்கிடையே ஓர் அறிவிப்பை வெளியிட்டார். சுதந்தரம் பெறவேண்டும்; பிரிட்டிஷ் ஏகாதிபத்தியம் மறைய வேண்டும் என்று, தான் கொண்டுவந்து சப்ஜெக்ட்ஸ் கமிட்டியில் நிராகரிக்கப்பட்ட தீர்மானமே முஸ்லிம் லீகின் இறுதி மற்றும் பெரும்பான்மையினரின் தீர்மானம். இந்த விஷயம் மிகவும் முக்கியமானது என்பதால் வாக்கெடுப்பு நடத்துவதற்கு முன்பாக விவாதம் நடத்தத் தீர்மானிப்பதாகச் சொன்னார்.

சப்ஜெக்ட்ஸ் கமிட்டியில் இந்தத் தீர்மானத்தைக் கொண்டுவந்த திரு ஆஸாத் சோபானியே லீக் மாநாட்டிலும் அதை முன்வைத்தார். ஹிந்து, முஸ்லிம் ஒற்றுமை மிகவும் அவசியம் என்றும் ஒத்துழையாமை இயக்கம், அஹிம்சை வழியிலான போராட்டம் ஆகியயே போராடுவதற்கான ஒரே வழி என்று நம்புவதாகச் சொன்னார். காங்கிரஸ் அமைப்பானது திரு காந்தியிடம் முழு அதிகாரத்தைத் தந்திருப்பது சரியே; ஆனால் பிரிட்டிஷ் ஏகாதிபத்தியமே இந்தியாவுக்கும் முஸ்லிம் உலகுக்கும் மிகப் பெரிய அபாயம்; அதனால் முழு சுதந்தரம் வேண்டும் என்பதே இலக்காக இருக்கவேண்டும் என்று சொன்னார்.

திரு ஆஸாத் சோபானியைத் தொடர்ந்து பலர் இதே கோணத்தில் உரையாற்றினர்.

காங்கிரஸ் எடுக்காத முன்னெடுப்பை முஸ்லிம் லீக் எடுக்க விரும்பவில்லை என்று மாண்புமிகு ரஸா அலி அறிவித்தார். பெரிய விஷயங்களைப் பற்றியெல்லாம் எதுவும் புரிந்து கொள்ளாமல் பேசவேண்டாம் என்று லீகினரை எச்சரித்தார். இந்தியாவுக்கு இப்போது சுதந்தரம் கிடைத்தாலும் அதைத் தக்கவைத்துக்கொள்ளமுடியாது என்று சொன்னார்.

நாளையே பிரிட்டிஷார் இந்த நாட்டைவிட்டுச் சென்று விட்டால், கமாண்டரின் இன் சீஃப் ஆக யார் இருப்பார்கள் என்று கேள்வி எழுப்பினார் (ஒட்டோமான் பேரரசின் ராணுவத் தளபதி என்வர் பாஷா என்று ஒரு குரல் எழுந்தது).

ஓர் அந்நியரை அந்தப் பதவிக்கு ஏற்கவே முடியாது. இந்திய கமாண்டர் இன் சீஃப்தான் நியமிக்கப்படவேண்டும் என்று அவையின் சபா நாயகர் அழுத்தமாகச் சொன்னார்.

மார்ச் 1923-ல் காக்கிநாடாவில் நடைபெற்ற காங்கிரஸ் மாநாட்டில் மீண்டும் இந்த சுதந்தரத் தீர்மானம் பற்றி பேச்சுவந்தது. ஆனால் அங்கும் அது நிறைவேற்றப்பட வில்லை.

1924-ல் பேல்காவ் பகுதியில் நடைபெற்ற காங்கிரஸ் மாநாட்டில் திரு காந்தி தலைமை தாங்கிப் பேசியபோது சொன்னார்:

என்னைப் பொறுத்தவரையில் பிரிட்டிஷார் தாம் சொல்வதை மனப்பூர்வமாகச் சொல்கிறார்களென்றால், அதாவது, நம்மைச் சரி சமமாக நடத்துவார்களென்றால் பிரிட்டிஷ் ஆட்சியில் இருந்து முழுமையாகத் துண்டித்துக்கொள்வதைவிட அதுவே நமக்கு மிகப் பெரிய வெற்றியாக இருக்கும். பிரிட்டிஷ் சாம்ராஜ்யத்துக்குள் ஸ்வராஜ்யம் என்பதற்காக நான் கடுமையாக பாடுபடுவேன். ஆனால், பிரிட்டிஷாரின் தவறுகளினால் துண்டித்துச் செல்வதே ஒரே வழி என்ற நிலை ஏற்படுமென்றால் அதையும் எந்தத் தயக்கமும் இல்லாமல் முன்னெடுப்பேன். அப்படியாக நாடு பிரிட்டிஷ் பிடியிலிருந்து பிரிந்து செல்வது தொடர்பான முழு பொறுப்பை, சுமையை பிரிட்டிஷார் மேலே நான் சுமத்த விரும்புகிறேன்.

திரு சி.ஆர்.தாஸ் 1925-ல் மீண்டும் இந்திய சுதந்தரம் பற்றிப் பேசினார். அதே ஆண்டு மே மாதத்தில் வங்காள பிராந்திய மாநாட்டில் பேசும்போது சுதந்தரக் கோரிக்கைக்கு சம்மட்டி அடி கொடுத்தார். டொமினியன் அந்தஸ்து என்பது எவ்வளவு உயர்ந்தது அதனுடன் ஒப்பிடுகையில் சுதந்தரம் என்பது எவ்வளவு கீழானதுஎன்று அவர் பேசினார்:

ஸ்வராஜ்யம் என்பதைவிட சுதந்தரம் என்பது மிகவும் குறுகலான இலக்கு. அதன் உண்மையான அர்த்தம் என்பது எதையும் சாராமல் இருப்பதுதான். ஆனால் அது அதனளவில் நேர்மறையான இலக்கே அல்ல. சுதந்தரமென்பது ஸ்வராஜ்யம் என்பதோடு ஒத்திசைவானதாக இருக்காது என்று சொல்ல

விரும்பவில்லை. ஆனால், வெறும் சுதந்தரம் கிடைத்துப் பலனில்லை. ஸ்வராஜ்யம் அமையவேண்டும். நாளை பிரிட்டிஷார் நம் தலையெழுத்தை நாமே தீர்மானித்துக் கொள்ளும்படி விட்டு விட்டுச் சென்றுவிடக்கூடும். ஆனால் அதுவே நமக்கு ஸ்வராஜ்யத்தைத் தந்துவிடாது என்று நினைக்கிறேன். கயாவில் நடந்த மாநாட்டில் நான் ஆற்றிய தலைமை உரையில் ஒன்றுக்கொன்று முரண்பாடாக இருக்கும் பல்வேறு குழுக்கள் ஒன்று சேர்ந்து இந்திய மக்கள் திரளாக இருக்கும் சிக்கலான, சுவாரசியமான விஷயம் பற்றிப் பேசியிருந்தேன். அனைவரையும் ஒருங்கிணைப்பதென்பது மிகவும் சிரமமான பணி. மிகவும் சோரடையச் செய்யும் பணியும் கூட. ஆனால் இது இல்லாமல் ஸ்வராஜ்யம் என்பது சாத்தியமில்லை.

அடுத்ததாக, சுதந்தரம் என்பது ஸ்வராஜ்யம் என்பதில் இருக்கக்கூடிய சமூக ஒழுங்கை அடிப்படையாகக் கொண்டிருக்கவில்லை. நான் சொல்லும் ஒருங்கிணைப்பு என்பது அப்படியான சமூக ஒழுங்கைக் கொண்டு வருவதைத்தான் குறிக்கிறது. ஆனால், எதை நிலை நிறுத்த விரும்புகிறோமோ அது இந்திய மக்களின் மனோபாவம், பாரம்பரியம், அறிவுக்கூர்மை ஆகியவற்றுக்கு இசைவானதாக இருக்கவேண்டும் என்பதை நாம் ஒருபோதும் மறக்கவே கூடாது. ஸ்வராஜ்யம் என்றதும் வெவ்வேறு பிரிவுகளாக இருக்கும் இந்தியர்களிடையே ஒருங்கிணைப்பை உருவாக்கும் பணிகளை முன்னெடுக்கும் சுதந்தரமே என் மனதில் முதல் விஷயமாக முன்வருகிறது.

இரண்டாவதாக, இதே இலக்குடன் தேசிய அறிவுக்கும் மனநிலைக்கும் ஏற்ப தேசிய அளவில் எதிர்காலத்தை நோக்கி நடக்க ஆரம்பிக்கவேண்டும். ஆயிரம் ஆண்டுகளுக்குப் பின்னால் அல்ல.

மூன்றாவதாக, நம் முன்னால் இருக்கும் இந்தப் பணியில் அந்நிய சக்திகள் எதுவும் நம்மைத் தடுப்பதாக இருக்கக்கூடாது. இதையே நான் ஸ்வராஜ்யம் என்கிறேன். வெறும் சுதந்தரம் என்பது ஸ்வராஜ்யத்தை மறுதலிப்பதாக இருந்துவிடக்கூடும். நமது தேச சுதந்தரத்தின் இலக்கு என்ன என்ற கேள்விக்கு ஸ்வராஜ்யம் என்பதைத் தவிர வேறு எந்த பதிலையுமே தரமுடியாது. சுய நிர்வாகம், சுய நிர்ணயம் போன்ற எதையும் நான் விரும்பவில்லை. உண்மையில் இவையெல்லாமே நான்

சொல்லும் ஸ்வராஜ்யம் என்பதற்குள் அடங்கிவிடும். ஆட்சி அது சுய ஆட்சி என்றாலும் அந்நிய ஆட்சி என்றாலும் என் கலாசார உணர்வானது இவற்றுக்கு எதிரானதாகவே இருக்கிறது.

இப்போது இந்த ஸ்வராஜ்யம் என்பது பிரிட்டிஷ் சாம்ராஜ்யத்துக்குள் இருந்தபடியே அடைய வேண்டுமா அதைவிட்டு வெளியேறிவந்து அடையவேண்டுமா என்ற கேள்வி வருகிறது. நமது உரிமைகளை பிரிட்டிஷ் சாம்ராஜ்யம் ஏற்றுக்கொள்ளுமென்றால் சாம்ராஜ்யத்துக்குள் இருந்தபடியே; ஏற்றுக்கொள்ளவில்லையென்றால் வெளியேறி அடைய வேண்டும்' என்பதுதான் காங்கிரஸின் பதில். சுய வளர்ச்சி, சுய திருப்தி, சுய புரிதல் இவற்றை அடைவதற்கான அதாவது நமது வாழ்க்கையை நாம் வாழ்வதற்கான வாய்ப்பு நமக்கு இருக்கவேண்டும். நமது வாழ்க்கையை நாம் வாழ முடியுமா என்பதுதான் நம் முன் இருக்கும் கேள்வி. நமது தேசிய வாழ்க்கையின் வளர்ச்சி, முன்னேற்றம் இவற்றுக்கு பிரிட்டிஷ் சாம்ராஜியம் போதுமான வசதி வாய்ப்புகளை உருவாக்கித் தருமென்றால் சாம்ராஜ்யத்துக்குள் இருந்தபடியே ஸ்வராஜ்யம் என்பதையே நாம் ஏற்றுக்கொள்ளவேண்டும். மாறாக, ஏகாதிபத்தியத்தின் முரட்டு வாகனமானது நமது வாழ்க்கையை அழித்து ஒழிப்பதாக இருக்கக்கூடாது. அப்படியாகுமென்றால் சாம்ராஜ்யத்தை விட்டு வெளியேறித்தான் ஸ்வராஜ்யத்தை நிறுவிக் கொண்டாகவேண்டியிருக்கும்.

சாம்ராஜ்யத்துடன் இணைந்து செயல்படவேண்டும் என்ற எண்ணமானது நமக்குப் பல சாதகமான அம்சங்களைக் கொண்டதாக இருக்கிறது. டொமினியன் அந்தஸ்து என்பது அடிமைத்தனம் அல்ல. அடிப்படையில் அது அதில் பங்கு பெறுபவர்களின் மனப்பூர்வமான சம்மதத்துடன் பொருளாதார நன்மைகளுக்காக உருவாக்கிக்கொள்ளப்படும் கூட்டுறவுதான். தன் விருப்பமான கூட்டுறவு என்பது தன்னிச்சையாகப் பிரிந்து செல்லும் உரிமையையும் உடையதுதான். போருக்கு முன்னதாக, அது சாம்ராஜ்யமும் அதன் அங்கங்களும் மாபெரும் கூட்டமைப்பாக இருக்கும் என்றுதான் பொதுவாக நம்பப் பட்டது. இன்றைய நவீன சூழலில் எந்தவொரு நாடும் தனித்து வாழமுடியாது. பிரிட்டிஷ் சாம்ராஜ்யத்தினுள் இருக்கும் காமன் வெல்த் நாடுகள் அனைத்துக்கும் முழுமையான பாதுகாப்பைத் தருவதோடு ஒவ்வொரு நாடும் தன் அடையாளத்தை உணர்ந்து,

வளர்ச்சியடைந்து தனது தேவைகளைப் பூர்த்தி செய்துகொண்டு முன்னேறவும் டொமினியன் என்பது வழிவகுக்கும். ஸ்வராஜ்யம் என்று நான் குறிப்பிடுவதன் மூலம் எதையெல்லாம் உணர்த்துகிறேனோ அவை அனைத்தும் அதில் கிடைத்துவிடும்.

எனக்கு இந்த யோசனை அதன் ஆழமான ஆன்மிக அம்சத்தினால் தனிப்பட்ட முறையில் மிகவும் விருப்பமானதாக இருக்கிறது. உலக அமைதி என்பதில் எனக்கு நம்பிக்கை உண்டு. உலகம் ஒரு கூட்டமைப்பு என்பதில் நம்பிக்கை உண்டு. பிரிட்டிஷ் சாம்ராஜ்யம் எனப்படும் காமன்வெல்த் நாடுகளின் மாபெரும் கூட்டமைப்பு என்பது மாறுபட்ட இனங்களின் கூட்டமைப்பு. ஒவ்வொன்றும் தனியான வாழ்க்கை, கலாசாரம், மனோபாவம், வாழ்க்கைப் பார்வை கொண்டவை. அனைத்தின் தலைமையில் ஒரு தேர்ந்த ராஜ தந்திரி இருந்தால் மாபெரும் சாதனைகளைப் படைக்க முடியும். உலகை ஒற்றைக் குடையின் கீழ் கொண்டு வந்து மானுட மனம் சிந்தித்துப் பார்க்க முடியாத அளவிலான மகத்தான கூட்டமைப்பாக, மானுட இனங்கள் அனைத்தின் கூட்டமைப்பாக ஆக்கிவிடமுடியும். ஆனால் அதன் தலைமையில் சரியான தலைவர் இருந்தாகவேண்டும். அந்தக் கூட்டமைப்பில்ல் இருக்கும் நாடுகள் அனைத்துமே பல தியாகங்கள் செய்தாகவேண்டியிருக்கும்; சாம்ராஜ்யத்தின் ஏகாதிபத்திய சர்வாதிகார மனப்பான்மையைக் கைவிட வேண்டியிருக்கும். காமன்வெல்துக்குள்ளாக இருந்து கொண்டே விடுதலை அடைவது பற்றியும் மனித குலத்துக்கு மகத்தான சேவை புரிவது பற்றியும் நாம் சிந்திப்பதுதான் இந்தியாவுக்கும் உலகுக்கும் மாபெரும் நன்மை தருவதாக இருக்கும்.

சுதந்தரத்தைவிட டொமினியன் அந்தஸ்தே உயர்ந்தது என்று வலியுறுத்தியதோடு இந்தியாவின் அரசியல் பரிணாம வளர்ச்சியின் இலக்கு பற்றி கீழ்க்கண்ட தீர்மானத்தை நிறைவேற்றவும் திரு தாஸ் முன்கை எடுத்தார்.

1. இந்திய தேசம் தனது சுயமான வாழ்க்கையை வாழ்வதே ஸ்வராஜ்யத்தின் இலக்கு. சுய உணர்தல், சுய வளர்ச்சி, சுய திருப்தி இவற்றை அடைவதற்கான வாய்ப்பு கிடைக்கவேண்டும். இந்தியாவில் இருக்கும் பல்வேறு மக்கள் திரள்களை ஒருங்கிணைக்கும் பணிகளை முன்னெடுக்கும் முழு சுதந்தரம் நமக்கு இருக்கவேண்டும். அந்நிய சக்திகளால் தடுக்கவோ முடமாக்கப்படவோகூடாது.

2. பிரிட்டிஷ் சாம்ராஜ்யம் இப்படியான உரிமையை மதித்து, சுவராஜ்யம் அடைவதைத் தடுக்காமல் இருக்குமென்றால் அப்படியான வாய்ப்புகளைக் கொடுத்து அப்படியான உரிமைகள் நடைமுறைப்படுத்தப்படத் தேவையான தியாகங் களைச் செய்யுமென்றால் இந்த மாநாடானது பிரிட்டிஷ் சாம்ராஜ்யத்துக்கு உட்பட்ட ஸ்வராஜ்யத்தை ஏற்றுக்கொள்ள வேண்டும் என்று தேசத்தைக் கேட்டுக்கொள்கிறது.

இந்த மாநாடு முழுவதும் திரு காந்தி அங்கு இருந்தார் என்பதை நினைவில் கொள்ளவேண்டும். ஒரு வார்த்தைகூட அவர் எதிர்த்துப் பேசவில்லை. திரு தாஸ் எடுத்த நிலைப்பாட்டை வெளிப் படையாக ஆதரிக்கவும் செய்தார்.

இவற்றில் இருந்து ஹிந்துக்கள் டொமினியன் அந்தஸ்து வேண்டும் என்றும் முஸ்லிம்கள் சுதந்தரம் வேண்டும் என்றும்தான் விரும்பினார்கள் என்பதில் யாருக்குமே எந்த சந்தேகமும் வராது. இதற்கு மேலும் யாருக்கேனும் சந்தேகங்கள் இருந்தால் 1928-ல் நேரு கமிட்டி அறிக்கை பற்றி முஸ்லிம் தரப்பில் எழுந்த எதிர்ப்பைப் பார்த்தால் போய்விடும். இந்தியாவுக்கான அரசியல் சாசன வரைவைத் தயாரிக்கும்படி காங்கிரஸ் கட்சியானது நேரு கமிட்டியை அமைத்தது. அந்த குழு சுதந்தரம் வேண்டாம் என்று சொல்லி டொமினியன் அந்தஸ்தை ஏற்றுக்கொண்டதாக அறிவித்தது. நேரு கமிட்டியின் அறிக்கைக்கு காங்கிரஸும் முஸ்லிம் அரசியல் அமைப்புகளும் என்ன எதிர்வினையாற்றின என்பதைப் பார்ப்பது மிகவும் அவசியம்.

கல்கத்தாவில் 1928-ல் நடைபெற்ற காங்கிரஸ் மாநாட்டில் திரு காந்தி ஒரு தீர்மானம் கொண்டுவந்தார்:

> இந்த காங்கிரஸ் இந்தியாவுக்கான அரசியல் சாசனத்தை பரிந்துரைத்திருக்கும் அனைத்து கட்சிகளின் கமிட்டி அறிக்கையை வரவேற்கிறது. இந்தியாவின் அரசியல் மற்றும் மதவாத பிரச்னைகளுக்கான தீர்வாக அது இருக்கிறது. தனது பரிந்துரைகளில் அந்தக் குழு ஏகமனதாக முடிவெடுத்திருப் பதைப் பாராட்டுகிறது. முழு சுதந்தரம் தொடர்பாக, மதராஸ் காங்கிரஸில் கொண்டுவரப்பட்டிருக்கும் தீர்மானத்தை அடியொற்றி இந்தக் குழு கொண்டுவந்திருக்கும் அரசியல் சாசனத்தை அங்கீகரிக்கிறது. தேசத்தின் மிக முக்கியமான கட்சிகள் அனைத்தும் பெருமளவில் இதற்கு சம்மதம் தெரிவித்திருக்கவும் செய்கின்றன.

> அரசியல் சூழலில் இருக்கும் அவசரத்தன்மையைக் கருத்தில்கொண்டு காங்கிரஸ் கட்சியானது பிரிட்டிஷ் நாடாளு மன்றத்தால் டிசம்பர் 31, 1929க்குள் ஏற்றுக்கொள்ளப்பட்டால் இந்த அரசியல் சாசனத்தை முழு அளவில் நடைமுறைப்படுத்த முயற்சிகள் எடுக்கும். அன்றைய தேதியில் ஏற்றுக்கொள்ள வில்லையென்றாலோ முன்னரே நிராகரித்தாலோ அஹிம்சை வழியில் வரிகொடா இயக்கம் அல்லது வேறு ஏதேனும் வழியில் எதிர்ப்பை வெளிப்படுத்த காங்கிரஸ் நடவடிக்கை எடுக்கும். மேலே சொன்னதற்கு இசைவாக, காங்கிரஸ் கட்சியானது முழு சுதந்தரம் கேட்டு நடக்கும் எந்தவொரு பிரசாரத்தையும் முன்னெடுக்காது.

இதிலிருந்து ஹிந்துக்கள் டொமினியன் அந்தஸ்தையே விரும்பினார்கள். முழு சுதந்தரத்தை அல்ல என்பது நன்கு புரியவரும்.

சிலர் இதற்கு மாறாகச் சொல்வார்கள். 1927 காங்கிரஸ் மாநாட்டின் தீர்மானம் என்ன என்று கேட்பார்கள். உண்மைதான். மதராஸில் நடந்த 1927 காங்கிரஸ் மாநாட்டில் பண்டிட் ஜவஹர்லால் நேரு கீழ்க்கண்ட தீர்மானத்தை முன்மொழிந்திருந்தார்:

> இந்தியர்களின் லட்சியம் முழுமையான சுதந்தரமே என்று இந்த காங்கிரஸ் அறிவிக்கிறது.

ஆனால், காங்கிரஸில் இருந்த ஹிந்துக்களின் உண்மையான மனநிலையை இது பிரதிபலிக்கவில்லை என்பதை நிரூபிக்க நிறைய ஆதாரங்கள் உண்டு.

இந்த தீர்மானம் திடீரென்று யாரும் எதிர்பார்க்காத வகையில் முளைத்தது. 1927 காங்கிரஸ் மாநாட்டின் தலைவராக இருந்த டாக்டர் அன்ஸாரியின் பேச்சில் இது இடம்பெற்றிருக்கவில்லை.

★ அவருடைய பேச்சில் இடம்பெற்றவை :

> அரசியல் சாசனத்தின் இறுதிவடிவம் எதுவாக இருந்தாலும் ஒன்றை மட்டும் உறுதியாகச் சொல்லமுடியும்; யுனைட்டட் ஸ்டேட்ஸ் ஆஃப் இந்தியா என்பதாகக் கூட்டமைப்பு பாணியிலேயே அது இருக்கவேண்டும். இந்திய மாநிலங்கள் அனைத்தும் கூட்டமைப்பினுள் சுய ஆட்சி அதிகாரம் கொண்டவையாக இருக்கவேண்டும். தேசத்தின் பாதுகாப்பு, அயலுறவுக் கொள்கை மற்றும் பிற பொதுவான நலன் சார்ந்த விஷயங்களில் உரிய பங்களிப்பு செய்ய முடியும் வகையில்

இருக்கவேண்டும் - இந்திய காலாண்டு பதிவேடு தொகுதி 2, பக் 372.

திரு முத்துரங்க முதலியார் சொன்னவை:

> பிரிட்டிஷ் சாம்ராஜ்யம் இப்போதுபோலவே நடந்து கொண்டால் நாம் சாம்ராஜ்யத்தில் இருந்து பிரிந்து செல்வது தொடர்பாகத் தீவிர பிரசாரத்தில் ஈடுபட்டாகவேண்டியிருக்கும். இந்திய தேசியவாதத்தை முழுமையாக வெளிப்படுத்தும் நேரம் வரும்போது நாம் இங்கிலாந்து மன்னரின் பெயரளவு ஆதிக்கம்கூட இல்லாத சுதந்தர தேசமாக மலரவேண்டும். இங்கிலாந்து ராஜ தந்திரிகள் இதைக் கவனமாகக் குறித்துக் கொள்ளட்டும். பின்னர் அவர்கள் அதிர்ச்சியில் ஆளும்படியாகி விடக்கூடாது. பக் 356.

வரவேற்புக் குழுவின் தலைவர் இது பற்றிப் போகிற போக்கில் குறிப்பிட்டுச் சென்றிருந்தார். உடனடித் தேவை என்றெல்லாம் குறிப்பிட்டிருக்கவில்லை.

இந்தத் தீர்மானம் தொடர்பாக முன்பாகவே எந்த விவாதமும் சிந்தனையும் இருந்திருக்கவில்லை. இது ஒரு திடீர் முயற்சியாக இருந்தது. அது வெற்றிகரமாக நடத்தப்பட மூன்று விஷயங்கள் காரணமாக இருந்தன.

காங்கிரஸுக்குள் பண்டிட் மோதிலால் நேரு மற்றும் திரு காந்தி ஆகிய இருவருடைய ஆதிக்கம் தொடர்பாக அதிருப்தி இருந்தது. குறிப்பாக ஒரு பிரிவினர் மோதிலால் நேருவுக்கு எதிராக இருந்தனர். அவருடைய அரசியல் எதிரியான ஸ்ரீனிவாச ஐயங்கார் தலைமையில் அந்தக் குழு இருந்தது. கட்சியினரிடையே தமது செல்வாக்கை அதிகரிக்கவேண்டுமென்றால் ஏதாவது அதிரடியாகச் செய்யவேண்டும். தமது எதிர் தரப்பினர் மிகவும் மிதமானவர்கள் என்று காட்ட அவர்கள் விரும்பினர். முழு சுதந்தரம் வேண்டும் என்று அதிரடியாகச் சொன்னால் கட்சிக்குள் தமது செல்வாக்கு உயரும் என்று அவர்கள் கருதினர். காந்தியும் மோதிலால் நேருவும் டொமினியன் அந்தஸ்துக்கு ஆதரவாக இருப்பது தெரிந்துகொண்டு இவர்கள் சுதந்தரம் வேண்டும் என்ற தீர்மானத்தை முன்வைத்தனர்.

அடுத்ததாக, காங்கிரஸுக்குள் திரு விட்டல்பாய் படேல் தலைமையில் இன்னொரு பிரிவு இருந்தது. ஐயர்லாந்தின் சின் ஃபென் கட்சியுடன் இந்தக் குழுவுக்குத் தொடர்பு இருந்தது. தமக்கு அந்தக் கட்சியின் ஆதரவைக் கோரியிருந்தது. இந்தியர்கள் சுதந்தரமே தமது லட்சியம் என்று அறிவித்தாலொழிய நாங்கள்

யாருக்கும் ஆதரவு தரமாட்டோம் என்று சின்ஃபென் கட்சி தெரிவித்திருந்தது. எனவே அயர்லாந்தினரின் நட்புறவு கிடைக்கவேண்டும் என்று இந்தக் கட்சியினர் டொமினியன் அந்தஸ்து வேண்டாம். சுதந்தரமே வேண்டும் என்று சொல்ல ஆரம்பித்திருந்தனர்.

மூன்றாவது காரணம் என்னவென்றால் இந்தியாவுக்கான செகரட்டரி ஆஃப் ஸ்டேட்டாக இருந்த பிர்கென் ஹெட் பிரபு சைமன் கமிஷன் அமைக்கப்பட்டபோது இந்தியர்களுக்குத் ஓர் அரசியல் சாசனம்கூட உருவாக்கிக் கொள்ளமுடியாது என்று கிண்டலாக விமர்சித்திருந்தார். இந்திய அரசியல் வாதிகளுக்கு இது மிகப் பெரிய அவமானமாக இருந்தது. உண்மையில் அந்த மாநாட்டின் தீர்மானமானது இந்தியாவின் அரசியல் இலக்கை வரையறுப்பதைவிட பிர்கென்ஹெட் பிரபுக்குத் தக்க பதிலடி கொடுக்கவேண்டும் என்பதையே நோக்கமாகக் கொண்டிருந்தது. இந்தத் தீர்மானத்தை வழிமொழிந்த திரு சாம்ப மூர்த்தி, பிர்கென்ஹெட் பிரபு முன்வைத்த அராஜக சவாலுக்கான ஒரே பதில் இந்தத் தீர்மானம் என்று சொன்னார். (தி இந்தியன் க்வார்டர்லி ரெஜிஸ்டர், 1927, தொகுதி 2, பக் 381)

திரு காந்தியும் பண்டிட் மோதிலால் நேருவும் இந்தத் தீர்மானத்துக்கு பெரிய எதிர்ப்பு தெரிவிக்காமல் மௌனமாக இருந்ததற்கு ஒரு காரணம் உண்டு. பிர்கென் ஹெட் பிரபு முன்வைத்த விமர்சனம் எழுப்பிய புயல் இந்தியர்கள் மனதில் மிகவும் தீவிரமாக இருந்தது. எனவே அந்த உணர்வுக்கு மதிப்புக் கொடுத்து சற்று அடக்கிவாசித்தனர். இல்லையென்றால் முழு சுதந்தரமே வேண்டும் என்ற தீர்மானத்தை காந்தியும் மோதிலாலும் எளிதில் நிராகரித்திருப்பார்கள்.

இந்தத் தீர்மானமானது காங்கிரஸில் இருந்த ஹிந்துக்களின் மனநிலையைப் பிரதிபலிக்கவில்லை என்பது சந்தேகத்துக்கு இடமில்லாத உண்மையாகும். இல்லையென்றால் மெட்ராஸ் காங்கிரஸில் கொண்டுவரப்பட்ட சுதந்தரம் வேண்டும் என்ற தீர்மானத்தை ஒதுக்கிவிட்டு 1927-ல் டொமினியன் அந்தஸ்து வேண்டும் என்ற அடிப்படையில் நேரு கமிட்டியினர் அரசியல் சாசனத்தை உருவாக்கியிருக்கவே மாட்டார்கள். அல்லது 1927-ல் முன்வைத்த சுதந்தரம் வேண்டும் என்பது காங்கிரஸின் உண்மையான தீர்மானமாக இருந்திருந்தால் 1928-ல் எப்படி டொமினியன் அந்தஸ்து போதும் என்ற தீர்மானத்தை அதே காங்கிரஸ் முன்வைத்திருக்கும்.

பண்டிட் ஜவஹர்லால் நேரு, அந்தத் தீர்மானத்தைக் கொண்டுவந்தபோது, 'பூர்ண ஸ்வராஜ்யமே இலக்கு என்று காங்கிரஸ் அறிவிக்கிறது. அதைவிடக் குறைவானது கிடைத்தால் போதும் என்று நினைப்பவர்களுக்கு காங்கிரஸ் வெளியேறும் வாசல் கதவை திறந்தே வைத்திருக்கிறது என்று சொல்லியிருந்தார்'. இந்தத் தொனியில் காங்கிரஸ் தீர்மானங்கள் இயற்றுவது அரிதுதான்.

31, டிசம்பர் 1931க்குள் பிரிட்டிஷ் சாம்ராஜ்யம் முடிவெடுத்துச் சொன்னால் மட்டுமே டொமினியன் அந்தஸ்தை ஏற்றுக்கொள்வோம். இல்லையென்றால் டொமினியன் அந்தஸ்து வேண்டாம் என்று சொல்லி முழுசுதந்தரமே வேண்டும் என்று கேட்போம் என்று காங்கிரஸ் கூறியிருப்பதானது ஒருவகையில் வெட்டி வீராப்புடன் சொன்ன வார்த்தைகளே தவிர உண்மையில் மனதை மாற்றிக்கொள்வார்கள் என்று நம்ப இடம் தரக்கூடியதாக இல்லை. ஏனென்றால் ஒரு தேசத்தின் அரசியல் தலையெழுத்தை மாற்றியமைக்கும்படியான ஒரு விஷயத்தில் இப்படியான காலக்கெடு என்பது முக்கியமானதாக இருக்க வாய்ப்பே இல்லை.

1927-ல் முன்வைக்கப்பட்ட தீர்மானத்தைப் பொருட்படுத்தாமல் டொமினியன் அந்தஸ்தே வேண்டும்; சுதந்தரம் வேண்டாம் என்ற காங்கிரஸின் நிலைப்பாடானது காங்கிரஸின் பிரதான முகமான திரு காந்தியால் அடிக்கடி முன்வைக்கப்பட்டு வந்திருக்கிறது. 1929க்குப் பின்னர் காந்தியின் அறிக்கைகளை ஒருவர் அலசிப் பார்த்தால் சுதந்தரம் வேண்டும் என்ற தீர்மானம் கொண்டுவரப்பட்டது தொடர்பாக அவருக்கு மகிழ்ச்சி இல்லை என்பது மட்டுமல்லாமல் காங்கிரஸை டொமினியன் அந்தஸ்தின் பக்கம் கொண்டுவருவது மிகவும் அவசியம் என்று சிந்தித்துச் செயல்பட்டு வந்திருப்பதை நன்கு புரிந்துகொள்ளமுடியும். அவர் மெள்ள அந்த வார்த்தைகளுக்குப் புதிய அர்த்தங்கள் கொடுப்பதன் மூலம் அதைச் சாதிக்க முயன்றார். முதலில் சுதந்தரமே இலக்கு என்பதிலிருந்து சுதந்தரத்தின் உள்ளார்ந்த அம்சமே இலக்கு என்று மாற்றப்பட்டது. சுதந்தரத்தின் உள்ளார்ந்த அம்சமென்பதிலிருந்து சம பங்கீடு என்பதாக ஆனது. சம பங்கீடு என்பதிலிருந்து டொமினியன் அந்தஸ்து என்ற நிலைக்குக் கொண்டுசென்றுவிட்டார். திரு காந்தி 1937-ல் திரு பொலக்கிடம் கொடுத்த கடிதத்தில் கீழ்க்கண்டவாறு குறிப்பிட்டிருந்தார்:

> 1931-ல் வட்ட மேஜை மாநாட்டின்போது என்ன கருத்துடன் இருந்தேனோ அப்படியேதான் இப்போதும் இருக்கிறேனா

என்பதுதானே உங்கள் கேள்வி. அப்போதும் சொன்னேன். இப்போதும் சொல்கிறேன், என்னைப் பொறுத்தவரையில் வெஸ்ட்மினிஸ்டர் சட்டத்தின் மூலம், அதாவது விரும்பும்போது பிரிந்து செல்லலாம் என்ற உரிமையுடன், இந்தியாவுக்கு டொமினியன் அந்தஸ்து தரப்படுமென்றால் நான் அதை எந்தத் தயக்கமுமின்றி ஏற்றுக்கொள்வேன்.

இதன் அடிப்படையில் பார்த்தால், 20, மார்ச், 1937-ல் நடைபெற்ற மாநாட்டில் பூர்ண ஸ்வராஜ்யமே இலக்கு என்று தேசிய காங்கிரஸ் கமிட்டி முன்வைத்த தீர்மானத்துக்கு எந்த முக்கியத்துவமும் இல்லை என்று தெரியவரும். இந்த மாநாட்டில் புதிய அரசியலமைப்பின் படி தேர்ந்தெடுக்கப்பட்ட புதிய பிராந்திய சட்டசபைகளின் உறுப்பினர்களும் பங்குபெற்றிருந்தனர். ஆனால், திரு காந்தி வெள்ளையனே வெளியேறு இயக்கத்தை ஆரம்பித்ததிலிருந்து அவர் முழு சுதந்தரத்தையே விரும்பினார் என்பது தெரியவருகிறது.

நேரு கமிட்டி அறிக்கையை எதிர்த்து முஸ்லிம் அரசியல் அமைப்புகள் முன்வைத்த காரணங்களை இங்கு அடுத்ததாகப் பார்ப்போம். சொல்லப்பட்ட காரணங்கள் எல்லாம் சிறிதும் எதிர்பார்க்கப்படாதவை. முஸ்லிம்களுக்கான தனித் தொகுதி முறையை நேரு கமிட்டி ரத்து செய்ததால் முஸ்லிம் லீக் போன்ற சில அமைப்புகள் நேரு அறிக்கையை நிராகரித்தைப் புரிந்து கொள்ளமுடியும்தான். ஆனால், கிலாஃபத் கான்ஃப்ரன்ஸ், ஜாமியத்-அல்-உலேமா ஆகிய இரண்டு முஸ்லிம் அமைப்புகள் எதிர்த்ததற்கான காரணங்களாகச் சொன்னவையெல்லாம் முற்றிலும் எதிர்பாராதவையே. அந்த அமைப்புகள் எல்லாம் ஒத்துழையாமை இயக்கம், சட்ட மறுப்பு இயக்கம் போன்றவற்றில் காங்கிரஸுடன் இணைந்து செயல்பட்டிருந்தன. பிற எந்த இஸ்லாமிய அமைப்பைவிடவும் இவர்களுடைய குரலே தேசம் குறித்த அரசியல் விவகாரங்களில் முஸ்லிம் மக்களின் உண்மையான பிரதிநிதித்துவமாக இருந்தது.

மவுலானா முஹமது அலி 1928-ல் கல்கத்தாவில் நடந்த அனைத்திந்திய கிலாஃபத் மாநாட்டில் தலைமையுரை ஆற்றியபோது நேரு அறிக்கையை நிராகரிப்பதற்கான காரணங்களை விவரித்தார்.

நான் இந்திய தேசிய காங்கிரஸ், அதன் செயற்குழு, அனைத்திந்திய முஸ்லிம் லீக் ஆகியவற்றில் உறுப்பினராக இருந்திருக்கிறேன். இன்றைய காலகட்டத்தில் நம் தேசத்தை

மிகவும் பாதிக்கும் முக்கியமான மற்றும் முஸ்லிம் சமுதாயம் அதிக அக்கறைகொள்ள வேண்டியதுமான அரசியல் விஷயங்கள் குறித்து என் கருத்துகளை சொல்லப்போகிறேன்.

அனைத்து கட்சிக் கூட்டத்தில் பேசும்போது அவர் சொன்னார்: இந்தியாவுக்கு முழு சுதந்தரம் கிடைக்கவேண்டும். எந்தவித மதம் சார்ந்த சிந்தனையும் அதில் இருக்கவும் கூடாது. ஆனால் இந்த உரையை அவர் நிகழ்த்தியபோது அவரைப் பேசவிடாமல் தொடர்ந்து எதிர்ப்புக் குரல்கள் எழுந்தவண்ணம் இருந்தன. பெரும்பாடுபட்டே அந்த உரையை அவர் முடித்தார்.

நேரு அறிக்கையானது அதன் அறிமுக உரையில் அடிமை சாசனத்தையே முன்வைத்திருக்கிறது. சுதந்தரமும் டொமினியன் அந்தஸ்தும் மலையும் மடுவும் போன்றவை. *

தேசியவாதத்தைப் புகழ்ந்தும் மதவாதத்தை விமர்சித்தும் பேசுகிறீர்கள். உலகில் உங்கள் இந்தியாவைப் போல் உங்கள் இந்திய தேசிய அரசைப் போல் ஒன்றே ஒன்றை எடுத்துக் காட்டுங்கள் பார்ப்போம்.

★

பொய்யான கோட்பாடுகள், முறையற்ற கருத்தாக்கங்கள், பிழையான யோசனைகள் இவற்றின்மூலம் ஒவ்வொரு நாளும் உங்கள் அரசியல் சாசனத்தில் சமரசங்கள் செய்து வருகிறீர்கள். ஆனால் எங்கள் மதத்தைச் சேர்ந்தவர்களுடன் தனித் தொகுதிகள், நிர்ணயிக்கப்பட்ட இடங்கள் தொடர்பாக எந்தவொரு சமரசத்துக்கும் நீங்கள் தயாராக இல்லை. மக்கள் தொகையில் 25% நாங்கள் இருக்கிறோம். இருந்தும் சட்டசபையில் எங்களுக்கு 33 % பிரதிநிதித்துவம் தரமறுக்கிறீர்கள். நீங்கள் ஒரு யூதர், ஒரு பனியா. ஆனால், ஆங்கிலேயர்களுக்கு நீங்கள் உங்கள் டொமினியனுடைய அதிகாரத்தைத் தருகிறீர்கள்.

அந்தமாநாட்டில் கீழ்கண்ட தீர்மானமும் நிறைவேற்றப்பட்டது.

சுதந்தரமே ஒரே லட்சியம் என்று மீண்டும் இந்த மாநாடு தெளிவாக அறிவிக்கிறது.

ஜாமியத் அல் உலேமாவின் மாநாடு அலஹாபாத்தில் 1931-ல் நடைபெற்றது. அதன் தலைவரான மௌலானா ஹஸ்ரத் மொஹானி அளந்தெடுத்த வார்த்தைகளில் அதே நேரம் காட்டம் குறையாமல் நேரு அறிக்கையை நிராகரிப்பதற்கான காரணங்களை விவரித்திருந்தார்.

இந்தியாவுடனான என்னுடைய அரசியல் தொடர்புகள் அனைவருக்கும் இப்போது நன்கு தெரியும். இந்தியாவின் சுதந்தரத்துக்குக் குறைவாக எதையும் என்னால் ஏற்றுக் கொள்ளவே முடியாது. 1) ஜனநாயகம், 2) கூட்டாட்சி 3) மையத்தில் அதிகாரம் குவிந்திருக்கும் அமெரிக்க ஐக்கிய நாடுகள் அல்லது சோவியத் ரஷ்யா போல் இந்தியா இயங்க வேண்டும். அதில் முஸ்லிம்களின் உரிமைகள் பாதுகாக்கப் பட்டிருக்கவேண்டும்.

சிறிது காலமாகவே தில்லியின் ஜாமியத் அல் உலேமா அமைப்பானது முழு சுதந்தரமே தேவை என்பதைத் தீவிரமாக வலியுறுத்திவருகிறது. இதன் காரணமாகவே கூட்டாட்சி அமைப்பாக அல்லாமல் ஒற்றை ஆட்சி அமைப்பை முன்வைத்திருக்கும் நேரு அறிக்கையை எதிர்க்கிறது. காங்கிரஸின் லாகூர் மாநாட்டின் முடிவில் மகாத்மா காந்தி நேரு அறிக்கையை ரவி நதிக்கரையில் புதைத்துவிடும்படிச் சொன்னார். பூர்ண சுதந்தரத்துக்கான தீர்மானம் ஒருமனதாக ஏற்றுக்கொள்ளப்பட்டது. காங்கிரஸுடன் இணைந்து அதனுடைய சட்ட மறுப்பு இயக்கத்தில் பங்குபெற ஜாமியத் அமைப்பு சம்மதம் தெரிவித்தது. ஏனென்றால் ஒவ்வொரு ஹிந்துவானாலும் முஸ்லிமானாலும் ஒவ்வொரு இந்தியரும் சுதந்தரத்துக்கான போராட்டத்தில் பங்குபெறவேண்டியது மிகவும் அவசியம் என்று கருதுகிறது.

ஆனால் துரதிஷ்டவசமாக காந்தி தனது நிலைப்பாட்டை மாற்றிக்கொண்டுவிட்டார். 1. சிறையில் இருந்தபோது அவர் பத்திரிகையாள்ர் திரு சோல்கம்பேயிடம் முழு சுதந்தரம் என்று அதன் சுதந்தரத்தின் உள்ளார்ந்த அம்சத்தையே குறிப்பிட்டேன் என்று சொன்னார். 2. சமரசப் பேச்சுவார்த்தைக்குத் தயார் என்று சொன்னதும் விடுவிக்கப்பட்டார். அப்போது முழு சுதந்தரம் என்ற வார்த்தைக்கு பதிலாக பூர்ண ஸ்வராஜ் என்ற வார்த்தையைப் பயன்படுத்தினார். மேலும் பூர்ண ஸ்வராஜ்யம் என்பதில் பிரிட்டிஷாரிடமிருந்து துண்டித்துக்கொள்வதற்கு இடமே இல்லை என்றும் விளக்கம் தந்தார். 3. இர்வின் பிரபுவுடன் ஓர் ரகசிய ஒப்பந்தம் செய்துகொண்ட காந்தியடிகள் பிரிட்டிஷ் சாம்ராஜ்யத்தினுள் டொமினியன் அந்தஸ்துக்கு சம்மதம் தெரிவித்தார்.

காந்தியின் இந்த மனமாற்றத்துக்குப் பின்னர் தில்லி ஜாமியத் அமைப்பானது மகாத்மா காந்தியை கண்மூடித்தனமாக

ஆதரிப்பதை நிறுத்தியிருக்கவேண்டும். நேரு அறிக்கையை நிராகரித்ததுபோல் பம்பாய் மாநாட்டில் காங்கிரஸ் செயற்குழுவானது நேரு அறிக்கைக்கு மீண்டும் உயிரூட்ட முயன்றபோது அதற்கும் எதிர்ப்பு தெரிவித்திருக்கவேண்டும்.

ஆனால், தில்லி ஜாமியாத் அல் உலேமா எதனால் பூர்ண ஸ்வராஜ்யம் என்பதைத் தமது லட்சியமாக ஏற்றுக்கொண்டது என்று தெரியவில்லை. பூர்ண ஸ்வராஜ் என்றால் முழு சுதந்தரம் அல்ல என்பது தெரிந்த பின்னரும் இந்த முடிவை ஏன் எடுத்ததுஎன்று தெரியவில்லை. இதற்கு ஒரே ஒரு காரணம்: காந்தியடிகள் டொமினியன் அந்தஸ்தை ஏற்றுக்கொண்ட போதிலும் பிரிட்டிஷ் சாம்ராஜ்யத்தில் இருந்து எப்போது வேண்டுமானாலும் பிரிந்து செல்லலாம் என்ற உரிமையை பிரிட்டிஷ் அரசு தரவேண்டும் என்றுகேட்டிருப்பதால் அதை ஏற்றுக்கொண்டிருக்ககூடும்.

இந்த உரிமை தொடர்பான அழுத்தம் என்பது முந்தைய முழுசுதந்தரம் என்ற முந்தைய தீர்மானத்தைவிட எந்த வகையிலும் மேலானது அல்ல. முழு சுதந்தரத்தை இலக்காகக் கொண்ட காந்தியடிகள் பிரிட்டிஷ் அரசிடம் டொமினியன் அந்தஸ்து கேட்டு அழுத்தம் கொடுத்ததுபோலவே காங்கிரஸ் கட்சியினர் நினைத்த நேரத்தில் பிரிந்துசெல்லும் உரிமையையும் கட்டாயம் வேண்டும் என்று அழுத்தம் தந்தனர். அப்போதுதான் பிரிட்டிஷ் அரசானது இந்தியர்களை ஒரு குறிப்பிட்ட அளவுக்கு மேல் அதிருப்திக்குள் தள்ளாது; பிரிட்டிஷாரிடமிருந்து கூடுதல் அரசியல் உரிமைகளை வென்றெடுக்கவும் முடியும் என்று அவர்கள் நம்பினார்கள். பிரிந்து செல்லும் இந்த உரிமையானது ஒரு காலத்திலும் நடைமுறைப்படுத்தப்படாது என்பது காந்தியடிகளுக்கும் அவருடைய ஆதரவாளர்களுக்கும் நன்கு தெரியவும் செய்யும்.

எனது இந்த புரிதலானது சந்தேகத்துக்கு இடமானது. தேவைப்பட்டால் காங்கிரஸானது பிரிட்டிஷ் அரசிடமிருந்து நிச்சயம் பிரிந்து செல்லும் என்று யாரேனும் என்னிடம் சொன்னால், அப்படி ஒருவேளை பிரிட்டிஷாரிடமிருந்து பிரிந்த பின்னர் என்னவிதமான இந்திய அரசு அமைக்கப்படும் என்ற கேள்வியை நான் அவர்களிடம் கேட்பேன். ஒற்றை அதிகார அல்லது மையத்தில் அதிகாரம் நிறைந்த கூட்டாட்சியான ஜனநாயக அரசோ சர்வாதிகார அரசோ எதுவானாலும் அது ஹிந்து ராஜ்யமாகவே இருக்கும். இதை முஸ்லிம்கள்

ஒருபோதும் ஏற்கவே முடியாது. பிரிட்டிஷார் வெளியேறிச் சென்ற பின்னர் சுதந்தரமான பிராந்தியங்களும் மாநிலங்களும் அமெரிக்க ஐக்கிய நாடுகள் அல்லது சோவியத் ரஷ்யா போல் ஒருங்கிணைந்த மையத்தில் அதிகாரம் மிகுந்த ஜனநாயக அரசுதான் அமையவேண்டியிருக்கும். ஆனால் இது மஹாசபைட் காங்கிரஸுக்கோ பிரிட்டனின் நேசரான மகாத்மா காந்திக்கோ நிச்சயம் ஏற்புடையதாக இருக்காது.

அப்படியாக முழுசுதந்தரமே அவசியம் என்ற தனது நிலைப்பாட்டில் இருந்து விலகியபின் தில்லி ஜாமியாத் அல் உலேமா தன்னை வலுவிழக்கவைத்துக்கொண்டது. ஆனால், நல்லவேளையாக கான்பூர், லக்னோ, பதுான் பகுதியைச் சேர்ந்த உலேமாக்கள் தமது நிலையில் இருந்து மாறவில்லை. இறைவனின் ஆசி அவ்விதமே இருக்கட்டும். இந்த உயரிய லட்சியத்துக்கு எதிராக சில முதுகெலும்பில்லாத கோழைகள் பேசுகிறார்கள். இப்போது அடைய முடியாத ஒன்று என்பதால் அதைப் பற்றி நாம் பேசுவதால் எந்தப் பலனும் இல்லை என்கிறார்கள். பயனற்றது ஒன்றுமல்ல; மிகவும் அவசியமானதுதான். ஏனென்றால் உயரிய இலக்குகள் தொடர்ந்து முன்வைக்கப்படவில்லையென்றால் அது மறக்கப்பட்டுவிடவும் வாய்ப்பு உண்டு என்பதை நாங்கள் அவர்களுக்குச் சொல்லிக்கொள்கிறோம்.

எனவே நாம் டொமினியன் அந்தஸ்தை அனைத்து வழிகளிலும் எதிர்க்கவேண்டும். இது நம் இலக்கு அல்ல. நமது இறுதி இலக்கின் ஒரு படியும் அல்ல. நம் இலக்குக்கு எதிரானது முரணானது. காந்தியடிகள் இங்கிலாந்துக்குச் சென்று வட்டமேஜை மாநாட்டில் பேசி, தேவையான பாதுகாப்பு உரிமைகளும் ஏற்பாடுகளும் இருக்கும்படியாக அல்லது இல்லாமல் டொமினியன் அந்தஸ்து மட்டும் தரப்படுகிறதென்று வைத்துக்கொள்வோம். அதன்பின் முழு சுதந்தரம் என்ற கருத்தாக்கமானது முழுவதுமாக அழிந்து போய்விடும். அல்லது குறைந்தபட்சம் வருங்காலத்தில் நீண்ட காலத்துக்கு அது பற்றிய பேச்சு எதுவும் எழாமல் போய்விடும்.

அனைத்து இந்திய கிலாஃபத் மாநாடும் ஜாமியத் அல் உலேமாவும் பிரிட்டிஷ் எதிர்ப்பில் மிகத் தீவிரமாக இருந்த அமைப்புகள். ஆனால் அனைத்து முஸ்லிம் கட்சிகளின் கூட்டமென்பது தீவிர சிந்தனை கொண்ட அல்லது பிரிட்டிஷாரை எதிர்த்த முஸ்லிம்களை மட்டுமே கொண்ட

கூட்டமல்ல. இருந்தபோதிலும் 4 நவம்பர் 1928-ல் நடந்த கான்பூர் மாநாட்டில் கீழ்கண்ட தீர்மானமே இயற்றப்பட்டது.

முஸ்லிம்களின் அனைத்து கட்சி கூட்டத்தின்படி இந்திய முஸ்லிம்கள் அனைவரும் முழு சுதந்தரத்துக்காகப் போராடத் தயாராக இருக்கிறார்கள். புதிய அரசென்பது கூட்டாட்சி குடியரசாக இருக்கவேண்டும் என்றும் இந்தக் கூட்டம் விரும்புகிறது.

தீர்மானத்தைக் கொண்டுவந்தவரின் பார்வையில் இஸ்லாம் எப்போதுமே சுதந்தரத்துக்காகவே போராடி வந்திருக்கிறது. எனவே இந்திய முஸ்லிம்கள் முழு சுதந்தரத்துக்கு எதிராகச் செயல்படுவார்களென்றால் தமது மதக் கடமையில் தவறியவர்களாகவே ஆகிவிடுவார்கள். இந்திய முஸ்லிம்கள் வறியவர்கள். எனினும் அவர்கள் இந்த உலகில் இருக்கும் எந்தவொரு முஸ்லிமையும் விட இஸ்லாம் மீது அர்ப்பண உணர்வு மிகுந்தவர்கள் என்பதில் எந்த சந்தேகமும் அவருக்கு இல்லை.

இந்த மாநாட்டில் சப்ஜெக்ட்ஸ் கமிட்டியில் முழு சுதந்தரத்துக்கு ஆதரவாக தீர்மானம் இயற்றப்படவேண்டும் என்று மௌலானா ஆஸாத் சோபானி சொன்னபோது ஒரு சுவாரசியமான சம்பவம் நடந்தது.

இந்தத் தீர்மானமானது முஸ்லிம்களின் நலனுக்கு எதிரானது என்று கான் பஹதூர் மசூதுல் ஹஸன் மற்றும் சிலர் எதிர்ப்புத் தெரிவித்தனர். பர்தா திரை அணிவிக்கப்பட்ட கேலரியில் இருந்த பெண்கள், மாநாட்டுத்தலைவருக்கு ஒரு குறிப்பு எழுதி அனுப்பினர். முழு சுதந்தரமே வேண்டும் என்று போராட ஆண்களுக்கு தைரியமில்லையெனில் பெண்கள் பர்வாவைக் கழற்றி எறிந்து சுதந்தரப் போராட்டத்தில் பங்குபெறத் தயார் என்று அதில் எழுதப்பட்டிருந்தது.

3

இலக்கு தொடர்பான இந்த வித்தியாசமான பார்வைகளைக் கணக்கில் கொள்ளாமல் ஹிந்துக்கள் மற்றும் முஸ்லிம்களை ஒரே தேசத்தில் ஒரே மக்களாக, ஒற்றை அரசியல் சாசனத்தின் அரசியல் கயிறுகளால் பிணைக்கப்பட்டு வாழவைக்கும்படியான முயற்சி மேற்கொள்ளப்பட்டது. ஒருவேளை எப்படியோ முஸ்லிம்களை இதற்கு சம்மதிக்கவைத்துவிட்டதாகவே வைத்துக்கொள்வோம். அந்த அரசியல் சாசனம் உடைந்துபோகாது என்பதற்கு என்ன உத்தரவாதம்?

ஒரு நாடாளுமன்ற அரசாங்கம் நிலைத்து நிற்க வேண்டுமென்றால் சில நிபந்தனைகளை அது பூர்த்திசெய்தாகவேண்டும். இந்த அம்சங்கள் இருந்தால்தான் நாடாளுமன்ற அரசாங்கம் வேர்பிடிக்க முடியும். மறைந்த பால்ஃபர் பிரபு 1925-ல் அராபியர்களைப் பற்றித் தனது மருமகள் டக்டேலுடன் மேற்கொண்ட உரையாடலில் சொன்னதை இங்கு குறிப்பிடுகிறேன் :

பிரதிநிதித்துவ அரசாங்கம் என்பதன் அடிப்படையாக என்ன இருக்கவேண்டும் என்றே தெரியாத நாடுகளின் சிந்தனையிலும் அந்த அரசு வேண்டும் என்ற பார்வை உருவாகிவிட்டிருக்கிறது. இதில் பிரிட்டன் மற்றும் அமெரிக்கர்களின் பிழையும் ஓரளவுக்கு இருக்கிறது. அவர்களை இந்தப் பழியில் இருந்து நாம் காப்பாற்றிவிடமுடியாது. இதை விளக்குவது கடினம். ஆங்கிலோ சாக்ஸன் இனத்தினருக்கு எதையும் யாருக்கும் எடுத்துச் சொல்லிப் புரியவைக்கும் திறமையும் கிடையாது. இதை விளக்கிச் சொல்லவேண்டும் என்ற எண்ணமே நமக்கு எழுந்திருக்கவும் இல்லை. பிரிட்டிஷ் நாடாளுமன்ற அரசு எதை நடைமுறைப்படுத்த விரும்புகிறது என்பதை விளக்கும் பிரிட்டிஷ் அரசியல் சாசனம் பற்றி ஏதேனும் புத்தகம் எழுதப்பட்டிருக்கிறதா என்ன? நாம் அதையெல்லாம் ஏதோ எல்லாருக்கும் தெரிந்ததுதானே என்று அலட்சியமாகவே எடுத்துக்கொண்டுவிட்டிருக்கிறோம். அதை அடிப்படையாகக் கொண்ட அமைப்பைத் தொடர்ந்து விரிவுபடுத்துவதில் சுமார் 100 ஆண்டுகளுக்கு மேல் செலவிட்டிருக்கிறோம். அது நமக்குள் ஆழமாக வேரூன்றியிருக்கிறது. எனவே அதுபற்றி நாம் விசேஷமாக, தனியாக எதுவும் செய்யவேண்டிய அவசியமில்லை. அதுபற்றி அதிகம் பேசுவதே இல்லை. ஆனால், மற்றவர்களின் நிலை அது அல்ல.

இந்தியர்கள், எகிப்தியர்கள் போன்றவர்களெல்லாம் நாம் அனுபவம் மூலமாகக் கற்றுக்கொண்டதையே படிக்கிறார்கள். அவர்கள் நமது வரலாறு, தத்துவம், அரசியல் இவற்றைப் படிக்கிறார்கள். தடைகள், எதிர்ப்புகள் தொடர்பான நமது நாடாளுமன்ற வழிமுறைகள் பற்றிப் படிக்கிறார்கள். ஆனால், நம்மைப் பொறுத்தவரையில் ஒரு குறிப்பிட்ட எல்லைக்கு மேல் நம் அனைவருடைய விருப்பமுமே இந்த நிர்வாக இயந்திரம் முடங்காமல் இயங்கவேண்டும் என்பதுதான். வெலிங்டன் ட்யூக் சொன்னதுபோல் ராஜாவின் அரசு முடங்கக்கூடாது. ஆனால், எதிர் கட்சிகளின் நோக்கமானது அதைத் தடுத்து

நிறுத்துவதுதான். இதைச் சொல்லிப் புரியவைப்பது மிகவும் கடினம்.

இங்கிலாந்தில் இருக்கும் எதிர்கட்சிகள் இந்த பிரமாண்ட இயந்திரத்தை ஏன் முடக்கிப் போடுவதில்லை என்று கேட்டபோது அவர் சொன்னார்:

> எங்கள் அரசியல் இயந்திரமானது அடிப்படையில் மக்கள் அனைவரும் ஒரே மாதிரியானவர்களே என்று முன் அனுமானிக்கிறது.

ஒரு நாடாளுமன்றம் வெற்றிகரமாக இயங்க எது தேவை என்பது தொடர்பாக பால்ஃபர் எதைச் சொல்கிறார் என்று லாஸ்கி மிகவும் அழகாகச் சுருக்கமாக விளக்கியிருக்கிறார்.

> ஒரு நாடாளுமன்ற அரசங்கத்தின் வலிமையானது அதன் அடிப்படை அங்கமாக இருக்கும் கட்சிகள், நிறுவனங்களின் ஒற்றுமையையே சார்ந்திருக்கிறது.

பிரதிநிதித்துவ அரசின் வெற்றிக்கு எது மிகவும் அவசியமானது என்பதைச் சொல்லியாகிவிட்டது. இந்தியாவில் அதற்கான வாய்ப்புகள் இருக்கின்றனவா என்பதை ஆராய்ந்து பார்ப்போம்.

ஹிந்துக்கள், முஸ்லிம்களிடையே இந்த பிரதிநிதித்துவ அரசை வெற்றிபெறச் செய்யும் எண்ணம் இருப்பதாக நாம் சொல்ல முடியுமா?

அரசாங்கத்தைத் தாங்கிப் பிடிக்கும் இரண்டுகட்சிகளில் ஒன்று அதை முடக்கத் திட்டமிட்டாலே போதும்; பொறுப்பான பிரதிநிதித்துவ அரசானது நடைமுறையில் தோல்வியுறும். பயனற்றதாகிவிடும். அப்படியான ஒரு மனநிலை இருக்கிறது என்றால் அது ஹிந்துக்களிடையே இருக்கிறதா; முஸ்லிம் களிடையே இருக்கிறதா என்பது ஒரு பொருட்டே இல்லை. முஸ்லிம்கள், ஹிந்துக்களைவிட வெளிப்படையாகப் பேசக் கூடியவர்கள். எனவே, அவர்களுடைய மனதில் இருப்பவை ஹிந்துக்களின் மனதில் இருப்பதைவிட எளிதில் அனைவருக்கும் தெரியவரும். இந்திய அரசாங்கத்தின் மீது முஸ்லிம் தலைவர்கள் சொல்லும் விஷயங்கள் எல்லாம் முஸ்லிம்களின் மனதில் என்ன தாக்கத்தை ஏற்படுத்தும்; முஸ்லிம் அரசியலை இஸ்லாமின் அடிப்படைக் கோட்பாடுகள் எந்த அளவுக்கு வடிவமைக்கின்றன. இவற்றையெல்லாம் கணக்கில்கொண்டு பார்த்தால் ஒரு முஸ்லிமின் மனது எப்படி சிந்திக்கும்; எந்த விஷயங்களின

அடிப்படையில் அது இழுத்துச்செல்லப்படும் என்பதை எல்லாம் எளிதில் புரிந்துகொண்டுவிடமுடியும்.

இஸ்லாமின் சில அடிப்படைக் கோட்பாடுகள், முஸ்லிம் தலைவர்கள் சிலரின் பார்வைகள் ஆகியவற்றைக் கீழே தொகுத்துத் தருகிறேன். இதன் அடிப்படையில் நடுநிலையாக விஷயங்களை அணுகக்கூடியவர்கள் எல்லாரும் பால்ஃபர் முன்வைத்த விஷயங்கள் இந்தியாவில் இருக்கின்றனவா என்பதை தாமே அலசிப் பார்த்து ஒரு முடிவுக்கு வந்துகொள்ளலாம்.

இஸ்லாமிய ஆட்சி இல்லாத நாட்டில் இஸ்லாமின் சட்டத்துக்கும் அந்த நாட்டின் சட்டத்துக்கும் இடையில் ஒரு முரண்பாடு ஏற்பட்டால் முஸ்லிம் சட்டமே வெல்லவேண்டும்; முஸ்லிம் சட்டத்துக்கு ஒரு முஸ்லிம் எந்த அளவுக்குக் கீழ்ப்படிகிறார் என்பதையும் அந்த நாட்டின் சட்டத்தை எந்த அளவுக்கு மீறுகிறார் என்பதையும் வைத்தே அவர் மதிப்பிடப்படுவார்.

இஸ்லாமியக் கோட்பாடுகளில் ஒருவருடைய கவனத்தைக் கவரும் கோட்பாடுகளில் ஒன்று இது.

இப்படியான நேரங்களில் எப்படிச் செயல்படவேண்டும் என்பதை மௌலானா முஹமது அலி 1921-ல் அரசால் குற்றம்சாட்டப்பட்டு விசாரிக்கப்பட்டபோது கராச்சியின் மாஜிஸ்ட்ரேட் முன்பாகச் சொன்ன வாக்குமூலம் நன்கு விவரிக்கிறது.

கராச்சியில் 8, ஜூலை, 1921-ல் நடந்த அனைத்து இந்திய கிலாஃபத் மாநாட்டில் இயற்றப்பட்ட ஒரு தீர்மானம் தொடர்பாக இந்த வழக்கு தொடுக்கப்பட்டிருந்தது. திரு முஹமது அலிதான் அந்த மாநாட்டுக்குத் தலைமை தாங்கி அந்தத் தீர்மானத்தை முன்மொழிந்திருந்தார்.

அந்தத் தீர்மானம்:

> பிரிட்டிஷ் ராணுவத்தில் தொடர்ந்து பணிபுரிவது அல்லது பணியில் சேருவது அல்லது பிறரைச் சேரும்படி வறுபுறுத்துவது இவையெல்லாம் ஒரு முஸல்மானுக்கு மத விரோதமானது என்று இந்த மாநாடு மிகத் தெளிவாக அறிவிக்கிறது. பொதுவாக அனைத்து முஸ்லிம்களும் மற்றும் குறிப்பாக உலேமாக்கள் எல்லாரும் ராணுவத்தில் இருக்கும் முஸல்மான்கள் அனைவரிடமும் இந்த மத உத்தரவுகளைக்கொண்டு சேர்க்கவேண்டும்.

இந்திய குற்றவியல் சட்டம் செக்ஷன் 120-பி, செக்ஷன் 131, செக் 505 அல்லது செக் 505 உடன் சேர்த்து செக் 114 மற்றும் செக் 505 உடன் செக் 117 ஆகியவற்றின் அடிப்படையில் மௌலானா முஹமது அலியுடன் வேறு ஆறு நபர்களும் குற்றம்சாட்டப்பட்டனர். அப்படிக் குற்றம்சாட்டப்பட்டவர்களில் சாரதா பீடத்தின் சங்கராச்சாரியாரும் ஒருவராக இருந்தார்!

தான் குற்றமற்றவர் என்பது தொடர்பாக மௌலான முஹமது அலி முன்வைத்த வாதங்கள்:

இந்த முக்கியமான வழக்கின் அர்த்தம்தான் என்ன? முஸல்மான்களாகிய நாங்களும் இந்தியாவின் ஹிந்துக்களும் யாருடைய வழிகாட்டுதலின் அடிப்படையில் வழிநடத்தப்பட வேண்டும்? ஒரு முஸல்மானாக இருக்கும் நிலையில், சரியான பாதையில் இருந்து நான் விலகிச் சென்றால், புனித குர்ரானில் இருப்பதை எடுத்துக்காட்டி என் தவறைத் திருத்திக்கொள்ளச் சொல்லலாம். அல்லது இறுதி இறைத்தூதருடைய அதிகாரபூர்வ உரைகளை எடுத்துக்காட்டி என்னைத் திருத்தலாம். இறைவனின் சாந்தியும் சமாதானமும் நிலவட்டும். அல்லது இஸ்லாமின் மறைந்த மற்றும் உயிருடன் இருக்கும் அங்கீகரிக்கப்பட்ட ஞானிகள், இஸ்லாமின் ஆதாரமான இரண்டு அம்சங்களின் அடிப்படையில் சைத்தானின் ஆட்சி என்று அழைக்கப்படுவதை விரும்பாத இன்றைய அரசு எடுத்திருக்கும் நடவடிக்கைக்குச் சொல்லியிருப்பவற்றை எடுத்துக்காட்டி எனக்குப் புரியவைக்கலாம்.

நான் நிராகரித்திருப்பவை (இந்த அரசின் பார்வையில்) எனது அலட்சியம் அல்லது மாபெரும் பாவமாக ஆகுமென்றால் நான் அவற்றை நிராகரிக்கவில்லையென்றாலும் (என் மதத்தின் அடிப்படையில்) மாபெரும் குற்றமாகும். இந்த தேசத்தில் நான் எப்படி நிம்மதியாக வாழமுடியும்.

ஒன்று நான் பாவியாக இருக்கவேண்டும் அல்லது குற்றவாளியாக இருக்கவேண்டும். இஸ்லாம் ஒரே ஒரு இறையாண்மையை மட்டுமே ஏற்கிறது. இறைவனின் ஆட்சி மட்டுமே அனைத்தைவிட மேலானது. விலக்குகள் அற்றது; வளைக்கமுடியாதது; அப்புறப்படுத்த முடியாதது.

★

குடிமகனாக இருந்தாலும் படைவீரராக இருந்தாலும் முஸ்லிமின் ஆட்சியின் கீழ் இருந்தாலும் முஸ்லிம்

அல்லாதவரின் ஆட்சியின் கீழ் இருந்தாலும் குர்ரானே ஒரு முஸ்லிமின் வழிகாட்டு நெறி. அதை ஏற்று நடப்பதே இறைவனுக்கு அடிபணிந்து நடப்பதாகும். இறைத்தூதருக்கும் அவருடைய வம்சாவளி அல்லது விசுவாசிகளின் தளபதிக்கும் அடிபணிந்து நடப்பதே ஒரு முஸல்மானின் ஒரே கடமை. இந்த ஒற்றுமையின் கோட்பாடானது புரியாத கணித விதி போன்றது அல்ல. கல்வி அறிவுபெற்றவரோ அல்லாதவரோ ஒவ்வொரு முஸல்மானும் அன்றாடம் கடைப்பிடிக்கும் நம்பிக்கை.

முஸ்லிம் அல்லாதவர்களின் ஆட்சியின் கீழ் முஸ்லிம்கள் வேறு நாடுகளிலும் இதற்கு முன்பாகவும் அமைதியாக வாழ்ந்து வந்திருக்கிறார்கள். முஸ்லிம் அல்லாத ஆட்சியாளர்கள் விதித்த சட்ட திட்டங்கள் குர்ரானில் சொல்லப்பட்டிருக்கும் அனைத்தையும் ஆளும் இறைவனுடைய சட்ட திட்டங்களை மீறாமல் இருக்கும்வரை மட்டுமே ஆட்சியாளர்களின் சட்டங்களை மதிக்கமுடியும். எவற்றுக்கெல்லாம் கட்டுப்பட்டு நடக்கலாம் என்பது தொடர்பான இப்படியான தெளிவான விதிமுறையானது முஸ்லிம் அல்லாத ஆட்சியாளருடைய நாட்டுக்கு மட்டுமே என்று சொல்லப்படவில்லை. மாறாக, உலகம் முழுவதற்குமே பொருந்தக்கூடியது. அந்த இறைவனின் சட்டமானது எந்த நிலையிலும் விரிக்கவோ குறுக்கவோ முடியாதது (த ட்ரையல் ஆஃப் அலி பிரதர்ஸ், ஆர்.வி.தடனி, பக் 69-71).

நிலையான அரசு அமையவேண்டும் என்று விரும்பும் ஒருவருக்கு இது ஏற்புடையதாக இருக்காது. முஸ்லிம் சட்டமானது முஸ்லிம்களின் தாய்நாடாக இருக்கும்போது, இல்லாதபோது என்று இரண்டுவிதமான விதிமுறைகளைச் சொல்கிறது.

இஸ்லாமிய புனித சட்டத்தைப் பொறுத்தவரையில் உலகமானது தார் உல் இஸ்லாம் (இஸ்லாமிய பூமி) தார் உல் ஹராப் (போருக்கான பூமி) என்று இருவகைப்படும். முஸ்லிம்களால் ஆளப்படும் நாடுகள் தார் உல் இஸ்லாம் என்பப்படும். முஸ்லிம்களால் ஆளப்படாமல் அங்கு அவர்கள் குடிமகன்களாக மட்டுமே வசிக்கும் நாடுகள் தார் உல் ஹராப் எனப்படும். இஸ்லாமின் சட்டம் அப்படியாக இருக்கும் நிலையில் ஹிந்துக்களுக்கும் முஸ்லிம்களுக்கும் பொதுவான தாய் நாடாக இந்தியா இருக்கவே முடியாது. அது முஸ்லிம்களின் நாடாக இருக்கவேண்டும். ஹிந்துக்களும் முஸ்லிம்களும் சமமாக நடத்தப்படும் ஒரு நாடாக அது இருக்கவே முடியாது. மேலும்

முஸ்லிம்களால் ஆளப்படும்போதுதான் அது முஸ்லிம்களின் நாடாக இருக்கவும் முடியும். முஸ்லிம் அல்லாத ஆட்சியாளரின் கீழ்வந்த மறு கணமே அது முஸ்லிம்களின் நாடு இல்லை என்றாகிவிடும். தார் உல் இஸ்லாமாக இருப்பதற்கு பதிலாக தார் உல் ஹராப் ஆகிவிடும்.

இந்தப் பார்வையானது வெறும் கோட்பாட்டு ரீதியானது என்று நினைக்கவேண்டாம். ஏனென்றால் முஸ்லிம்களின் நடத்தையைத் தீர்மானிக்கும் செயல் ஊக்கம் மிகுந்த சக்தியாக இது மாறக்கூடியது. பிரிட்டிஷார் இந்தியாவை ஆக்கிரமித்தபோது முஸ்லிம்களின் நடத்தையை அது வெகுவாக பாதித்தது. பிரிட்டிஷ் அதிகாரமானது ஹிந்துக்கள் மனதில் பெரிய புகர்கள் எதையும் எழுப்பவில்லை. ஆனால், இந்தியாவில் வாழ்வது சரிதானா என்ற கேள்வியானது இஸ்லாமியர்களின் மனதில் உடனே எழுந்துவிட்டது. இந்தியாவானது தார் உல் இஸ்லாமா தார் உல் ஹராபா என்ற விவாதமானது டாக்டர் டைடஸைப் பொறுத்தவரையில் ஆரம்பித்து அரை நூற்றாண்டு நீடித்தது என்கிறார். இஸ்லாம் மீது தீவிர பற்று கொண்டவர்கள் சையது அஹமதுவின் தலைமையின் கீழ் அணி திரண்டு புனிதப் போர் முழக்கம் செய்தனர். முஸ்லிம்களின் ஆட்சியிருக்கும் பகுதிகளுக்கு இடம்பெயரும் ஹிஜ்ரத் பயணத்தை மேற்கொள்ளவேண்டுமென்று இந்தியா முழுவதும் கிளர்ச்சி வெடித்தது.

அலிகர் இயக்கத்தை முன்னெடுத்த சர் சையது அஹமதுவின் மேதமையானது இந்திய முஸல்மான்களை அவர்பக்கம் இழுத்தது. அவர் முஸ்லிம்கள் ஆளவில்லை என்பதாலேயே இந்தியா தார் உல் ஹராப் ஆகிவிடாது என்று அவர் சொன்னார். இந்தியாவை தார் உல் இஸ்லாம் என்று கருதவேண்டும். ஏனென்றால் இந்தியாவில் இருக்கும் முஸ்லிம்களுக்கு இஸ்லாமின் அனைத்து சடங்கு சம்பிரதாயங்களைப் பின்பற்றும் சுதந்தரம் இருக்கிறது என்று சொன்னார். ஹிஜ்ரத் பயணம் தொடர்பான எண்ணங்கள் மெள்ள மறைந்தன. ஆனால் இந்தியாவானது தார் உல் ஹராப் என்ற எண்ணமானது மறையவில்லை.

1920-21 வாக்கில் கிலாஃபத் இயக்கம் நடந்தபோது இந்தப் பேச்சுகள் மீண்டும் எழுந்தன. முஸ்லிம் மக்களிடையே இந்த இயக்கத்துக்கு ஆதரவு கிடைத்தது. இஸ்லாமியப் புனிதச் சட்டங்களுக்கு ஏற்ப நடக்க விருப்பம் தெரிவித்ததோடு கணிசமான எண்ணிக்கையிலான முஸ்லிம்கள் ஆஃப்கானிஸ்தானுக்கு இடம்பெயரவும் செய்தனர்.

தார் உல் ஹராப் பகுதியில் சிக்கிக் கொண்ட முஸ்லிம்களுக்கு ஹிஜ்ரத் பயணம் மேற்கொள்வது மட்டுமே ஒரே வழி என்று சொல்லமுடியாது. ஜிஹாத் என்ற ஒன்னொரு வழிமுறையும் இஸ்லாமிய சட்டத்தில் சொல்லப்பட்டிருக்கிறது. ஆட்சியில் இருக்கும் ஒரு முஸ்லிம் ஆட்சியாளர் உலகம் முழுவதையுமே தனது ஆளுகையின் கீழ் கொண்டுவர முயற்சி செய்யவேண்டும். தார் உல் இஸ்லாம், தார் உல் ஹராப் என்று இரண்டாகப் பிரிக்கப்பட்டிருக்கும் உலகில் ஒரு நாடானது இந்த இரண்டில் ஏதாவது ஒரு பிரிவில்தான் இருக்கும். எனவே தார் உல் இஸ்லாமில் இருக்கும் முஸ்லிம் ஆட்சியாளர் தார் உல் ஹராப் பகுதிகளை எல்லாம் தார் உல் இஸ்லாமாக மாற்றவேண்டும்.

ஹிஜ்ரத் பயணம் மேற்கொண்ட முஸ்லிம்களைப்போலவே ஜிஹாத் போரை முன்னெடுத்த முஸ்லிம்களும் இந்தியாவில் இருந்தனர். 1857 சிப்பாய் புரட்சியைக் கூர்ந்து அலசிப் பார்த்தால், அது பிரிட்டிஷாருக்கு எதிராக முஸ்லிம்கள் முன்னெடுத்த ஜிஹாத் போர்தான் என்பது நன்கு புரியவரும். பிரிட்டிஷாரின் ஆட்சி நீண்ட காலம் நீடித்துவிட்டதால் இந்தியாவானது தார் உல் ஹராப் ஆகிவிட்டது என்று நீண்ட காலமாகவே சையது அஹமது பிரசாரம் செய்துவந்த போர் குரலின் வெளிப்பாடாகவே அது முஸ்லிம் களினால் பார்க்கவும் படுகிறது. இந்தியாவை தார் உல் ஹராபிலிருந்து தார் உல் இஸ்லாமாக மாற்றுவதற்கான ஒரு முயற்சியே அந்தப் புரட்சி.

1919-ல் ஆஃப்கானிஸ்தானில் இருந்து படையெடுத்து வந்ததென்பது இதற்கான மிக சமீபத்திய உதாரணம். இந்தியாவில் கிலாஃபத் இயக்கத்தினருடைய பிரிட்டிஷ் எதிர்ப்பினால் வழிநடத்தப்பட்ட இந்திய முஸ்லிம்கள் ஆஃப்கானிஸ்தானில் இருந்து இந்தியாவை விடுவிக்க உதவி கேட்டு அழைத்திருந்தனர். அந்தப் படையெடுப்பினால் இந்தியா விடுதலை பெற்றிருக்குமா அல்லது அடிமைப்படுத்தப்பட்டிருக்குமா என்று சொல்ல முடியாது. ஏனென்றால் அந்தப் படையெடுப்பு நடக்கவே இல்லை. இந்தியா முழுவதுமாக முஸ்லிமின் ஆட்சியின் கீழ் இருந்திருக்க வில்லை. அது தார் உல் ஹராப்தான். இஸ்லாமின் சட்ட திட்டங்களின் படி ஜிஹாத் போர் முழக்கம் செய்வதென்பது சரிதான்.

ஜிஹாத் போர் அறிவிப்பதோடு அதை வெற்றி பெறச் செய்ய அந்நிய முஸ்லிம் சக்திகளைத் துணைக்கு அழைக்கவும் செய்யலாம். அந்நிய நாட்டு முஸ்லிம் ஆட்சியாளர் ஜிஹாத் போர்

அறிவித்து தாக்க வந்தால் அவருடைய படையெடுப்பு வெற்றிபெற உதவவும் செய்யலாம். திரு முஹமது அலி நீதிமன்றத்தில் ஜூரிகளிடம் தன் தரப்பு வாதத்தை முன்வைக்கும் போது இதை மிகவும் தெளிவாக விளக்கினார். அவர் சொன்னவை:

எங்களுடைய மதம் எப்படியானது, எங்கள் அன்றாடச் செயல்பாடுகளை அது எப்படியெல்லாம் வடிவமைக்கும் என்பதெல்லாம் இந்த அரசுக்குத் தெரியவில்லை. ஒரு விஷயத்தை நீங்கள் புரிந்துகொண்டாகவேண்டும்: தெளிவான நிரூபணம் இல்லாமல் ஒரு மத நம்பிக்கை கொண்ட முஸ்லிம் இன்னொரு மத நம்பிக்கை கொண்ட முஸ்லிம் மீது பழி சுமத்தமாட்டார். மிகப் பெரிய தவறு செய்திருக்கிறார்; தனது மதத்தைக் காப்பாற்ற ஆயுதம் ஏந்தவில்லை (1919-ல் பிரிட்டிஷாருக்கும் ஆஃப்கானியர்களுக்கும் இடையிலான போர் பற்றிச் சொல்லப்பட்டிருக்கிறது) என்பது போன்ற தவறுகள் செய்தால் மட்டுமே ஒரு முஸ்லிம் இன்னொரு முஸ்லிம் மீது தாக்குதல் நடத்துவார். அதுதான் எங்கள் இப்போதைய நிலைப்பாடு. ஆஃப்கானிய அமீர் எங்கள் மதத்துக்கு எதிராக செயல்பட்டிருப்பதாக எங்களுக்குத் தெரியவராதவரையில் முஸ்லிம் படைவீரர்களும் இருக்கும் இந்திய ராணுவமானது ஆஃப்கானியர்களைத் தாக்குவதை நாங்கள் விரும்பவில்லை. எங்களுடைய உதவியும் ஆதரவும் பெற்றும் ஆஃப்கானிஸ்தானை ஆக்கிரமிக்கவும் அதன் பின் பல்வேறு இடையூறுகளை அவர்களுக்கு இழைக்கவும் இந்தியப் படையை அனுமதிக்கமாட்டோம்.

மாறாக ஸ்டேட் செகரட்டரி வெளிப்படையாகச் சொல்லி இருப்பதுபோல் மாண்புமிகு ஆஃப்கானிய அமீருக்கு இந்தியாவுடனோ இந்திய மக்களுடனோ எந்தவிதப் பகைமையும் இல்லை; முஹமதிய உலகில் இருக்கும் பதற்றமான சூழலே அவருடைய நடவடிக்கைகளுக்குக் காரணம். பலவீனமானவர்களுக்கு ஹிஜ்ரத் பயணம் மேற்கொள்ள விதிக்கப்பட்டிருப்பதுபோல் பலமானவர்களுக்கு ஜிஹாத் போர் விதிக்கப்பட்டிருக்கிறது. கிலாஃபத்துக்கு எதிராகப் போர் அறிவித்திருப்பவர்களுக்கும் ஜிஹாத் போர் ஆரம்பித்திருப்பவர்களுக்கும் இடையிலான மோதலை அவர் முடிவுக்குக் கொண்டுவர முடிவெடுத்திருக்கிறார்.

யாரெல்லாம் ஜஸிரத் அல் அராப் மற்றும் புனிதப் பகுதிகளை எல்லாம் ஆக்கிரமித்துள்ளனர்; இஸ்லாமை பலவீனப்படுத்த

யாரெல்லாம் முயற்சி செய்கிறார்கள். ஒடுக்க நினைக்கிறார்கள். இஸ்லாமிம் நோக்கங்களை முன்னெடுத்துச் செல்ல யாரெல்லாம் சுதந்தரம் தரவில்லை. அப்படியானவர்களுக்கு ஒருமுஸல்மான் எந்தவொரு உதவியும் செய்யக்கூடாது. அதுபோல் ஜிஹாத் போரானது எனது பகுதிக்கு வந்தால் அங்கிருக்கும் ஒவ்வொரு முஸ்லிமும் முஜாஹிதீன் போரில் இணைந்து, ஒவ்வொரு ஆணும் பெண்ணும் தமது சக்திக்கு ஏற்ப உதவி புரியவேண்டும்.

இஸ்லாம் முன்வைக்கும் மிகத் தெளிவான, கேள்விகளுக்கு அப்பாற்பட்ட விதி இது. இஸ்லாமியரல்லாத ஆட்சியாளரின் கீழ் வசிக்க நேரும் இஸ்லாமியருடைய மதக் கடமை என்ன என்பது தொடர்பாகக் கேட்கப்பட்ட கேள்விக்கு இதை நாங்கள் தெளிவாக எடுத்துச் சொல்லியிருக்கிறோம்.

இஸ்லாமின் இன்னொரு முக்கியமான விதி என்னவென்றால் அது நிலப்பரப்புகள் மீதான பற்றை அங்கீகரிப்பதில்லை. அதனுடைய பந்தம் எல்லாம் சமூக, மத அம்சங்கள் சார்ந்தவை மட்டுமே. எனவே நிலப்பரப்புகளுக்கு அப்பாற்பட்டது. இங்கும் மௌலானா முஹமது அலி சொன்னவையே மிகச் சிறந்த எடுத்துக்காடாக விளங்குகின்றன. கராச்சி செஷன்ஸ் நீதிமன்றத்தில் ஜுரிகளின் முன் அவர் சொன்னவை:

ஒரு விஷயத்தை நான் இங்கு தெளிவுபடுத்த விரும்புகிறேன். முஸ்லிம்கள் அல்லாதவர்கள் மத்தியில் குறிப்பாக அதிகாரவர்க்க மட்டத்தில் இருப்பவர்களுக்கு நாங்கள் சொல்லவிருக்கும் எங்கள் மத போதனைகள் பற்றி எதுவும் தெரியாது. ஒரு முஸல்மானின் மத நம்பிக்கை என்பது வெறும் ஒரு சில புனிதக் கோட்பாடுகளை நம்புவதும் அவற்றை வெறுமனே பின்பற்றுவதும் மட்டுமே அல்ல. தன்னால் முடிந்த அளவுக்கு எந்தவித வற்புறுத்தலையும் மேற்கொள்ளாமல் பிறரையும் தனது மதத்தின் நம்பிக்கைகள், சடங்குகளை ஏற்றுக்கொள்ளவைப்பதும்தான். குர்ரானில் இது அம்ரிபில்மரூஃப் மற்றும் நஹி அனில்முங்கர் என்று குறிப்பிடப்பட்டுள்ளது. இஸ்லாமின் மிக முக்கியமான இந்த விஷயங்கள் பற்றி இறைத்தூதர் சொன்ன சில அத்தியாயங்களில் தெளிவாகக் குறிப்பிடப்பட்டிருக்கிறது. நான் எனது சகோதரனுடைய பாதுகாவலன் அல்ல என்று ஒரு முஸல்மான் சொல்லவே கூடாது. ஒருவர் தான் மட்டுமே நல்லவராக இருந்து நல்லவற்றைச் செய்து வந்தால் போதாது.

மற்றவர்களை நல்லவழிப்படுத்துதல், தீய வழியில் இருந்து அவர்களைக் காப்பது ஆகியவையுமே ஒருவரின் மீட்சிக்கு வழிவகுக்கும். எனவே, இஸ்லாமின் முஜாஹித் போராளிகளுக்கு எதிராகப் போரிட வேண்டிய கட்டாயம் ஒரு முஸ்லிமுக்கு வந்தால், மனப்பூர்வமாக அதை எதிர்ப்பதோடு, தனது மீட்சியை அவர் அடைய விரும்பினால், என்ன இடர்பாடு வந்தாலும் தனது சகோதரர்களையும் அந்தப் போரை எதிர்க்கவைக்கவேண்டும். அப்போதுதான் அவருக்கு மீட்சி சாத்தியம். இதுவே எங்களுடைய நம்பிக்கை. ஒவ்வொரு முஸல்மானின் நம்பிக்கையும் இதுவே. மிகவும் எளிய வழியில் நாங்கள் அதன் படி நடக்கவே விரும்புகிறோம். இந்த மத போதனையைப் பின்பற்ற எங்களுக்கு சுதந்தரம் மறுக்கப்படுமானால், இப்படியான சுதந்தரம் இல்லாத நாடானது இஸ்லாமியர்கள் வாழ உகந்ததுஅல்ல என்ற முடிவையே நாங்கள் எடுப்போம்.

இதுவே உலகளாவிய இஸ்லாமியம். இதனால்தான் இந்தியாவில் இருக்கும் ஒவ்வொரு முஸ்லிமும் 'நான் முதலில் முஸ்லிம். அதன் பிறகே இந்தியன்' என்று சொல்லவைக்கிறது. இதனால்தான் இந்திய முஸ்லிம்கள் இந்தியாவின் வளர்ச்சிக்கு மிக சொற்பமாகவே பங்களித்திருக்கிறார்கள். முஸ்லிம் நாடுகளின் நலனுக்காகவே மிக அதிகமாகப் பாடுபடுகிறார்கள். இதனால்தான் முஸ்லிம்களின் மனதில் இந்தியா இரண்டாவது இடத்தில்தான் இருக்கிறது. முஸ்லிம் நாடுகளே முதலிடத்தில் இருக்கின்றன.

முதல் பால்கன் போர் தொடங்கிய 1912 தொடங்கி 1922-ல் ஐரோப்பிய சக்திகளுடன் துருக்கி சமாதனத்துக்கு வந்ததுவரை இந்திய முஸ்லிம்கள் இந்திய அரசியலில் எந்தவொரு அக்கறையையும் காட்டியிருக்கவில்லை. துருக்கி, அரேபிய விவகாரங்களிலேயே அவர்கள் முழு கவனத்துடன் இருந்தனர்.

ஆகா கான் சொல்பவை முஸ்லிம்களின் இலக்குகள் பற்றித் தெளிவாக விளக்குகின்றன.

ஆன்ம சகோதரத்துவம், இறைத்தூதரின் குழந்தைகளின் ஒற்றுமை இதுவே சர்வ தேச இஸ்லாமியத்தின் கோட்பாடு. ஒவ்வொரு விசுவாசமான அர்ப்பண உணர்வு கொண்ட முஸல்மானும் இந்த உணர்வைக் கொண்டவர்களே. பாரசீக அராபியக் கலாசாரத்தில் ஆழமாக, நிரந்தரமாக வேரூன்றியிருக்கும் அம்சம் இதுவே. உலகின் மகத்தான நாகரிகத்துக்கு முதல் கட்டத்தில் இஸ்லாம் என்று

பெயரிட்டோம். சீனா தொடங்கி மொராக்கோ வரை, வோல்கா தொடங்கி சிங்கப்பூர் வரை பரந்து விரிந்து இருக்கும் சக முஸ்லிம்கள் மீதான பரோபகாரம் மற்றும் நல்லெண்ணம் என்பதை அது குறிக்கிறது. இஸ்லாமிய இலக்கியங்கள், கவின் கலைகள், அருமையான கட்டடக் கலைகள், மயக்கும் கவிதைகள் ஆகியவற்றின் மீது தணியாத தாகம் கொண்டிருப்பதை அது உணர்த்துகிறது. இறை நம்பிக்கையின் ஆரம்ப கால அழகு மற்றும் தூய்மைத்தன்மையை நோக்கித் திரும்புதல் என்பதையும் அது குறிக்கிறது.

வாதப் பிரதிவாதங்கள் மூலம் அதைப் பரப்புதல், தனி நபர் ஒவ்வொருவரிலும் இருக்கும் ஆன்மிக சக்தியை நோக்கித் திரும்புதல், மனித குலத்துக்கு நன்மைகள் செய்தல் ஆகிய உண்மையான சீர்திருத்தத்தை அது குறிக்கிறது. மிகவும் இயல்பான இந்த ஆன்மிக இயக்கமானது இறைவனையும் அவருடைய போதனைகளையும் மட்டுமல்லாமல் துருக்கியர், ஆஃப்கானிஸ்தானியர், இந்தியர், எகிப்தியர் என இறைவனின் அனைத்துக் குழந்தைகள் மீதும் அன்பைப் பொழியச் சொல்கிறது. காஷ்கர் அல்லது சரஜீவோவில் ஏற்படும் ஒரு பஞ்சம் அல்லது காட்டுத் தீயானது தில்லியிலும் கெய்ரோவிலும் வாழும் முஸல்மான் மனதில் உடனேயே ஒரு கருணையை கிளர்ந்தெழச் செய்யும். உடனேயே பொருளுதவி செய்ய அவர்களைத் தூண்டும். இஸ்லாமின் உண்மையான ஆன்மிக கலாசார ஒற்றுமையானது மேலும் மேலும் வளரவேண்டும். ஏனென்றால் இறைத்தூதரின் வழி நடப்பவருடைய ஆன்மாவின் உயிராதாரமே அதுதான்.

இந்த ஆன்மிக சர்வ தேச இஸ்லாமியம் என்பது அரசியல் தளத்திலும் சர்வ தேசத்தன்மையைக் கொண்டுவருமென்றால் அதை இயல்புக்கு மாறானது என்று நிச்சயம் சொல்லமுடியாது. இதனால்தான் ஆகா கான் கீழ்கண்டவாறு சொல்லியிருக்கிறார் என்று நினைக்கிறேன்.

பாரசீகம், ஆஃப்கானிஸ்தான், அரேபியா இவையெல்லாம் விரைவிலேயே ஒரு மாபெரும் கண்டம் சார் வல்லாதிக்க சக்தியாக ஆகமுடியும் என்பதை ஒரு இந்திய தேசபக்தர் புரிந்துகொள்ளவேண்டும். ஜெர்மனி போல் அல்லது ரஷ்யாவின் பிரிவுக்குப் பின்னர் உருவாகப்போவதுபோல் அது இருக்கும். அல்லது அந்த இஸ்லாமிய நாடுகள் மாபெரும் இந்திய சாம்ராஜ்யத்துடன் இணைந்து செயல்படவேண்டும்.

வலிமையான அண்டை நாடுகளுடன் சிறிய நாடுகள் எல்லாம் இணைந்துகொள்ளவேண்டும் என்று உலக வரலாறு நிர்பந்திக்கிறது. ஐரோப்பாவில் இதை நம்மால் வெளிப்படையாகப் பார்க்க முடிந்திருக்கிறது. ஆசியாவிலும் இனிமேல் இது உணரப்படும். இந்தியாவின் அருகிலேயே மிகவும் வலிமையான பகை உணர்வு கொண்ட நாடுகள் இருக்கின்றன. இதனால் ராணுவச் செலவுகள் பெருமளவுக்கு அதிகரித்து வருகின்றன. முஹமதிய அண்டை நாடுகளை பரஸ்பர நன்மைகள் மற்றும் நல்லெண்ணத்தில் தன் பக்கம் நெருங்கி வரவைக்காமல் இனியும் இந்தியாவால் அலட்சியமாக இருக்கமுடியாது.

இந்தியாவுக்குள் என்று பார்த்தால், ஒவ்வொரு பிரந்தியமும் தனிப்பட்ட உரிமைகள், அவற்றின் விசேஷ வரலாறு, இயல்பான விருப்பங்கள் இவற்றை வெளிப்படுத்த முடியும்படியான கூட்டமைப்புதான் இந்தியாவுக்கு நன்மையையும் ஒற்றுமையையும் தரும். அந்நிய சக்திகளின் மூலமான அபாயங்கள், பொருளாதார சுரண்டல்கள் இல்லாத வகையில் பொதுவான ராணுவப்படையும் பொருளாதார ஒற்றுமையும் இந்தக் கூட்டமைப்பில் இருக்கவேண்டும். இப்படியான கூட்டமைப்பானது சிலோனை அதன் இயல்பான தாயின் அரவணைப்பின் கீழ் கொண்டுவரும். அதன் பின்னர் நாம் குறிப்பிட்டிருக்கும் நன்மைகள் எல்லாம் ஒவ்வொன்றாக நடக்கத் தொடங்கும். நீதி, சுதந்தரம், ஒவ்வொரு இனம், மதம், வரலாற்று அம்சங்கள் இவற்றுக்கான அங்கீகாரம் ஆகியவற்றின் அடிப்படையில் பரந்துவிரிந்த தென் ஆசிய கூட்டமைப்பு ஒன்றை உருவாக்கவேண்டும்.

பாரசீக, ஆஃப்கானிய தேசங்களின் முன்னோக்கிய படையெடுப்புக்கு உதவுவதன் மூலம் இந்தியாவுக்கு வட மேற்கு எல்லையில் இரண்டு மாபெரும் அரண்கள் உருவாகும். ஜெர்மனியோ ஸ்லோவியர்களோ துருக்கியர்களோ மங்கோலியர்களோ யார் நினைத்தாலும் அதை மீறி நம்மை நெருங்க முடியாது.

இந்தியாவில் ஆரோக்கியமான கூட்டமைப்பு மலரவேண்டும். ஒவ்வொரு பிராந்தியத்துக்கும் சுய நிர்ணய உரிமை தரப்படவேண்டும். சமஸ்தானங்களுக்கிடையிலான சுதந்தரம் முழுமையாகத் தரப்படவேண்டும். நிஜாமின் தலைமையில் பேரார் பகுதியையும் உள்ளடக்கிய ஹைதராபாத் ராஜ்யம்

> உருவாக்கப்படவேண்டும். இந்தியாவில் சுதந்த்ரமும் ஒழுங்கும் சுய நிர்ணய உரிமையும் இருக்கும். அதே நேரம் ஏகாதிபத்திய ஒருங்கிணைவும் இருக்கும். கூட்டமைப்பின் நன்மைகளைப் பெற்றபடியே நல்லெண்ணத்தினால் பிணைக்கப்பட்ட சுய நிர்ணய அரசுகளும் செயல்படும். அவை சூரியனே மறையாத மாபெரும் சாம்ராஜ்யத்தின் எல்லையற்றை வலிமையைப் பெற்றதாகவும் இருக்கும். மெசபடோமியா, அரேபியா போன்ற பகுதிகளில் பெயரளவில் இருக்கும் பிரிட்டிஷ் செல்வாக்கு நான் சொல்லியிருக்கும் இந்த ஆலோசனையினால் பெருமளவுக்கு அதிகரிக்கும்.

தெற்கு ஆசியக் கூட்டமைப்பு இந்தியாவுக்குச் செய்யும் நன்மையைவிட அரேபியா, மெசபடோமியா போன்ற நாடுகளுக்குத்தான் அதிக நன்மையைத் தரும். இதிலிருந்து இந்திய முஸல்மான்களின் மனதில் இயல்பாகவே இந்தியாவின் நன்மையைக் காட்டிலும் பிற முஸ்லிம் நாடுகளின் நன்மையே பிரதானமாக இருக்கிறது என்பது தெரியவருகிறது.

தெற்காசியக் கூட்டமைப்பு என்ற ஒன்று மட்டும் உருவாகி இருந்தால் எப்படியான அபாயமாக அது இருந்திருக்கும். ஹிந்துக்கள் அனைவரும் மிக மோசமான முறையில் சிறுபான்மையாக்கப்பட்டிருப்பார்கள். இந்திய வருடாந்தர ரெஜிஸ்டர் சொல்லும் இன்னொரு விஷயத்தையும் இதனுடன் இணைத்துப் பார்க்கலாம். இந்திய இஸ்லாமியர்களில் பிரிட்டிஷ் ஏகாதிபத்தை ஆதரிப்பவர்கள் ஆங்கிலோ முஸ்லிம்களுடன் ஒரு கூட்டணி அனைக்கும் வேலைகளில் தீவிரமாக ஈடுபடுகிறார்கள். அரேபியாவில் தொடங்கி மலாயா தீவுக்கூட்டங்கள் வரை தெற்கு ஆசியாவில் பிரிட்டிஷ் ஆட்சியை நிலைநிறுத்த முயற்சி செய்துவருகிறார்கள். இந்த நடவடிக்கைகளில் முதற்கட்டமாக முஸ்லிம்கள் துணை நிலையில் இருந்து செயல்படுவார்கள். நேரம் வந்ததும் முதன்மை இடத்தைப் பிடிப்பார்கள். உலகப் போர் காலங்களில் இந்தியா இன் டிரான்சிஷன் என்ற தலைப்பில் மாண்புமிகு திரு ஆஹா கான் எழுதியிருப்பவற்றை இந்தக் கோணத்தில் புரிந்துகொள்ளவேண்டும். பிரிட்டிஷ் கேபினெட்டில் குடியேற்ற நாடுகளுக்கான ஸ்டேட் செகரட்டரியாக இருந்த திரு வின்ஸ்டன் சர்ச்சில் போர் முடிந்த பின்னர், மத்திய கிழக்கு நாடு தொடர்பான ஆவணக் களஞ்சியத்தில் மத்திய கிழக்கு சாம்ராஜ்யத்துக்கான செயல்திட்டம் தயாராக இருப்பதைப் பார்த்திருக்கிறார் (ஹோம் பாலிட்டி, இந்தியப் பிரிவு, தொகுதி 2, பக் 48).

அரசாங்கம் என்பது அதிகாரத்துக்குக் கீழ்படியவேண்டும் என்பதை அடிப்படையாகக் கொண்டது. ஆனால், ஹிந்துக்கள் மற்றும் முஸ்லிம்களின் சுய நிர்ணய ஆட்சியை அமைக்க விரும்புபவர்கள் எல்லாம் இந்த கீழ்படிதலானது எதன் அடிப்படையில் வரும்... நெருக்கடி காலங்களில் அது எப்படி இருக்கும் என்பதைப் பற்றி யோசித்துப் பார்ப்பதே இல்லை. சுய நிர்ணய ஆட்சி என்றால் கூட்டாகப் பணிபுரிவதுதானே ஒழிய ஒருவருக்குக் கீழே மற்றவர் பணிபுரிதல் என்று அர்த்தமில்லை. இது கோட்பாட்டளவிலான உண்மை. நடைமுறையில் அன்றாட உலக நிகழ்வுகளில் சிறுபான்மை-பெரும்பான்மையாக இருக்கும் மக்கள் திரளானது ஒற்றை பிரதிநிதித்துவ அரசின் கீழ் கொண்டுவரப்பட்டால் சிறுபான்மை பிரிவானது பெரும்பான்மையின் கீழ் பணிபுரிவ தாகவே அது அமையும். சிறுபான்மையானது அப்படிக் கீழே பணிபுரியுமா புரியாதா என்பது பெரும்பான்மையின் ஆட்சி அதிகாரத்துக்கு எந்த அளவுக்குக் கீழ்ப்படிதலுடன் நடக்கும் என்பதைச் சார்ந்தது.

பெல்ஃபர் முன்வைத்த கோட்பாட்டின்படி சுய நிர்ணய அரசின் வெற்றி என்பது அந்த மக்கள் திரளானது ஒரே குழுவினராக இருந்தால் மட்டுமே சாத்தியமாகும். ஆட்சியில் இருக்கும் அரசியல் அமைப்புக்கு அடி பணிந்து நடக்கவேண்டும் என்ற தன் விருப்பமும் மிகவும் அவசியம். அப்போதுதான் சுய நிர்ணய அரசு வெற்றிபெறமுடியும் என்ற அம்சத்தை அவர் கணக்கில் கொள்ளத் தவறிவிட்டார்.

நாடாளுமன்ற அரசானது வெற்றிகரமாக நடப்பதற்குத் தேவையான இந்த இரண்டாவது நிபந்தனையானது ஜேம்ஸ் பிரைஸ் மூலம் விரிவாகப் பேசப்பட்டுள்ளது. அரசியல் ஒருமைப்பாடு பற்றிப் பேசும்போது பிரைஸ், 'ஓர் அரசை உருவாக்குவதில் அதிகாரத்துக்குப் பங்கு உண்டு. ஆனால், அதுவே பிரதான சக்தி என்று சொல்ல முடியாது. அரச உருவாக்கத்துக்குத் தேவைப்படும் பல அம்சங்களில் அதுவும் ஒன்று. மிகவும் முக்கியமானது அல்ல' என்று சொல்கிறார். அரசியல் சமூகங்களை உருவாக்குதல், வார்த்தல், விரிவுபடுத்துதல், பிணைத்தல் போன்றவற்றின்போது அதிகாரத்தைவிடக் கீழ்ப்படிதலே மிகவும் அவசியம்.

இப்படியாக ஓர் அரசாங்கத்தின் உத்தரவுகளுக்குக் கீழ்ப்படிதல், அவற்றை அனுசரித்து நடந்துகொள்ளுதல் எல்லாம் ஓர் அரசின் கீழ் இருக்கும் பல்வேறு குழுக்களில் இருப்பவர்களின்

மனோபாவங்களைச் சார்ந்தது. எவை இந்த கீழ்ப்படிதலை உருவாக்கும் என்று பிரைஸ் சொல்கிறாரென்றால், 'மரியாதை, சகிப்புத்தன்மை, புரிதல், பயம், பகுத்தறிவு ஆகியவையே' என்கிறார். எல்லாவற்றுக்குமே சம பங்கு உண்டு என்று சொல்லமுடியாது. கீழ்ப்படிதலை உருவாக்குதில் ஒவ்வொன்றுக்குமான முக்கியத்துவம் வேறுபடும். 'பயம் மற்றும் பகுத்தறிதலின் மூலம் உருவாகும் கீழ்ப்படிதலானது சகிப்புத் தன்மையினால் வருவதைவிட மிகவும் குறைவு. மரியாதை, புரிதல் இவற்றினால் வரும் கீழ்ப்படிதலைவிட மிக மிகக் குறைவு' என்றும் பிரைஸ் குறிப்பிட்டிருக்கிறார். இந்தக் கோணத்தில் பார்த்தால் மரியாதை, புரிதல் இவையே மக்கள் திரளை ஓர் அரசுக்குக் கீழ்ப்படிதல் உள்ளவர்களாக ஆக்குவதில் பெரும்பங்காற்றுகின்றன.

ஓர் அரசாங்கம் திறம்படச் செயல்பட அரசியல் கட்சிகளின் ஒற்றுமை எந்த அளவுக்கு முக்கியமோ அதுபோலவே ஓர் அரசாங்கம் நிலையானதாக இருக்க அரசுக்கு அந்த மக்களின் கீழ்ப்படிதல் மிகவும் அவசியம். ஓர் அரசை நிலைநிறுத்துவதில் கீழ்ப்படிதலின் முக்கியத்துவத்தைக் குறைந்தபட்ச புத்தியுள்ள எவரும் கேள்வி கேட்கமாட்டார். கீழ்ப்படிதலின்மை இருந்தால் கலகமே பெருகும்.

ஹிந்துக்கள் அதிகமாக இருந்து கட்டுப்படுத்தும் அரசுக்கு முஸ்லிம்கள் எந்த அளவுக்குக் கீழ்ப்படிதலுடன் இருப்பார்கள்?

இந்தக் கேள்விக்குப் பதில் சொல்லப் பெரிய ஆராய்ச்சி எல்லாம் தேவையில்லை. முஸ்லிம்களைப் பொறுத்தவரையில் ஓர் ஹிந்து என்பவர் காஃபிர். மதிக்கத் தகுந்தவர் அல்ல; இழி குலத்தில் பிறந்தவர்; சமூக அந்தஸ்து இல்லாதவர். இதனால்தான் ஒரு காஃபிரால் ஆளப்படும் நாடானது ஒரு முஸ்லிமுக்கு தாருல் ஹராப். இந்த நிலையில், ஹிந்து அரசுக்கு முஸ்லிம்கள் கீழ்ப்படியமாட்டார்கள் என்பதை எடுத்துக்காட்ட வேறு எந்தவொரு நிரூபணமும் தேவையே இல்லை. காஃபிர் என்று அழைக்கப்படுவது தொடர்பாக ஹிந்துக்கள் வருத்தப்படும் உரிமை ஹிந்துக்களுக்கு இல்லை. ஏனென்றால் அவர்கள் தொடர்பு கொள்ளத் தகுதியற்ற மிலேச்சர்கள் என்று முஸ்லிம்களை சொல்கிறார்கள்.

ஒரு அரசுக்குக் கீழ்படிந்து நடக்கவேண்டும் என்ற எண்ணத்தை உருவாக்கும் மரியாதையும் புரிதலும் இஸ்லாமியர் மனதில் துளியும் இல்லை. இந்த உண்மையைப் புரிந்துகொள்ள மேலும் உதாரணங்கள் தேவையென்றால் ஏராளம் இருக்கவும்

செய்கின்றன. எந்த அளவுக்கு அதிகமென்றால் எதைச் சொல்ல, எதைவிட என்று திணறும் அளவுக்கு அதிக உதாரணங்கள் இருக்கின்றன.

கிலாஃபத் இயக்கம் தீவிரமாக நடந்துகொண்டிருந்த நேரம். ஹிந்துக்கள் எல்லாம் முஸ்லிம்களுக்கு ஓடோடிச் சென்று உதவிகள் புரிந்து வந்த நேரம். அப்போதும்கூட ஹிந்துக்கள் எல்லாம் தம்மைவிட தாழ்ந்த, இழிவான இனத்தைச் சேர்ந்தவர்கள் என்றே முஸ்லிம்கள் கருதினர். 'இன்சாஃப்' என்ற கிலாஃபத் ஆதரவு செய்தித்தாளில் ஒரு முஸ்லிம் எழுதியவை:

> ஸ்வாமி, மகாத்மா என்றால் என்ன அர்த்தம்? முஸ்லிம் அல்லாதவர்களை அந்தப் பெயர்களில் அழைக்கவோ எழுதவோ முஸ்லிம்கள் செய்யமுடியுமா? ஸ்வாமி என்றால் எஜமான் என்று பொருள். மஹாத்மா என்றால் அதி உயர்ந்த ஆன்மிக வலிமை கொண்ட நபர் என்று பொருள். ருஹ் இ ஆஸம் உன்னத ஆன்மா என்று பொருள்.
>
> முஸ்லிம் அல்லாதவர்களை இப்படியான மதிப்பும் மரியாதையும் உள்ள பட்டங்களைக்கொண்டு அழைப்பது சரியா தவறா என்று பத்வா விதிக்கும்படி முஸ்லிம் மதத் தலைவர்களிடம் இவர் கேட்டுக்கொண்டார்.

1924-ல் திரு காந்தி கோல் சிறையில் இருந்து விடுவிக்கப்பட்டதைத் தொடர்ந்து தில்லியில் ஹகீம் அஜ்மல் கான் நடத்திவந்த திப்பியா யுனானி மருத்துவ கல்லூரியில் ஒரு விழா நடந்தது. ஒரு ஹிந்து மாணவர் காந்தியை ஹஸ்ரத் ஈஸாவுக்கு (இயேசுவுக்கு) இணையாகச் சொன்னதாக ஓர் செய்தித்தாள் தெரிவிக்கிறது. இதைக் கேட்டதும் அங்கிருந்த முஸ்லிம் மாணவர்கள் எல்லாம் கொதித்தெழுந்து அந்த ஹிந்து மாணவரைத் தாக்கப்போவதாக மிரட்டினர். முஸல்மான் பேராசிரியர்களுமேகூட சக முஸ்லிம் களுடன் சேர்ந்துகொண்டு தமது கோபத்தை வெளிக்காட்டியதாக அந்தச் செய்தி தெரிவிக்கிறது.

1923-ல் திரு முஹமது அலி இந்திய தேசிய காங்கிரஸின் ஒரு கருத்தரங்குக்குத் தலைமை தாங்கினார். திரு காந்தியைப் பற்றிக் கீழ்க்கண்டவாறு பேசியிருக்கிறார்:

> பலரும் மஹாத்மாவின் கொள்கைகளையும் சமீப காலமாக அவர் அனுபவிக்கும் துயரங்களையும் இயேசுவுடைய (அவர் மீது சமாதானம் நிலவட்டும்) துயரங்களுடன் இணைத்துப் பேசுகிறார்கள். இயேசு நாதர் இந்த உலகை எதிர்த்துப் போராடக்

கிளம்பியபோது சீர்திருத்தத்தின் புதிய ஆயுதங்களை அவர் தேர்ந்தெடுக்க வேண்டியிருந்தது. வலியை ஏற்றுக்கொள்ளுதல், விலகி நிற்றல், அதிகாரத்தை அதி தூய அன்பினால் வெல்லுதல், என ஏபெலும் கேனானும் இருந்த ஆதி காலங்களில் முதல் மனிதர் போல் நடந்துகொண்டார்.

அது எப்படி இருந்தாலும் அவையெல்லாம் மகாத்மா காந்திக்கும் பொருந்தவே செய்கின்றன. நமது காலத்தின் கிறிஸ்துவைப் போலிருக்கும் (அவமானம் அவமானம்...) ஒரு நபரை கிறிஸ்தவ அரசானது கொடுமைப்படுத்துகிறது. சமாதானப் பிரபுவைப் போல் பொது விவகாரங்களில் நடந்துகொள்ளும் ஒருவரைப் பார்த்து பொது அமைதியைக் குலைப்பவர் என்று சொல்லி தண்டிக்கிறது. மகாத்மா காந்தி வருவதற்கு முன்பாக இந்தியாவானது இயேசுவின் வருகைக்கு முந்தைய யூதேயு போல் துயரம் நிரம்பியதாக இருந்தது. இயேசு நாதர் யூதேயுவில் இருந்தவர்களுக்கு என்ன நல்வழி காட்டினாரோ அதையே காந்தியடிகள் இந்தியர்களுக்குக் காட்டிவருகிறார். வேதனையைத் தாங்கிக் கொள்வதன் மூலம் ஆத்ம பரிசுத்தம் செய்துகொள்கிறார்.

ஓர் அரசாங்கத்தின் பொறுப்புகளை ஏற்க ஒழுக்கம் மற்றும் தார்மிக ரீதியில் பயிற்சி அளிக்கிறார். ஸ்வராஜ்யம் பெறுவதற்கு முன்பாக சுய ஒழுங்கு அவசியம் என்கிறார். இவையே மகாத்மாவின் எண்ணமும் செயலும். அலஹாபாத் காங்கிரஸ் மாநாட்டில் சென்று முடிந்த மத்தான வருடத்தில் வாழும் பேறு பெற்ற நாங்கள், மாபெரும் மக்கள் திரளின் சிந்தனை, உணர்வுகள் செயல்பாடுகள் ஆகியவற்றில் அவர் என்ன விதமான மகத்தான மாற்றங்களை அதி விரைவாகக் கொண்டு வந்தார் என்பதைக் கண்ணாறக் கண்டோம்.

ஒரு வருடம் கழித்து அலிகர் மற்றும் அஜ்மீர் பகுதிகளில் நடந்த மாநாட்டில் பேசியபோது அதே திரு முஹமது அலி சொன்னார்:

திரு காந்தியின் நடத்தை எவ்வளவு உயர்ந்ததாக இருந்த போதிலும் மோசமான நடத்தை கொண்ட இஸ்லாமியர் ஒருவரைவிட அவர் மிகவும் தாழ்ந்தவராகவே எனக்கு என் மதத்தின் பார்வையில் தோன்றுகிறார்.

இந்தக் கூற்று பெரும் எதிர்ப்பைக் கிளப்பியது. திரு காந்தியை மிகவும் உயர்வாகப் பேசிய திரு முஹமது அலி இப்படி அவரைப்

பற்றி வெறுப்புடன் தரக்குறைவாகப் பேசவும் செய்வார் என்று யாராலும் நம்பவே முடியவில்லை. லக்னோவில் அமினாபாத் பார்க் பகுதியில் திரு முஹமது அலி பேசியபோது நீங்கள் சொன்னதாகச் சொல்லப்படுவதெல்லாம் உண்மையா என்று கேட்கப்பட்டது. எந்தத் தயக்கமும் இல்லாமல் திரு முஹமது அலி சொன்னார் : 'என் மதத்தைப் பொறுத்தவரையில் ஒழுக்கத்தில் கீழான நிலையில் இருக்கும் ஒரு முஸ்லிமைக்கூட காந்தியைவிட உயர்வாகவே நான் கருதுவேன்'.

காஃபிரான காந்தியை இயேசுவுக்கு சமமாக உயர்த்திப் பேசியதென்பது பழமைவாத முஸ்லிம்களுக்குப் பிடிக்கவில்லை என்பதால் திரு முஹமது அலி தனது பார்வையை மாற்றிக்கொள்ள நேர்ந்ததாக அப்போது சொல்லப்பட்டது. ஒரு காஃபிரை அப்படிப் புகழ்வது இஸ்லாமின் புனித நூல்களில் தவறென்று சொல்லப் பட்டிருக்கிறது.

1928-ல் வெளியிடப்பட்ட ஹிந்து, முஸ்லிம் உறவுகள் பற்றிய அறிக்கையில் க்வாஜா ஹஸன் நிஜாமி சொன்னது:

> முஸ்லிம்கள் ஹிந்துக்களிடமிருந்து வேறுபட்டவர்கள். ஹிந்துகளுடன் அவர்கள் இணைந்து வாழ முடியாது. மிகப் பெரிய அளவில் போரிட்டுத்தான் ரத்தம் சிந்தித்தான் இந்தியாவை முஸல்மான்கள் வென்றிருந்தனர். ஆங்கிலேயர்கள் அவர்களிடமிருந்து அதைப் பறித்துவிட்டனர். முஸல்மான்கள் எல்லாம் ஒற்றை தேசமாக இருக்கிறார்கள். அவர்களே இந்தியாவின் ஆட்சியாளர்களாக முடியும். நூற்றுக்கணக்கான ஆண்டுகள் அவர்கள் இந்தியாவை ஆண்டுவந்திருக்கிறார்கள். எனவே இந்த தேசம் முழுவதையும் மீண்டும் ஆளும் உரிமை அவர்களுக்கு உண்டு.
>
> இந்த உலகில் ஹிந்துக்கள் மிகவும் சிறிய அளவில் இருப்பவர்கள். அவர்களுக்குள் எப்போதும் சண்டையிட்டுக் கொண்டே இருப்பவர்கள். அவர்கள் காந்தியைத் தலைவராக மதிக்கிறார்கள். பசுவை வணங்குகிறார்கள். சுய ஆட்சி வேண்டும் என்று அவர்களுக்கு ஆர்வம் இல்லை. அதைச் செய்ய, சிந்திக்க அவர்களுக்கு நேரம் இல்லை. அவர்களுக்கிடையிலான சண்டைகளை அவர்கள் போட்டுக் கொண்டே இருக்கட்டும். வீரம் நிறைந்தவர்களை ஆளும் தகுதி அவர்களுக்கு ஏது? முஸல்மான்காள் ஆட்சிபுரிந்திருக்கிறார்கள். இனியும் அவர்களே ஆட்சி புரிவார்கள்.

ஹிந்துக்களுக்கு அடிபணிந்து நடப்பதுபற்றி முஸ்லிம்கள் நினைத்தே பார்க்கவில்லை. ஹிந்துக்களை மீண்டும் ஆள்வது பற்றியே அவர்களுடைய சிந்தனைகள் இருந்தன. 1761-ல் நடைபெற்ற மூன்றாம் பானிப்பட் போரை வென்றது யார் என்றொரு சர்ச்சை எழுந்தது. அஹமது ஷா அப்தலியிடம் ஒரு லட்சம் வீரர்கள் மட்டுமே இருந்தனர். மராட்டியர்களிடம் நான்கிலிருந்து ஆறு லட்சம் வீரர்கள் இருந்தனர். எனவே, முஸ்லிம்களுக்குத்தான் வெற்றி என்று சொன்னார்கள். முஸ்லிம்களின் படையெடுப்புகளை முற்றாகத் தடுத்து நிறுத்திய போர் என்பதால் ஹிந்துக்களுக்குத்தான் வெற்றி என்று ஹிந்துக்கள் சொன்னார்கள். ஹிந்துக்களிடம் தோற்றதாக ஒப்புக்கொள்ள முஸ்லிம்கள் தயாராக இருந்திருக்கவில்லை. ஹிந்துக்களைவிட எப்போதும் தாங்களே உயர்ந்தவர்கள் என்றே சொன்னார்கள்.

தாமே எப்போதும் வலிமையானவர்கள் என்பதை நிரூபிக்க அதே பானிப்பட் பகுதியில் நான்காம் போரை ஆரம்பிப்போம் என்று நஜிபாபாத்தின் மௌலானா அக்பர் ஷா கான் மிகவும் நிஜமாக நம்பியபடி, ஒரு சவாலை முன்வைத்தார். பண்டிட் மதன் மோகன் மாளவியாவுக்குச் சவால் விட்டுக் கடிதம் எழுதினார்.

பானிப்பட்டில் அன்று நடந்தவற்றை பொய் என்று நிரூபிக்க விரும்பினால் ஓர் எளிய அருமையான வழி ஒன்றை நான் உங்களுக்குச் சொல்கிறேன். பிரிட்டிஷ் அரசிடம் உங்களுக்கு இருக்கும் செல்வாக்கைப் பயன்படுத்தி அதே பானிப்பட் பகுதியில் பிரிட்டிஷ் அதிகாரிகளின் எந்தவித இடையூறும் இல்லாமல் நம்மிடையே நான்காவது பானிப்பட் போர் நடக்க ஏற்பாடு செய்யுங்கள். ஹிந்துக்கள், முஸ்லிம்களின் வீரத்தை மோதிப் பரிசோதித்துப் பார்த்துவிடுவோம்.

இந்தியாவில் ஏழு கோடி முஸ்லிம்கள் இருக்கிறார்கள். அந்த ஏழு கோடி முஸ்லிம்களின் பிரதிநிதிகளாக 700 வீரம் செறிந்த முஸ்லிம்களை அழைத்துக்கொண்டு பானிப்பட்டுக்கு ஒரு குறிப்பிட்ட நாளில் வருகிறேன். இந்தியாவில் 22 கோடி ஹிந்துக்கள் இருக்கிறார்கள். அவர்களின் பிரதிநிதிகளாக 2,200 ஹிந்துக்களை அழைத்துக்கொண்டு போர்க்களத்துக்கு வர அனுமதிக்கிறேன். பீரங்கி, துப்பாக்கி அல்லது வெடிகுண்டுகள் பயன்படுத்தக்கூடாது. வாள்கள், ஈட்டிகள், வில் அம்புகள், கோடரிகள் இவற்றை மட்டுமே ஆயுதமாகப் பயன்படுத்திக் கொள்ளலாம்.

ஹிந்துக்கள் அனைவரையும் பொதுப்படையாக்கிக் கொண்டு வர உங்களுக்கு விருப்பமில்லையென்றால் சதாசிவராவ் அல்லது விஷ்வேஷ்வராவின் வம்சாவளியினரை (மூன்றாம் பானிப்பட் போரில் ஈடுபட்ட ஹிந்துப் படைகளின் தளபதிகள்) போருக்கு அழைத்துவரலாம். 1761-ல் அவர்களுடைய முன்னோர்கள் அடைந்த தோல்விக்குப் பழிவாங்க ஒரு வாய்ப்பு கிடைத்ததாக நினைத்துக்கொள்ளலாம்.

நீங்கள் எப்படியும் ஒரு பார்வையாளராக அந்தப் போர்களத்துக்கு வந்துவிடுங்கள். அந்தப் போரைப் பார்த்தபின் உங்கள் எண்ணத்தை மாற்றிக்கொள்வீர்கள். அதன் பின்னர் நம் நாட்டில் எந்த மோதலுக்கும் இடமிருக்காது. நான் அழைத்துவரும் 700 பேரில் நீங்கள் மிகவும் பயப்படும் பதான்களோ ஆஃப்கானியர்களோ இருக்கமாட்டார்கள். நல்ல குடும்பத்தில் பிறந்த ஷரியத்தைக் கறாராகப் பின்பற்றும் இந்திய முஸல்மான்களையே நான் அழைத்துவருவேன் என்பதைச் சொல்லிக்கொள்ளவிரும்புகிறேன்.

4

ஹிந்துக்கள் மற்றும் முஸ்லிம்களின் மத நம்பிக்கைகள், சமூக மனோபாவங்கள், இறுதி இலக்குகள் எல்லாம் இப்படி யானவைதான். அவர்களுடைய மத அரசியல் எதிர்பார்ப்புகள் எல்லாம் இவைதான். அவர்களுடைய மத நம்பிக்கைகள், சமூக மனோபாவங்கள், இறுதி இலக்கு குறித்த பார்வைகள் இவையே அவர்களை வழிநடத்துகின்றன. அவர்கள் கூட்டுறவுடன் நடந்துகொள்வார்களா மோதல் போக்கைக் கடைப்பிடிப்பார்களா என்பதை இவையே தீர்மானிக்கின்றன. ஹிந்துக்களும் முஸ்லிம்களும் ஒரே தேசமாக அல்லது ஒரே அமைப்பின் இரண்டு ஒத்திசைவான சமூகங்களாக வாழமுடியாது என்பதையே கடந்த கால வரலாறுகள் தெரிவிக்கின்றன. அவர்களுக்கு இடையில் இருக்கும் வேறுபாடுகள் அவர்களைப் பிரித்துவைப்பதோடு எப்போதுமே மோதலில் ஆழ்த்துவதாகவும் இருக்கிறது.

வித்தியாசங்கள் எல்லாம் நிரந்தரமானவை. ஹிந்து, முஸ்லிம் மோதலானது காலா காலத்துக்கும் நீடித்தவண்ணமே இருக்கும். ஹிந்துக்களும் முஸ்லிம்களும் ஒன்றுதான்; அல்லது இப்போது ஒன்றாக இல்லாவிட்டாலும் விரைவில் ஒன்றாகிவிடுவார்கள் என்றெல்லாம் நம்புவது செக்கோஸ்லோவாகியாவில் நடந்ததுபோல் வெற்று நம்பிக்கையாகவே முடியும். மாறாக, சில

உண்மைகளை அவை எவ்வளவு வருத்தத்தைத் தருவதாக இருந்தாலும் விவாதங்களுக்கு அப்பாற்பட்டவையாக ஒப்புக் கொண்டாகவேண்டும்.

முதலாவதாக, ஹிந்துக்களுக்கும் முஸ்லிம்களுக்கும் இடையில் ஒற்றுமையைக் கொண்டுவர முன்னெடுக்கப்பட்ட முயற்சிகள் அனைத்தும் தோற்றுப்போய்விட்டன என்பதை ஒப்புக்கொண்டாக வேண்டும்.

1909-லிருந்து இந்த முயற்சிகள் ஆரம்பிக்கப்பட்டதாகச் சொல்லலாம். முஸ்லிம்களின் கோரிக்கைகள் பிரிட்டிஷாரால் நிறைவேற்றித் தரப்பட்டபோது திரு கோகலே போன்ற முக்கியமான ஹிந்து தலைவர்கள் அதை ஆதரித்தனர். முஸ்லிம்களுக்குத் தனித் தொகுதி தரவேண்டும் என்பதற்கு சம்மதம் தெரிவித்தது தொடர்பாக ஹிந்துக்களில் பலரும் அவரைக் கடுமையாக விமர்சிக்கிறார்கள். ஆனால், சம்மதம் தராமல் இருப்பது புத்திசாலித்தனமான செயல் அல்ல என்பதை அவருடைய விமர்சகர்கள் மறந்துவிடுகிறார்கள். ஏனென்றால், திரு முஹமது அலி இது பற்றி தெளிவாகவே சொல்லியிருக்கிறார்:

> முரணாகத் தோன்றலாம். ஆனால், முஸ்லிம்களுக்குத் தனித் தொகுதி என்பது ஹிந்து, முஸ்லிம் ஒற்றுமையைத் துரிதப்படுத்தவே செய்யும். அனைவருக்கும் வாக்களிக்கும் உரிமையைத் தரவில்லை. என்றாலும் முதல் முறையாக இந்தியர்களுக்கு வாக்களிக்கும் உரிமை தரப்பட்டிருக்கிறது. பிரிட்டிஷாரின் ஆட்சி ஆரம்பித்ததிலிருந்து இதுவரையிலும் இருந்ததுபோலவே ஹிந்துக்களும் முஸ்லிம்களும் பிரிந்தே ஒருவருக்கொருவர் பகைமையுடன் இருந்ததால் பொதுத் தொகுதி தேர்தல் என்பது மதக் கலவரத்துக்கே வழி வகுத்திருக்கும். இரு சமூகங்களுக்கு இடையிலான இடை வெளியை மேலும் அதிகரித்திருக்கும். ஒவ்வொரு வேட்பாளரும் தத்தமது மதத்தினரை நோக்கியே வாக்களிக்கும்படி கோரிக்கை விடுத்திருப்பார்.
>
> எதிர் சமூகம் மீதான தனது வெறுப்பின் அளவை முன்வைத்து தனக்கு வாக்களிக்கும்படிப் பிரசாரம் செய்திருப்பார். சொந்த மதத்தினரின் நலன்களைக் காக்கும் நோக்கிலேயே இதையெல்லாம் செய்வதாகவே சொல்லியிருப்பார்கள். இதுமட்டுமா... சம பலத்துடன் இல்லாத இரு சமூகங்களின் தேர்தல் முடிவுகள் அறிவிக்கப்படும் நாளில் நிலைமை மேலும் மோசமடையும். தமக்கான பிரதிநிதித்துவம் கிடைக்காத

கட்சியானது வெற்றி பெற்ற கட்சியின் மீது மிகுந்த கோபத்தை வெளிப்படுத்தும். இரு சமூகங்களும் மிகவும் பெருமளவுக்குப் பிரிந்து கிடப்பதால் எந்தவொரு அரசியல் கொள்கைகளும் தேர்தல்களில் முன்னிலைக்கு வரமுடியாது.

தனித் தொகுதிகளை உருவாக்கியதன் மூலம் இந்தப் பெரும் மோதலானது அழகாகத் தவிர்க்கப்பட்டுவிட்டது. இரு சமூகங்களிடையேயான மதக் காழ்ப்புணர்ச்சி எவ்வளவு அதிகமாக இருக்கிறதென்றால், தனித் தொகுதிகளில் இருந்து தேர்ந்தெடுக்கப்படவிருக்கும் பிரதிநிதிகளுமேகூட எதிர் மதத்தினரின் மீதான வெறுப்புக்குப் பேர் போனவராகத்தான் இருப்பார் என்பதும் எனக்குத் தெரிந்துதான் இருக்கிறது.

1909-ல் முஸ்லிம்களுக்குத் தனித் தொகுதி தருவதற்கு ஹிந்து தலைவர்கள் சம்மதம் தெரிவித்ததென்பது ஹிந்து, முஸ்லிம் ஒற்றுமையைக் கொண்டுவந்திருக்கவில்லை. அதன் பின்னர் 1916-ல் லக்னோ ஒப்பந்தம் கையெழுத்தானது. இதில் ஹிந்துக்கள் முஸ்லிம்களை அனைத்துவகைகளிலும் திருப்திப்படுத்தினர். இதுவும் அவர்களிடையே எந்தவொரு நட்பையும் கொண்டு வந்திருக்கவில்லை. ஆறு ஆண்டுகள் கழித்து மீண்டும் ஹிந்து, முஸ்லிம் ஒற்றுமையைக் கொண்டுவர முயற்சிகள் மேற்கொள்ளப்பட்டன. 1923 மார்ச் மாதம் லக்னோவில் நடைபெற்ற அனைத்து இந்திய முஸ்லிம் லீக் மாநாட்டின் வருடாந்தர மாநாட்டில் இந்தியாவில் இருக்கும் அனைத்து சமூகங்களுக்கிடையில் ஒத்திசைவை உருவாக்க நடவடிக்கை எடுக்கும்படி அரசாங்கத்தைக் கேட்டுக்கொண்டது. பிற நிறுவனங்கள் அமைக்கும் குழுக்களுடன் சேர்ந்து இது தொடர்பான நடவடிக்கைகளை முன்னெடுக்க முஸ்லிம் லீகும் ஒரு குழுவை அமைத்தது.

இந்திய தேசிய காங்கிரஸ் கட்சியானது செப் 1923-ல் தில்லியில் மௌலானா அப்துல் கலாம் ஆஸாத் தலைமையில் நடந்த மாநாட்டில் முஸ்லிம் லீக் சொன்னதற்கு இசைவான தீர்மானம் ஒன்றை நிறைவேற்றியது. காங்கிரஸ் கட்சியானது 1) அரசியல் சாசனத்தைத் திருத்த 2) தேசிய ஒப்பந்தத்துக்கான டிராஃப்ட் தயாரிக்க என்று இரண்டு குழுக்களை நியமித்தது. இந்திய தேசிய ஒப்பந்தத்தின் மீதான குழு அறிக்கையானது டாக்டர் அன்சாரி மற்றும் லாலா லஜ்பதி ராய் ஆகியோரால் கையெழுத்திடப்பட்டு 1923-ல் காக்கிநாடாவில் நடைபெற்ற காங்கிரஸ் மாநாட்டில் வெளியிடப்பட்டது.

இந்திய தேசிய ஒப்பந்தம் உருவாக்கப்பட்டதுடன் கூடவே, வங்காள ஒப்பந்தமும் உருவாக்கப்பட்டது. திரு சி.ஆர். தாஸின் வழிகாட்டலில் வங்காள முஸ்லிம்களுடன் வங்காள பிராந்திய காங்கிரஸ் கட்சியானது ஓர் ஒப்பந்தத்தை உருவாக்கியது. காங்கிரஸின் சப்ஜெக்ட்ஸ் கமிட்டி கூட்டத்தில் இந்திய தேசிய ஒப்பந்தமும் வங்காள ஒப்பந்தமும் விவாதத்துக்கு எடுத்துக்கொள்ளப்பட்டன. வங்காள ஒப்பந்தமானது 678 வாக்குகள் எதிர்ப்பாகவும் 458 வாக்குகள் ஆதரவாகவும் பெற்று நிராகரிக்கப்பட்டது.

இந்திய தேசிய ஒப்பந்தத்தைப் பொறுத்தவரையில் அந்த டிராஃப்ட் தொடர்பான ஆலோசனைகளை வரவேற்பதாகவும் 1924 மார்ச் 31 அன்று அகில இந்திய காங்கிரஸ் கமிட்டி முன் இறுதி தீர்மானம் எடுக்க சமர்ப்பிப்பதாகவும் முடிவு செய்யப்பட்டது. அந்தக் குழுவானது அது தொடர்பாக மேற்கொண்டு எதுவும் செய்யவில்லை. ஏனென்றால் வங்காள ஒப்பந்தம் தொடர்பாக ஹிந்துக்களின் எதிர்ப்பு மனநிலையானது மிகவும் தீவிரமாக இருந்தது. கமிட்டி மேற்கொண்டு இது பற்றி எதுவும் செய்யவேண்டாம் என்று தீர்மானித்ததாக லாலா லஜபதி ராய் கருத்து தெரிவித்தார். மேலும் திரு காந்தி சிறையில் இருந்து விடுதலை செய்யப்பட்டிருந்தார். எனவே அவரே இது தொடர்பாக ஒரு முடிவெடுக்கட்டும் என்று தீர்மானிக்கப்பட்டது. திரு அன்சாரி தான் சேகரித்த தகவல்களை அகில இந்திய காங்கிரஸ் கமிட்டியிடம் தருவதோடு திருப்திப்படவேண்டிவந்தது.

திரு காந்தி கோல் சிறையில் இருந்து வெளிவந்ததும் இந்த விவகாரத்தைக் கையில் எடுத்துக்கொண்டார். 1924-ல் பெயரளவிலான விவாதங்கள் இது தொடர்பாக பம்பாயில் நடைபெற்றன. இதன் விளைவாக, அனைத்து கட்சிக் கூட்டம் ஒன்று நடத்துவதென்றும் ஹிந்து, முஸ்லிம்களிடையே ஒற்றுமையைக் கொண்டுவர ஒரு குழுவை அமைப்பது என்று முடிவு செய்யப்பட்டது. காங்கிரஸ், ஹிந்து மகாசபை, நீதிக்கட்சி, லிபரல் ஃபெடரேஷன், இந்திய கிறிஸ்தவர் சபை, முஸ்லிம் லீக் போன்ற அனைத்துத் தரப்பினரும் பங்கெடுத்த உண்மையான அனைத்துக் கட்சிக் கூட்டமாக இருந்தது.

23, ஜனவரி 1925-ல் அனைத்துக் கட்சி கான்ஃபரன்ஸானது ஒரு ஆய்வுக் குழுவை அமைத்தது. அதன் கூட்டம் திரு காந்தி தலைமையில் தில்லியில் வெஸ்டர்ன் ஹோடலில் நடைபெற்றது. 24 ஜனவரியன்று நாற்பது உறுப்பினர்களைக் கொண்ட துணை

ஆய்வுக் குழு ஒன்று அமைக்கப்பட்டது. 1) அனைத்து கட்சியினரையும் காங்கிரஸில் சேர வறுபுறுத்துதல் 2) அனைத்து சமூகங்கள், இனங்கள், துணைக்குழுக்கள் ஆகியவற்றுக்கு ஸ்வராஜ்யத்தின் சட்டசபை மற்றும் பிற அரசு அமைப்புகளில் உரிய பிரதிநிதித்துவம் தருதல்; திறைமைக்கான முக்கியத்துவத்தைக் குறைக்காமல் அனைத்து தரப்பினருக்கான நியாயமான பிரதிநிதித்துவத்தைத் தருதல் 3) தேசத்தின் தற்போதைய தேவைகளைப் பூர்த்திசெய்யும்படியான ஸ்வராஜ்யத்துக்கான செயல் திட்டத்தை வடிவமைத்தல் ஆகியவையே அந்தக் குழுக்களின் நோக்கங்களாக இருந்தன.

15 பிப்ரவரி அன்று அல்லது அதற்கு முன்னதாக இந்தக் குழு தனது அறிக்கையை சமர்ப்பிக்கவேண்டும் என்று கேட்டுக்கொள்ளப் பட்டது. பணிகளைத் துரிதப்படுத்தும் நோக்கில் சில உறுப்பினர்கள் ஸ்வராஜ்யத்துக்கான செயல்திட்டத்தை வகுப்பதென்றும் மதவாத பிரதிநிதித்துவம் சார்ந்த விதிமுறைகளை வகுக்கும் பொறுப்பை பிரதான குழுவுக்குக் கொடுப்பதென்றும் முடிவு செய்யப்பட்டது.

ஸ்வராஜ்யத் துணைக்குழுவானது திருமதி அன்னி பெசண்ட் தலைமையில் இயங்கியது. அனைத்துக் கட்சி மாநாட்டின் பொதுக் குழுக்கூட்டத்தில் அரசியல் சாசனம் தொடர்பான தனது அறிக்கையை சமர்ப்பித்தது. ஆனால், மதவாத பிரதிநிதித்துவம் சார்ந்த விதிமுறைகளை வகுக்கவேண்டிய துணை கமிட்டியானது மார்ச் ஒன்றாம் தேதி கூடிப் பேசியது. எந்தவொரு தீர்மானமும் எடுக்காமல் கூட்டமானது நாள் குறிப்பிடப்படாமல் தள்ளி வைக்கப்பட்டது.இதன் காரணம் என்னவென்றால், லாலா லஜபதி ராய் மற்றும் பிற ஹிந்து பிரதிநிதிகள் யாரும் அந்தக் கூட்டத்தில் பங்குபெறவில்லை. திரு காந்தியும் பண்டிட் மோதிலால் நேருவும் கீழ்க்கண்ட அறிக்கையை வெளியிட்டனர்:

> திரு ஜெயகர், திரு ஸ்ரீனிவாச ஐயங்கார், ஜெய் ராம் தாஸ் ஆகியோரால் கூட்டத்துக்கு வரமுடியவில்லை என்பதால் கூட்டத்தை ஒத்திவைக்கும்படி லாலா லஜபதி ராய் கேட்டுக்கொண்டிருக்கிறார். கூட்டத்தைத் தள்ளிவைக்கும் அதிகாரமும் பொறுப்பும் எங்களுக்கு இல்லை. எனவே திரு லஜபதி ராய் கூட்டத்தைத் தள்ளிவைக்கவேண்டும் என்ற தீர்மானத்தைக் கூட்டம் கூட்டி அதில் முன்வைக்கும்படிக் கேட்டுக்கொண்டோம். அப்படியே கூட்டம் ஆரம்பித்தது. லாலா லஜபதி ராயும் வரமுடியவில்லை. அவர் குறிப்பிட்ட

நபர்களும் வராமல் கூட்டத்துக்கு மிகவும் சொற்பமானவர்களே வந்திருந்தனர். இவற்றைக்கொண்டு எந்த தீர்மானமும் எடுக்க முடியாது. எங்களைப் பொறுத்தவரையில் எந்தவொரு தெளிவான தீர்மானத்தையும் எடுப்பதற்கான தரவுகள் எதுவும் கைவசமில்லை. அவை எதிர்காலத்தில் கிடைக்கும் என்ற நம்பிக்கையும் எங்களுக்கு இல்லை.

சம்பந்தப்பட்ட கட்சிகளின் மனநிலையை இந்த மேற்கோள் மிகவும் தெளிவாக, சுருக்கமாகச் சொல்லிவிட்டிருக்கிறது என்பதில் எந்த சந்தேகமும் இல்லை. அந்தக் குழுவில் ஹிந்துக்களின் பிரதிநிதியான லாலா லஜபதி ராய் அலஹாபாத்தில் இருந்து வெளிவரும் 'தி லீடர்' செய்தித்தாளில் ஒரு கட்டுரை எழுதியிருந்தார். புதிதாக ஒரு ஒப்பந்தம் உருவாக்கப்பட எந்த அவசரமும் இல்லை. சில பிராந்தியங்களில் ஹிந்துப் பெரும்பான்மை, பிறவற்றில் முஸ்லிம் பெரும்பான்மை இதுவே ஹிந்து, முஸ்லிம் ஒற்றுமைக்கு ஒரே வழி என்று அவர் குறிப்பிட்டிருந்தார்.

ஹிந்து, முஸ்லிம் ஒற்றுமையானது மீண்டும் 1927லும் கணக்கில் எடுத்துக்கொள்ளப்பட்டது. சைமன் கமிஷன் ஆய்வுக்கு முன்பாக இது மேற்கொள்ளப்பட்டது. 1916-ல் மாண்டேகு செமஸ்ஃபோர்டு ஆய்வுக்கு முன்பாக இதுபோல் எடுத்த நடவடிக்கையினால் லக்னோ ஒப்பந்தம் கையெழுத்தாகியிருந்தது. இப்போதும் அப்படிச் செய்தால் வெற்றிகரமான விளைவைத்தரும் என்று நம்பப்பட்டது. தில்லியில் 20 மார்ச் 1927-ல் முன்னணி முஸ்லிம் தலைவர்கள் முஸ்லிம்களின் நலன்கள் தொடர்பான சில முக்கியமான தீர்மானங்கள் குறித்து கலந்தாலோசித்தனர். தில்லி தீர்மானங்கள் என்று அறியப்பட்ட இவை டிசம்பர் 1927-ல் மதராஸில் நடைபெற்ற காங்கிரஸ் மாநாட்டில் விவாதத்துக்கு எடுத்துக் கொள்ளப்பட்டன. இதுபோலவே பிற கட்சிகளும் ஆய்வுக் குழுக்கள் அமைத்து இந்திய ஸ்வராஜ்ய சாசனம் தொடர்பான அறிக்கையைத் தயாரிக்க ஏற்பாடு செய்யும்படி செயற்குழுவுக்கு அதிகாரம் தந்தது.

லிப்ரல் ஃபெடரேஷனும் முஸ்லிம் லீகும் தமது பிரதிநிதிகளை நியமித்து இந்த முயற்சிகளில் பங்கெடுத்தன. காங்கிரஸ் செயற்குழுவானது தமது பிரதிநிதிகளை அனுப்பும்படி பிற அமைப்புகளுக்கும் அழைப்புவிடுத்தது. அனைத்துக் கட்சிக் கூட்டமானது 12, பிப், 1928-ல் கூடியது. அரசியல் சாசனத்தை வரையறுக்க துணைக் குழு ஒன்றை நியமித்தது. அந்தக் குழு

தயாரித்த அரசியல் சாசன வரைவானது நேரு கமிட்டி அறிக்கை என்று அழைக்கப்பட்டது.

காங்கிரஸின் மாநாட்டுக்கு முன்னதாக டாக்டர் அன்சாரி தலைமையில் அனைத்து கட்சிக் கூட்டம் கல்கத்தாவில் டிசம்பர் 22, 1928 அன்று கூடியது. 1, ஜனவரி 1929-ல் இந்தக் கூட்டம் நாளெதுவும் குறிப்பிடப்படாமல் தள்ளிவைக்கப்பட்டது. எந்தவொரு விஷயம் தொடர்பாகவும் எந்தவொரு தீர்மானமும் எடுக்கப்படவில்லை. மதவாதம் தொடர்பாகக்கூட எதுவுமே பேசப்படவில்லை.

நேரு கமிட்டி அறிக்கையில் சொல்லப்பட்ட தீர்மானங்களுக்கும் முஸ்லிம்களின் தீர்மானங்களுக்கும் இடையில் எந்தப் பெரிய வேறுபாடும் இருந்திருக்கவில்லை. எனினும் ஏன் இப்படி நடந்தது என்பது புரியவே இல்லை. அனைத்து கட்சிக் கூட்டத்தில், தான் சொன்ன திருத்தங்களை ஆதரித்து திரு ஜின்னா பேசியதில் இருந்து இது நன்கு தெரியவருகிறது. நேரு கமிட்டி அறிக்கையில் நான்கு மாற்றங்கள் கொண்டுவரப்படவேண்டும் என்று திரு ஜின்னா விரும்பினார். மத்திய அரசபையில் முஸ்லிம்களுக்கு 33.33 சதவிகிதப் பிரதிநிதித்துவம் தருவது தொடர்பாகப் பேசும்போது அவர் சொன்னார்:

> முஸ்லிம்களுக்கு மத்திய அரசபையில் மூன்றில் ஒரு பங்கு இடங்கள் அல்லது அதற்கு அதிகமாகவே தரப்படும் என்று நேரு அறிக்கை தெரிவித்திருக்கிறது. பஞ்சாப், வங்காளப் பகுதிகளில் எவ்வளவு முஸ்லிம்கள் இருக்கிறார்களோ அதைவிட அதிக சதவிகித பிரதிநிதித்துவம் கிடைக்கும் என்றும் சொல்லப் பட்டிருக்கிறது. நாங்களும் என்ன நினைக்கிறோமென்றால் மூன்றில் ஒரு பங்கு பிரதிநிதித்துவம் முஸ்லிம்களுக்குக் கிடைக்குமென்றால், முஸ்லிம்கள் சிறுபான்மையாக இருக்கும் இடங்களில் எவ்வளவு இடங்கள் என்பது தொடர்பாக நீங்கள் சரியாகக் கணக்கிடவில்லை என்றே அர்த்தம். ஏனென்றால், மத்திய அரசபையில் பஞ்சாப், வங்காளப் பகுதிகளில் எவ்வளவு இருக்கிறார்களோ அதைவிடக் கூடுதலான பிரதிநிதித்துவம் கிடைக்கும். அதிகமாக இருக்கும் இடங்களில் அதிகமாகத் தரப்போகிறீர்கள். குறைவாக இருக்கும் இடங்களில் குறை வாகவே தரப்போகிறீர்கள். இது மேலோட்டமாகப் பார்த்தால் சரியாகத் தோன்றலாம். ஆனால், புத்திசாலித்தனமான முடிவு அல்ல.
>
> நேரு அறிக்கை சொல்வதுபோல் மூன்றில் ஒரு பங்கு அல்லது அதற்கு அதிகமான பிரதிநிதித்துவத்தைப் பெறவேண்டும்

என்றால், பஞ்சாபுக்கோ வங்காளத்துக்கோ அதிக பிரதிநிதித்துவம் தரமுடியாது. மதராஸ், பம்பாய் போன்று சிறிய அளவு முஸ்லிம்கள் மட்டுமே இருக்கும் இடங்களுக்கு ஆறு, ஏழு இடங்கள் அதிகம் தரலாம். சிந்து பகுதி பிரிக்கப்பட்டால் பம்பாய் பிராந்தியம் சுமார் 8% சிறியதாகிவிடும் என்பதையும் இங்கு நினைவில் கொள்ளவேண்டும். வேறு சில பிராந்தியங்களிலும் மிகவும் சிறிய அளவில் இருந்துவருகிறோம். மூன்றில் ஒரு பங்கு என்று வரையறுத்துக் கொடுத்துவிடுங்கள். முஸ்லிம்களாகிய நாங்கள் விரும்பும் வகையில் அதைப் பகிர்ந்துகொடுத்துக்கொள்கிறோம்.

பஞ்சாபிலும் வங்காளத்திலும் மக்கள் தொகைக்கு ஏற்ப இடங்கள் அதாவது சட்டபூர்வமான பெரும்பான்மையைப் பெறுவது தொடர்பாக இரண்டாவது திருத்தத்தை திரு ஜின்னா முன்வைத்தார்.

மார்ச் 1927-ல் சில முஸ்லிம் தலைவர்களிடமிருந்து தில்லி தீர்மானம் என்ற பெயரில் சில உங்கள் முன்வைக்கப்பட்டது தெரிந்திருக்கும். பம்பாயில் நடந்த அகில இந்திய தேசிய காங்கிரஸ், சென்னை காங்கிரஸ் மாநாடு ஆகியவற்றில் அது விவாதிக்கப்பட்டது. கல்கத்தாவில் நடந்த முஸ்லிம் லீக் மாநாடு அந்தத் தீர்மானத்தைப் பெருமளவுக்கு ஏற்றுக்கொண்டது. அங்கு பேசப்பட்டவை பற்றி நான் அதிகம் எதுவும் சொல்ல போவதில்லை. பஞ்சாபிலும் வங்காளத்திலும் முஸ்லிம்கள் பெரும்பான்மையாக இருக்கிறார்கள். இருந்தும் அவர்களுடைய பிரதிநிதித்துவமானது அங்கு எவ்வளவு முஸ்லிம் மக்கள் தொகை இருக்கிறதோ அதற்கு ஏற்ப இல்லை. அது ஒரு காரணம்.

நேரு கமிட்டியானது என்ன சொல்கிறதென்றால் வயது வந்தோருக்கு வாக்களிக்கும் உரிமை வந்துவிட்டால் இட ஒதுக்கீடு தனியாகத் தேவையில்லை என்று சொல்கிறது. ஆனால், அப்படி அது நடைமுறைப்படுத்தப்படவில்லை என்றால் பஞ்சாபிலும் வங்காளத்திலும் இருக்கும் முஸ்லிம் களுக்கு அவர்களுடைய மக்கள் தொகைக்கு ஏற்ப பிரதிநிதித்துவம் தரப்பட்டாகவேண்டும். அதற்கு மேல் அவர்களுக்கு எதுவும் தரவேண்டாம்.

எஞ்சிய அதிகாரங்களானது மத்திய அரசிடம் இருக்கவேண்டும் என்று நேரு கமிட்டி பரிந்துரைத்திருந்தது. திரு ஜின்னாவின் மூன்றாவது திருத்தம் அது தொடர்பானது. அந்த அதிகாரங்கள்

எல்லாம் பிராந்தியங்களிடம் தரப்படவேண்டும் என்று திரு ஜின்னா கேட்டுக்கொண்டார்.

> கனவான்களே, இது முழுக்கவும் அரசியல் சாசனம் சம்பந்தப் பட்டது. மதங்கள் தொடர்பாக இதில் பேச எதுவுமே இல்லை. முஸ்லிம்கள் எல்லாம் பெரிதும் மதம் சார்ந்த சிந்தனையே கொண்டிருக்கிறார்கள் என்று ஹிந்துக்கள் சொல்வதுண்டு. நாங்கள் அப்படியானவர்கள்தான் என்பது எனக்கும் தெரியும். எனவே இந்த விவகாரத்தை கூர்ந்துஅலசிப் பார்த்தால், எஞ்சிய அதிகாரங்கள் என்பவை பிராந்தியங்களிடம்தான் இருக்க வேண்டும் என்பதே எங்கள் கருத்து.

அவருடைய நான்காவது திருத்தம் என்பது சிந்து மாகாணம் தனியாகப் பிரிக்கப்படுவது தொடர்பானது. நேரு கமிட்டியானது சிந்து மாகாணத்தைப் பிரிப்பதற்கு சம்மதம் தெரிவித்திருந்தது. ஆனால், அந்த அறிக்கையில் சொல்லப்பட்டிருப்பது போன்ற அரசு அமைந்தால்தான் என்று ஒரு நிபந்தனையையும் இடம்பெறச் செய்திருந்தது. திரு ஜின்னா அந்த நிபந்தனையை நீக்கவேண்டும் என்று பேசினார்.

> இதில் ஒரு சிக்கல் இருக்கிறது. ஒருவேளை இந்த அரசானது ஆறு மாத காலம் அல்லது ஓரிரு வருடங்களில் இந்த அரசியல் சாசனத்தின்படியான அரசை அமைப்பதற்கு முன்பாகவே சிந்து மாகாணத்தைப் பிரிக்கத் தீர்மானித்தால் அதைப் பிரிக்க வேண்டாம் என்று முஸ்லிம்களாகிய நாங்கள் சொல்ல வேண்டுமா என்ன? இந்த அரசியல் சாசனத்தின்படியான அரசு அமையாதவரையில் சிந்து மாகாணம் பிரிக்கப்படுவதை முஸ்லிம்கள் எதிர்க்கவேண்டும் என்று இதற்கு அர்த்தம் வருகிறது. அதனால் இந்த நிபந்தனை நீக்கும்படிச் சொல்கிறோம்.
>
> வடமேற்கு எல்லைப் பிராந்தியம் தொடர்பாக நீங்கள் இப்படியாக எந்தவொரு நிபந்தனையும் வைக்கவில்லை என்பதை எமது வாதத்துக்கு வலுச் சேர்க்கச் சுட்டிக்காட்ட விரும்புகிறேன். லக்னோ ஒப்பந்தத்தில் கையெழுத்திட்ட சக்திகளுக்கு இடையிலான தீர்மானம் என்பதால் தங்களால் எதுவும் செய்ய முடியாது என்று இந்த கமிட்டி தெரிவிக்கிறது. இந்த கமிட்டியின் உறுப்பினர்கள் மீது மிகுந்த மரியாதை வைத்திருக்கும் அதே நேரத்தில் இந்தக் கூற்று சரியானதல்ல என்று சொல்கிறேன். குறிப்பிட்ட சிலர் செய்து கொண்ட

ஒப்பந்தத்தின் விளைவாகவா நாம் இந்த மாநாட்டில் ஒன்றிணைந்திருக்கிறோம்.

ஹிந்துக்களுக்கும் முஸ்லிம்களுக்கும் இடையில் இந்த விஷயங்களில் எப்படி ஒன்றும் பெரிய வேறுபாடும் இல்லை என்பதையே இந்தத் திருத்தங்கள் தெரிவிக்கின்றன. ஹிந்துக்களும் முஸ்லிம்களும் செய்ய முடியாததைச் செய்யச் சொல்லி பிரிட்டிஷ் அரசிடம் பொறுப்பு ஒப்படைக்கப்பட்டது. அவர்கள் மதவாரி பிரதிநிதித்துவச் சட்டம் (கம்யூனல் அவார்ட்) இயற்றி அதை நடைமுறைப்படுத்தினர்.

ஹிந்துக்களுக்கும் தாழ்த்தப்பட்ட மக்களுக்கும் இடையிலான பூனா ஒப்பந்தமானது ஒற்றுமையைக் கொண்டுவரும் முயற்சிகளுக்கு இன்னொரு உந்துதலைத் தந்தது. 1932 நவம்பர், டிசம்பர் மாதங்களில் முஸ்லிம்களும் ஹிந்துக்களும் ஒரு சுமுகமான தீர்மானத்துக்கு வர கடும் முயற்சி எடுத்தனர். அனைத்துக் கட்சி கூட்டங்களில் முஸ்லிம்கள் பங்குபெற்றனர். ஹிந்துக்கள், முஸ்லிம்கள், சீக்கியர்கள் எல்லாம் ஒற்றுமை மாநாடுகளில் பங்குபெற்றனர். தீர்மானங்கள், எதிர் தீர்மானங்கள் என பல முன்வைக்கப்பட்டன.

கம்யூனல் அவார்டுக்குப் பதிலாக ஓர் ஒப்பந்தம் உருவாக்கப்பட நடந்த பேச்சுவார்த்தைகளில் எந்த ஒரு முடிவும் எட்டப்பட வில்லை. 23 கலந்தாலோசனைக் கூட்டங்கள் நடந்த பின்னரும் எந்த முடிவும் எட்டப்படாததால் அனைத்தும் கைவிடப்பட்டன.

அரசியல் விவகாரங்களில் ஒற்றுமையைக் கொண்டுவர முயற்சிகள் எடுக்கப்பட்டதுபோலவே சமூக, மத விவகாரங்களிலும் ஒற்றுமையைக் கொண்டுவர முயற்சிகள் எடுக்கப்பட்டன. 1) பசுக் கொலை 2) மசூதிகளின் முன்னால் இசை ஊர்வலம் 3) மத மாற்றங்கள்.

1923-ல் தேசிய ஒப்பந்தம் உருவாக்கப்பட்டபோது இந்த விஷயங்களுக்குத் தீர்வு காண முயற்சிகள் எடுக்கப்பட்டன. அது தோல்வியில் முடிவடைந்தது. அப்போது திரு காந்தி கோல் சிறையில் இருந்தார். 5, பிப், 1924-ல் விடுதலை செய்யப்பட்டார். ஹிந்து, முஸ்லிம் ஒற்றுமைக்கு, தான் எடுத்துக்கொண்ட முயற்சிகள் தோல்வியடைந்ததைக் கண்டு அதிர்ந்த காந்தி ஹிந்துக்களுக்கும் முஸ்லிம்களுக்கும் இடையிலான மதக் கலவரங்களில் நடந்த வன்முறைகளுக்கு தார்மிகப் பொறுப் பேற்றுக்கொண்டு 21 நாட்கள் உண்ணாவிரதம் இருந்தார்.

அனைத்து சமூகங்களின் தலைவர்களை அழைத்து ஓர் ஒற்றுமை மாநாடு நடத்தத் திட்டமிடப்பட்டது. கல்கத்தாவின் மெட்ரோபொலிடன் தலைவரும் அதில்பங்குபெற்றார்.

1924, செப் 26 தொடங்கி அக் 2வரை கூட்டங்கள் நடைபெற்றன. மாநாட்டில் கலந்துகொண்ட தலைவர்கள் எல்லாரும் தமது செல்வாக்கைப் பயன்படுத்தி மத சுதந்தரம், மனசாட்சியின் குரல் இவற்றுக்கு முழு மதிப்பு கொடுக்கவும் அவற்றில் இருந்து விலகிச் செல்லும் நடவடிக்கைகளைக் கடுமையாகக் கண்டிக்கவும் முடிவு செய்தனர். திரு காந்தியைத் தலைவராகக்கொண்டு மத்திய தேசிய பஞ்சாயத்து ஒன்று அமைக்கப்பட்டது. மத நம்பிக்கைகளைப் பின்பற்றுதல், வெளிப்படுத்துதல், மதச் சடங்குகளைப் பின்பற்றுதல், வழிபாட்டு இடங்களின் புனிதத்தைப் பாதுகாத்தல் இவை தொடர்பாக சில அடிப்படை உரிமைகளைப் பட்டியலிட்டது.

பசுவதை, மசூதிகளின் முன்னால் இசை ஊர்வலம் செல்லுதல் போன்றவை தொடர்பாக சில வரையறைகளை விதித்தது. இந்த ஒற்றுமை மாநாட்டின் மூலம் இரு சமூகங்களுக்கு இடையே எந்த அமைதியும் வரவில்லை. கலவரங்களைத் தற்காலிகமாக தள்ளிப்போட்டது. அவ்வளவுதான். 1925-1926 வாக்கில் முன்பை விடப் படு தீவிரமாக மதக் கலவரங்கள் வெடித்தன. இதைக் கண்டு அதிர்ந்த இந்திய வைஸ்ராய் இர்வின் பிரபு 29, ஆகஸ்ட், 1927-ல் மத்திய அரசவையில் பேசியபோது இரு சமூகங்களும் கலவரத்தை நிறுத்திக்கொண்டு அமைதியை நிலைநாட்ட முன்வரவேண்டும் என்று கேட்டுக்கொண்டார்.

அமைதியைக் கொண்டுவர இர்வின் பிரபு விடுத்த வேண்டுகோளையடுத்து இன்னொரு ஒற்றுமை மாநாடு நடைபெற்றது. அது சிம்லா ஒற்றுமை மாநாடு என்று அறியப்படுகிறது. 30, ஆக, 1927-ல் நடைபெற்ற அந்த மாநாட்டில், திருப்திகரமான அமைதித் தீர்வு கிடைக்க முயற்சிகள் மேற்கொள்ளும் தலைவர்களுக்கு இரண்டு சமூகத்தினரும் ஒத்துழைப்புத் தரும்படிக்கோரிக்கைவிடப்பட்டது. திரு ஜின்னா தலைமையில் ஒற்றுமைக் குழு ஒன்று சிம்லாவில் 16 செப்டம்பரிலிருந்து 22 செப்டம்பர் வரை கலந்தாலோசித்தது. பசு விவகாரம், மசூதிக்கு முன்பாக இசை ஊர்வலம் போன்ற விஷயங்கள் தொடர்பாக எந்த முடிவும் எடுக்கப்படவில்லை. அந்தக் குழுவின் முன் வைக்கப்பட்டிருந்த பிற விஷயங்கள் எதைப் பற்றியும் எதுவுமே பேசப்படவும் இல்லை.

இந்த ஆலோசனைக் கூட்டத்தை முடிவுக்குக் கொண்டுவரும்படி சில உறுப்பினர்கள் விரும்பினர். அனைவருக்கும் வசதியான இன்னொரு நாளில் கூடிப் பேசவேண்டும் என்று ஹிந்து உறுப்பினர்கள் சொன்னார்கள். முதலில் முஸ்லிம் உறுப்பினர் களிடையே கருத்து வேறுபாடுகள் இருந்தன. இறுதியாக அந்த ஆலோசனைக் கூட்டத்தை முடித்துவிடும்படி ஏகமனதாகச் சொன்னார்கள். 11 குறிப்பிட்ட உறுப்பினர்களிடமிருந்து அடுத்த ஆறு வாரங்களுக்குள் ஏதேனும் தகவல் வந்தால் மட்டுமே அடுத்த ஆலோசனைக் கூட்டத்துக்கு ஏற்பாடு செய்யும்படி தலைவரான ஜின்னாவிடம் கேட்டுக்கொண்டனர். அப்படியான தகவல் எதுவும் வரவில்லை. எனவே அந்த ஆலோசனைக் குழு அதன் பின் கலந்து பேசவே இல்லை.

சிம்லா மாநாடு தோல்வியுற்றதைத் தொடர்ந்து, காங்கிரஸின் அப்போதைய தலைவரான திரு ஸ்ரீனிவாச ஐயங்கார், 1927 அக் 27, 28 நாட்களில் ஹிந்து, முஸ்லிம் தலைவர்களை ஒரு சிறப்புக் கூட்டத்துக்கு வரும்படி அழைப்புவிடுத்தார். அந்தக் கூட்டத்துக்கு கல்கத்தா ஒற்றுமை மாநாடு என்று பெயரிடப்பட்டது. மூன்று மிக முக்கியமான பிரச்னைகள் தொடர்பாக அந்தக் கூட்டத்தில் தீர்மானம் நிறைவேற்றப்பட்டது. ஆனால், அந்த மாநாட்டில் ஹிந்து மஹா சபையோ முஸ்லிம் லீகோ பங்கெடுக்கவில்லை என்பதால் அந்தத் தீர்மானங்களுக்கு எந்த முக்கியத்துவமும் ஆதரவும் இருந்திருக்கவில்லை.

ஹிந்து, முஸ்லிம் ஒற்றுமை என்பது ஓர் லட்சியவாத இலக்கு; அது அடையப்படவேண்டியது மட்டுமல்ல அடையவே முடியாததும் கூட என்று ஒரு கட்டத்தில் சொல்லவேண்டிய நிலை ஏற்பட்டது. தலைவர்கள் உருப்படியான முயற்சிகள் எதையும் எடுக்கவில்லை என்று குற்றம்சாட்டப்பட்டனர். ஹிந்து, முஸ்லிம் ஒற்றுமைக்கு எந்த முயற்சியும் எடுத்திராத மௌலான முஹமது அலிகூட 1911-ல் இந்தக் குற்றச்சாட்டை முன்வைத்தார். 14, ஜன, 1911-ல் திரு.முஹமது அலி காம்ரேட் செய்தித் தாளில் எழுதினார்:

> இந்தியா ஒரே தேசம் என்ற கோஷத்தில் எங்களுக்கு நம்பிக்கை இல்லை. இந்தியா ஒன்றான தேசமென்றால் இப்போதைய மாண்பு மிகு காங்கிரஸ் தலைவரை வெகு தொலைவில் இருந்து வரவைக்கவேண்டிய அவசியம் என்ன? விருந்து பற்றிய கற்பனை பசியைப் போக்கிவிடமுடியாது. பேராசை கொண்ட ஏகபோக ஆதிக்க உணர்வை தேச பக்திபோல் உருமாற்றிக் காட்டுவதை சந்தேகக் கண்கொண்டே நாங்கள் பார்க்கிறோம்.

நாம் அதிகம் நேசிப்பதும் அதிகம் அஞ்சுவதும் துளியும் நம்பாததுமாக இருப்பதும் பொறுமையற்ற ஓர் லட்சிய வாதியையே. பைரன் மிகச் சிறந்த கவிஞர்; ஆனால் பேச ஆரம்பித்தால் ஒரு குழந்தையே என்று பைரனைப் பற்றிச் சொல்லும்போது கதே சொன்னார். மிகப் பெரிய லட்சியங் களையும் மிகப் பெரிய அளவுக்குப் பொறுமையின்மையும் கொண்டிருக்கும் நபரை இதைப்போலவேதான் நினைக்க வேண்டியிருக்கும். இந்த திசை மாறிய தேசத்தில் ஒற்றுமையைக் கொண்டுவர, நல்லெண்ணம் கொண்ட மற்றும் பிழையான முயற்சிகள் அனைத்தும் தோல்வியடைந்துவிட்டன. இன்னொரு முயற்சியின் கல்லறையில் வைத்துப் பார்ப்பதற்கு உணர்ச்சி மயத்தின் மலிவான, வாசனையற்ற மலர்கள்கூட நம்மிடம் இல்லை.

உடைந்த கண்ணாடியின் துண்டுகளை ஒட்டவைக்க முயற்சி செய்துவிட்டு அதன் பின் முடியவில்லையே என்று புலம்புவதும் கண்ணாடியின் மேல் பழியைப் போடுவதுமான தவறை நாம் செய்யவேண்டாம். எவ்வளவு அசிங்கமானதாக, மோச மானதாக இருந்தாலும் யதார்த்தத்தைத் துணிந்து எதிர் கொள்வோம். தரவுகளை மதித்துப் புரிந்துகொண்டு நடப்போம். அசௌகரியமான யதார்த்தின் மீது பழியைப் போடுவது அரசியல் ஞானம் அல்ல. ஒற்றுமையை அடைய விடாமல் தடுத்துக்கொண்டிருக்கும் ஆழ வேரோடிய பகைமை உணர்வுகளையும் அகலமாகப் பிரித்து வைக்கும் வேறுபாடு களையும் நேர்மையாக வெளிப்படையாக ஒப்புக்கொள்வோம்.

கடந்த முப்பது ஆண்டுகளில் நடந்தவற்றை அலசிப் பார்த்தால், ஹிந்து, முஸ்லிம் ஒற்றுமை வந்துவிட்டதா என்ற கேள்வியே எழும். அதை அடைவதற்கான முயற்சிகள் எடுக்கப்பட வில்லையா? இன்னும் ஏதேனும் முயற்சி எடுக்கப்படவேண்டிய பாக்கி இருக்கிறதா? கடந்த முப்பது ஆண்டுகளில் நடந்தவை ஹிந்து, முஸ்லிம் ஒற்றுமை ஏற்படவில்லை என்பதையே எடுத்துக்காட்டுகிறது. மாறாக இரு தரப்புக்கும் இடையே மிகப் பெரிய இடைவெளியே இருக்கிறது. அர்ப்பண உணர்வு கொண்ட தொடர்ச்சியான பல முயற்சிகள் எடுக்கப்பட்டுவிட்டன. யாரோ ஒருவர் இன்னொருவரிடம் முழு சரணாகதி அடைவதைத் தவிர இனிமேல் செய்ய எதுவுமே பாக்கி இல்லை.

நியாயப்படுத்த முடியாத விஷயங்களில் பொய் நம்பிக்கையை விதைக்க விரும்பாத ஒருவர், ஹிந்து, முஸ்லிம் ஒற்றுமை என்பது

கானல் நீர் போன்றது. அதற்கான முயற்சிகளைக் கைவிடவேண்டும் என்றுசொல்வாரென்றால் அவரை அவ நம்பிக்கைவாதி என்றோ பொறுமையற்ற லட்சியவாதிஎன்றோ நிச்சயம் சொல்லமுடியாது. ஹிந்துக்களின் கடந்த கால முயற்சிகள் எல்லாம் சோகமான முடிவையே எட்டியிருக்கும் நிலையில் தொடர்ந்து பயனற்ற அந்தச் செயல்களைச் செய்துவருவார்களா அல்லது ஒற்றுமைக்கான முயற்சிகளைக் கைவிட்டுவிட்டு வேறு வழியிலான தீர்வுகளை முன்னெடுப்பார்களா என்பதை அவர்கள்தான் சொல்லவேண்டும்.

இரண்டாவதாக, முஸ்லிம்களின் மனநிலை வெகுவாக மாறியிருக்கிறது என்பதை ஒருவர் ஒப்புக்கொண்டாகவேண்டும். எந்த அளவுக்கு மாறியிருக்கிறதென்பது, இரு நாடுக் கொள்கையை முன்வைத்து ஹிந்து, முஸ்லிம் பிரச்னைக்கு பாகிஸ்தான் உருவாவது ஒன்றே தீர்வு என்று சொல்லும் சில முக்கியமான தலைவர்களின் முந்தைய கால கருத்துகளைப் பார்த்தால் நன்கு புரியவரும். இப்படியானவர்களில் முன்னணியில் இருப்பது திரு ஜின்னா. ஹிந்துமுஸ்லிம் விவகாரத்தில் தலை கீழ் மாற்றம் அடைந்திருக்கும் இவருடைய கருத்துகளைப் பார்த்தால் அதிர்ச்சியைவிட மலைப்பே ஏற்படும்.

இந்தத் தலைகீழ் மாற்றத்தின் அளவு, தன்மை, இயல்பு இவற்றைத் தெரிந்துகொள்ளவேண்டுமென்றால் முந்தைய காலத்தில் இவர் என்னவெல்லாம் இந்த விஷயம் சார்ந்து சொல்லியிருக்கிறார் என்பதைப் பார்க்கவேண்டும். அப்போதுதான் இன்று அந்த விஷயம் பற்றி என்ன சொல்கிறாரோ அதனுடன் ஒப்பிட்டுப் பார்க்க முடியும்.

முஸ்லிம் சமுதாயத்தினருக்குத் தனி தொகுதி வேண்டும் என்ற கோரிக்கையுடன் முஸ்லிம் தலைவர்கள் 1906-ல் மிண்டோ பிரபுவைச் சந்திக்கச் சென்றபோது சொன்னதிலிருந்து ஆரம்பிக்கலாம். திரு ஜின்னா அந்த முஸ்லிம் பிரதிநிதிகளின் குழுவில் அப்போது இருந்திருக்கவில்லை. இவரை அவர்கள் அழைத்து இவர் செல்லவில்லையா... இவர் அழைக்கப்படவே இல்லையா என்பது தெரியவில்லை.ஆனால், 1906-ல் தனித் தொகுதி கேட்டு முஸ்லிம் பிரதிநிதிகள் வைத்த கோரிக்கைக்கு அவர் ஆதரவு தரவில்லை என்பது மட்டும் தெரியும்.

1918-ல் ரௌலட் சட்டத்தை எதிர்த்து திரு ஜின்னா ஏகாதிபத்திய சட்டசபை கவுன்சிலில் இருந்து ராஜினாமா செய்தார். அப்போது அவர் சொன்னவை:

இப்போதைய சூழ்நிலையில் இந்த கவுன்சிலில் இருப்பவர்களுக்கு நான் எந்தவகையிலும் பயன் தரும்நிலையில் இல்லை. கவுன்சில் சேம்பரில் இருக்கும் மக்கள் பிரதிநிதிகளுடைய கருத்துகளுக்கும் வெளியில் இருக்கும் மக்களின் உணர்வுகளுக்கும் நம்பிக்கைகளுக்கும் துளியும் மரியாதை தராத அரசுடன் சுயமரியாதை உள்ள ஒருவருக்கு கூட்டுறவானது சாத்தியமில்லை.

1919-ல் திரு ஜின்னா நாடாளுமன்றத்தால் கொண்டுவரப்பட்ட இந்திய சீர்திருத்த சட்டம் தொடர்பான துணை தேர்வுக் குழுவின் முன் சாட்சியம் அளித்தார். ஹிந்து, முஸ்லிம் விவகாரம் தொடர்பாக அந்தக் குழுவினர் கேட்ட கேள்விகளுக்கு ஜின்னா கீழ்க்கண்ட பதில்களைச் சொன்னார்:

மேஜர் ஆர்ஸ்ம்பி கோர் கேட்ட கேள்விகள்.

கேள்வி 3806- நீங்கள் முஸ்லிம் லீகின் சார்பில் ஆஜராகி இருக்கிறீர்கள். அதாவது இந்தியாவில் இருக்கும் இஸ்லாமிய அமைப்புகளிலேயே பரந்தும் விரிந்தும் இருக்கும் அமைப்பு அது அல்லவா?

ஆமாம்.

கே 3807 : இந்தியாவில் இருக்கும் முஹமதியர்களின் சிறப்பு விருப்பங்கள் பற்றி இன்று காலையில் நீங்கள் நிகழ்த்திய துவக்க உரையிலோ கேட்கப்பட்ட கேள்விகளுக்கான பதில்களிலோ ஏதேனும் குறிப்பிடவில்லை என்பது எனக்கு மிகவும் ஆச்சரியமாக இருக்கிறது. நீங்கள் அவை பற்றி எதுவும் சொல்ல விரும்பவில்லையா என்ன?

ஆமாம். எதுவும் சொல்ல விரும்பவில்லை. சவுத் பரோ கமிட்டி அவற்றை ஏற்றுக்கொண்டுவிட்டதால் ஏதேனும் கேள்விகள் இருந்தால் கமிட்டியின் உறுப்பினர்கள் அதைக் கேட்கட்டும் என்று விட்டுவிட்டேன். லக்னோ ஒப்பந்தத்தில் நான் முக்கிய பங்கு வகித்தேன். அப்போது நான் முஸல்மான்களின் பிரதிநிதியாக இடம்பெற்றிருந்தேன்.

கேள்வி 3809 : அனைத்து இந்திய முஸ்லிம் லீக் சார்பில் இந்திய அரசின் தீர்மானத்தை இந்த கமிட்டி நிராகரிக்கவேண்டும் என்று கேட்டுக்கொள்கிறீர்களா?

வங்காளம் தொடர்பான இந்திய அரசின் தீர்மானத்தை நிராகரிக்கவேண்டும் என்று கேட்கும் உரிமை எனக்குக் கிடையாது

(அதாவது வங்காளத்தில் இருக்கும் முஸ்லிம்களுக்கு லக்னோ ஒப்பந்தத்தில் சொல்லப்பட்டிருப்பதைவிட அதிக பிரதிநிதித்துவம் தருவது).

கே 3810 : இந்தியாவின் கோணத்தில் பேசியதாக நீங்கள் சொன்னீர்கள். இந்திய தேசியவாதியாகவா நீங்கள் பேசுகிறீர்கள்?

ஆமாம்.

கே 3811 : முஹமதியர்களுக்கான மதவாத தனித் தொகுதி பிரதிநிதித்துவம் விரைவிலேயே விலக்கப்படவேண்டும் என்று சொல்லவருகிறீர்களா?

அப்படித்தான் நினைக்கிறேன்.

கே 3812 : அப்படியானால், ஹிந்துக்களுக்கு முஸ்லிம்களுக்கும் அரசியல் வாழ்க்கையில் எந்தவித வேறுபாடும் இருக்கக்கூடாது. எவ்வளவு சீக்கிரம் முடியுமா அவ்வளவு சீக்கிரம் இப்படியான நிலை வரவேண்டும் என்று விரும்புகிறீர்களா?

ஆமாம். அப்படியான நாள் வரும்போது எனக்குக் கிடக்கும் மகிழ்ச்சிக்கு இணையாக இந்த உலகில் வேறு எதுவுமே இருக்க முடியாது.

கே 3813 : இந்தியாவுக்குள் மட்டுமல்ல இந்தியாவுக்கு வெளியிலுமாக இந்திய முஹமதியர்களுக்கு சிறப்பான தனியான அரசியல் விருப்பங்கள் இருக்கின்றன என்று சொல்லப்படுவதை உண்மையில்லை என்று கருதுகிறீர்களா? தனியான முஹமதிய சமுதாயம் தனியானது என்பதையே அழுத்தம் கொடுத்தும் சொல்லும் விஷயங்களை நீங்கள் தவறென்று சொல்கிறீர்களா?

இது தொடர்பாக இரண்டு விஷயங்களைச் சொல்ல விரும்புகிறேன். இந்தியாவில் முஸ்லிம்களுக்கென்று தனி விருப்பத்துக்கான விஷயங்கள் என்று மிக மிக சொற்பமாகவே இருக்கின்றன. அதாவது மதச் சார்பற்ற விஷயங்கள்.

கே 3814 : நானும் அதைத்தான்கேட்கிறேன்.

அதனால்தான் தனித்தொகுதிகள் மறைந்துவிடும் அந்த பொன்னாள் வெகு விரைவிலேயே வந்துவிடும் என்று நான் நம்புகிறேன்.

கே 3815 : இது உண்மைதான். அதே நேரம், இந்தியாவில் இருக்கும் முஹமதியர்கள் இந்திய அரசின் அயல் நாட்டுக்கொள்கைகளில் தனி கவனம் செலுத்தவும் செய்கிறார்கள்.

செய்கிறார்கள்தான். பெரும்பான்மையானவர்கள் இது தொடர்பாக மிகவும் உணர்ச்சிபூர்வமாகவும் அழுத்தமான பார்வை கொண்டவர்களாகவும் இருக்கிறார்கள்.

கே 3816 - இதனால்தானா முஹமதிய சமூகத்தின் சார்பில் பேசும் நீங்கள் இந்திய அரசானது ஒரு குறிப்பிட்ட மக்கள் தொகுதிக்கு மிகுந்த பொறுப்புடன் நடந்துகொள்ளவேண்டும் என்று விரும்புகிறீர்கள்.

இல்லை.

கே 3817 : பிரிட்டிஷ் சாம்ராஜ்யத்துடன் இருந்தபடியே இந்தியாவுக்கென்று ஒரு வெளியுறவுக் கொள்கையும் லண்டனில் இருக்கும் அமைச்சர் சொல்வதுபோல் இன்னொன்றும் கொண்டிருப்பது சாத்தியம் என்று நினைக்கிறீர்களா?

ஒரு விஷயத்தைத் தெளிவுபடுத்த விரும்புகிறேன். இது அயலுறவுக் கொள்கை சம்பந்தப்பட்ட விஷயமே இல்லை. இந்திய முஸ்லிம்கள் நினைப்பது என்னவென்றால் இது மிகவும் சிரமமான நிலை. ஆன்மிகரீதியாக காலிஃப்தான் அவர்களுடைய தலைவர்.

கே 3818 - ஒரே ஒரு பிரிவின் தலைவர் தானே

ஆமாம். சன்னி பிரிவின் தலைவர். ஆனால் இந்தியா முழுவதும் அவர்கள்தான் பெருமளவில் இருக்கிறார்கள். எங்களைப் பொறுத்தவரையில் புனித இடங்களின் ஒரே நியாயமான ஆட்சியாளர் காலிஃப்தான். வேறு யாருக்கும் அதில் உரிமை கிடையாது. ஓட்டோமான் சாம்ராஜ்யத்தில் இருந்து அந்தப் புனித இடங்கள் எல்லாம் பிரிக்கப்படக்கூடாது. சுல்தானின் தலைமையில் ஓட்டோமானிலேயே அவை இருந்தாகவேண்டும்.

கே 3819 - சீர்திருத்த சட்ட விவகாரத்திலிருந்து அயல் நாட்டுக்கொள்கை பக்கம் நகர விரும்பவில்லை.

அயல் நாட்டுக் கொள்கைக்கும் இதற்கும் எந்த சம்பந்தமும் இல்லை. உலகம் முழுவதிலும் உள்ள முஸ்லிம்களைப் பாதிக்கும் விஷயங்களில் இந்திய முஸ்லிம்கள் குறிப்பிட்ட அணுகுமுறையை மேற்கொள்வார்களா என்பதுதானே நீங்கள் கேட்கவிரும்புவது.

கே 3280 : இந்திய அரசின் அயல் உறவுக் கொள்கையின் மீது செல்வாக்கு செலுத்தும்வகையில் மத்திய அரசின் மீது அவர்களுக்கு ஏதேனும் ஒருவித கட்டுப்பாடு இருக்கவேண்டும் என்று விரும்புகிறார்களா?

இல்லை.

திரு பென்னெட் கேட்ட கேள்விகள்

கே 3853: அப்படி ஏதேனும் அதாவது மதக் கலவரம் ஏதேனும் நடந்தால் அரசின் நிர்வாகப் பிரிவிடம் சட்டம் ஒழுங்கை நிர்வகிக்கும் பொறுப்பு விடப்படுவது சாதகமானதாக இருக்காதா?

நான் அப்படி நினைக்கவில்லை. என்னைக் கேட்டால் நீங்கள் சொல்வதுபோன்ற துயரமான சம்பவங்கள் நடக்கவேண்டாம் என்று என்றுதான் விரும்புகிறேன்.

கே 3854 : பழைய பிரச்னைகளை மீண்டும் கொண்டுவரவிரும்பி இந்தக் கேள்வியைக் கேட்கவில்லை. நான் அவற்றை மறக்கவே விரும்புகிறேன்.

இந்தக் கலவரங்கள் எல்லாம் தவறான புரிதலினால்தான் பெரிதும் நடக்கின்றன. காவல்துறையினர் ஒரு தரப்பு சாதகமாக நடந்து கொள்கிறார்கள். அதுதான் மற்றவர்களைக் கோபப்படவைக்கிறது. இந்தியாவில் ஹிந்து முஹமதிய கலவரங்கள் எதுவும் நடப்பதில்லை. இந்த கமிட்டியின் முன்னால் பெயர் குறிப்பிடாமல் ஒரு ஆளும் மன்னர் பற்றிச் சொல்ல விரும்புகிறேன். இதற்கு யார் காரணம் என்று கேட்டபோது, நாங்கள் ஆராய்ந்து பார்த்தவரையில் காவலர்கள்தான் இந்தக் கலவரங்களுக்குக் காரணம் என்று தெரியவருகிறது. காவலர்கள் இரண்டு தரப்பில் யாராவது ஒரு பக்கம் சாதகமாக நடந்துகொள்கிறார்கள். எங்களுக்கு இந்த விவரம் தெரியவந்ததும் அந்த காவலரை அங்கிருந்து இடமாற்றம் செய்கிறோம். அதோடு கலவரம் முடிவுக்கு வந்துவிடுகிறது என்று அவர் சொன்னார்.

கே 3855 : நீங்கள் சொல்வது மிகவும் முக்கியமான தகவல். ஆனால் இந்தக் கலவரங்கள் எல்லாம் ஹிந்துக்கள் ஒருபக்கம் முஹமதியர் மறுபக்கம் என இரண்டு மதங்களுக்கு இடையில் நடக்கின்றன. இப்படியானவை நடக்கும்போது இந்த இரண்டு பிரிவைச் சேர்ந்த ஒரு அமைச்சர் சட்ட ஒழுங்கை நிர்வகிக்கும் பொறுப்பில் இருக்கலாமா?

நிச்சயமாக இருக்கலாம்.

கே 3856 : அது பலன் தருமா?

தராது என்று சொன்னால் நான் என்னையே சந்தேகிக்கிறேன் என்று அர்த்தம். நான் அமைச்சராக இருந்தால் நீதி எதுவோ அதுவே என்னை வழிநடத்தும். எது சரியோ அதையே நான் செய்வேன்.

கே 3857 : நீங்கள் நிச்சயம் எதிர் தரப்புக்கு அதிக நியாயம் தேடித் தருவீர்கள் என்பதைப் புரிந்துகொள்ளமுடிகிறது. ஆனால்,

அப்போதுமே தனிப்பட்ட விருப்பு என்ற விஷயம் வந்துவிடுகிறது. பாரபட்சமான அணுகுமுறை என்பது மட்டுமே இங்கு பிரச்னை அல்ல. பொது மக்களுக்கு இதில் ஏதேனும் சந்தேகம் வர வாய்ப்பு உண்டு.

ஒரு தரப்பு தமக்கு நியாயம் செய்யப்படவில்லை என்று சொல்லும் அல்லது தமக்கு நீதி வழங்கப்படாது என்று சொல்லும் என்று சொல்ல வருகிறீர்களா?

கே 3858 : ஆமாம்.

என் பதில் இதுதான். அந்த வேறுபாடுகள் எல்லாம் மறைந்துவருகின்றன. பம்பாயிலிருக்கும் தானே மாவட்டம் முழுவதிலும் மேல் மட்டம் முதல் கீழ்மட்டம் வரை இருக்கும் காவல் துறை அதிகாரிகள் அனைவருமே இந்தியர்கள்தான். ஒரு முஸ்லிம் கூடக் கிடையாது. அனைவருமே ஹிந்துக்கள்தான். இதனால் எந்த புகாரும் எழுந்ததே இல்லை. பத்து ஆண்டுகளுக்கு முன்பாக, நீங்கள் சொன்ன உணர்வுகள் இருந்தன. தற்போது அவை வேகமாக மறைந்துவருகின்றன.

ஐஸ்லிங்டன் பிரபு கேட்ட கேள்விகள்.

கேள்வி 3892 : மதவாத பிரதிநிதித்துவம் பற்றி நீங்கள் இப்போது பேசினீர்கள். மேஜர் ஆர்ம்ஸ்பி கோர் கேட்ட கேள்விக்கு பதில் சொல்லும்போது ஒரு சில வருடங்களுக்குள் மதவாதப் பிரதிநிதித்துவமே தேவையிருக்காது என்று சொன்னீர்கள். இப்போது அது தருவதாகத் தீர்மானிக்கப்பட்டிருக்கிறது. ஹிந்துக்களுக்கும் முஸ்லிம்களுக்கும் உரிய பிரதிநிதித்துவம் கிடைக்கும் வகையில் தீர்மானிக்கப்பட்டுள்ளது. இரு தரப்பின் வேற்றுமைகள் மறைந்துவிடும் என்று சொன்னீர்கள். எவ்வளவு சீக்கிரத்தில் அப்படியான நிலை ஏற்படும் என்று நினைக்கிறீர்கள்?

நான் உங்களுக்கு இது தொடர்பாக சில தரவுகளைத் தருகிறேன். அதைத் தாண்டிஎன்னால் எதுவும் சொல்ல முடியாது. 1913-ல் ஆக்ராவில் நடந்த அனைத்து இந்திய முஸ்லிம் லீக் மாநாட்டில் முஸ்லிம்களுக்குத் தனித் தொகுதி தரப்படவேண்டுமா வேண்டாமா என்ற கேள்வியை எழுப்பினோம். மாறுபட்ட கருத்துகளே வந்தன. அவையும் பிராந்தியம் சார்ந்து மாறுபட்டன. 40 பிரதிநிதிகள் தனித் தொகுதி வேண்டாம் என்றும் 80 பிரதிநிதிகள் (சரியான எண்ணிக்கை நினைவில்லை) தனித் தொகுதி வேண்டும் என்றும் சொன்னார்கள். இது 1913-ல் நடந்தது.

பல்வேறு முஸ்லிம் தலைவர்களுடன் அதன் பின் இது பற்றி நான் நிறையவே விவாதித்திருக்கிறேன். இந்த விஷயத்தைப் பொறுத்தவரையில் தமது பார்வையை அவர்கள் மாற்றி வந்திருக்கிறார்கள். எத்தனை காலம் என்று நான் சொல்ல முடியாது. ஆனால், அதிககாலம் ஆகாது. ஒருவேளை அடுத்த ஆய்வில் அதுபற்றித் தெரிய வரலாம்.

கே 3893: அடுத்த முறை ஆய்வு செய்து பார்க்கும்போது முஸ்லிம்கள் எல்லாம் தனித் தொகுதி வேண்டாம் என்று சொல்வார்கள் என்று நம்புகிறீர்களா?

ஆம். அடுத்த ஆய்வின்போது அப்படியான முடிவுதான் தெரியவரும் என்று நம்புகிறேன்.

முஸ்லிம் லீகின் சார்பான சாட்சியாளர் என்ற வகையில்தான் ஜின்னா அந்த கமிட்டி முன் சாட்சியம் அளித்தார். அந்த அமைப்பின் உறுப்பினர் என்ற விஷயமானது பிற நிறுவனங்களின் மீதான நன்மதிப்புக்கு இடையூறாக வராமல் பார்த்துக்கொண்டார். முஸ்லிம் லீக் உறுப்பினர் என்பதோடு திரு ஜின்னா சுய ஆட்சி லீக், காங்கிரஸ் ஆகியவற்றின் உறுப்பினராகவும் இருந்தார். கூட்டு நாடாளுமன்றக் குழுவின் முன் சாட்சியம் சொன்னதுபோல், அந்த மூன்று அமைப்புகளின் உறுப்பினரான அவருக்கு காங்கிரஸுடன் வெளிப்படையான எதிர் நிலை உண்டு. முஸ்லிம் லீக் மற்றும் சுய ஆட்சி லீகுடனும் மாற்றுக் கருத்துகள் அவருக்கு உண்டு. அவர் கட்சி சார்ப்பு இல்லாத தேசியவாதி என்பது கிலாஃபத் முஸல்மான்களுடன் அவருக்கு இருந்த தொடர்புகள் எடுத்துக் காட்டின.

1920-ல் முஸல்மான்கள் கிலாஃபத் மாநாட்டை நடத்தினர். அந்த அமைப்பு மிகவும் வலிமை பெற்றுவிடவே முஸ்லிம் லீக் 1924 வரை பின்னுக்குத் தள்ளப்பட்டது. இந்தக் காலகட்டத்தில் கிலாஃபத் அமைப்பின் உறுப்பினராக இல்லாத எந்தவொரு முஸ்லிம் தலைவரும் முஸ்லிம் மேடையில் இருந்துகொண்டு பேச முடிந்திருக்கவில்லை. முஸ்லிம் தலைவர்கள் முஸ்லிம்களுடன் தொடர்புகொள்ள அது ஒன்றே ஒரே மேடையாக இருந்தது. அப்போதும்கூட திரு ஜின்னா கிலாஃபத் அமைப்பில் சேர விரும்பியிருக்கவில்லை. அப்போது அவர் பெயரலவிலான முஸல்மானாகவே இருந்தார். இப்போதுஅவருடைய இதயத்தில் கனன்று கொண்டிருப்பதாக அவர் சொல்லும் பழமைவாத இஸ்லாமிய நெருப்பு அப்போது அவரில் இருந்திருக்கவே இல்லை

என்பது உண்மைதான். ஆனால், இந்திய முஸல்மான்கள் இந்தியாவுக்கு வெளியில் இருக்கும் முஸ்லிம்களுடன் எந்தவொரு தேசம் சாரா நெருக்கத்தையும் கொண்டிருப்பதை ஜின்னா விரும்பியிருக்கவில்லை. அதுதான் அவர் கிலாஃபத் இயக்கத்தில் சேராததற்கான உண்மையான காரணம்.

ஒத்துழையாமை இயக்கம், சட்ட மறுப்பு இயக்கம், கவுன்சில்கள் பகிஷ்கரிப்பு என காங்கிரஸ் செயல்பட ஆரம்பித்ததும் திரு ஜின்னா காங்கிரஸில் இருந்து வெளியேறினார். அதை அவர் எதிர்க்க ஆரம்பித்தார். ஆனால், ஹிந்து அமைப்பு என்று அதைச் சொல்லி விமர்சித்திருக்கவில்லை. அவருடைய எதிரிகள் இதைச் சொல்லி அவரைக் குற்றம் சாட்டியபோதெல்லாம் அதை மறுத்துப் பேசியிருக்கிறார். டைம்ஸ் ஆஃப் இந்தியாவுக்கு திரு ஜின்னா எழுதிய கடிதம் ஒன்று காங்கிரஸ் குறித்தும் கடந்த காலம் குறித்தும் அவர் கருதியது பற்றிக் குறிப்பிடுகிறது. அந்தக் கடிதம் கீழ்க்கண்டவாறு எழுதப்பட்டிருந்தது.

தி டைம்ஸ் ஆஃப் இந்தியா ஆசிரியருக்கு,

சார், நான் சொன்னதாகச் சொல்லப்பட்டிருக்கும் வாக்கியத்தைத் திருத்திக் கொள்ளும்படிக் கேட்டுக்கொள்கிறேன். காங்கிரஸை நான் ஹிந்து அமைப்பு என்று சொல்லி நிராகரித்ததாக 1 அக்டோபர் இதழில் உங்கள் நிருபர் 'பேங்கர்' இரண்டாம் பத்தியில் குறிப்பிட்டிருக்கிறார். நான் பேசியதாக உங்கள் செய்தித்தாளில் வந்திருக்கும் அந்தத் தவறான செய்தியை அது வெளியானபோதே திருத்தும்படி பொதுவெளியில் கேட்டு கொண்டிருந்தேன். ஆனால், அது திருத்தப்பட்டிருக்கவில்லை. எனவே நான் அனுப்பும் இந்த கடிதத்தை வெளியிட்டு தவறைத் திருத்தும்படிக் கேட்டுக்கொள்கிறேன்.

கிலாஃபத் புயலானது முடிவுக்கு வந்து முஸ்லிம்கள் இந்திய விவகாரங்களில் கவனம் செலுத்தத் தொடங்கியதும் முஸ்லிம் லீக் புத்துணர்ச்சி பெற்றது. திரு ரஸா அலி தலைமையில் 30, டிச, 1924 அன்று பம்பாயில் நடைபெற்ற லீக் மாநாடு மிகவும் உயிர்த்துடிப்புடன் இருந்தது. திரு ஜின்னாவும் திரு முஹமது அலியும் பங்குபெற்றனர்.

தலைமை உரை நிகழ்த்திய முஹமது அலி வேடிக்கையாகச் சொன்னார்: 'திரு ஜின்னா நம்மிடம் திரும்பி வருவார் (கைதட்டல்கள்). ஒரு புறச்சமயத்தைச் சேர்ந்தவர் காஃபிராகிறார். ஒரு காஃபிர் புறச்சமயி ஆகிறார். திரு ஜின்னா காங்கிரஸில்

இருந்தபோது நான் அவருடன் இருந்திருக்கவில்லை. நான் காங்கிரஸில் சேர்ந்தபோதும் முஸ்லிம் லீகில் சேர்ந்தபோதும் அவர் என்னிடமிருந்து வெகு தொலைவில் விலகியிருந்தார். ஒரு நாள் நாங்கள் இருவரும் இணைவோம் (சிரிப்பு)' என்றார்.

அந்த லீக் மாநாட்டில் இந்தியாவில் இருந்து செயல்படும் பல்வேறு முஸ்லிம் அரசியல் அமைப்புகளின் பிரதிநிதிகள் தில்லியில் லீக் மாநாடு நடக்கும் அதே நாளில் அல்லது அதற்கு முன்பாக ஒரு நாளில் கலந்தாலோசிக்கவேண்டும் என்று ஒரு தீர்மானம் இயற்றப்பட்டது. முஸ்லிம்களின் தேவைகளைப் பூர்த்தி செய்யும் வகையில் ஒருங்கிணைந்த வலுவான நடைமுறைத் திட்டத்தை வடிவமைக்கவேண்டும் என்று தீர்மானிக்கப்பட்டது. இந்தத் தீர்மானத்தை விவரித்துப் பேசிய திரு ஜின்னா சொன்னவை:

> ஹிந்துக்களுடன் மோதுவதற்கு அல்ல; தாய் நாட்டுக்காக ஹிந்துக்களுடன் ஒன்றிணைந்து கூட்டுறவுடன் செயல்பட வேண்டும் என்ற நோக்குடன் முஸ்லிம் சமுதாயத்தை ஒருங்கிணைக்கவேண்டும். அப்படி அவர்களை ஒன்றிணைத்து விட்டால் ஹிந்து மஹாசபையுடன் கைகோர்த்துக்கொண்டு உலகத்தோருக்கு ஹிந்துக்களும் முஸ்லிம்களும் சகோதரர்கள் என்பதை உணர்த்தவேண்டும்.

முஸ்லிம் சமுதாயத்தின் அரசியல் கோரிக்கைகளை வரையறுக்கும் நோக்கில் 33 முக்கியமான முஸல்மான்களைக் கொண்ட ஒரு குழுவை அமைக்கும் தீர்மானமும் அந்த மாநாட்டில் நிறை வேற்றப்பட்டது. இதை முன் மொழிந்தவர் திரு ஜின்னா. அதைக் கொண்டுவரும்போது அவர் சொன்னவை :

> லீகின் மேடையில் தான் ஒரு மதவாதியாக நிற்பதாகச் சொல்லப்படுவதை மறுக்கிறேன் என்று சொன்னார். எப்போதும்போலவே தேசியவாதியாகவே தான் இருப்பதாகச் சொன்னார். தனிப்பட்ட முறையில் அவருக்கு எந்த தயக்கமும் இருந்ததே இல்லை. மிகச் சிறந்த தகுதியான நபர்களே முஸ்லிம்களை சட்ட சபையில் பிரதிநிதித்துவம் செய்ய வேண்டும் (கை தட்டல்). ஆனால், சக இஸ்லாமிய அமைப்பினர் அவர் அளவுக்கு தேசிய சிந்தனையுடன் இருந்திருக்கவில்லை. இது அவருக்கும் தெரிந்திருந்தது. பெரும்பாலான முஸ்லிம்கள் சட்டசபைகளிலும் அரசுப் பணிகளிலும் முஸ்லிம்களுக்கென தனியான பிரதிநிதித்துவம் இருக்கவேண்டும் என்று விரும்பினார்கள். அவர்கள்

> மதரீதியான ஒற்றுமை வரவேண்டும் என்று சொன்னார்கள். அப்படியான ஒற்றுமை எங்கே இருக்கிறது?
>
> சில சரியான தீர்மானங்கள் எடுக்கப்பட்டாலே அந்த ஒற்றுமை வரும். சக முஸ்லிம் மதத்தினர் ஸ்வராஜ்யத்துக்காகப் போராடத் தயாராக இருக்கிறார்கள் (காதைப் பிளக்கும் கரகோஷம்). ஆனால், சில பாதுகாப்பு ஏற்பாடுகள் அவசியம் என்று விரும்புகிறார்கள். ஜின்னாவின் எண்ணம் எதுவாக இருந்தாலும் நடைமுறை அறிவு மிகுந்த அரசியல்வாதியான அவர் உண்மைநிலையையும் கணக்கில் கொண்டாகவேண்டும். ஒற்றுமைக்குத் தடையாக இருப்பது இரு சமூகத்தினர் அல்ல; அதில் இரண்டு பக்கமும் இருக்கும் சில விஷமிகளே.

அப்படியான விஷமிகளை அக்கறை மிகுந்த ஒரு தேசியவாதியால் எவ்வளவு மிகவும் கடுமையான மொழியில் விமர்சிக்க முடியுமோ அப்படி விமர்சித்தார். லாகூரில் 24 மே, 1924-ல் நடைபெற்ற லீக் கூட்டத்தில் தலைவர் என்ற நிலையில் அவர் பேசியவை:

> நாம் சுதந்தரமானவர்களாகவேண்டுமென்றால், ஒன்றுபட வேண்டும். அதிகாரவர்க்கத்தின் அடிமையாகவே இருக்க விரும்பினால் நமக்குள் மோதிக்கொண்டு அற்ப விஷயங்களை ஊதிப் பெருக்கிக்கொண்டு ஆங்கிலேயர்களை மத்தியஸ்தம் பண்ணும் நபர்களாகவே வைத்துக்கொள்வோம்.

1925 மற்றும் 1928-ல் நடைபெற்ற அனைத்து கட்சி மாநாட்டில் திரு ஜின்னா ஹிந்து, முஸ்லிம் பிரச்னைக்கு பொது தொகுதி முறைக்கு சம்மதிப்பதன் மூலம் ஒரு முடிவு காண விரும்பினார். 1927-ல் லீக் மேடையில் அவர் சொன்னார்:

> பெரும்பாலான முஸல்மான்கள் தனித் தொகுதி என்பதே அவர்களுடைய நலனைப் பாதுகாப்பதற்கான ஒரே வழி என்று மனப்பூர்வமாகவும் தீவிரமாகவும் முஸ்லிம்களுக்கான நினைக்கிறார்கள். ஆனால், நான் அப்படி நினைக்கவில்லை.

1928-ல் திரு ஜின்னா சைமன் கமிஷன் மீதான எதிர்ப்புப் போராட்டத்தில் காங்கிரஸுடன் சேர்ந்து செயல்பட்டார். ஹிந்துக்களுக்கும் முஸ்லிம்களுக்கும் இடையில் ஒரு தீர்மானம் வந்திருக்கவில்லை. ஜின்னாவுக்கு இதனால் முஸ்லிம் லீகை இரண்டாகப் பிரிக்கவேண்டியும் வந்தது.

வட்ட மேஜை மாநாடானது மதவாதப் பாறையில் மோதி உடையும் நிலையை எட்டியபோது, அந்த முடிவுக்குக் காரணமான மதவாதி

என்று அடையாளப்படுத்தப்பட்டபோது திரு ஜின்னா மனம் வருந்தினார். மதவாதப் பிரச்னை தொடர்பான பிரிட்டிஷாரின் மத்யஸ்தத்துக்குத் தயாராக இருப்பதாகச் சொன்னார். அலஹாபாதில் 8, ஆக, 1931-ல் நடைபெற்ற யு.பி. முஸ்லிம் மாநாட்டில் திரு ஜின்னா பேசியவை:

> முஸ்லிம்கள் ஒருங்கிணையவேண்டும் என்பதே இன்று மிகவும் அவசியமான முக்கியமான விஷயம் என்பதே நான் எங்களுக்குச் சொல்ல விரும்பும் முதல் விஷயம். இறைவன் பெயரால் கேட்கிறேன் உங்களுடைய அனைத்துவகையான உள் மோதல்களையும் ஓரங்கட்டுங்கள். டாக்டர் அன்சாரி, திரு டி.ஏ.கே.ஷேர்வானி, மௌலானா அபுல் கலாம் ஆஸாத், டாக்டர் சையத் முஹமது அனைவரிடமும் மிகவும் தீவிரமாக அழுத்தமாக இதையே சொன்னேன். (வட்ட மேஜை மாநாட்டுக்கு) இந்தியாவை விட்டு நான் புறப்படுவதற்கு முன்பாக நம்மிடையே என்னவிதமான வேறுபாடுகள் இருந்தாலும் நமது கொள்கைகள், நமது கருத்து வேறுபாடுகள் என்னவாக இருந்தாலும் நாம் சண்டையிடுவதற்கான நேரம் இதுவல்ல.
>
> உங்களிடம் இன்னொரு விஷயமும் சொல்ல விரும்புகிறேன். அச்சு ஊடகங்களில் சிலர், ஹிந்துக்களில் சிலர் என்னை எப்போதும் மிகவும் தவறாகவே சித்திரிக்கிறார்கள். ஹிந்துக்களும் முஸ்லிம்களும் ஒரேமாதிரியானவர்களே என்ற திரு காந்தியின் உரையை இன்று காலையில் படித்துப் பார்த்தேன். இந்த மேடையில் நின்றுகொண்டு நான் மீண்டும் சொல்கிறேன்: காந்தி சொன்னதுபோல் நான் சொல்ல மாட்டேன். ஆனால் இரு சமூகத்தினரும் நேர்மையாக நடந்து கொள்ளவேண்டும் என்று நான் விரும்புகிறேன் என்பதை மனப்பூர்வமாக மிகுந்த அக்கறையுடன் சொல்வேன்.

ஜின்னா தொடர்ந்து சொன்னவை:

> ஹிந்து, முஸ்லிம் பிரச்னைக்குத் தீர்வாக என் மனதுக்குத் தோன்றுவது என்னவென்றால் பஞ்சாப், வங்காளம் பகுதிகளில் முஸ்லிம்களுக்குப் பெரும்பான்மை பிரதிநிதித்துவத்தை ஹிந்துக்கள் விட்டுக் கொடுத்தால் பிரச்னைக்கான தீர்வு எளிதில் கிடைத்துவிடும் என்று மனபூர்வமாக நம்புகிறேன்.
>
> அடுத்த பிரச்னை தனித் தொகுதியா பொதுத்தொகுதியா? பஞ்சாப், வங்காளத்தில் பெரும்பான்மை பிரதிநிதித்துவம்

பாகிஸ்தான்: இந்தியப் பிரிவினை | 433

முஸ்லிம்களுக்குத் தரப்பட்டால் பொதுத் தொகுதி முறைக்கு தனிப்பட்ட முறையில் நான் சம்மதம் தெரிவிக்கிறேன் (கைத்தட்டல்கள்). அதே நேரம் பெரும்பான்மையான முஸ்லிம்கள் தனித் தொகுதிதான் வேண்டும் என்று பிடிவாதமாக இருக்கிறார்கள். நாம் புதிய அரசியல் சாசனத்தை உருவாக்கி, ஹிந்துக்கள் முஸ்லிம்கள் மனதில் இருக்கும் அவநம்பிக்கை, சந்தேகம், பயங்கள் இவற்றையெல்லாம் போக்கி, சுதந்தரத்தை அடையும்போது இந்த தனித் தொகுதி முறையானது தேவையில்லை என்ற நிலை விரைவிலேயே உருவாகிவிடும்.

எனவே முதலில் முஸ்லிம்கள் மத்தியில் ஒருமித்த கருத்தும் அமைதியும் வரவேண்டும். ஹிந்துக்களுக்கும் முஸ்லிம் களுக்கும் இடையிலும் ஒரு தீர்மானமும் அமைதியும் வரவேண்டும். இது விவாதங்களுக்கான நேரமில்லை. பிரசாரத்துக்கான நேரமில்லை. இரு சமூகங்களுக்கு இடையேயான கசப்புணர்வை உருவாக்கும் நேரமல்ல. ஏனென்றால் எதிரி நம் இருவரின் வீட்டு வாசலில் நின்று கொண்டிருக்கிறான். ஹிந்து, முஸ்லிம் பிரச்னையானது முடிவுக்கு வரவில்லையென்றால், பிரிட்டிஷாரே மத்தியஸ்தம் செய்தாக வேண்டியிருக்கும். அது அதிகாரத்தையும் ஆட்சியையும் அவர்கள் வசமே நிலைத்து நிற்கச் செய்யும்.

முஸ்லிம்கள் எதைக் கேட்டாலும் தரத் தயார் என்று திரு காந்தி சொல்கிறார். நானோ முஸ்லிம்கள் கேட்கும் 14 கோரிக்கைகளை மட்டும் ஹிந்துக்கள் நிறைவேற்றித் தந்தால் போதும் என்கிறேன். அது காந்தி முஸ்லிம்களுக்குத் தரத் தயாராக இருக்கும் எவ்வளவு வேண்டுமானாலும் நிரப்பிக் கொள்ளும் படியாகத் தந்திருக்கும் காசோலையைவிட மிகவும் குறைவானதுதான். பண்டித ஜவாஹர்லால் நேரு எங்களுக்கு தொகை குறிப்பிடப்படாத காசோலை கொடுங்கள் என்று கேட்கிறார். திரு படேல், நாங்கள் சுதேசி பேனாவினால் சுதேசி காகிதத்தில் கையெழுத்திடுவோம். எங்களுக்கு தொகை குறிப்பிடப்படாத காசோலை கொடுங்கள் என்றெல்லாம் கேட்கிறார்கள். அவர்களெல்லாம் மதவாதிகள் இல்லை. நாம் மட்டும் மதவாதியா? அனைவரையும் தவறாகவே புரிந்து கொள்ளாதீர்கள். நம் தேசத்திலிருக்கும் கோடிக்கணக் கானோருக்கு அமைதியையும் மகிழ்ச்சியையும் தரக்கூடிய வகையில் பிரச்னைகளுக்குத் தீர்வு காண நம்மால் நிச்சயம் முடியும்.

> உங்களிடம் நான் செய்த, இன்னொரு விஷயத்தைச் சொல்ல விரும்புகிறேன். வட்ட மேஜை மாநாட்டு விஷயங்கள் எல்லாம் அனைவருக்கும் தெரியும்படியாக பொது வெளிக்கு வந்தாயிற்று. ஆர்வம் உள்ளவர்கள் படித்துத் தெரிந்து கொள்ளலாம். பம்பாயில் இருந்து நான் லண்டனுக்குப் பயணம் புறப்படும் முன்பாக உரையாற்றியபோது, இந்தியாவின் நலனை நான் மிக உயர்வாக மதிப்பேன் என்று சொன்னேன். என்னை நம்புங்கள். அந்த மாநாட்டில் நடந்தவற்றை நீங்கள் படித்துப் பார்த்தால், நான் பொய் சொல்லவில்லை என்பது உங்களுக்குத் தெரியவரும். ஏனென்றால் நான் என் கடமையைச் சரியாகச் செய்திருக்கிறேன். கொடுத்த வாக்குறுதியை என்னால் முடிந்த அளவுக்கு முழுமையாக விசுவாசத்துசனும் அக்கறையுடனும் நிறைவேற்றியிருக்கிறேன். நான் முன்வைத்திருக்கும் கோரிக்கைகளைவிட திரு காந்தியோ காங்கிரஸோ அதிக உரிமைகளை வென்றெடுக்க முடிந்தால் நான் நிச்சயம் அவர்களை பாராட்டுவேன்.

இறுதியாக திரு ஜின்னா சொன்னார்:

> ஹிந்துக்களும் முஸ்லிம்களும் நண்பர்களாகவேண்டும். ஒரு இறுதித் தீர்மானம் எடுக்கப்பட்டாகவேண்டும். எனவே முஸ்லிம்கள் நிதானம், அறிவு, தீர்வு காணும் எண்ணம் ஆகியவற்றை வெளிப்படுத்தவேண்டும். தேவைப்பட்டால் மாநாட்டில் கலந்தாலோசனைக் கூட்டம் நடக்கும்போது அது தொடர்பாக ஒரு தீர்மானம் இயற்றவேண்டும்.

முஸ்லிம்களின் கொள்கையில் ஏற்பட்ட மாற்றத்தை மேலும் விளக்கிக் காட்ட திரு ஜின்னாவின் ஆதரவாளரும் பாகிஸ்தான் உருவாகியே தீரவேண்டும் என்றும் சொல்பவரான திரு பர்கத் அலியின் கருத்துகளை இங்கு அறியத் தருகிறேன். சைமன் கமிஷனுக்கு ஆதரவு தெரிவிப்பதா வேண்டாமா என்ற கேள்வியை ஒட்டி முஸ்லிம் லீக் இரண்டாகப் பிரிந்தது. திரு முஹமது ஷஃபி தலைமையிலான பிரிவு சைமன் கமிஷனுக்கு ஆதரவு தெரிவித்தது. காங்கிரஸின் வழியில் நின்று சைமன் கமிஷனுக்கு எதிர்ப்பு தெரிவித்தவர்கள் திரு ஜின்னா தலைமையில் அணி திரண்டனர். 1928-ல் இந்த இரண்டு பிரிவுகளும் தத்தமது வருடாந்தரக் கூட்டத்தை வெவ்வேறு இடங்களில் நடத்தின. ஷாஃபி தலைமையிலான குழு லாகூரிலும் ஜின்னா தலைமையிலான குழு கல்கத்தாவிலும் மாநாடு நடத்தின. முஸ்லிம் லீகின் பஞ்சாப் பிரிவு செயலாளரான திரு பரக்கத் அலி ஜின்னா தலைமையிலான லீக்

நடத்திய கல்கத்தா மாநாட்டில் பங்குபெற்று மதவாத பிரச்னை தொடர்பான தீர்மானத்தை முன்மொழிந்தார். பொதுத் தொகுதிக்கு சம்மதம் தெரிவித்து அந்த தீர்மானம் இயற்றப்பட்டது. அது தொடர்பாக திரு பரக்கத் அலி பேசியவை:

> லீகின் வரலாற்றில் முதன் முறையாக கொள்கைக் கோணத்தில் மாற்றம் ஏற்பட்டிருக்கிறது. முஸ்லிம்களுக்குத் தனித் தொகுதி தருவதை எதிர்த்த ஹிந்து சகோதரர்களுக்கு நாங்கள் இந்த கொள்கை மாற்றத்தின் மூலம் நட்புக் கரம் நீட்டுகிறோம்.

டாக்டர் அன்சாரி தலைமையில் தேசிய முஸ்லிம் கட்சி 1928-ல் ஆரம்பிக்கப்பட்டது. முஸ்லிம் லீகைவிட ஒரு படி முன்னேறிச் செல்லும்படியாக இருந்த அந்தக் கட்சி நேரு கமிட்டி அறிக்கையை திரு ஜின்னா முன்வைத்த எந்தவிதத் திருத்தமும் இல்லாமல் அப்படியே ஏற்றுக்கொண்டது. முஸ்லிம் லீகின் ஜின்னா பிரிவில் இருந்த திரு பரக்கத் அலி அந்த அமைப்பு போதிய அளவுக்கு தேசிய சிந்தனை கொண்டிருக்கவில்லை என்று சொல்லி 1927-ல் அதைவிட்டுப் பிரிந்து டாக்டர் அன்சாரியின் தேசிய முஸ்லிம் கட்சியில் சேர்ந்தார்.

1930-ல் அலஹாபாத்தில் நடந்த அனைத்து இந்திய முஸ்லிம் லீக் கட்சியின் தலைவர் சர் முஹமது இக்பால் இந்தியாவை இரண்டாகப் பிரிக்கவேண்டும் என்று ஒரு தீர்மானம் இயற்றியிருந்தார். திரு பரக்கத் அலி அப்போது எந்த அளவுக்கு தீவிர தேசியவாதியாக இருந்தார் என்பது அந்தத் தீர்மானத்துக்கு அவர் தெரிவித்த காட்டமான எதிர்வினையில் இருந்து தெரிந்து கொள்ளலாம். இன்று ஜின்னாவும் பரக்கத் அலியும் அதே பிரிவினையைத்தான் பாகிஸ்தான் வேண்டும் என்ற பெயரில் முன்னெடுக்கிறார்கள்.

பஞ்சாப் தேசியவாத முஸ்லிம் மாநாடு லாகூரில் 1931-ல் நடைபெற்றது. வரவேற்புக் குழுவின் தலைவராக திரு பரக்கத் அலிதான் இருந்தார். பாகிஸ்தான் தேவையா என்பது தொடர்பாக அவர் சொன்னவற்றை இங்கு பார்ப்பது பொருத்தமாக இருக்கும். தனது கட்சியின் கருத்தை வலியுறுத்தியும் உறுதி செய்தும் அந்த மாநாட்டின் வரவேற்புக் குழுவின் தலைவரான மாலிக் பரகத் அலி சொன்னவை:

> அனைத்துக்கும் மேலாக, இந்தியவின் முழுமையான சுதந்தரத்திலும் மரியாதையிலும் நாங்கள் மிகுந்த நம்பிக்கை வைத்திருக்கிறோம். நாங்கள் பிறந்த நாடாகவும் எங்களுடைய

மனதுக்கு உகந்த, மதிப்பு மிகுந்த உறவுகள், தொடர்புகள் எல்லாம் பின்னிப் பிணைந்திருக்கும் நாடாகவும் இருக்கும் இந்தியா எங்கள் மனதில் அன்புக்கும் ஆசைக்கும் உரியதாக முதலிடத்தில் இருக்கிறது. முதலில் முஸ்லிம் அதன் பின்னரே இந்தியன் என்று மூடத்தனமான உணர்ச்சிகளை எழுப்பும் நோக்கில் குறுமதிகொண்டு பிரசாரம் செய்துவரும் கட்சிகளுடன் நாங்கள் இணையவிரும்பவில்லை. இப்படியான முழக்கங்கள் எல்லாம் அர்த்தமற்ற, வெற்று கோஷங்கள் மட்டுமல்ல; மிக மிக விஷமத்தனமானவையும் கூட. இந்தியாவின் மிகச் சிறந்த மற்றும் நிரந்தர நலன்களுக்கு இஸ்லாமின் மிக உயர்ந்த மற்றும் மிக அடிமட்டமான என எந்தவொரு நலனும் எதிராகவோ முரணாகவோ இருக்கும் என்று சொல்லவே முடியாது.

இந்தியாவில் இஸ்லாமும் இந்தியாவும் ஒரே மாதிரியான முக்கியத்துவம் கொண்டவையே. பொருளாதாரமானாலும் அரசியலானாலும் சமூக அளவிலென்றாலும் ஒழுக்கம் சார்ந்து பார்த்தாலும் இந்தியாவுக்கு எவையெல்லாம் தீமை தருமோ அவையெல்லாம் இஸ்லாமுக்கும் தீமையளிக்கும். இந்தியாவின் நன்மைக்கும் இஸ்லாமுக்கும் இடையில் முரண் இருப்பதாகச் சொல்லும் போலித் தலைவர்கள் எல்லாம் அடிப்படையில் இஸ்லாமின் விரோதிகளே. துருக்கி, எகிப்து அல்லது அரேபியாவில் இருக்கும் இஸ்லாமிய சகோதரர்கள் மீது நமக்கு இருக்கும் நட்பானது கண்ணியமானது. ஆரோக்கியமானது. ஒருநாளும் இந்தியாவுக்கு வெளியில் இருக்கும் முஸ்லிம்கள் மீதான நமது நட்பானது இந்தியாவின் அடிப்படை நலன்களுக்கு எதிரானதாக இருக்கவே முடியாது.

பிற நாட்டு முஸ்லிம்கள் மீதான நமது நட்புணர்வுக்கு மூலாதாரமாகத் திகழும் இந்தியாவானது வலிமையாக இருந்தால்தான் நமது நட்புணர்வானது பிற நாட்டு முஸ்லிம்களுக்கு பயனுள்ளதாக இருக்கும். இதைச் சொல்வதற்கு கடவுள் என்னை மன்னிக்கட்டும். ஒருவேளை நமது எல்லைக்கு அப்பால் இருக்கும் நாடுகளில் இருந்து யாரேனும் இந்தியாவை ஆக்கிரமிக்கும் நோக்கிலும் அதன் குடிமக்களின் சுதந்தரத்தைப் பறிக்கும் நோக்கிலும் படையெடுத்துவந்தால் உலகளாவிய இஸ்லாமிய உணர்வானது எவ்வளவு இருந்தாலும் அது எதை முன்வைத்தாலும் இந்திய முஸ்லிம்கள், முஸ்லிம் அல்லாத இந்தியர்களுடன் கை கோர்த்துக்கொண்டு இந்தியாவின் சுதந்தரத்தைக் காப்பாற்றப்

போராடுவதைத் தடுக்கவே முடியாது. எனவே, இது தொடர்பாக முஸ்லிம்கள் அல்லாதவர்கள் மத்தியில் எந்தவிதக் குழப்பமும் தேவையே இல்லை.

சில குறுகிய மனம் படைத்த ஹிந்து அரசியல்வாதிகள் இந்தியாவின் வடமேற்கு எல்லைக்கு அப்பால் இருந்து இந்தியாவுக்கு பெரும் இஸ்லாமிய அபாயம் வரவிருப்பதாகத் தொடர்ந்து சொல்லிவருகிறார்கள். இப்படியான கூற்றுகளும் அச்சங்களும் அடிப்படையில் தவறானவை. எந்த ஆதாரமும் இல்லாதவை. ஆக்கிரமிக்க வருபவர் ஒரு முஸ்லிம் ஆட்சியாளராக இருந்தாலும் முஸ்லிம் அல்லாதவர்கள் எந்த அளவுக்கு இந்தியாவின் சுதந்தரத்துக்காகப் போராடுவார்களோ அதுபோலவே இந்திய முஸ்லிம்களும் போராடுவார்கள்.

அடுத்ததாக, நாங்கள் சுதந்தர இந்தியாவை மட்டுமல்ல ஒன்றுபட்ட இந்தியாவையும்தான் விரும்புகிறோம். முஸ்லிம் இந்தியா, ஹிந்து இந்தியா, சீக்கிய இந்தியா, வேறு எந்த பிரிவின் இந்தியா என தனித்தனியான இந்தியாவை அல்ல. அனைவருக்குமான ஒரே இந்தியா அதையே நாங்கள் விரும்புகிறோம். எனவே, ஹிந்து இந்தியா, முஸ்லிம் இந்தியா என்று பிரிக்க விரும்பும் சக்திகள் கட்சிகளுடன் எந்த நிலையிலும் கை கோர்க்கப் போவதில்லை. ஹிந்து இந்தியா, முஸ்லிம் இந்தியா என்ற கோஷங்கள் எல்லாம் அந்தந்தத் தரப்பைச் சேர்ந்த பழமைவாத மனநிலை கொண்டவர்களுக்கு என்னவிதமான உற்சாகத்தையும் உத்வேகத்தையும் தந்தாலும் நாங்கள் அவற்றுக்கு எங்கள் முழு எதிர்ப்பையும் தெரிவிக் கிறோம். அது நடைமுறையில் சாத்தியமற்றது; வன்மையாகக் கண்டிக்கத் தக்கது என்பதால் மட்டுமல்ல; இந்தியாவில் நடைபெற்றுவரும் நவீன அரசியல் செயல்பாடுகளில் இருக்கும் நன்மைகள் அனைத்துக்கும் சாவு மணியாக இருக்கும் என்பதால் மட்டுமல்ல; மாறாக, அது இந்தியாவின் பிரதான வரலாற்றுப் பாரம்பரியத்துக்கு எதிரானது என்பதால் அதை முழுமையாக எதிர்க்கிறோம்.

அசோகர் காலத்திலும் சந்திர குப்தர் காலத்திலும் இந்தியா ஒரே நாடாகவே இருந்தது. ஹிந்துக்களிடமிருந்து ஆட்சி அதிகாரம் மொகலாயர்கள் அல்லது முஸ்லிம்களின் கைகளுக்கு மாறியபோதும் ஒரே நாடாகவே இருந்தது. நமது விருப்பங்களை எட்டிய பின்னரும் இன்றைய நமது லட்சியமான சுதந்தரத்தை அடைந்த பின்னரும் நம் தேசம் ஒரே

தேசமாகவே இருக்கும். நம் தேசத்தில் அன்று சுடர் விட்டுப் பிரகாசிக்கும் விளக்குகள் எல்லாம் வெறும் கடந்த காலப் பெருமைகளின் பிரதிபலிப்புகளாக இருக்காமல் நமது முகங்களில் இருந்து பிரகாசிப்பதுபோல் சுயமான பேரொளி கொண்டதாகவே இருக்கும்.

முஸ்லிம் லீக் அமைப்பின் மேடையில் நின்றுகொண்டு தலைமையுரை ஆற்றிய சர் முஹமது இக்பால் இந்தியப் பிரிவினை பற்றிப் பேசியிருக்கிறார். அந்த அமைப்பு கிட்டத்தட்ட இல்லாமல்போய்விட்டிருக்கும் நிலையில், இஸ்லாமின் பிரதிநிதியாக இருக்கும் தகுதியை இழந்த நிலையில் இந்த உரை நிகழ்த்தப்பட்டிருக்கிறது. எனவே, அதுவே இந்தியா தொடர்பாக இஸ்லாமின் நிலைப்பாடு என்று யாரும் தவறாக நினைத்துவிடவேண்டாம். எந்தவொரு குறைந்தபட்ச அறிவு உள்ள ஒருவரும் முன்வைக்க முடியாத ஒரு கருத்து என்று சொல்லி சர் முஹமது இக்பால் அதை மறுதலித்திருக்கவேண்டும். அவர் அப்படிச் செய்யாத நிலையிலும், வளர்ந்துவரும் இஸ்லாமிய தலைமுறையின் உணார்வுக்கும் புத்து கூர்மைக்கும் இந்த எண்ணமெல்லாம் மிகவும் அந்நியமானது என்று எந்தத் தயக்கமும் இன்றி நான் எதிர்த்துக் கூறியிருக்கவேண்டும். மத ரீதியாக இந்தியா பிளவுபடுத்தப்படக்கூடாது என்பது மட்டுமல்ல; ஹிந்துமதமும் இஸ்லாமும் ஒத்திசைவுடன் அருகருகே இருந்தாகவேண்டும். இந்தியாவின் எல்லைகள் எந்த நிலையிலும் குறுக்கவோ, தனிமைப்படுத்தப்படவோ பிரிக்கப்படவோகூடாது என்பதை உறுதிபடக்கூறுவது என் பெருமைக்குரிய கடமையாகக் கருதுகிறேன். டாக்டர் இக்பால் இந்தியாவை முஸ்லிம் இந்தியா, ஹிந்து இந்தியா என்று பிரிக்க விரும்புவதுபோலவே சில சீக்கிய மதவாதிகள் பஞ்சாபை இரண்டாகப் பிரிக்க வேண்டும் என்று சொல்கிறார்கள்.

சுதந்தரமான ஒன்றுபட்ட இந்தியா எனும் லட்சியம் மிகவும் உயர்ந்தது. அனைவருக்கும் அனைத்தும் சம அளவில் கிடைக்கவேண்டும். முடிந்த அளவுக்கு விஸ்தாரமான, உண்மையான ஜனநாயகத்தின் அடிப்படையில் அதாவது வயது வந்தோருக்கான வாக்களிப்பு உரிமையின் மூலம் பொதுத் தொகுதி முறையில் தேர்ந்தெடுக்கப்படும் பிரதிநிதிகளால் யாருக்கும் எந்தவித சலுகையும் ஒடுக்குதலும் இன்றி சட்ட திட்டங்கள் உருவாக்கப்படும். சட்டங்களைப் பாரபட்சமின்றி அமல்படுத்தும் வகையிலான நிர்வாகம், தனது செயல்களுக்கு

பதில் சொல்லக்கடமைப்பட்ட வகையில் உருவாக்கப்படும். தொலைவில் இருந்து அல்லது பின்னின்று செயல்படும் அந்நியர்களைக் கொண்ட நாடாளுமன்றத்தால் இயக்கப் படாமல் இந்த தேசத்திலிருந்து தேர்ந்தெடுக்கப்பட்டவர்களால் நடத்தப்படவேண்டும்.

நான் சொல்லும் இந்தச் சித்திரத்தின் அனைத்து விவரங் களையும் இன்னும் நான் விளக்கவேண்டும் என்று நீங்கள் விரும்பமாட்டீர்கள் என்று நினைக்கிறேன். தேசிய முஸ்லிம் கட்சியின் இலக்குகள், எதிர்பார்ப்புகள் பற்றி என் பார்வைகள் சிலவற்றைச் சொல்லி இந்த உரையை முடிக்கவிரும்புகிறேன். தனித் தொகுதியா பொதுத் தொகுதியா என்ற விவாதமானது பொது அரசியல் வாழ்வில் இருக்கும் எந்தவொரு நபரும் புறக்கணிக்க முடியாத அளவுக்கு மிகவும் முக்கிய இடத்தைப் பிடித்துவிட்டிருக்கிறது.

ஒரு பிராந்தியத்தில் பெரும்பான்மையாக இருக்கும் மக்களை தேர்தல் வாக்களிப்பில் சிறுபான்மையாக ஆக்கக்கூடிய வகையிலான, செயற்கையாக நினைத்தபடி ஆட்டுவிக்க முடிந்த உயர் மட்ட வாக்கெடுப்பு இருந்த காலகட்டத்தில் தனித் தொகுதிக்கான அவசியம் இருந்திருக்கலாம். மதவாத விருப்பங்களும் உணர்வுகளும் அதிகமாக இருந்த காலத்திலும் அனைவர் மீதும் சந்தேக எண்ணமானது தேசத்தில் கசப்பு உணர்வையும் ஏற்படுத்திவந்த காலகட்டத்திலும் தனித் தொகுதி என்பது பலன் தரக்கூடியதாக இருந்திருக்கலாம். ஆனால், இன்றைய மாறிய சூழலில், எதிர்கால இந்தியாவில் தனித் தொகுதி என்பதற்கு எந்த முக்கியத்துவமும் இருக்காது.

திரு ஜின்னா, திருபரக்கத் அலி ஆகியோர் தேசியவாதம், தனித்தொகுதி, பாகிஸ்தான் ஆகியவை தொடர்பாக ஆரம்பத்தில் கொண்டிருந்த பார்வைகள் இவையே. இதே விஷயங்கள் தொடர்பாக இன்று அவர்களுடைய நிலைப்பாடுகள் எவ்வளவு தலைகீழாக மாறிவிட்டன பாருங்கள்.

இதுவரையிலும் நான் இரண்டு முக்கிய விஷயங்களைச் சொல்ல முயற்சி செய்திருக்கிறேன். முதலாவதாக, ஹிந்து, முஸ்லிம் ஒற்றுமையைக் கொண்டுவர முன்னெடுத்த முயற்சிகள் அனைத்தும் படு தோல்வி அடைந்துவிட்டன. இரண்டாவதாக, முஸ்லிம் தலைவர்கள் மனதில் புதிய சிந்தனை ஒன்று முளைத்துவிட்டது. மூன்றாவதாக, ஒரு விஷயம் பற்றியும் பேசியாகவேண்டும். அதனுடைய பொருத்தப்பாடு மற்றும் நாம் விவாதிக்கும்

விஷயத்தின் மீது அது எந்த அளவுக்குத் தாக்கம் செலுத்தும் என்பது பற்றியும் சொல்லியாகவேண்டும். இந்த முஸ்லிம் கோட்பாடானது அரசியல் தத்துவவாதிகள் ஏற்கும் அம்சத்தைக் கொண்டிருக்கிறதா என்று பார்க்கவேண்டும்.

பாகிஸ்தான் என்ற ஒரு தனி நாடு உருவாக எந்த நியாயமும் இல்லை என்றே பெரும்பாலான ஹிந்துக்கள் கருதுவதாகத் தெரிகிறது. பாகிஸ்தான் கோட்பாடு என்பதை மட்டுமே பார்த்தால் இது மிகப் பெரிய தவறு என்பதில் எந்த சந்தேகமும் இல்லை. ஒரு மதப் பிரிவுக்கும் தேசத்துக்கும் இடையிலான வித்தியாசத்தில்தான் பாகிஸ்தான் கோரிக்கையின் நியாயம் இருக்கிறது. முதலாவதாக, அது மிக சமீபத்தில்தான் உருவாகியிருக்கும் கருத்தாக்கம். அரசியல் தத்துவவாதிகள் நீண்டகாலமாகவே இரண்டு விவகாரங்கள் குறித்தே அதிகமும் அக்கறைகாட்டிவந்திருக்கின்றனர். ஓர் அரசாங்கத்தில் வெறும் பெரும்பான்மை பலம் மட்டுமே சிறுபான்மைகளை ஆட்சி செய்யலாம் என்பதை பகுத்தறிவின் அடிப்படையில் ஏற்றுக்கொள்ளமுடியுமா? ஆட்சி செய்யப்படும் மக்களின் சம்மதமானது ஆட்சியில் இருப்பவர்களுக்கு எந்த அளவுக்கு அவசியம். ஆட்சியாளர்களுக்கு ஆளப்படுபவர்களின் சம்மதம் அவசியம் என்று சொல்பவர்கள்கூட அது பற்றி விரிவாக எதுவும் சொல்வதில்லை. ஆளப்படுபவர்கள் என்று சொல்லப்படும் மக்கள் பிரிவில் எந்தவொரு தனிப்பட்ட வரையறையும் முன்வைப்பதில்லை. அப்படிப் சொல்லப்படுபவர்கள் ஒரு சமூகப் பிரிவாக இருக்கிறார்களா அல்லது ஒரு தேசமாக இருக்கிறார்களா என்பதுபற்றி அவர்கள் விரித்துச் சொல்லவில்லை. இந்த வேறுபாட்டை அரசியல் தத்துவவாதிகள் புரிந்துகொண்டு ஏற்றுக்கொள்ளவேண்டிய நிர்பந்தத்தை சந்தர்ப்ப சூழ்நிலைகள் உருவாக்கிவிட்டன.

அடுத்ததாக, அந்தத் தனித்தன்மை என்பது வேறுபாடு இல்லாத ஒன்றல்ல; அந்தத் தனித்தன்மையானது கணிசமானது. இதனால் வேறுபாடு என்பதே அதனுடைய அடிப்படை அம்சம். சமூகப் பிரிவுக்கும் தேசத்துக்கும் இடையிலான இந்த வேறுபாடானது அடிப்படையானது. இவற்றின் அரசியல் உரிமைகள் எல்லாம் முற்றிலும் வேறானவை. ஒரு சமூகப் பிரிவுக்கு இருக்கும் உரிமைகள் எல்லாம் தேசத்தின் அரசியல் உரிமைகளில் இருந்து முற்றிலும் மாறுபட்டவை. ஓர் அரசின் சட்ட திட்டங்கள் எல்லாம் ஒரு சமூகத்துக்கு கலகம் செய்யும் உரிமையை மட்டுமே தந்துள்ளன. அதே நேரத்தில் ஒரு தேசத்துக்கு, பிரிந்து செல்லும் உரிமையைத் தந்திருக்கிறார்கள். இந்த இரண்டுக்கும் இடையிலான

வித்தியாசமானது மிகவும் அடிப்படையானது என்பதுபோலவே மிகவும் வெளிப்படையானதும் கூட.

சமூகம் செய்ய உரிமை உள்ள கலகத்தில் ஓர் அரசாங்கத்தின் நடைமுறை, செயல்பாடுகள் இவற்றில் மாற்றத்தைக் கேட்டுத்தான் போராட அனுமதி உண்டு. ஆனால், பிரிந்து செல்லும் உரிமை என்பது கலகம் செய்யும் உரிமையைவிடப் பெரியது. ஒரு நாட்டின் குறிப்பிட்ட பிரிவு மக்கள் அந்த நாட்டின் ஒரு பகுதியைத் தமது கட்டுப்பாட்டுக்குள் கொண்டுவந்து தனி நாடாகப் பிரிந்துசெல்லும் உரிமையை அது குறிக்கும்.

இந்த வித்தியாசத்துக்கு எது அடிப்படை என்று ஒருவருக்கு கேள்வி எழலாம். அரசியல் தத்துவவாதிகள் ஒரு சமூகத்துக்கு இருக்கும் போராடும் உரிமைக்கும் தேசத்துக்கு இருக்கும் பிரிந்துசெல்லும் உரிமைக்கும் பின்னால் உள்ள நியாயம் பற்றிச் சொல்லியிருக் கிறார்கள். ஒரு சமூகத்துக்கு, தனதுநலன் சார்ந்து பாதுகாப்பு அம்சங்களைக் கோரும் உரிமை உண்டு. ஒரு தேசத்துக்கு, பிரிந்துசெல்லும் உரிமை உண்டு. இந்த வேறுபாடானது மிகவும் தெளிவானது. முக்கியமானது. ஆனால் ஏன் ஒரு பிரிவினருக்கு போராடும் உரிமை மட்டுமே உண்டு. இன்னொரு பிரிவினருக்கு பிரிந்துசெல்லும் உரிமை உண்டு என்பதற்கான காரணங்களைச் சொல்லவில்லை. இப்படியான ஒரு கேள்வியை அவர்கள் எழுப்பியிருக்கவே இல்லை. மாறுபட்ட உரிமைகளுக்கு என்ன காரணம் என்பதும் எளிதில் புரியும்படியாக இல்லை. ஆனால், இந்த வேறுபாடு எதனால் உருவாக்கப்பட்டது என்பதைத் தெரிந்து கொள்வது மிகவும் அவசியம்.

இறுதி இலக்கு என்ன என்பதுதான் இந்த மாறுபட்ட உரிமைகளுக்கான காரணம் என்று எனக்குத் தோன்றுகிறது. ஓர் அரசில் பல சமூகங்கள் அல்லது பல தேசங்கள் இருக்கும். பல சமூகங்களைக் கொண்ட அரசில் ஒரு சமூகத்தை இன்னொன்றுக்கு எதிராக நிறுத்தமுடியும். இரண்டும் ஒன்றுக்கொண்டு மோதலில் ஈடுபடக்கூடச் செய்யலாம். ஆனால், அந்த சமூகங்களின் இறுதிப் பார்வையில் அவர்கள் ஒருவரே என்ற எண்ணமே இருக்கும். ஆனால், பல தேசங்களைக் கொண்ட ஓர் அரசில், ஒரு தேசம் இன்னொன்றுக்கு எதிராகக் கிளர்ந்தெழும்போது அந்த மோதலானது இரண்டு இலக்குகளைக் கொண்டவற்றின் மோதலாக இருக்கும். இதுதான் சமூகங்களுக்கும் தேசங்களுக்கும் இடையிலான வித்தியாசம். அதனால் அவற்றின் அரசியல் உரிமைகள் வெவ்வேறாக இருக்கின்றன.

இந்த விளக்கத்தில் எந்த ஒரு புதிய விஷயமோ அசலான விளக்கமோ இல்லை. சமூகத்துக்கு ஏன் ஒருவிதமான உரிமை மட்டுமே உண்டு. தேசத்துக்கு முற்றிலும் மாறுபட்ட இன்னொரு உரிமை உண்டு என்பதை வேறு வார்த்தைகளில் சொல்லியிருக்கிறது. அவ்வளவுதான். ஒரு சமூகத்துக்கு கலகம் செய்யவும் போராடவும் மட்டுமே உரிமை உண்டு. ஏனென்றால், அது அதனுடன் திருப்திப்பட்டுவிடும். அரசின் செயல்பாடுகள், அணுகுமுறையில் ஒரு மாற்றம் வேண்டும் என்பதை மட்டுமே அது விரும்புகிறது. இறுதிப் பார்வையில் எந்த வித்தியாசமும் இல்லை. ஆனால் தேசத்துக்கு, பிரிந்து செல்லும் உரிமை தரப்படவேண்டும். ஏனென்றால் அரசின் செயல்பாடு அல்லது அமைப்பு மாறுவதோடு அது திருப்தி அடைந்துவிடாது. இறுதி பார்வையில் ஏற்படும் வித்தியாசம். செயற்கையான பிணைப்பானது அறுபடாமல் அது தீர்த்துவைக்கப்படாதென்றால் தார்மிகரீதியாகவும் நடைமுறை ஞானம் சார்ந்தும் அந்த பிணைப்பை அறுத்து இரு தரப்பும் தத்தமது விதியை நோக்கி நகர வழிசெய்வதே சரியாக இருக்கும்.

5

ஹிந்து, முஸ்லிம் ஒற்றுமைக்கான முயற்சிகள் தோல்வியடைந் திருப்பதையும் முஸ்லிம் தலைவர்களின் பார்வை தலைகீழாக மாறியிருக்கிறது என்பதையும் ஒப்புக்கொள்ளும் அதேநேரம், இப்படி நடப்பதற்கு முக்கியமாக என்ன காரணம் என்பதை நாம் புரிந்துகொண்டாகவேண்டும். பிரிட்டிஷாரின் பிரித்தாளும் கொள்கையே ஒற்றுமை முயற்சிகள் தோற்பதற்கும் இப்படியான முஸ்லிம் தலைவர்களின் மனநிலையில் ஏற்பட்ட மாற்றத்துக்கும் காரணம் என்று ஹிந்துக்கள் சொல்கிறார்கள். இதில் ஆச்சரியப்பட எதுவும் இல்லை. அயர்லாந்துக்காரர்களைப் போல் எதற்கெடுத் தாலும் அரசாங்கத்தையே குறைசொல்லும் மனநிலையை ஹிந்துக்கள் வளர்த்துக்கொண்டுவிட்டார்கள். தட்பவெப்பநிலை மோசமானால் அதற்குக்கூட அரசாங்கத்தைக் குறைசொல்லும் நிலைக்கு அவர்கள் போய்விட்டார்கள்.

ஹிந்துக்களுக்கு மிகவும் பிடிக்கும் இந்த மேலோட்டமான குற்றச்சாட்டை நாம் நிராகரிக்க வேண்டிய நேரம் வந்துவிட்டது. ஏனென்றால், அது இரண்டு முக்கியமான சந்தர்ப்ப சூழ்நிலைகளைக் கணக்கில் கொள்ளத் தவறிவிட்டிருக்கிறது. ஒருவேளை பிரிட்டிஷார் அப்படிச் செயல்படுகிறார்கள் என்றே வைத்துக்கொண்டாலும் அப்படியான இடைவெளி எதுவும் இல்லாமல் அந்தக் கொள்கை வெற்றிபெற முடியாது. நீண்ட

காலத்துக்கு இந்தக் கொள்கை வெற்றிபெறுகிறதென்றால் அப்படிப் பிரிவை ஏற்படுத்தக்கூடிய விஷயங்கள் கிட்டத்தட்ட நிரந்தரமானவை; தீர்க்கமுடியாதவை; மேலோட்டமானவையோ தற்காலிகமானவையோ அல்ல என்பதே உறுதியாகிறது.

இரண்டாவதாக, இந்த கருத்தியல் மாற்றத்தின் பிரதிநிதியான திரு ஜின்னா, பிரிட்டிஷாரால் ஆட்டுவிக்கப்படும் கருவியாக இருப்பார் என்று அவருடைய பரம விரோதிகள் கூடநினைக்கமாட்டார்கள். அவர் பெருமளவுக்கு சுய சிந்தனை மிகுந்தவர்; வெளிப்படையாகவே கர்வம் நிறைந்தவர்; புறத்தூண்டுதல் இல்லாமலேயே கொஞ்சம் அராஜக குணம் கொண்டவர். இதனால்தான் அவரால் இரண்டாம் இடத்தில் இருந்துகொண்டு பொது விஷயங்களில் இன்னொருவருடன் சேர்ந்து அவரால் செயல்படமுடியவில்லை. அவர் மனதில் அப்படி ஒன்றும் பெரும் சிந்தனைகள் கொட்டிக் கிடக்காமல் இருக்கலாம். ஆனால், அவருடைய விமர்சகர்கள் சொல்வதுபோல் பிறருடைய யோசனைகளைக் கேட்டு நடக்கும்படியாக சொந்த புத்தி எதுவுமே இல்லாதவரும் அல்ல.

அவருக்குக் கிடைத்திருக்கும் புகழானது அவருடைய திறமையை விட மிக அதிகம் என்று சொல்லலாம். அதே நேரம் சிதைக்க முடியாதவர் என்ற ஒரு அடைமொழியை இந்திய அரசியல் வாதிகளில் யாருக்கேனும் தரமுடியுமென்றால் அதற்கு ஜின்னாவை விடப் பொருத்தமானவர் வேறு யாரும் இருக்கவே முடியாது. பிரிட்டிஷ் அரசுடன் அவருடைய பரிமாற்றங்கள், எதிர்வினைகள் ஆகியவற்றைப் பார்த்தவர்கள் எல்லாம் அவர் பிரிட்டிஷாரின் எதிரியாக இல்லாமல் இருக்கலாம். ஆனால், எப்போதும் பிரிட்டிஷ் அரசை எதிர்த்துவந்திருப்பதைத் தெரிந்துகொள்ளமுடியும். அவரை யாராலும் விலைக்கு வாங்கிவிட முடியாது. அவர் ஒருபோதும் அதிர்ஷ்டத்தையோ ஆதாயத்தையோ எதிர்பார்த்தவர் அல்ல. திரு ஜின்னாவின் சிந்தனையில் ஏற்பட்ட மாற்றத்துக்கு ஹிந்துக்கள் சொன்ன சம்பிரதாயமான காரணம் பொருத்தமாக இல்லை.

அப்படியானால் ஹிந்து, முஸ்லிம் ஒற்றுமை முயற்சிகள் தோற்றுப் போனதற்கும் முஸ்லிம் தலைவர்களின் சிந்தனை மாற்றத்துக்கும் எதுதான் உண்மையான காரணம்?

ஹிந்து, முஸ்லிம் ஒற்றுமை ஏற்படாமல் போனதற்கான முக்கியமான காரணம் ஹிந்துக்களும் முஸ்லிம்களுக்கும் இடையில் வெறும் வேறுபாடுமட்டுமே இருக்கிறது. அதிலும் இது லோகாதாய விஷயங்களில் மட்டுமே வேறுபாடு இருக்கிறது என்று தவறாக நினைப்பதுதான் காரணம். உண்மையில் அந்த

வேறுபாடு ஆன்மிக அளவிலானது. வரலாற்று, மத, கலாசார, சமூகரீதிகளிலான வெறுப்புகளில் இதற்கான வேர்கள் இருக்கின்றன. அரசியல் வெறுப்பு என்பது இவற்றின் வெளிப்பாடு மட்டுமே. இதனால் அதிருப்தியின் மிக ஆழமான ஆறு ஓடிக்கொண்டே இருக்கிறது. அது தொடர்ந்து நிரம்பியும் வருகிறது. அவ்வப்போது வழக்கமான கால்வாய்களில் பொங்கிப் பிரவகிக்கவும் செய்கிறது. வேறு எந்தவொரு நீர் மூலத்திலிருந்து வரும் நீர் இதனுடன் சேர்ந்ததும் இதன் நிறத்தை மாற்றவோ நீர்த்துப்போகவைக்கவோ செய்யாமல் இந்தப் பெரு நீரோட்டத்தில் அது கரைந்து மறைந்துவிடுகிறது. இந்த வெறுப்பின் நீரோட்டதினால் படிந்த கசடுகள் நிரந்தரமானதாகவும் ஆழமானதாகவும் ஆகிவிட்டன. இந்த கசடுகள் தொடர்ந்து சேரும் வரையிலும் இந்த வெறுப்பு நீடிக்கும் வரையிலும் ஹிந்துக் களுக்கும் முஸ்லிம்களுக்கும் இடையிலான பகைமை விலகி ஒற்றுமை வர வாய்ப்பே இல்லை.

துருக்கிய சாம்ராஜ்யத்தில் இருந்த கிறிஸ்தவர்களையும் முஸ்லிம் களையும் போல், இந்தியாவின் ஹிந்துக்களும் முஸ்லிம்களும் பல தளங்களில் போரிட்டுவருகிறார்கள். இந்தப் போர்களில் அவர்கள் வெற்றியாளர்களாகவும் இருந்திருக்கிறார்கள். வெல்லப்பட்டவர் களாகவும் இருந்திருக்கிறார்கள். யார் வெற்றி பெற்றபோதும் இரு தரப்புக்கும் இடையிலான இடைவெளி அப்படியே இருந்து வந்திருக்கிறது. மொகலாயர்களின் ஆட்சிகாலத்தில் அல்லது பிரிட்டிஷாரின் காலத்தில் வலிந்து கொண்டுவரப்பட்ட அரசியல் ஒற்றுமையானது காலப்போக்கில் கைமாற்றித் தரப்பட்டு பிற நாடுகளில் இருந்ததுபோல் வலுவான இயல்பான ஒற்றுமையாக மலர்வதற்கு பதிலாக இரு தரப்பின் பரஸ்பர வெறுப்பானது அதிகரித்தே வந்திருக்கிறது. மதம் சார்ந்த அல்லது சமூகம் சார்ந்த எந்தவொரு விதிமுறையும் இந்த இடைவெளிகளை நிரப்ப முடியவில்லை.

இந்த இரண்டு மதங்களும் பரஸ்பரம் ஒன்றையொன்று மறுதலிப்பவை. சமூக நன்னடத்தை சார்ந்து எவ்வளவுதான் ஒத்திசைவைக் கொண்டுவந்தாலும் அடிப்படையில் மூலா தாரமான விஷயங்களில் இருக்கும் இடைவெளிகள் சரிசெய்ய முடியாதவை. இந்த இரண்டு தரப்புகளுக்கும் இடையில் இருக்கும் உள்ளார்ந்த வெறுப்பை நூற்றாண்டுகளாலும் குறைக்க முடியவில்லை. அக்பர், கபீர் போன்ற சீர்திருத்தவாதிகள் நல்லிணக்க முயற்சிகள் எடுத்தபோதிலும் இரு தரப்பின் தார்மிக இடைவெளிகள் அப்படியே நீடித்துவந்திருக்கின்றன. ஒரு ஹிந்து,

ஹிந்து மதத்திலிருந்து கிறிஸ்தவத்துக்குப் போனால் அது எந்தப் பெரிய அதிர்ச்சியையும் உருவாக்காது. ஆனால், ஹிந்து மதத்திலிருந்து இஸ்லாமுக்குச் சென்றால் அது நிச்சயம் கலவரத்தில்தான் போய்முடியும். ஹிந்துக்களுக்கும் முஸ்லிம்களுக்கும் இடையிலான வெறுப்பின் ஆழத்தை அது காட்டுகிறது.

இஸ்லாமும் ஹிந்து மதமும் முஸ்லிம்களையும் ஹிந்துக்களையும் அவர்களுடைய மத நம்பிக்கை சார்ந்து பிரித்துவைப்பதோடு சமூகரீதியில் இணைவதையும் தடுத்துவருகிறது. ஹிந்துக்களுக்கும் முஸ்லிம்களுக்கும் இடையிலான திருமணங்களை ஹிந்து மதம் தடைசெய்கிறது. இந்தக் குறுகிய எண்ணம் ஹிந்து மதத்தில் மட்டுமே இருப்பதாக நினைக்கவும் வேண்டாம். இஸ்லாமும் சமூக நடத்தைகளில் குறுகிய எண்ணம் கொண்டதுதான். முஸ்லிம்களுக்கும் ஹிந்துக்களுக்கும் இடையிலான திருமணங்களை அதுவும் தடைசெய்கிறது. இப்படியான சமூக விதிகள் இருக்கும்வரையில் சமூகக் கலப்பு என்பது சாத்தியமே இல்லை. சமூக இணைவுக்கான வழிகள், அணுகுமுறைகள், பார்வைகள் எதுவுமே சாத்தியமில்லை. இதனால் இந்த பகைமையின் கூர் முனைகள் மழுங்குவதே இல்லை. காலகாலமாக விலகிய கோணங்கள் இணைய வாய்ப்பே இல்லை.

ஹிந்துக்களுக்கும் முஸ்லிம்களுக்கும் இடையிலான காயங்களை அதிகப்படுத்திவரும் வேறு சில குறைகளும் இஸ்லாமிலும் ஹிந்து மதத்திலும் இருக்கின்றன. ஹிந்து மதம் அடிப்படையில் மனிதர்களைப் பிரித்துவைப்பது; இஸ்லாம் மனிதர்களை ஒன்று சேர்ப்பது என்று பொதுவாகச் சொல்வதுண்டு. இது அரை உண்மைதான். ஏனென்றால் இஸ்லாம் எந்த அளவுக்கு ஒன்று சேர்க்கிறதோ அதே அளவுக்குப் பிரித்தும் வைக்கிறது. இஸ்லாம் என்பது மூடுண்ட அமைப்பு. இஸ்லாமியருக்கும் இஸ்லாமியரல்லாதவர்களுக்கும் இடையிலான வேறுபாட்டை அது மிக அழுத்தமாக முன்வைக்கிறது. மிகத் தெளிவாக பிறரை அடையாளப்படுத்தி தள்ளிவைக்கிறது.

இஸ்லாமின் சகோதரத்துவம் என்பது அனைத்து மனித குலத்தினர் மீதான சகோதரத்துவம் அல்ல. அது முஸ்லிம்களுக்குள்ளான சகோதரத்துவம் மட்டுமே. அங்கே நட்புணர்வு உண்டு. ஆனால் அது அந்த அமைப்புக்குள் இருப்பவர்களுடனான நட்புணர்வு மட்டுமே. அந்த அமைப்புக்கு வெளியே இருப்பவர்கள் மீது வெறுப்பும் பகைமையும் மட்டுமே இருக்கும்.

இஸ்லாமின் அடுத்த பிரச்னை என்னவென்றால் அது சுய நிர்ணய அதிகாரம்கொண்ட அமைப்பு. உள்ளூர் அரசு அமைப்புடன் எதிர்மறை உணர்வு கொண்டது. ஏனென்றால் ஒரு முஸ்லிமின் விசுவாசமானது அவர் வசிக்கும் நாட்டின் மீது அல்ல; அவருடைய மதத்தின் மீதே இருக்கும். இபி பேனே இபி பத்ரியா அதாவது எங்கே வாழ்வாதாரம் கிடைக்கிறதோ அதுவே தாய்நாடு என்பது ஒரு முஸ்லிமினால் நினைத்துப் பார்க்கவே முடியாத விஷயம். எங்கே இஸ்லாமிய அரசு இருக்கிறதோ அதுவே என் நாடு என்பதுதான் ஒரு முஸ்லிமின் நம்பிக்கை. வேறு வார்த்தைகளில் சொல்வதானால் இந்தியாவைத் தனது தேசமாக மதிக்க மதப்பற்று மிகுந்த முஸ்லிமினால் ஒருபோதும் முடியாது. ஹிந்துக்களை உற்றார் உறவினராக ஒரு தூய முஸ்லிமினால் கருதவே முடியாது. அதனால்தான் மாபெரும் இந்தியரும் உண்மையான முஸ்லிமுமாக இருந்த மௌலானா முஹமது அலி தனது உடம்பானது இந்தியாவில் புதைக்கப்படாமல் ஜெருசலேமில் புதைக்கப்பட வேண்டும் என்று தன் விருப்பத்தைத் தெரிவித்திருந்தார்.

முஸ்லிம் தலைவர்களின் கொள்கையில் ஏற்பட்ட மாற்றத்துக்கு எந்தவொரு பிழையான நோக்கத்தையும் கற்பிக்க முடியாது. பாகிஸ்தான் என்ற புதிய பெயர் மூலமாக முன்வைக்கப்படும் புதிய தலைவிதியைக் குறியீடாகக் காட்டும் புதிய லட்சியத்தின் விடியலை அது உணர்த்துகிறது. முதல் முறையாக புதிய லட்சியத்தைப் புதிதாகத் தொழ ஆரம்பித்திருக்கிறார்கள் என்பதாகத் தோன்றுகிறது. ஆனால் இது உண்மை அல்ல. இந்தத் தொழுகை புதியதாகத் தோன்றுகிறது. ஏனென்றால், புதிய இலக்கின் சூரியனானது இப்போதுதான் மறைந்திருந்த மேகங்களில் இருந்து வெளியே முழு ஒளியுடன் வெளிப் பட்டிருக்கிறது. புதிய இலக்கின் காந்த சக்தியானது முஸ்லிம்களை அதை நோக்கி இழுப்பதைத் தவிர வேறு எதையும் செய்யாது.

திரு ஜின்னா போன்ற வலிமையான மனிதர்கள்கூட அந்த காந்த சக்தியால் உள்ளிழுக்கப்பட்டுவிட்டார்கள். அதன் வலிமையை அவரால் எதிர்க்க முடியவில்லை. இந்திய வரைபடத்தில் அந்த புதிய இலக்கானது மிகத் தெளிவாக உயிர்பெற்றுவருகிறது. வரைபடத்தைப் பார்க்கும் எவருக்கும் அந்த லட்சியத்தைப் புரிந்துகொள்ளாமல் இருக்கமுடியாது. இஸ்லாமியர்களுக்கான தேசிய அரசாக இறைத்தூதர் மிகத் தெளிவாகத் திட்டமிட்டு உருவாக்கி வைத்திருப்பதுபோல் அந்த தேசம் அங்கு இருக்கிறது. இந்தப் புதிய லட்சியத்துக்கு எளிதில் உருவம் கொடுத்து அடைந்துவிடமுடியும் என்பதோடு முஸ்லிம்கள் அனைவரையும்

ஒற்றை இஸ்லாமிய தேசத்தில் இணைக்கும் இஸ்லாமியக் கனவை அது கிளர்ந்தெழவும் வைத்திருக்கிறது.

இப்போது பல்வேறு நாடுகளில் வசிக்கும் முஸ்லிம்கள் அந்தந்த தேசங்கள் மீதான பற்றை வளர்த்துக்கொள்வதால் உலகளாவிய இஸ்லாமிய சகோதரத்துவத்தைக் கொண்டுவர முடியாத நிலை உருவாகிவிட்டதாக நினைக்கிறார்கள்.

சர் முஹமது இக்பால், இந்திய முஸ்லிம்கள் உட்பட முஸ்லிம் ஆட்சியில் இல்லாத தேசங்களில் வாழும் முஸ்லிம்களிடம் இருக்கும் தேசியவாத உணர்வையும் தாய் நாட்டுப்பற்றையும் மிகவும் கடுமையாகக் கண்டிக்கிறார். ஹிந்துஸ்தானில் இருந்து பாகிஸ்தானைப் பிரிப்பதன் மூலம் இரான், இராக், அரேபியா, துருக்கி, எகிப்து எல்லா நாடுகளும் சேர்ந்து கான்ஸ்டாண்டி நோபிளில் இருந்து லாகூர் வரையிலுமான ஒற்றை அரசைக் கொண்ட இஸ்லாமிய நாடுகளின் கூட்டமைப்பு அமைக்கமுடியும். இந்தப் புதிய லட்சியத்தினால் ஒரு முஸல்மான் கவரப்பட வில்லையென்றால் அவர் ஒரு முட்டாளாகவே இருப்பார். இந்தியாவில் இருந்த முஸ்லிம்கள் அனைவரையும் இந்த சிந்தனையே முழுவதுமாக மாற்றியமைத்தது.

இந்த இலக்கை முஸ்லிம்கள் வெகு முன்னதாகவே முன்னெடுத்திருக்காதது ஒருவகையில் ஆச்சரியமாகவே இருக்கிறது. ஆனால், 1923லேயே இதுவே இறுதி இலக்கு என்பது சில முஸ்லிம்களுக்குத் தெரிந்திருக்கிறது. இதற்கான எடுத்துக் காட்டாக, சர் டென்னிஸ் பிரே தலைமையில் இந்திய அரசு நியமித்த வடமேற்கு எல்லைப் பிராந்திய கமிட்டியின் முன் கான் சாஹப் சர்தார் குல்கான் வழங்கிய சாட்சியத்தைச் சொல்லலாம். செட்டில்ட் மாவட்டங்களை பஞ்சாபுடன் சேர்ப்பது தொடர்பாகவும் வடமேற்கு எல்லைப் பிராந்தியத்துக்கும் செட்டில்ட் மாவட்டங் களுக்கும் பழங்குடிப் பகுதிக்குமான நிர்வாக விவகாரங்கள் குறித்தும் அறிக்கை சமர்ப்பிக்கும்படி அவரிடம் கேட்கப் பட்டிருந்தது.

கான் சாஹப் சர்தார் குல்கான் சொன்ன சாட்சியத்தின் முக்கியத்துவம் அந்தக் குழுவில் இருந்த திரு என்.எம்.சமர்நாத் தவிர வேறு உறுப்பினர் யாருக்கும் புரிந்திருக்கவில்லை. அவர் தான் தயாரித்த மைனாரிட்டி அறிக்கையில் இதுபற்றிக் குறிப்பிட்டிருந்தார். அவருடைய அந்த அறிக்கையில் இருந்து எடுக்கப்பட்டிருக்கும் இந்த பகுதியானது இந்தப் புதிய இலக்கு எப்படி ஆரம்பித்து, எப்படியெல்லாம் வளர்ந்து வந்திருக்கிறது

என்பது தொடர்பான இருண்ட பக்கங்களின் மீது வெளிச்சம் பாய்ச்சுவதாக இருக்கிறது.

வடமேற்கு எல்லைப் பிராந்தியம், சுதந்தரமான பகுதிகள் பற்றிமட்டுமல்ல பலுசிஸ்தானம், ஆஃப்கானிஸ்தானம், பாரசீகம் ஆகியவை பற்றி இந்த சாட்சியாளர் (கான் சாஹேப் சர்தார் முஹமது குல் கான்) அல்லாமல் வேறு யாருக்கும் இத்தனை அழுத்தமாக சுய அனுபவம், அறிதல் சார்ந்து பேசமுடியாது. தலைவர், இஸ்லாமிக் அன்சுமன், தேரா இஸ்மாயில் கான் என்ற அடையாளத்துடன் இந்த கமிட்டி முன்னால் சாட்சியம் அளிக்க அவர் முன்வந்ததென்பது மிகவும் குறிப்பிடத்தக்க விஷயம். இவரை நான் கேள்விகேட்டேன்: சிந்து மாகாணத்தில் இருப்பதுபோலவே வடமேற்கு எல்லைப் பிராந்தியத்துக்கும் ஒரு குடிமை அரசு நிர்வாகம் கொண்டுவரப்பட்டால் சிந்து பிராந்தியம் பம்பாய் பிரஸிடென்ஸியின் அங்கமாக இருப்பதுபோல் இந்த எல்லைப் பிராந்தியம் பஞ்சாபின் அங்கமாக இருக்குமா? இது தொடர்பாக உங்கள் கருத்து என்ன என்று கேட்டேன்.

மிகத் தெளிவான நேரடியான பதிலை அவர் சொன்னார்: இஸ்லாமைப் பொறுத்தவரையில் முஸ்லிம் நாடுகளின் கூட்டமைப்பு என்ற அடிப்படையில் நான் அதை எதிர்க்கிறேன்.

இது தொடர்பாக நான் மேலும் சில கேள்விகள் கேட்டேன். அவற்றுக்கும் வெளிப்படையாக, தடாலடியாக பதில் சொன்னார். அவர் சொன்ன பதிலின் முக்கியமான பகுதிகளை இங்கு அறியத் தருகிறேன்.

★

கேள்வி : உங்கள் அன் ஜுமன் அமைப்பின் பின்னணியில் இஸ்லாமிய சர்வ தேசியம் அதாவது இஸ்லாமிய நாடுகளின் கூட்டமைப்புதான் இருக்கிறது அல்லவா? பஞ்சாபுடன் இந்த வட மேற்கு எல்லைப் பிராந்தியத்தை இணைத்தால் அது உங்களுடைய அந்த லட்சியத்துக்கு தடையாக இருக்கும். உங்களைப் போன்றோரின் மனதில் இருக்கும் எண்ணம் இதுதானே. சரியா?

பதில் : ஆமாம். ஆனால் இது தொடர்பாக நான் மேலும் சில விஷயங்களும் சொல்ல விரும்புகிறேன். அவர்கள் என்ன நினைக்கிறார்களென்றால் ஹிந்து, முஸ்லிம் ஒற்றுமை என்பது ஒருபோதும் சாத்தியமல்ல. ஒருநாளும் அதைச் செய்து

முடிக்கமுடியாது. இந்த எல்லைப் பிராந்தியமானது தனித்தே இருக்கவேண்டும். இஸ்லாமுக்கும் பிரிட்டிஷ் காமன் வெல்துக்கும் இடையிலான இணைப்புப்புள்ளியாக இருக்க வேண்டும் என்று அவர்கள் விரும்புகிறார்கள். என் கருத்து என்ன என்று கேட்டதற்கு, அன் ஜுமன் அமைப்பின் உறுப்பினர் என்ற வகையில் இவற்றைச் சொல்கிறேன். ஹிந்து, முஸ்லிம்கள் பிரிக்கப்படவேண்டும். தென் பகுதியில் 23 கோடி ஹிந்துக்கள், வடக்குப் பகுதியில் எட்டு கோடி முஸ்லிம்கள் என்று இரு நாடுகள் உருவாகவேண்டும். ராஸ்குமாரியிலிருந்து (அநேகமாக கன்யாகுமரியிலிருந்து என்பது மூலத்தில் அப்படித் தவறாக சொல்லப்பட்டிருக்கும்) ஆக்ராவரை ஹிந்துக்களுக்கும் ஆக்ராவிலிருந்து பெஷாவர் வரை முஸ்லிம்களுக்கும் கொடுத்துவிடவேண்டும். அதாவது, ஒரு பகுதியில் இருந்து இன்னொரு பகுதிக்கு மக்கள் இடம்பெயர்ந்துவிடவேண்டும். இது பரிமாறிக் கொள்ளும் விஷயம். இது அழித்தொழிப்பின் விஷயம் அல்ல. தனியுடைமைக்கு எதிராக போல்ஷெவிஸம் (பொது உடமை) இருக்கிறது. அது அனைத்து சொத்துக் களையும் அரசுடமையாக்குகிறது. ஆனால் நாங்கள் சொல்வது சொத்துக்களைப் பரிமாறிக்கொள்ளும் எளிய விஷயம் மட்டுமே. இதுவும் நடைமுறை சாத்தியமில்லாததுதான். ஆனால் நடைமுறைப்படுத்த முடியுமென்றால், அதைவிட இதையே நாங்கள் விரும்புகிறோம்.

கேள்வி : பஞ்சாபுடன் இணைக்கப்படவேண்டாம் என்று நீங்கள் சொல்ல இதுதான் முக்கியமான காரணமா?

பதில் : ஆமாம்.

கே: இஸ்லாமிய சர்வ தேசக் கூட்டமைப்பு பற்றிச் சொன்ன போது அரசியல் விஷயங்களைவிட மத விஷயங்களே உங்கள் மனதில் பிரதானமாக இருப்பதாகத் தெரிகிறது.

ப: அது அரசியல் சார்ந்ததும்தான். அன் ஜுமன் அமைப்பு அரசியல் அமைப்புதான். அதேநேரம் முஹமதியர்களைப் பொறுத்தவரையில் அனைத்துமே மதம் சார்ந்ததுதான். ஆனால், அன் ஜுமன் அடிப்படையில் ஓர் அரசியல் அமைப்புதான்.

கே: நான் உங்களுடைய அன் ஜுமன் அமைப்பைப் பற்றிச் சொல்லவில்லை. முஸ்லிம்களைப் பற்றிக் கேட்கிறேன். இஸ்லாமிய நாடுகளின் கூட்டமைப்பு பற்றி முஸ்லிம்கள் என்ன நினைக்கிறார்கள் என்று தெரிந்துகொள்ளவிரும்புகிறேன். முஸ்லிம்கள் மனதில் அரசியல் விஷயங்கள் பிரதானமாக

இருக்கின்றனவா மதம் சார்ந்த விஷயங்கள் பிரதானமாக இருக்கின்றனவா?

பதில் : உங்களுக்கே தெரிந்திருக்கும் இஸ்லாம் அடிப்படையில் மதமும் அரசியலும் கலந்ததுதான்.

கே: அப்படியானால் அரசியலும் மதமும் பின்னிப் பிணைந்துதான் இருக்கும் அல்லவா?

ப : நிச்சயமாக.

★

பதான் பிராந்தியத்தை தனியாக உருவாக்கி வடமேற்கு எல்லைப் பிராந்தியத்தை பஞ்சாபுடன் சேர்ப்பதில் இருக்கும் அபாயத்தைச் சுட்டிக்காட்டுவது ஒன்றை மட்டுமே அடிப்படையாகக்கொண்டு திரு சமார்த் இந்த மேற்கோளைப் பயன்படுத்தியிருந்தார். ஆஃப்கானிஸ்தான் மற்றும் இந்தியாவுக்கு அப்பால் இருக்கும் முஸ்லிம் நாடுகளுடன் பதான்களுக்கு இருக்கும் நெருக்கத்தைச் சொல்லிக்காட்டியிருந்தார். ஆனால், பாகிஸ்தான் என்ற தனி தேசம் உருவாக்கப்படவேண்டும் என்ற திட்டத்தின் விதை 1923லேயே ஊன்றப்பட்டுவிட்டது என்பதையும் இது சுட்டிக்காட்டுகிறது.

1924-ல் மாண்டேகு செம்ஸ்ஃபோர்ட் சீர்திருத்தங்களை வடமேற்கு எல்லைப் பிராந்தியத்துக்கும் நீட்டிப்பது தொடர்பான தீர்மானத்தின் மீது திரு முஹமது அலி தன் கருத்துகளை முன்வைத்தார். அந்தத் தீர்மானமானது பம்பாயில் நடைபெற்ற முஸ்லிம் லீக் மாநாட்டில் கொண்டுவரப்பட்டிருந்தது. எல்லைப் பிராந்தியத்தைச் சேர்ந்த முஹமதியர்களுக்கு இந்தியாவுடன் சேர்வதா காபூலுடன் சேர்வதா என்பதைத் தீர்மானிக்கும் சுய நிர்ணய உரிமை உண்டு. கான்ஸ்டாண்டிநோபிளில் இருந்து தில்லிக்கு ஒரு எல்லைக் கோடு வரைவதானால் சஹரன்பூர் வரையிலான முஹமதிய பிராந்தியங்களை உள்ளடக்காததாக இருக்கவேண்டும் என்று ஒரு ஆங்கிலேயர் சொன்னதை அவர் மேற்கோள்காட்டினார்.

திரு முஹமது அலிக்கு பாகிஸ்தான் என்ற தனிநாடு உருவாக்குவது தொடர்பாகவும் தெரிந்திருந்தது என்பது அவர் திரு சமார்த்திடம் கொடுத்த சாட்சியத்தில் இருந்து தெரியவருகிறது. பாகிஸ்தானை ஆஃப்கானிஸ்தானுடன் இணைக்கவேண்டும் என்ற விஷயத்தை சாட்சி சொன்னவர் நேரடியாகச் சொல்லியிராத நிலையிலும் அந்த ரகசிய திட்டத்தை எந்தவித முன்யோசனையுமின்றி திரு சமார்த் வெளிப்படுத்திவிட்டார்.

1924லிருந்து 1930 வரையிலும் இந்தத் திட்டம் பற்றி முஸ்லிம்கள் எதுவும் பேசியிருக்கவில்லை. பிரிவினை எண்ணங்களைப் புதைத்துவிட்டு ஒற்றை தேசக் கொள்கையை முன்னெடுத்து ஹிந்துக்களுடன் தமது நலன்களைப் பாதுகாப்பது தொடர்பாகவே பேச்சுவார்த்தைகள் நடத்திவந்தனர். ஆனால், 1930-ல் வட்ட மேஜை மாநாடு நடைபெற்றபோது, ஒரு சில முஸ்லிம்கள் தனியாக ஒரு குழு அமைத்து பாகிஸ்தான் திட்டம் பற்றி வட்ட மேஜை மாநாட்டில் பேச முயற்சிகள் மேற்கொண்டனர். 'பாகிஸ்தான் என்ற தனி நாடு உருவாக்கப்படவேண்டும்' என்று எழுதிய துண்டு பிரசுரங்களை வட்ட மேஜைமாநாட்டின் உறுப்பினர்களுக்குக் கொடுத்தனர். இருந்தும் யாரும் அதை யாரும் பொருட்படுத்தி இருக்கவில்லை. வட்ட மேஜை மாநாட்டில் பங்குபெற்ற எந்த முஸ்லிம் தலைவரும் அதை எந்தவகையிலும் அங்கீகரித்திருக்க வில்லை.

இரு நாடுகளுக்கும் ஒரே பொதுவான மத்திய அரசு என்ற திட்டத்துக்கான எதிர்ப்பை பாகிஸ்தான் என்ற தனி நாட்டுக்கான தீர்மானமாகக் கருத முடியுமென்றால் வட்ட மேஜை மாநாட்டில் பங்கெடுத்தவர்களில் தனி நாடு கோரிக்கையை நேரடியாகச் சொல்லாமல் ஆதரித்தவராக சர் முஹமது இக்பாலைச் சொல்லலாம். வட்டமேஜை மாநாட்டின் மூன்றாவது அமர்வில் இந்தியாவுக்கு எந்தவொரு மத்திய அரசாங்கமும் தேவையில்லை. லண்டனில் இருக்கும் செக்ரட்டரி ஆஃப் ஸ்டேட்டுடன் நேரடித் தொடர்பில் இருக்கும்படியான சுதந்தரமான சுய நிர்வாக அதிகாரம் கொண்ட பிராந்தியங்களாகவே இந்தியப் பகுதிகள் இருக்க வேண்டும் என்று பேசியிருந்தார்.

அந்த இலக்கானது நடைமுறை சாத்தியமில்லாத கனவு என்று முஸ்லிம்கள் முதலில் நினைத்திருக்கக்கூடும். பின்னர் அது கிடைக்கக்கூடும் என்ற நிலை உருவானபோதும்கூட பிரிட்டிஷாரை அது தொடர்பாக வலியுறுத்தவும் ஹிந்துக்களை அதற்கு சம்மதிக்க வைக்கவும் தேவையான அளவுக்கு முஸ்லிம்கள் ஒருங்கிணைந்திருக்கவில்லை. வட்ட மேஜை மாநாட்டில் முஸ்லிம்கள் ஏன் பாகிஸ்தான் பற்றிப் பேசவில்லை என்பதை விளக்குவது மிகவும் கடினம்தான். அது பிரிட்டிஷார் மனதைப் புண்படுத்தும்; ஹிந்துக்களுடனான 14 அம்ச பேச்சுவார்த்தையில் பிரிட்டிஷாரையே சார்ந்திருப்பதால் பாகிஸ்தான் பற்றிப் பேசி பிரச்னையை உருவாக்கிக் கொள்ளவேண்டாம் என்று நினைத்திருக்கக்கூடும்.

தனிப்பட்ட சந்திப்பில் பிரிட்டிஷ் அதிகாரிகளுடன் பேசிப் பார்த்ததாகவும் அதற்கு அவர்கள் சம்மதிக்கவில்லை என்றும் சொல்லப்படுகிறது. மேலும் வலியுறுத்தினால் பிரிட்டிஷாரின் மனதில் வருத்தத்தை உருவாக்கிவிடுமோ என்று முஸ்லிம்கள் நினைத்திருக்க வாய்ப்பு உண்டு.

முஸ்லிம்கள் தேர்ந்த அரசியல் ஞானம் கொண்டவர்கள். பிஸ்மார்க் சொன்னதுபோல் எப்போதுமே நடைமுறை சாத்தியமானதை மட்டுமே முஸ்லிம்கள் முன்னெடுப்பார்கள். அதனால் 14 கோரிக்கைகள் தொடர்பாக பிரிட்டிஷாரிடமிருந்து சம்மதம் கிடைப்பதுவரை பல்லை வெளியில் காட்டாமல் பொறுமையாகக் காத்திருக்க முடிவுசெய்திருந்தனர்.

பாகிஸ்தான் திட்டத்தைத் தள்ளிப் போட்டுவந்ததற்கு இன்னொரு காரணமும் உண்டு. பாகிஸ்தான் என்ற தனி தேசத்துக்கான அரசியல் தத்துவ நியாயம் உண்டென்பது முஸ்லிம் தலைவர்களுக்கு அதுவரையில் தெரிந்திருக்கவில்லை என்றே தோன்றுகிறது. இந்திய அரசியல் சதுரங்கத்தில் பாகிஸ்தான் என்ற தனி நாடு கோரிக்கை என்பது சாதாரண நகர்வு அல்ல. இந்திய தேசத்தின் அரசியல் வரலாற்றில் அதுவரை முன்னெடுக்கப்படாத செயல். தேசத்தைப் பிளக்கும் செயல். அப்படி ஒரு பிரிவினைக் கோரிக்கையுடன் எந்தவொரு முஸ்லிமாவது முன் வந்திருந்தால் அவருடைய தீவிரமான கோரிக்கைக்கான தார்மிக தத்துவார்த்த நியாயம் என்ன என்ற கேள்வி அவர் முன்னால் எழுப்பப் பட்டிருக்கும். முஸ்லிம்களுக்கே அந்தச் செயலுக்கான தத்துவார்த்த நியாயம் எதுவும் தெரிந்திருக்கவில்லை என்பதும் புரிந்துகொள்ளமுடியும் விஷயம்தான்.

இந்தியாவில் வாழும் முஸ்லிம்களை அந்த முஸ்லிம் தலைவர்கள் எல்லாம் ஒரு தனி சமூகமாக சிறுபான்மையினமாகவே கருதிவந்தனர். முஸ்லிம்களை, தனி தேசம் என்பதாகப் பேசியிருக்கவே இல்லை. சமூக இனம், தேசிய இனம் இவற்றுக்கு இடையிலான வேறுபாடு மிகவும் மெல்லியது. அப்படி இல்லாமல் இருந்தாலும் அனைத்துத் தளங்களிலும் அது வெளிப்படவும் இல்லை. ஒவ்வொரு தேசமுமே பல சமூகங்கள் ஒன்றிணைந்து உருவாவதுதான். பெரும்பாலான தேசங்களில் வெவ்வேறு மொழி, வெவ்வேறு மத விதிமுறைகள், சமூகப் பழக்கவழக்கங்கள் கொண்ட பல தரப்பட்ட மக்கள் திரள்கள் நெகிழ்வான பிணைப்பு கொண்ட குழுக்களாக வசிக்கின்றன. இப்படியான நிலையில் தனி தேசமாகக் கருதப்படக்கூடிய சாத்தியங்களைக் கொண்ட பிரிவினர்

தம்மை ஒரு தனி சமூகக் குழு என்றுமட்டுமே தவறாகச் சொல்லிக் கொள்ளும் வாய்ப்பும் உண்டு.

இரண்டாவதாக, முன்பே சொன்னதுபோல், மக்கள் திரளுக்கு தனித் தேசிய உணர்வுகள் இல்லாமல் இருக்கலாம். ஆனால் அதற்கான அனைத்து அம்சங்களும் அங்கு இருக்கவும் கூடும். சிறுபான்மை உரிமைகள் மற்றும் பாதுகாப்பு ஏற்பாடுகள் ஆகியவற்றின் பார்வையில் இந்த வித்தியாசங்கள் எல்லாம் முக்கியமானவை அல்ல. சிறுபான்மை இனம் என்பது தனி சமூக இனமாகவோ தனி தேசிய இனமாகவோ இருந்தாலும் சிறுபான்மை தேசிய இனத்தின் நலன்கள் மற்றும் பாதுகாப்பு அம்சங்களுக்கும் சிறுபான்மை சமூக இனத்தின் நலன்கள் மற்றும் பாதுகாப்பு அம்சங்களுக்கும் இடையில் எந்தவொரு வித்தியாசமும் இருக்கவாய்ப்பில்லை. பாதுகாப்பு என்று கேட்கப்படுபவையெல்லாம் பெரும்பான்மை ஆதிக்கத்துக்கு எதிரான பாதுகாப்புகள்தான். அப்படியான பெரும்பான்மை ஆதிக்கம் என்பது சிறுபான்மைகள் மேல் நிலைநிறுத்தப்படுமென்றால் சமூக இனமாகவா தேசிய இனமாகவா எந்தக் கோணத்தில் இருந்து பாதுகாப்பு ஏற்பாடு களைக் கேட்கவேண்டும் என்பது பெரிய விஷயமே இல்லை.

சமூக இனத்துக்கும் தேசிய இனத்துக்கும் இடையில் வித்தியாசம் இல்லை என்ற அர்த்தத்தில் இதைச் சொல்லவில்லை. வித்தியாசம் என்பது மிக மிக அதிகமே. ஒரு சமூக இனம் எவ்வளவு சிறியதோ பெரியதோ, பிற சமூகங்களிடமிருந்து எவ்வளவு முரண்பட்டு இருக்கிறதோ இல்லையோ பிற அனைத்து சமூகங்களின் தலைவிதியுடன், இலக்குடன் ஒன்றுபட்டு நிற்கக்கூடியது. மாறாக தனி தேசிய இனம் என்றால் ஒரு தேசத்தின் பிற குழுக்களிடமிருந்து வேறுபட்டதோடு அவற்றிலிருந்து முற்றிலும் மாறுபட்ட தலைவிதியை, இலக்கைக் கொண்டது. அந்தப் பார்வையானது பிற சமூகங்களுக்கு எதிரானதாகவும் இருக்கும். இந்த வித்தியாசமானது மிகவும் தெளிவானதாகவும் பெரிதாகவும் இருக்கும். ஒரு சமூக இனத்தையும் தேசிய இனத்தையும் பிரித்துக்காட்டும் சோதனை அலகாக அதை நான் எந்தத் தயக்கமும் இன்றி முன்வைப்பேன்.

ஒரு மக்கள் திரள் தமது வித்தியாசங்களைக் கடந்து தமது இறுதி விருப்பம், தலைவிதியை ஏற்றுக்கொள்வதோடு பிறருடைய இறுதி இலக்கையும் ஏற்றுக்கொள்ளுமென்றால் அந்த மக்கள் குழுவை சமூக இனம் என்று அழைக்கலாம். பிறரிடமிருந்து வித்தியாசப் பட்டிருப்பதோடு, பிறர் ஏற்றுக்கொள்ளும் இலக்கையோ சமூக தலைவிதியையோ தாமும் ஏற்றுக்கொள்ளாமல் இருந்தால்

அவர்களை தேசிய இனம் என்று அழைக்கலாம். பொது தலைவிதியை, இலக்கை ஏற்றுக்கொள்கிறார்களா இல்லையா என்பதுதான் முக்கியம். தீண்டப்படாதவர்கள், கிறிஸ்தவர்கள், பாரசீகர்கள் எல்லாரும் ஹிந்து இலக்குகளைப் பொறுத்தவரையில் தனித்தனி சமூக இனங்கள் மட்டுமே. ஆனால் முஸ்லிம்கள் மட்டுமே தனி தேசிய இனம் போன்றவர்கள்.

அப்படியாக, அரசியல் தளத்தில் ஒத்திசைவு என்ற கோணத்தில் பார்த்தால் இந்த வித்தியாசமானது இறுதி தலை விதி, இறுதி இலக்கைப் போல் முற்றிலும் மாறுபட்டதாக மிக முக்கியமானதாக இருக்கும்.இந்த வேறுபாடின் வலிமை மிகவும் உயிர்த்துடிப் பானது. அது நீடித்து இருந்தால் அந்த தேசத்தைத் துண்டாக்காமல் விடாது. பாதுகாப்பு ஏற்பாடுகளைப் பொறுத்தவரையில் ஒரு தேசிய இனத்துக்கும் சமூகத்துக்கும் இடையில் பெரிய வேறுபாடு எதுவும் இருக்க வாய்ப்பில்லை. ஒரு தேசிய இனம் என்னவிதமான உரிமைகளையும் பாதுகாப்பு ஏற்பாடுகளையும் கோரமுடியுமோ அதையெல்லாம் சமூக இனமும் கோரமுடியும்.

முஸ்லிம்கள் பாகிஸ்தான் என்ற தனி நாட்டுக்கான தத்துவார்த்த நியாயத்தைக் கண்டுபிடிக்க இத்தனை தாமதம் ஆனதற்கான காரணம் என்னவென்றால் முஸ்லிம் தலைவர்கள் முஸ்லிம் மக்கள் திரளை ஒரு சமூக இனமாகவும் சிறுபான்மையாகவும் மட்டுமே பேசிப் பழகிவந்துவிட்டார்கள். இப்படியாகப் பிழையான கோணத்தில் பார்த்துப் பழகிவிட்டதால் அது அவர்களை முட்டுச் சந்தில் கொண்டுசென்று நிறுத்திவிட்டது. அவர்களே அவர்களை சிறுபான்மை இனம் என்று ஒப்புக்கொண்டுவிட்டதால் ஒரு சில பாதுகாப்பு ஏற்பாடுகளைக் கேட்பது அல்லாமல் வேறு வாய்ப்பு எதுவுமில்லை என்ற முடிவுக்கு வந்துவிட்டார்கள்.

சுமார் ஐம்பது ஆண்டுகாலம் அப்படியான அரசியலை மட்டுமே அவர்கள் செய்தும் வந்தார்கள். சிறுபான்மையினர் என்று சொன்னால் மட்டும் போதாது; சமூக இனமான சிறுபான்மை என்பது வேறு. தேசிய இனமான சிறுபான்மை என்பது வேறு. இரண்டையும் பிரித்துப் பார்க்கவேண்டும் என்பது அவர்களுக்கு முன்பே புரிந்திருந்தால் பாகிஸ்தான் என்ற தனி நாட்டின் தத்துவார்த்த நியாயத்தை நோக்கிய திசையில் பயணம் செய்திருப்பார்கள். அப்படிச் செய்திருந்தால் பாகிஸ்தான் என்ற தனி நாடு வெகு முன்னதாகவே அவர்களுக்குக் கிடைத்துமிருக்கும்.

எது எப்படியானாலும் முஸ்லிம்கள் மிகப் பெரிய அளவில் மாறிவிட்டிருக்கிறார்கள். அந்த மாற்றமானது சதி செய்து

தூண்டப்பட்டதல்ல. அவர்களுடைய உண்மையான இறுதி இலக்கு என்ன என்பது புரிந்ததால் ஏற்பட்ட தலைகீழ் மாற்றம். சிலருக்கு இந்த திடீர் மாற்றம் அதிர்ச்சியைத் தரக்கூடும். ஆனால், கடந்த 20 ஆண்டு கால ஹிந்து, முஸ்லிம் அரசியலை அலசிப் பார்த்தவருக்கு இந்த மாற்றமானது இந்தப் பிரிவினையானது இயல்பாக வந்தே தீரும் என்பது புரிந்திருக்கும். ஹிந்து, முஸ்லிம் அரசியலானது பகைமைநிறைந்த சோகமான இணை பாதைகளைக் கொண்டது. ஹிந்துக்களும் முஸ்லிம்களும் இணையான பாதையில் பயணித்திருக்கிறார்கள். ஒரே திசை நோக்கிய பயணம்தான். ஆனால், ஒரே பாதையில் அவர்கள் பயணித்திருக்கவில்லை.

1885-ல் ஹிந்துக்கள் பிரிட்டிஷாருக்கு எதிராக இந்தியர்களின் அரசியல் உரிமைகளை வென்றெடுக்க காங்கிரஸ் கட்சியை ஆரம்பித்தனர். முஸ்லிம்கள் ஹிந்துக்களின் வார்த்தைகளுக்கு மயங்கி காங்கிரஸில் சேர்ந்துவிடவில்லை. 1885லிருந்து 1906 வரையில் ஹிந்து அரசியலின் நீரோட்டத்தில் இருந்து விலகியே இருந்தனர். 1906-ல்தான் முஸ்லிம் சமூகம் அரசியல் விவகாரங்களில் தலையிடவேண்டும் என்பதை உணர்ந்தனர். அப்போதும் அவர்கள் தமக்கான தனி அரசியல் கால்வாயை வெட்டிக் கொண்டனர். அந்த நீரோட்டமானது முஸ்லிம்லீக் என்ற கட்சியினால் கட்டுப்படுத்தப்பட்டது. முஸ்லிம் லீக் கட்சி ஆரம்பிக்கப்பட்டதிலிருந்து முஸ்லிம்களின் அரசியல் நீரோட்டம் அந்தக் கால்வாயில்தான் பாய்ந்தது. மிகவும் அரிதான நேரங்களில் மட்டுமே காங்கிரஸும் முஸ்லிம் லீகும் நெருங்கி வந்திருக்கின்றன. அவர்கள் இருவருடைய இலக்குகளும் செயல்பாடுகளும் மாறுபட்டதாகவே இருந்திருக்கின்றன. இரண்டு கட்சிகளும் தமது வருடாந்தர மாநாடுகளைக்கூட ஒரே இடத்தில் வைத்து நடத்தி இருக்கவில்லை. ஒருவருடைய நிழல் அடுத்தவர் மீது பட்டுவிடக் கூடாதென்று நினைத்து அப்படிச் செய்தார்களோ என்னவோ.

காங்கிறஸும் முஸ்லிம் லீகும் ஒருவரை ஒருவர் சந்திக்கவே இல்லை என்று சொல்லிவிடமுடியாது. பல பேச்சுவார்த்தை களுக்காக சந்தித்திருக்கிறார்கள் அவற்றில் சில வெற்றியிலும் பெரும்பாலும் தோல்வியிலும் முடிந்திருக்கின்றன. 1916-ல் லக்னோவில் சந்தித்துப் பேசினர். அது வெற்றிகரமான சந்திப்பாக இருந்தது. 1925-ல் மீண்டும் சந்தித்தனர். அது தோல்வியில் முடிந்தது. 1928-ல் முஸ்லிம்களில் ஒரு பிரிவினர் காங்கிரஸுடன் பேச்சுவார்த்தைக்குத் தயாராக இருந்தனர். இன்னொரு பிரிவினர் மறுத்துவிட்டனர். அவர்கள் பிரிட்டிஷாரையே பெரிதும் நம்பியிருந்தனர்.

சொல்ல வரும் விஷயம் என்னவென்றால் இரு கட்சியினரும் கலந்து பேசியிருக்கின்றனர். ஆனால், ஒருபோதும் ஒன்றானதில்லை. கிலாஃபத் இயக்கத்தின் போதுமட்டுமே இரு நீரோட்டங்களும் தமது கால்வாய்களை விட்டு வெளியேறி ஒரே பொது நீரோட்டமாகப் பாய்ந்தோடின. இறைவனுடைய அருளால் இணைந்த அந்த நீரோட்டங்கள் இனி ஒரு காலத்திலும் பிரியாது என்றே நம்பப்பட்டது. ஆனால், அந்த நம்பிக்கை பொய்த்துப் போனது. அந்த இரண்டு நீரோட்டங்களிலும் இருக்கும் ஏதோ ஒன்று, அவை இரண்டையும் பிரித்துவிடும் என்பது புரிந்தது.

அவர்கள் இப்படி இணைந்து செயல்பட்ட சில வருடங்களுக்குப் பின், அதாவது கிலாஃபத் இயக்கம் முடிவுக்குவந்ததும் அந்த இரண்டு நீரோட்டங்களில் ஒன்று மற்றொன்றை மிகத் தீவிரமாக எதிர்த்தது. ஒரு உடம்புக்குள் அந்நியப் பொருள் வந்ததும் எப்படி உடல் எதிர்க்குமோ அதுபோல் எதிர்த்தது. இரண்டுமே மற்றொன்றை எதிர்த்து வெளியே தள்ள முயற்சி செய்ய ஆரம்பித்தன. நீரோட்டங்கள் மிகுந்த வேகத்தில் மிகுந்த அழுத்தத்தில் பிரிந்து சென்றன. அதன் பின் அந்த நீரோட்டங்கள் தனித்துப் பிரிந்து மிக ஆழமாக ஒன்றை ஒன்று விட்டு வெகு தூரம் விலகிப் பாய்ந்தோட ஆரம்பித்தன. சிறிது காலம் ஒன்றாகப் பயணித்த கால்வாயிலிருந்து இவை இரண்டும் இப்படி அதி வேகமாக அதிக அழுத்தத்துடன் வெடித்துப் பிரிந்து சென்றதால் இரண்டின் ஆரம்ப திசையிலான பயணமும் மாறிவிட்டது.

ஆரம்ப காலத்தில் இரண்டும் ஒன்றுக்கொன்று இணையாகப் பயணித்துவந்தன. இப்போது எதிரெதிர் திசையில் பயணிக்க ஆரம்பித்துவிட்டன. ஒன்று முன்பைப்போலவே கிழக்கு நோக்கிப் பாய்கிறது. இன்னொன்று எதிர் திசையில் மேற்கு நோக்கிப் பாய ஆரம்பித்துவிட்டது. பயன்படுத்தியிருக்கும் இந்த உருவகத்துக்கு வேண்டுமானால் எதிர்ப்பு கிளம்பக்கூடும். ஆனால், ஹிந்து, முஸ்லிம் அரசியலின் வரலாறு தெரிந்தவர்கள் இது தவறான சித்திரிப்பு என்று நிச்சயம் சொல்லவே மாட்டார்கள்.

இந்த ஒப்பீட்டை ஒருவர் நன்கு புரிந்துகொண்டால் திடீர் மாற்றம் என்று எதுவும் இருந்திருக்கவில்லை என்பதும் புரியவரும். மாற்றம் என்பது நிரந்தரமானது என்றால் ஹிந்து, முஸ்லிம் அரசியலில் இருந்த இணை பயணமானது அந்த மாற்றத்தின் பரிணாமத்தை அடையாளம் காட்டுவதாக இருக்கிறது. முஸ்லிம் அரசியலானது இணையாகவே பயணம் செய்து வந்ததும் ஹிந்து அரசியல் நீரோட்டத்துடன் இணையாமல் இருந்ததும் நவீன இந்திய

வரலாற்றில் ஓர் ஆச்சரியமான விஷயமாகவே இருக்கிறது. முஸ்லிம்கள் தம்மைத் தனித்துப் பிரித்து வைத்துக் கொண்டிருந்ததில் ஏதோ ஒரு புதிரான சக்தியால் வழிநடத்தப் பட்டிருக்கிறார்கள். அதுஎன்ன என்பதை அவர்களால் விளக்க முடியவில்லை. அந்த மாயக் கரத்தை அவர்களால் பார்க்க முடிந்திருக்கவில்லை; ஆனால் அதுவே ஹிந்துக்களிடமிருந்து முஸ்லிம்களைப் பிரித்து வழி நடத்தியிருக்கிறது.

முஸ்லிம்களுடைய தீர்மானிக்கப்பட்ட தலையெழுத்தே இந்த புதிரான உணர்வும் மாயக் கரமும். அதன் குறியீட்டு உருவமே பாகிஸ்தான். அவர்களுக்குத் தெரியாமல் அவர்களுக்குள்ளாக அது இயங்கிவந்திருக்கிறது. இந்தக் கோணத்தில் பார்த்தால் 'பாகிஸ்தான்' என்ற எண்ணம் எந்தவொரு புதிய, திடீரென்று உருவான விஷயம் எதுவும் இல்லை என்பது புரியவரும். இதுவரை மறைந்திருந்தது இப்போது முழு ஒளியுடன் வெளியே வந்திருக்கிறது. பெயரற்ற ஒன்று பெயர் பெற்றிருக்கிறது.

6

முழு விவாதத்தையும் சுருக்கிச் சொல்கிறேன். சுதந்தர இந்தியாவாக இருந்தால் ஒருங்கிணைந்த இந்தியாவாக இருக்கமுடியாது. டொமினியன் அந்தஸ்துடன் இருந்தாலும் ஒருங்கிணைந்த இந்தியா சாத்தியமில்லை. இந்தியா ஒரே தேசமாக இருக்கவேண்டுமென்றால், சுதந்தரம் தொடர்பான கவலைகள் எதிர்காலத்தை வெகுவாகச் சூழ்ந்து நிற்கும். தேசத்தின் சுதந்தரம் அவசியமென்றாலும் ஹிந்துக்கள் அந்தப் பாதையில் பயணிக்கமாட்டார்கள். அதில் பயணம் செய்யாமல் இருக்க அவர்கள் தரப்பு நியாயங்கள் உண்டு. ஹிந்துக்கள் மீது முஸ்லிம்களின் ஆதிக்கம் வந்துவிடவும் வாய்ப்பு உண்டு என்று அவர்கள் அஞ்சுகிறார்கள்.

முஸ்லிம்கள் சுதந்தரம் வேண்டும் என்று கேட்பதன் பின்னால் வேறு காரணங்கள் இருக்கும் என்று ஹிந்துக்கள் கருதுகிறார்கள். பிரிட்டிஷ் சாம்ராஜ்யத்தின் பாதுகாப்புக் கவசத்தினுள் இருக்கும் ஹிந்துக்களை வெளியே கொண்டுவந்து, அதன் பின் அண்டை முஸ்லிம் நாடுகளுடன் சேர்ந்துகொண்டு இந்தியாவை ஆக்கிரமிக்கவேண்டும் என்பதே முஸ்லிம்களின் எண்ணம் என்று அஞ்சுகிறார்கள்.

முஸ்லிம்களுக்கு சுதந்தரம் என்பது இறுதி இலக்கு அல்ல; முஸ்லிம் ராஜ்யம் அமைப்பதற்கான ஒரு வழியாகவே அதைப்

பார்க்கிறார்கள். தேசத்துக்கு டொமினியன் அந்தஸ்து போதும் என்று முடிவெடுத்தால் முஸ்லிம்கள் அதற்கு ஒப்புக்கொள்ள மாட்டார்கள். டொமினியன் அந்தஸ்தில் ஒருவருக்கு ஒரு வாக்கு, ஒரு வாக்குக்கு ஒரு மதிப்பெண் என்ற நிலையின் சாதக அம்சத்தைப் பயன்படுத்திக்கொண்டு ஹிந்துக்கள் ஹிந்து ராஜ்யத்தை அமைத்துவிடுவார்கள். முஸ்லிம்களுக்கு என்னதான் அதிக பிரதிநிதித்துவம் தந்து இந்த சாதகமான அம்சத்தைக் குறைக்க முயன்றாலும் அமையும் ஆட்சியானது ஹிந்துக்கள் நிறைந்த ஆட்சியாக ஹிந்துக்களால் ஆளப்படும் ஆட்சியாக இருப்பதைத் தவிர்க்கவே முடியாது. அது ஹிந்துக்களுக்கான ஆட்சியாகவே இருக்கவும் செய்யும். இந்தியா ஒரே தேசமாக இருக்கவேண்டும் என்று சொன்னால் சுதந்தரம் கிடைத்தாலும் டொமினியன் அந்தஸ்துடன் இருந்தாலும் முஸ்லிம்களுக்கு எப்படியும் பிரச்னைதான்.

ஒருங்கிணைந்த இந்தியாதான் வேண்டும் என்று போராடும் அளவுக்கு அந்த லட்சியம் தகுதியானதுதானா?

முதலாவதாக, இந்தியா ஒரே தேசமாக இருந்தாலும் ஒருங்கிணைந்த தேசமாக இருக்காது. ஒரே தேசம் என்று வெளியில் அறியப்பட்டாலும் பாகிஸ்தான் மற்றும் ஹிந்துஸ்தான் என்ற இரண்டு தனி தேசங்கள் செயற்கையாக வலுக்கட்டாயமாக பிணைக்கப்பட்டதாகவே இருக்கும்.

'இரு நாடுகள்' என்ற கொள்கையின் காரணமாக இது இப்படித்தான் நெருக்கடியானதாகவே இருக்கும். ஒற்றுமையின் சிந்தனையானது இந்திய மனங்களில் மிக குறைவான தாக்கமே செலுத்துகின்றது. அதுவே யதார்த்தம். ஹிந்துவானாலும் முஸ்லிமானாலும் எளிய மனிதர் ஒருவருக்கு அவர் வாழும் பள்ளத்தில் இருந்துகொண்டு பார்த்தால் அப்படித்தான் அது தெரிகிறது. ஆனால், அது இரு தரப்பின் கற்பனை மற்றும் முதிர்ச்சியற்ற மனங்களை அது கவர்ந்திருந்தது. ஒற்றுமை வேண்டும் என்பது தொடர்பான உணர்வுபூர்வமான எண்ணம் வளர இரு நாடுகொள்கையானது சிறிதும் இடம் கொடுக்காது.

இரட்டை நிலை (இரட்டை மையம்) என்ற வைரஸானது அரசியல் தளத்தில் ஊடுருவிப் பெருகி வாழ்வா சாவா போராட்டத்தைக் கொண்டுவந்து, வலுக்கட்டாயமாக இணைத்துவைத்திருக்கும் பிணைப்பை அறுக்கவைக்கும். ஏதேனும் வலுவான சக்தியினால் இந்தப் பிரிவினை தடுக்கப்பட்டால் இந்த ஒற்றுமையானது இந்தியாவின் உயிரைக் குடிக்க ஆரம்பிக்கும். பிணைப்பை உள்ளூர

அரிக்கும். அதன் மக்கள் மனதில் இருக்கும் அன்பு, நம்பிக்கை ஆகியவற்றைச் சிதைக்கும். வளர்ச்சியைத் தடுக்கமுடியா விட்டாலும் தார்மிக, ஒழுக்க, பொருளாதார மூலாதாரங்களைப் பயன்படுத்த விடாமல் தடுக்கும். இந்தியா ரத்தசோகை பிடித்த நாடாக நோயுற்ற நிலையில் நடைபிணமாக, இறந்தும் புதைக்கப்படாத தேசமாக செயலற்றுக் கிடக்கும்.

இரண்டாவது பிரச்னை என்னவென்றால், ஹிந்து, முஸ்லிம் பிரச்னைக்குத் தீர்வு கண்டாகவேண்டும் என்ற அவசியத்தை இந்தக் கட்டாய ஒருங்கிணைப்பு ஏற்படுத்தும். அது எவ்வளவு சிரமமான காரியம் என்பதைச் சொல்லவேண்டிய அவசியமே இல்லை. ஹிந்துஸ்தான், பாகிஸ்தான் என்ற இரு நாடுகளாக இந்தியாவைப் பிரிப்பதற்கு பதிலாக இரு தரப்பின் நன்மைகளையும் விட்டுக் கொடுக்காமல் வேறு எதைத்தான் தரமுடியும்? இருதரப்புக்கும் இடையில் ஒரு தீர்வைக் கொண்டுவர எடுத்த முயற்சிகளில், ‘இதுவரை விட்டுக் கொடுத்ததற்கு மேல் எதைத் தரவேண்டியிருக்கும்’ என்ற கேள்விக்கு எந்த பதிலும் சொல்ல முடியாது. ஆனால், வலுக்கட்டாயமான ஒருங்கிணைப்பு தொடர்ந்து நீடித்தால் மதவாதப் பிரச்னைக்கு தீர்வு காணப்படாமல் இந்தியா அரசியல் தளத்தில் முன்னேறவே முடியாது. இந்தக் கட்டாய ஒருங்கிணைப்பில் மதவாதப் பிரச்னைக்கு தீர்வு காணவேண்டும் என்பதே அரசியல் தளத்தில் அடுத்த கட்ட நகர்வுக்கான முன் நிபந்தனையாக இருக்கும்.

இந்த வலுக்காட்டாய ஒருங்கிணைப்பில் மூன்றாவதாக ஒரு பிரச்னையும் இருக்கிறது. மூன்றாவது தரப்பு என்ற ஒன்றை அது தவிர்க்கவே முடியாது. அரசியல் சாசனம் என்று ஒன்று உருவாக்கப்பட்டால் சந்தேகமும் பகைமையும் கொண்ட நாடுகளின் கூட்டமைப்பாகவே அது இருக்கும். இரு நாட்டினரும் தமக்கிடையிலான பிரச்னைகளைத் தீர்க்க மூன்றாவது தரப்பு ஒன்றைச் சார்ந்தே இருக்கவேண்டியிருக்கும். இருவருக்கும் இடையில் பரஸ்பரம் இருக்கும் சந்தேகம் மற்றும் பகைமையானது பேச்சுவார்த்தை மூலம் எந்தவொரு திருப்திகரமான முடிவுக்கு வரவே விடாது. கடந்த காலத்தில் பலருக்கு மகிழ்ச்சியைச் தரும்படியாக, பிரிட்டிஷரை எதிர்த்தபோது இருந்த ஒற்றுமைகூட இந்தியாவில் எதிர்காலத்தில் இருக்காது. ஏனென்றால் இந்த இரண்டு தேசங்களும் ஒன்றை ஒன்று எதிர்த்து மோதிக் கொண்டிருக்கும். ஒருபோதும் பிரிட்டிஷாரை எதிர்க்க ஒன்று சேர்ந்ததுபோல் சேரவேமாட்டார்கள்.

இரண்டாவதாக, ஹிந்துக்களுக்கும் முஸ்லிம்களுக்கும் இடையிலான மோதலுக்கு ஓர் இறுதி முடிவு வருவதுதான் அரசியல் சாசனத்தின் அடிப்படையாக இருக்கும். அப்படியான அரசியல் சாசனம் வெற்றிகரமான இயங்கவேண்டுமென்றால், மூன்றாவதாக ஒரு சக்தி அதுவும் போதிய ராணுவ பலத்துடன் இருக்கவேண்டும். அப்போதுதான் அந்த சாசனம் முறியடிக்கப் படாமல் இருக்கும்.

ஹிந்துக்கள், முஸ்லிம்கள் இருவரும் அர்ப்பண உணர்வுடனும் விருப்பத்துடன் கொண்டுவரும் அரசியல் தலையெழுத்தானது இப்படியான நெருக்கடியையே கொண்டுவரும். இரண்டு எதிரெதிராக மோதும் நாடுகளை ஒரே அரசியல் சாசனத்தின் கீழ் ஒரே நாட்டில் பூட்டிப்போட்டால் வேறு என்னதான் எதிர்பார்க்க முடியும்?

இந்தியாவானது ஹிந்துஸ்தான் என்றும் பாகிஸ்தான் என்றும் பிரிக்கப்பட்டால் என்ன ஆகும் என்பதை யோசித்துப் பார்ப்போம். பிரிவினையின் மூலம் ஒவ்வொரு தரப்பும் தமக்கான அரசியல் தலையெழுத்தை எழுதிக்கொள்ளமுடியும். பாகிஸ்தானுக்கு சுதந்தரம் வேண்டுமா டொமினியன் அந்தஸ்து வேண்டுமா எது அவர்களுக்கு நன்மை பயக்கும் என்பதை முஸ்லிம்களே தீர்மானித்துக்கொள்ளமுடியும்.

ஹிந்துஸ்தானுக்கு சுதந்தரம் வேண்டுமா டொமினியன் அந்தஸ்து வேண்டுமா எது அவர்களுக்கு நன்மை பயக்கும் என்பதை ஹிந்துக்களே தீர்மானித்துக்கொள்ளமுடியும். முஸ்லிம்கள் ஹிந்து ராஜ் என்ற கொடுங்கனவில் இருந்து தப்பிக்க முடியும். அதுபோல் ஹிந்துக்களும் முஸ்லிம் ராஜின் அபாயத்தில் இருந்து தப்பிக்க முடியும். அப்படியாக இரு தரப்பினரின் அரசியல் பாதையும் இருவருக்கும் சுமுகமாகிவிடும். விரக்திக்கு பதிலாக மன நிறைவு கிடைக்கும். ஒரே நாடாக இருந்து இந்தியா முன்னேற வேண்டுமென்றால் மதவாதப் பிரச்னைக்கு தெளிவான இறுதி முடிவு கிடைத்தாகவேண்டும். ஆனால், பிரிந்து சென்றுவிட்டால் பாகிஸ்தானுக்கும் ஹிந்துஸ்தானுக்கும் அப்படியான பெரும் சவால் இருக்காது. அப்படியே மதம் சார்ந்த சிறுபான்மை களுடனான ஒத்திசைவான தீர்மானம் அடையப்படவேண்டு மென்றால் அங்கு அவர்களுக்கு அது நிறைவேற்ற எளிதாகவும் இருக்கும். இரு தரப்பின் தடைகள் இப்படியாக நீக்கப்பட்டுவிடும்.

பாகிஸ்தான் என்ற நாடு உருவாவதால் இன்னொரு நன்மையும் விளையும். ஹிந்துக்களுக்கும் முஸ்லிம்களுக்கும் இடையில்

இருக்கும் பகைமையானது ஒரு முடிவுக்கு வரவில்லையென்றால் இந்தியாவின் அமைதிக்கும் வளர்ச்சிக்கும் பெரும் கேடாக முடியும் என்பது பொதுவாக அனைவரும் ஏற்றுக்கொள்ளும் விஷயம்தான். இதில் ஒருவர் புரிந்துகொள்ளத் தவறும் விஷயம் என்னவென்றால், இரு தரப்பினருக்கும் இடையிலான பகைமையைவிட அந்தப் பகைமையை வெளிப்படுத்துவதற்கான களம் இருப்பதுதான் பிரச்னைக்குக் காரணமாக இருக்கிறது. இரு தரப்புக்கும் பொதுவான களம் ஒன்று இருப்பதால்தான் அந்தப் பகைமை அதில் வெளிப்படுகின்றது. அப்படி ஒரு பொது களம் இல்லையென்றால் பகைமை வெளிப்பட வாய்ப்பு இல்லாமல் போய்விடும்.

இரு தரப்பினரும் பொது விஷயங்களில் சேர்ந்து செயல்பட வேண்டும் என்றொரு நிலை ஏற்பட்டால் அப்போது அவர்களுக்கு உள்ளே இருக்கும் பகைமையைத் தவிர வேறு எது வெளிப்படும். இப்போது பாகிஸ்தான் என்ற தனி நாடு உருவாகிவிட்டால் ஹிந்துக்களுக்கும் முஸ்லிம்களுக்கும் பகைமையை வெளிப் படுத்தத் தோதான பொது களம் என்பது இல்லாமல் போய்விடும். இந்தியாவைப் பன்னெடுங்காலமாகக் கிழித்து வந்திருக்கும் அமைதியின்மையும் வன்முறையும் ஹிந்துதானிலும் பாகிஸ்தானிலும் இருக்காது.

இறுதியாக, அதே நேரம் எந்தவகையிலும் முக்கியத்துவம் குறையாத விஷயம் என்னவென்றால், அமைதியை நிலைநாட்டத் தேவைப்படும் மூன்றாவது தரப்பின் தேவையை அது முற்றாக ஒதுக்கிவிடுகிறது. இந்த வலுக்கட்டாயமான பிணைப்பின் மூலம் பரஸ்பரம் சிக்க நேரிடும் தளைகளில் இருந்து தப்பித்துவிடுவதால், உள்ளுக்குள் இருந்து எந்தவொரு நெருக்கடியும் வந்துவிடும் என்ற பயம் இல்லாமல் பாகிஸ்தானும் ஹிந்துஸ்தானும் வலிமையான நிலையான நாடாக வளரமுடியும். சேர்ந்து இருந்தால் ஒருபோதும் அடைய முடியாத தமது அரசியல் இலக்குகளை தனித்து இருப்பதன் மூலம் இரு நாடுகளும் அடைய முடியும்.

ஒருங்கிணைந்த இந்தியா தேவை என்று கருதுபவர்கள் திரு முஹமது அலி 1923-ல் காங்கிரஸ் தலைவராக இருந்தபோது சொன்னதை நினைவுகூர்வது மிகவும் அவசியம். இந்தியர் களிடையே ஒற்றுமை பற்றிப் பேசும்போது திரு முஹமது அலி சொன்னார்: எதிர்நிலைகளின் ஒற்றுமை என்ற தவறாக வழிகாட்டும் சக்தி அல்லாமல் புதிதாக ஒரு சக்தி ஒன்றிணைக்காதவரை இந்தியா எனும் மிகப் பெரிய துணைக்கண்டம் பூகோளப் பெயர்ப்பிழையாகவே இருக்கும்.

புதிதாகக் கொண்டுவரப்படவேண்டிய வழி ஏதேனும் பாக்கி இருக்கிறதா? அனைத்து வழிகளும் தோற்றுவிட்ட நிலையில் ஆட்சி அதிகாரத்துக்கு வந்த காங்கிரஸானது மக்கள் திரளுடனான நேரடித் தொடர்பு என்ற வழியைக் கண்டடைந்தது. முஸ்லிம் தலைவர்களைப் புறமொதுக்கிவிட்டு அல்லது சுற்றிவளைத்துச் சென்று ஹிந்து, முஸ்லிம்கள் நேரடியாக தமக்குள் நட்புறவை வளர்த்துக்கொள்ளவேண்டும் என்ற யோசனைதான் அது. அது மிகவும் விஷமத்தனமானது மட்டுமல்ல பலனற்றதும் கூட. தமது பலம் எது என்பதை அறிந்த எந்தவொரு முதலாளியும் தன்னிடமிருந்து அதைப் பறித்தாலோ தன்னை ஏமாற்ற முயன்றாலோ கசப்பும் வேதனையுமே அடைவார் என்பதை காங்கிரஸ் மறந்துவிட்டது.

அரசியல் அதிகாரமே ஒரு சமூகத்தின் மிக மிக முக்கியமான சொத்து. அதனுடைய இடம் தொடர்ந்து நெருக்கடிக்கு உள்ளாக்கப்பட்டால் அந்த சமூகமானது அந்த சவாலைத் தொடர்ந்து சந்தித்து அரசியல் அதிகாரத்தைக் கைப்பற்றவே முயற்சி செய்யும். அரசியல் அதிகாரத்தின் மூலம் மட்டுமே அந்த சமூகம் தனது இடத்தைத் தக்கவைத்துக்கொள்ளமுடியும். அதில் இருந்து விலகி நிற்கச் செய்ய பொய் பிரசாரம் செய்வது, தவறான பிரதிநிதித்துவம். அல்லது அதிகாரம் அல்லது தங்கம் தருவதாக ஏய்ப்பது எல்லாம் ஒரு சமூகத்தின் ஆயுதங்களை அதனிடமிருந்து பறிப்பதற்கு சமம். அதன் துவக்குகளை அமைதிப்படுத்துவதற்கும் செயல் இழக்க வைப்பதற்கும் முடங்கிப் போக வைப்பதற்கும் சமம்.

ஒற்றுமையைக் கொண்டுவர அது ஒரு வழியாக இருக்கலாம். ஆனால் அது தார்மிகரீதியாகத் தவறானது. ஏனென்றால் அது எதிர்ப்புகளை முறைகேடான, தவறான வழிகளில் அடக்குவதாக இருக்கிறது. அதன் மூலம் எந்தவொரு ஒற்றுமையையும் கொண்டுவரவே முடியாது. அது கசப்பையும் பகைமையையும் விரக்தியையுமே கொண்டுவரும்.

அலிகரில் 30, டிச, 1925-ல் நடைபெற்ற லீக் மாநாட்டில் சர் அப்துர் ரஹ்மான் ஹிந்துக்களின் நடவடிக்கைகளைப் பற்றி மிகவும் மனவருத்தத்துடன் பேசினார். சுத்தி இயக்கம், சங்கதன், ஹிந்து சபைச் செயல்பாடுகள், லாலலஜபதி ராய், ஸ்வாமி ஸ்ரத்தானந்தா போன்ற அரசியல்வாதிகளின் நடவடிக்கைகள் பற்றி கடும் கண்டனத்தைப் பதிவுசெய்தார். ஸ்பானியர்கள் ஸ்பெயினில் இருந்து மூர்களைத் துரத்தியதுபோல் இந்தியாவில் இருந்து

முஸ்லிம்களைத் துரத்தவேண்டும் என்று சில ஹிந்து தலைவர்கள் பேசியதாகச் சொன்னார். முஸல்மான்களை ஹிந்துக்களால் அப்படி எளிதில் விரட்டிவிடமுடியாது. சில செயற்கையான சூழல்களின் காரணமாக ஹிந்துக்களுக்கு சாதகமான நிலை நிலவுகிறது. ஆங்கிலேயர்களுமேகூட அவர்களின் விஷமப் பிரசாரத்தைப் புரிந்துகொண்டிருக்கிறார்கள். மிகச் சிறந்த முஸல்மான்களைக் கூட பொதுவெளியில் ஹிந்துக்கள் முடிந்த வழிகளிலெல்லாம் அவமதிக்கிறார்கள். ஹிந்து அரசியல் இலக்குகளை ஏற்றுக் கொண்டவர்களை மட்டும் விட்டுவைத்திருக்கிறார்கள். ஹிந்துக்களை நம்பவே கூடாது; தமது நலனைத் தாமே தற்காத்துக் கொள்ளவேண்டும் என்று ஒவ்வொரு முஸ்லிமும் நினைக்கும் வகையில் ஹிந்துக்கள் அராஜகமாகவும் கோபத்தைத் தூண்டும் வகையிலும் நடந்துவந்திருக்கிறார்கள் என்றார். *(அனைத்து இந்திய ரெஜிஸ்தர், 1925, தொகுதி, பக் 356)*

காங்கிரஸின் நேரடி மக்கள் திரள் தொடர்பு என்பது இதைத்தான் செய்தது. மக்கள் திரளுடனான தொடர்பு என்ற இந்த மூடத்தனமான திட்டமானது பாகிஸ்தான் என்ற தேசம் உருவாவதைத் தூண்டிவிட்டது.

மக்கள் தொடர்பு என்ற திட்டமானது ஒருவித அரசியல் தந்திரமாக முன்னெடுக்கப்பட்டது துரதிஷ்டவசமே. சமூக ஒற்றுமைக்கான சக்தியாக அதைப் பயன்படுத்தியிருந்தால் கூடுதல் வெற்றி கிடைத்திருக்கும் என்று சிலர் சொல்லக்கூடும். ஆனால், ஹிந்துக்களுக்கும் முஸ்லிம்களுக்கும் இடையிலான சமூகச் சுவரை இடிக்காமல் அது சாத்தியமாகியிருக்குமா? அவர்கள் இருவரையும் இணைக்கும் சமூகக் கயிறு எதுவுமே இல்லை என்பது ஒவ்வொரு இந்தியருக்கும் மிகுந்த வருத்தத்தையே தரும். இருவரிடையே சமபந்தி முறையோ கலப்பு திருமணமோ எதுவும் நடப்பதில்லை. அவற்றை அறிமுகப்படுத்தவாவது முடியுமா?

இருவருடைய திருவிழாக்களும் வெவ்வேறானவை. ஹிந்துக்களை முஸ்லிம்களின் விழாக்களில் பங்கெடுக்குமாறு செய்ய முடியுமா? இருவருடைய மத நம்பிக்கைகளும் வெவ்வேறானவை மட்டுமல்ல; ஒன்றை ஒன்று எதிர்க்க கூடியவை. அவர்களுடைய மதச்சடங்கு மேடைகளில் ஒருவர் வந்தால் இன்னொருவர் வெளியேறிவிடுவார். அவர்களுடைய கலாசாரங்கள் வேறு. அவர்களுடைய இலக்கியங்கள், வரலாறுகள் எல்லாம் வேறுபட்டவை. அவை வெவ்வேறானவை மட்டுமல்ல;

ஒருவருடையவை மற்றவருக்குப் பிடிக்காது. ஒவ்வாமையையும் விலகலையும் ஏற்படுத்தும்.

வாழ்க்கையின் தீராத ஒரே தடாகத்தில் அந்த இருவரையும் அருந்த வைக்கமுடியுமா? இருவருக்கும் பொதுவான மேடை என்பது எதுவுமே இல்லை. புதிதாக அப்படி எதையும் உருவாக்கவும் முடியாது. இரு தரப்புக்கும் இடையில் பௌதிகத் தொடுதலும் கிடையாது. இரு தரப்புக்கும் பொதுவான கலாசார உணர்வு அம்சங்கள் கிடையாது. இருவரும் இணைந்து வாழ்வதில்லை. ஹிந்துக்களும் முஸ்லிம்களும் தத்தமது உலகில் தனித்தனியாக வாழ்கிறார்கள். ஹிந்துக்கள் கிராமங்களில் வாழ்கிறார்கள். முஸ்லிம்கள் நகரங்களில் வாழ்கிறார்கள். அந்த நகரங்களில் ஹிந்துக்களே பெரும்பான்மையாகவும் இருக்கிறார்கள். முஸ்லிம்கள் கிராமங்களில் வாழ்கிறார்கள். ஹிந்துக்கள் நகரங்களில் வாழ்கிறார்கள். அந்த நகரங்களில் முஸ்லிம்களே பெரும்பான்மையாகவும் இருக்கிறார்கள். எங்கு வசித்தாலும் அவர்கள் பிரிந்தே வாழ்கிறார்கள். ஒவ்வொரு கிராமமும் நகரமும் ஊரும் முஸ்லிம்கள் வாழும் பகுதி, ஹிந்துக்கள் வாழும் பகுதி என ஒன்றிலிருந்து இன்னொன்று பிரிந்தே இருக்கிறது. இரு தரப்பினரும் தொடர்ந்து பங்குபெறும் படியாக எதுவுமே இல்லை.

அவர்கள் வணிகம் செய்ய அல்லது கொலை செய்யும்போதுமட்டுமே ஒருவரை ஒருவர் சந்திக்கிறார்கள். வணிகம் செய்யவோ கொலை செய்யவோ அழைப்பு இல்லாதபோது அவர்களிடையே சந்திப்பு நின்றுபோகிறது. எப்போது அமைதி நிலவுகிறதோ அப்போது முஸ்லிம் வாழிடங்களும் ஹிந்து வாழிடங்களும் இரண்டு அந்நியக் குடியிருப்புகள்போலவே இருக்கும். வன்முறைக்கான அழைப்பு விடப்பட்டதும் வாழிடங்கள் எல்லாம் ஆயுத முகாம்களாகிவிடும். அமைதிக்காலமும் வன்முறைக்காலமும் சொற்பமாகவே இருக்கும். இடைவேளை நேரங்கள் எல்லாம் தொடர் பதற்றம் நிறைந்தவையே. இப்படியான தடைகளைத் தாண்டி நேரடி மக்கள் தொடர்பு என்பது எதைச் செய்யும்? தடுப்பின் அந்தப் பக்கம் போகக்கூடாது; முடியாது. அப்படியான நிலையில் ஒற்றுமையை எப்படிக் கொண்டுவரும்?

பாகம் 5

பாகிஸ்தான் : யார் தீர்மானிப்பது?

பாகிஸ்தான் தொடர்பாக முந்தைய பாகங்களில் பேசப்பட்டிருப்பவை பற்றி பலரும் பல கருத்துகளைச் சொல்லியிருக்கிறார்கள். நான் இரண்டு தரப்பு வாதங்களையும் அதன் மூலம் ஏற்படும் பிரச்னைகள் பற்றியும் மற்றியே பேசியிருக்கிறேன். என் சொந்தக் கருத்தாக அவை இரண்டு பற்றியும் நான் எதுவுமே சொல்லவில்லை என்று என்னை விமர்சிக்கிறார்கள்.

நான் முந்தைய அத்தியாயங்களில் எழுதியிருப்பவற்றைப் படித்திருக்கும் எவருக்குமே நான் எல்லா விஷயங்கள் பற்றிய என் கருத்தைச் சொல்லாவிட்டாலும் முக்கியமான விஷயங்கள் பற்றி வெளிப்படையாகவே என் பார்வையை முன்வைத் திருக்கிறேன் என்பது புரியவரும். முஸ்லிம்கள் தம்மளவில் ஒரு தேசமாக இருக்கிறார்களா? பாகிஸ்தான் என்ற ஒரு தேசம் அவசியமா? என்ற இரண்டு முக்கியமான கேள்விகளுக்கு நான் சொல்லியிருக்கும் என் பார்வையை இதற்கு எடுத்துக்காட்டாகச் சொல்லமுடியும்.

வேறு சிலர் என் மீது வேறு விமர்சனங்களை வைக்கிறார்கள். என் சொந்தக் கருத்துகளை நான் சொல்லவில்லை என்று அவர்கள் குற்றம்சாட்டவில்லை. நான் சில நிபந்தனைகளை அனுமானங்களை முன்வைத்து, சில தீர்மானங்களுக்கு வந்து சேர்ந்திருக்கிறேன். அவையெல்லாம் அப்படியே நடந்துவிடும்; அதில் எந்த விதிவிலக்குக்கும் மாற்று நிகழ்வுக்கும் வாய்ப்பு இல்லை என்று நான் கருதுவதாகக் குற்றம்சாட்டுகிறார்கள்.

உங்கள் (என்) தீர்மானங்களைப் பொதுமைப்படுத்தித்தானே சொல்லியிருக்கிறீர்கள்?

ஒரு பொதுவான அனுமானம் என்பது சந்தர்ப்பசூழல்கள், பிறவகையான வரம்புகள் ஆகியவற்றுக்கு உட்பட்டதுதானே?

மிகவும் சிக்கலான கேள்விகள் சிலவற்றுக்கு சுருக்கமான, மேலோட்டமான பதிலைச் சொல்லியிருக்கிறீர்களே?

நேர்மையான, அமைதியான முறையில் பாகிஸ்தான் என்ற நாட்டை உருவாக்கும் வழிகள் பற்றி எதுவுமே சொல்லவில்லையே?

என்றெல்லாம் என்னை விமர்சிக்கிறார்கள்.

இந்தக் குற்றச்சாட்டுகள் முழுவதும் சரியல்ல. இந்த விஷயங்களையெல்லாம் நான் கணக்கில் கொள்ளாமல் விட்டுவிட்டேன் என்று நிச்சயம் சொல்லமுடியாது. ஆனால், நான் மிகவும் சுருக்கமாக, ஆங்காங்கே இவைபற்றிப் பேசியிருப்பதால் அப்படித் தோன்றியிருக்கலாம்.

எனவே, இந்தக் குற்றச்சாட்டுகளை ஒப்புக்கொள்கிறேன். அந்தக் குறைகளைப் போக்குவது என் கடமையே. இந்த பாகத்தை அதன் அடிப்படையிலேயே எழுதியிருக்கிறேன்.

1. பாகிஸ்தான் தேவை என்ற முஸ்லிம்களின் கோரிக்கையைப் பாதிக்கவிருக்கும் விஷயங்கள் எவை?

2. பாகிஸ்தான் என்ற தனி நாடு உருவாவதால் என்ன பிரச்னை ஏற்படும்? அதற்கான தீர்வு என்ன?

3. பாகிஸ்தான் தேவையா என்பதைத் தீர்மானிக்கும் அதிகாரம் யாரிடம் இருக்கிறது.

அத்தியாயம் 13

பாகிஸ்தான் என்றொரு தேசம் அவசியம்தானா?

இந்தியாவில் வாழும் முஸ்லிம்களில் கணிசமானவர்கள் இந்தியாவின் பிற பகுதிகளில் இருந்து எளிதில் பிரிக்கப்படும் படியான பிரதேசத்தில் அதிக எண்ணிக்கையில் இருக்கிறார்கள் என்ற காரணத்தினாலேயே பாகிஸ்தான் என்ற ஒரு தனியான தேசம் உருவாக்கப்பட்டுவிடவேண்டுமா?

இந்த விஷயத்தை யோசிக்கும்போது, இந்தியாவை பூகோள ரீதியாக ஒற்றை நிலவியல் பிரந்தியமாகவே இயற்கை உருவாக்கியிருக்கிறது என்ற அடிப்படை உண்மையை ஒருவர் ஒருபோதும் மறந்துவிடக்கூடாது. இந்தியர்கள் தமக்குள் சண்டையிட்டுக் கொண்டிருப்பது உண்மைதான். என்றைக்கு அந்தச் சண்டைகள் முடிவுக்கு வரும் என்பதும் யாராலும் சொல்லமுடியாதுதான். ஆனால், இந்தியா ஓர் ஒற்றை நிலவியல் அமைப்பு என்ற உண்மையை அதனால் மறுத்துவிட முடியாது. இயற்கை எவ்வளவு பழமையானதோ அவ்வளவு பழமையானது இந்தியாவின் ஒற்றுமையும். அந்தப் பரந்து விரிந்த பூகோள அமைப்பு முழுமையுமாக கலாசார ஒற்றுமையானது ஆதி காலம் தொட்டே இருந்துவந்துள்ளது. அரசியல்ரீதியிலான, இன ரீதியிலான அனைத்து வேறுபாடுகளையும் தாண்டி இந்தக் கலாசார ஒற்றுமையானது நீடித்து நிலைத்துவந்திருக்கிறது. இன்னும் சொல்லப்போனால் கடந்த 100-150 ஆண்டுகளாக கலாசார, அரசியல், பொருளாதர, நீதி நிர்வாக அமைப்புகள் அனைத்துமேகூட ஒரே அலகாக, ஒற்றை இலக்குடன் செயல்பட்டுவருகின்றன.

பாகிஸ்தான் என்ற ஒரு தனியான தேசம் அவசியமா என்ற கேள்வி விவாதிக்கப்படும்போது இந்தியாவின் அந்த அடிப்படையான, ஆதாரமான ஒற்றுமை பற்றிக் கவனத்தில் கொள்ளாமல் இருக்கவே முடியாது. அனைத்தையும் முடிவு செய்யும் விஷயமாக இல்லையென்றாலும் தொடக்க அம்சமாகக் கவனத்தில் கொள்ளவேண்டிய முக்கியமான விஷயம் இது.

பிரிவினை என்று வரும்போது அதில் இரண்டு முற்றிலும் மாறுபட்ட நிலைகள் உண்டு என்பதை முதலில் புரிந்துகொள்ள வேண்டும். ஒரு தேசத்தைப் பிரிப்பது பற்றி விவாதிக்கும்போது அந்தப் பகுதிகள் ஏற்கெனவே தனித்து இருந்தனவா என்பதைப் பார்க்கவேண்டும். அப்படிப் பிரிந்து இருந்த இரண்டு பகுதிகள் வேறொரு அரசியல் சக்தியினால் ஒன்று சேர்க்கபட்டு நிர்வகிக்கப்பட்டிருந்தால் அந்த பிராந்தியங்களை மிக எளிதில், ஆரம்பத்தில் இருந்ததுபோல் பிரித்துக் கொடுத்துவிடலாம்.

இரண்டாவது வகை என்னவென்றால், ஆரம்பத்தில் இருந்தே ஒன்றாகவே இருந்த ஒரு தேசத்தை இரண்டாகப் பிரிப்பது. அப்படியான விஷயத்தில் ஒன்றாக இருந்ததை இரண்டாகப் பிளப்பது என்றே அர்த்தமாகும். ஆரம்பத்திலிருந்தே ஒன்றாக இருந்திருக்கவில்லையென்றால் அந்தப் பகுதிகளைப் பிரிப்பதென்பது எந்தவொரு அதிர்ச்சியையும் யாருக்கும் தரவே செய்யாது. ஆனால், இந்தியாவைப் பொறுத்தவரையில் ஆரம்பத்தில் இருந்தே ஒற்றுமை இருந்திருக்கிறது. எனவே, ஒரு சில முஸ்லிம்கள் அதிருப்தியில் இருகிறார்கள் என்பதற்காக அப்படியான ஒற்றுமையை எதற்காக முறிக்கவேண்டும்? வரலாற்றுக்காலம் தொட்டே ஒற்றை அமைப்பாக இருந்த இந்தியாவை எதற்காகப் பிளக்கவேண்டும்?

ஹிந்துக்களுக்கும் முஸ்லிம்களுக்கும் இடையே பகைமை இருக்கிறதென்பதால் பாகிஸ்தான் என்ற தனி நாடு உருவாகியாகவேண்டுமா?

இரு தரப்புக்கும் இடையே பகைமை இருப்பதை யாரும் மறுக்க முடியாது. ஆனால், ஒரே நாட்டில், ஒரே அரசியலமைப்பின் கீழ் வாழவே முடியாது என்று சொல்லும் அளவுக்கு அந்தப் பகைமை இருக்கிறதா? 1937 வரையிலும் நிச்சயம் அப்படியான எண்ணம் இருந்திருக்கவில்லை. 1935 இந்திய அரசு அமைப்புச் சட்டம் வடிவமைக்கப்பட்டபோது ஹிந்துக்களும் முஸ்லிம்களும் ஒன்றாக, ஒற்றுமையாக ஒரே நாட்டில் ஒரே அரசியலமைப்புச் சட்டத்துக்கு உட்பட்டு வாழவேண்டும் என்ற தீர்மானத்துடனே

இருந்தனர். அந்தச் சட்டத்தை உருவாக்குவது தொடர்பான விவாதத்தில் இரு தரப்பினரும் பங்கெடுக்கவும் செய்திருக்கிறார்கள்.

1920-1935 காலகட்டத்தில் ஹிந்து, முஸ்லிம்களிடையே மதவாத மோதல்களினால் உயிரிழப்புகளும் பொருளிழப்புகளும் தலைகுனிய வைக்கும் அளவுக்கு மிக மிக அதிகமாகவே இருந்திருக்கிறது. இந்திய அரசமைப்புச் சட்டம் வடிவமைக்கப் பட்ட 1935-க்கு முந்திய 15 வருடங்களில் இருந்த அளவிலான மோதல்கள் இந்த இரு தரப்புக்கு இடையே அதற்கு முன்பாக எப்போதுமே இருந்திருக்கவில்லை. அப்படி இருந்தும் ஹிந்துக்களும் முஸ்லிம்களும் ஒரே நாடு, ஒரே அரசியலமைப்புச் சட்டத்தின் கீழ் வாழத் தீர்மானித்ததை எதுவுமே தடுத்திருக்க வில்லை. எனவே, இப்போது எதற்காக அப்படி ஒரு பகைமை இருப்பதாகச் சொல்லவேண்டும்?

உலகில் இந்தியாவில் மட்டும்தான் மக்களிடையே பகைமை இருக்கிறதா? கனடவில் நிலை என்ன? கனடாவில் வசிக்கும் ஆங்கிலேயர்கள், ஃப்ரெஞ்சுக்காரர்களிடையிலான உறவு எப்படி இருக்கிறது பாருங்கள். தென் ஆப்பிரிக்காவில் போயர்களுக்கும் பிரிட்டிஷாருக்கும் இடையிலான உறவு எப்படி இருக்கிறது என்று பாருங்கள்.

கனடாவில் ஃப்ரெஞ்சுக்காரகளுக்கும் இங்கிலாந்துக்காரர்களும் இடையிலான பகைமையோ தென் ஆஃப்ரிக்காவில் டச்சுக் காரர்களுக்கும் ஆங்கிலேயர்களுக்கும் இடையிலான பகைமையோ அந்த நாடுகளில் அவர்கள் இணைந்து வாழத் தடையாக இல்லையே. ஸ்விட்சர்லாந்தில் வாழும் ஃப்ரெஞ்சுக்காரர்களும் இத்தாலியர்களும் ஜெர்மானியர்களுடன் அரசியல் ஒருமைப் பாட்டுடன் வாழ முடியுமென்றால் இந்தியாவில் ஹிந்துக்களும் முஸ்லிம்களும் ஒரே அரசியல் சாசனத்தின் கீழ் இணைந்துவாழ முடியாதா என்ன?

காங்கிரஸ் பெரும்பான்மை மீது முஸ்லிம்கள் நம்பிக்கையை இழந்துவிட்டார்கள் என்ற காரணத்தினால் பாகிஸ்தான் என்ற தனி நாட்டை உருவாக்கிவிடவேண்டுமா என்ன?

காங்கிரஸ் ஆட்சியில் இருந்த இரண்டு வருடங்கள் மற்றும் மூன்று மாதங்களில் காங்கிரஸ் அமைச்சரவையும் ஹிந்துக்களும் செய்த அடக்குமுறைபற்றி முஸ்லிம்கள் சில புகார்களைத் தெரிவிக்கிறார்கள். துரதிஷ்டவசமாக திரு முஹமது அலி ஜின்னா,

தான் கொடுத்த கோரிக்கை மனுவில் பிரிட்டிஷ் ராயல் கமிஷன் இந்தப் புகார்களை விசாரிக்க வேண்டும் என்று கேட்டுக் கொள்ளவே இல்லை. அப்படிக் கேட்டுக்கொண்டிருந்தால் இந்தப் புகார்களில் எவ்வளவு தூரம் உண்மை இருக்கிறது என்பது தெரியவந்திருக்கும்.

முஸ்லிம் லீக் கமிட்டிகள் தந்திருக்கும் அறிக்கைகளை ஒருவர் பரிசீலித்துப் பார்த்தால் அவற்றில் கொஞ்சம் போல் உண்மை இருக்கும் என்றாலும் பெருமளவிலான புகார்கள் எல்லாம் மிகைப்படுத்தப்பட்டவையே என்பதை நன்கு புரிந்துகொள்ள முடியும். காங்கிரஸ் அமைச்சரவையானது அந்தப் புகார்களை மறுத்து தெளிவான அறிவிப்புகளை வெளியிட்டிருக்கிறது. ஆட்சி அதிகாரத்தில் இருந்த இரண்டு வருடம் மற்றும் மூன்று மாத காலகட்டத்தில் காங்கிரஸ் அமைச்சரவையானது ராஜாங்க விஷயங்களில் திறம்படச் செயல்படவில்லை. சிறுபான்மையினர் இடையே நம்பிக்கையை வென்றெடுத்திருக்கவில்லை. அவர்களுடைய அதிருப்தியைப் போக்க எந்த நடவடிக்கையும் எடுத்திருக்கவில்லை என்பதெல்லாம் உண்மைதான். ஆனால் அதற்காக இந்தியாவைத் துண்டாடிவிடலாமா?

சென்ற தேர்தலில் காங்கிரஸ் கட்சிக்கு வாக்களித்தவர்கள் புத்தி கூர்மை பெற்று காங்கிரஸுக்கான ஆதரவை அடுத்த தேர்தலில் விலக்கிக் கொள்ளக்கூடும் என்று எதிர்பார்க்க முடியாதா என்ன? அல்லது மீண்டும் ஆட்சிக்கு வரும் காங்கிரஸ் தனது தவறுகளை உணர்ந்துகொண்டு தனது பிழையான கொள்கைகளை மாற்றிக் கொண்டு சிறுபான்மையினர் மத்தியில் உருவாகியிருக்கும் பயத்தைப் போக்க முயற்சிகள் எடுக்கும் என்றும் எதிர்பார்க்க முடியாதா?

★

முஸல்மான்கள் ஒரு தனி தேசமாக இருப்பவர்கள்தான். எனவே பாகிஸ்தான் உருவாகியே தீரவேண்டும் என்று சொல்ல முடியுமா?

உலகம் நாடுகள் பலவும் தேசியவாதங்களின் தீமைகள் பற்றி உரத்த குரலில் கண்டனம் தெரிவிக்க ஆரம்பித்துள்ளன. ஒருவகையான சர்வ தேசியம் என்ற கருத்தாக்கத்தை நோக்கி நகரத் தொடங்கியுள்ளன. இப்படியான ஒரு நேரத்தில் திரு ஜின்னா 'இஸ்லாமிய தேசியம்' என்ற ஒன்றைப் பற்றிப் பேசத் தொடங்கியிருப்பது பரிதாபத்துக்குரிய விஷயமே. முஸ்லிம் தேசியம் மீதான புதிய மோகம் கொள்ளத் தொடங்கியிருக்கும்

ஜின்னா ஒரு முக்கியமான விஷயத்தைக் கவனிக்கத் தவறிவிட்டார். உலகில் இரண்டு வகையான சமூகங்கள் இருக்கின்றன. ஒன்றில் ஒரு சமூகத்தின் அங்கங்கள் ஒருமை இழந்து தனிமைப்பட்டதாக ஆகிவிட்டிருக்கும். இன்னொன்றில் சமூகத்தின் வெவ்வேறு அங்கங்களுக்கு இடையிலான பிணைப்பு சற்று தளர்வுற்றிருக்கும்.

திரு. கார்லைல் சொல்வதுபோல் சமூக அங்கங்களுக்கிடையே பிணைப்பை உருவாக்கும் 'உயிர்த்துடிப்பான நரம்புகள்' துண்டிக்கப்பட்டிருந்தால் அங்கு பிரிவினை என்பது வருந்தத்தக்கதாக இருக்கலாம்; ஆனால், அதைத் தவிர்க்க முடியாது என்பதே உண்மை. ஆனால், அப்படியான உயிர்த்துடிப்பான நரம்புகள் வலுவாக இருந்தால் அவற்றைப் புறமொதுக்கிவிட்டு பிரிவினையை மேற்கொள்வது மிகப் பெரிய குற்றமாகும். முஸ்லிம்கள் அப்படியான பெரிய குற்றத்தைத்தான் செய்கிறார்கள்.

முஸல்மான்கள் தனியான ஒரு தேசம் வேண்டும் என்று கேட்பதற்கு அவர்கள் ஏற்கெனவே அப்படி தனியான தேசத்தினர்தான் என்பது அல்ல காரணம்; அவர்கள் இனிமேல், அப்படி தனியான தேசமாக ஆக விரும்புகிறார்கள் என்பதுதான் காரணமாக இருக்கிறது.

முஸல்மான்கள் விரும்பினால் தம்மை ஒரு தனி தேசமாக அடையாளப்படுத்திக்கொள்ள நிறைய விஷயங்கள் இருக்கத்தான் செய்கின்றன. ஆனால், ஹிந்துக்களுக்கும் முஸ்லிம்களுக்கும் பொதுவாகவும் ஏராளமான விஷயங்கள் இருக்கின்றன. அவற்றை மேலும் பலப்படுத்தினால் இரு மதத்தினரும் ஒரே தேசமாக நிச்சயம் வாழமுடியும்.

இரு மதத்தினருக்கும் பொதுவான விஷயங்கள், இணைப்புக் கண்ணிகள், பழக்கவழக்கங்கள், செயல்பாடுகள், வழிமுறைகள் என ஏராளம் இருக்கின்றன என்பதை யாரும் மறுக்க முடியாது. அதே நேரம் இரு தரப்பினரும் மத அடிப்படையில் மாறுபட்ட சடங்கு சம்பிரதாயங்கள், பழக்க வழக்கங்கள் ஆகியவற்றைக் கொண்டிருப்பதையும் யாரும் மறுக்க முடியாது. இந்த இரண்டில் எந்த விஷயங்களுக்கு முக்கியத்துவம் தரவேண்டும் என்பதுதான் நம் முன் இருக்கும் முக்கியமான கேள்வி.

இரு மதத்தினருக்கும் இடையில் இருக்கும் பொதுவான அம்சங்களுக்கு அழுத்தம் கொடுத்தால் இந்தியாவில் இரண்டு தேசங்கள் உருவாகத் தேவையே இல்லை. வேறுபாடுகளுக்கு அழுத்தம் கொடுத்துப் பார்த்தால், இரு நாடுகள் அவசியம் என்றே தோன்றவும் செய்யும்.

கனடாவில் வசிக்கும் ஃப்ரெஞ்சுக்காரர்கள், தென் ஆப்பிரிக்காவில் வாழும் ஆங்கிலேயர்கள், ஸ்விட்சர்லாந்தில் வாழும் இத்தாலியர் மற்றும் ஃப்ரெஞ்சுக்காரர்கள் ஆகியோருடைய வாழ்க்கையைப் பார்க்கும்போது இந்தியாவிலும் அப்படி முஸ்லிம்களும் ஹிந்துக்களும் ஏன் சேர்ந்து வாழ முடியாது என்ற கேள்வி எழவே செய்யும். ஒருவேளை ஹிந்துக்களும் முஸ்லிம்களும் இரு நாடுகளாகப் (Nation) பிரிந்தாலும் ஒரே அரசியல் சாசனத்தின் கீழ் ஒரே தேசமாக (Country) ஏன் வாழமுடியாது. இரு நாடு கொள்கை என்றால் பிரிவினை அவசியமா என்ன?

ஹிந்துக்களுடன் சேர்ந்து வாழ்ந்தால் தங்களுடைய தனி அடையாளம், கலாசாரம் போய்விடும் என்று முஸ்லிம்கள் ஏன் பயப்படுகிறார்கள். முஸ்லிம்கள் பிரிந்து சென்றாகவேண்டும் என்று பிடிவாதமாகச் சொல்வார்களென்றால், அதற்கு எது காரணமாக இருக்கக்கூடும்? ஹிந்துக்களுக்கும் முஸல்மான் களுக்கும் இடையே பல விஷயங்கள் பொதுவாக இருக்கின்றன. பிரிந்து சென்றுவிடவில்லையென்றால் இஸ்லாமியர்களுக்கு என்று தனியாக இருக்கும் சொற்ப தனி அடையாளமானது ஹிந்துக்களுடன் சேர்ந்து வாழ்வதால் இல்லாமல் போய்விடும்; இரு நாடுகளுக்கு பதிலாக ஒரே தேசமாகவே இந்தியா வலுவடையும் என்று அஞ்சுகிறார்களா என்று ஒருவர் கேள்வி கேட்கக்கூடும்.

இஸ்லாமிய தேசியம் என்ற கருத்தாக்கம் அந்த அளவுக்கு பலவீனமானதாக இருக்குமென்றால், பிரிவினை என்பது செயற்கையானது; பாகிஸ்தான் என்று ஒரு தனி நாடு வேண்டும் என்று கேட்பதில் எந்த நியாயமும் இல்லை என்றே ஆகும்.

பாகிஸ்தான் உருவாகவில்லையென்றால் இந்திய ஸ்வராஜ்யம் என்பது ஹிந்து ஸ்வராஜ்யமாக இருக்கும் என்பது சரியா? முஸல்மான்கள் இந்த வாதத்தை மிக எளிதில் உணர்ச்சிவசப்பட்டு நம்பிவிடுகிறார்கள். எனவே இந்தக் கூற்று பொய் என்பதை விளக்கியாகவேண்டும்.

ஹிந்து ராஜ்யம் என்பதற்கு முஸ்லிம்கள் எழுப்பும் எதிர்ப்பானது ஒட்டு மொத்த முஸ்லிம்களின் எண்ணமா? வெறும் அரசியல் தரப்பின் எதிர்ப்புதானா? ஒட்டு மொத்த முஸ்லிம்களும் அப்படி நினைக்கிறார்கள் என்று சொன்னால் அது ஒரு விசித்திரமான மனோபாவம் என்றே சொல்லவேண்டும். இந்தியாவில் லட்சக்கணக்கான முஸ்லிம்கள், சுதந்தரமான ஹிந்து அரசர்களின் சமஸ்தானங்களில் ஹிந்து ராஜ்யத்தில்தான் வாழ்ந்துவருகிறார்கள்.

முஸ்லிம்களோ முஸ்லிம் லீகோ அது தொடர்பாக எந்த எதிர்ப்பையும் இதுவரை எழுப்பியதே இல்லை.

ஒரு காலத்தில் முஸ்லிம்கள் அனைவரும் பிரிட்டிஷ் ராஜுக்கு எதிராக இருந்தனர். ஆனால், இன்று பிரிட்டிஷ் ராஜுக்கு எந்த எதிர்ப்பையும் தெரிவிப்பதில்லை என்பதோடு அதன் தீவிர ஆதரவாளர்களாகவும் ஆகிவிட்டார்கள். 'பிரிட்டிஷ் ராஜுக்கோ ஹிந்து சமஸ்தான ஆட்சிக்கோ எந்தவித எதிர்ப்பும் கிடையாது. ஆனால் பிரிட்டிஷ் இந்தியா ஸ்வராஜ்யம் பெற்றால் அதை மட்டும் எதிர்ப்போம். ஏனென்றால் சுதந்தர தேசத்தில் ஹிந்து ராஜ்யமே நடக்கும். அதைக் கட்டுப்படுத்தும் எந்தவித எதிர் சக்திகளும் இருக்காது' என்று சொல்லும் தர்க்கத்தைப் புரிந்துகொள்ளவே முடியவில்லை.

ஹிந்து ராஜ்யத்துக்கான எதிர்ப்பானது பல காரணங்களை அடிப்படையாகக் கொண்டது. ஹிந்து சமூகம் ஜனநாயக சமூகம் அல்ல என்பது முதல் காரணம். ஆமாம்; அது உண்மைதான். மத மாற்றம் நீங்கலாக முஸ்லிம்கள் ஹிந்து சமூகத்தைச் சீர்திருத்த ஆரம்பிக்கப்பட்ட இயக்கங்களில் பங்கெடுத்திருக்கிறார்களா என்று கேட்பது சரியாக இருக்காதுதான். ஆனால், ஹிந்து சமூகத்தின் ஜனநாயகமற்ற தன்மையினால் முஸ்லிம்கள் மட்டுமேவா பாதிக்கப்பட்டிருக்கிறார்கள் என்ற கேள்வியை நிச்சயம் கேட்க முடியும் அல்லவா?

சூத்திரர்கள், தீண்டப்படாதவர்கள், பிராமணரல்லாதவர்கள் என லட்சக்கணக்கானவர்கள் ஹிந்து சமூகத்தின் ஜனநாயகமற்ற தன்மையினால் பாதிக்கப்படவில்லையா? கல்வி, அரசாங்க சேவைகள், அரசியல் சீர்திருத்தங்கள் ஆகியவற்றின் மூலம் பலனடைவது யார்? ஹிந்து சமூக மக்கள் தொகையில் பத்து சதவிகிதம்கூட இல்லாத உயர் ஜாதியினர் மட்டும் தானே. ஹிந்து சமூகத்தின் ஆதிக்க சக்திகள் எல்லாம் சூத்திரர்கள் மற்றும் தீண்டப்படாதவர்களின் நலனைவிட முஸல்மன்களின் உரிமைகள், நலன்களைப் பாதுகாப்பதிலேயே அதிக அக்கறை காட்டியிருக்கிறார்கள் என்பதுதானே உண்மை?

தீண்டப்படாதவர்களுக்கு எந்தவொரு அரசியல் சலுகையையும் தருவதற்கு எதிர்ப்புக் காட்டும் திரு காந்தி, இஸ்லாமியர்களுக்கு மட்டும் வெள்ளைக் காகிதத்தில் கையெழுத்துப்போட்டுக் கொடுக்கத் தயாராகத்தானே இருக்கிறார். சூத்திரர்கள், தீண்டப் படாதவர்களுடன் ஆட்சி அதிகாரத்தைப் பகிர்ந்துகொள்வதைவிட இஸ்லாமியர்களுடன் பகிர்ந்துகொள்ள தயாராகவே அவர்கள்

இருக்கிறார்கள். எனவே, ஹிந்து சமூகத்தின் ஜனநாயகத் தன்மை பற்றிப் புகார் சொல்லும் தார்மிக உரிமை முஸ்லிம்களுக்கு மிக மிகக் குறைவாகவே இருக்கிறது.

முஸ்லிம்களின் எதிர்ப்புக்கு இன்னொரு காரணம் என்னவென்றல் ஹிந்துக்கள் பெரும்பான்மையாக இருக்கிறார்கள்; இஸ்லாமியர்கள் எண்ணிக்கையில் குறைவாக இருக்கிறார்கள்.

உண்மைதான். ஆனால், இந்தியாவில் மட்டுமேயா இப்படியான நிலை இருக்கிறது. கனடா, தென் ஆஃப்ரிக்கா, ஸ்விட்சர்லாந்து போன்ற நாடுகளை இந்தியாவுடன் ஒப்பிட்டுப் பார்ப்போம். முதலில் மக்கள் தொகைப் பரவலைப் பார்ப்போம்.

> *கனடாவில் மொத்த மக்கள்தொகை 1,03,76,786. அதில் ஃப்ரெஞ்சுக்காரர்கள் வெறும் 22,97,990 மட்டுமே.*
>
> *தென் ஆஃப்ரிக்காவில் டச்சுக்காரர்களின் எண்ணிக்கை 11,20,770. ஆனால், ஆங்கிலேயர்களோ வெறும் 7,83,071 மட்டுமே.*
>
> *ஸ்விட்சர்லாந்தில் மொத்த மக்கள்தொகை 40,66,400. அவர்களில் ஜெர்மானியர்கள் 29,24,313. ஃப்ரெஞ்சுக்காரர்கள் 83,1,097. இத்தாலியர்கள் 24,2,034.*

சிறுபான்மையாக இருக்கும் பிரிவினர் பெரும்பான்மையினரின் ஆட்சி அதிகாரத்தில் எந்த பயமும் இல்லாமல் வாழ முடியும் என்பதைத்தானே இவை காட்டுகின்றன. இப்படியான விஷயம் முஸ்லிம்களுக்கு ஏன் புரிவதில்லை. அந்த நாடுகளிலெல்லாம் பெரும்பான்மையினருக்கு சட்டசபை, நாடாளுமன்ற சபைகளில் தமது அதிகாரத்தை நிலைநாட்டிக்கொள்ள முடியாது என்று நினைக்கிறார்களா?

ஸ்விட்சர்லாந்து, கனடா, தென் ஆஃப்ரிக்கா போன்ற நாடுகளில் ஆட்சி அதிகாரத்தில் பெரும்பான்மையினர் எத்தனை சதவிகிதம் இருக்கிறார்கள், சிறுபான்மையினர் எத்தனை சதவிகிதம் இருக்கிறார்கள் என்பது தொடர்பான புள்ளிவிவரம் எதுவும் கைவசம் இல்லை. ஏனென்றால், இந்தியாவைப் போல் அந்த நாடுகளில் மதம் சார்ந்து இடப்பங்கீடு எதுவும் கிடையாது. ஒவ்வொரு சமுகப் பிரிவும் பொதுத் தேர்தலில் போட்டியிட்டு முடிந்த அளவு இடங்களை வெற்றி பெறலாம் என்று அங்கு இருக்கிறது. ஆனால், மக்கள்தொகையில் ஒவ்வொரு பிரிவினரும் எத்தனை சதவிகிதம் இருக்கிறார்கள்... நாடாளுமன்ற சபையில்

அவர்களுக்கு எத்தனை சதவிகித இடங்கள் கிடைக்கவேண்டும் என்பதை நிச்சயம் நம்மால் கணக்கிட முடியும்.

> ஸ்விட்சர்லாந்தில் கீழ் சபையில் மொத்தம் 187 இடங்கள் உள்ளன. அதில் ஜெர்மானியர்களுக்கு 138 இடங்களும் ஃப்ரெஞ்சுக்கார்களுக்கு 42 இடங்களும் இத்தாலியர்களுக்கு ஏழு இடங்களும் அவரவர் மக்கள் தொகை விகித்துக்கு ஏற்ப கிடைக்கவேண்டும்.
>
> தென் ஆஃப்ரிக்காவில் மொத்தம் 153 நாடாளுமன்ற இடங்கள் இருக்கின்றன. ஆங்கிலேயர்களுக்கு 62 இடங்களும் டச்சுக் காரர்களுக்கு 94 இடங்களும் கிடைக்கவேண்டும்.
>
> கனடாவில் இருக்கும் மொத்த இடங்களில் ஃப்ரெஞ்சுக் காரர்களுக்கு 65 மட்டுமே கிடைக்க வாய்ப்பு உண்டு.

இந்த அடிப்படையில் பார்த்தால் இந்த தேசங்கள் அனைத்திலும் பெரும்பான்மையினர் மிகப் பெரிய அளவில் தமது ஆதிக்கத்தை, சிறுபான்மையினர் மீது நிலைநாட்டவே அதிக வாய்ப்பு உள்ளது. கனடாவில் ஃப்ரெஞ்சுக்காரர்கள் பிரிட்டிஷ் ஆதிக்கத்தின் கீழ் வாழ்கிறார்கள். தென்ஆஃப்ரிக்காவில் ஆங்கிலேயர்கள் டச்சு ஆதிக்கத்தின் கீழ் வாழ்கிறார்கள். இத்தாலியர்களும் ஃப்ரெஞ்சுக் காரர்களும் ஸ்விட்சர்லாந்தில் ஜெர்மனிய ராஜின் கீழ் வாழ்கிறார்கள் என்று ஒரு பேச்சுக்குச் சொல்லலாம். ஆனால், அங்கெல்லாம் சிறுபான்மைகள் என்ன செய்கிறார்கள். கனடாவில் வாழும் ஃப்ரெஞ்சுக்காரர்கள் நாங்கள் பிரிட்டிஷ் ராஜின் கீழ் வாழ மாட்டோம் என்று சொல்கிறார்களா என்ன? தென் ஆஃப்ரிக்காவில் வாழும் ஆங்கிலேயர்கள் நாங்கள் டச்சு ராஜின் கீழ் வாழமாட்டோம் என்று சொல்கிறார்களா? ஸ்விட்சர்லாந்தில் வாழும் இத்தாலியரும் ஃப்ரெஞ்சுக்காரர்களும் ஜெர்மனிய ராஜின் கீழ் வாழமாட்டோம் என்று சொல்கிறார்களா என்ன? ஹிந்து ராஜை எதிர்த்து மட்டும் முஸ்லிம்கள் கூக்குரல் எழுப்புவது ஏன்?

ஹிந்து ராஜ் என்றால் அது முழுக்கவுமே ஹிந்து பெரும்பான்மையின் ஆதிக்கமாகவே இருக்குமா என்ன? ஹிந்து பெரும்பான்மையின் ஆதிக்கத்துக்கு எதிராக முஸ்லிம்களுக்கு எந்தவித பாதுகாப்பும் வழங்கப்படவே இல்லையா என்ன? ஃப்ரெஞ்சுக்காரர்களுக்கு கனடாவிலும் ஆங்கிலேயர்களுக்கு தென் ஆஃப்ரிக்காவிலும் ஃப்ரெஞ்சுக்காரர்களுக்கும் இத்தாலியர் களுக்கும் ஸ்விட்சர்லாந்திலும் கிடைத்திருக்கும் பாதுகாப்பு ஏற்பாடுகளைவிடக் கூடுதலாக இந்தியாவில் முஸ்லிம்களுக்கு

உரிமைகளும் அதிகாரங்களும் தரப்பட்டிருக்கிறது என்பதுதானே உண்மை.

ஓர் உதாரணத்தை எடுத்துக்கொள்வோம். பிரிட்டிஷ் இந்திய ஆட்சிமன்றத்தில் மிக கணிசமான இடங்கள் முஸ்லிம்களுக்குக் கிடைத்திருக்கத்தானே செய்கிறது. இந்த அளவுக்கு இடங்கள் கனடாவிலோ தென் ஆஃப்ரிக்காவிலோ ஜெர்மனியிலோ அந்தந்த நாட்டுச் சிறுபான்மைகளுக்குக் கிடைக்கவே இல்லையே. இதனால் ஹிந்துப் பெரும்பான்மையின் ஆதிக்கம் நாடாளு மன்றத்தில் குறைந்துதானே போயிருக்கிறது. பிரிட்டிஷ் இந்தியாவையும் பிராந்திய அவைகளையும் மட்டும் எடுத்துக்கொண்டு பார்த்தால் கீழ் சபையில் இந்திய அரசு நாடாளுமன்ற அவையில் (1935) ஹிந்துக்களுக்கு 105 இடங்களும் முஸ்லிம்களுக்கு 82 இடங்களும் இருந்தன. இப்படியான நிலையில் ஹிந்து ராஜ் பற்றி ஒருவர் எதற்காக பயப்படவேண்டும்?

உண்மையில் ஹிந்து ராஜ் (ஆட்சி) வந்தால் நம் தேசத்துக்கு பெரிய நெருக்கடியாகவே இருக்கும். ஹிந்துக்கள் என்ன சொன்னாலும் ஹிந்து மதம் என்பது சுதந்தரம், சமத்துவம், சகோதரத்துவம் ஆகியவற்றுக்கு எதிரானதுதான். அந்தவகையில் அது ஜனநாயகத்துக்கு இசைவானது அல்ல; ஹிந்து ராஜ் உருவாவதை எப்பாடுபட்டாவது தடுத்தாகவேண்டும். ஆனால் அதற்காக பாகிஸ்தான் என்ற ஒரு நாடு உருவாவதுதான் சரியான வழியா? ஒரு நாட்டில் மதவாத ஆட்சி எப்போது ஏற்படும்? அந்த நாட்டில் வாழும் பல்வேறு மதங்களைச் சேர்ந்தவர்களின் எண்ணிக்கையில் மிகப் பெரிய வித்தியாசம் இருந்தால்தான் ஒரு மதத்தின் அதிகாரம் வலுத்துவிடும்.

முன்பே சொன்னதுபோல் கனடா, தென் ஆஃப்ரிக்கா, ஸ்விட்சர்லாந்து போன்ற நாடுகளைப்போல் இந்தியாவில் அப்படியான வித்தியாசம் பெருமளவுக்கு இல்லை. அது மட்டுமில்லாமல் கனடாவில் பிரிட்டிஷ் ராஜ் இல்லை; தென் ஆஃப்ரிக்காவில் டச்சு ராஜ் இல்லை. ஸ்விட்சர்லாந்தில் ஜெர்மன் ராஜ் இல்லை. அந்த நாடுகளில் சிறுபான்மையாக இருக்கும் ஃப்ரெஞ்சுக்காரர்கள், ஆங்கிலேயர்கள், இத்தாலியர்கள் ஆகியோரெல்லாம் அந்தந்த நாடுகளில் பெரும்பான்மையின் ராஜ் உருவாகாமல் எப்படித் தடுத்திருக்கிறார்கள்? பிரிவினையையா அவர்கள் பின்பற்றியிருக்கிறார்கள். இல்லையே. அவர்கள் அந்த நாடுகளில் மத, பிரிவினைவாத கட்சிகளுக்குத் தடை விதித்திருக்கிறார்கள். அவ்வளவுதான்.

கனடா, தென் ஆஃப்ரிக்கா, ஸ்விட்சர்லாந்தில் இருக்கும் எந்தவொரு சமூகப் பிரிவும் தமக்கான கட்சியை ஆரம்பிக்க வேண்டுமென்று யோசித்ததே இல்லை. இதில் முக்கியமாகச் சொல்லவேண்டிய விஷயம் என்னவென்றால் அங்கெல்லாம் சிறுபான்மை மக்கள்தான் பிரிவினைவாத நோக்கில் கட்சிகள் உருவாவதற்குக் கடும் எதிர்ப்பைத் தெரிவிப்பவர்களாக இருக்கிறார்கள். சிறுபான்மையாக இருக்கும் நாம் தனி கட்சி அமைத்தால் பெரும்பான்மையினரும் தமக்கென ஒரு கட்சியை அமைத்துவிடுவார்கள்; அதன் மூலம் பெரும்பான்மை ராஜ் எளிதில் உருவாகிவிடும் என்று அவர்களுக்குத் தெரியும். அப்படிச் செய்தால் ஒரு சமூகப் பிரிவு தனது பாதுகாப்புக்குத் தானே நெருக்கடியை உருவாக்கிக் கொள்வதுபோல் ஆகிவிடும். பிரிவினைவாத அரசியல் கட்சிகள் கூடாதென்று சொல்லிவிட்டுத் தாமே அதை உருவாக்கிக் கொண்டால் தாம் விரிக்கும் வலையில் தாமே விழுந்துவிடுவோம் என்பது அந்த நாட்டுச் சிறுபான்மையினருக்கு நன்கு தெரிந்திருக்கிறது.

ஹிந்து ராஜ் வராமல் தடுக்க என்ன செய்யவேண்டும் என்று இஸ்லாமியர்கள் யோசித்துப் பார்த்திருக்கிறார்களா? அதைத் தவிர்ப்பது எவ்வளவு எளிது என்று சிந்தித்திருகிறார்களா? முஸ்லிம் லீகின் இன்றைய கொள்கையானது எவ்வளவு தீங்கானது என்று அவர்கள் என்றேனும் யோசித்திருக்கிறார்களா? ஹிந்து மஹாசபாவின் ஹிந்து ராஷ்டிர ஹிந்து ராஜ்ய முழக்கங்களைக் கேட்டு முஸ்லிம்கள் அலறுகிறார்கள். ஆனால், இந்த நிலைக்கு யார் காரணம்? முஸ்லிம் லீக் என்ற ஒன்றை ஆரம்பித்ததன் மூலம் தவிர்க்கமுடியாமல் ஹிந்து மஹா சபை மற்றும் ஹிந்து ராஜ் ஆகியவற்றை முஸல்மான்கள்தான் உருவாக்கியிருக்கிறார்கள். எந்த ஒரு வினைக்கும் எதிர்வினை இருக்கத்தானே செய்யும். ஒன்று இன்னொன்றை உருவாக்குகிறது.

ஹிந்துராஜ் என்ற ஒன்று மறையவேண்டுமென்றால் பிரிவினை என்பது அல்ல தீர்வு. முஸ்லிம் லீகைக் கலைத்துவிட்டு ஹிந்துக்களும் முஸ்லிம்களும் இணைந்து இருக்கும் கட்சியை ஆரம்பிக்கவேண்டும். அது ஒன்றே ஒரே வழி. அரசியல் சாசன ரீதியிலான உத்தரவாதங்கள் மீது மாற்றுக் கருத்துகள் இருக்கும் வரையில் முஸ்லிம்களோ பிற சிறுபான்மை கட்சிகளோ காங்கிரஸிலோ ஹிந்து மஹா சபையிலோ இணைய முடியாது என்பது உண்மையே. முஸ்லிம்களுடைய மற்றும் பிற சிறுபான்மையினரின் நலன்கள் பாதுகாக்கப்பட்டால் இந்தப் பிரச்னைக்கு ஒரு தீர்வு நிச்சயம் கிடைத்துவிடும்.

நாம் மனப்பூர்வமாக விரும்பும் இந்த விஷயம் நடந்துவிட்டால், காங்கிரஸும் ஹிந்து மஹாசபாவும் உடைந்து ஹிந்துக்களும் முஸ்லிம்களும் பொதுவான, சமத்துவமான சமூக, பொருளாதாரக் கொள்கைகளின் அடிப்படையில் இணைந்து செயல்பட முன்வந்துவிட்டால் ஹிந்து ராஜோ இஸ்லாமிய ராஜோ உருவாகாமல் நாட்டைக் காப்பாற்றிவிடமுடியும். ஹிந்துக்களும் முஸ்லிம்களும் இணைந்து இந்தியாவில் ஒரு கட்சி ஆரம்பிப்பது ஒன்றும் சிரமமான விஷயம் அல்ல. ஹிந்து சமூகத்தில் கீழடுக்குகளில் பலர் இருக்கிறார்கள். அவர்களுடைய பொருளாதார, அரசியல், சமூக தேவைகள் நலன்கள் எல்லாம் பெரும்பாலான முஸ்லிம்களுடையதைப் போலவேதான் இருக்கின்றன. அவர்கள் முஸ்லிம்களுடன் இணைந்துகொண்டு செயல்படத் தயாராகவே இருக்கிறார்கள். உயர் ஜாதி ஹிந்துக்கள் இந்த கீழடுக்கு ஹிந்துக்களுடைய அடிப்படை உரிமைகளை பல நூற்றாண்டுகளாக மறுதலித்தே வந்திருக்கிறார்கள். இந்த வழியில் செல்வதென்பது அப்படியொன்றும் சிரமமான விஷயம் அல்ல. இந்தப் பாதையில் இதற்கு முன்பும் பயணம் நடந்திருக்கிறது.

மாண்டேகு செமஸ்ஃபோர்டு சீர்திருத்தத்தின் கீழ் பிராமணரல்லாதாரும் தாழ்த்தப்பட்டவர்களும் முஸ்லிம்களும் ஒன்று சேர்ந்து ஒரே குழுவாக 1920லிருந்து 1937 வரையிலும் செயல்பட்டு வந்திருக்கிறார்கள். ஹிந்துக்களும் முஸ்லிம்களுக்கும் இடையில் சமூக ஒற்றுமையை உருவாக்க மிகச் சிறந்த வழி இதுவே. ஹிந்து ராஜ்யம் உருவாகாமல் தடுக்கவும் அதுவே சிறந்த வழி.

திரு ஜின்னா இந்தப் பாதையில் எளிதில் முன்னேறிச் சென்றிருக்கமுடியும். அது அவருக்கு அப்படியொன்றும் சிரமமான விஷயம் அல்ல. அப்படியான ஒரு மதச்சார்பற்ற கூட்டணியை உருவாக்கியிருந்தால் திரு ஜின்னாவுக்குத்தான் அதிக ஆதாயம் கிடைத்திருக்கும். அவருக்கு அப்படியானதை ஒருங்கிணைக்கும் திறமை உண்டு. ஒரு தேசியவாதி என்ற மதிப்பும் மரியாதையும் அவருக்கு உண்டு. ஒத்த கருத்து கொண்ட ஹிந்துக்களையும் முஸ்லிம்களையும் ஓரணியில் வரும்படி அவர் அழைப்பு விடுத்திருந்தால் நிச்சயம் காங்கிரஸில் இருந்து விலகிப் பலர் அவர் பின்னால் அணிதிரண்டிருப்பார்கள். ஆனால், அவர் என்ன செய்தார்? 1937-ல் திரு ஜின்னா முஸ்லிம் லீகில் சேர்ந்தார். குற்றுயிரும் குலையுயிருமாக இருந்த முஸ்லிம் லீகை அவர் மறுமலர்ச்சி அடையச் செய்தார்.

இதில் வேடிக்கை என்னவென்றால் அந்த முஸ்லிம் லீக் கட்சி அழிந்து மறைய வேண்டும் என்று சிறிது காலத்துக்கு முன்புவரை திரு ஜின்னாவும் விரும்பியவராகவே இருந்தார். இப்படியான ஒரு மதவாதக் கட்சியை மறு மலர்ச்சி பெறச் செய்தது எவ்வளவுதான் வருந்தத்தக்கது என்றாலும் அதில் ஒரே ஒரு நல்ல அம்சமும் இருந்தது. அதுதான் திரு ஜின்னாவின் தலைமைத்துவம். அனைவரும் என்ன நினைத்தார்களென்றால் திரு ஜின்னாவின் தலைமையின் கீழ் முஸ்லிம் லீக் ஒரு மதவாதக் கட்சியாக ஆகாது என்று நம்பினார்கள். திரு ஜின்னாவின் தலைமையின் கீழ் முதல் இரண்டு ஆண்டுகளில் முஸ்லிம் லீக் கட்சி முன் மொழிந்த தீர்மானங்களைப் பார்த்தால் அந்தக் கட்சி ஹிந்து, முஸ்லிம்கள் இணைந்து செயல்படும் கட்சியாக வளரும் என்ற நம்பிக்கையையே அனைவருக்கும் தந்தது.

1937-அக்டோபரில் லக்னோவில் நடைபெற்ற முஸ்லிம் லீகின் வருடாந்தரக் கட்சிக் கூட்டத்தில் 15 தீர்மானங்கள் முன்வைக்கப் பட்டன. அவற்றில் இரண்டு மிக முக்கியமானவை.

தீர்மானம் எண் 7 : 1935 இந்திய அரசாங்க சட்டம் சொல்வதை மீறும் வகையில் காங்கிரஸ் கட்சியானது சில பிராந்தியங்களில் உருவாக்கியிருக்கும் அமைச்சரவைகளை அனைத்து இந்திய முஸ்லிம் லீக் கட்சி கடுமையாக எதிர்க்கிறது. முஸல்மான்கள் மற்றும் பிற முக்கியமான சிறுபான்மையினரின் நலன்களைப் பாதுகாக்கும் நோக்கில், கவர்னர்கள் தனக்கு அளிக்கப் பட்டிருக்கும் சிறப்பு அதிகாரங்களைப் பயன்படுத்தவில்லை என்று வன்மையாகக் கண்டிக்கிறது.

தீர்மானம் 8 : சுதந்தர ஜனநாயக மாநிலங்களின் கூட்டமைப்பு என்ற வகையில் இந்தியாவுக்கு முழு சுதந்தரம் தரப்படவேண்டும். அந்தக் கூட்டமைப்பில் முஸல்மான்கள் மற்றும் பிற சிறுபான்மையினரின் நலன்களும் உரிமைகளும் திறம்படப் பாதுகாக்கப்படும் வகையில் அரசியல் சாசனம் வகுக்கப்படவேண்டும் என்று அனைத்து இந்திய முஸ்லிம் லீக் தீர்மானம் இயற்றுகிறது.

அடுத்த ஆண்டான 1938-டிசம்பரில் பாட்னாவில் நடந்த லீக் மாநாட்டிலும் இதே அளவிலான தீர்மானங்கள் முன்வைக்கப் பட்டன. அவற்றில் பத்தாவது தீர்மானம் குறிப்பிடத் தகுந்தது. அது:

1935-ல் கொண்டுவரப்பட்ட இந்திய அரசாங்கச் சட்டத்தில் சொல்லப்பட்டிருக்கும் கூட்டமைப்புத் திட்டமானது ஏற்கத்

தகுந்தது அல்ல. ஆனால், பின்னால் நடந்த விஷயங்கள் மற்றும் நடக்கவிருக்கும் விஷயங்கள் ஆகியவற்றைக் கணக்கில்கொண்டு பார்க்கும்போது, முஸல்மான்கள் மற்றும் இந்தியாவில் வசிக்கும் பிற சிறுபான்மையினரின் நலன்களைப் பாதுகாக்கத் தேவையான மாற்று ஏற்பாட்டை உருவாக்கும்படியாக அனைத்து இந்திய முஸ்லிம் லீகின் தலைமைக்கு முழு அதிகாரத்தை இந்தத் தீர்மானம் வழங்குகிறது.

இப்படியான தீர்மானங்கள் மூலமாக, திரு ஜின்னா முஸ்லிம்களுக்கும் முஸ்லிம் அல்லாத சிறுபான்மையினருக்கும் பொதுவான கூட்டணி ஒன்றுக்குத் தயாராக இருந்திருப்பது நன்கு தெரியவருகிறது. ஆனால், துரதிஷ்டவசமாக, இந்தத் தீர்மானங்களுக்குப் பின்னால் இருக்கும் அரசியல் நாகரிகமும் நேர்மையும் நீண்ட காலம் நீடிக்கவில்லை. 1939-ல் திரு ஜின்னா ஒரு குட்டிகரணம் அடித்தார். முஸல்மான்களைத் தனிமைப்படுத்தும் அபயகரமும் மோசமும் நிறைந்த, பாகிஸ்தான் என்றொரு தனியான தேசம் வேண்டும் என்ற தீய நோக்கில் புகழ் பெற்ற தீர்மானத்தின் மூல வடிவத்தைக் கொண்டுவந்தார்.

முஸ்லிம்களை எதற்காக இப்படித் தனிமைப்படுத்தவேண்டும்?

முஸல்மான்கள் சமூகத்தில் ஒரு தனி பிரிவு அல்ல; தனி தேசத்தினர் என்ற புதிய பார்வையே இதற்குக் காரணம். முஸ்லிம்கள் ஒரு சமூகத்தின் தனி பிரிவா... தனி நாட்டினரா என்பது குறித்து நாம் சண்டையிடத் தேவையே இல்லை. ஆனால், முஸ்லிம்கள் தனி நாடாகப் போனால் அது அவர்களுக்கு நன்மையைத் தரும் என்று எப்படிச் சொல்கிறார்கள் என்பதைத்தான் புரிந்துகொள்ளவே முடியவில்லை. இந்தக் கொள்கையை முன்வைத்ததன் மூலம் திரு ஜின்னா முஸ்லிம்களுக்கு எவ்வளவு பெரிய தவறை இழைக்கிறார் என்பது அவர்களுக்கு துரதிஷ்டவசமாகப் புரியவே இல்லை.

முஸ்லிம் லீகை பலப்படுத்தியதன் மூலம் திரு ஜின்னா முஸ்லிம்களுக்கு என்ன நன்மைகள் செய்திருக்கிறார் என்பதை முதலில் பார்ப்போம். அப்படி ஒரு அமைப்பை உருவாக்கியதன் மூலம் வேறு எந்த ஒரு அமைப்புக்கும் பின்பாட்டுப் பாடும் நிலையில் இருந்து அவர்களை மாற்றி அமைத்திருக்கிறார். முஸ்லிம்களுக்காகக் குரல்கொடுக்கும் ஒரே அமைப்பாக அதை வடிவமைத்திருக்கிறார். முஸ்லிம்கள் மத்தியில் அவரே ஒரே முக்கிய தலைவர் என்ற நிலையை எட்டியிருக்கிறார். ஆனால், ஹிந்து ராஜில் இருந்து முஸ்லிம்களைத் தனிமைப்படுத்திக் கொள்ளும் தன்னுடைய திட்டத்தை இந்த அமைப்பு எப்படி

சாதித்துக்காட்டப்போகிறது. இதன் மூலம் முஸ்லிம்கள் சிறுபான்மையாக இருக்கும் பகுதிகளில் ஹிந்து ராஜ் அமையாமல் அவரால் தடுத்துவிடமுடியுமா? நிச்சயமாக முடியாது. பாகிஸ்தான் என்றொரு தனி நாடு உருவானால் முஸ்லிம்கள் சிறுபான்மையாக இருக்கும் பகுதிகளில் ஹிந்து ராஜ்தான் அமையும்.

இந்தியா முழுவதையும் கணக்கில் எடுத்துக்கொண்டு பாருங்கள். ஹிந்துஸ்தானில் தங்கிவிடப் போகிற முஸ்லிம் சிறுபான்மையினர் மீது ஹிந்து ராஜ்யம் ஆதிக்கம் செலுத்துவதை பாகிஸ்தான் தடுத்துவிடமுடியுமா? நிச்சயமாக முடியாது. அப்படியானால் பாகிஸ்தான் எதைத்தான் செய்ய முடியும். முஸ்லிம்கள் பெரும்பான்மையாக இருக்கும் பகுதிகளில் அதாவது ஹிந்து ராஜ்யம் எப்படியும் வரவே முடியாத பகுதியில் ஹிந்து ராஜ்யம் வராமல் தடுக்கும் வேலையை மட்டுமே அதனால் செய்ய முடியும்.

வேறு வார்த்தைகளில் சொல்வதானால், முஸ்லிம்கள் பெரும்பான்மையாக இருக்கும் பகுதிகளில் ஹிந்து ராஜ் வர வாய்ப்பே இல்லை என்பதால், பாகிஸ்தான் என்ற தேசம் அவர்களுக்கு அவசியமே இல்லை. அவர்கள் சிறுபான்மையாக இருக்கும் இடங்களில் நிலைமை மேலும் மோசம். ஏனென்றால் பாகிஸ்தான் உருவானாலும் உருவாகாவிட்டாலும் அவர்கள் ஹிந்து ராஜின் கீழ்தான் இருந்தாகவேண்டியிருக்கும். முஸ்லிம் லீகின் இந்த அரசியலைப் போல் தேவையற்ற ஒன்று இந்த உலகில் வேறு ஏதேனும் இருக்கமுடியுமா?

சிறுபான்மை முஸ்லிம்களின் நலனைப் பாதுகாக்கும் நோக்கில் ஆரம்பிக்கப்பட்ட முஸ்லிம் லீகானது பெரும்பான்மை முஸ்லிம்களின் நலனுக்காகப் பாடுபடும் கட்சியாக ஆகிவிட்டது. முஸ்லிம் லீகின் உண்மையான நோக்கத்துக்கு எவ்வளவு பெரிய தீங்கை இது விளைவித்திருக்கிறது. கண்ணியமாக ஆரம்பித்த ஒன்று இன்று கேலிக்கூத்தாகிவிட்டிருக்கிறது. என்னே ஒரு வீழ்ச்சி! ஹிந்து ராஜ் வராமல் தடுக்க, தேசத்தைப் பிரிப்பதென்பது ஒரு துளிகூடப் பயன் தராது.

பாகிஸ்தான் என்றொரு தனி தேசம் தேவை என்று சொல்வதில் இருக்கும் ஒரு சில பலவீனங்களையே இதுவரை பட்டியலிட்டேன். எனக்குத் தெரியாத வேறு பல பலவீனங்களும் கூட இருக்கக்கூடும். ஆனால், நான் பட்டியலிட்டிருக்கும் விஷயங்களே போதுமான அளவுக்கு வலிமையானவை. முஸ்லிம்கள் இதற்கு என்ன பதில் சொல்லப்போகிறார்கள்? அதற்கான பதிலை அவர்கள்தான் சொல்லவேண்டும். அது என்

வேலை அல்ல. இந்த விஷயம் தொடர்பாக ஆராய்பவர் என்ற வகையில் இந்த பலவீனங்களைப் பட்டியலிடுவது என் பணி. அதை நான் செய்திருக்கிறேன். இதற்குமேல் இதுபற்றி பதில் சொல்ல எதுவுமில்லை.

இருந்த போதிலும் இந்த விஷயம் தொடர்பான ஒரு முழுமையான சித்திரம் கிடைக்க வேண்டுமென்றால் வேறு இரண்டு முக்கியமான கேள்விகளைக் கேட்டாகவேண்டும். எனக்கும் என்னை விமர்சிப்பவர்களுக்கும் இடையிலுள்ள சில குழப்பங்களைப் போக்குவதற்கு அவை மிகவும் அவசியம். இந்த இரண்டு கேள்விகளில் ஒன்று நான் என் விமர்சகர்களை நோக்கிக் கேட்க வேண்டிய கேள்வி. இன்னொன்று என் விமர்சகர்கள் என்னை நோக்கி கேட்க வேண்டிய கேள்வி.

பாகிஸ்தான் உருவாவது அவசியமா என்பது தொடர்பாக நான் வைத்திருக்கும் பலவீனங்கள் தொடர்பாக என்ன நன்மை நடக்கும் என்று விமர்சகர்கள் எதிர்பார்க்கிறார்கள்?

இந்த கேள்வியைத்தான் நான் முதலில் கேட்க விரும்புகிறேன்.

பாகிஸ்தான் தேவையா என்பது தொடர்பான விவாதத்தில் முஸல்மான்கள் தோற்கடிக்கப்பட்டுவிட்டால் பாகிஸ்தான் வேண்டாமென்று விட்டுவிடுவார்கள் என்று என் விமர்சகர்கள் நம்புகிறார்களா? இந்தப் பிரச்னையைத் தீர்ப்பதற்கு என்னவிதமான வழியை நாம் முன்னெடுக்க போகிறோம் என்பதைப் பொறுத்தது அது. ஹிந்துக்களை மதம் மாற்றத் தொடங்கிய காலகட்டத்தில் கிறிஸ்தவ மிஷினரியினர் ஒருவித விவாத வழிமுறையை முன்னெடுத்திருந்தனர். அதன்படி ஒரு பிராமணருக்கும் கிறிஸ்துவ மிஷனரிக்கும் இடையில் ஒரு குறிப்பிட்ட நாளில் விவாதத்துக்கு ஏற்பாடு செய்யப்படும். அந்த விவாதத்தைப் பார்ப்பதற்கு பொதுமக்களுக்கும் அனுமதி உண்டு. இந்த விவாதத்தில் யார் தோற்கிறார்களோ அவர்கள் இன்னொருவரின் மதத்தை ஏற்றுக் கொண்டாகவேண்டும். இதுதான் போட்டிக்கான நிபந்தனை.

பாகிஸ்தான் தேவையா என்பது தொடர்பாக ஹிந்துக்களுக்கும் முஸ்லிம்களுக்கும் இடையில் இதுபோல் ஒரு விவாதத்தை நடத்தித் தீர்வு காண நம்மால் முடியும் என்றால் நான் பட்டியலிட்டு இருக்கும் இந்த பலவீனங்களால் ஒரு நன்மை கிடைக்கக்கூடும். முஸல்மான்களும், எதையும் பகுத்து ஆராய்ந்து தீர்மானிக்கும் நபர்களைப்போல பாகிஸ்தான் தேவையா என்ற விஷயத்திலும் ஒரு வாதத்துக்குத் தயாராகக் கூடும். அல்லது, உங்களுடைய வாதங்கள்

எல்லாம் எங்களுக்கு புல்லுக்குச் சமம். என்ன ஆனாலும் எங்களுக்கு பாகிஸ்தான் தேவை என்று சொல்லி முற்றாக கோபத்தில் நிராகரிக்கவும் கூடும். அப்படியான ஒரு நிலை வரும் என்றால் பாகிஸ்தான் தேவையில்லை என்று முன்வைக்கும் வாதங்கள் தொடர்பாக எந்தவித மகிழ்ச்சியையும் ஒருவர் அடையமுடியாது.

விமர்சகர்கள் என்னை நோக்கி எழுப்பக்கூடிய கேள்வி பற்றி இப்போது பார்ப்போம். நான் வைத்திருக்கும் இந்த வாதங்களின் அடிப்படையில் பாகிஸ்தான் தொடர்பாக எனது இறுதி தீர்மானம் என்ன?

இந்த விஷயம் தொடர்பாக எனது நிலை என்ன என்பது பற்றி எனக்கு எந்தக் குழப்பமும் இல்லை. முஸல்மான்கள் பாகிஸ்தான் கிடைத்தே தீரவேண்டும் என்று பிடிவாதம் பிடித்தால் கொடுத்துவிட வேண்டியதுதான்.

எனது விமர்சகர்கள் நிச்சயமாக இது தொடர்பாக என்னைக் கடுமையாக விமர்சிப்பார்கள். பாகிஸ்தான் என்ற ஒரு தனி நாடு அவசியமே இல்லை என்று இதுவரையில் அழுத்தமாகக் குறிப்பிட்டுவிட்டு இப்போது இப்படி சொல்வது முன்னுக்குப்பின் முரணாக இருக்கிறது என்று அவர்கள் குற்றம்சாட்டுவார்கள். இப்போதும் சொல்கிறேன் பாகிஸ்தான் தேவையில்லை என்று நான் பட்டியலிட்டிருக்கும் விஷயங்களில் எந்த ஒன்றையும் நான் பின்வாங்கிக் கொள்ளப் போவதில்லை. இருந்தும் முஸ்லிம்கள் பாகிஸ்தான் வேண்டும் என்று கேட்டால் அதைக் கொடுப்பதில் இருந்து தப்பிக்கவே முடியாது.

நான் இந்த முடிவுக்கு எதனால் வந்தேன் என்பதைச் சொல்கிறேன். பாகிஸ்தான் அவசியமா இல்லையா என்பது தொடர்பான வாதப்பிரதிவாதங்களுக்கும் தர்க்கங்களுக்கும் இந்த முடிவுக்கும் எந்த சம்பந்தமும் இல்லை.

எனது இந்தத் தீர்மானத்துக்கு முக்கியமான காரணம் வேறு இரண்டு முக்கியமான விஷயங்களே. முதலாவது, இந்தியாவின் பாதுகாப்பு தொடர்பானது. இரண்டாவது முஸ்லிம்களின் மன உணர்வு தொடர்பானது. இவை ஏன் மிகவும் முக்கியமானது என்றும் பாகிஸ்தான் என்ற தனிநாடு அவசியம்தான் என்று இவை எந்த வகையில் சொல்கின்றன என்பதையும் விளக்குகிறேன்.

இந்தியாவின் பாதுகாப்பு. இந்த விஷயத்தை முதலில் பார்ப்போம். நமது இலக்கு சுதந்திரம் பெறுவது மட்டுமே அல்ல; அதை எப்படித் தக்கவைத்துக் கொள்ளப்போகிறோம் என்பதையும் நாம் கருத்தில்

கொண்டாகவேண்டும். ஒரு தேசம் சுதந்திரமானதாக நீடிக்க வேண்டுமென்றால் ஒரு வலுவான, நம்பகமான ராணுவம் தேவை. எந்த நிலை வந்தாலும் எப்போது வேண்டுமென்றாலும் தேசத்துக்காகத் துணிந்து போராடும் என்று நம்பக்கூடிய ஒரு விசுவாசமான ராணுவம் தேவை. இந்திய ராணுவம் என்பது ஹிந்துக்களும் முஸ்லிம்களும் கலந்துதான் இருந்தாக வேண்டியிருக்கும். அந்நிய சக்திகள் ஏதேனும் படையெடுத்து வந்தால் இந்திய ராணுவத்தில் இருக்கும் முஸ்லிம்கள் இந்தியாவைப் பாதுகாப்பார்கள் என்று நம்ப முடியுமா? படையெடுத்து வருபவர்கள் முஸ்லிம்களாக இருந்தால் நிலைமை என்னவாகும்? படையெடுத்து வரும் முஸ்லிம்களுடன் அவர்கள் சேர்ந்து கொள்வார்களா... இந்தியாவுக்கு ஆதரவாக நின்று போராடுவார்களா? இது மிக முக்கியமான கேள்வி.

இந்தக் கேள்விக்கான பதிலானது ராணுவத்தில் இருக்கும் முஸ்லிம்கள் பாகிஸ்தான் என்ற ஒரு தேசம் உருவாவதற்கு அடிப்படை காரணமான இரு நாடு கொள்கையால் எந்த அளவுக்குப் பீடிக்கப்பட்டிருப்பார்கள் என்பதைப் பொறுத்தது. பெருமளவுக்கு அந்த எண்ணம் கொண்டவர்களாக இருந்தால், இந்தியா பாதுகாப்பாக இருக்க முடியாது. இந்தியாவுக்கு பாதுகாவலாக இருப்பதற்கு பதிலாக இந்திய சுதந்திரத்துக்கு அச்சுறுத்தலாகவும் பெரும் தொந்தரவாகவுமே இருப்பார்கள்.

இந்தியாவின் பாதுகாப்பும் நன்மையும் கிடைக்கவேண்டு மென்றால் பாகிஸ்தான் கோரிக்கையை நிராகரிக்கவேண்டும் என்று சில பிரிட்டிஷ்காரர்கள் சொல்வதைக் கேட்கும்போது எனக்கு வியப்பாக இருக்கும். ஹிந்துக்களில் சிலர்கூட அப்படிச் சொல்வது உண்டு. ஒன்று, இந்தியாவின் சுதந்திரத்துக்கு மிக முக்கியமான விஷயம் எதுவாக இருக்கும் என்பது பற்றி அவர்களுக்குத் தெரியவில்லை. அல்லது இந்தியாவை ஒரு தனி நாடாக தனது சுதந்திரத்தைத் தானே காத்துக்கொள்ள வேண்டிய ஒரு நாடாகக் கருதாமல் பிரிட்டிஷாருக்குச் சொந்தமானதாக்க் கருதி எதிரிகளிடமிருந்து எப்படி அதைக் காப்பாற்ற வேண்டும் என்ற நோக்கில் சொல்கிறார்கள் என்று நினைக்கிறேன். இது தொலைநோக்குப் பார்வை சற்றும் இல்லாத கூற்று மட்டுமே.

இந்தியப் பிரிவினை நடக்காமல் இருந்தால் பிரிட்டிஷாரால் இந்தியாவை நன்கு பாதுகாக்க முடியுமா என்பதல்ல கேள்வி. சுதந்திர இந்தியாவை இந்தியர்களால் காப்பாற்றிக்கொள்ள முடியுமா என்பதுதான் கேள்வி. அந்தக் கேள்விக்கு ஒரே ஒரு

பதில்தான் உண்டு. அதாவது இந்திய ராணுவமானது மத அரசியல் சாராத, பாகிஸ்தான் என்ற தேசம் பற்றி எந்தவித சிந்தனையும் மனதில் கொள்ளாமல் இருந்தால் மட்டுமே அது சாத்தியம். ராணுவத்தைப் பற்றி எதுவும் சிந்திக்காமல் ஸ்வராஜ்யம் பற்றிப் பேசும் இந்தியர்களைக் கடுமையாக எச்சரிக்க விரும்புகிறேன். அது மிகவும் அறிவீனமான சிந்தனையே. மத அரசியலால் பிடிக்கப்பட்ட ராணுவம் என்பது இந்தியாவின் சுதந்திரத்துக்கு மிக மிக அபாயமானது. ராணுவமே இல்லாமல் இருப்பதைவிட மிகவும் மோசமானது.

இந்த இடத்தில் நாம் இன்னொரு முக்கியமான விஷயத்தையும் கவனிக்கவேண்டும். ஒரு அரசுக்கு எதிராகவோ போராட்ட மாகவோ உள்நாட்டில் பெரிதாக ஏதேனும் வெடித்தால் ராணுவத்தையே அது நம்பியாக வேண்டியிருக்கும். உதாரணமாக, ஓர் அரசாங்கம் ஏதாவது ஒரு புதிய சட்டத்தைக் கொண்டுவருவதாக வைத்துக்கொள்வோம். முஸ்லிம்களில் ஒரு பிரிவினர் அதை மிகக் கடுமையாக எதிர்ப்பதாக வைத்துக்கொள்வோம். அந்த அரசாங்கமானது தனது ராணுவத்தில் இருக்கும் முஸ்லிம் வீரர்கள், தனது உத்தரவுக்குக் கட்டுப்பட்டு முஸ்லிம் கலகக்காரர்களைச் சுட்டு வீழ்த்துவார்கள் என்று நம்ப முடியுமா? இந்தக் கேள்விக்கான பதிலும் இரு நாடு கோட்பாடினால் ராணுவத்தில் இருக்கும் முஸ்லிம்கள் எந்த அளவுக்குப் பீடிக்கப்பட்டிருப்பார்கள் என்பதைப் பொறுத்தது. இரு நாடு கட்டாயம் தேவை என்று அவர்கள் நினைப்பார்களென்றால் இந்திய தேசம் பாதுகாப்பாக இருக்கவே முடியாது.

இரண்டாவது விஷயத்தை இப்போது பார்ப்போம். அரசியலில் மன உணர்வுகளுக்கு ஹிந்துக்கள் அதிக முக்கியத்துவம் தருவதில்லை போல் தெரிகிறது. முஸ்லிம்களுடனான இந்த மோதலில் வெற்றி பெறுவதற்கு இரண்டு விஷயங்களை அவர்கள் முழுமையாக நம்புவதுபோல் தெரிகிறது. முஸ்லிம்களும் ஹிந்துக்களும் தனித்தனி நாடாக ஒரே அரசியல் சாசனத்தின் கீழ் வாழ முடியும் என்று அவர்கள் நம்புகிறார்கள். இரண்டாவதாக, பாகிஸ்தான் என்றொரு தனி நாடு தேவை என்ற கோரிக்கையானது தர்க்கங்களின் அடிப்படையில் அல்ல; உணர்வுகளின் அடிப்படையிலேயே அமைந்திருக்கிறது என்று அவர்கள் சொல்கிறார்கள்.

இப்படியான எண்ணங்களினால் ஹிந்துக்கள் தங்களைத் தாங்களே இன்னும் எத்தனை காலத்துக்கு ஏமாற்றிக் கொள்வார்கள் என்று தெரியவில்லை. முதலாவது சிந்தனைக்கு முன்னுதாரணம்

இல்லாமலில்லை. எனினும் அந்த எண்ணமானது அப்படி ஒன்றும் பெரிய மதிப்பு கொண்டது அல்ல. இதை புரிந்துகொள்ள பெரிய புத்திசாலியாக இருக்க வேண்டும் என்ற அவசியமில்லை. இரு நாடு ஒரே அரசியல் சாசனம் என்பது அப்பாவித்தனமான சிந்தனை. மத பிரசங்கமானது மக்களை நல்வழிப்படுத்திவிடும் என்று நம்புவதைப் போன்றது இது. அதைக் கேட்டு முஸ்லிம் மதத் தலைவர்கள் தங்கள் மனதை மாற்றிக்கொண்டுவிடுவார்கள் என்று வெகுளியாக நம்புவதைப் போன்றது. மாறாக, ஒரு மதப் பிரசங்கம் போல் சொல்லப்படாமல் சட்டமாக இயற்றி அதற்கு நீ அடிபணிந்து ஆகவேண்டும் என்று கட்டாயப்படுத்தினால் அதை புத்தி சுவாதீனம் உள்ள எவருமே ஏற்கவும் மாட்டார்கள். ஸ்வராஜ்யம் என்ற ஒன்றின் அடிப்படையையே அது தகர்த்துவிடும்.

இரண்டாவது வாதமும் இதே அளவுக்கு அறிவீனமானதுதான். 'தனிநாடு வேண்டும் என்ற கோரிக்கையானது வெறும் உணர்ச்சிகளை அடிப்படையாகக் கொண்டது' என்பது அதன் பலவீனம் அல்ல. அதுவே அதன் பலம். ஒரு அரசியல் சாசனம் சிறப்பாக நடைமுறைப்படுத்தப்பட வேண்டும் என்றால் கோட்பாட்டு ரீதியாக சரியாக இருந்தால் மட்டும் போதாது. அதனுடன் உணர்வுப்பூர்வமான பிணைப்பு இருந்தாகவேண்டும். இதைப் புரிந்துகொள்ளவும் பெரிய அரசியல் அறிவெல்லாம் தேவையில்லை. அரசியல் சாசனம் என்பது நாம் அணியும் உடைகளைப் போன்றது. நமது உடம்புக்கு பொருத்தமாக இருக்கவேண்டும்; மனதுக்குப் பிடித்ததாகவும் இருந்தாக வேண்டும். ஒரு அரசியல் சாசனம் மனதுக்குப் பிடித்தமானதாக இல்லையென்றால் அது எவ்வளவுதான் சரியானதாக இருந்தாலும் நல்ல பலனை ஒருபோதும் தர முடியாது. ஓர் அரசியல் சாசனம், சமூகத்தின் குறிப்பிட்ட பிரிவினரின் உணர்வுகளுக்கு எதிரானதாக இருந்தால், பெரும் நெருக்கடியை ஏற்படுத்தும். கலகங்களுக்கு வித்திடுவதாக அமையும்.

ஒரு வலுவான ராணுவம் உருவாகிவிட்டதாகவே வைத்துக் கொள்வோம். எப்போதுமே ராணுவத்தைக் கொண்டே மக்களை அடக்கிவிட முடியுமா என்பதை ஹிந்துக்கள் இன்னும் புரிந்து கொள்ளவில்லை. ராணுவக் கட்டுப்பாடு என்பது மருந்தைப் போன்றது. உடம்புக்கு இப்போது நோய் வருகிறதோ அப்போதுதான் அதைக் கொடுக்கவேண்டும். அது நல்ல பலனைத் தருகிறது என்பதற்காக தினமும் மருந்தையே உணவாக உட்கொள்ள முடியுமா என்ன? இயல்பான, தன் விருப்பமான

செயல்பாடுகளினால் ஒரு அரசாங்கமும் மக்கள் திரளும் செயல்பட்டாகவேண்டும்.

ஒரு தேசத்தின் பலதரப்பட்ட சக்திகள், ஒருங்கிணைந்து செயல்பட வேண்டும் என்று எண்ணம் கொண்டவையாக இருக்கவேண்டும். முறையாகத் தேர்ந்தெடுக்கப்பட்ட அரசு வகுக்கும் சட்ட திட்டங்களுக்கு உட்பட்டு நடக்கவேண்டும். இந்தியக் கூட்டமைப்பின் புதிய அரசியல் சாசனமானது முஸ்லிம்களின் அனைத்து நலன்களையும் பாதுகாப்பதாகவே வைத்துக் கொள்வோம்; ஆனால் முஸ்லிம்கள், 'இவையெல்லாம் எங்களுக்கு தேவையில்லை. உங்களுடைய அரசியல் சாசனத்துக்கு மிகுந்த நன்றி. உங்களின் கீழே நாங்கள் வாழ விரும்பவில்லை' என்று சொல்லி சட்டசபையை புறக்கணித்து, சட்டதிட்டங்களுக்கு அடிபணிய மறுத்து, வரி கொடுப்பதற்கு எதிர்ப்பு தெரிவிக்க ஆரம்பித்தால் என்னவாகும்? ஹிந்துத் துப்பாக்கிகளைக் காட்டி முஸ்லிம்களின் விசுவாசத்தை ஹிந்துக்களால் வென்றெடுக்க முடியுமா?

ஸ்வராஜ்யம் என்பது மக்களுக்கு நன்மை செய்வதற்காகவா? அல்லது ஹிந்துக்கள் முஸ்லிம்களை அல்லது முஸ்லிம்கள் ஹிந்துக்களை வெல்வதற்காகத் தரப்படும் வாய்ப்பா? ஸ்வராஜ்யம் என்பது மக்களால், மக்களுக்காக, மக்கள் மூலமாக நடத்தப்படும் அரசாங்கமாக இருக்கவேண்டும். இந்த ஒன்று மட்டுமே ஸ்வராஜ்யத்தின் ஒரே அடிப்படையாக இருந்தாகவேண்டும். ஹிந்துக்களும் முஸ்லிம்களும் ஒருவருக்கு ஒருவர் எதிராக வியூகங்களை வகுத்துக்கொள்வதாக இருந்தால், ஒருவர் ஒருவரை வெல்வதற்காகத் திட்டமிடுவதாக இருந்தால், நமக்கு அப்படியான ஒரு ஸ்வராஜ்யம் தேவையா? ஜனநாயக நாடுகள் இப்படியான ஒரு ஸ்வராஜ்யத்தைகொண்டு வர வேண்டுமா என்ன? அது மிகவும் மோசமான, அபாயகரமான, வக்கிரமான சிந்தனையாகவே இருக்கும்.

முஸ்லிம் அல்லாதவர்களுக்குத் தேர்ந்தெடுப்பதற்குப் பல விஷயங்கள் முன்னால் இருக்கின்றன. இதை அவர்கள் இன்னும் புரிந்து கொள்ளவில்லை. இந்தியாவின் சுதந்திரமா... இந்தியாவின் ஒற்றுமையா இந்த இரண்டில் எது அவர்களுக்கு முக்கியம்?

இந்தியாவின் ஒற்றுமைதான் முக்கியம் என்று முஸ்லிம் அல்லாதவர்கள் கருதினால் இந்தியாவின் சுதந்திரம் சீக்கிரமே கிடைப்பதைத் தடுத்துத் தள்ளிப்போடுகிறார்கள் என்றே அர்த்தம்.

இரண்டாவதாக, சுதந்திரம் கிடைத்தபின் இந்தியாவை எப்படிப் பாதுகாத்துக்கொள்ள முடியும் என்பதை பற்றி அவர்கள் யோசிக்கவேண்டும். சுதந்தரமான, துண்டாடப்படாத இந்தியாவில் வசிக்கப் போகும் முஸ்லிம்கள் எல்லாரும் முஸ்லிம் அல்லாதவர்களுடன் ஒற்றுமையாகக் கைகோர்த்து இரு தரப்பினரின் உரிமைகளையும் நலன்களையும் காப்பாற்ற முயற்சி செய்வார்கள் என்று நம்ப முடியுமா? அல்லது இந்தியாவைப் பிரித்துக் கொடுத்துவிடுவோம். முஸ்லிம்களின் இந்தியாவை முஸ்லிம்களைப் பாதுகாத்துக் கொள்ளட்டும். முஸ்லிம் அல்லாதவர்களின் இந்தியாவை முஸ்லிம் அல்லாதவர்களே பாதுகாத்துக் கொள்ளட்டும் என்று விட்டுவிடுவது சரியாக இருக்குமா?

முதல் கேள்வியைப் பொறுத்தவரையில் இந்தியாவின் ஒற்றுமையைவிட இந்தியாவின் சுதந்திரம் எனக்கு முக்கியம். இந்த உலகிலேயே தேசபக்தி மிகுந்தவர்களான சின் ஃபெய்ன்னர்கள் (Sinn Féinners) முன்பாகவும் இந்தியர்களைப்போலவே ஓர் இக்கட்டான கேள்வி முன்வைக்கப்பட்டது. அயர்லாந்தின் விடுதலையா... அயர்லாந்தின் ஒற்றுமையா என்ற கேள்விக்கு அவர்கள் பதில் சொல்ல வேண்டியிருந்தது. பிரிவினை வேண்டாம் என்று விரும்பும் முஸ்லிம் அல்லாதவர்களுக்கு ஃபெனின்னின் துணை அதிபராக இருந்த ரெவரண்ட் மிக்கேல் ஓ ஃப்ளானகன், அயர்லாந்து தேசியவாதிகளுக்கு அயர்லாந்து பிரிவினை தொடர்பாகச் சொன்ன ஆலோசனை பலனளிக்கக்கூடும்.

யுல்ஸ்டர் கூட்டமைப்புப் பகுதிகளைப் பிரிந்து போக அனுமதிப்பதற்குப் பதிலாக சுய ஆட்சியை நிராகரித்தோ மென்றால் உலகம் முன்பாக நாம் எதைச் சொல்லமுடியும்? அயர்லாந்து என்பது தெளிவான எல்லைகளைக் கொண்ட ஒரு தேசம் என்பதை உலகுக்கு எடுத்துக்காட்ட முடியும். அது எப்போது சரியாக இருக்கும் என்று தெரியுமா? தெளிவான பூகோள வரையறைகளை கொண்ட பல்வேறு தீவுக்கூட்ட தேசியங்களை நோக்கி நாம் பேசுவதாக இருந்தால் இது சரி. ஆனால் மாறிக்கொண்டே வரும் எல்லைகளைக் கொண்ட தேசியங்களை வைத்து இதைப் பேசுவது எந்தப் பலனையும் தராது. தேசிய மற்றும் பூகோள எல்லைகள் ஒருபோதும் ஒத்திசைவுடன் இருப்பதில்லை. பூகோள எல்லையின் அடிப்படையில் பார்த்தால் ஸ்பெயின், போர்ச்சுகல் இரண்டுமே ஒரே நாடு என்றுதான் சொல்லவேண்டியிருக்கும். ஆனால், வரலாறு அவற்றை இரு நாடுகளாக ஆக்கிவிட்டிருக்கிறது.

நார்வேயையும் ஸ்வீடனையும் பூகோள நிலப்பரப்பு ஒரே நாடாக ஆக்கியிருக்கிறது. ஆனால், வரலாறு அவற்றைத் தனி நாடுகளாக்கிவிட்டிருக்கிறது.

வட அமெரிக்கக் கண்டத்தில் இருக்கும் பல்வேறு நாடுகளைப் பார்த்தால் பூகோள அமைப்புக்கு அங்கு எந்தவொரு முக்கியத்துவம் இல்லை என்பதே புரியவரும். அனைத்தும் ஒன்றை ஒன்று தொட்டுக் கொண்டிருக்கும் ஒரே பெரிய நிலப்பரப்புதான். ஆனால், அனைத்துமே தனித்தனி நாடுகளாகவே ஆகிவிட்டன. ஐரோப்பாவின் நிலவியலை அடிப்படையாக வைத்து அதன் அரசியல் வரைபடத்தை உருவாக்க முயன்றால் என்ன ஆகும். இருளில் உட்கார்ந்து கொண்டு தடவிக் கொண்டிருக்கத்தான்வேண்டும். அயர்லாந்து ஒரே தேசமாக இருக்கவேண்டும் என்று பூகோள அமைப்பு சொல்கிறது. ஆனால், அயர்லாந்து தேசியமும் அயர்லாந்து நிலப்பரப்பும் ஒன்றுக்கொன்று ஒத்திசைவுடன் இல்லை.

ஒரு தேசத்தை முடிவு செய்வது பூகோள ஒருங்கிணைப்பு அல்ல. மக்களின் விருப்பமே.

யதார்த்த நிலை தொடர்பான தெளிவான புரிதலில் இருந்து உருவான இந்த அருமையான வார்த்தைகள் இந்தியாவில் யாருக்கும் புரியவில்லை.

இரண்டாவதாக, இந்தியாவை முஸ்லிம் இந்தியா, முஸ்லிம் அல்லாதவர்களின் இந்தியா என்று பிரிக்கவேண்டும். அதுவே இரு நாடுகளுக்கும் உறுதியான பாதுகாப்பை வழங்கும். அதுவே நம் முன் இருக்கும் இரண்டு வழிகளில் மிகவும் பாதுகாப்பானது. இரு நாடு கொள்கை இந்திய ராணுவத்தில் இருக்கும் முஸ்லிம்களை வெகுவாக பாதிக்கும் என்ற அடிப்படையில் நான் முஸ்லிம்களின் விசுவாசத்தைக் குறித்த பயத்தை முன்வைத்திருக்கிறேன். இது முற்றிலும் கற்பனையான பயம் என்று சிலர் சொல்லக்கூடும். இருக்கலாம். இருந்தும் நான் சொல்லும் தீர்மானத்தை அது அப்படி ஒன்றும் மறுதலிக்கவில்லை. என் பயம் பொய்யாக இருக்கக்கூடும். ஆனால், நான் பர்க் (Burke) சொன்னதைத் துணிந்து எந்தவித பயமும் இன்றி முன்வைக்கிறேன். 'எல்லாம் தெரிந்ததாக நினைத்துக்கொண்டு நிலைமையை மோசமாக்குவதைவிட எதையும் தெரிந்துகொள்ளாத அறியாமை நிலையில் இருப்பதே மேல்'. நான் எந்தவொன்றையும் அதன் போக்கில் நடக்கட்டும் என்று விட விரும்பவில்லை. இந்தியாவின் பாதுகாப்பு என்பது போன்ற மிக முக்கியமான ஒரு விஷயத்தை விதிப்படி நடக்கட்டும்

என்று விட்டால் அதுபோன்ற மாபெரும் குற்றம் வேறு எதுவுமே இருக்கமுடியாது.

கட்டாயப்படுத்தினால் ஒழிய யாருமே பாகிஸ்தான் வேண்டும் என்ற முஸ்லிமின் கோரிக்கைக்கு செவி சாய்க்கவே மாட்டார்கள். அதே நேரம், எது தவிர்க்க முடியாததோ அதைப் புரிந்துகொண்டு துணிச்சலுடன், அடிப்படை அறிவுடன் அதை ஏற்றுக்கொள்ளாமல் இருப்பது அறிவீனம். அதேபோல் முழுவதும் வேண்டும் என்று சொல்லி, கிடைப்பதைக் கோட்டைவிடுவதும் மடத்தனமானதே.

பாகிஸ்தான் வேண்டும் என்ற கோரிக்கையை முஸ்லிம்கள் விட்டுக் கொடுக்கவே இல்லையென்றால் பாகிஸ்தான் உருவாகியே ஆகவேண்டும் என்று நான் சொல்வதற்கு இவையே காரணம். என்னைப் பொறுத்தவரையில் முக்கியமான கேள்வி எதுவென்றால், முஸல்மான்கள் பாகிஸ்தான் வேண்டும் என்பதில் உறுதியாக இருக்கிறார்களா? அல்லது பாகிஸ்தான் வேண்டும் என்பது வெற்றுக் கூக்குரலா? உணர்ச்சி வேகத்தில் குரல் எழுப்புகிறார்களா? அல்லது அவர்களுடைய உள்ளார்ந்த, நிரந்தர விருப்பமாக அது இருக்கிறதா? இந்தக் கேள்விக்குப் பல பதில்கள் இருக்கக்கூடும். முஸ்லிம்கள் பாகிஸ்தான் வேண்டும் என்று உறுதியாக இருப்பது தெரியவந்தால், கொடுத்துவிடுவதே மிகவும் சரி என்பதில் ஒருவருக்கு எந்த சந்தேகமும் தேவையில்லை.

அத்தியாயம் 14

பாகிஸ்தானின் பிரச்னைகள்

இந்தியாவை பாகிஸ்தான் என்றும் ஹிந்துஸ்தான் என்றும் பிரிப்பதால் ஏற்படும் பல பிரச்னைகளில் மூன்று மிக முக்கியமானவை.

1. இன்றைய இந்திய அரசாங்கத்தின் சொத்துக்கள் மற்றும் கடன்கள் போன்றவற்றை இருநாடுகளுக்கும் பகிர்ந்து கொள்வது எப்படி?
2. பிராந்தியங்களுக்கிடையே எல்லை வகுப்பது எப்படி?
3. பாகிஸ்தானிலிருந்து ஹிந்துஸ்தானுக்கும் ஹிந்துஸ்தானில் இருந்து பாகிஸ்தானுக்கும் மக்களை எப்படி இடம்பெயர்ப்பது?

இந்த மூன்று பிரச்னைகளில் முதலாவது என்பது பின்விளைவாக உருவாக்கக்கூடியது. அதாவது, இரு தரப்புகளும் இந்திய பிரிவினைக்கு ஒப்புக்கொண்ட பின்னரே அதைக் கணக்கில் எடுத்துக்கொள்ளவேண்டும். மற்ற இரண்டு பிரச்னைகள் வேறொரு தளத்தில் இருக்கின்றன. பாகிஸ்தான் என்று ஒரு நாடு உருவாக்கப்படுவதற்கு முன்பாகவே இந்த இரண்டு விஷயங்கள் தொடர்பாக நாம் ஒரு முடிவு எடுத்தாக வேண்டியிருக்கும். ஏனென்றால் பெரும்பாலான மக்கள் தமக்கு ஒரு நியாயமான, சரியான தீர்வு வழங்கப்பட்டால்தான் இந்தப் பிரிவினைக்குத் தயாராவார்கள். எனவே, பாகிஸ்தான் தொடர்பாக உருவாகக்கூடிய பிரச்னைகளில் அந்த இரண்டு பற்றி மட்டுமே நான் கவனம் செலுத்துகிறேன்.

பாகிஸ்தானின் எல்லைகள் தொடர்பாக இதுவரையிலும் முஸ்லிம்களிடமிருந்து எந்த அதிகாரபூர்வமான அறிவிப்பும்

வந்திருக்கவில்லை. திரு ஜின்னா மீது ஹிந்துக்கள் வைக்கும் பல குற்றச்சாட்டுகளில் இதுவும் ஒன்று. பாகிஸ்தான் தேவை என்று சூறாவளிப் பயணம் மேற்கொண்டு பிரசாரம் செய்துகொண்டு போகிறாரே தவிர, அவர் சொல்லக்கூடிய பாகிஸ்தான் என்ற புதிய தேசத்தின் எல்லைகள் பற்றி அவர் எதுவும் இதுவரை சொன்னதில்லை. அரசியல் களத்தில் பெரும் குழப்பத்தை ஏற்படுத்தியதைத் தவிர வேறு எதையும் அவர் செய்யவில்லை என்று குற்றம் சாட்டுகிறார்கள்.

திரு ஜின்னா என்ன சொல்கிறாரென்றால் பிரிவினைக்கு முதலில் சம்மதம் தெரிவிக்கப்பட்ட பின்னரே எல்லைகள் பற்றிப் பேச முடியும். அதற்கு முன்னால் எதுவும் சொல்ல முடியாது என்கிறார். அது ஒரு சமத்காரமான பதில்தான். ஆனால், எந்தப் பக்கத்துக்கும் சாதகமாக நிற்காமல், நடுநிலையாக நின்று இந்தப் பிரச்னைக்கு ஒரு அமைதியான தீர்வுகாண வேண்டும் என்று சிந்திக்க விரும்புபவர்களுக்கு இந்த பதில் போதுமானது அல்ல. திரு ஜின்னா என்ன நினைக்கிறார் என்றால் இந்திய பிரிவினைக்கு ஒருவர் சம்மதம் தெரிவிக்கிறார் என்றால், ஜின்னா என்னவிதமான பாகிஸ்தான் வேண்டும் என்று கேட்கிறாரோ அதற்கும் அவர் சம்மதம் தெரிவிக்கவேண்டும் என்று எதிர்பார்க்கிறார் போலிருக்கிறது. இதைவிடத் தவறான பார்வை வேறு எதுவும் இருக்க முடியாது.

பாகிஸ்தான் என்ற ஒரு நாடு உருவாக்கிக்கொள்ளலாம் என்று ஒருவர் சொல்கிறார் என்றால் அவர் இந்தியாவை இரண்டாகப் பிரிக்க சம்மதிக்கிறார் என்று மட்டும்தான் அர்த்தம். எந்தப் பகுதிகளை உள்ளடக்கியதாக பாகிஸ்தான் இருக்கவேண்டும் என்று ஜின்னா விரும்புகிறாரோ அதை ஏற்றுக்கொள்கிறார் என்று அர்த்தமல்ல. பாகிஸ்தான் எந்தப் பகுதிகளை எல்லாம் உள்ளடக்கியது என்பது தொடர்பாக ஒருவருக்கு திருப்தியான முடிவு கிடைக்கவில்லை என்றால் பாகிஸ்தான் என்ற ஒரு தனி தேசத்தை உருவாக்க வேண்டும் என்று கொள்கை அளவில் சம்மதிக்கக்கூடிய ஒருவர்கூட பாகிஸ்தான் நிலப்பரப்பு தொடர்பாக முன்வைக்கப்படும் திட்டங்களை எதிர்க்கக்கூடும். அந்த சுதந்தரம் அவருக்கு நிச்சயம் உண்டு. ஏனென்றால், பாகிஸ்தான் என்ற கோட்பாடும் அதற்கான நடைமுறை செயல்திட்டமும் முற்றிலும் மாறுபட்ட இரண்டு விஷயங்கள். இப்படியான பார்வையில் எந்த தவறும் இல்லை.

சுய நிர்ணய உரிமை (Self Determination) என்பது ஒரு வெடிகுண்டு போன்றது. தேவை ஏற்படும்போது வெடிகுண்டை வெடிக்க

வைக்கலாம் என்று கோட்பாட்டு ரீதியாக நாம் ஒப்புக்கொள்ள முடியும். ஆனால் நிஜத்தில் வெடிக்க வைக்கும்போது எவ்வளவு சதுர கிலோமீட்டர் பரப்பளவு வெடித்துச் சிதறும் என்பது தெரியாமல் சம்மதம் தெரிவிக்க முடியாது. ஒரு குறிப்பிட்ட பகுதியை மட்டும் சிதைக்காமல் ஒட்டுமொத்தமாக சிதறவைத்து விடும் என்று தெரிந்தால் வெடிகுண்டை வெடிக்கச் செய்ய வேண்டாம்; வேறு வழி முறையைப் பின்பற்றலாம் என்ற முடிவை ஒருவர் எடுக்கக்கூடும்.

எனவே, பாகிஸ்தான் என்ற தேசம் எந்தெந்தப் பகுதிகளை யெல்லாம் உள்ளடக்கியதாக இருக்கும் என்பது தொடர்பான தெளிவான, துல்லியமான எல்லைக்கோடுகள் முன்கூட்டியே முடிவு செய்யப்படவேண்டும். அதுபோலவே பாகிஸ்தான் தேவை என்று சொல்லக்கூடியவர்கள் அது தொடர்பான விவரங்கள் அனைத்தையும் வெளிப்படையாக முன்வைத்தாகவேண்டும். திரு ஜின்னா போல் எல்லைகளைப் பற்றி எதுவும் சொல்லாமல் ரகசியமாக, குழப்பமான முறையில் செயல்படுவது ஒரு ராஜதந்திரிக்கு அழகல்ல. அதே நேரம் இந்தப் பிரச்னைக்குத் தீர்வு காண விரும்புபவர்கள் ஜின்னா முழு விவரங்களையும் வெளிப்படையாக அறிவிக்கும் வரையில் காத்திருக்கத் தேவை இல்லை. சில யூகங்களின் அடிப்படையில் இந்த விவாதத்தை முன்னெடுத்துச் செல்லலாம். வடமேற்கு எல்லை பிராந்தியம், பஞ்சாப், சிந்து மற்றும் பலுசிஸ்தான் ஆகியவற்றின் இப்போதைய எல்லையே மேற்கு பாகிஸ்தானின் எல்லையாக இருக்கும். அசாமின் சில மாவட்டங்களை உள்ளடக்கிய இன்றைய வங்காளத்தின் எல்லையே கிழக்கு பாகிஸ்தானின் எல்லையாக இருக்கும். முஸ்லிம் லீகின் எதிர்பார்ப்பு இதுவாகத்தான் இருக்கும் என்று யூகிக்கிறேன்.

இப்போது நம் முன் இருக்கும் கேள்வி என்னவென்றால் இந்த எதிர்பார்ப்பு சரிதானா? சுய நிர்ணய உரிமையின் அடிப்படையில் இது உருவாக்கப்பட்டிருப்பதாகச் சொல்லப்படுகிறது. இந்தச் சுய நிர்ணய உரிமையின் வீச்சு மற்றும் போதாமைகளைக் கணக்கில் கொண்டுதான் இது எந்த அளவுக்கு நியாயமானது என்பதைத் தீர்மானிக்க முடியும். துரதிருஷ்டவசமாக இது தொடர்பாக நமக்கு எதுவுமே தெரியவில்லை. எனவே சுய நிர்ணய உரிமை என்றால் என்ன என்பது பற்றி நாம் முதலில் பார்த்தாகவேண்டும்.

கடந்த சில வருடங்களாகத்தான் இது பற்றிய பேச்சு எழுந்துள்ளது. ஆனால் அது வரையறுக்கும் விஷயமோ கொஞ்சம் பழமையானது.

சுய நிர்ணய உரிமை என்பதன் அடிப்படையாக இரண்டு பார்வைகள் இருக்கின்றன. பத்தொன்பதாம் நூற்றாண்டு வாக்கில் சுய நிர்ணய உரிமை என்பது மக்களின் விருப்பத்துக்கு ஏற்ப ஒரு அரசை அமைப்பது என்ற அர்த்தத்தில் முன்வைக்கப்பட்டது. இரண்டாவதாக என்னவிதமான அரசு என்பது பற்றிய தீர்மானங்கள் எதுவும் இல்லாமல் அந்நிய சக்தியிடம் இருந்து தேசிய விடுதலை பெறுவது என்பதை அது குறித்தது. பாகிஸ்தான் தொடர்பாக எழுந்துள்ள போராட்டத்தைப் பார்த்தோமென்றால் சுய நிர்ணய உரிமை என்பது இரண்டாவது அம்சத்தை அடிப்படையாகக் கொண்டது.

பாகிஸ்தான் தொடர்பான சுய நிர்ணய உரிமை என்பதைப் பார்க்கும் போது சில முக்கியமான விஷயங்களை நாம் கவனத்தில்கொள்ள வேண்டும் என்று எனக்கு தோன்றுகிறது.

முதலாவதாக, சுய நிர்ணய உரிமை என்பது மக்களுடையதாக இருக்கவேண்டும். இதைத் தனியே குறிப்பிட்டுச் சொல்ல தேவையில்லைதான். இருந்தும் இந்த இடத்தில் சொல்லியாக வேண்டியிருக்கிறது. முஸ்லிம் லீக் கட்சியும், ஹிந்து மகாசபையும் இந்த சுய நிர்ணய உரிமை தொடர்பாக தங்கள் விருப்பம் போல், அதிவேகமாக முடிவுகளை முன்வைத்துவருகிறார்கள். ஒரு பிராந்தியத்தில் வாழும் மக்கள் முஸ்லிம்களாக இருந்தால் அந்தப் பகுதியை பாகிஸ்தானுடன் சேர்க்க வேண்டும் என்று முஸ்லிம் லீக் சொல்லுகிறது. அதுமட்டுமில்லாமல் ஒரு குறிப்பிட்ட பகுதியின் மன்னர் முஸ்லிமாக இருந்தால், அந்தப் பகுதியில் ஹிந்துக்கள் அதிகமாக இருந்தபோதிலும் அதையும் பாகிஸ்தானுடன் சேர்க்க வேண்டும் என்று சொல்கிறார்கள்.

சுய நிர்ணய உரிமை என்ற விஷயத்தின் அதிகபட்ச நன்மையை முஸ்லிம் லீக் சொந்தமாக்கிக்கொள்ள விரும்புகிறது. அதே நேரத்தில் பாலஸ்தீனப் பிரச்னை தொடர்பாக முன்வைக்கப் பட்டிருக்கும் சுய நிர்ணய உரிமை என்ற வரையறையைப் பொருத்திப் பார்க்க முஸ்லிம் லீக் தயாராக இல்லை. அவர்களைப் பொறுத்தவரையில் காஷ்மீரில் முஸ்லிம்கள் அதிகமாக இருப்பதால் அது பாகிஸ்தானுடன் சேரவேண்டும். ஹைதராபாத்தின் மன்னர் முஸ்லிம் என்பதால் அதுவும் பாகிஸ்தான் இருந்தாகவேண்டும் என்கிறார்கள்.

ஹிந்து மகாசபவும் இதே அடிப்படையில் தனது கோரிக்கையை முன்வைக்கிறது. அதாவது முஸ்லிம் அல்லாதவர்கள் அதிகமாக வசிக்கும் பகுதிகளை ஹிந்துஸ்தானுடன் சேர்க்கவேண்டும்.

முஸ்லிம்கள் அதிகமாக இருந்தாலும் மன்னர் ஹிந்துவாக இருந்தால் அந்தப் பகுதியையும் ஹிந்துஸ்தானுடன் சேர்க்க வேண்டும் என்று இவர்கள் சொல்கிறார்கள். இந்த விசித்திரமான, ஒன்றுக்கொன்று முரண்படும் கோரிக்கைகள் எழுவதற்கு என்ன காரணம் என்றால் ஹிந்துக்கள், முஸ்லிம்கள் இருவருக்குமே சுய நிர்ணய உரிமை என்பது என்ன என்று புரியவில்லை. அல்லது இரு தரப்பினருமே அதிகாரப்பூர்வமான முறையில் தங்களுக்கு அதிகமான பகுதியை வென்றெடுப்பதற்குத் தோதாக அதைத் திரித்துப் பொருள் கூறிவருகிறார்கள்.

சுய நிர்ணய உரிமை என்றால் என்ன? அதனடிப்படையில் என்ன முடிவு என்றாலும் நேர்மையாகவும், துணிச்சலாகவும் எதிர்கொள்வதற்கு இந்தியர்கள் தயாராகவேண்டும். இல்லை என்றால் இந்தியாவானது பெரும் குழப்பத்திலும் அமைதி இன்மையிலும் தாம் போய் விழும். இதனால்தான் சுய நிர்ணய உரிமை என்பது மக்கள் தாமாக எடுக்கக்கூடிய தீர்மானமாக இருக்கவேண்டும். வேறு யாராலும் முன் வைக்கப்படுவதாக இருக்கக்கூடாது என்பதை நாம் அழுத்தந்திருத்தமாகச் சொல்ல வேண்டிவருகிறது.

இரண்டாவதாக, சுய நிர்ணய உரிமை என்பது எந்த அளவுக்கு முக்கியத்துவம் வாய்ந்தது என்பது பற்றியது. திரு ஓ கானர் சொல்கிறார்: சுய நிர்ணய உரிமை என்பது அனைவராலும் முன்வைக்கப்படுவது அல்ல. நீதி, சமூக நல்லிணக்கம், அமைதி, மக்கள் விரும்பும் வகையிலான வளர்ச்சி ஆகியவற்றின் அடிப்படையில் அமைந்த ஒரு செயல் திட்டம் என்று சொல்லலாம். அதே நேரம் அது பூகோள அமைப்பு, தேசத்தின் அளவு போன்ற சந்தர்ப்ப சூழ்நிலைகளுக்கு ஏற்ப விட்டுக் கொடுத்தாக வேண்டியிருக்கும்.

சந்தர்ப்ப சூழ்நிலைகளுக்கு எதிராக ஆட்சி இருக்கவேண்டுமா... ஆட்சிக்கு எதிராக சந்தர்ப்ப சூழநிலைகள் இருக்கலாமா என்பதானது ஒருவருடைய அடிப்படை புரிதல், நியாயம் குறித்த மனநிலை, அல்லது பெந்தாமைட் சொல்வதுபோல் அதிகமான நபர்களுக்கு அதிக நன்மையைத் தரக்கூடியது எது என்ற அடிப்படையில் தீர்மானமாகும். சரியாகப் புரிந்துகொண்டால் இந்த மூன்றுமே ஒரே விஷயத்தையே வெவ்வேறு வார்த்தைகளில் சொல்வதாகவே இருக்கும்.

ஒரு குறிப்பிட்ட பிரச்னையைத் தீர்ப்பதில் பெரும் சிரமங்கள் எழக்கூடும். தரவுகள் வெவ்வேறு தீர்வுகளுக்கு இட்டுச்

செல்லக்கூடும். ஒருவகையான தரவுகள், குறிப்பிட்ட சிலருக்கு மிகவும் விசேஷமானதாகத் தோன்றலாம். மற்றவர்களுக்கு அப்படித் தோன்றாமல் இருக்கலாம். அனைவரும் ஏற்றுக் கொள்ளும் வகையிலான தீர்வு என்பது இல்லாமலே போகலாம். ஒரு நாட்டின் சுய நிர்ணய உரிமையில் இன்னொரு நாடு தலையிடுவது சரிதான் என்று சொல்ல முடியாத சூழல்களும் உருவாகும். இவையெல்லாம் ஒருவகையான கருத்துக்களே. நடுநிலையான, நேர்மையான நபர்களுமேகூட மாறுபட்ட கருத்துகளைக் கொண்டிருக்கக்கூடும்.

இது இப்படித்தான் இருக்கும் என்பதற்கு இரண்டு காரணங்கள் இருக்கின்றன. முதலாவதாக, தேசியம் என்பது பிற எல்லா வற்றையும் விட மிக மிகப் புனிதமானது, முழுமையானது என்று சொல்ல முடியாத ஒன்றுதான். இரண்டாவதாக, தனிப்பட்ட அடையாளத்தைத் தக்க வைத்துக்கொள்ள பிரிவினை மிகவும் அவசியம் என்று சொல்லவும் முடியாது.

சுய நிர்ணயம் பற்றிப் பார்க்கும்போது மூன்றாவதாக இன்னொரு விஷயத்தையும் கவனத்தில் கொள்ளவேண்டும். ஒரு தேசத்தின் சுய நிர்ணயம் என்பது கலாசார சுதந்தரத்தை அடிப்படையாகக் கொண்டிருக்கலாம். அல்லது பிராந்திய சுதந்தரத்தை அடிப்படையாகக் கொண்டிருக்கலாம். இவற்றில் எதை அடிப்படையாகக் கொள்வது என்பது அந்த பிராந்தியத்தில் மக்கள் விகிதம் எப்படியாக இருக்கிறது என்பதைப் பொறுத்தது.

எளிதில் பிரிக்க முடியும்படியான பிராந்தியத்தில் தனியான அடையாளம் கொண்டவர்கள் வசிக்கிறார்களென்றால் பிராந்திய சுதந்தரம் பற்றி நிச்சயம் கருத்தில் கொள்ளலாம். பிரிவினை செய்ய முடியாத அளவுக்கு பல்வேறு அடையாளங்கள் கொண்டவர்கள் ஒன்று கலந்து இருக்கிறார்களென்றால், கலாசார சுதந்தரத்தைக் கணக்கில் எடுத்துக்கொள்ளலாம். இப்படியான பகுதிகளை துண்டாடவே முடியாது. அவர்கள் அந்தப் பிராந்தியத்தில் ஒன்று கலந்து வாழ்ந்தே ஆகவேண்டும். அது பிடிக்கவில்லையென்றால் இடம்பெயர்ந்துதான் ஆகவேண்டும்.

சுய நிர்ணயம் என்பதன் வீச்சு மற்றும் எல்லைகள் பற்றிப் பார்த்துவிட்டோம். இப்போது நாம் பாகிஸ்தானின் எல்லைகள் பற்றிப் பார்ப்போம். முஸ்லிம் லீக் பாகிஸ்தானின் எல்லைகளாகச் சொல்பவை நாம் பார்த்த இந்த வரையறையின்படி எந்த அளவுக்கு சரி என்பதைப் பார்ப்போம். இந்தக் கேள்விக்கான பதில் எனக்கு மிகவும் தெளிவாகத் தெரிகிறது. பூகோள அமைப்பே இந்த

விஷயத்துக்குத் தீர்வைத் தரமுடியும். வேறு எந்த விஷயத்தையும் கணக்கில் கொள்ளவேண்டிய அவசியமே இல்லை. வட மேற்கு எல்லைப் பிராந்தியம், பலுசிஸ்தான், சிந்து ஆகிய பகுதிகளைப் பொறுத்தவரையில் ஹிந்துக்களும் முஸ்லிம்களும் ஒன்று கலந்து வசிக்கிறார்கள். இந்தப் பகுதிகளில் பிராந்தியப் பிரிவினை என்பது ஹிந்துக்களுக்குச் சரியாக இருக்கமுடியாது. அவர்கள் கலாசார சுதந்தரம், பிற பாதுகாப்பு அம்சங்கள் கிடைத்தால் போதும் என்று திருப்திப்படவேண்டியதுதான்.

பஞ்சாப், வங்காளம் போன்ற பிராந்தியங்களைப் பொறுத்த வரையில் நிலைமை வேறு. இந்தப் பகுதியில் மக்கள் தொகை பரவலானது முன்னர் சொன்ன மூன்று பகுதிகளில் இருந்து முற்றிலும் வேறுபட்டது என்பதை ஒருவர் புரிந்துகொள்ளமுடியும். வடமேற்கு பிராந்தியம், சிந்து, பலுசிஸ்தான் போன்ற பகுதிகளில் வசிப்பதுபோல், பஞ்சாப் மற்றும் வங்காளத்தில் முஸ்லிம்களுக்கு மத்தியில் தனித் தீவு போல் ஹிந்துக்கள் வசிக்கவில்லை. இந்த இரண்டு பிராந்தியங்களில் ஹிந்துக்கள் வசிக்கும் பகுதியானது தனியாகப் பிரிக்க முடியக்கூடியதாக சில இடங்களிலும் வேறு சில இடங்களில் ஒன்று கலந்து தொட்டுக்கொண்டும் இருக்கிறது. எனவே, இந்த பிராந்தியத்தில் பஞ்சாப், வங்காளம் ஆகியவற்றின் எல்லையாக எவை இருக்கின்றனவோ அதையே மேற்கு மற்றும் கிழக்கு பாகிஸ்தானின் எல்லையாகக் கருதவேண்டும் என்ற முஸ்லிம் லீகின் கோரிக்கையை நாம் ஏற்க முடியாது.

இதில் இருந்து இரண்டு முடிவுகளுக்கு நாம் வர முடியும். பஞ்சாப் மற்றும் வங்காளப் பகுதிகளில் வசிக்கும் முஸ்லிம் அல்லாதவர்கள் வசிக்கும் பகுதியைப் பிரித்து எடுத்து ஹிந்துஸ்தானுடன் இணைத்துவிடலாம். வடமேற்கு எல்லைப் பிராந்தியம், சிந்து, பலுசிஸ்தான் போன்ற பகுதிகளில் ஹிந்துக்கள் வசிக்கும் பகுதியை அப்படிப் பிரித்துத் தரமுடியாது. அங்கு வசிக்கும் மக்கள் கலாசார சுதந்தரம் மற்றும் பிற அரசியல் பாதுகாப்பு ஆகியவற்றை மட்டுமே கோரிப் பெற முடியும். அந்தவகையில் வட மேற்கு எல்லைப் பிராந்தியம், சிந்து, பலுசிஸ்தான் பகுதிகள் தொடர்பாக முஸ்லிம் லீகின் கோரிக்கையை ஏற்க முடியும். பஞ்சாப், வங்காளம் ஆகிய பகுதிகளில் முஸ்லிம் லீக் கோருவதை ஏற்க முடியாது. இந்தப் பகுதிகளில் வசிக்கும் முஸ்லிம் அல்லாதவர்கள் விரும்பினார்கள் என்றால் அந்தப் பகுதிக்கு உரிமை கோரமுடியும். தாம் வசிக்கும் பகுதியானது பாகிஸ்தானுக்குள் சேர்க்கப்படக்கூடாது என்று கேட்டுக்கொள்ள அவர்களால் முடியும்.

பஞ்சாப், வங்காளம் ஆகிய பகுதிகளில் வசிக்கும் முஸ்லிம் அல்லாத சிறுபான்மையினரின் இந்தக் கோரிக்கையை முஸ்லிம் லீக் நியாயமான, சரியான கோரிக்கையாக ஏற்றுக்கொள்ளவேண்டும். 1940 மார்ச்சில் லாகூர் மாநாட்டில் முன்வைக்கப்பட்ட முஸ்லிம் லீக் மாநாட்டுத் தீர்மானமானது இப்படியாக எல்லையை மாற்றி வரையறுப்பது பற்றி சம்மதம் தெரிவித்துள்ளது.

நிலவியல் ரீதியாகத் தொடர்பு உள்ள பகுதிகளைப் பிரித்து தனியான சுதந்தரமான நாடாக அமைக்கும்போது, வட மேற்கிலும், கிழக்கிலும் முஸ்லிம்கள் பெரும்பான்மையாக வசிக்கும் பிராந்தியங்களைப் பிரித்து முஸ்லிம்களுக்கான இறையாண்மையும் சுதந்தரமும் கொண்ட நாடாக ஆக்கலாம்.

முஸ்லிம் லீகின் இந்த நிலைப்பாடு பற்றித் தெரிந்துகொள்ள கிரிப்ஸ் திட்டத்துக்கு சம்மதித்து முஸ்லிம் லீக் கொண்டுவந்த தீர்மானத்தைப் பார்த்தாலே போதும். ஆனால், திரு ஜின்னா தனது முடிவை மாற்றிக் கொண்டிருப்பதாகத் தெரிகிறது. 1942 நவம்பர் 16 அன்று நடைபெற்ற பொதுக்கூட்டத்தில் பேசும்போது, கீழ்க்கண்டவாறு கூறியிருக்கிறார்.

புதிதாக சிலர் முன்வைக்கும் தீர்மானத்தை ஒருவித தந்திரம் என்றே அழைக்க விரும்புகிறேன். மக்களைக் குழப்பி தவறாக வழி நடத்தக்கூடிய தந்திரம். சுய நிர்ணய உரிமையானது முஸ்லிம்களுக்கு மட்டுமே ஏன் தரப்படவேண்டும். அதைப் பிற சமூகங்களுக்கும் தரலாமே என்று சொல்கிறார்கள். இதைச் சொல்லிவிட்டு பஞ்சாப் பகுதியானது பல துண்டுகளாகப் பிரிக்கப்படவேண்டும் என்கிறார்கள். அதுபோலவே வடமேற்கு எல்லைப் பகுதி, சிந்து மாகாணம் எல்லாமே பல துண்டுகளாகப் பிரிக்கப்படவேண்டும். அப்படியாகப் பல பாகிஸ்தான்கள் உருவாகவேண்டும் என்கிறார்கள்.

துணை தேசியங்கள்

இந்தியா முழுவதிலும் இருக்கும் மக்கள் பிரிவுகள் அனைவருக்கும் சுய நிர்ணய உரிமை உண்டு என்ற புதிய கொள்கையை முன்வைப்பது யார்? இது உண்மையிலேயே மிகப் பெரிய அறிவீனம் அல்லது தந்திரம் அல்லது குயுக்தி. முஸ்லிம்கள் எதனால் சுய நிர்ணய உரிமையைக் கோருகிறார்களென்றால் அவர்கள் பெரும்பான்மையாக இருக்கும் ஒரு குறிப்பிட்ட பிராந்தியத்தில் அவர்கள் ஒரு தனி தேசிய இனமாகவே வாழ்கிறார்கள். உலகில்

எங்காவது சிதறலாக ஆங்காங்கே பிரிந்து வாழும் மக்களுக்குத் தனி நாடு தரப்பட்டதாகக் கேள்விப்பட்டிருக்கிறீர்களா? அவர்களுக்கு தனி நாடு எப்படிக் கிடைக்க முடியும்? அப்படிப் பார்த்தால் யுனைட்டட் பிராந்தியங்களில் 14% முஸ்லிம்கள் வசிக்கிறார்கள். அவர்களுக்கென்று தனியாக ஒரு தேசத்தைத் தரவேண்டியது தானே? யுனைட்டட் பிராந்தியத்தில் வாழும் முஸ்லிம்கள் ஒரே இடத்தில் சேர்ந்து வாழவில்லை. சிதறலாகப் பிரிந்து வாழ்கிறார்கள். எனவே அரசியல் சாசன வார்த்தைகளில் சொல்வதானால் அவர்கள் துணை தேசியம் என்ற பிரிவின் கீழ் வருவர்கள். அவர்களுக்குத் தனி நாடு தரமுடியாது. ஒரு நாகரிக அரசு சிறுபான்மையினருக்குத் தரவேண்டிய உரிமைகளுக்கு அதிகமாக எதையும் அவர்களால் எதிர்பார்க்கமுடியாது.

என் நிலைப்பாட்டை நான் தெளிவாக சொல்லிவிட்டேன் என்று நினைக்கிறேன். முஸ்லிம்கள் துணை தேசியக் குழுக்கள் அல்ல. சுய நிர்ணய உரிமையைக் கோருவதையும் அமல்படுத்துவதையும் பிறப்புரிமையாகக் கொண்டவர்கள்.

திரு ஜின்னா ஒரு முக்கிய விஷயத்தைக் கவனிக்கத் தவறி விட்டார். அவருடைய விமர்சகர்கள் முஸ்லிம் அல்லாத சிறுபான்மையினரைப் பற்றிப் பொதுவாகப் பேசவில்லை. பஞ்சாபிலும் வங்காளத்திலும் வசிக்கும் முஸ்லிம் அல்லாதவர் களைப் பற்றி மட்டுமே குறிப்பிட்டுக் கேட்கிறார்கள். முஸ்லிம் அல்லாத சிறுபான்மையினர் ஒரு தொகுப்பாக எளிதில் பிரிக்க முடிந்த பிராந்தியத்தில் வாழும்போது அதைப் பிரிப்பதையும் இந்த துணை தேசியக் கோட்பாடுகொண்டு நிராகரிக்கப் பார்க்கிறாரா? அப்படிச் சொல்கிறாரென்றால் இதுபோல் பிழையான தீர்மானத்தை உலகில் எங்குமே பார்க்கமுடியாது.

துணை தேசியம் என்ற கோட்பாடு யாரும் கேள்விப்படாததாக இருக்கிறது. அது தந்திரமான கோட்பாடு மட்டுமல்ல அபத்த மானதும்கூட. துணை தேசியம் என்ற கோட்பாடு எதைக் குறிக்கிறது? அதன் விளைவுகளை நான் சரியாகப் புரிந்து கொண்டிருக்கிறேனென்றால், தனியாகப் பிரிக்க முடியும் நிலையில் இருந்தாலும் ஒரு பகுதியைப் பிரிக்கக்கூடாது என்று அது சொல்வதாகவே புரிந்துகொள்கிறேன். ஒரு மனிதருக்கும் அவருடைய சொத்துக்களுக்கும் உள்ள உரிமையைப் போன்றது தான் தேசியத்துக்கும் துணை தேசியத்துக்கும் இடையிலான உறவு. சொத்துக்கள் அதன் உரிமையாளருக்கே உரியவை. அதுபோலவே துணை தேசியமானது முழு தேசியத்துக்கு உரியது. திரு ஜின்னா

இப்படியாகத்தான் சொல்கிறார். வங்காளத்திலும் பஞ்சாபிலும் வசிக்கும் ஹிந்துக்கள் எல்லாரும் அந்தப் பகுதிகளில் வசிக்கும் முஸ்லிம்கள் எங்கு விரட்ட விரும்புகிறார்களோ அங்கு ஓட வேண்டியவர்கள்தானா?

ஓரளவுக்கு காரண காரியங்களைப் புரிந்துகொண்டு பேசும் ஒருவருக்கு இது எவ்வளவு அபத்தமான கூற்று என்பது நன்கு புரியும். திரு ஜின்னா போன்ற பண்பட்ட வழக்கறிஞருக்கு இதைப் புரிந்துகொள்ளப் பெரிய சிரமமெல்லாம் இருக்காது. இதில் இருக்கும் தர்க்கப் பிழை அவருக்கு நன்கு புரியவே செய்யும். எண்ணிக்கையில் குறைவாக இருக்கும் மக்கள் திரளுக்கு எண்ணிக்கை அதிகமான மக்கள் திரளில் இருந்து பிரிந்து செல்லும் உரிமை கிடையாதென்று சொன்னால் அதை ஒட்டு மொத்த இந்தியாவுக்கும் பொருத்திப் பார்க்கலாமே? பெரும்பான்மையாக இருக்கும் ஹிந்துக்களை ஒரு தேசியமாகவும் முஸ்லிம்களை துணை தேசியமாகவும் கொண்டால் முஸ்லிம்களுக்கும் தனி நாடு கேட்க உரிமை இல்லை. சுய நிர்ணய உரிமையைக் கேட்கவும் உரிமை இல்லை என்றும் சொல்லலாம் அல்லவா?

ஏற்கெனவே பாகிஸ்தான் பற்றிப் பலருக்கும் பெரும் சந்தேகம் இருக்கிறது. சரியாகவோ தவறாகவோ கள்ள உறவில் பிறக்கும் குழந்தை என்றே அதைச் சொல்கிறார்கள். அது உடனடியான மற்றும் நீண்ட கால என இரண்டு இலக்குகளைக் கொண்டதாக இருக்கிறது என்று நினைக்கிறார்கள். முதலாவது இலக்கு அக்கம் பக்கம் இருக்கும் இஸ்லாமிய தேசங்களுடன் சேர்ந்துகொண்டு ஓர் இஸ்லாமியக் கூட்டமைப்பை உருவாக்க விரும்புகிறது. நீண்ட கால இறுதி இலக்கு என்னவென்றால் ஹிந்துஸ்தான் மீது மீண்டும் படையெடுத்து அதை வென்றெடுக்கவேண்டும். ஹிந்துக்களை மீண்டும் வென்று இந்தியாவில் இஸ்லாமிய ராஜ்யத்தை மீண்டும் நிறுவவேண்டும்.

பிறர் என்ன நினைக்கிறார்களென்றால் திரு ஜின்னா முஸ்லிம்களுக்கென்று தனி நாடு தேவை என்று சொல்லி முன்வைத்த 14 கோரிக்கைகளின் இறுதி விளைவுதான் பாகிஸ்தான் என்ற நாடு என்று நினைக்கிறார்கள். பாகிஸ்தான் என்ற தனி நாட்டைக் கோரியதன் பின்னால் என்ன காரணம் இருக்கிறது... முஸ்லிம்களின் மனதில் என்ன தீர்மானம் இருக்கிறது என்பதை யாராலும் கண்டுபிடிக்கவே முடியாது. முஸ்லிம்கள் சொல்லும் காரணம் உண்மையல்ல. வேறு காரணங்கள் உண்டு என்று ஹிந்துக்கள் சந்தேகிப்பார்களென்றால் அவற்றுக்கு ஏற்ப திட்டமிட்டுக் கொள்வதே அவர்களுக்கு நல்லது. சொல்லப்படாத

காரணங்கள் மோசமானவை என்று சொல்லி பாகிஸ்தான் என்ற ஒரு நாட்டைப் பிரித்துத் தரமுடியாது என்று நிச்சயம் அவர்களால் சொல்லமுடியாது.

ஆனால், பாகிஸ்தான் என புதிய நாட்டுக்குள் மதக் கலவரம் மூள்வதற்கான சாத்தியக்கூறுகள் இருக்கலாமா என்று நிச்சயம் திரு ஜின்னாவை நோக்கி ஹிந்துக்கள் கேட்க முடியும். பாகிஸ்தான் என்ற தனி நாடு உருவாக்கப்படுவதற்குப் பின்னால் என்ன மோசமான காரணங்கள் இருந்தாலும் அது ஒரே ஒரு நல்ல அம்சத்தைக் கொண்டிருக்கவேண்டும். அதாவது, பாகிஸ்தான் நாட்டுக்குள் மத கலவரத்துக்கான வாய்ப்புகள் இருக்கக்கூடாது. பாகிஸ்தான் என்ற தேசத்திடமிருந்து குறைந்தபட்சம் இதையாவது நாம் எதிர்பாக்கவேண்டும். இந்தியாவைப்போலவே பாகிஸ்தானிலும் மதக் குழப்பங்கள் இருக்குமென்றால் பாகிஸ்தான் என்று தனி நாடாகப் பிரிய வேண்டிய அவசியமே இல்லையே. மதப் பிரச்னையில் இருந்து தப்பிப்பதற்காகத்தானே அந்த நாடே உருவாக்கப்படுகிறது. அந்தப் பிரச்னை வராமல் இருக்கவேண்டுமென்றால் பெரும்பான்மை மதத்தினரும் சிறுபான்மை மதத்தினரும் தமக்குள் மோதிக் கொள்ளும்படியாக எல்லைகளைப் பிரிக்கக்கூடாது.

திரு ஜின்னா அனுமதித்தால் நிச்சயம் அப்படியான மதக் குழப்பம் இல்லாத நாடாக உருவாக்கிவிட முடியும். துரதிர்ஷ்டவசமாக திரு ஜின்னா அதற்கு மறுப்புத் தெரிவிக்கிறார். சந்தேகத்துக்கான விதைகள் அங்குதான் இருக்கின்றன. திரு ஜின்னா அதைப் போக்குவதற்குப் பதிலாக அபத்தமான, தர்க்க நியாயமற்ற, செயற்கையான விஷயங்களின் அடிப்படையில் தேசியம்- துணை தேசியம் என்று பேசி பிரச்னையை மேலும் பெரிதாக்குகிறார்.

இப்படியான தர்க்க நியாயமற்ற, அபத்தமான வாதங்களை விட்டுவிட்டு, சரியானதை எதிர்த்தும் தவறானதை ஆதரித்துக் கொண்டும் இருப்பதை விடுத்து திரு ஜின்னா, சர் எட்வர்ட் கார்ஸன், யுல்ஸ்டர் எல்லைப் பிரச்னையைத் தீர்த்தவிதத்தைப் பார்த்துக் கற்றுக்கொள்ளலாம். அயர்லாந்து சுய ஆட்சி விவகாரமானது என்னவிதமான சிக்கல்களையெல்லாம் கடந்து வந்திருக்கிறது என்பதைப் பார்த்தவர்களுக்கு 23 செப்டம்பர், 1911-ல் சர் எட்வர்ட் கார்ஸன் முன்வைத்த தீர்மானம் பற்றித் தெரிந்திருக்கும். அதில்தான் அவர், உல்ஸ்டரில் ஏகாதிபத்திய (பிரிட்டிஷ்) ஆட்சி இருக்கும். அல்லது உல்ஸ்டர் அரசாங்கம் இருக்கும். ஆனால், நிச்சயமாக சுய ஆட்சி இருக்காது என்று தீர்மானமாகத் தெரிவித்தார்.

ஏகாதிபத்திய அரசு அங்கிருந்து விலகிக் கொள்ளத் தீர்மானித்ததையடுத்து அங்கு உல்ஸ்டருக்கான பிராந்திய ப்ரொவிஷனல் அரசு வரவேண்டும் என்று அந்த தீர்மானத்தின் மூலம் தெளிவானது. யுல்ஸ்டர் யூனியனிஸ்ட் கவுன்ஸில், தன் கவுண்ட்டி கிராண்ட் ஆரஞ்சு லாட்ஜஸ் மற்றும் யுனியனிஸ்ட் க்ளப்கள் ஆகியவை பெல்ஃபாஸ்டில் 25, செப், 1911-ல் இணைந்து நடத்திய கூட்டத்தில்கொண்டு வந்த தீர்மானம் இதை மையமாகக் கொண்டே உருவாக்கப்பட்டிருந்தது. 'ஹோம் ரூல் பில் கொண்டு வரப்படும் நாளில் இருந்து உல்ஸ்டர் ப்ரொவிஷனல் அரசாங்கம் ஆட்சிக்கு வரும். இந்தத் தீர்மானத்தின் முக்கியமான அம்சம் என்னவென்றால், 'தன்னால் கட்டுப்படுத்த (நிர்வகிக்க) முடிந்த பகுதிகள் (உல்ஸ்டரிட்டீஸ்) முழுவதிலும்' இந்த ப்ரொவிஷனல் அரசாங்கமானது முழு அதிகாரம் கொண்டதாக இருக்கும்'.

'கட்டுப்படுத்த முடிந்த பகுதிகள் முழுவதிலும்' என்ற வாக்கியமானது உல்ஸ்டரின் முழு நிர்வாக பிராந்தியம் முழுவதையும் குறிக்கிறது என்பதில் எந்த சந்தேகமும் இல்லை. இப்போது உல்ஸ்டரின் இந்த நிர்வாகப் பிராந்தியத்தில் 9 கவுண்ட்டிகள் இருக்கின்றன. இவற்றில் மூன்றில் கத்தோலிக்கர்கள் மிகப் பெரும்பான்மையாக இருக்கின்றனர். அப்படியானால் அவர்களுடைய விருப்பத்துக்கு எதிராகவே உல்ஸ்டர் அரசில் அவை கட்டாயப்படுத்தப்பட்டே இணைக்கப் படும் என்று ஆகிறது. ஆனால், சர் எட்வர்ட் கார்ஸன் இறுதியில் என்ன செய்தார்? கத்தோலிக்கர்கள் அதிக எண்ணிகையில் இருக்கும் இந்த கவுண்டிக்களை உல்ஸ்டருடன் சேர்த்துக் கொண்டால் நிச்சயம் பிரச்னைகளே அதிகரிக்கும். அந்தப் பகுதிகள் ஒருவகையில் பெரும் சுமையாகவே இருக்கும் என்பது அவருக்கு நன்கு புரிந்தது. எனவே ஒரு துணிச்சல் மிகுந்த தலைவர் தீர்மானிப்பதுபோல் அந்த மூன்று கவுண்டிக்களை இணைத்துக் கொள்ளாமல் உல்ஸ்டரை பாதுகாப்பான பிராந்தியமாக ஆக்க முன்வந்தார்.

18, மே, 1920-ல் ஹவுஸ் ஆஃப் காமன்ஸில் பேசும்போது, ஆறு கவுண்டிகள் இருந்தாலே போதும் என்று அறிவித்தார். ஆறு கவுண்டிகள் போதும் என்ற முடிவை எடுத்ததற்கான காரணமாக அவர் சொன்னதை இங்கு மேற்கோள் காட்டுவது மிகவும் சரியாக இருக்கும். அவர் சொன்னார்:

> மிகுந்த பதற்றம் நிறைந்த மணித்துளிகளையும் நாட்களையும் கடந்து இந்தத் தீர்மானத்துக்கு வந்திருக்கிறோம். டானேகல்,

காவென், மோனாகன் ஆகிய மூன்று கவுண்ட்டிக்களையும் உள்ளடக்கிய அரசாங்கம் ஒன்றை பெல்ஃபாஸ்டில் அமைக்க எந்த வாய்ப்பும் இல்லை என்பதை ஒவ்வொரு சர்ச்சுகள் ஒவ்வொரு ஊர்கள் முழுவதையும் கணக்கில் எடுத்துக்கொண்டு ஆலோசித்துத் தெரிந்துகொண்டிருக்கிறோம். அவற்றை உள்ளடக்கிய அரசு ஒன்றை அமைத்துவிட முடியும் என்று வேஷம்போட நாங்கள் விரும்பவில்லை. இயல்பாகவே எவ்வளவு முடியுமோ அவ்வளவு பெரிய நிலப்பரப்பைப் பெற வேண்டும் என்பதுதான் எங்கள் விருப்பம். எல்லா அரசுகளுமே அக்கம் பக்கத்துப் பகுதிகளையும் சேர்த்துக்கொண்டு தன்னை விஸ்தாரப்படுத்திக் கொண்டே போகவேண்டும் என்றுதான் விரும்பும். ஆனால், இந்த மூன்று கவுண்டிக்களையும் எங்கள் ஆளுகைக்குள் கொண்டுவந்தோமென்றால் அந்த அரசு நிச்சயம் ஒரு தோல்விகரமான ஆட்சியாகவே இருக்கும் என்பதும் எங்களுக்குத் தெரியும்.

புத்திசாலித்தனமான, துணிச்சலான அற்புதமான வார்த்தைகள். இந்த வார்த்தைகள் உச்சரிக்கப்பட்ட சூழலானது பஞ்சாப், வங்காளப் பகுதிகளில் பாகிஸ்தான் என்ற நாடு உருவாக்கப்படும் சூழலுக்கும் மிகவும் பொருத்தமானதாகவே இருக்கிறது. அமைதியான பாகிஸ்தான் தேவை என்று திரு ஜின்னாவும் முஸ்லிம் லீகும் நினைத்தால் இதில் இருந்து பாடம் கற்றுக்கொள்ளத் தவறக்கூடாது. பஞ்சாபிலும் வங்காளத்திலும் வசிக்கும் முஸ்லிம் அல்லாதவர்களை ஒரு சில பாதுகாப்பு அம்சங்களை மட்டும் பெற்றுக்கொண்டு திருப்திப்பட்டுவிடவேண்டும் என்று கேட்பதில் எந்த பலனும் இல்லை. ஹிந்து பெரும்பான்மையினருடைய சர்வாதிகார ஆட்சியின் கீழ் சில உரிமைகள், பாதுகாப்பு அம்சங்கள் ஆகியவற்றைப் பெற்றுக்கொண்டு முஸல்மான்களால் வாழ முடியாதென்றால் ஹிந்துக்கள் மட்டும் தாம் சிறுபான்மையாக இருக்கும் இடங்களில் முஸ்லிம் பெரும்பான்மையின் சர்வாதிகாரத்துக்கு கட்டுப்பட்டு வாழவேண்டும் என்று மட்டும் எப்படி எதிர்பார்க்கமுடியும்?

‘நீங்கள் தரும் சலுகைகள், பாதுகாப்பு அம்சங்கள் எங்களுக்குத் தேவையில்லை. உங்களால் ஆளப்படுவதை நாங்கள் விரும்ப வில்லை’ என்று முஸல்மான்களால் சொல்ல முடியுமென்றால், பஞ்சாபிலும் வங்காளத்திலும் வாழும் ஹிந்துக்களுமேகூட அதையே திருப்பிச் செல்ல முடியுமே.

விஷயம் என்னவென்றால், பாகிஸ்தான் பிரசனைக்குத் தீர்வு காண இந்த வழிமுறை யோசித்துப் பார்க்கப்படவே இல்லை.

அதிகாரத்தைப் பயன்படுத்தியோ ஆரவாரப் பேச்சுக்களின் மூலமோ எந்தப் பலனும் கிடைக்காது. முதலாவதாக, இது இருவர் விளையாட முடிந்த விளையாட்டு. இரண்டாவதாக, ஆயுதங்கள் ஒரு பலமாகக் கருதப்படலாம். ஆனால், கைவசம் ஆயுதம் இருக்கிறது என்பது மட்டுமே போதாது. ரூஸோ சொன்னதுபோல், 'வலிமையானவரே எப்போதும் எல்லாவற்றையும் செய்துவிட முடியாது. தனது வலிமையை அவர் சரியான செயலுக்காகப் பயன்படுத்தவேண்டும். பணிவுடன் செயல்படவேண்டும். அப்போதுதான் தலைமையை எட்ட முடியும். தார்மிக நியாயமே வலிமையை சரியானதாக ஆக்க முடியும். செயலில் பணிவைக் கொண்டுவர முடியும்'. பாகிஸ்தான் கோரிக்கையானது இந்த தார்மிக நியாயத்தின் அடிப்படையில் உருவாகவேண்டும் என்பதை முஸ்லிம் லீக் கணக்கில் கொள்ளவேண்டும்.

எல்லைப் பிரச்னை பற்றிப் போதுமான அளவு பேசிவிட்டேன் என்று நினைக்கிறேன். எல்லைகள் திருத்தி வரையப்பட்ட பின்னரும் பாகிஸ்தானில் சிறுபான்மையாக வசிக்கப் போகிறவர்கள் பற்றி இப்போது என் கவனத்தைத் திருப்புகிறேன். அவர்களுடைய நலனைப் பாதுகாக்க இரண்டு வழிகள் இருக்கின்றன.

சிறுபான்மையினரின் அரசியல் மற்றும் கலாசார உரிமைகளுக்கான பாதுகாப்பு ஏற்பாடுகளை அரசியல் சாசனத்தில் உருவாக்க வேண்டும். இது முதலாவதாகச் செய்யவேண்டிய விஷயம். இந்தியர்களுக்கு இது நன்கு தெரிந்த விஷயம்தான். எனவே, அதுபற்றி அதிகம் சொல்லத் தேவையில்லை.

இரண்டாவதாக, பாகிஸ்தானில் இருந்து சிறுபான்மையினரை ஹிந்துஸ்தானுக்குக் கொண்டுவரும் விஷயம். மக்கள் தொகை பரிமாற்றமானது நல்ல முறையில் செய்யப்பட முடியும் என்று உத்தரவாதம் தந்துவிட்டால் பலர் பாகிஸ்தான் கோரிக்கைக்கு உடனே சம்மதம் தெரிவித்துவிடுவார்கள். ஆனால், இது மிகவும் சிக்கலான தீர்க்க முடியாத பிரச்னை என்றும் கருதுகிறார்கள். உண்மையிலேயே பதற்றமுற்ற மனதின் வெளிப்பாடு இது. நிதானமாக உட்கார்ந்து யோசித்துப் பார்த்தால் அப்படியொன்றும் தீர்க்க முடியாத பிரச்னை இல்லை என்பது எளிதில் புரியவரும்.

முதலில் அந்தப் பிரச்னையின் பல்வேறு பரிமாணங்களைப் பார்ப்போம். இந்த மக்கள் பரிமாற்றம் என்பது எப்படியாக நடக்கப்போகிறது. இது தொடர்பாக ஒருவர் மூன்று விஷயங்களைக் கவனத்தில் கொள்ளவேண்டும். பஞ்சாப்,

வங்காளம் ஆகிய பிராந்தியங்களில் எல்லையைத் திருத்தி அமைத்துவிட்டால் மக்களை இடம் பெயர்ப்பதில் அந்த இரு பிராந்தியங்களைப் பொறுத்தவரையில் எந்தச் சிக்கலும் இருக்காது. இரண்டாவதாக, ஹிந்துஸ்தானில் வசிக்கும் முஸ்லிம்கள் அனைவரும் பாகிஸ்தானுக்கு இடம்பெயரப் போவதில்லை. முஸ்லிம் லீகும் அவர்கள் இடம் மாற வேண்டும் என்று கோரவும் இல்லை. மூன்றாவதாக, வட மேற்கு எல்லை மாகாணம், சிந்து, பலுசிஸ்தானம் ஆகிய பகுதிகளில் வசிக்கும் ஹிந்துக்களும் இடம்பெயர விரும்பவில்லை. இந்த யூகங்கள் சரியென்றால், மக்களை இடம் பெயர்ப்பதென்பது அப்படியொன்றும் சிக்கலான பிரச்னையே இல்லை. சரியாகச் சொல்வதானால், இது தொடர்பாக எந்தக் கவலையும் படத்தேவையே இல்லை.

இதில் சிக்கல் இருக்கிறது என்றே வைத்துக் கொள்வோம். அப்படி என்ன பெரிய சிக்கல்? வரலாற்றை எடுத்துக்கொண்டு பார்த்தால் இது அப்படி ஒன்றும் தீர்க்க முடியாத பிரச்னையில்லை. அரசியல் மாற்றங்களினால் மக்கள் திரள் ஒரு பகுதியில் இருந்து இன்னொரு பகுதிக்கு இடம்பெயர நேரும்போது என்னவெல்லாம் சிரமங்கள் ஏற்படும் என்பதை முதலில் பார்ப்போம்.

1. மக்களின் போக்குவரத்துக்குத் தேவையான வசதிகளைச் செய்து தருதல்.

2. இடப் பெயர்வுக்கு எதிராக அரசாங்கம் விதிக்கும் தடை.

3. இடம் பெயரும் குடும்பத்தினர் சொண்டு செல்லும் பொருட்கள், சொத்துக்களுக்கு அரசு விதிக்கும் வரி.

4. இடம் பெயரும் மக்கள் தமது புதிய தேசத்துக்குத் தம்முடன் கொண்டு செல்ல முடியாமல் விட்டுச் செல்ல நேரும் அசையா சொத்துக்கள்.

5. இடம்பெயரும் மக்களின் சொத்துக்களின் மதிப்பைக் குறைத்து மதிப்பிடும் நியாயமற்ற போக்குகள்.

6. சந்தை மதிப்பில் இடங்கள், பொருட்களை விற்க முடியாமல் போவதால் ஏற்படும் இழப்பை எப்படிச் சரிக்கட்டுவது என்ற பயம்.

7. புலம் பெயர்ந்து செல்லும் தேசத்திடமிருந்து கிடைக்க வேண்டிய ஓய்வூதியம் போன்ற தொகைகளைப் பெறுவதில் உள்ள சிரமம்.

8. பணப் பரிமாற்றத்தை எந்த நாட்டு நாணயத்தின் மதிப்பின் அடிப்படையில் தீர்மானிப்பது என்பதில் எழும் சிக்கல்.

இந்தப் பிரச்னைகளுக்கெல்லாம் ஒரு தீர்வு கிடைத்துவிட்டால், மக்களை இடம்பெயர்ப்பது தொடர்பான சிரமங்கள் எல்லாம் தீர்ந்துவிடும்.

கீழ்க்கண்ட தீர்மானங்களை பாகிஸ்தான் மற்றும் ஹிந்துஸ்தான் அரசு எடுத்துவிட்டால் முதல் மூன்று பிரச்னைகளை எளிதில் தீர்த்துவிடமுடியும்.

பாகிஸ்தான் மற்றும் ஹிந்துஸ்தான் ஆகிய இரு நாடுகளின் அரசுகளும் இணைந்து ஒரு ஆய்வுக் குழுவை அமைக்க வேண்டும். இரு நாடுகளில் இருந்தும் சம எண்ணிக்கையிலான நபர்களின் பிரதிநித்துவம் அதில் இருக்கவேண்டும். அந்தக் குழுவின் தலைவராக இரு நாடுகளையும் சாராத அதே நேரம் இரு நாடுகளாலும் ஏற்றுக்கொள்ளப்பட்ட ஒரு நபர் இருக்கவேண்டும். இந்த ஆய்வுக் குழுவினர் மற்றும் அவர்களுடைய செயல்பாடுகளுக்கான தொகையானது இரு நாடுகளினாலும் சம விகிதத்தில் பகிர்ந்துகொள்ளப்பட வேண்டும்.

பாகிஸ்தான் மற்றும் ஹிந்துஸ்தான் ஆகிய இரு நாட்டு அரசாங்கங்களும் தமது தேசத்துக்குள் வாழும் சிறுபான்மை மக்களுக்கு, விரும்பும் தேசத்துக்கு இடம்பெயர்ந்து செல்லும் உரிமையை வழங்கவேண்டும்.

மேற்கூறிய இரண்டு நாடுகளும் புலம் பெயர்தல் தொடர்பாக மக்கள் தமது விருப்பத்தை வெளிப்படையாகத் தெரிவிக்க அனைத்து வசதி வாய்ப்புகளையும் உருவாக்கித் தரவேண்டும். இடப்பெயர்வுக்கு நேரடியாகவோ மறைமுகமாகவோ எந்தத் தடையையும் உருவாக்கக்கூடாது. இடப்பெயர்ச்சிக்குத் தடையாக இருக்கும் சட்டங்கள், ஒழுங்கு விதிகள் அனைத்தையும் ரத்துசெய்யவேண்டும்.

நான்காவது, ஐந்தாவது பிரச்னைகள் சொத்துக்களைப் பரிமாற்றுவது தொடர்பானது. கீழ்காணும் விஷயங்களைக் கணக்கில் கொள்வதன் மூலம் அவற்றுக்கும் ஒரு தீர்வு கிடைத்துவிடும்.

புலம் பெயர்ந்து செல்ல விரும்புபவர்கள் தமது கைகளில் அல்லது வாகனங்களில்கொண்டு செல்ல முடிந்த அசையும் சொத்துக்களுக்கு எந்தவித வரியையும் இந்த அரசுகள்

விதிக்கக்கூடாது. அசையா சொத்துகள் விஷயத்தில் அரசுகள் அமைக்கும் ஆய்வுக் குழுவானது கீழ்கண்ட விஷயங்களின் அடிப்படையில் அந்தச் சொத்தின் மதிப்பைக் கணக்கிட்டுத் தரவேண்டும்.

1. புலம் பெயர்பவருடைய அசையா சொத்தின் மதிப்பைக் கணக்கிட இந்த கமிஷனானது நிபுணர்கள் குழுவை நியமிக்க வேண்டும். அந்தக் குழுவில் இடம்பெறும் நிபுணர்களில் தனது சார்பில் ஒரு நிபுணரை இடம்பெறச் செய்யும் உரிமை புலம் பெயருபவருக்குத் தரப்படவேண்டும்.

2. புலம் பெயருபவரின் சொத்தை விற்பதற்குத் தேவையான அனைத்து ஏற்பாடுகளையும் இந்த ஆய்வுக் குழு செய்து தரவேண்டும்.

நஷ்ட ஈடுகள், ஓய்வூதியம் போன்ற தொகைகளைத் தருவது, எந்த நாணய மதிப்பின் அடிப்படையில் பணப் பரிமாற்றங்கள் செய்யப்படவேண்டும் என்ற பிரச்னைகளைக் கீழ்கண்ட வழிகளில் தீர்க்கலாம்.

1. ஒருவருடைய அசையா சொத்தின் நிர்ணயிக்கப்பட்ட மதிப்புக்கும் விற்கப்பட்ட மதிப்புக்கும் இடையிலான இழப்பை, அவர் விட்டுசெல்லும் நாடானது ஈடுகட்ட வேண்டும். இழப்பு தொடர்பாக அவர் தகவல் தெரிவித்த உடனேயே அந்தத் தொகையை அந்த அரசு தந்துவிட வேண்டும்.

2. மேலே கூறிய வகையில் அசையா சொத்துக்குத் தீர்மானிக்கப்பட்ட தொகையை அந்த கமிஷன் முன்கூட்டியே தந்துவிடலாம்.

3. புலம் பெயரும் ஒருவருக்குத் தரவேண்டிய நிர்வாகப் பணி அல்லது ராணுவப் பணிக்கான ஓய்வூதியங்கள் போன்றவை சம்பந்தப்பட்ட அரசால் தரப்படவேண்டும். அந்தத் தொகையை அது ஆய்வு கமிஷன் மூலமாக உரிய நபர்களுக்குச் செலுத்தவேண்டும்.

4. இடப்பெயர்ச்சிக்கான போக்குவரத்து போன்ற செலவு களுக்கான நிதியை சம்பந்தப்பட்ட அரசுகள் ஆய்வுக் குழுவுக்குத் தந்துவிடவேண்டும்.

மக்கள் தொகை இடமாற்றம் தொடர்பான பிரச்னைகளைத் தீர்க்க இந்த வழிமுறைகள் போதாதா என்ன?

ஒரு நாட்டை இரண்டாகப் பிரித்து, மக்களை இடம்பெயரச் செய்வதில் நிச்சயம் வேறு சில பிரச்னைகள் இருக்கின்றன. ஆனால், அவற்றுக்கும் தீர்வுகள் இருக்கவே செய்கின்றன. அரசின் கொள்கை முடிவுகள் சார்ந்தவை அவை.

முதல் கேள்வி: மக்களின் இடப்பெயர்ச்சி என்பது சுய விருப்பத்தின் பேரில் இருக்கவேண்டுமா... கட்டாயப்படுத்திச் செய்யப் படலாமா?

இரண்டாவது கேள்வி: அனைவருக்குமே அரசாங்கம் போக்கு வரத்து வசதி செய்து தர வேண்டுமா? ஏதாவது குறிப்பிட்ட வகுப்பினருக்கு மட்டும்தான் செய்து தரவேண்டுமா? மூன்றாவது கேள்வி: அரசாங்கம் கொடுக்க வேண்டிய பணத்தைக்கு, குறிப்பாக, அசையாச் சொத்துக்கள் விற்பனை தொடர்பாக வரும் நஷ்டத்துக்கு அரசு எவ்வளவு காலத்துக்கு நஷ்ட ஈடு கொடுக்கவேண்டும். இதற்கு ஏதேனும் காலக்கெடு விதிக்க வேண்டுமா. அல்லது எந்தவித கால அவகாசம் நிர்ணயிக்கப்படாமல் தொடர்ந்து தரவேண்டுமா?

முதல் கேள்வியைப் பொறுத்தவரையில், சுய விருப்பம், வலுக்கட்டாயம் என இரண்டு வழிமுறைகளையும் முன்னெடுக்க முடியும். இரண்டுக்குமான முன்னுதாரணங்கள் இருக்கின்றன. கிரேக்கம், பல்கேரியா ஆகிய இரு நாடுகளுக்கு இடையே இடப்பெயர்ச்சி நடந்தபோது அது சுய விருப்பத்தின் பேரில் நடந்தது. அதேநேரம் கிரேக்கம், துருக்கி ஆகிய இரு நாடுகளுக்கிடையில் இடப்பெயர்ச்சியானது கட்டாயத்தின் பேரில் நடத்தப்பட்டது. கட்டாயத்தின் பேரில் இடம்பெயர்தல் என்பது அடிப்படையிலேயே மிகவும் தவறு. ஒருவருடைய பூர்விக இடத்திலிருந்து வலுக்கட்டாயமாக இடம்பெயரச் செய்வது நியாயமல்லதான். அதேநேரம் பூர்விக பூமியில் ஒருவர் தொடர்ந்து இருந்தால் அவருடைய உயிருக்கும் உடமைகளுக்கும் ஆபத்து ஏற்படும் என்று ஒரு நிலை ஏற்படுமென்றால் அவரைக் கட்டாயப்படுத்தி இடம் பெயர்ப்பது அவருக்கு நன்மையையே தரும்.

இடம்பெயர விரும்புபவர்களுக்குத் தேவையான வசதிகளைச் செய்துகொடுக்கவேண்டும். எந்தவித இழப்பும் வராமல் பார்த்துக் கொள்ளவேண்டும். இந்த விஷயத்துக்குத்தான் அதிக கவனம் தரப்படவேண்டும். எனவே நான் என்ன நினைக்கிறேன் என்றால் இடம் பெயர்க்கக்கூடாது; அதேநேரம் இடம்பெயர விரும்புபவர் களுக்கு முழு சுதந்திரம் தரவேண்டும்.

இரண்டாவது கேள்வியை எடுத்துக்கொண்டால், சிறுபான்மையினருக்கு மட்டுமே அரசாங்கம் போக்குவரத்து வசதி செய்து தரவேண்டும். இந்த விதிமுறையேகூட தேவையற்ற பலரும் இதனால் பலன் அடைவதில் இருந்து விலக்கிவைப்பதற்கு போதுமானதல்ல. எந்த சிறுபான்மையினருக்கெல்லாம் இனம் அல்லது மதரீதியான அச்சுறுத்தல்கள் இருக்குமோ அவர்களுக்கு மட்டுமே இந்த உதவிகள் செய்து தரப்படவேண்டும்.

மூன்றாவது விஷயம் மிகவும் முக்கியமானது. இதில் நிச்சயம் பல மாற்றுக் கருத்துகள் உருவாகும். இடம்பெயர்வதற்கு என்று எந்த கால அவகாசமும் விதிக்காமல் தொடர்ந்து அனுமதிக்க வேண்டும்; அதற்குத் தேவையான செலவுகளை, கட்டணங்களை அரசு தரவேண்டும் என்று சொல்வது சரியாக இருக்காது. அரசின் உதவியைப் பெற்றுக்கொள்ள வேண்டும் என்று விரும்புபவர் அரசு நிர்ணயிக்கக்கூடிய குறிப்பிட்ட காலக்கெடுவுக்குள் வேறொரு நாட்டுக்கு இடம்பெயர்ந்து விடவேண்டும். அவர் நிதானமாக தனது வேறு விஷயங்கள் எல்லாம் முடித்துவிட்டு அரசு விதித்த காலக்கெடுவைத் தாண்டியதன் பின்னர்தான் இடம் பெயர்வார் என்றால் அதற்குத் தேவையான செலவுகளை அவரே பார்த்துக் கொள்ளவேண்டும். இப்படிச் சொல்வது தவறு கிடையாது.

அரசின் உதவி தொடர்பான விதிமுறையை இப்படிக் கறாராக வரையறுப்பதில் எந்த அநியாயமும் இல்லை. இடம்பெயர விரும்புபவர்களுக்கு அரசு உதவி செய்தாக வேண்டும் என்பது அவசியம்தான். ஏனென்றால் தனிநபர்களுடைய விருப்பத்தை மீறி அரசியல் சூழலில் ஏற்பட்ட மாற்றத்தினால் அவர்களுக்கு இடம்பெயர நேருகிறது. இடப்பெயர்வுக்கு அரசியல் மாற்றங்கள் காரணமாக இல்லாமல் இருந்தால், அதாவது வேறு காரணங் களுக்காக இடம் பெற விரும்பினால், அதற்குத் தேவையான செலவுகளை அரசாங்கம் கொடுக்கவேண்டிய அவசியம் இல்லை.

அரசியல் காரணத்தினால் இடம்பெயருகிறாரா, தனிப்பட்ட விருப்பத்தினால் இடம் பெயருகிறாரா என்பதைத் தீர்மானிக்க வேண்டுமென்றால் இத்தகைய இடப்பெயர்வுக்கான காலக்கெடு விதிப்பது மிகவும் அவசியம். ஒரு குறிப்பிட்ட அரசியல் மாற்றம் ஏற்பட்டதைத் தொடர்ந்து, தெளிவான காலக்கெடு விதித்து அதற்குள் இடப்பெயர்வு நடக்கும் என்றால் அது அரசியல் காரணத்தினாலான இடப்பெயர்வுதான். அந்தக் காலத்துக்குப் பின்னால் நடக்கும் இடப்பெயர்வுகளைத் தனிப்பட்ட விருப்பத்தின் பேரில் நடப்பதாகக் கருதலாம். அதுபோலவே அரசுத் துறையில்

பணிபுரிபவர்கள் இதுபோல் ஒரு குறிப்பிட்ட காலக்கெடுவுக்குள் பணி ஓய்வு பெற்று இடம் பெயர்ந்து செல்கிறார்கள் என்றால் அவர்களுக்கு உரிய ஓய்வூதியங்களை, சலுகைகளை அரசு செய்து தரவேண்டும். அந்தக் காலத்துக்கு பின்னர் பணி ஓய்வு பெறுகிறார் என்றால் அரசு அதிகப்படியாக எதுவும் செய்து தரத் தேவையில்லை.

இது தொடர்பாக எடுக்கப்படும் தீர்மானங்கள் கீழ்கண்ட அம்சங்களைக் கணக்கில் கொண்டதாக இருக்கவேண்டும்.

இன/மதரீதியான சிறுபான்மையாக இருப்பவர்களில் பதினெட்டு வயதுக்கு மேலானவர்கள் சுய விருப்பத்தின் பேரில் இடம்பெறுவதற்கு அனுமதி தரப்படவேண்டும்.

இது தொடர்பாக நியமிக்கப்படும் அரசாங்கக் குழுவின் முன்னால் அந்த நபர் நேரில் வந்து தன் விருப்பத்தை முறையாகச் சான்றளித்தாலே அவருக்கு அந்த அனுமதி தரப்பட்டுவிடவேண்டும்.

கணவன் சான்றளிப்பது மனைவிக்கும் சேர்த்தே கணக்கில் எடுத்துக் கொள்ளப்படவேண்டும். 18 வயதுக்கு கீழானவர்களுக்கு அவருடைய பெற்றோர் அல்லது காப்பாளர்கள் சான்று அளித்தால் போதும்.

இந்த ஒப்பந்தத்தில் கையெழுத்திட்ட ஐந்து ஆண்டுகளுக்குள் இடம் பெயரவில்லையென்றால் இது தொடர்பான அரசாங்கத்தின் உதவிகள் எதையும் பெற முடியாமல் போய்விடும்.

இந்த ஆய்வுக்குழு செயல்படத் தொடங்கிய தேதியிலிருந்து ஐந்தரை ஆண்டு கால அவகாசத்துக்குள் தனது பணிகளை நிறுத்திக்கொண்டு விடும்.

சரி செலவுகளை எப்படி கையாள்வது?

வலுக்கட்டாயமாக இடம்பெயரவைக்கப்பட்டிருந்தால் மட்டுமே இந்தச் செலவுகள் தொடர்பான பிரச்னை முக்கியத்துவம் பெறும். தன் விருப்பமான இடம்பெயர்தலுக்கு ஆகும் செலவுகளை அரசின் தலையில் கட்ட முடியாது. சுதந்திரத்தை விட மக்கள் சொத்துக்களை அதிகம் விரும்புவார்கள். தமது பூர்விக நிலங்களில் தமது அரசியல் தலைவர்களினால் தமக்கு இழைக்கப்படும் கொடுமைகளைச் சகித்துக்கொண்டு வாழத்தான் பலரும் விரும்புவார்கள். உலகில் இருப்பவற்றிலேயே இடம் பெயர்க்க

மிக மிகச் சிரமமானது மனிதன்தான் என்று ஆடம் ஸ்மித் சொன்னது உண்மைதான். எனவே இதுதொடர்பான செலவை நினைத்து யாரும் பயப்பட வேண்டாம்.

சரி இதை எப்படி நடைமுறைப்படுத்துவது?

இதற்கான திட்டமும் புதிதல்ல. இதற்கு முன்பே முயன்று பார்க்கப்பட்டு வெற்றி கிடைத்திருக்கிறது. கடைசி ஐரோப்பிய போர் முடிந்த பிறகு கிரேக்கம், பல்கேரியா ஆகிய நாடுகளுக்கு இடையிலும், துருக்கி, கிரேக்கம் ஆகிய இரு நாடுகளுக்கு இடையிலும் மக்கள் இடம் பெயர்க்கப்பட்டு இருக்கிறார்கள். இந்த வழிமுறை நல்ல பலனளித்திருப்பதை யாரும் மறுக்க முடியாது. நான் இங்கு சொல்ல வரும் திட்டம் அதை அப்படியே நகல் செய்யக்கூடியதுதான். கிரேக்கம் - பல்கேரியா, துருக்கி - கிரேக்கம் நாடுகளுக்கு இடையிலான மக்கள் பரிமாற்றமானது முழு வெற்றி பெற்றிருக்கிறது. உலகின் வேறொரு நாட்டில் கிடைத்த வெற்றி இந்தியாவிலும் கிடைக்க வாய்ப்பு உண்டு.

மக்கள் இடப் பெயர்ச்சி பற்றிக் கூடுதல் தகவல் தெரிந்துகொள்ள, விரும்புபவர்கள் ஸ்டீஃபன் பி.லடாஸ் எழுதிய த எக்சேஞ்ச் ஆஃப் மைனாரிட்டீஸ் - பல்கேரியா, கிரீஸ், துருக்கி என்ற நூலைப் படித்துப் பார்க்கலாம். கிரேக்கம்-பல்கேரியா, கிரேக்கம்-துருக்கி ஆகியவற்றுக்கிடையிலான மக்களை இடம் பெயர்த்தது தொடர்பாக விரிவாக அந்த நூலில் விவரிக்கப்பட்டிருக்கிறது.

பாகிஸ்தான் விவகாரமானது மிகவும் எளிமையானதல்ல. அதேநேரம், அதற்கான கொள்கை கோட்பாட்டு முடிவுகள் தெளிவாக ஒப்புக் கொள்ளப்பட்டுவிட்டதென்றால் நாம் நினைக்கும் அளவுக்கு அது சிக்கலானதும் அல்ல. அது உணர்வுப்பூர்வமாக, இதயத்தை உலுக்குவதாக இருக்கிறது. அதனுடைய பிரச்னைகள் மற்றும் தீர்வுகள் பற்றி யாரும் எதுவும் யோசிக்கவே தயாராக இல்லை. ஏனென்றால் பிரிவினை என்ற எண்ணமே மிகவும் வேதனை தருவதாக இருக்கிறது. இந்த உணர்ச்சிமயமான அம்சத்தைத் தாண்டி வந்து பாகிஸ்தான் என்ற நாடு உருவாகலாம் என்ற முடிவுக்கு வந்துவிட்டோம் என்றால் அதன் மூலம் வரக்கூடிய பிரச்னைகள் அப்படி மலைக்க வைப்பவையாகவோ குழப்பம் தருபவையாகவோ இருக்காது.

அத்தியாயம் 15

யார் தீர்மானிப்பது?

பாகிஸ்தான் விவகாரத்தில் ஹிந்துக்களின் தரப்பு, முஸ்லிம்களின் தரப்பு என இரண்டு இருக்கின்றன. இதைத் தவிர்க்க முடியாது. துரதிஷ்டவசமாக இருவருடைய அணுகுமுறையும் பகுத்தறிவு சார்ந்ததாக இல்லை. இருவருமே உணர்ச்சிமயமாகவே இந்த பிரச்னையை அணுகுகிறார்கள். இதன் காரணமாக எந்தக் காரண காரியத்தையும் தர்க்க நியாயத்தையும் சொல்லிப் புரியவைப்பது மிகவும் சிரமமாக இருக்கிறது. இந்த உணர்ச்சிமயமான எண்ணங்கள் வலுவடையுமா வலுவிழக்குமா என்பது காலப்போக்கில், சந்தர்ப்ப சூழலுக்கு ஏற்பவே தீர்மானமாகும். அந்தப் பனிப்பாறை எப்போது உருகும் என்று யாருக்கும் தெரியாது. ஆனால் இந்த உணர்ச்சியின் பனிப்பாறை உருகிக் கரைவது வரையில் சுதந்திரத்தைத் தள்ளிப் போடுவதே நல்லது.

பாகிஸ்தான் விவகாரத்துக்கு ஒரு நிரந்தரத் தீர்வு கிடைக்கும் வரை இந்தியாவின் சுதந்திரத்தைத் தள்ளிப்போட வேண்டும் என்ற யோசனையை இந்தியர்கள் அனைவரும் நிச்சயம் கடுமையாக எதிர்ப்பார்கள் என்பது எனக்கு நன்கு தெரியும். அப்படி எதிர்க்கக் கூடியவர்களில் நானும் ஒருவனே. பாகிஸ்தான் விவகாரம் முக்கியமானதாக முளைத்து வருமானால் அதற்கு நிச்சயம் ஒரு தீர்வு கண்டாகவேண்டும். அதிலிருந்து தப்பிக்க முடியாது என்பதில் நான் உறுதியாக இருக்கிறேன். தவிர்க்க முடியாத ஒரு விஷயத்தைத் துணிந்து நாம் எதிர்கொள்ளவேண்டும் என்பதை நம்புபவர்களில் நானும் ஒருவன்.

உணர்வுகளைக் காயப்படுத்துகிறது என்று சொல்லி நம்மைச் சுற்றி நடக்கும் விஷயங்களைப் பார்க்காமல் மண்ணுக்குள் தலையைப்

புதைத்துக் கொள்வதால் எந்தப் பலனும் கிடைக்கப் போவதில்லை. தீர்மானம் எடுத்தாகவேண்டிய இறுதித் தருணம் வரையில் காத்திருக்காமல் முன்னதாகவே நம்மைத் தயார்படுத்திக் கொள்ளவேண்டும். ஆற்றைக் கடக்க வேண்டியிருக்கும் என்று நினைக்கக்கூடியவர் பாலத்தைக் கட்டிக் கொண்டாகவேண்டும்.

பாகிஸ்தான் என்ற ஒரு தனி நாடு உருவாக வேண்டுமா வேண்டாமா என்பதை யார் தீர்மானிக்கவேண்டும்?

இதுதான் நம் முன்னால் இருக்கக்கூடிய கேள்வி.

கடந்த *3* ஆண்டுகளாக இதுபற்றி நான் யோசித்து வந்திருக்கிறேன். சில முடிவுகள் எனக்குக் கிடைத்திருக்கின்றன. இந்த பிரச்னைக்குத் தீர்வு காண்பதில் ஆர்வம் கொண்டிருப்பவர்களுடன் அவற்றைப் பகிர்ந்துகொள்ள விரும்புகிறேன். அந்த முடிவுகளை மேலும் செழுமைப்படுத்த அது உதவக்கூடும். எனது தீர்மானங்களை ஒரு நாடாளுமன்ற தீர்மானமாகக்கொண்டு வந்தால் நல்ல பலன் கிடைக்கும் என்று நம்புகிறேன். அந்தத் தீர்மானத்தின் வரைவு கீழ்க்கண்ட விஷயங்களை உள்ளடக்கியதாக இருக்கவேண்டும்.

இந்திய அரசின் சட்டம் (முதல் கட்ட வழிமுறைகள்)

மேதகு மன்னரின் முன்னிலையில், நாடாளுமன்ற உறுப்பினர்களின் ஆலோசனையின் பேரில் கீழ்க்கண்ட தீர்மானங்கள் கொண்டுவரப் படுகின்றன:

1 • வடமேற்கு எல்லைப்புற மாகாணம், பஞ்சாப், சிந்து, வங்காளம் ஆகிய பிராந்தியங்கள் முஸ்லிம்கள் அதிகமாக இருக்கும் பகுதிகளை பிரிட்டிஷ் இந்தியாவில் இருந்து பிரிக்கவேண்டும் என்று ஒரு தீர்மானத்தை அந்த பிராந்தியங்களின் நாடாளுமன்ற முஸ்லிம் பிரதிநிதிகள் ஆறு மாதங்களுக்குள் கொண்டுவரவேண்டும். அந்தப் பிராந்தியங்களில் மற்றும் பலுசிஸ்தான் பகுதியில் வசிக்கும் முஸ்லிம் மற்றும் முஸ்லிம் அல்லாத மக்களுக்கு ஒரு பொது வாக்கெடுப்பு நடத்தவேண்டும்.

- அ) பிரிட்டிஷ் இந்தியாவில் இருந்து பிரிந்து செல்ல சம்மதமா? ஆ) பிரிந்து செல்வதில் சம்மதம் இல்லையா? என்ற கேள்விகளை அந்த வாக்கெடுப்பில் கேட்கவேண்டும்.

  முஸ்லிம்களுக்குத் தனியாகவும் முஸ்லிமல்லாதவர்களுக்குத் தனியாகவும் வாக்கெடுப்பு நடத்தவேண்டும்.

2 • பொது வாக்கெடுப்பின் முடிவில் முஸ்லிம் வாக்காளர்களில் பெரும்பாலானவர்கள் பிரிவினை வேண்டுமென்றும் முஸ்லிமல்லாத வாக்காளர்களில் பெரும்பாலானவர்கள் பிரிவினைக்கு எதிராகவும் வாக்களித்திருந்தால் ஓர் எல்லைவரைவு கமிட்டியை நியமிக்கவேண்டும். அந்த கமிட்டி முஸ்லிம்கள் அதிகமாக வசிக்கக்கூடிய பிராந்தியங்கள், மாவட்டங்கள் ஆகியவற்றின் பட்டியலைத் தயாரிக்கவேண்டும். அந்தப் பகுதிகளை பட்டியல் மாவட்டங்கள் என்று அடையாளப்படுத்தவேண்டும்.

அந்தப் பட்டியல் மாவட்டங்களைத் தொகுத்து பாகிஸ்தான் என்று ஆக்கவேண்டும். பிரிட்டிஷ் இந்தியாவின் எஞ்சிய பகுதிகளை ஹிந்துஸ்தான் என்று அறிவிக்கவேண்டும். வடமேற்கு எல்லைப் பகுதிகளில் இருக்கும் பட்டியல் மாவட்டங்களுக்கு 'மேற்கு பாகிஸ்தான்' என்றும் வடகிழக்குப் பகுதியில் உருவாகும் பட்டியில் மாவட்டங் களுக்கு 'கிழக்கு பாகிஸ்தான்' என்றும் பெயர் சூட்ட வேண்டும்.

3 • எல்லை வரைவு கமிட்டி வரையறுத்துக் கொடுக்கும் தீர்மானம் பரஸ்பர ஒப்புதல் மூலம் அல்லது அரசியல் சட்டத்தின் மூலம் இப்படி அங்கீகரிக்கப்பட்ட பின்னர் அந்தப் பட்டியல் மாவட்டங்களில் இருப்பவர்களை வைத்து இன்னொரு வாக்கெடுப்பு நடத்தவேண்டும். அந்த வாக்கெடுப்பில் கீழ்க்கண்ட கேள்விகள் இருக்க வேண்டும்.

அ. நீங்கள் பிரிவினைக்கு சம்மதிக்கிறீர்களா?

ஆ. நீங்கள் பிரிவினையை எதிர்க்கிறீர்களா?

4 • பெருமளவிலான மக்கள், பிரிவினைக்கு ஆதரவு அளித்திருந்தால் மேதகு மன்னர், பாகிஸ்தானுக்கு ஒரு அரசியல் சாசனம், ஹிந்துஸ்தான் அது ஒரு அரசியல் சாசனம் என இரண்டு அரசியல் சாசனங்களை உருவாக்க வழிவகை செய்யவேண்டும்.

- புதிய நாடுகளான பாகிஸ்தானும் ஹிந்துஸ்தானும் மேதகு மன்னர் அறிவிக்கும் நாளிலிருந்து தனி நாடுகளாகச் செயல்படத் தொடங்கலாம்.

- ஒருவேளை பெரும்பாலான மக்கள் பிரிவினை வேண்டாம் என்று சொன்னால் பிரிட்டிஷ் இந்தியா முழுமைக்கும் ஒற்றை அரசியல் சாசனத்தை உருவாக்கும் முயற்சிகளை மேதகு மன்னர் முன்னெடுக்கவேண்டும்.

5. பொது வாக்கெடுப்பில் பிரிவினை வேண்டாம் என்று பெரும்பாலானவர்கள் சொல்லியிருந்தால் பாகிஸ்தானைத் தனியாகப் பிரிக்கவேண்டும் என்ற தனியான தீர்மானம் தேவையில்லை. பொது வாக்கெடுப்பில் பிரிவினைக்கு ஆதரவு கிடைத்திருந்தால் ஹிந்துஸ்தான், பாகிஸ்தானை இணைப்பதற்கான தீர்மானம் தேவையில்லை. பிரிட்டிஷ் இந்தியாவுக்கு ஒரே அரசியல் சாசனம் உருவாக்குவதாக இருந்தாலும் பாகிஸ்தானுக்கும் ஹிந்துஸ்தானத்துக்கும் தனித்தனியாக இரண்டு அரசியல் சாசனங்கள் உருவாக்க வேண்டிய தேவையிருந்தாலும் இரண்டுக்குமே மேதகு மன்னர் அறிவிக்கும் நாளிலிருந்து பத்து ஆண்டு கால அவகாசம் எடுத்துக் கொள்ளவேண்டும்.

6. செக்ஷன் நான்கின் படி இரண்டு அரசியல் சாசனங்கள் உருவாக்குவதாக இருந்தால் மேதகு மன்னர் கூடிய விரைவில் இந்திய நிர்வாக குழு (கவுன்சில் ஆஃப் இந்தியா) ஒன்றை அமைக்கவேண்டும். பிரிட்டிஷ் இந்தியா முழுவதற்கும் தேவையான அரசியல் சாசனத்தை உருவாக்கும் பொறுப்பை அந்தக் குழுவிடம் விடவேண்டும். கூடவே பாகிஸ்தானிய மற்றும் ஹிந்துஸ்தானின் அரசாங்கம், சட்டசபை ஆகியவற்றுக்கிடையே சுமுகமான நல்லுறவு ஏற்பட வழிவகை செய்யவேண்டும். பிரிட்டிஷ் இந்தியா முழுவதிலும் பரஸ்பர நல்லிணக்கம், ஒருமித்ததன்மை நிலவ வழிவகை செய்யவேண்டும். இரு நாடாளுமன்றத்திலும் ஒத்துக்கொள்ளக்கூடிய நிர்வாக சேவைகளை வழங்கவேண்டும். பிரிட்டிஷ் இந்தியா முழுவதிலும் ஒரேவிதமான வகையில் அவை அமையவேண்டும்.

- இந்தியாவுக்கான கவுன்சிலின் தலைவரை மேதகு மன்னர் நியமிக்கவேண்டும். பாகிஸ்தான் தரப்பில் இருந்து 20 நபர்கள், ஹிந்துஸ்தான் தரப்பிலிருந்து 20 நபர்கள் அந்த கவுன்சிலில் உறுப்பினர்களாக இருக்கவேண்டும்.

- இந்திய கவுன்சில் உறுப்பினர்கள் பாகிஸ்தான் மற்றும் ஹிந்துஸ்தானின் நாடாளுமன்றத்தின் கீழவையில் இருந்து தேர்ந்தெடுக்கப்பட்டவர்களாக இருக்கவேண்டும்.

- பாகிஸ்தான் மற்றும் ஹிந்துஸ்தானின் சட்டசபைகளை உருவாக்குவது தொடர்பான முதல் பணியாக இந்திய கவுன்சிலின் உறுப்பினர்களைத் தேர்ந்தெடுக்கும் பணி இருக்கவேண்டும்.

- பாகிஸ்தான் அல்லது ஹிந்துஸ்தானின் அவை உறுப்பினராக இருந்தவர் இந்த கவுன்சிலின் உறுப்பினராக ஆனதும் முந்தைய பொறுப்பிலிருந்து விடுவிக்கப்படுவார். பாகிஸ்தான் மற்றும் ஹிந்துஸ்தானின் சட்டசபை கலைக்கப் படும்போது இந்த கவுன்சில் உறுப்பினர்கள் புதிதாக தேர்தல் நடத்தப்பட்டு புதிய உறுப்பினர்கள் தேர்ந்தெடுக்கப்படும் வரை பதவியில் நீடிக்கலாம். அல்லது அப்போது நடந்த தேர்தலில் மீண்டும் தேர்ந்தெடுக்கப்பட்டாலும் பதவியில் தொடரலாம்.

- கவுன்சில் கூட்டங்கள் அனைத்தும் தலைவராக நியமிக்கப் பட்டவரின் தலைமையின் கீழ்தான் நடக்கவேண்டும். ஏதேனும் தீர்மானம் தொடர்பாக இரு தரப்புக்கும் சமமான வாக்குகள் கிடைத்திருந்தால் மட்டுமே அவர் தனது வாக்கைச் செலுத்தி இறுதித் தீர்மானத்தை முடிவு செய்ய முடியும். மீதி நேரங்களில் அவர் வாக்களிக்கத் தேவையில்லை.

- கவுன்சிலின் தலைவர் தீர்மானிக்கும் நாளில் தீர்மானிக்கும் இடத்தில் கவுன்சிலின் கூட்டம் நடக்கவேண்டும்.

- அனைத்து நபர்களும் கவுன்சில் கூட்டத்தில் கலந்து கொண்டாகவேண்டும் என்ற கட்டாயம் இல்லை. அதிகபட்சமாக 15 பேர் வந்தாலே கூட்டம் நடத்தப்படலாம்.

- இந்திய கவுன்சில் தனது செயல்பாடுகளைத் தானே தீர்மானித்துக்கொள்ள முடியும். கமிட்டிகளுக்குத் தேவையான அதிகாரத்தையும் அதுவே வழங்க முடியும்.

- பாகிஸ்தானிய சட்டசபையும் ஹிந்துஸ்தானிய சட்டசபையும் உருவாக்கும் இணையான சட்டங்களுக்கு ஏற்ப கவுன்சில் ஆஃப் இந்தியாவின் சாசனங்கள் காலப்போக்கில் மாற்றிக் கொள்ளலாம். இந்த கவுன்சிலின் அனைத்து உறுப்பினர்கள் அல்லது எத்தனை உறுப்பினர்களை வேண்டுமானாலும் வாக்காளர்கள் தேர்ந்தெடுக்க வழி செய்யவேண்டும். எத்தனை தொகுதிகள், எத்தனை பிரதிநிதிகள், என்னவிதமான தேர்தல் போன்ற விஷயங்களை எல்லாம் இருநாட்டு அரசாங்கங்களும் தீர்மானித்துக் கொள்ளலாம்.

7 • பாகிஸ்தான் மற்றும் ஹிந்துஸ்தானின் அரசுகள் ஒத்த சட்டங்களின் மூலம் பாகிஸ்தான் மற்றும் ஹிந்துஸ்தான் அரசு மற்றும் சட்டசபைகளின் எந்தவொரு அதிகாரத்தையும் இந்த கவுன்சிலுக்கு வழங்கலாம். இந்த கவுன்சில் எப்படிச்

செயல்படவேண்டும் என்பதை இந்தச் சட்டங்கள் தீர்மானிக்கலாம்.

- புதிய அரசியல் சாசனம் உருவாக்கப்பட்ட நாளில் இருந்து ரயில்வே மற்றும் நீர் வழிப் போக்குவரத்துத்துறைகளின் நிர்வாக அதிகாரங்களானது கவுன்சில் ஆஃப் இந்தியாவின் பொறுப்புக்கு வந்துவிடும். பாகிஸ்தான் அல்லது ஹிந்துஸ்தான் அரசுக்கு அதில் எந்த அதிகாரமும் இருக்காது. அதேநேரம் முழுமையான பாகிஸ்தான் அல்லது இந்தியப் பகுதிக்குள் ஏதேனும் ரயில் பாதையோ நீர் வழிப்பாதையோ புதிதாக அமைப்பதாக இருந்தாலோ விரிவாக்கம் செய்வதாக இருந்தாலோ மேம்படுத்துவதாக இருந்தாலோ பாகிஸ்தானி மற்றும் ஹிந்துஸ்தானிய சட்டசபைகளுக்கு அதைச் செய்துகொள்ள உரிமை உண்டு.

- பாகிஸ்தான் மற்றும் ஹிந்துஸ்தானின் நலன் சார்ந்த எந்தவொரு விஷயத்தைப் பற்றியும் கவுன்சில், ஒரு தீர்மானத்தின் மூலம் அந்தந்த அரசுகளுக்கு, தான் சரி என்று எண்ணும் ஆலோசனைகளைக் கொடுக்க முடியும். ஆனால், இந்த ஆலோசனைகளுக்கு சட்டசபைகளின் தீர்மானத்தைப் போன்ற முக்கியத்துவமோ அதிகாரமோ கிடையாது.

- பாகிஸ்தான் மற்றும் ஹிந்துஸ்தானுக்கு என்று தனித்தனியான நிர்வாக நடவடிக்கைகள் எடுக்க வேண்டிய சூழல் ஏற்படுவதைத் தடுக்கவேண்டும். அதற்கு, இரு நாட்டு சட்டசபைகளும் கவுன்சிலின் நிர்வாகச் செயல்பாடு தொடர்பாக உருவாக்கும் சட்டங்களை ஒருமித்ததன்மை கொண்டதாக உருவாக்குவதே நல்லது என்று ஆலோசனை வழங்கப்படுகிறது.

- கவுன்சிலுக்கு வழங்கியிருக்கும் எந்தவொரு அதிகாரத்தையும் எந்த நாட்டு சட்டசபையும் எப்போது வேண்டுமானாலும் விலக்கிக்கொள்ள முடியும். அந்த அதிகாரங்களானது பாகிஸ்தான் மற்றும் ஹிந்துஸ்தானின் சட்டசபைகள் கொண்டுவந்திருக்கும் சட்டங்களுக்கு ஏற்ப அமல்படுத்தப்படும். கவுன்சிலானது நிதி தொடர்பாகத் தேவைப்படும் கணக்குச் சரிபார்ப்பு, நிதிபரிமாற்றம் ஆகிய வற்றை நல்லமுறையில் நடத்திக்கொடுக்க வழி செய்ய வேண்டும்.

8 - செக்ஷன் நான்கின்படி பிரிட்டிஷ் இந்தியாவுக்கான அரசியல் சாசனம் அமலுக்கு வந்ததில் இருந்து பத்தாண்டுகள் கழித்து

பட்டியலிடப்பட்ட மாவட்டங்களில் இருக்கும் பெரும்பான்மையான முஸ்லிம்களின் பிரதிநிதிகள் ஹிந்துஸ்தானில் இருந்து பாகிஸ்தான் பிரிக்கப்படவேண்டும் என்று மேதகு மன்னரிடம் விண்ணப்பம் வைத்தால், மேதகு மன்னர் ஒரு வாக்கெடுப்புக்கு அனுமதி வழங்கலாம்.

- வாக்கெடுப்பில் கீழ்க்காணும் கேள்விகளை அடிப்படையாகக்கொண்டு அந்த வாக்கெடுப்பை நடத்தலாம்.

அ. ஹிந்துஸ்தானில் இருந்து பாகிஸ்தானைப் பிரிக்க சம்மதிக்கிறீர்களா?

ஆ. ஹிந்துஸ்தானில் இருந்து பாகிஸ்தானைப் பிரிப்பதை எதிர்க்கிறீர்களா?

9. - பெரும்பான்மையானவர்களுடைய விருப்பம் பிரிவினையாக இருந்தால் மேதகு மன்னர் பிரிட்டிஷ் இந்தியாவின் அங்கமாக பாகிஸ்தான் இனியும் இருக்கவேண்டாம் என்று அறிவித்துவிடலாம். கவுன்சில் ஆஃப் இந்தியாவைக் கலைத்துவிடலாம்.

10. - செக்ஷன் நான்கில் குறிப்பிடப்பட்டிருப்பதுபோல் இரண்டு அரசியல் சாசனங்கள் இருக்கவேண்டிய தேவை ஏற்பட்டிருக்கும் இடங்களில் பாகிஸ்தான் இனிமேல் தனி நாடு அல்ல; ஹிந்துஸ்தானின் ஒரு அங்கமே என்று அறிவிக்கலாம். பாகிஸ்தானுக்கென்று தனி அரசியல் சாசனம் உருவாக்கப்பட்டு பத்து ஆண்டுகள் முடிந்த பின்னரே இந்த அறிவிப்பு வெளியாகவேண்டும். செக்ஷன் நீ2-ல் குறிப்பிடப்பட்டிருக்கும் படியான சட்டங்களை ஹிந்துஸ்தான் மற்றும் பாகிஸ்தானின் சட்டசபைகள் நிறைவேற்றாதவரையில் இப்படியான அறிவிப்பு எதையும் வெளியிடக்கூடாது.

- பாகிஸ்தான் மற்றும் ஹிந்துஸ்தானின் மக்களால் தேர்ந்தெடுக்கப்பட்ட சட்டசபைகள், பெரும்பான்மை உறுப்பினரின் சம்மதத்தைப் பெற்ற, ஒத்த சட்டத்தை இயற்றி, கவுன்சில் ஆஃப் இந்தியாவுக்கு பதிலாக யுனைட்டட் இந்தியாவுக்கான சட்டசபையை அமைக்கவேண்டும். அதில் எத்தனை உறுப்பினர்கள் இருக்கவேண்டும், உறுப்பினர்கள் நியமிக்கப்படவேண்டுமா... தேர்தல் மூலம் தேர்ந்தெடுக்கப்படவேண்டுமா எத்தனை தொகுதிகள், எத்தனை உறுப்பினர்கள், தேர்தல் நடக்கும் விதம், இரு

அவைகளுக்கு இடையிலான தொடர்பு ஆகியவற்றை அந்த சட்டத்தின் மூலம் தீர்மானிக்கலாம்.

11 • பாகிஸ்தானும் ஹிந்துஸ்தானும் ஒரே கூட்டமைப்பாக ஆக்கப்படும் நாளில் இருந்து கவுன்சில் ஆஃப் இந்தியா அமைப்பைக் கலைத்துவிடலாம். கவுன்சில் ஆஃப் இந்தியாவசம் இருந்த அதிகாரம் முழுவதையும் இந்திய கூட்டமைப்பு அரசாங்கத்துக்குத் தந்துவிடலாம்.

• வரிவிதிப்புபோன்ற அதிகாரங்கள், பாகிஸ்தான், ஹிந்துஸ்தான் ஆகியவற்றின் சட்ட சபை, அரசாங்கம் ஆகியவற்றின் அதிகாரங்கள் எல்லாமே கூட்டாட்சி அரசாங்கத்துக்குத் தரப்பட்டுவிடவேண்டும்.

12 • இந்த யூனியன் சட்டசபையின் உறுப்பினர்களைத் தேர்ந்தெடுக்க வாக்குச்சீட்டு முறையில் இந்த சட்டத்தின் கீழ் ஒரு வாக்கெடுப்பு நடத்தப்படவேண்டும். அந்த வாக்கெடுப்புக்கான விதிகளை மேதகு மன்னர் வரையறுக்கவேண்டும்.

• ஒரு வாக்காளர் ஒன்றுக்கு மேற்பட்ட இடங்களில் தன் பெயரைப் பதிவு செய்து வைத்திருந்தாலும் ஒரே ஒரு வாக்குதான் செலுத்தவேண்டும்.

• வாக்காளர் என்பது வட மேற்கு எல்லைப் பிராந்தியம், பஞ்சாப், சிந்த், வங்காளம், பலுசிஸ்தான் ஆகிய பகுதிகளில் வசிக்கும் 18 வயது நிரம்பிய ஆண், பெண்களைக் குறிக்கும்.

13 • இந்தச் சட்டங்களை இந்திய அரசியல் சாசன (முதல்கட்ட வழிமுறைகள்) சட்டம் 194 என்று அழைக்கவேண்டும்.

இந்தச் சட்டங்களின் மூலம் நான் சொல்லவரும் தீர்மானத்தைப் புரிந்துகொள்ளக் கூடுதல் விளக்கம் ஏதும் தேவைப்படாது என்று நான் நினைக்கிறேன். கிரிப்ஸ் திட்டத்துடன் இதை ஒப்பிட்டுப் பார்ப்பதாக இருந்தால் அது தொடர்பாக நான் சில விஷயங்களைச் சொல்ல விரும்புகிறேன்.

பாகிஸ்தான் விவகாரத்தைத் தீர்த்துவைக்காமல் பிரிட்டிஷ் நாடாளுமன்றமானது டொமினியன் அந்தஸ்து அல்லது சுதந்தரம் வழங்கச் சம்மதிப்பதினால் அல்லது அப்படியான ஒன்றை இந்தியர்கள் கேட்பதினால் எந்தப் பலனும் இல்லை. பாகிஸ்தான் விவகாரம்தான் முதலில் தீர்க்கப்படவேண்டிய பிரச்னை. அதற்கு ஏதாவது ஒரு தீர்வைக் கண்டடைந்தாகவேண்டும். அதனால்தான்

இந்த சட்டத்தை முதல் கட்ட வழிமுறைகள் (ப்ரிலிமினரி ப்ரொவிஷன்ஸ் ஆக்ட்) என்று நான் குறிப்பிட்டேன்.

பாகிஸ்தான் விவகாரமானது சுய நிர்ணயம் பற்றியது என்பதால் மக்களின் விருப்பத்தின் அடிப்படையில் தீர்மானமாகவேண்டும். முஸ்லிம்கள் பெரும்பான்மையாக வசிக்கும் இடங்களில் முஸ்லிம்கள் மற்றும் முஸ்லிம் அல்லாதவர்களின் விருப்பத்தை வாக்கெடுப்பின் மூலம் தெரிந்துகொள்ளவேண்டும் என்று சொல்கிறேன். பெரும்பாலான முஸ்லிம்கள் பிரிவினைக்கு ஆதரவாகவும் பெரும்பாலான முஸ்லிம் அல்லாதவர்கள் பிரிவினைக்கு எதிராகவும் இருந்தால் முஸ்லிம்கள் பெரும்பான்மையாக வசிக்கும் மாவட்டங்களையும் முஸ்லிம் அல்லாதவர்கள் பெரும்பான்மையாக வசிக்கும் மாவட்டங்களையும் கலாசார, மத அடிப்படையில் புதிய எல்லை வகுத்துப் பிரிக்கவேண்டும். இதற்கு ஓர் எல்லை ஆய்வுக் குழு அமைக்கப்பட வேண்டும். இதனால்தான் இந்தச் சட்டத்தில் எல்லை ஆய்வுக்குழு அமைப்பது பற்றியும் பேசியிருக்கிறேன். சர்வ தேச உறுப்பினர்களையும் உள்ளடக்கியதாக அந்தக் குழு இருந்தால் மிகவும் நல்லது.

முஸ்லிம்களும் முஸ்லிம் அல்லாதவர்களும் தனித்தனியாக வாக்களிக்கவேண்டும் என்று சொன்னதற்கு இரண்டு காரணங்கள் உள்ளன. அவை மிகவும் அடிப்படையானவை என்று கருதுகிறேன். முதலாவதாக, பெரும்பான்மையினரின் சர்வாதிகாரத்தில் இருந்து சிறுபான்மையினர் பாதுகாப்பைக் கோரிப்பெற அது வழிவகுக்கும். அதை முன் நிபந்தனையாகவே அது வைக்கமுடியும். அதே நேரம் இறுதித் தீர்வு எடுக்கும் விஷயங்களில் பெரும்பான்மையின் தீர்மானத்தைத் தடுக்கும் அதிகாரம் சிறுபான்மையினருக்குக் கிடையாது. இதனால்தான் பாகிஸ்தான் விவகாரத்தில் வாக்களிக்கும் உரிமையை முஸ்லிம்களுக்கு மட்டுமே தரவேண்டும் என்று குறிப்பிட்டிருக்கிறேன்.

இரண்டாவதாக, ஒரு பெரும்பான்மை மதப் பிரிவினர் தமது தீர்மானத்தை சிறுபான்மை மதத்தினர் மீது திணிக்கக்கூடாது. அரசியல் பெரும்பான்மை பெற்ற பிரிவுதான் அரசியல் சிறுபான்மை மீது அதிகாரம் செலுத்தலாம். இந்தியாவைப் பொறுத்தவரையில் மதரீதியான சிறுபான்மைப் பிரிவானது சில பாதுகாப்பு ஏற்பாடுகளின் மூலம் மதரீதியான பெரும்பான்மையின் கீழ் வாழ வகைசெய்யப்பட்டுள்ளது. இது சமூக, பொருளாதார, அரசியல் விஷயங்களின் அடிப்படைகளைச் சார்ந்ததுதான்.

அரசியல் சாசன விஷயங்களில் பெரும்பான்மை மதப் பிரிவானது எந்த நிலையிலும் மதச்சிறுபான்மை மீது எந்தவித சர்வாதிகார ஆதிக்கத்தையும் செலுத்தவே கூடாது. இதனால்தான் முஸ்லிம்களுக்கும் முஸ்லிம் அல்லாதவர்களுக்கும் பாகிஸ்தானுக்குப் போகவிரும்புகிறார்களா... ஹிந்துஸ்தானுக்குள் இருக்க விரும்புகிறார்களா என்பது தொடர்பாகத் தனித்தனியாக வாக்களிக்கும் வசதியை உருவாக்கியிருக்கிறேன்.

எல்லை வரைவுக்குழுவானது தனது பணியை முடித்த பின்னர், பல்வேறு சாத்தியக்கூறுகள் நடக்க வாய்ப்பு உண்டு. 'அப்பாடா... எல்லைகள் வரையறுக்கப்பட்டாயிற்று. அதாவது பாகிஸ்தான் என்ற தனி நாடு நிச்சயம் கிடைத்துவிடும்' என்று முஸ்லிம்கள் சந்தோஷமடையலாம். ஒருவேளை எல்லைகள் வரையறுத்தால் மட்டும் போதாது என்று நினைத்து பாகிஸ்தான் என்ற நாட்டை உருவாக்கும் முயற்சிகளைத் துரிதப்படுத்தவும் செய்யலாம். அதற்கு இரண்டு வழிகள் அவர்கள் முன்னால் இருக்கின்றன. நேரடியாகவே பாகிஸ்தான் என்ற தனி நாட்டை உருவாக்கிக் கொண்டுவிடலாம். அல்லது ஒரு பத்து ஆண்டுகள் பொதுவான அரசாங்கம் ஒன்றின் கீழ் இருந்து, ஹிந்துக்கள் எப்படி நடந்துகொள்கிறார்கள் என்பதைப் பரிசோதித்துப் பார்த்துக் கொண்டு அதன் பின் முடிவெடுக்கலாம். சிறுபான்மையினர் தங்களை நம்பலாம் என்ற உத்தரவாதத்தைத் தர ஹிந்துக்களுக்கு ஒரு வாய்ப்பு கிடைக்கும். ஹிந்து ராஜ்யம் எப்படி இருக்கும் என்பது தொடர்பான முஸ்லிம்களின் பயங்களெல்லாம் எந்த அளவுக்கு உண்மை என்பதைத் தெரிந்துகொள்ள அவர்களுக்கும் அந்தக் கால அவகாசம் உதவும்.

இதில் இன்னொரு சாத்தியக்கூறும் இருக்கிறது. பாகிஸ்தான் என்றொரு தனி நாட்டைக் கேட்டு வாங்கிச் சென்ற பின்னர் சில காலம் கழித்து பாகிஸ்தான் அரசின் மூலம் அதிருப்தியுற்று மீண்டும் ஹிந்துஸ்தானுடன் சேர்ந்து ஒரே அரசியல் சாசனத்தின் கீழ் இணைந்து வாழ விரும்பவும்கூடும்.

இவையே எனக்குத் தெரிந்த சாத்தியக்கூறுகள். எதுவேண்டுமானாலும் நடக்கலாம் என்று இவை தொடர்பாக நாம் திறந்த மனதுடன் இருக்கவேண்டும். 'முஸ்லிம்களே இதோ பாருங்கள். இந்தியாவுடன் இருப்பதாக முடிவெடுத்தால் அதன் பின் பிரிந்து செல்லவே கூடாது. அதுபோல் பிரிந்து சென்றுவிட்டால் அதன் பின் திரும்பி வரவே கூடாது' என்றெல்லாம் சொல்லக்கூடாது. அதனால்தான் எனது ஆலோசனையில் 1) பத்தாண்டுகள் தனித்து

இருந்த பின்னர் இந்தியக் கூட்டமைப்புடன் இணைந்து கொள்ளலாம் 2) பத்தாண்டுகள் இணைந்து இருந்த பின்னர் விரும்பினால் பிரிந்து செல்லலாம் என்று குறிப்பிட்டிருக்கிறேன்.

முதலாவது சாத்தியக்கூறுதான் எனக்குக் கூடுதல் விருப்பத்துக் குரியது. என்றாலும் இரண்டாவதை நான் எதிர்க்கவும் இல்லை.

பாகிஸ்தான் என்ற தனி நாடு எப்படி இருக்கும் என்ற அனுபவத்தை முஸ்லிம்கள் பெறவேண்டும்; அதன் பின்னர் இந்தியாவுடன் இணைந்தால் அந்த இணைப்பு மிகவும் வலிமையானதாக, நீடித்து இருப்பதாக இருக்கும். பாகிஸ்தான் என்ற நாடு பிரிக்கப்படும்போது அந்தப் பிரிவினையானது முழுமையானதாக முற்றிலும் துண்டாடியதாக இருக்கக்கூடாது. பாகிஸ்தானுக்கும் ஹிந்துஸ்தானுக்கும் இடையில் தொடர்புகள் நீடிக்கவேண்டும். பின்னர் சேர்ந்துகொள்ள முடியாமல் போகும்படியான தடைகள், பிளவுகள் எதுவும் இருக்கக்கூடாது. அதனால்தான் கவுன்சில் ஆஃப் இந்தியா என்ற ஒன்றை அந்த ப்ரிலிமினரி சட்டத்தில் இடம்பெறச் செய்திருக்கிறேன். அது கூட்டமைப்பு போன்றது அல்ல. கூட்டாட்சியும் அல்ல. ஒரே அரசியல் சாசனத்தின் கீழ் இரு நாடுகளும் இணையும் வரையில் இணையாகச் செயல்படவேண்டும் என்பதற்கு மேல் அதற்கு எந்த முக்கியத்துவமும் கிடையாது.

இதுதான் எனது திட்டம்.

மதவாரியான வாக்கெடுப்பின் மூலம் இதைத் தீர்மானிக்க வேண்டும். இந்தத் திட்டம் மிகவும் வளைந்து கொடுக்கக்கூடியது. பாகிஸ்தான் என்ற தனி நாடு உருவாக ஹிந்துக்கள் விரும்பவில்லை என்பதை இது கணக்கில் எடுத்துக் கொண்டிருக்கிறது. முஸ்லிம்கள் தனி நாடு கோருவதென்பது தற்காலிகமான மனநிலை என்று கருதுகிறது. நிரந்தரமாக விவாகரத்து போல் தனியாகப் பிரிந்து செல்வது நோக்கமல்ல. வெறும் சட்டபூர்வமான பிரிவு மட்டுமே. ஹிந்துக்கள் நல்ல முறையில் நடத்துவார்கள்; அவர்களை நம்பலாம் என்று நிருபிக்க ஒரு வாய்ப்பு கிடைக்கும். பாகிஸ்தான் என்ற ஒரு நாடு எப்படி இருக்கும் என்ற அனுபவம் பெற முஸ்லிம்களுக்கும் ஒரு வாய்ப்பைத் தரும்.

சர் ஸ்டாஃபோர்ட் கிரிப்ஸின் திட்டத்துடன் என் திட்டத்தை ஒப்பிட்டுப் பார்க்கலாம். 29, மார்ச், 1943-ல் அந்த வரைவுத் தீர்மானம் வெளியிடப்பட்டது.

மேதகு மன்னரின் அரசாங்கம் கீழ்க்கண்ட தீர்மானங்களை முன் வைக்கிறது.

அ) பகைமை உணர்வுகள் மறைந்ததும் இந்தியாவுக்கான புதிய அரசியல் சாசனத்தை உருவாக்கும் முயற்சிகளை ஓர் அமைப்பின் மூலம் முன்னெடுக்கவேண்டும். இந்த அறிக்கையில் இனிமேல் அது 'தேர்ந்தெடுக்கப்பட்ட அமைப்பு' என்று குறிப்பிடப்படும்.

ஆ) கீழே குறிப்பிட்டிருப்பதுபோல் இந்தியாவின் மாநிலங்கள் அரசியலமைப்பு சாசனத்தை உருவாக்கும் அமைப்பில் இடம்பெறுவதற்கு வழிமுறைகள் செய்து தரவேண்டும்.

இ) மேதகு மன்னரின் அரசானது கீழ்கண்ட விதிமுறைகள் உறுதி செய்யப்பட்டால் மட்டுமே இந்த அரசியல் சாசனத்தை ஏற்றுக்கொண்டு அமல்படுத்த வேண்டும்:

புதிய அரசியலமைப்பு சாசனத்தை ஏற்றுக்கொள்ள விரும்பாத எந்த ஒரு பிரிட்டிஷ் இந்திய சமஸ்தானமும் தனது தற்போதைய அரசியல் சாசன நிலையைத் தக்கவைத்துக்கொள்ளலாம். அந்த சமஸ்தானத்தின் விருப்பத்துக்கு ஏற்பவே இணைத்துக் கொள்ளப்படுவதற்கு வழிமுறைகள் செய்து தரவேண்டும்.

ஏதாவது ஒரு சமஸ்தானம் இணைந்துகொள்ள விரும்பவில்லை என்றால் அவை தனித்து இருக்க அனுமதிக்கப்படவேண்டும். இந்தியக் கூட்டமைப்புக்கு என்னவிதமான அதிகாரமும் உரிமையும் தரப்படுமோ அதுபோன்ற அதிகாரமும் உரிமையும் தனித்து இருக்க விரும்பும் சமஸ்தானத்துக்கும் தரும் வகையில் புதிய அரசியல் சாசனம் உருவாக்கப்படவேண்டும்.

இணைப்பு மற்றும் பிரிவினையானது கீழ்க்கண்ட விதிமுறை களின்படி மேற்கொள்ளப்படவேண்டும்.

அரசியல் சாசனத்தை வடிவமைக்கும் குழுவானது ஒட்டு மொத்த இந்தியாவுக்கும் அதாவது பிரிட்டிஷ் இந்தியா மற்றும் அதனுடன் இணைந்துகொள்ள விருப்பம் சமஸ்தானங்களில் கூட்டமைப்பு ஆகியவற்றுக்கு ஒரேவிதமான அரசியல் சாசனத்தை உருவாக்குவதை இலக்காகக்கொண்டு செயல்படும். இந்த இடத்தில் நாம் ஒரு விஷயத்தைக் கவனத்தில் கொள்ள வேண்டும். அதிகப்படியான சமஸ்தானங்களை இணைத்துக் கொள்ள விரும்பினால், எங்களுடன் இணைந்துவிட்டால் அதன் பின்னர் பிரிந்து செல்லவே முடியாது என்று சொல்வது அறிவார்ந்த விஷயமாக இருக்காது. பொதுவான ஒரு முடிவை எட்ட முடியாமல் போனால் பிரிந்து செல்லலாம். அதற்கு எந்தத் தடையும் இருக்காது என்று சொல்வதே புத்திசாலித்தனம்.

கருத்து வேறுபாடு ஏற்பட்டால் பிரிந்து சொல்லும் சுதந்திரம் உண்டு என்ற உத்திரவாதம் இருந்தால்தான் தைரியமாக வந்து இணைந்துகொள்வார்கள்.

அனைத்து சமஸ்தானங்களிடமும் அதைத்தான் நாம் சொல்கிறோம். பொதுவான அரசியல் சாசனம் ஒன்றை உருவாக்குவதற்கு முன்வாருங்கள். எல்லாவிதமான பேச்சு வார்த்தைகள், கொடுக்கல் வாங்கல்கள், விட்டுக்கொடுத்தல் அனைத்தும் நடந்த பின்னரும் சமரசமான தீர்மானத்தை எட்ட முடியாமல் போனால் அந்த சமஸ்தானங்கள் பிரிந்து செல்ல அனுமதிக்கப்படும். இந்தியக் கூட்டமைப்புக்கு எந்தவிதமான சுய நிர்ணயம், சுதந்திரம் எல்லாம் கிடைக்குமோ அதே அளவிலான சுய ஆட்சி உரிமை அந்த சமஸ்தானங்களுக்கும் தரப்படும்.

ஒரு முழுமையான சித்திரம் கிடைக்க வேண்டும் என்பதற்காக பத்திரிகையாளர் சந்திப்பின்போது மேலும் சில தகவல்கள் சேர்த்துக் கொள்ளப்பட்டன. சமஸ்தானங்களின் இணைப்பு மற்றும் பிரிவினை தொடர்பாக சர் ஸ்டாஃபோர்ட் கிரிப்ஸ் சொன்னவை:

அரசியல் சாசன உருவாக்கக் குழுவின் செயல்பாடுகள் எல்லாம் முடிவுக்கு வந்த பின் ஏதேனும் ஒரு சமஸ்தானம் அல்லது பல சமஸ்தானங்களுக்கு அந்த அரசியல் சாசனம் ஏற்க முடியாததாக இருந்தாலோ கூட்டமைப்புடன் இணைந்துகொள்ள விருப்பம் இல்லாமல் இருந்தாலோ அந்த சமஸ்தானங்கள் சுதந்திரமாக இருந்துகொள்ளலாம். ஆனால், இணைப்புக்கு எதிராக அந்த சமஸ்தானத்தின் சபையில் 60%க்கு மேலான ஆதரவு கிடைத்திருக்கவேண்டும். 60%க்கும் குறைவான ஆதரவுதான் கிடைத்திருக்கிறது என்றால் மக்களிடையே பொது வாக்கெடுப்பு நடத்தப்பட்டு அதன் பின்னரே முடிவெடுக்கப்படவேண்டும். அந்த வாக்கெடுப்பில் ஒரு தீர்மானமானது குறைந்தபட்ச பெரும்பான்மை பெற்றிருந்தால் போதும். ஆனால், ஒரு சமஸ்தானம் கூட்டமைப்புடன் சேர வேண்டுமென்றால் அந்த சமஸ்தானத்தின் சபையில் கணிசமான ஆதரவு கிடைத்திருக்க வேண்டும் என்று சர் ஸ்டாஃபோர்ட் கிரிப்ஸ் தெளிவாகக் குறிப்பிட்டிருக்கிறார். ஒரு சமஸ்தானம் விரும்பினால் தனியான அரசியல் அமைப்பின் மூலமாக வேறொரு கூட்டமைப்பை உருவாக்கிக்கொண்டு அதனுடன் இணைந்து கொள்ளலாம். இப்படியான கூட்டமைப்பில் இணையும் சமஸ்தானங்கள் நிலவியல்ரீதியான இணைப்பைப் பெற்றிருக்கவேண்டும்.

நான் முன்வைத்திருக்கும் திட்டத்துக்கும் சர் ஸ்டாஃபோர்ட் கிரிப்ஸ் முன்வைத்திருக்கும் திட்டத்துக்கும் இடையிலான வேறுபாடு மிகவும் தெளிவாகவே தெரிகிறது அல்லவா. கூட்டமைப்புடன் இணைவதா பிரிந்து செல்லவேண்டுமா என்பது பாகிஸ்தான் என்ற நாடு இருக்க வேண்டுமா வேண்டாமா என்பதை வேறு வார்த்தையில் சொல்லும் விஷயம்தான். அந்த வகையில் சமஸ்தானங்களின் சபையே இறுதி முடிவு எடுக்கவேண்டும் என்று சர் ஸ்டாஃபோர்ட் கிரிப்ஸ் குறிப்பிட்டிருக்கிறார். நான் மக்கள் சமூகமே தீர்மானிக்க வேண்டும் என்று சொல்லியிருக்கிறேன்.

சர் ஸ்டாஃபோர்ட் கிரிப்ஸின் திட்டம் தவறானது என்பதில் எந்த சந்தேகமும் இல்லை. பிரச்னை சமஸ்தானங்கள் இடையே இருந்தால் தீர்மானிக்கும் பொறுப்பை சமஸ்தானங்களிடம் விடலாம். உதாரணமாக வரிவிதிப்பு, நீர் பங்கீடு போன்ற விஷயங்களில் ஒரு குறிப்பிட்ட சமஸ்தானத்துக்கு அல்லது அந்த சமஸ்தானத்தில் இருக்கக்கூடிய பெரும்பாலானவர்களுக்கு அதைத் தீர்மானிக்கும் அதிகாரம் உண்டு என்று சொல்லலாம். ஆனால் பாகிஸ்தான் வேண்டுமா வேண்டாமா என்பது இரு மத சமூகங்களுக்கிடையிலான பிரச்னை. ஒரே சமஸ்தானத்தில் இருக்கும் இரு மதத்தினர் இடையே ஏற்படும் பிரச்னை. இந்த இரு மதத்தினரும் என்னவிதமான அம்சங்களைக் கொண்ட பொதுவான அரசியல் அமைப்புக்குள் வாழ சம்மதிப்பார்கள் என்பதல்ல கேள்வி. பிரச்னை அதைவிட ஆழமானது. அந்த இரண்டு மதங்களைச் சேர்ந்தவர்களும் ஒரு பொதுவான அரசியல் அமைப்புக்குள் வாழ விரும்புகிறார்களா என்பதே பிரச்னை. அந்த அடிப்படையில் இது முழுவதும் மதம் சார்ந்த பிரச்னை. எனவே மதரீதியான வாக்கெடுப்பின் மூலமே அதற்கான தீர்வைக் கண்டுபிடிக்க முடியும்.

நான் சொல்லும் இந்தத் திட்டமானது எனது சுய சிந்தனையில் உதித்தது அல்ல. மூன்று முன்னுதாரணங்களில் இருந்து அதை உருவாக்கிக் கொண்டிருக்கிறேன். ஹொரேஸ் ப்ளாங்கெட் தலைமை தாங்கிய அயர்லாந்து யூனிட்டி மாநாடு, திரு ஆஸ்க்யுத் முன்வைத்த சுய ஆட்சி திருத்தச் சட்டம், அயர்லாந்து அரசின் சட்டம் 1920 ஆகிய மூன்றில் இருந்து உருவாக்கிக் கொண்டிருக்கிறேன். அப்படியாக பாகிஸ்தான் விவகாரத்துக்கு நான் முன்வைத்திருக்கும் தீர்மானமானது பல முன்னுதாரணங்களைத் தொகுத்து உருவாக்கப்பட்டதுதான்.

பாகிஸ்தான் விவகாரத்தை நான்கு வழிகளில் தீர்க்க முடியும். முதலாவதாக, பிரிட்டிஷ் அரசு இறுதி முடிவைத் தீர்மானிக்கும்

சக்தியாக இருந்து ஒரு தீர்வை முன்வைக்கலாம். 2. ஹிந்துக்களும் முஸ்லிம்களும் ஒரு தீர்மானத்தை தாமாக ஏற்றுக்கொண்டு முன்வரலாம். 3. ஒரு சர்வதேசக் குழுவிடம் இந்தப் பொறுப்பைக் கொடுக்கலாம். 4. உள் நாட்டுப் போர் மூலம் தீர்வு காணலாம்.

இந்தியா இன்று ஒருவகையில் பித்துப்பிடித்த நிலையில் இருக்கிறது. எனினும் உள் நாட்டுப் போர் மூண்டுவிடாமல் தடுக்கும் நிதான சிந்தை கொண்டவர்கள் போதுமான அளவுக்கு இருக்கிறார்கள் என்றே நம்புகிறேன். அரசியல் தலைவர்களைப் பொறுத்தவரையில் எந்தவொரு சமரசமும் ஏற்பட இப்போதைக்கு எந்த வாய்ப்பும் இல்லை. ஏப்ரல் 1942-ல் அலஹாபாத்தில் நடைபெற்ற இந்திய தேசிய காங்கிரஸ் கூட்டத்தில் திரு ஜகத் நாராயணன் லால் மூலம் கொண்டுவரப்பட்ட தீர்மானமானது பாகிஸ்தான் என்ற தனி நாட்டுக் கோரிக்கையை அங்கீகரிக்கவே இல்லை.

எந்தவொரு பிராந்தியம் அல்லது சமஸ்தானப் பகுதிக்கு இந்திய ஒன்றியம் அல்லது கூட்டமைப்பில் இருந்து பிரிந்து செல்லும் சுதந்தரம் தரப்படக்கூடாது. அப்படித் தரப்பட்டால் அது அந்த பிராந்தியங்கள், சமஸ்தானங்கள் ஆகியவற்றில் வசிக்கும் மக்கள், முழு தேசம், காங்கிரஸ் என அனைத்தின் நலன்களுக்குப் பெரும் தீங்கையே விளைவிக்கும். எனவே அந்தத் தீர்மானத்தை ஏற்க முடியாதுஎன்று அகில இந்திய காங்கிரஸ் கட்சி தெரிவித்தது.

பிரச்னையைத் தீர்க்க இரண்டு வழிகளே இருக்கின்றன. சம்பந்தப்பட்ட மக்களே ஒரு தீர்மானத்துக்கு வருவது; இன்னொன்று சர்வ தேச மத்தியஸ்தம் மூலம் ஒரு தீர்வைக் கண்டைவது. இதில் முதலாவதையே நான் ஆதரிக்கிறேன். பல்வேறு காரணங்களினால் அதுவே சரியான வழி என்று எனக்குத் தோன்றுகிறது. அரசியல்வாதிகள் ஒருமித்த கருத்தை எட்டத் தவறிவிட்டார்கள். எனவே, மக்களின் தீர்மானத்துக்கு இனிமேல் விட்டுவிடவேண்டும். ஒரு பிராந்தியத்தைத் துண்டாடுதல், ஒரு அரசாங்கத்தைச் சேர்ந்த மக்களை இன்னொரு அரசுக்கு இடம் பெயர்த்தல் முதலிய விஷயங்களை அரசியல் தலைவர்களின் தீர்மானங்களை அடிப்படையாகக்கொண்டு செயல்படுத்துவது என்பதை என்னால் புரிந்துகொள்ளவே முடியவில்லை.

போர் நடந்து வெற்றி பெற்ற தரப்புகள் தோற்கடிக்கப்பட்ட மக்களைத் தமது விருப்பப்படிக் கையாண்டதை நாம் பார்த்திருக்கிறோம். ஒரு போரில் வென்றதே அந்த மக்களை எப்படி வேண்டுமானாலும் கையாளலாம் என்ற அதிகாரத்தை

அவர்களுக்குத் தந்துவிடும். ஆனால், அப்படிப் போரிட நாம், சட்ட திட்டங்கள் இல்லாத ஒரு சமூகமாக இல்லை. இயல்பான, அரசியல் சாசன விதிமுறைகள் நடைமுறையிலிருக்கும் காலகட்டத்தில் சர்வாதிகாரிகளுக்கு இருப்பதுபோன்ற ஆதிக்கத்தை அரசியல் தலைவர்களின் சிந்தனைகளுக்குத் தரமுடியாது. மக்களாட்சி என்ற கருத்துக்கே எதிரான செயல் அது. ஒரு செயல் திட்டத்தை உருவாக்கி முன்வைக்கும் பொறுப்பு மட்டுமே அந்த அரசியல் தலைவர்களுக்குத் தரப்படலாம். மக்களை ஒதுக்கிவிட்டு ஒரு தீர்மானத்தை அவர்களாகவே முன்வைக்க அவர்களுக்கு அதிகாரம் கிடையாது. சர் ஸ்டாஃபோர்ட் கிரிப்ஸ் முன்வைத்த திட்டத்தை நான் மறுப்பதற்கான முக்கிய காரணம் இதுதான்.

முஸ்லிம் லீக் என்ன சொல்கிறதென்றால், பாகிஸ்தான் என்ற தனி நாடு உருவாகியே தீரவேண்டும். ஏனென்றால், முஸ்லிம் லீக் கட்சி அதைத்தான் விரும்புகிறது என்று சொல்கிறார்கள். இதை சர் கிரிப்ஸ் மிகவும் சரியாகவே மறுதலித்திருக்கிறார். பாகிஸ்தான் என்ற தனி நாடு உருவாகவேண்டும் என்பதை ஒரு கோரிக்கையாக முன்வைக்கும் அதிகாரம் மட்டுமே முஸ்லிம் லீகுக்கு உண்டு என்று அவர் மிகத் தெளிவாகவே குறிப்பிட்டிருக்கிறார். முடிவெடுக்கும் அதிகாரத்தை முஸ்லிம் லீகிடம் யாரும் விடவில்லை. அதுபோல் பெரும்பான்மையான மக்களின் ஆதரவைப் பெறாத காங்கிரஸ் கட்சிக்கும் பாகிஸ்தான் தொடர்பான விவகாரத்தில் இறுதித் தீர்வு சொல்லும் அதிகாரம் கிடையாது. திரு காந்தியும் திரு ராஜகோபாலாச்சாரியும் அல்லது அகில இந்திய காங்கிரஸ் கமிட்டியும் பாகிஸ்தான் என்ற தனி நாடு தரலாம் என்று முடிவு செய்வதாகவும் பஞ்சாப் அல்லது வங்காள மக்கள் அதற்கு எதிர்ப்புத் தெரிவிப்பதாகவும் இருந்தால் என்ன செய்ய? பாகிஸ்தான் என்ற நாடு உருவாக்கப்படலாம் என்று சொல்ல பம்பாய் அல்லது மதராஸ் மக்களுக்கு எந்த அதிகாரமும் இல்லை. ஏனென்றால் அது அவர்களைப் பாதிக்கப்போகிற ஒன்றே அல்ல.

பிரிவினையினால் என்னவிதமான வன்முறைகளைச் சந்திக்க நேருமோ அரசியல் பொருளாதார நிலைகளில் என்னவிதமான தலைகீழான, அஸ்திவாரத்தையே அசைக்கக்கூடிய வகையிலான மாற்றங்களைச் சந்திக்க நேருமோ அந்தப் பகுதிகளில் வசிக்கும் மக்கள்தான் அதைத் தீர்மானிக்கவேண்டும். அந்த மக்களின் வாழ்வும் வளமும் பல ஆண்டுகாலமாக அந்தப் பிராந்தியங்களுடன் பின்னிப் பிணைந்திருப்பதால் அவர்களுக்குத்தான் முடிவெடுக்கும் உரிமை உண்டு. பாகிஸ்தான் என்ற தனி நாடு வேண்டுமா

வேண்டாமா என்ற தீர்மானத்தை அந்தப் பிராந்தியங்களில் வசிக்கும் மக்கள்தான் தீர்மானிக்கவேண்டும். அதுவே பாதுகாப்பானது. அதுவே முறையானது என்று நம்புகிறேன்.

ஆனால், இந்த யோசனை என்னதான் வசீகரமானதாக, நேர்மையானதாக இருந்தாலும் சம்பந்தப்பட்ட முக்கியஸ்தர்களுக்கு அது அப்படியாகத் தெரியவில்லை என்று நினைக்கிறேன். முஸ்லிம் லீகுமேகூட இந்த யோசனைக்குப் பெரிய ஆர்வம் எதையும் காட்டவில்லை. அவர்களுடைய கோரிக்கையில் நியாயம் இல்லை என்பதால் அல்ல; வேறொரு தீர்மானமானது கூடுதல் ஈர்ப்பைக் கொண்டதாக இருக்கிறது. பிரிட்டிஷ் அரசானது தனது அதிகாரத்தைப் பயன்படுத்தி பாகிஸ்தான் என்ற தனி நாட்டை உருவாக்கித் தந்துவிடவேண்டும் என்று எதிர்பார்க்கிறார்கள்.

இந்த யோசனை ஏன் விரும்பப்படுகிறதென்றால் அது மிகவும் சுலபமானது. பொது வாக்கெடுப்பு நடத்துவதென்றால் பல முன்னேற்பாடுகள், நடவடிக்கைகள் எல்லாம் எடுக்க வேண்டியிருக்கும். அதோடு வாக்கெடுப்பில் என்ன தீர்ப்பு வரும் என்பதைச் சொல்லவும் முடியாது. பிரிட்டிஷாரிடம் பொறுப்பை விடுவதற்கு இன்னொரு காரணமும் சொல்லலாம். இதற்கு முன்பாக அப்படி நடந்துமிருக்கிறது. அயர்லாந்து சுய ஆட்சிப் பிரச்னையானது இப்படியாகத்தான் தீர்க்கப்பட்டிருக்கிறது. பிரிட்டிஷ் அரசாங்கமானது தனது ஆதிக்கத்தைப் பயன்படுத்தி அயர்லாந்தைப் பிரித்து உல்ஸ்டர் நாட்டை உருவாக்கியிருக்கிறது. அதுபோலவே இந்தியாவைப் பிரித்து பாகிஸ்தான் என்ற ஒரு நாட்டை பிரிட்டிஷாரே உருவாக்கித் தந்துவிடலாமே என்று எதிர்பார்க்கிறார்கள்.

இந்த உலகில் இருப்பவற்றிலேயே மிகவும் ஆதிக்கம் மிகுந்த அரசாங்கம் பிரிட்டிஷ் நாடாளுமன்றம்தான். ஒரு ஆணைப் பெண்ணாகவும் பெண்ணை ஆணாகவும் ஆக்கமுடியாதே தவிர பிற அனைத்து விஷயங்களையும் செய்ய பிரிட்டிஷ் நாடாளு மன்றத்தால் முடியும் என்று ஃப்ரெஞ்சு தெ எல் ஹோம் குறிப்பிட்டது சரிதான். பிரிட்டிஷ் நாடாளுமன்றத்தின் ஆதிக்கமானது வெஸ்ட் மினிஸ்டர் பிராந்திய டொமினியன்கள் மீதுமட்டுமே முழுவதுமாகச் செல்லுபடியாகும் என்றாலும் இந்தியாவைப் பொறுத்தவரையிலும் அதன் அதிகாரம் வரம்பற்றதுதான். அயர்லாந்தைப் பிரித்ததுபோல் இந்தியாவையும் பிரிப்பதை எதுவுமே தடுக்கப்போவதில்லை. பிரிட்டிஷ் நாடாளுமன்றத்தால் நிச்சயம் செய்ய முடியும். ஆனால், செய்யுமா?

அதிகாரம் இருக்கிறதா என்பது அல்ல கேள்வி. செய்ய விருப்பம் இருக்கிறதா என்பதே கேள்வி.

அயர்லாந்தில் செய்ததுபோல் இந்தியாவிலும் செய்யுங்கள் என்று கோரிக்கை வைப்பவர்கள் அயர்லாந்தில் என்ன காரணங்களினால் பிரிவினையை மேற்கொண்டார்கள் என்ற கேள்வியை முதலில் கேட்கவேண்டும். பிரிட்டிஷ் அரசாங்கம் தானாகவே விரும்பி அந்தத் தீர்மானத்தை எடுத்தார்களா... அல்லது சந்தர்ப்ப சூழ்நிலைகளுக்குக் கட்டுப்பட்டு அந்த முடிவை எடுத்தர்களா? அயர்லாந்து சுய ஆட்சி இயக்கத்தின் வரலாறு தெரிந்தவர்களுக்கு அது பிரிட்டிஷ் அரசு மனப்பூர்வமாக தானாக முன்வந்து செய்தது அல்ல. சந்தர்ப்ப சூழ்நிலைகளே அவர்களை அப்படிச் செய்யவைத்தது என்பது புரியவரும்.

அயர்லாந்து விவகாரத்தைக் கையில் எடுத்த எந்தக் கட்சியுமே பிரிவினையை விரும்பியிருக்கவில்லை. உல்ஸ்டரின் தலைவர் கார்ஸன்கூட அதை விரும்பியிருக்கவில்லை. சுய ஆட்சியை அவர் எதிர்த்தார். ஆனால், பிரிவினையையும் அவர் ஆதரிக்கவில்லை. அவருடைய முதல் நோக்கமானது சுய ஆட்சியை எதிர்ப்பதும் அயர்லாந்தின் ஒருமைப்பாட்டைத் தக்கவைப்பதும்தான். ஆனால், சுய ஆட்சி அமலாக்கப்பட்டதைத் தொடர்ந்துதான் பிரிவினைக் கோரிக்கையை முன்வைக்க நேர்ந்தது. ஹவுஸ் ஆஃப் காமன்ஸ்க்கு (கீழவைக்கு) உள்ளும் புறமுமாகப் பேசப்பட்டவற்றில் இது நன்கு தெரியவரும். திரு ஆஸ்க்யித்தின் அரசாங்கமும் பிரிவினைக்கு எதிரானதாகவே இருந்தது.

1912-ல் கொண்டுவரப்பட்ட அயர்லாந்து சுய ஆட்சி சட்டத்தின் தொடக்க நாட்களில் இருந்தே இதைப் பார்க்கமுடியும். அந்தச் சட்டத்தின் திருத்தங்கள் தொடர்பாக நடந்த பேச்சுவார்த்தைகளில் உல்ஸ்டர் பகுதியை விலக்கிவைக்கவேண்டும் என்று இரண்டு தீர்மானங்கள் முன்வைக்கப்பட்டன. முதலில் திரு அகர் ராபர்ட்ஸ் தலைமையிலான குழு முன்வைத்தது. அதன் பின் கார்ஸன், தானே ஒருமுறை அந்தத் தீர்மானத்தை முன்வைத்தார். இரண்டு முறையும் அந்தத் தீர்மானத்தை அரசு எதிர்த்தது. எனவே திருத்தங்கள் ஏற்றுக்கொள்ளப்படவில்லை.

அயர்லாந்தின் நிரந்தரமான பிரிவினையானது 1920-ல் திரு லாயிட் ஜார்ஜ் மூலம் அயர்லாந்து அரசங்கச் சட்டம் என்பதன் மூலம் கொண்டுவரப்பட்டது. அயர்லாந்தின் பிரிவினை பற்றி முதல் முதலாகப் பேசப்பட்டது இந்த சட்டத்தின் மூலம்தான் என்று பலரும் நினைக்கிறார்கள். திரு லாயிட் ஜார்ஜ் தலைமை தாங்கிய

கூட்டணி ஆட்சியில் இருந்த பழமைவாத யூனியனிஸ்ட்களின் மூலம் முன்வைக்கப்பட்டதாக நினைக்கிறார்கள். தனது கூட்டணி அரசில் பெரும்பான்மையாக இருந்த கட்சியின் கோரிக்கைக்கு அவர் உடன்படவேண்டியிருந்தது என்பது உண்மைதான். ஆனால், 1920தான் முதல் முதலாகப் பிரிவினை பற்றிய பேச்சு எழுந்தது என்று சொல்வது சரியல்ல. லிபரல் கட்சியானது தனது முடிவை மாற்றிக்கொள்ளவில்லை என்றோ பிரிவினைதான் சாத்தியமான ஒரே தீர்வு என்று சம்மதம் தெரிவிக்கவில்லையென்றோ சொல்லவும் முடியாது.

திரு லாயிட் ஜார்ஜ் கொண்டுவந்த சட்டத்துக்கு ஆறு ஆண்டுகள் முன்பாக 1914-ல் லிபரல் அரசான திரு.ஆஸ்க்யுத் அரசு ஆட்சியில் இருந்தபோதே அந்தத் தீர்வு முன்வைப்பட்டிருந்தது. அயர்லாந்து பிரிவினை எதனால் நடந்தது என்பதைத் தெரிந்துகொள்ள வேண்டுமென்றால், திரு ஆஸ்க்யுத்தின் லிபரல் அரசானது தனது முடிவை மாற்றிக்கொள்ள எவை காரணமாக இருந்தன என்பதை அலசிப் பார்த்தால்தான் புரியும். 1914 மார்ச் மாதம் நடந்த 'கராக் கலகம்' என்று அழைக்கப்படும் ராணுவ கலகமே லிபரல் அரசானது தனது முடிவை மாற்றிக்கொள்ளத் தூண்டியது என்று நான் நினைக்கிறேன்.

கராக் கலகம் என்றால் என்ன என்பது பற்றிச் சில விஷயங்களைச் சொல்கிறேன். ஆஸ்க்யுத் அரசின் தீர்மானத்தை மாற்றி அமைப்பதில் அது எந்த அளவுக்கு வழிவகுத்தது என்பது அதிலிருந்து நன்கு புரிந்துவிடும்.

1913 வாக்கில் அயர்லாந்து சுய ஆட்சி சட்டமானது கிட்டத்தட்ட இறுதி வடிவத்தை அடைந்திருந்தது. திரு ஆஸ்க்யுத், மக்கள் ஆதரவு இல்லாமல் ஆட்சியில் நீடிப்பதாக விமர்சனங்கள் எழுந்தன. இன்னொரு பொது தேர்தல் நடத்தப்படாமல் அந்தச் சட்டமானது அமலாகாது என்று அவர் உறுதியளிக்க வேண்டியிருந்தது. போர் மூண்டிருக்கவில்லையென்றால் 1915-ல் பொதுத் தேர்தல் நடந்திருக்கவேண்டும். ஆனால் யுல்ஸ்டர்காரர்கள் பொது வாக்கெடுப்பில் பங்கெடுக்க விரும்பியிருக்கவில்லை. எனவே சுய ஆட்சிக்கு எதிராகப் போராட்டங்களை ஆரம்பித்தனர். அவர்கள் பொதுவாகவே சரியான வழிமுறைகளைப் பின்பற்றியிருக்கவே இல்லை. மன்னருக்கு விசுவாசமாக இருப்பதில் இருந்து தடுக்கும் ஒரு அரசுக்கு எதிராகப் போராடுவதாக நினைத்துக்கொண்டு மிக மோசமான, மிக மிகக் கேவலமான வழிமுறைகளை முன்னெடுத்தார்கள்.

சுய ஆட்சிக் கோரிக்கையை முறியடிக்க உல்ஸ்டர்கள் ஒரு விஷயத்தை மிகவும் உறுதியாக நம்பியிருந்தார்கள். அதுதான் பிரபுக்களின் சபை (மேலவை). ஆனால், நாடாளுமன்றச் சட்டம் 1911 உருவானபோது மேலவை வலுவிழந்துவிட்டது. அதை நம்பிப் பலனில்லை என்ற நிலை உருவானது. மேலவையின் எதிர்ப்பையும் மீறி அந்தச் சட்டம் அமலாகிவிடும் என்பதும் அடுத்த தேர்தலில் ஆஸ்க்யுத் வெற்றி பெறுவார் என்பதும் தெரியவந்ததும் உல்ஸ்டர்காரர்கள் வேறு ஏதாவது ஒரு வழியை முன்னெடுத்தாகவேண்டும் என்பதைப் புரிந்துகொண்டனர். அந்த வழி ராணுவ வழி என்றும் முடிவு செய்தனர்.

இந்தத் திட்டம் இரண்டு கட்டமாக முன்னெடுக்கப்பட்டது. முதல் கட்டமாக உல்ஸ்டர்களுக்கு எதிராக ராணுவத் தாக்குதல் எதுவும் நடத்தப்படாமல் தடுக்கும் நோக்கில் மேலவை மூலம் ராணுவச் சட்டத்தை நிறுத்திவைக்க முயற்சி மேற்கொள்ளப்பட்டது. அடுத்ததாக, 'ஹோம் ரூல் என்பது ரோம் ரூல் ஆக இருக்கும்' என்ற பிரசாரத்தை முன்னெடுக்கத் தீர்மானித்தனர். அயர்லாந்தின் மீது சுய ஆட்சியைக் கொண்டுவரும்படியாக ராணுவத்தை அரசு பயன் படுத்துவதாக இருந்தால், ராணுவத்தினர் அதற்குக் கீழ்படியக் கூடாது என்ற நோக்கில் அந்தப் பிரசாரத்தை முன்னெடுக்கத் தீர்மானித்தனர். இரண்டாவது விஷயத்தை எளிதில் செய்ய முடிந்ததால் முதலாவது தேவையற்றுப் போனது.

மார்ச் 1914-ல் கராக் கலவரம் நடந்ததைத் தொடர்ந்து இந்த விஷயம் உறுதியானது. அயர்லாந்தில் இருக்கும் ராணுவ முகாம்களை யூனியன் குழுவினர் முற்றுகையிடக்கூடும் என்று அரசாங்கம் சந்தேகிக்கப் போதிய காரணங்கள் இருந்தன. மார்ச் 20ஆம் தேதியன்று அயர்லாந்தில் இருந்த தலைமை தளபதி சர் ஆர்தர் பேஜெட்டுக்கு அந்த ராணுவ முகாம்களின் பாதுகாப்பைப் பலப்படுத்தும்படி உத்தரவிடப்பட்டது. ராணுவ அதிகாரிகள் தனது உத்தரவுக்கு கீழ்ப்படியவில்லை என்றும் பதவியை ராஜினாமா செய்துவிட்டார்கள் என்றும் அவர் பதில் அனுப்பினார். ஜெனரல் சர் ஹ்யூபர்ட் காவ், உல்ஸ்டர் யூனியனிஸ்ட்களுக்கு எதிராகத் தாக்குதல் நடத்த மறுத்துவிட்டார். அவரைப் பார்த்து மற்றவர்களும் அப்படி நடந்துகொள்ள ஆரம்பித்தனர். ராணுவம் அரசியல்மயமாகிவிட்டதை அரசாங்கம் புரிந்துகொண்டது. வீரத்தைவிட விவேகம் சிறந்தது என்ற கோட்பாட்டின் அடிப்படையில் பிரிவினைக்கு சம்மதிக்கவேண்டும் என்று அரசாங்கம் முடிவெடுத்தது.

திரு ஆஸ்க்யுத் தனது முடிவை மாற்றிக்கொண்டதென்பது மனப்பூர்வமாக அல்ல; ராணுவம் கலகத்தில் ஈடுபடும் என்ற பயத்தினால்தான். அந்த பயம் மிகவும் அதிகமாக இருந்தது. பிரிவினை மேற்கொள்ளப்படாமல் சுய ஆட்சியை அமல்படுத்த முடியாது என்ற தீர்மானத்துக்கு அதுவே வழிவகுத்தது.

அயர்லாந்தில் செய்ததுபோலவே மேதகு மன்னரின் அரசாங்கமானது இந்தியாவிலும் செய்யும் என்று நம்பலாமா?

இந்தக் கேள்விக்கு என்னிடம் பதில் இல்லை. ஆனால் இரண்டு விஷயங்களைச் சொல்ல முடியும். அயர்லாந்து பிரிவினையின் மூலமாக என்னென்ன விளைவுகள் நடந்தன என்பது மேதகு அரசரின் அரசுக்கு நன்கு தெரியும். சுதந்தர அயர்லாந்து குடியரசு கிரேட் பிரிட்டனுக்கு பரம விரோதியாக ஆகிவிட்டது. அந்த விரோதத்துக்கு எல்லையே இல்லாத அளவுக்குப் போய்விட்டது. பிரிவினையினால் ஏற்பட்ட ஆழமான காயங்கள் ஆறவே ஆறாது. அந்தப் பிரிவினை மக்களின் விருப்பத்தினால் நடந்திருக்கவில்லை. அவர்களை விட மேலான ஒரு ஆதிக்கத்தினால் நடத்தப் பட்டிருக்கிறது. மன்னர் டன்க்கனை, மெக்பெத் கொன்றதைப் போல் கொடூரமான செயல் அது. அவர் கையில் படிந்த ரத்தக்கறையின் வாசமானது ‘அரேபியாவின் அத்தனை வாசனைத் திரவியங்களைப் பூசினாலும் மறையாது’ என்று லேடி மெக்பெத் சொன்னதுபோல் நிரந்தரமாகவே நீடித்திருக்கும்.

பாலஸ்தீனத்தில் யூத அராபிய பிரச்னையில் மேதகு மன்னரின் அரசு நடந்துகொள்ளும்விதத்தைப் பார்க்கும்போது அப்படியான இன்னொரு ரத்தக்களறிக்கு வழிவகுத்து விடக்கூடாது என்று தீர்மானித்திருத்தது தெரிந்தது. பீல் கமிஷனை அமைத்து நிலைமையை ஆராயும்படிக் கேட்டுக் கொண்டது. அந்த கமிஷன் பாலஸ்தீனத்தைத் துண்டாடவேண்டும் என்று சொன்னது. தீராத அந்த பிரச்னைக்கு அது ஒன்றே வழி என்பதை அரசாங்கம் கொள்கை அளவில் ஏற்றுக்கொண்டது. ஆனால் அரேபியர்களின் மேல் அப்படி ஒரு முடிவைத் திணிப்பதன் மூலம் ஏற்படும் பின்விளைவுகள் மனதில் வந்து போயின. உட்ஹெட் தலைமையில் இன்னொரு கமிஷன் அமைக்கப்பட்டது. அந்த பிரச்னையில் இருந்து தப்பிக்க வழி தேடிக் கொண்டிருந்த அரசுக்கு அந்த கமிஷன் வேறொரு வழியைக் காட்டியது.

அயர்லாந்து பிரிவினை என்பது நல்லதொரு முன்னுதாரணம் அல்ல. மிகவும் மோசமானது. அதைத் தவிர்க்கவேண்டும். அது ஒரு வகையான எச்சரிக்கைப் பாடம்; எடுத்துக்காட்டுப் பாடமல்ல.

முஸ்லிம் லீக் கேட்டுக்கொள்கிறது என்ற ஒரே காரணத்தை வைத்து மேதகு மன்னரும் இந்தியாவை அதுபோல் துண்டாடமாட்டார் என்றுதான் நினைக்கிறேன்.

முஸ்லிம் லீக்கின் கோரிக்கைக்கு அவர் எதற்காக இணங்க வேண்டும்?

உல்ஸ்டர் பிரிவினையில் பிரிட்டிஷ் அரசியல்வாதிகளில் பலருக்கு ரத்தபூர்வமான நெருக்கம் இருந்தது. அந்த ரத்த பந்தமே உல்ஸ்டர் மகளை 'விசுவாசமாக நடந்துகொள்ளும் இப்போதைய கணவனிடம் இருந்து விவாகரத்து பெற்று அவருக்குப் பிடிக்காத ஒருவருடன் சேர்ந்து வாழச் சொல்வதுபோல் இருக்கிறது' என்று கர்ஸன் பிரபுவைச் சொல்லவைத்தது. மேதகு மன்னரின் அரசாங்கத்துக்கும் முஸ்லிம் லீகுக்கும் அப்படியான பந்தம் எதுவும் இல்லை. எனவே முஸ்லிம் லீக் மேதகு மன்னரின் அரசாங்கம் தனக்குச் சாதகமாக நடந்துகொள்ளும் என்று நினைப்பது வீண் நம்பிக்கையே.

மேதகு மன்னரின் விருப்பத்தைப் பெற்று இந்தியாவைப் பிளவுபடுத்துவதென்பது முஸ்லிம் லீகுக்கு நன்மை பயக்காது என்றே நான் நினைக்கிறேன். பாகிஸ்தானென்ற தனி நாட்டைப் பெறுவதைவிட அதைப் பெறும் வழிமுறைக்கே முக்கியத்துவம் தரவேண்டும். பிரிவினைக்குப் பின்னரும் பாகிஸ்தானும் ஹிந்துஸ் தானும் நட்புறவுடன் நல்லுறவைக் கொண்டதாக இருக்க வேண்டும் என்றால் அதில்தான் கவனத்தைச் செலுத்தவேண்டும். அப்படியான முடிவு கிடைக்கவேண்டுமென்றால் எந்த வழி முறையைப் பின்பற்றவேண்டும்?

ஒரு சமூகம் இன்னொரு சமூகத்தின் மீது பெற்ற வெற்றியாகவும் இன்னொருவருக்கு அவமானகரமானதாகவும் அது இருக்கக் கூடாது. இரு தரப்பினருக்கும் மரியாதை தருவதாகவும் நல்லுறவுடனும் அது நடந்தேறவேண்டும். மக்களின் பொது வாக்கெடுப்பு அல்லாமல் இந்த நல்ல முடிவு கிடைக்க வேறு எந்த வழியும் இருப்பதாக எனக்குத் தெரியவில்லை. எது மிகச் சிறந்த வழிமுறை என்று நான் என் ஆலோசனையை மிகத் தெளிவாகவே முன்வைத்திருக்கிறேன். பிறர் அவர்களுடைய ஆலோசனைகளை முன்வைக்கலாம். எனது ஆலோசனைதான் மிகவும் சிறந்தது என்று நான் சொல்லவில்லை. எந்தத் தீர்மானமாக இருந்தாலும் நல்லெண்ணம் மற்றும் பொறுப்புணர்வு கொண்டதாக இல்லையென்றால் ஆறாத காயத்தையே ஏற்படுத்தும்.

முடிவுரை

இத்துடன் நிறுத்திக்கொள்ள விரும்புகிறேன். இந்த விவகாரம் தொடர்பாக நான் சொல்ல வேண்டிய அனைத்தையும் சொல்லி விட்டதாக நினைக்கிறேன். சட்டரீதியாகப் பேசுவதென்றால் நான் என் தரப்பு வாதங்களை முன்வைத்துவிட்டிருக்கிறேன். போதுமான அளவுக்கு விரிவாக இது பற்றிப் பேசியிருக்கிறேன். விக்டோரிய வழக்கறிஞர்களுக்கு மிகவும் பிடிக்கும்வகையில் வாதங்கள், பிரதிவாதங்கள், கோரிக்கைகள், பதில்கள், விளக்கங்கள், துணை விளக்கங்கள், பதிலடிகள் என பல அடுக்குகளில் வாதங்களை முன்வைத்திருக்கிறேன். பாகிஸ்தான் விவகாரம் தொடர்பாக சாதகமாகவும் பாதகமாகவும் இருக்கும் வாதங்கள் அனைத்தையும் முழுமையாக முன்வைக்கவேண்டும் என்ற நோக்கில் திட்டமிட்டே இதைச் செய்திருக்கிறேன்.

நூலின் இதுவரையான பகுதிகளில் அந்த வாதங்கள் இடம் பெற்றிருக்கின்றன. அவற்றில் இடம்பெற்றிருக்கும் புள்ளி விவரங்கள், தரவுகள் எல்லாம் என் நம்பிக்கைக்கும் ஆய்வுக்கும் ஏற்ப முழுவதும் உண்மையே. என்னுடைய கண்டடைதல் களையும் முன்வைத்திருக்கிறேன். ஹிந்துக்களும் முஸ்லிம்களும் இனி தமது தீர்மானத்தைக் கண்டடைந்துகொள்ளவேண்டும்.

அவர்களுக்கு அதற்கு உதவும் நோக்கில் சாராம்சமாக சிலவற்றைச் சொல்ல விரும்புகிறேன். கீழ்க்காணும் விஷயங்கள் மிகவும் முக்கியமானவை.

இந்தியாவின் அரசியல் முன்னேற்றத்துக்கு ஹிந்து முஸ்லிம் ஒற்றுமை அவசியமா? அவசியமென்றால் ஹிந்துக்களும் முஸ்லிம் தனி தேசங்கள் என்ற கோட்பாடு உருவான பின்னர் அந்த ஒற்றுமை சாத்தியமா?

ஹிந்து முஸ்லிம் ஒற்றுமை சாத்தியமென்றால் அதை தாஜா செய்வதன் மூலம் அடையவேண்டுமாய சமரசத் தீர்வின் மூலம் அடையவேண்டுமா?

தாஜா செய்வதன் மூலம் அடையவேண்டுமென்றால் முஸ்லிம்களின் மனப்பூர்வமான கூட்டுறவைப் பெறும் வகையில் பிற விஷயங்கள் எதையும் கணக்கில் கொள்ளாமல், இன்னும் புதிதாக முஸ்லிம்களுக்கு என்னென்ன சலுகைகள் எல்லாம் செய்து தரவேண்டியிருக்கும்?

சமரசத் தீர்வின் மூலம் பிரச்னை தீர்க்கப்படவேண்டுமென்றால், அதில் என்னவெல்லாம் இடம்பெறவேண்டும்? (அ) பாகிஸ்தான், ஹிந்துஸ்தான் என்று இரண்டு நாடுகளாகப் பிரிக்கப்படவேண்டும். (ஆ) சட்டசபை, நிர்வாக அமைப்புகள், அரசுப் பணிகள் ஆகிய வற்றில் ஐம்பது ஐம்பது சதவிகித இடங்கள் தரப்படவேண்டும் என்ற இந்த இரண்டு தீர்வுகளில் எதைத் தேர்ந்தெடுக்கவேண்டும்?

பிரிட்டிஷாரிடமிருந்து சுதந்தரத்தைப் பெற்றபின், பிளவுபடாத ஒரே தேசமாக இந்தியா இருக்குமென்றால், அதன் சுதந்தரத்தைப் பேணிக் காப்பதில் ஹிந்துக்கள், முஸ்லிம்கள் இருவர் மீதும் ஒரே மாதிரியான நம்பிக்கையுடன் இருக்கமுடியுமா?

ஹிந்துக்கள், முஸ்லிம்கள் என்ற இரு சமூகங்களும் இரு தனியான தேசம் போன்றவர்கள்; இரு சமூகங்களின் இறுதி இலக்குகளும் ஒன்றுக்கொன்று எதிரானவை என்பது போன்ற புதிய கோட் பாடுகள் உருவாகிவிட்டிருக்கின்றன. இந்த நிலையில் இரு நாடுகளுக்குமான ஒரே அரசியல் சாசனம் உருவாக்கப்பட்டால் இரு தரப்பும் அதற்குக் கட்டுப்பட்டு நடப்பார்களாய அதை முடக்கப் பார்ப்பார்களா?

இரு நாடுகள் கோட்பாடு எளிதில் புறந்தள்ள முடியாததாக ஆகிவிடும் நிலையில், இந்தியா ஒற்றை அலகாக, ஒத்திசைவு மிகுந்த தேசமாக, பொதுவான இலக்குகள், பொதுவான நம்பிக்கைகளைக் கொண்ட அமைப்பாக ஆகமுடியாமல் போய் விடாதா? இதன் காரணமாக வலு குறைந்த, நோய்க்கூறு மிகுந்த ஒரு தேசமாக பிரிட்டிஷார் அல்லது வேறு ஏதாவது அந்நிய சக்தியின் ஆதிக்கத்தின் கீழ் முடங்கிவிடாதா?

இந்தியா ஒற்றை தேசமாக ஆக முடியாமல் போனால் ஒத்திசைவு இல்லாத இந்த தேசத்தை அமைதியான முறையில் பாகிஸ்தான், ஹிந்துஸ்தான் என்று இரண்டாகப் பிரிப்பதுதானே இந்தியர்களுக்கு நல்லது.

முஸ்லிம் தேசமான பாகிஸ்தான், ஹிந்து ராஜ்ஜியமான ஹிந்துஸ்தான் என இரண்டு சுதந்தரமான தனி நாடுகளுடைய வளர்ச்சிக்கு வழி வகுப்பது நல்லதா? ஹிந்துக்களும் முஸ்லிம்களும் என்றாவது ஒன்றாகிவிடுவார்கள்; ஒரே தாய் நாட்டின் குடிமகன்களாகிவிடுவார்கள் என்ற பொய்யான நம்பிக்கையின் அடிப்படையில் இந்தியாவை ஒற்றை தேசமாகவே வைத்திருப்பது நல்லதா?

இந்தப் புத்தகத்தின் முந்தைய பக்கங்களில் இடம்பெற்றிருக்கும் விஷயங்களைப் படித்துப் பார்த்து சொந்தமாக ஒரு தீர்மானத்துக்கு ஒருவர் வருவதை மூன்று விஷயங்கள் தடுக்கக்கூடும். 1. பொய்யான வரலாற்று அடிப்படையிலான தேச பக்தி 2. இந்திய பகுதி மீது தமக்கு மட்டுமே தனிச்சிறப்பான உரிமை இருப்பதான பொய்யான நம்பிக்கை. 3. சுயமாக சிந்திக்க விருப்பமில்லாத நிலை.

இந்த மூன்று தடைகளில் கடைசி விஷயத்தைத் தாண்டுவது மிக மிகக் கடினம். துரதிஷ்டவசமாக இந்தியாவில் சிந்தித்து முடிவெடுப்பது என்பது அரிதானது. அதிலும் சுதந்தரமான சிந்தனை என்பது மிக மிக அரிது. ஹிந்துக்களைப் பொறுத்த வரையில் இது முற்றிலும் உண்மை. இதனால்தான் இந்தப் புத்தகத்தின் பெரும்பகுதி அவர்களை நோக்கியே பேசுகிறது. இதற்கான காரணங்கள் மிகவும் எளிது. ஹிந்துக்கள்தான் பெரும்பான்மையாக இருக்கிறார்கள். அதனால் அவர்களுடைய பார்வைக்கு முக்கியத்துவம் உண்டு. உணர்ச்சிமயமாகதாக இருந்தாலும் பகுத்தாராய்ந்து சொல்வதாக இருந்தாலும் அவர்களுடைய எதிர்ப்புகளுக்குத் தெளிவான பதில் சொல்லப் படவில்லையென்றால் அமைதித் தீர்வு ஏற்பட வாய்ப்பே இல்லை.

இதைவிட அவர்களை நோக்கியே நான் எனது இந்தப் புத்தகத்தில் கூடுதலாகப் பேசியிருப்பதற்கு இன்னொரு காரணமும் உண்டு. அது பிறருக்கு எளிதில் புரிய முடியாததாக இருக்கலாம். ஹிந்துக்களை வழி நடத்தும் தலைமைப் பொறுப்பில் இருப்பவர்கள் கார்லைல் சொன்னதுபோல் 'கூர்ந்து நோக்கும் திறனை' இழந்து விட்டிருக்கிறார்கள். போலிப் பெருமிதங்கள், மன மயக்கங்கள் இவற்றின் அடிப்படையில் வழிநடத்தப்படுகிறார்கள். இதன் விளைவாக ஹிந்துக்களுக்குப் பேரபாயங்கள் ஏற்படும் என்று நான் பயப்படுகிறேன்.

ஹிந்துக்கள் காங்கிரஸின் பிடியில் இருக்கிறார்கள். காங்கிரஸ் திரு காந்தியின் பிடியில் இருக்கிறது. திரு காந்தி காங்கிரஸைச் சரியான திசையில் வழிநடத்துவதாகச் சொல்லமுடியாது.

முதலாவதாக, திரு காந்தி இந்த விஷயத்தைப் பேசுவதில் இருந்து தப்பிப்பதற்காக இரண்டு விஷயங்களில் தஞ்சமடைகிறார். இந்தியாவைப் பிளப்பதென்பது தார்மிகரீதியில் மிகவும் தவறான செயல்; அதற்கு ஒருபோதும் துணைபோகமாட்டேன் என்று சொன்னார். இது விசித்திரமான வாதம். தேசப் பிரிவினை, இயற்கை மற்றும் வரலாற்றுக் காரணிகளினால் தேச எல்லையை மாற்றிக்கொள்ள வேண்டிவருவது இவையெல்லாம் இந்தியவுக்கு மட்டுமே ஏற்படும் பிரச்னை அல்ல. போலந்து தேசம் மூன்று முறை பிரிக்கப்பட்டிருக்கிறது. இனியும் அது பிளவுபடாது என்று யாரும் உத்தரவாதம் தரவும் முடியாது.

கடந்த 150 ஆண்டுகளில் ஐரோப்பாவில் இருக்கும் நாடுகளில் வெகு சொற்பமானவை மட்டுமே பிளவுபடாமல் இருந்திருக்கின்றன. எனவே, ஒரு தேசப் பிரிவினை என்பது தார்மிக ஒழுக்கம் சார்ந்ததோ தார்மிகத்தை மீறியதோ அல்ல. அது ஒரு சமூக, அரசியல் அல்லது ராணுவப் பிரச்னை. அதில் பாவம், புண்ணியம் என்று எதுவும் இல்லை.

முஸ்லிம் லீக் கட்சியானது ஒட்டுமொத்த இந்திய முஸ்லிம்களைப் பிரதிநிதித்துவப்படுத்தும் கட்சி அல்ல; பாகிஸ்தான் கோரிக்கை என்பது திரு ஜின்னாவின் கற்பனை இலக்கு மட்டுமே என்று திரு காந்தி கூறியிருக்கிறார்.

முஸ்லிம்கள் மீது திரு ஜின்னாவின் செல்வாக்கு நாளுக்கு நாள் அதிகரித்துவருகிறது; அவர் எப்படியெல்லாம் தனது ஆதரவு சக்திகளைப் போருக்கு அணிதிரட்டி வருகிறார் என்பதெல்லாம் திரு காந்தியின் கண்ணில் படவில்லையா? இதற்கு முன்புவரை திரு ஜின்னா ஒரு மக்கள் தலைவராக இருந்ததில்லை. அவருக்கு மக்கள் மீது அவநம்பிக்கையே இருந்தது. பட்டப் படிப்பு முடித்தவர்களை மட்டுமே காங்கிரஸில் சேர்த்துக்கொள்ளவேண்டும் என்று திரு ஜின்னா சொன்னதாக பண்டித ஜவாஹர்லால் நேரு தனது சுயசரிதை நூலில் குறிப்பிட்டிருக்கிறார்.

திரு ஜின்னா இஸ்லாமிய மதிப்பீடுகளை முறையாகப் பின்பற்றும் விசுவாசமான முஸ்லிம் அல்ல; எம்.எல்.ஏ.வாகப் பதவி ஏற்கும்போது புனித குர்ரானை முத்தமிட்டு பிரமாணம் செய்வது அல்லாமல் அதில் என்ன எழுதப்பட்டிருக்கிறது; அதன் முக்கிய விதிமுறைகள் என்ன என்பது பற்றியெல்லாம் அவருக்கு ஒன்றுமே தெரியாது. மசூதிகளுக்கு அவர் மத நம்பிக்கையுடன் சென்றாரா வெறும் வேடிக்கை ஆர்வத்துடன் சென்றாரா என்று நம்மால் உறுதியாகச் சொல்லமுடியாது.

இதற்கு முன்பாக, இஸ்லாமிய மத நிகழ்ச்சிகள், அரசியல் நிகழ்ச்சிகள் எதிலும் இஸ்லாமியர் மத்தியில் இருந்ததாக அவரை யாரும் பார்த்ததில்லை. ஆனால், இப்போது திரு ஜின்னா தலைகீழாக மாறிவிட்டார். மக்கள் தலைவராக ஆகிவிட்டார். மக்களுக்கு மேலானவராகத் தம்மை இப்போது அவர் நிறுத்திக் கொள்வதில்லை. மக்களில் ஒருவராக ஆகிவிட்டார். இஸ்லாமிய மக்கள் இப்போது அவரைத் தமது தலையில் தூக்கிவைத்துக் கொண்டாடுகிறார்கள். காயிதே ஆஸாம் என்று போற்றுகிறார்கள்.

இஸ்லாமிய மத நம்பிக்கை கொண்டவராக மட்டுமல்ல; அதற்காக உயிரையே கொடுக்கவும் தயாராகிவிட்டார். குத்பா கேட்க இன்று மசூதிகளுக்கு அவர் சொல்கிறார். ஈத் திருவிழாக் கூட்டங்களில் ஆர்வத்துடன் பங்கெடுக்கிறார். டோங்க்ரி, நல்பஸார் என்பவை யெல்லாம் இதற்கு முன்னால் வெறும் பெயரளவில்தான் அவருக்குத் தெரிந்திருந்தன. இன்று அவர் அங்கெல்லாம் செல்கிறார்.

பம்பாயில் நடக்கும் எந்தவொரு இஸ்லாமிய கூட்டமும் அல்லாஹு அக்பர், காயிதே ஆஸம் நீடுழி வாழ்க என்ற கோஷங்கள் இல்லாமல் ஆரம்பிப்பதும் இல்லை; முடிவதும் இல்லை. இந்த விஷயத்தில் இங்கிலாந்து அரசர் முதலாம் சார்லஸின் மகிழ்ச்சியற்ற மாமனாரும் ஃப்ரான்ஸின் அரசருமான நான்காம் ஹென்றியைப் போலவே நடந்துகொள்கிறார். அவர் கால்வினிய மத நம்பிக்கை கொண்டவர். எனினும் பாரிஸில் நடைபெற்ற கத்தோலிக்க சர்ச் வழிபாடுகளில் பங்கெடுத்தார். பாரிஸ் மக்களின் ஆதரவைப் பெற தன்னுடைய கால்வினிய நம்பிக்கைகளை மாற்றிக்கொண்டு கத்தோலிக்க வழிபாடுகளில் பங்கெடுப்பது உதவிகரமாக இருக்கும் என்று நம்பினார். நான்காம் ஹென்றியின் பின்னால் ஃபிரான்ஸ் மக்கள் அணிதிரண்டதுபோல் டோங்க்ரி, நல்பஸார் மக்களின் ஆதரவு கிடைப்பது தனக்கு அவசியம் என்று ஜின்னா கருதியிருக்கிறார். இது ஒரு தெளிவான வியூகம். மக்களைத் தன் பக்கம் திரட்டும் வழிமுறை.

பகுத்தறியும் சிந்தனைகளில் இருந்து மூடநம்பிக்கையின் பக்கம் வீழ்வதாக இது ஆகிறது; தனது கொள்கைகளுடன் சேர்ந்து மூழ்குகிறார். அதுவே இஸ்லாமிய சமூகத்தின் வெவ்வெறு தளங்களுக்கும் ஊடுருவிச் சென்று அந்த சமூகத்தின் சிந்தனைப் போக்கைத் தீர்மானிப்பதாகவும் ஆகிறது. உள்ளங்கை நெல்லிக்கனிபோல் இது மிகத் தெளிவாகப் புலனாகிறது.

தேசியவாத முஸ்லிம்கள் என்று அழைக்கப்படும் மக்கள் குழுவை நம்பித்தான் திரு காந்தி தனது அசாதாரணமான பார்வையை முன்வைக்கிறார். தேசியவாத முஸ்லிம்களுக்கும் முஸ்லிம் லீகில் இருக்கும் மதவாத முஸ்லிம்களுக்கும் இடையில் எந்தவித வேறுபாட்டையும் பார்க்கமுடியவில்லை. மத நம்பிக்கை, இலக்கு, கொள்கை ஆகியவற்றில் தேசியவாத முஸ்லிம்களை முஸ்லிம் லீகில் இருந்து வேறுபடுத்திக்காட்டும் அளவுக்கு ஏதாவது இருக்கிறதா என்பது பெரும் சந்தேகமே.

இந்த இரண்டு தரப்புகளுக்கு இடையிலும் எந்தவித வேறுபாடும் இல்லை; காங்கிரஸில் இருக்கும் தேசியவாத முஸ்லிம்கள் எல்லாம் உண்மையில் மதவாத முஸ்லிம்களின் கிளை போன்ற நீட்சி மட்டுமே என்று பல காங்கிரஸ்காரர்கள் கருதுகிறார்கள். இதில் உண்மை இல்லாமல் இல்லை. பிரிட்டிஷார் மதவாத பிரதிநிதித்துவ சட்டம் கொண்டுவந்தபோது அதை எதிர்க்க தேசியவாத முஸ்லிம்களின் தலைவரான டாக்டர் அன்சாரி மறுத்துவிட்டார். காங்கிரஸும் தேசியவாத முஸ்லிம்களும் கொண்டுவந்த தீர்மானத்தின்படி முஸ்லிம்களுக்குத் தனி வாக்குரிமை தரப்பட்ட போதிலும் பிரிட்டிஷ் கொண்டுவந்த சட்டத்தை எதிர்க்க மறுத்துவிட்டார்.

முஸ்லிம் லீகை எதிர்த்துவந்த பல முஸ்லிம்கள் அதில் இடம்பெறவும் அதனுடன் இணக்கமாகப் போகவும் முடிவு செய்துவிட்டிருக்கிறார்கள். சர் சிகந்தர் ஹையத் கான், மறைந்த வங்காள ப்ரிமியர் திரு ஃபஸ்லுல் ஹக் ஆகியோரின் மனமாற்றத்தைப் பார்க்கும் எவரும் இந்த உண்மையை மறுக்கவே மாட்டார்கள். திரு சிகந்தரும் திரு ஃபஸ்லுல் ஹக்கும் 1937-ல் திரு ஜின்னா முஸ்லிம் லீகுக்கு புத்துயிர் கொடுக்க முயற்சிகள் மேற்கொண்டபோது, தமது பிராந்தியங்களில் முஸ்லிம் லீகின் கிளைகள் அமைக்கப்படுவதற்கு எதிர்ப்பு தெரிவித்திருந்தனர். அவர்களுடைய எதிர்ப்பைப் பொருட்படுத்தாமல் பஞ்சாபிலும் வங்காளத்திலும் முஸ்லிம் லீகின் கிளைகள் ஆரம்பிக்கப்பட்ட ஒரு வருடத்துக்குள் இவர்கள் இருவரும் அதில் சேரவேண்டிய கட்டாயம் உருவாகிவிட்டது. முஸ்லிம் லீகின் வெற்றியை நிரூபிக்க இதைவிட வேறு என்ன ஆதாரம் வேண்டியிருக்கும்?

இவற்றையெல்லாம் கணக்கில் கொள்ளாமல் திரு காந்தி, திரு ஜின்னாவுடனும் முஸ்லிம் லீகுடனும் ஒரு சமரசத் தீர்வை எட்ட முயற்சி செய்யாமல் வேறுவிதமாகச் செயல்பட ஆரம்பித்தார். 8,

ஆக, 1942-ல் வெள்ளையனே வெளியேறு என்ற தீர்மானத்தை காங்கிரஸ் மூலம் கொண்டுவந்தார். அது அடிப்படையில் பிரிட்டிஷ் அரசுக்கு எதிரான நடவடிக்கை. கூடவே இந்திய சிறுபான்மையினர் விவகாரத்தில் பிரிட்டிஷ் அரசின் குறுக்கீடுகளைத் தவிர்க்கும் முயற்சியும் கூட. அதன் மூலம் காங்கிரஸ் கட்சியானது தனது புரிதலுக்கேற்ப அந்த விவகாரத்தைத் தீர்மானித்துக்கொள்ளும் உரிமையை வென்றெடுக்கும் முயற்சியும் கூட.

முஸ்லிம்களையும் இதர சிறுபான்மையினரையும் ஓரங்கட்டிவிட்டு சுதந்தரத்தை வென்றெடுப்பதற்கான முயற்சி. உண்மையான நோக்கமாக அது இல்லாமல்கூட இருக்கலாம் ஆனால் அப்படியான ஒரு முயற்சியாகவே அது நடைமுறையில் இருந்தது. வெள்ளையனே வெளியேறு இயக்கம் முழுமையாகத் தோற்றுப்போனது. அது ஒருவகையில் பைத்தியக்காரத்தனமான போராட்டம். மிகவும் மோசமான வடிவில் வெளிப்பட்டது. அந்தப் போராட்டத்தில் கொள்ளையடிப்பு, படுகொலை, தீவைப்பு போன்றவற்றில் பாதிக்கப்பட்டவர்கள் இந்தியர்கள். அந்த பாதிப்பை நிகழ்த்தியவர்கள் காங்கிரஸ்காரர்கள்.

சிறைப்படுத்தப்பட்ட திரு காந்தி மார்ச் 1943-ல் உண்ணாவிரதத்தை ஆரம்பித்தார். 21 நாள் நடந்த அந்த உண்ணாவிரதத்தின் மூலம் நிலைமையைக் கட்டுக்குள் கொண்டுவர முயற்சி செய்தார். அதிலும் தோற்றார். அவருடைய உடல்நிலை மோசமானது. தமது கட்டுப்பாட்டில் இருக்கும்போது திரு காந்தி இறந்துவிட்டால் அந்த அவப் பெயரைச் சுமக்கவேண்டிவந்துவிடும் என்று கருதி பிரிட்டிஷார் அவரை உடனே விடுதலை செய்தனர். வெளியில் வந்த அவருக்கு இலக்கை மட்டுமல்ல பாதையையுமே இழந்துவிட்டோம் என்பது புரிந்தது. வெள்ளையனே வெளியேறு இயக்கத்தின் மூலமும் அதையொட்டி நடந்த வன்முறைகளின் மூலமும் இந்தியாவின் முக்கியமான கட்சி என்ற மரியாதையை பிரிட்டிஷார் முன் இழந்துவிட்ட நிலையில் வைஸ்ராயுடன் சமரசப் பேச்சுவார்த்தைக்கு திரு காந்தி முன்வந்தார். அந்த முயற்சியும் தோற்றுப்போய்விடவே திரு ஜின்னாவின் பக்கம் திரும்பினார்.

ஜின்னாவைச் சந்தித்து மதவாதப் பிரச்னை பற்றிப் பேசவிரும்புவதாக திரு ஜின்னாவுக்கு 17, ஜூலை, 1944-ல் திரு காந்தி கடிதம் எழுதினார். பம்பாயில் தனது வீட்டில் திரு காந்தியைச் சந்திக்க திரு ஜின்னா சம்மதம் தெரிவித்தார். 9, செப், 1944-ல் அந்த சந்திப்பு நடந்தது. அவர் கண் முன்னால் கூசவைக்கும் ஒளியுடன்

இருந்த ஒன்றை இதுவரை பார்க்கத் தவறிய திரு காந்தி ஒருவழியாக கண்ணைத் திறந்து யதார்த்தத்தைப் புரிந்துகொள்ள முன்வந்தார்.

திரு ராஜகோபாலாச்சாரி முன்வைத்த தீர்மானத்தின் அடிப்படையில் ஏப், 1944-ல் திரு ஜின்னாவிடம் அந்தப் பேச்சுவார்த்தை நடந்தது. மார்ச் 1943-ல் திரு காந்தி சிறையில் உண்ணாவிரதம் இருந்தபோது திரு ராஜகோபாலாச்சாரி அவருடன் பேசியதன் அடிப்படையில் திரு காந்தியின் சம்மதத்துடன் அந்த தீர்மானம் உருவாக்கப் பட்டிருந்தது. ஆனால், 1944- ஏப்ரல் வரை இது திரு ஜின்னாவிடம் தெரிவிக்கப்பட்டிருக்கவில்லை. சி.ஆர். திட்டம் (ஃபார்முலா) என்று அழைக்கப்பட்ட அந்தத் தீர்மானம்:

சுதந்தர இந்தியாவின் அரசியல் சாசனம் தொடர்பாக வரையறுக்கப்பட்ட விதிமுறைகளின் தொடர்பாக, முஸ்லிம் கட்சியானது இந்தியாவின் சுதந்தரக் கோரிக்கைக்கு தன் ஆதரவைத் தரவேண்டும். இடைக்கால அரசு ஒன்றை உருவாக்குவதில் காங்கிரஸுடன் இணைந்து செயல்பட தன் சம்மதத்தைத் தெரிவிக்கவேண்டும்.

இரண்டாம் உலகப் போர் முடிவுக்கு வந்ததும், முஸ்லிம் மக்கள் தொகை முழுப் பெரும்பான்மையுடன் இருக்கும் இந்தியாவின் வடமேற்கு மற்றும் கிழக்குப் பகுதிகளில் தொட்டடுத்து இருக்கும் மாவட்டங்களின் எல்லையை மறுவரையறை செய்ய ஒரு குழு அமைக்கப்படவேண்டும். அப்படி எல்லை மறுவரையறை செய்யப்பட்ட பகுதிகளில் ஹிந்துஸ்தானில் இருந்து பிரிந்து செல்வது தொடர்பாக வயது வந்த அனைவரும் வாக்களிக்கும் வகையில் அல்லது வேறு நடைமுறை சார்ந்த வாக்களிப்பு முறையில் தேர்தல் நடத்தப்படவேண்டும். ஹிந்துஸ்தானிடம் இருந்து பிரிந்து தனியான, இறையாண்மை மிகுந்த தேசம் ஒன்றை அமைக்கவேண்டும் என்று பெரும்பான்மையினர் வாக்களித்தால், எந்த அரசுடன் சேரவேண்டும் என்பது தொடர்பாக எல்லைப்புற மாவட்டங்களுக்கு இருக்கும் உரிமையைக் கணக்கில் கொள்ளாமல் தனி நாடு உருவாக்கப்படவேண்டும்.

வாக்கெடுப்பு நடக்கும் முன்பாக, தமது தரப்பு வாதங்களை மக்கள் முன் வைக்க அனைத்து கட்சிகளுக்கும் அமைப்புகளுக்கும் முழு உரிமை தரப்படும்.

பிரிவினை நடக்கும்பட்சத்தில் ராணுவம், வர்த்தகம், தகவல் தொடர்புகள் போன்ற பிற முக்கிய விஷயங்கள் தொடர்பாக பரஸ்பரம் பேசி ஒரு சமரசத் தீர்வு எட்டப்படவேண்டும்.

மக்களின் இடப்பெயர்ச்சி என்பது முழுவதும் அந்த மக்களின் தன்னிச்சையான விருப்பத்தின் அடிப்படையிலேயே நடத்தப்பட வேண்டும்.

இந்திய அரசிடம் முழு அதிகாரத்தையும் பொறுப்பையும் பிரிட்டன் தந்தால்தான் இந்த விதிமுறைகள் நடைமுறைக்கு வரும்.

9, செப்டம்பரில் ஆரம்பமான பேச்சுவார்த்தை 27 செப்டம்பர் வரை 28 நாட்கள் நீடித்தது. அதன் பின் அந்தப் பேச்சுவார்த்தை தோல்வியில் முடிவடைந்ததாகச் சொல்லப்பட்டது. அந்தத் தோல்வி பலதரப்பட்ட மக்களிடம் பல்வேறு எதிர்வினைகளை உருவாக்கியது. சிலர் மகிழ்ச்சி அடைந்தனர். பிறர் வருத்தப்பட்டனர். ஆக்கபூர்வமான தீர்மானம் உருவாகும் என்று எதிர்பார்த்த நிலையில் அது நடக்காமல் போனதால் திரு காந்திக்கு பிரிட்டிஷாரிடம் செல்வாக்கு பெறும் முயற்சியும் பஞ்சாபில் இருந்த யூனியனிஸ்ட் கட்சியினரிடம் திரு ஜின்னா செல்வாக்கு பெறும் முயற்சியும் பின்னடைவைச் சந்தித்தன.

பேச்சுவார்த்தையில் ஈடுபட்ட ஆளுமைகளிடமிருந்த குறைகளினால் அந்தத் தோல்வி ஏற்பட்டிருக்கலாம். எனினும் சி.ஆர். ஃபார்முலாவில் இருந்த பல உள்ளார்ந்த குறைகளினால்தான் அந்த முயற்சி தோல்வி அடைந்தது என்பதை ஒப்புக்கொண்டுதான் ஆகவேண்டும்.

முதலாவதாக, மதவாதப் பிரச்னையை அரசியல் பிரச்னையுடன் பிரிக்கவேமுடியாத அளவுக்குப் பிணைத்தது. அரசியல் தீர்வு கிடைக்கவில்லையென்றால் மதவாதப் பிரச்னைக்கும் தீர்வு காணமுடியாது என்ற அடிப்படையில் அது உருவாக்கப்பட்டிருந்தது. அந்தத் தீர்மானம் எந்தவொரு தீர்வையும் முன்வைக்கவில்லை. திரு ஜின்னாவை ஒரு ஒப்பந்தத்துக்கு அழைத்தது. நீங்கள் இந்தியாவின் சுதந்தரத்துக்கு உதவினால் நீங்கள் கேட்கும் பாகிஸ்தான் கோரிக்கை பற்றிப் பரிசீலிப்போம் என்று சொன்னது.

இந்தியாவுக்கு சுதந்தரம் பெற இது நல்ல வழி என்று திரு ராஜகோபாலாச்சாரியாரிடம் யார் சொன்னார்கள் என்று தெரியவில்லை. பழங்காலத்தில் ஹிந்து அரசர்கள், படையெடுத்து வரும் அரசர்களுக்குத் தமது இளவரசிகளை மணமுடித்துக் கொடுத்து தமது சுதந்தரத்தைக் காப்பாற்றிக் கொண்ட வழிமுறையைப் பார்த்துத்தான் இந்த முடிவுக்கு அவர் வந்திருப்பார் என்று நினைக்கிறேன். இப்படியான ஒப்பந்தங்களின்

மூலம் நல்ல கணவரும் கிடைக்கமாட்டார். நல்ல நட்பும் கிடைக்காது.

சுதந்தரத்துக்கு உதவினால்தான் மதவாதப் பிரச்னைக்குத் தீர்வு காண முன்வருவேன் என்பது இப்படியான பிரச்னைக்குத் தீர்வு காணும் சரியான வழி அல்ல. மிகவும் அறிவீனமான வழி. ஒரு தரப்பு இன்னொரு தரப்புக்கு மதம் சார்ந்த சில சலுகைகள் தருவேன் என்று சொல்லி தன் வலையில் விழவைக்கும் தந்திரம். மதவாதப் பிரச்னைக்கான தீர்வை ஏதோ விற்பனைப் பண்டமாக சி.ஆர். ஃபார்முலா முன்வைத்திருக்கிறது.

அந்த ஃபார்முலாவில் இருக்கும் இரண்டாவது பெரிய பிழை என்னவென்றால் அது முன்வைக்கும் தீர்மானத்தை நடத்திக் கொடுக்கும் அமைப்பாக அது எதைச் சொல்கிறது என்பதில் இருக்கிறது. சி.ஆர். ஃபார்முலாவானது இடைக்கால அரசிடம் அந்தப் பொறுப்பை ஒப்படைக்கிறது. இதை முன்வைத்ததன் மூலம் திரு ராஜகோபாலாச்சாரியார் இரண்டு விஷயங்களைக் கவனிக்கத் தவறிவிட்டார். இடைக்கால அரசு அமைக்கப்பட்டதும் தரப்பட்ட இரண்டு வாக்குறுதிகளும் ஒரே நேரத்தில் நிறைவேற்றப் படுவதாக இல்லை. ஒன்று முன்னதாகவே நிறைவேற்றப்படும். இன்னொன்று பின்னர் நிறைவேற்றப்படும் என்பதாக அது இருக்கிறது. இடைக்கால அரசு அமைக்க முஸ்லிம் லீக் சம்மதம் தெரிவிப்பதன் மூலம் அதனுடைய வாக்குறுதியை அது நிறை வேற்றிவிடுகிறது. ஆனால், பாகிஸ்தான் தொடர்பாக காங்கிரஸ் தரும் வாக்குறுதியானது பின்னர் நிறைவேற்றப்படும் ஒன்றாகவே இருக்கும். இரண்டு வாக்குறுதிகளும் ஒரே நேரத்தில் நிறை வேற்றப்படவேண்டும் என்று திரு ஜின்னா மிகவும் சரியாகவே வலியுறுத்துகிறார். எனவே அவர் இந்த சி.ஆர்.ஃபார்முலாவை ஏற்றுக்கொள்வார் என்று நம்ப இடமில்லை.

இரண்டாவதாக, காங்கிரஸ் கொடுத்த வாக்குறுதியை இடைக்கால அரசினால் நிறைவேற்ற முடியாமல் போய்விட்டால் என்ன ஆவது? அதை நடத்தித் தரும் பொறுப்பு யாருக்கு இருக்கிறது? இடைக்கால அரசானது சுய நிர்ணய உரிமை பெற்ற ஒன்று. அதற்கு யாரும் எந்த உத்தரவும் இட முடியாது. அந்த அரசு காங்கிரஸ் கொடுத்த வாக்குறுதியை நிறைவேற்ற மறுத்துவிட்டால் முஸ்லிம் களுக்கு கலகத்தில் இறங்குவதைத் தவிர வேறு வழியே இருக்காது.

புதிய அரசியல் சாசனத்தை உருவாக்கும் பொறுப்பை ஏற்றுகொண்டிருக்கும் இடைக்கால அரசிடம் போய் பாகிஸ்தான்

பிரச்னைக்கான தீர்வை ஒப்படைப்பதை யாரும் ஏற்றுக்கொள்ள மாட்டார்கள். இது ஒரு பொறி; தீர்வு அல்ல. அரசியல் சாசனத்தில் ஏதேனும் மாற்றங்கள் கொண்டுவருவதென்றால், நாடாளுமன்றச் சட்டத்தின் மூலம்தான் கொண்டுவரவேண்டியிருக்கும். வேறு வழியே இல்லை.

சி.ஆர்.ஃபார்முலாவில் மூன்றாவதாக ஒரு குறை இருக்கிறது. ராணுவம், வர்த்தகம், வெளியுறவு விவகாரங்கள் போன்றவற்றில் ஹிந்துஸ்தானும் பாகிஸ்தானும் பேசி ஒரு சமரசத் தீர்வுக்கு வரவேண்டும் என்று சொல்கிறது. இதில் இருக்கும் பிரச்னைகளை திரு ராஜகோபாலாச்சாரி புரிந்துகொள்ளவே இல்லை.

பொது நலன் சார்ந்த விஷயங்களை எப்படிப் பாதுகாப்பது?

ஒன்று அந்த விவகாரங்களில் நிர்வாக மற்றும் சட்டசபை சார்ந்த அதிகாரங்களைக் கொண்ட ஒரு மத்திய அரசிடம் அந்தப் பொறுப்பு ஒப்படைக்கப்படவேண்டும். இதன் அர்த்தம் என்னவென்றால் பாகிஸ்தானும் ஹிந்துஸ்தானும் இறையாண்மை கொண்ட இரண்டு தனி நாடுகளாக இருக்காது. இதை திரு ஜின்னா ஒத்துக்கொள்வாரா? நிச்சயமாக மாட்டார்.

இன்னொரு வழி என்னவென்றால் பாகிஸ்தான், ஹிந்துஸ்தான் என இரண்டு தனி நாடுகளை உருவாக்கிவிட்டு பொது நலன் சார்ந்த விஷயங்களில் இணைந்து செயல்படும்படி ஓர் ஒப்பந்தத்தைச் செய்துகொள்ளலாம். இப்படிச் செய்தாலும் அந்த ஒப்பந்தத்தில் இருக்கும் விஷயங்களை முறையாகப் பின்பற்றுவார்கள் என்ற உத்தரவாதத்தை யார் தருவது? டொமினியன் தேசமாக இருந்தால் கூட பாகிஸ்தான் சுய நிர்ணய உரிமையுடன் அந்த விஷயங்களை மறுதலிக்கவும் வாய்ப்பு உண்டு.

1922-ல் உருவான ஆங்கிலேய - அயர்லாந்து உடன்படிக்கையின் அடிப்படையில் இந்த ஷரத்தை திரு ராஜகோபாலாச்சாரியார் வடிவமைத்திருக்கிறார். ஆனால், அயர்லாந்து ஒரு டொமினியனாக ஆகாதது வரைதான் இந்த ஒப்பந்தம் நடைமுறையில் இருந்தது; டொமினியன் அந்தஸ்து கிடைத்ததும் முதல் வேலையாக இந்தத் தீர்மானத்தை எதிர்த்தது. பிரிட்டிஷ் நாடாளுமன்றம் எதுவும் செய்ய முடியாமல் வேதனையுடன் கைகட்டி வேடிக்கைதான் பார்க்க முடிந்தது என்பதை திரு ராஜகோபாலாச்சாரியார் மறந்துவிட்டார்.

திரு காந்திக்கும் திரு ஜின்னாவுக்கும் இடையிலான பேச்சுவார்த்தை தோல்வியில் முடிந்ததை ஒருவர் பெரிதாகப் பொருட்படுத்த

வேண்டியதே இல்லை. ஆனால், சில கேள்விகளுக்கு நமக்கு எந்த விடையையும் தராமலேயே அது முடிவுக்கு வந்திருக்கிறது என்பதைத்தான் வருத்தத்துடன் சொல்லவேண்டியிருக்கிறது.

திரு ஜின்னா தனிப்பட்ட பேச்சுகளில் மிகவும் வெளிப்படையாகப் பேசும் அந்த விஷயங்கள் பற்றி பொதுவெளியில் பேசும்போது தந்திரமான மௌனத்தைக் கடைப்பிடித்துவருகிறார்.

1. முஸ்லிம் லீக் கேட்கிறார்கள் என்பதனாலேயே பாகிஸ்தானைப் பிரித்துக் கொடுத்துவிடவேண்டுமா?

2. முஸ்லிம் லீகைச் சேராத முஸ்லிம்களுக்கு இந்த விஷயத்தில் சொல்ல எதுவுமே இல்லையா?

3. பாகிஸ்தானின் எல்லைகளாக எவை இருக்கும்? இப்போது பஞ்சாப் மற்றும் வங்காளத்தின் நிர்வாக எல்லைகளாக இருப்பதுவே பாகிஸ்தானின் எல்லைகளாக இருக்குமா? கலாசார அடிப்படையில் புதிதாக அமைக்கப்படுமா?

4. 'தேவைப்படும் பிராந்திய விட்டுக்கொடுத்தல்களுக்கு (சரிப்படுத்தல்களுக்கு) ஏற்ப' என்று லாகூர் தீர்மானத்தில் சொல்லப்பட்டிருப்பதன் அர்த்தம் என்ன? முஸ்லிம் லீக் என்னவிதமான பிராந்திய சரிப்படுத்தல்களை மனதில் கொண்டிருக்கிறது.

5. லாகூர் தீர்மானத்தில் கடைசி பத்தியில் இறுதியாக என்று ஒரு வார்த்தை இடம்பெற்றிருக்கிறது. அதன் அர்த்தம் என்ன? பாகிஸ்தான் இறையாண்மை மிகுந்த தனி நாடாக ஆகாமல் இருக்கும் இடைக்காலம் பற்றி அது குறிப்பிடுகிறதா?

6. கிழக்கு மற்றும் மேற்கு பாகிஸ்தானின் இப்போதைய நிர்வாக எல்லைகளே திரு ஜின்னா முன்வைக்கும் எல்லைகள் என்றால் பட்டியல் ஜாதியினர் அல்லது பஞ்சாப் மற்றும் வங்காளத்தில் இருக்கும் முஸ்லிம் அல்லாதவர்கள் திரு ஜின்னா முன்வைக்கும் பாகிஸ்தானுடன் இணைய வேண்டுமா வேண்டாமா என்ற வாக்கெடுப்பில் பங்கெடுக்க அனுப்பாரா? பஞ்சாப், வங்காளம் ஆகிய பகுதிகளில் வசிக்கும் முஸ்லிம் அல்லாதவர்களுடைய வாக்குகளுக்கு ஏற்ப வரும் முடிவை ஏற்க திரு ஜின்னா தயாரா?

7. யுனைட்டட் பிராந்தியத்தில் ஆரம்பித்து பிஹார் வரையில் மேற்கு பாகிஸ்தான் மற்றும் கிழக்கு பாகிஸ்தானை இணைக்கும் வகையில் ஒரு நிலப்பகுதி இருக்கவேண்டும் என்று திரு ஜின்னா விரும்புகிறாரா?

நேரடியாக இந்தக் கேள்விகள் திரு ஜின்னாவிடம் கேட்கப்பட்டு அதற்கான வெளிப்படையான பதில்கள் பெறப்பட்டால் நல்லது. ஆனால் இந்த விஷயங்கள் தொடர்பாக எந்தக் கேள்வியும் திரு ஜின்னாவிடம் கேட்காமல் திரு காந்தி, சி.ஆர். ஃபார்முலாவின் அடிப்படையில் பேசியிருக்கிறார். அது ஒருவகையில் முஸ்லிம் லீகின் லாகூர் தீர்மானத்துக்கு இணையானதுதான். முட்டாள்த் தனமானது என்று சொல்லமுடியாதென்றால் புத்திசாலித்தனமானது அல்ல என்று சொல்லும்வகையிலான இந்தத் தீர்மானத்தினால் முக்கியமான கேள்விகளுக்கு விடை பெற்றிருக்கவேண்டிய நல்ல வாய்ப்பை வீணடித்துவிட்டார்கள்.

இந்தப் பேச்சுவார்த்தைகளுக்குப் பின்னர், கிரிக்கெட் வீரர்கள் ஃபெவிலியனுக்குத் திரும்புவதுபோல் திரு காந்தியும் திரு ஜின்னாவும் வேறு எதுவும் செய்யத் தேவையில்லை என்று தத்தமது இடங்களுக்குத் திரும்பிவிட்டனர். மீண்டும் சந்தித்துப் பேசுவார்களாய் எப்போது பேசுவார்கள் என்பதுபற்றியெலாம் ஒரு தகவலும் இல்லை.

அடுத்தது என்ன என்ற கேள்வி அவர்கள் மனதில் இல்லை போலிருக்கிறது.

பாகிஸ்தான் பிரச்னைக்குத் தீர்வு காணாமல் இந்தியா எப்படி அரசியல் களத்தில் முன்னேறும் என்று புரியவே இல்லை. பாகிஸ்தான் தேவையா என்பது, வேண்டுமானால் பேசிக் கொள்ளலாம்; இல்லையென்றால் விட்டுவிடலாம் என்று சொல்லும்படியான வெறும் கோட்பாட்டுரீதியானதல்ல. மாறுபட்ட கருத்துகளை யாரெல்லாம் முன்வைத்துக் கொள்ளலாம் என்பது தொடர்பான விஷயம் அல்ல. என்ன தீர்வு கண்டடைந்தாக வேண்டும் என்பது பற்றியது.

எப்படி? ஒத்திசைவின் மூலமாய பேச்சுவார்த்தையின் மூலமா? ஒத்திசைவான தீர்மானம் இல்லையென்றால் பேச்சுவார்த்தையின் மூலமே தீர்வு காணப்படவேண்டும். இரு தரப்பும் பரஸ்பரம் விட்டுக் கொடுத்து ஒரு முடிவை எட்டவேண்டும். ஒரு தரப்பு இன்னொரு தரப்பிடம் முழுமையாக சரணடைய வேண்டும் என்று எதிர்பார்க்கவே முடியாது. அது ஒத்திசைவான தீர்மானமாக இருக்காது. அது சர்வாதிகாரம். இரு தரப்புக்கும் அந்தப் புரிதல் ஏற்பட்டு நல்ல முடிவு எட்டப்படவேண்டும். ஆனால் சமரச முடிவை எட்ட நீண்ட காலம் கூட ஆகிவிடலாம். எவ்வளவு காலம் எடுக்கும் என்று யாராலும் சொல்லமுடியாது.

இந்தியாவின் சுதந்தரம் என்பது உடனடியாகக் கிடைத்தாக வேண்டியது. அதைத் தள்ளிப் போடமுடியாது. ஆனால், மதவாதப் பிரச்னைக்குத் தீர்வு காணாமல் சுதந்தரத்தை துரிதப்படுத்தவும் முடியாது. சமரசத் தீர்வு ஏற்படவேண்டும் என்று சொல்வது தீர்வை நிரந்தரமாகத் தள்ளிப்போடுவதற்குத்தான் சமம்.

சர்வ தேச சக்திகளைக் கொண்ட ஒரு நடுவர் மன்றம் அமைக்கப்படவேண்டும் என்பதே என்னைப் பொறுத்தவரையில் சரியான, ஒரே வழி. பாகிஸ்தான் தேவையா என்பது உட்பட சிறுபான்மை விவகாரத்தில் இருக்கும் முக்கியமான விஷயங்கள் அனைத்தும் அந்த அமைப்பிடம் விடப்படவேண்டும். பிரிட்டிஷ் சாம்ராஜ்ஜியத்தைச் சாராத நாடுகளில் இருந்து அந்தக் குழுவில் உறுப்பினர்களை நியமிக்கவேண்டும். முஸ்லிம்கள், பட்டியல் ஜாதியினர், சீக்கியர்கள், இந்திய கிறிஸ்தவர்கள் என அனைத்து சிறுபான்மையினர் சார்பிலும் ஒரு பிரதிநிதியை இந்தப் பேச்சுவார்த்தைக்கு அனுப்பவேண்டும். இந்த சிறுபான்மை பிரதிநிதிகளும் ஹிந்துக்களின் பிரதிநிதிகளும் சர்வ தேசக் குழுவின் முன்னால் தமது கோரிக்கைகள், வாதங்களை முன்வைக்க வேண்டும். அந்தக் குழு தீர்மானிக்கும் முடிவை அனைவரும் முழுமனதுடன் ஏற்றுக்கொள்ளவேண்டும். மேலும், பிரிட்டிஷார் கீழ்க்கண்ட உத்தரவாதங்களைத் தரவேண்டும்.

மதவாதப் பிரச்னையில் அவர்கள் தலையிடக்கூடாது. சர்வ தேசக் குழுவிடம் பொறுப்பை விட்டுவிடவேண்டும்.

சர்வ தேச நடுவர் மன்றம் மதவாதப் பிரசனைக்குச் சொல்லும் தீர்மானத்தை இந்திய அரசியல் சட்டத்தில் இடம்பெறச் செய்து நடைமுறைப்படுத்தவேண்டும்..

சர்வ தேச நடுவர் மன்றம் முன்வைக்கும் தீர்மானமானது இந்தியாவில் வாழும் சிறுபான்மையினருக்கு பிரிட்டிஷ் அரசு செய்து தரவேண்டியவற்றைத் தீர்மானித்துத் தந்திருப்பதாக மதித்து ஏற்றுக்கொள்ளவேண்டும். இந்தியாவுக்கு டொமினியன் அந்தஸ்தைத் தந்துவிடவேண்டும்.

இந்த வழிமுறையில் பல நன்மைகள் இருக்கின்றன. மதவாதப் பிரச்னையில் பிரிட்டிஷாரின் குறுக்கீட்டை அது இல்லாமல் ஆக்கிவிடுகிறது. மதவாதப் பிரச்னையில் ஒரு தீர்மானத்தை எட்ட முடியாமல் இருப்பதற்கு காங்கிரஸ் அதைத்தான் சொல்லி வந்திருக்கிறது. சிறுபான்மையினருக்கு எவ்வளவு சலுகைகள், உரிமைகளைத் தரலாம் என்று காங்கிரஸ் நினைக்கிறதோ அதைவிடக் கூடுதலாகவே பிரிட்டிஷாரிடம் இருந்து கிடைக்கும்

என்பதால் சிறுபான்மையினர் காங்கிரஸுடன் எந்த தீர்மானத்துக்கும் வருவதில்லை என்று சொல்லப்படுகிறது.

சிறுபான்மையினரின் சம்மதத்தை பெற்றே அரசியல் சாசனம் உருவாக்கப்படவேண்டும் என்று பிரிட்டிஷார் சொல்லியிருப்பதன் மூலம் இந்திய அரசியல் சாசனத்தின் மீது சிறுபான்மையினருக்கு முடிவெடுக்கும் இறுதி அதிகாரத்தை (வீட்டோ பவர்) தந்துவிட்டிருப்பதாக காங்கிரஸ் குற்றம் சாட்டிவந்திருக்கிறது. அதையும் இந்த சர்வதேச நடுவர் மன்றத்தின் மூலமான பேச்சுவார்த்தை நீக்கிவிடும். இந்திய அரசியல் சாசனத்துக்கு சிறுபான்மையினர் தமது சம்மதத்தைத் தராமல் இருந்து விடுவார்கள். அல்லது பிரிட்டிஷ் அரசு சம்மதம் தரவிடாமல் தடுத்துவிடக்கூடும். ஏனென்றால் சிறுபான்மையினர் எல்லாம் பிரிட்டிஷ் அரசின் கைப்பாவைகள் என்று காங்கிரஸ் கருதுகிறது. இது தொடர்பாக எழ வாய்ப்புள்ள அனைத்து புகார்களையும் சர்வ தேச நடுவர் குழு அமைப்பதன் மூலம் தீர்த்துவிடமுடியும்.

இதற்கு சிறுபான்மையினரும் எந்த எதிர்ப்பையும் தெரிவிக்க வாய்ப்பும் இருக்காது. தமது கோரிக்கைகள் நியாயமானது, சரியானது என்ற நம்பிக்கை சிறுபான்மையினருக்கு இருந்தால் அவர்கள் சர்வ தேச நடுவர் குழுவைக் கண்டு அஞ்சத் தேவையே இல்லை. சமரசத் தீர்வுக்கு முன்வருவதில் எந்தத் தவறும் இல்லை. எவரொருவரும் தமது வழக்குக்குத் தாமே நீதிபதியாக இருக்கக்கூடாது என்பது அனைவருக்கும் தெரிந்த விஷயம் தான். சிறுபான்மையினரின் விஷயத்திலும் இது பொருந்தவே செய்யும். தனது வழக்குக்குத் தீர்ப்பு வழங்கும் நீதிபதியாக அதுவே உட்கார்ந்துகொள்ள விரும்பக்கூடாது.

பிரிட்டிஷ் அரசின் நிலை என்ன?

இந்த யோசனைக்கு பிரிட்டிஷார் தரப்பில் எந்தவொரு எதிர்ப்பும் இருக்க வாய்ப்பில்லை என்றே நினைக்கிறேன். மதவாதச் சட்டமானது பிரிட்டிஷாருக்கு மிகப் பெரிய இழுக்கைத் தேடித் தந்துள்ளது. அது எந்தவொரு நற்பெயரையும் ஏற்படுத்தித் தரவில்லை. இந்தப் பொறுப்பில் இருந்து விடுவிக்கப்படுவதை அது மகிழ்ச்சியுடன் ஏற்றுக்கொள்ளத்தான் வேண்டும். சில சமூகங்களின் பாதுகாப்பு, நலன்கள் சார்ந்த விஷயங்களில் சர்வ தேச நடுவர் குழுவின் பரிந்துரைகளை அமல்படுத்தும் பொறுப்புகள் பற்றிப் பார்த்தால், தமது மேலாதிக்கத்தை விட்டுக் கொடுப்பதற்கு முன்பாக பிரிட்டிஷாரே பொறுப்பில் இருந்து நடத்தித் தரவேண்டும் என்று சொல்லப்பட்டிருக்கிறது. சர்வ தேச நடுவர் குழுவின் பரிந்துரைகளை அரசியல் சாசனத்தில்

இடம்பெறச் செய்யவேண்டும் என்றும் சொல்லப்பட்டிருக்கிறது. இதைவிட இந்த விஷயத்தில் வேறு என்னதான் சிறுபான்மையினருக்குச் செய்யவேண்டியிருக்கும்?

சர்வ தேச நடுவர் குழுவின் பரிந்துரைகளை அமல்படுத்தும் விஷயத்தில் பிரிட்டிஷ் அரசுக்கு சில நெருக்கடிகள் ஏற்பட வாய்ப்பு உண்டு. ஏதேனும் ஒரு சிறுபான்மை அமைப்பானது சர்வ தேசக் குழுவின் முன்பாகத் தமது கோரிக்கைகளை முன்வைக்க வில்லையென்றால் பிரிட்டிஷாருக்கு அந்தக் குழுவின் பரிந்துரைகளை அமல்படுத்துவதில் சிக்கல் ஏற்படும். அப்படி பங்கேற்காத தரப்புக்கு எதிராக அந்தப் பரிந்துரைகளை பிரிட்டிஷ் அரசு அமல்படுத்துவது நியாயமாக இருக்குமா?

பிரிட்டிஷ் அரசு எந்தவிதத் தயக்கமும் இல்லாமல் அந்தப் பரிந்துரைகளை அமல்படுத்தலாம். அது மிகவும் நியாயமான செயலாகவே இருக்கும் என்று நான் உறுதியாகக் கூறுகிறேன். சமரசத் தீர்வுக்கு முன்வர விரும்பாத தரப்பு பற்றிச் சொல்ல என்ன இருக்கிறது? அப்படிப்பட்ட தரப்பு நிச்சயம் அதிகார மமதை கொண்டதுதான். அதிகாரமமதை கொண்டவர்களை எப்படிக் கையாளவேண்டும். அவர்கள் மீது தடைகள், நெருக்கடிகள் விதிப்பதன் மூலம் தான் வழிக்குக் கொண்டுவரவேண்டும். சர்வ தேச நடுவர் குழுவின் பேச்சுவார்த்தைக்கு வராத தரப்பின் மீது அந்தக் குழுவின் பரிந்துரைகளை அரசியல் சாசனத்தின் மூலம் அமல்படுத்த முயற்சி செய்வதென்பது ஒரு அடக்குமுறையாளர் மீது தடைகளை விதிப்பதுபோன்றதுதான். அப்படியான ஒரு பிரச்னை எழுமென்றால் அது தொடர்பாக பிரிட்டிஷார் எந்தவொரு வருத்தமும் தயக்கமும் அடையத் தேவையே இல்லை. இப்படியான தரப்புகளை இப்படியாகக் கையாள்வதென்பது அனைவரும் ஏற்றுக்கொள்ளும் வழிமுறைதான். முஸோலினி அபிசின்னியாவுடனான விவகாரத்தில் பேச்சுவார்த்தைக்கு வர மறுத்ததையடுத்து நேச நாடுகள் அவர் மீது கடும் நடவடிக்கை களைத்தான் எடுத்தன.

அடுத்தது என்ன என்ற கேள்விக்கு நான் சொன்னது சரியான பதிலாக இல்லாமல் இருக்கலாம். வேறு என்ன பதில் சரியானதாக இருக்கும் என்பதும் எனக்குத் தெரியாது. ஆனால், இந்தக் கேள்விக்கு பதில் கிடைக்காமல் இந்தியாவுக்கு சுதந்தரம் கிடைக்க வாய்ப்பே இல்லை. சம்பந்தப்பட்டவர்களுக்கு திருப்தி தரக்கூடியதாக, அதி துல்லியமானதாக, உறுதியான பதிலாக அது இருந்தாகவேண்டும் என்பது மட்டும் எனக்குத் தெரியும்.

நீங்கள் விரும்பும் புத்தகம் உங்கள்
வீடு தேடி வர அழையுங்கள்

Dial for Books

94459 01234

9445 97 97 97

WhatsApp No

95000 45609

www.dialforbooks.in

www.amazon.in

www.flipkart.com